English-Punjabi
Punjabi-English

Word to Word® Bilingual Dictionary

Compiled by:
C. Sesma, M.A.

Translated by:
Wahab Translations Ltd.
Khushwant Singh

BilingualDictionaries.com
WordtoWord.com

Punjabi Word to Word® Bilingual Dictionary
2nd Edition © Copyright 2012

All rights reserved. No part of this book may be reproduced or transmitted in any form or by any means.

Published in the USA by:

Bilingual Dictionaries, Inc.
PO Box 1154
Murrieta, CA 92564
T: (951) 296-2445 • F: (951) 296-9911
E: support@bilingualdictionaries.com

BilingualDictionaries.com
WordtoWord.com

ISBN13: 978-0-933146-32-7

Print 121120

Printed In India

Table of Contents

Bilingual Dictionaries, Inc. was established in 1994. We are committed to providing schools, libraries and educators with a great selection of bilingual materials for students. Along with bilingual dictionaries we also publish ESL workbooks and children's bilingual picture dictionaries.

The first Word to Word® bilingual dictionary was published in 2008. The Word to Word® series now has over 40 editions with languages from around the world. For more information regarding any of our publications please visit us online.

Our series provides ELL students from different native language backgrounds a standardized selection of bilingual dictionaries. The Word to Word® series is designed to create an approved resource that adheres to the guidelines set by school districts and states.

Sesma's Punjabi Word to Word® Bilingual Dictionary was created specifically with students in mind to be used for reference and testing. This dictionary contains approximately 21,000 entries targeting common words used in the English language.

BilingualDictionaries.com
WordtoWord.com

List of Irregular Verbs

present - past - past participle

arise - arose - arisen
awake - awoke - awoken, awaked
be - was - been
bear - bore - borne
beat - beat - beaten
become - became - become
begin - began - begun
behold - beheld - beheld
bend - bent - bent
beseech - besought - besought
bet - bet - betted
bid - bade (bid) - bidden (bid)
bind - bound - bound
bite - bit - bitten
bleed - bled - bled
blow - blew - blown
break - broke - broken
breed - bred - bred
bring - brought - brought
build - built - built
burn - burnt - burnt *
burst - burst - burst
buy - bought - bought
cast - cast - cast
catch - caught - caught
choose - chose - chosen
cling - clung - clung
come - came - come
cost - cost - cost
creep - crept - crept
cut - cut - cut

deal - dealt - dealt
dig - dug - dug
do - did - done
draw - drew - drawn
dream - dreamt - dreamed
drink - drank - drunk
drive - drove - driven
dwell - dwelt - dwelt
eat - ate - eaten
fall - fell - fallen
feed - fed - fed
feel - felt - felt
fight - fought - fought
find - found - found
flee - fled - fled
fling - flung - flung
fly - flew - flown
forebear - forbore - forborne
forbid - forbade - forbidden
forecast - forecast - forecast
forget - forgot - forgotten
forgive - forgave - forgiven
forego - forewent - foregone
foresee - foresaw - foreseen
foretell - foretold - foretold
forget - forgot - forgotten
forsake - forsook - forsaken
freeze - froze - frozen
get - got - gotten
give - gave - given
go - went - gone
grind - ground - ground
grow - grew - grown

List of Irregular Verbs

hang - hung * - hung *
have - had - had
hear - heard - heard
hide - hid - hidden
hit - hit - hit
hold - held - held
hurt - hurt - hurt
hit - hit - hit
hold - held - held
keep - kept - kept
kneel - knelt * - knelt *
know - knew - known
lay - laid - laid
lead - led - led
lean - leant * - leant *
leap - lept * - lept *
learn - learnt * - learnt *
leave - left - left
lend - lent - lent
let - let - let
lie - lay - lain
light - lit * - lit *
lose - lost - lost
make - made - made
mean - meant - meant
meet - met - met
mistake - mistook - mistaken
must - had to - had to
pay - paid - paid
plead - pleaded - pled
prove - proved - proven
put - put - put
quit - quit * - quit *

read - read - read
rid - rid - rid
ride - rode - ridden
ring - rang - rung
rise - rose - risen
run - ran - run
saw - sawed - sawn
say - said - said
see - saw - seen
seek - sought - sought
sell - sold - sold
send - sent - sent
set - set - set
sew - sewed - sewn
shake - shook - shaken
shear - sheared - shorn
shed - shed - shed
shine - shone - shone
shoot - shot - shot
show - showed - shown
shrink - shrank - shrunk
shut - shut - shut
sing - sang - sung
sink - sank - sunk
sit - sat - sat
slay - slew - slain
sleep - sleep - slept
slide - slid - slid
sling - slung - slung
smell - smelt * - smelt *
sow - sowed - sown *
speak - spoke - spoken
speed - sped * - sped *

List of Irregular Verbs

spell - spelt * - spelt *
spend - spent - spent
spill - spilt * - spilt *
spin - spun - spun
spit - spat - spat
split - split - split
spread - spread - spread
spring - sprang - sprung
stand - stood - stood
steal - stole - stolen
stick - stuck - stuck
sting - stung - stung
stink - stank - stunk
stride - strode - stridden
strike - struck - struck (stricken)
strive - strove - striven
swear - swore - sworn
sweep - swept - swept
swell - swelled - swollen *
swim - swam - swum

take - took - taken
teach - taught - taught
tear - tore - torn
tell - told - told
think - thought - thought
throw - threw - thrown
thrust - thrust - thrust
tread - trod - trodden
wake - woke - woken
wear - wore - worn
weave - wove * - woven *
wed - wed * - wed *
weep - wept - wept
win - won - won
wind - wound - wound
wring - wrung - wrung
write - wrote - written

Those tenses with an * also have regular forms.

English-Punjabi

Abbreviations

a - article
n - noun
e - exclamation
pro - pronoun
adj - adjective
adv - adverb
v - verb
iv - irregular verb
pre - preposition
c - conjunction

A

abandon *v* ਤਿਆਗਣਾ
abandonment *n* ਵਿਸਰਜਨ
abbey *n* ਮਠ
abbot *n* ਮਠ ਦਾ ਵਡਾ ਮਹੰਤ
abbreviate *v* ਸੰਖੇਪ ਕਰਨਾ
abbreviation *n* ਸੰਖੇਪ
abdicate *v* ਰਾਜ-ਕਾਜ ਤਿਆਗਣਾ
abdication *n* ਪਦ-ਤਿਆਗ
abdomen *n* ਉਦਰ
abduct *v* ਅਗਵਾ ਕਰਨਾ
abduction *n* ਅਗਵਾ
aberration *n* ਕੁਰਾਹ, ਭੁੱਲ
abhor *v* ਘਿਰਣਾ ਕਰਨਾ
abide by *v* ਅਨੁਗਾਮੀ
ability *n* ਕਾਬਲੀਅਤ
ablaze *adj* ਮੱਚਦਾ
able *adj* ਸਮਰੱਥ
abnormal *adj* ਅਸਾਧਾਰਣ
abnormality *n* ਅਸਾਧਾਰਣਤਾ
aboard *adv* ਤੇ
abolish *v* ਰੱਦ ਕਰਨਾ
abort *v* ਗਰਭਪਾਤ ਹੋਣਾ
abortion *n* ਗਰਭਪਾਤ
abound *v* ਭਰਪੂਰ ਹੋਣਾ
about *pre* ਬਾਰੇ
about *adv* ਘੁੰਮਦਾ
above *pre* ਉਪਰ
abreast *adv* ਨਾਲ-ਨਾਲ
abridge *v* ਸੰਖੇਪ ਕਰਨਾ
abroad *adv* ਪਰਦੇਸ
abrogate *v* ਰੱਦ ਕਰਨਾ
abruptly *adv* ਅਚਾਨਕ
absence *n* ਅਣਹੋਂਦ
absent *adj* ਗ਼ੈਰਹਾਜ਼ਰ
absolute *adj* ਪੂਰਾ
absolution *n* ਖਿਮਾ
absolve *v* ਦੋਸ਼-ਮੁਕਤ ਕਰਨਾ
absorb *v* ਚੂਸਣਾ, ਸੋਖਣਾ
absorbent *adj* ਰਚਾ ਲੈਣ ਵਾਲਾ
abstain *v* ਪਰਹੇਜ਼ ਕਰਨਾ
abstinence *n* ਪਰਹੇਜ਼, ਬੰਧੇਜ
abstract *adj* ਸੂਖਮ, ਅਮੂਰਤ
absurd *adj* ਹਾਸੋਹੀਣਾ, ਬੇਢੰਗਾ
abundance *n* ਬਹੁਲਤਾ, ਬਹੁਤਾਤ
abundant *adj* ਭਰਪੂਰ, ਬਹੁਤ
abuse *v* ਗਾਲ ਕੱਢਣਾ
abuse *n* ਦੁਰਵਰਤੋਂ
abusive *adj* ਅਸ਼ਲੀਲ
abysmal *adj* ਅਥਾਹ, ਅਗਾਧ
abyss *n* ਰਸਾਤਲ
academic *adj* ਵਿਦਿਅਕ, ਅਕਾਦਮਿਕ
academy *n* ਅਕਾਦਮੀ
accelerate *v* ਚਾਲ ਵਧਾਉਣਾ
accelerator *n* ਗਤੀ-ਵਰਧਕ
accent *n* ਸੁਰ
accept *v* ਸਵੀਕਾਰ ਕਰਨਾ
acceptable *adj* ਸਵੀਕਾਰ ਕਰਨਯੋਗ
acceptance *n* ਸਵੀਕ੍ਰਿਤੀ
access *n* ਪਹੁੰਚ
accessible *adj* ਸੁਲੱਭ, ਪ੍ਰਵੇਸ਼ਯੋਗ
accident *n* ਘਟਨਾ, ਹਾਦਸਾ

accidental *adj* ਇਤਫਾਕੀਆ
acclaim *n* ਪ੍ਰਸ਼ੰਸਾ, ਸਲਾਹੁਤਾ।
acclimatize *v* ਸੁਖਾਉਣਾ
accommodate *v* ਸਮਾਈ ਕਰਨਾ
accompany *v* ਸਾਥ ਹੋਣਾ
accomplice *n* ਜੁੰਡੀਦਾਰ
accomplish *v* ਸਿਰੇ ਚਾੜ੍ਹਨਾ
accomplishment *n* ਪੂਰਤੀ, ਸਿੱਧੀ
accord *n* ਰਜ਼ਾਮੰਦੀ
according to *pre* ਦੇ ਅਨੁਸਾਰ
accordion *adj* ਵਲ਼ਦਾਰ
account *n* ਹਿਸਾਬ, ਗਣਨਾ
account for *v* ਹਿਸਾਬ ਦੇਣਾ
accountable *adj* ਜ਼ਿੰਮੇਵਾਰ
accountant *n* ਮੁਨਸ਼ੀ
accumulate *v* ਜੋੜਨਾ
accuracy *n* ਸ਼ੁੱਧਤਾ
accurate *adj* ਠੀਕ
accusation *n* ਦੋਸ਼, ਆਰੋਪਣ
accuse *v* ਊਜ਼ ਲਾਉਣਾ
accustom *v* ਆਦੀ ਕਰਨਾ
ace *n* ਉੱਤਮ
ache *n* ਦਰਦ, ਪੀੜ
achieve *v* ਪ੍ਰਾਪਤ ਕਰਨਾ
achievement *n* ਪ੍ਰਾਪਤੀ, ਸਿੱਧੀ
acid *adj* ਖੱਟਾ
acidity *n* ਤੇਜ਼ਾਬੀਅਤ
acknowledge *v* ਪ੍ਰਵਾਨ ਕਰਨਾ
acorn *n* ਬਲੂਤ ਦਾ ਫਲ
acoustic *adj* ਸੁਣਨ ਸੰਬੰਧੀ
acquaint *v* ਜਤਲਾਉਣਾ
acquaintance *n* ਜਾਣ ਪਛਾਣ
acquire *v* ਲੈਣਾ, ਹਾਸਲ ਕਰਨਾ
acquisition *n* ਪ੍ਰਾਪਤੀ
acquit *v* ਕਰਤੱਵ ਪੂਰਾ ਕਰਨਾ
acquittal *n* ਰਿਹਾਈ
acre *n* ਏਕੜ, 4800 ਵਰਗ ਗਜ਼
acrobat *n* ਨਟ
across *pre* ਦੇ ਪਾਰ
act *n* ਕੰਮ; ਕਰਤੱਵ; ਕਾਰਵਾਈ
act *v* ਕੰਮ ਕਰਨਾ
action *n* ਕੰਮ
activate *v* ਕਿਰਿਆਸ਼ੀਲ ਬਣਾਉਣਾ
activation *n* ਉਤਪ੍ਰੇਰਣ
active *adj* ਫੁਰਤੀਲਾ
activity *n* ਕ੍ਰਿਆਸ਼ੀਲਤਾ; ਰੁਝੇਵਾਂ
actor *n* ਅਦਾਕਾਰ, ਐਕਟਰ
actress *n* ਅਦਾਕਾਰਾ
actual *adj* ਵਾਸਤਵਿਕ
actually *adv* ਸੱਚਮੁੱਚ
acute *adj* ਤਿੱਖਾ, ਤੇਜ਼
adamant *adj* ਕਰੜਾ, ਸਖ਼ਤ
adapt *v* ਅਨੁਕੂਲ ਕਰਨਾ
adaptable *adj* ਲਚਕਦਾਰ
adaptation *n* ਅਨੁਕੂਲਣ
adapter *n* ਅਨੁਕੂਲਕ
add *v* ਜੋੜਨਾ
addicted *adj* ਆਦੀ
addiction *n* ਝੱਸ
addictive *adj* ਝੱਸ ਲਾਉਣ ਵਾਲੀ ਵਸਤੂ
addition *n* ਜੋੜ, ਸੰਜੋਜਨ
additional *adj* ਵਾਧੂ, ਵਧੀਕ
address *n* ਪਤਾ; ਸੰਬੋਧਨ; ਭਾਸ਼ਣ
address *v* ਚਤੁਰਾਈ; ਭਾਸ਼ਣ ਦੇਣਾ

addressee *n* ਸਿਰਨਾਵਾਂਦਾਰ
adequate *adj* ਕਾਫ਼ੀ, ਪੂਰਾ
adhere *v* ਡਟੇ ਰਹਿਣਾ
adhesive *adj* ਚਿਪਕੀਲਾ
adjacent *adj* ਲਾਗਲਾ, ਜੁੜਵਾਂ
adjective *n* ਵਿਸ਼ੇਸ਼ਣ
adjoin *v* ਮਿਲਿਆ ਹੋਣਾ
adjoining *adj* ਲਾਗਲਾ
adjourn *v* ਮੁਲਤਵੀ ਕਰਨਾ
adjust *v* ਤਰਤੀਬ ਦੇਣਾ
adjustable *adj* ਠੀਕ ਕਰਨ ਯੋਗ
adjustment *n* ਤਰਤੀਬ ਦੇਣਾ
administer *v* ਪ੍ਰਬੰਧ ਕਰਨਾ; (ਦਵਾਈ) ਦੇਣਾ ਜਾਂ ਖਵਾਉਣਾ
admirable *adj* ਸ਼ਲਾਘਾਯੋਗ
admiral *n* ਐਡਮਿਰਲ
admiration *n* ਵਡਿਆਈ
admire *v* ਪ੍ਰਸ਼ੰਸਾ ਕਰਨਾ
admirer *n* ਪ੍ਰਸੰਸਕ
admissible *adj* ਦਾਖ਼ਲੇ ਯੋਗ
admission *n* ਦਾਖ਼ਲਾ, ਪ੍ਰਵੇਸ਼
admit *v* ਪ੍ਰਵੇਸ਼ ਕਰਨਾ; ਸਵੀਕਾਰ ਕਰਨਾ
admittance *n* ਪ੍ਰਵੇਸ਼
admonish *v* ਤਾੜਨਾ ਕਰਨਾ
admonition *n* ਚਿਤਾਵਨੀ
adolescence *n* ਅੱਲ੍ਹੜਪਣ
adolescent *n* ਗੱਭਰੂ
adopt *v* ਅਪਣਾਉਣਾ
adoption *n* ਸਵੀਕਰਣ; ਗੋਦ ਲੈਣ ਦੀ ਰਸਮ
adoptive *adj* ਪੁਤਰੇਲਾ
adorable *adj* ਪੂਜਨੀਕ
adoration *n* ਪੂਜਾ
adore *v* ਪੂਜਣਾ, ਸਤਿਕਾਰਨਾ
adorn *v* ਸ਼ਿੰਗਾਰਨਾ
adrift *adv* ਡਾਵਾਂ ਡੋਲ
adulation *n* ਖ਼ੁਸ਼ਾਮਦ
adult *n* ਬਾਲਗ਼
adulterate *v* ਵਿਭਚਾਰੀ
adultery *n* ਬਦਕਾਰੀ
advance *v* ਅੱਗੇ ਵਧਣਾ; ਪੇਸ਼ਗੀ ਦੇਣੀ; ਉਧਾਰ ਦੇਣਾ
advance *n* ਪੇਸ਼ਗੀ; ਪ੍ਰਗਤੀ; ਰਵਾਨਗੀ; ਉਧਾਰ
advantage *n* ਲਾਭ, ਮਹੱਤਤਾ
Advent *n* ਆਗਮਨ
adventure *n* ਸਾਹਸੀ ਕੰਮ
adverb *n* ਕਿਰਿਆ-ਵਿਸ਼ੇਸ਼ਣ
adversary *n* ਵਿਰੋਧੀ
adverse *adj* ਉਲਟ
adversity *n* ਸੰਕਟ
advertise *v* ਮਸ਼ਹੂਰ ਕਰਨਾ
advertising *n* ਇਸ਼ਤਿਹਾਰ
advice *n* ਸਲਾਹ
advisable *adj* ਯੋਗ
advise *v* ਮਸ਼ਵਰਾ ਦੇਣਾ
adviser *n* ਮੰਤਰੀ
advocate *v* ਵਕੀਲ
aesthetic *adj* ਸੁਹਜਵਾਦੀ
afar *adv* ਦੂਰ ਤੋਂ
affable *adj* ਹਸਮੁਖ
affair *n* ਕਾਰ-ਵਿਹਾਰ
affect *v* ਅਸਰ ਕਰਨਾ
affection *n* ਸਨੇਹ
affectionate *adj* ਸਨੇਹੀ
affiliate *v* ਸਾਥੀ

affiliation *n* ਮੇਲ
affinity *n* ਸਾਂਝ
affirm *v* ਪੱਕਾ ਕਰਨਾ
affirmative *adj* ਸਕਾਰਾਤਮਕ
affix *v* ਵਾਧਾ; ਜੋੜਨਾ
afflict *v* ਕਸ਼ਟ ਪਹੁੰਚਾਉਣਾ
affliction *n* ਦੁੱਖ, ਦਰਦ
affluence *n* ਲਹਿਰ ਬਹਿਰ
affluent *adj* ਅਧਿਕ, ਬਹੁਤ
afford *v* ਸਮਰਥਾ ਰੱਖਣਾ
affordable *adj* ਯੋਗ ਹੋਣਾ
affront *v* ਨਿਰਾਦਰ ਕਰਨਾ
affront *n* ਹੇਠੀ, ਨਿਰਾਦਰ
afloat *adv* ਤਰਦਾ, ਵਗਦਾ
afraid *adj* ਡਰਿਆ, ਭੈਭੀਤ
afresh *adv* ਦੁਬਾਰਾ, ਮੁੱਢੋਂ; ਨਵੇਂ ਸਿਰੇ ਤੋਂ
after *pre* ਬਾਅਦ ਦਾ, ਅਗਲਾ
afternoon *n* ਦੁਪਹਿਰ
afterwards *adv* ਬਾਅਦ ਵਿੱਚ
again *adv* ਫਿਰ, ਦੁਬਾਰਾ
against *pre* ਵਿਰੁੱਧ, ਵਿਪਰੀਤ
age *n* ਉਮਰ; ਯੁਗ
agency *n* ਏਜੰਸੀ; ਸਾਧਨ
agenda *n* ਕਾਰਜ-ਸੂਚੀ
agent *n* ਏਜੰਟ
agglomerate *v* ਜੋੜਨਾ
aggravate *v* ਭੜਕਾਉਣਾ
aggravation *n* ਵਿਗਾੜ
aggregate *v* ਕੁਲ, ਸਾਰਾ
aggression *n* ਹੱਲਾ, ਹਮਲਾ
aggressive *adj* ਲੜਾਕਾ
aggressor *n* ਹਮਲਾਵਰ
aghast *adj* ਹੱਕਾ-ਬੱਕਾ, ਹੈਰਾਨ
agile *adj* ਚੁਸਤ, ਫੁਰਤੀਲਾ
agitator *n* ਅੰਦੋਲਨ ਕਰਤਾ
agnostic *n* ਅਗਿਆਤਵਾਦੀ; ਸ਼ੰਕਾਵਾਦੀ
agonize *v* ਤੜਪਾਉਣਾ, ਸਤਾਉਣਾ
agonizing *adj* ਦੁਖਦਾਈ, ਕਠਿਨ
agony *n* ਸੰਤਾਪ, ਚਿੰਤਾ
agree *v* ਮੰਨਣਾ, ਰਜ਼ਾਮੰਦ ਹੋਣਾ
agreeable *adj* ਰਾਜ਼ੀ
agreement *n* ਕਰਾਰ, ਠੇਕਾ
agricultural *adj* ਵਾਹੀ ਦਾ, ਭੌਂ ਦਾ
agriculture *n* ਖੇਤੀਬਾੜੀ, ਵਾਹੀ
ahead *pre* ਅਗਲਾ, ਅੱਗੋਂ ਦਾ
aid *n* ਸਹਾਇਤਾ, ਮਦਦ
aid *v* ਸਹਾਇਤਾ ਕਰਨਾ
aide *n* ਮਦਦਗਾਰ
ailing *adj* ਬਿਮਾਰ, ਦੁਖੀ
ailment *n* ਬੀਮਾਰੀ
aim *v* ਉਦੇਸ਼
aimless *adj* ਨਿਰਉਦੇਸ਼
air *n* ਵਾਯੁ
air *v* ਨਖਰਾ
aircraft *n* ਹਵਾਈ ਜਹਾਜ਼
airfare *n* ਹਵਾਈ ਕਿਰਾਇਆ
airfield *n* ਹਵਾਈ-ਅੱਡਾ
airline *n* ਹਵਾਈ ਕੰਪਨੀ; ਵਾਯੁ-ਮਾਰਗ
airliner *n* ਹਵਾਈ ਕੰਪਨੀ
airmail *n* ਹਵਾਈ ਡਾਕ
airplane *n* ਹਵਾਈ-ਜਹਾਜ਼, ਵਿਮਾਨ
airport *n* ਹਵਾਈ ਅੱਡਾ
airspace *n* ਵਾਯੂਜਗ੍ਹਾ
airstrip *n* ਹਵਾਈ ਪੱਟੀ

airtight *adj* ਹਵਾਬੰਦ
aisle *n* ਪਗਡੰਡੀ
ajar *adj* ਬੇਸੁਰਾ, ਬੇਮੇਲ; ਅੱਧ-ਖੁਲ੍ਹਾ
akin *adj* ਸਕਾ, ਸਜਾਤੀ
alarm *n* ਚਿਤਾਵਨੀ; ਘੜੀ ਦੀ ਟਨ-ਟਨ; ਬਿਗਲ
alarm clock *n* ਅਲਾਰਮ-ਘੜੀ
alarming *adj* ਖਤਰਨਾਕ
alcoholic *adj* ਨਸ਼ਈ, ਸ਼ਰਾਬੀ
alcoholism *n* ਨਸ਼ਈਪੁਣਾ
alert *adj* ਸਾਵਧਾਨ, ਚੁਕੰਨਾ
alert *v* ਸਾਵਧਾਨ ਕਰਨਾ
algebra *n* ਬੀਜ-ਗਣਿਤ
alien *adj* ਓਪਰਾ, ਗ਼ੈਰ
alight *adv* ਜਲਦਾ, ਬਲਦਾ
align *v* ਪਾਲ ਬੰਨ੍ਹਣਾ
alignment *n* ਲੈਣ
alike *adj* ਯਕਸਾਂ
alive *adj* ਜ਼ਿੰਦਾ
all *adj* ਤਮਾਮ
allegation *n* ਇਲਜ਼ਾਮ
allege *v* ਊਜ ਲਾਉਣੀ
allegedly *adv* ਕਿਆਸੀ ਤੌਰ ਤੇ
allegiance *n* ਵਫ਼ਾਦਾਰੀ, ਸ਼ਰਧਾ
allegory *n* ਦ੍ਰਿਸ਼ਟਾਂਤ
allergic *adj* ਅਲਰਜੀ ਸੰਬੰਧੀ
allergy *n* ਅਲਰਜੀ
alleviate *v* ਹਲਕਾ ਕਰਨਾ
alley *n* ਪਗਡੰਡੀ
alliance *n* ਗੰਢ ਤੁਪ
allied *adj* ਨਾਲ ਦਾ ਸੰਬੰਧ
alligator *n* ਘੜਿਆਲ
allocate *v* ਨਿਯਤ ਕਰਨਾ
allot *v* ਹਿੱਸੇ ਪਾਉਣਾ
allotment *n* ਨਿਰਧਾਰਣ
allow *v* ਆਗਿਆ ਦੇਣਾ
allowance *n* ਭੱਤਾ
alloy *n* ਮਾਨ, ਗੁਣ
allure *n* ਮੋਹ, ਖਿੱਚ
alluring *adj* ਮੋਹਕ, ਆਕਰਸ਼ਕ
allusion *n* ਸੰਦਰਭ
ally *n* ਮਿੱਤਰ, ਸਾਥੀ
ally *v* ਮਿੱਤਰ ਰਾਸ਼ਟਰ
almanac *n* ਪੰਚਾਗ
almighty *adj* ਪਰਮੇਸ਼ਰ
almond *n* ਬਦਾਮ
almost *adv* ਤਕਰੀਬਨ
alms *n* ਭੀਖ
alone *adj* ਨਿਰਾ; ਇੱਕੱਲਾ
along *adv* ਅੱਗੇ; ਨਾਲ
alongside *adv* ਨਾਲ ਨਾਲ
aloof *adv* ਅਲੱਗ, ਅੱਡ
aloud *adv* ਉੱਚੀ ਆਵਾਜ਼ ਵਿੱਚ
alphabet *n* ਵਰਣ ਮਾਲਾ
already *adv* ਅੱਗੇ ਹੀ; ਹੁਣ ਤੱਕ
alright *adv* ਅੱਛਾ, ਠੀਕ ਠਾਕ
also *adv* ਵੀ
altar *n* ਵੇਦੀ
alter *v* ਬਦਲ ਦੇਣਾ
alteration *n* ਤਬਦੀਲੀ
altercation *n* ਝਗੜਾ, ਝੇੜਾ
alternate *v* ਬਦਲ, ਵਿਕਲਪ
alternate *adj* ਇਵਜ਼
alternative *n* ਫੇਰਵਾਂ, ਬਦਲਵਾਂ
although *c* ਭਾਵੇਂ, ਹਾਲਾਂ ਕਿ

altitude *n* ਉਚਾਈ
altogether *adj* ਸਾਰੇ ਦਾ ਸਾਰਾ
aluminum *n* ਅਲਮੋਨੀਅਮ
always *adv* ਹਮੇਸ਼ਾ
amass *v* ਜੋੜਨਾ, ਸਮੇਟਣਾ
amateur *adj* ਸ਼ੁਕੀਨ
amaze *v* ਚਕਰਾਉਣਾ
amazement *n* ਹੈਰਾਨੀ, ਅਚੰਭਾ
amazing *adj* ਅਸਚਰਜ
ambassador *n* ਰਾਜਦੂਤ
ambiguous *adj* ਦੁਅਰਥੀ
ambition *n* ਤਾਂਘ, ਇੱਛਾ
ambitious *adj* ਅਭਿਲਾਸ਼ੀ, ਚਾਹਵਾਨ
ambivalent *adj* ਕੱਚਾ
ambulance *n* ਹਸਪਤਾਲੀ ਗੱਡੀ
ambush *v* ਘਾਤ
amenable *adj* ਰਦਾਈ, ਜ਼ਿੰਮੇਵਾਰ
amend *v* ਸੋਧਣਾ, ਸੁਧਾਰਨਾ
amendment *n* ਸੋਧ, ਸੰਸ਼ੋਧਨ
amenities *n* ਤਸੱਲੀ
American *adj* ਅਮਰੀਕੀ
amiable *adj* ਮਿਲਾਪੜਾ
amicable *adj* ਸਨੇਹਪੂਰਨ
amid *pre* ਵਿੱਚ, ਵਿੱਚਕਾਰ
ammonia *n* ਅਮੋਨੀਆ ਗੈਸ
ammunition *n* ਬਾਰੂਦ, ਗੋਲੀ-ਸਿੱਕਾ
amnesia *n* ਯਾਦ-ਦਾਸ਼ਤ-ਲੋਪ
amnesty *n* ਆਮ-ਮੁਆਫ਼ੀ; ਅਣਗਹਿਲੀ
among *pre* ਵਿੱਚ, ਵਿੱਚਾਲੇ
amoral *adj* ਅਨੈਤਿਕ
amorphous *adj* ਨਿਰਾਕਾਰ, ਅਰੂਪ
amortize *v* ਧਰਮ ਅਰਥ ਦੇਣਾ
amount *n* ਰਾਸ਼ੀ
amount to *v* ਜੋੜ ਲਾਉਣਾ
amphibious *adj* ਜਲ-ਥਲੀ
amphitheater *n* ਅਖਾੜਾ, ਦੰਗਲ
ample *adj* ਚੋਖਾ, ਬਹੁਤ
amplifier *n* ਐਂਪਲੀਫਾਇਰ
amplify *v* ਵਧਾਉਣਾ
amputate *v* ਅੰਗਛੇਦ ਕਰਨਾ
amputation *n* ਅੰਗਛੇਦ
amuse *v* ਪਰਚਾਉਣਾ
amusement *n* ਦਿਲ-ਪਰਚਾਵਾ
amusing *adj* ਮਨੋਰੰਜਨ
an *a* ਇੱਕ, ਕੋਈ ਇੱਕ
analogy *n* ਸਮਾਨਤਾ
analysis *n* ਵਿਸ਼ਲੇਸ਼ਣ
analyze *v* ਵਿਸ਼ਲੇਸ਼ਣ ਕਰਨਾ
anarchist *n* ਅਰਾਜਕਤਾਵਾਦੀ
anarchy *n* ਅਰਾਜਕਤਾ
ancestor *n* ਪਿੱਤਰ
ancestry *n* ਜੱਦ, ਕੁਲ
anchor *n* ਲੰਗਰ, ਸਹਾਰਾ
anchovy *n* ਮਛੀ
ancient *adj* ਪੁਰਾਤਨ
and *c* ਔਰ
anecdote *n* ਹਿਕਾਇਤ
anemia *n* ਭੁਸ ਰੋਗ
anemic *adj* ਵਲਗਣ
anesthesia *n* ਅਣਵਿਕਾਊ ਮਾਲ
anew *adv* ਨਵੇਂ ਸਿਰਿਓਂ
angel *n* ਫ਼ਰਿਸ਼ਤਾ
angelic *adj* ਫ਼ਰਿਸ਼ਤੇ-ਸੰਬੰਧੀ
anger *v* ਚਿੜ੍ਹਾਉਣਾ

anger *n* ਗੁੱਸਾ, ਕ੍ਰੋਧ
angina *n* ਖੁਨਾਕ
angle *n* ਕੋਣ; ਦ੍ਰਿਸ਼ਟੀਕੋਣ; ਨੁੱਕਰ; ਮੱਛੀਆਂ ਫੜਣ ਵਾਲੀ ਕੁੰਡੀ
angle *v* ਕੁੰਡੀ ਸੁੱਟਣਾ
Anglican *adj* ਇੰਗਲੈਂਡ ਸੰਬੰਧੀ
angry *adj* ਗੁੱਸਾ
anguish *n* ਕਸ਼ਟ, ਦਰਦ
animal *n* ਪਸ਼ੂ
animate *v* ਜਾਨਦਾਰ
animation *n* ਲੋਰ, ਤਰੰਗ
animosity *n* ਵੈਰ-ਭਾਵ
ankle *n* ਗਿੱਟਾ
annex *n* ਵਾਧਾ, ਉਪਭਵਨ; ਪੂਰਕ ਅੰਸ਼
annexation *n* ਮਿਲਾਉ, ਮੇਲ
annihilate *v* ਮਿਟਾਉਣਾ
annihilation *n* ਤਬਾਹੀ
anniversary *n* ਵਰ੍ਹੇ ਗੰਢ
annotate *v* ਵਿਆਖਿਆ ਕਰਨਾ
annotation *n* ਟੀਕਾ, ਵਿਆਖਿਆ
announce *v* ਘੋਸ਼ਣਾ ਕਰਨਾ
announcement *n* ਐਲਾਨ, ਘੋਸ਼ਣਾ
announcer *n* ਘੋਸ਼ਕ, ਘੋਸ਼ਣਾਕਾਰ
annoy *v* ਜ਼ਿੱਦ ਕਰਨਾ
annoying *adj* ਕਸ਼ਟਕਾਰੀ
annual *adj* ਸਾਲਾਨਾ
annul *v* ਰੱਦ ਕਰਨਾ
annulment *n* ਮਨਸੂਖ਼ੀ
anoint *v* ਚੋਪੜਨਾ
anonymity *n* ਗੁਮਨਾਮੀ
anonymous *adj* ਅਨਾਮ
another *adj* ਹੋਰ ਦੂਜਾ
answer *v* ਜਵਾਬ ਵਿੱਚ ਕਹਿਣਾ
answer *n* ਉੱਤਰ, ਜਵਾਬ
ant *n* ਕੀੜੀ, ਪੇਲੀ, ਕਾਢਾ
antagonize *v* ਵਿਰੋਧੀ ਬਣਾਉਣਾ
antecedent *n* ਬਜ਼ੁਰਗ
antecedents *n* ਅੱਗਾ ਪਿੱਛਾ
antelope *n* ਨੀਲ ਗਾਂ
antenna *n* ਐਂਟੀਨਾ
anthem *n* ਤਰਾਨਾ; ਭਜਨ
antibiotic *n* ਰੋਗਾਣੂ-ਨਾਸ਼ਕ ਦਵਾਈ
anticipate *v* ਪੂਰਬ ਗਿਆਨ ਹੋਣਾ; ਪਹਿਲ ਕਰਨਾ; ਉਡੀਕਣਾ
anticipation *n* ਪੂਰਬ ਅਨੁਮਾਨ
antidote *n* ਵਿਹੁਮਾਰ ਦਵਾਈ
antipathy *n* ਘਿਰਣਾ, ਵੈਰ
antiquated *adj* ਪੁਰਾਣਾ, ਅਪ੍ਰਚਲਿਤ
antiquity *n* ਪ੍ਰਾਚੀਨ ਕਾਲ
anvil *n* ਅਹਿਰਨ
anxiety *n* ਚਿੰਤਾ, ਤੌਖਲਾ
anxious *adj* ਉਤਸੁਕ, ਉਤਾਵਲਾ
any *adj* ਇੱਕ, ਕੋਈ, ਕੁਝ
anybody *pro* ਜਿਹੜਾ
anyhow *pro* ਕਿਵੇਂ ਵੀ
anyone *pro* ਕੋਈ ਬੰਦਾ
anything *pro* ਕੁਝ ਵੀ, ਕੋਈ ਚੀਜ਼
apart *adv* ਇੱਕ ਬੰਨੇ, ਵੱਖਰਾ
apartment *n* ਕਮਰਾ
apathy *n* ਲਾਪਰਵਾਹੀ, ਰੁੱਖਾਪਣ
ape *n* ਅਪੂਛ ਬਾਂਦਰ, ਬਾਂਦਰ
aperitif *n* ਨਸ਼ੀਲਾ ਦ੍ਰਵ
apex *n* ਸਿਖਰ
aphrodisiac *adj* ਕਾਮ ਉਤੇਜਕ ਦਵਾਈ

apiece *adv* ਇੱਕ-ਇੱਕ ਕਰਕੇ
apocalypse *n* ਆਕਾਸ਼ਵਾਣੀ
apologize *v* ਮੁਆਫ਼ੀ ਮੰਗਣਾ
apology *n* ਖਿਮਾ ਜਾਚਨਾ
apostle *n* ਪੈਗ਼ੰਬਰ, ਰਸੂਲ
apostolic *adj* ਮਿਸ਼ਨਰੀ
apostrophe *n* ਭਾਵਪੂਰਨ ਸੰਬੋਧਨ
appall *v* ਭੈ-ਭੀਤ ਕਰਨਾ
appalling *adj* ਡਰਾਉਣਾ, ਭੈਜਨਕ
apparel *n* ਜ਼ਰੀ ਦਾ ਕੰਮ
apparent *adj* ਦਿਸਦਾ
apparently *adv* ਜ਼ਾਹਰਾ ਤੌਰ ਉੱਤੇ
apparition *n* ਭੂਤ
appeal *n* ਬੇਨਤੀ, ਅਰਜ਼
appeal *v* ਆਗਿਆ ਲੈਣਾ
appealing *adj* ਦਿਲ ਖਿਚਵਾਂ
appear *v* ਹਾਜ਼ਰ ਹੋਣਾ
appearance *n* ਸਰੂਪ
appease *v* ਸ਼ਾਂਤ ਕਰਨਾ
appeasement *n* ਤਸੱਲੀ
appendicitis *n* ਕੁਲੰਜ
appendix *n* ਜ਼ਮੀਮਾ, ਅੰਤਿਕਾ
appetite *n* ਭੁੱਖ
appetizer *n* ਭੁੱਖ ਵਰਧਕ
applaud *v* ਵਾਹ ਵਾਹ ਕਰਨਾ
applause *n* ਜੈਕਾਰ
apple *n* ਸੇਬ, ਸੇਬ ਦਾ ਰੁੱਖ
appliance *n* ਸੰਦ, ਔਜ਼ਾਰ
applicable *adj* ਰਾਸ, ਲਾਗੂ
applicant *n* ਬਿਨੈਕਾਰ
application *n* ਵਰਤੋਂ, ਪ੍ਰਯੋਗ
apply *v* ਢੁਕਦਾ ਹੋਣਾ
apply for *v* ਬੇਨਤੀ ਕਰਨਾ
appoint *v* ਮਿਥਣਾ
appointment *n* ਨਿਯੁਕਤੀ, ਪਦ
appraisal *n* ਮੁਲਾਂਕਣ, ਅੰਦਾਜ਼ਾ
appraise *v* ਮੁਲਾਂਕਣ ਕਰਨਾ
appreciate *v* ਮੁੱਲ ਵਧਣਾ
appreciation *n* ਕਦਰਦਾਨੀ, ਦਾਦ
apprehend *v* ਫੜਨਾ
apprehensive *adj* ਅਨੁਭਵ-ਸੰਬੰਧੀ
apprentice *n* ਸ਼ਾਗਿਰਦ
approach *v* ਅਸਪਸ਼ਟ ਦਿਸਣਾ
approach *n* ਪਹੁੰਚ, ਰਸਾਈ
approachable *adj* ਪਹੁੰਚਯੋਗ
approbation *n* ਪ੍ਰਵਾਨਗੀ
appropriate *adj* ਢੁਕਵਾਂ, ਵਾਜਬ
approval *n* ਪ੍ਰਵਾਨਗੀ, ਮਨਜ਼ੂਰੀ
approve *v* ਪ੍ਰਵਾਨ ਕਰਨਾ
approximate *adj* ਨੇੜੇ-ਤੇੜੇ ਹੋਣਾ
apricot *n* ਖ਼ੁਰਮਾਨੀ, ਜ਼ਰਦਾਲੂ
April *n* ਅਪ੍ਰੈਲ
apron *n* ਪੇਟਬੰਦ, ਪੇਸ਼ਬੰਦ
aptitude *n* ਸੁਭਾਵਕ ਰੁਚੀ
aquarium *n* ਜਲਜੀਵਸ਼ਾਲਾ
aquatic *adj* ਪਾਣੀ ਦਾ, ਆਬੀ
aqueduct *n* ਆੜ, ਜਲ ਮਾਰਗ
Arabic *adj* ਅਰਬੀ
arable *adj* ਵਾਹੁਣਯੋਗ
arbiter *n* ਸਾਲਸ, ਨਿਆਂ ਕਰਤਾ
arbitrary *adj* ਆਪਹੁਦਰਾ
arbitrate *v* ਸਾਲਸੀ ਕਰਨਾ
arbitration *n* ਪੰਚ ਦਾ ਫ਼ੈਸਲਾ
arc *n* ਕੌਸ, ਚਾਪ

arch *n* ਮਹਾਂ, ਪ੍ਰਧਾਨ
archaeology *n* ਪੁਰਾਤੱਤਵ ਵਿਗਿਆਨ
archaic *adj* ਤੀਰ ਅੰਦਾਜ਼
archbishop *n* ਪ੍ਰਮੁੱਖ ਪਾਦਰੀ
architect *n* ਭਵਨ ਨਿਰਮਾਨ ਸ਼ਾਸਤਰੀ
architecture *n* ਉਸਾਰੀ ਕਲਾ
archive *n* ਸੰਗ੍ਰਹਿਣ
arctic *adj* ਉੱਤਰੀ ਧਰੁ ਦਾ
ardent *adj* ਤਿੱਖਾ, ਪ੍ਰਬਲ
ardor *n* ਧੁਨ
arduous *adj* ਕਠਣ
area *n* ਖੇਤਰ ਫਲ
arena *n* ਅਖਾੜਾ, ਪਿੜ
argue *v* ਦਲੀਲ ਦੇਣਾ
argument *n* ਬਹਿਸ ਮੁਬਾਸਾ
arid *adj* ਮਾਰੂ, ਬੰਜਰ
arise *iv* ਉੱਠਣਾ
aristocracy *n* ਕੁਲੀਨ-ਵਰਗ
aristocrat *n* ਕੁਲੀਨ, ਰਈਸ
arithmetic *n* ਹਿਸਾਬ
ark *n* ਸੰਦੂਕ, ਪੇਟੀ
arm *n* ਬਾਜ਼ੂ
arm *v* ਅੰਗ ਭੰਗ ਕਰਨਾ
armaments *n* ਸ਼ਸਤਰ, ਹਥਿਆਰ
armchair *n* ਅਰਾਮ ਕੁਰਸੀ
armed *adj* ਹਥਿਆਰਬੰਦ
armistice *n* ਜੰਗਬੰਦੀ
armor *n* ਬਕਤਰ
armpit *n* ਖੁਚਾਂ
army *n* ਥਲ ਸੈਨਾ
aromatic *adj* ਮਹਿਕਦਾਰ
around *pre* ਚਾਹੇ ਪਾਸੇ
arouse *v* ਜਗਾਉਣਾ
arrange *v* ਤੈਅ ਕਰਨਾ
arrangement *n* ਇੰਤਜ਼ਾਮ, ਪ੍ਰਬੰਧ
array *n* ਤਰਤੀਬ, ਕ੍ਰਮ
arrest *v* ਫੜਨਾ
arrest *n* ਗ੍ਰਿਫ਼ਤਾਰੀ
arrival *n* ਆਗਮਨ
arrive *v* ਅੱਪੜਨਾ
arrogance *n* ਘਮੰਡ
arrogant *adj* ਘਮੰਡੀ
arrow *n* ਬਾਣ
arsenal *n* ਅਸਲਾਖ਼ਾਨਾ
arsenic *n* ਸੰਖਿਆ
arson *n* ਅਗਨੀਕਾਂਡ
arsonist *n* ਆਤਸ਼ਜ਼ਨ
art *n* ਕਲਾ
artery *n* ਸਾਹ ਰਗ
arthritis *n* ਗਠੀਆ
artichoke *n* ਇੱਕ ਤਰ੍ਹਾਂ ਦਾ ਪੌਦਾ; ਹਾਥੀ ਚੱਕ
article *n* ਲੇਖ
articulate *v* ਜੋੜਦਾਰ
articulation *n* ਜੋੜ
artificial *adj* ਨਕਲੀ
artillery *n* ਤੋਪ
artisan *n* ਦਸਤਕਾਰ
artist *n* ਕਲਾਕਾਰ
artistic *adj* ਕਲਾਤਮਕ
artwork *n* ਮੱਕਾਰੀ, ਚਾਲ
as *c* ਜਿਵੇਂ
as *adv* ਜਿਵੇਂ
ascend *v* ਪਿੱਤਰ
ascendancy *n* ਚੜ੍ਹਤ, ਪ੍ਰਭੁਤਾ

ascertain *v* ਨਿਰਣਾ ਕਰਨਾ
ascetic *adj* ਰਿਸ਼ੀ
ash *n* ਰਾਖ
ashamed *adj* ਪਸ਼ੇਮਾਨ, ਲੱਜਾਵਾਨ
ashore *adv* ਕਿਨਾਰੇ ਉੱਤੇ
ashtray *n* ਰਾਖਦਾਨੀ
aside *adv* ਮਨਬਚਨੀ
aside from *adv* ਛੁੱਟ, ਹੋਰ ਇਹ ਕਿ
ask *v* ਪੁੱਛਣਾ, ਉੱਤਰ ਮੰਗਣਾ
asleep *adj* ਸੁਪਤ
aspect *n* ਪਹਿਲੂ, ਪੱਖ
asphalt *n* ਡਾਮਰ
asphyxiate *v* ਹੁੱਟ ਕਰਨਾ
asphyxiation *n* ਸੁਆਸਰੋਧਣ
aspiration *n* ਕਾਂਖਿਆ
aspire *v* ਇੱਛਾ ਕਰਨਾ
aspirin *n* ਐਸਪਰੀਨ
assail *v* ਧਾਵਾ ਬੋਲਣਾ
assailant *n* ਹਮਲਾਵਰ
assassin *n* ਹਤਿਆਰਾ
assassinate *v* ਹੱਤਿਆ ਕਰਨਾ
assassination *n* ਕਤਲ
assault *n* ਹਮਲਾ
assault *v* ਧਾਵਾ
assemble *v* ਇੱਕੱਠਾ ਹੋਣਾ
assembly *n* ਸਭਾ, ਇੱਕੱਠ
assent *v* ਹਾਮੀ
assert *v* ਨਿਸ਼ਚੇਪੂਰਵਕ ਕਹਿਣਾ
assertion *n* ਹੱਕ-ਜਤਾਈ
assess *v* ਨਿਯਤ ਕਰਨਾ
assessment *n* ਮੁੱਲ-ਨਿਰਧਾਨਣ
asset *n* ਜੌਹਰ
assets *n* ਜਾਇਦਾਦ, ਸੰਪਤੀ
assign *v* ਸੌਂਪਣਾ
assignment *n* ਨਿਰਧਾਰਣ
assimilate *v* ਇੱਕਮਿਕ ਹੋਣਾ
assimilation *n* ਆਤਮਸਾਤਕਰਣ
assist *v* ਸਹਾਇੱਕ
assistance *n* ਸਹਾਇਤਾ
associate *v* ਅੰਤਰਸੰਬੰਧਿਤ
association *n* ਸੰਗਤ
assorted *adj* ਮਿਸ਼ਰਤ
assortment *n* ਵਰਗੀਕਰਣ
assume *v* ਧਾਰਨਾ, ਲੈਣਾ
assumption *n* ਧਾਰਨਾ
assurance *n* ਵਚਨ
assure *v* ਵਿਸ਼ਵਾਸ ਦਿਵਾਉਣਾ
asterisk *n* ਤਾਰਾ-ਚਿੰਨ੍ਹ
asteroid *adj* ਤਾਰਾਰੂਪ
asthma *n* ਦਮਾ ਕੀ ਬਿਮਾਰੀ
asthmatic *n* ਦਮੇ ਦਾ ਰੋਗੀ
astonish *v* ਦੰਗ ਕਰਨਾ
astonishing *adj* ਅਚੰਭਾਕਾਰੀ
astound *v* ਹੈਰਾਨ ਕਰਨਾ
astounding *adj* ਹੈਰਾਨਕੁਨ
astray *v* ਗੁੰਮਰਾਹ
astrologer *n* ਜੋਤਸ਼ੀ
astrology *n* ਜੋਤਸ਼
astronaut *n* ਪੁਲਾੜ-ਯਤਾਰੀ
astronomer *n* ਖਗੋਲਵੇਤਾ
astronomic *adj* ਖਗੋਲੀ
astronomy *n* ਖਗੋਲ
astute *adj* ਤੇਜ ਬੁੱਧੀ ਵਾਲਾ
asunder *adv* ਛਿੰਨ-ਭਿੰਨ

asylum *n* ਆਸ਼ਰਮ
at *pre* ਤੇ
atheism *n* ਨਾਸਤਿਕਤਾ
atheist *n* ਨਾਸਤਿਕ
athlete *n* ਖਿਡਾਰੀ
athletic *adj* ਰਿਸ਼ਟ-ਪੁਸ਼ਟ
atmosphere *n* ਵਾਤਾਵਰਣ
atmospheric *adj* ਵਾਯੂ-ਮੰਡਲੀ
atom *n* ਪਰਮਾਣੂ
atomic *adj* ਪਰਮਾਣੂ ਬਾਰੇ
atone *v* ਪ੍ਰਾਸ਼ਚਿਤ ਕਰਨਾ
atonement *n* ਤਲਾਫ਼ੀ, ਕਫਾਰਾ
atrocious *adj* ਜ਼ਾਲਮ
atrocity *n* ਅਤਿਆਚਾਰ
atrophy *v* ਖੀਣਤਾ, ਕਮਜ਼ੋਰੀ
attach *v* ਜੋੜਨਾ, ਬੰਨ੍ਹਣਾ
attached *adj* ਨਾਲ ਲੱਗਾ
attachment *n* ਲਗਾਉ, ਸਾਂਝ
attack *n* ਹਮਲਾ, ਚੜ੍ਹਾਈ
attack *v* ਧਾਵਾ
attacker *n* ਵਿਰੋਧੀ
attain *v* ਪ੍ਰਾਪਤ ਕਰਨਾ
attainable *adj* ਪ੍ਰਾਪਤੀਯੋਗ
attainment *n* ਪ੍ਰਾਪਤੀ, ਲਭਤ
attempt *v* ਪਰਖਣਾ
attempt *n* ਯਤਨ, ਕੋਸ਼ਸ਼
attend *v* ਹਾਜ਼ਰ ਹੋਣਾ
attendance *n* ਹਾਜ਼ਰੀ
attendant *n* ਸੇਵਾ ਵਿੱਚ ਹਾਜ਼ਰ
attention *n* ਧਿਆਨ
attentive *adj* ਚੌਕਸ, ਸਾਵਧਾਨ
attenuate *v* ਬਾਰੀਕ ਕਰਨਾ
attenuating *adj* ਪਤਲਾਪਣ, ਸੂਖਮਤਾ
attest *v* ਤਸਦੀਕ ਕਰਨਾ
attic *n* ਅਟਾਰੀ
attitude *n* ਰਵਈਆ
attorney *n* ਮੁਖ਼ਤਾਰਨਾਮਾ
attract *v* ਖਿੱਚਣਾ
attraction *n* ਆਕਰਸ਼ਣ
attractive *adj* ਮਨੋਹਰ, ਸੁੰਦਰ
attribute *n* ਵਿਸ਼ੇਸ਼ਤਾ, ਗੁਣ
auction *n* ਨੀਲਾਮੀ, ਬੋਲੀ
auction *v* ਵਿਕਣਾ
auctioneer *n* ਨੀਲਾਮਕਾਰ
audacious *adj* ਸਾਹਸੀ
audacity *n* ਬੇਬਾਕੀ, ਦਲੇਰੀ
audible *adj* ਸੁਣਨਯੋਗ
audience *n* ਸਰੋਤੇ, ਸਰੋਤਾਗਣ
audit *v* ਲੇਖਾ ਪੜਤਾਲ
auditorium *n* ਡੀਟੋਰੀਅਮ
augment *v* ਵ੍ਰਿਧੀ
August *n* ਅਗਸਤ
aunt *n* ਤਾਈ; ਚਾਚੀ; ਮਾਮੀ; ਮਾਸੀ; ਭੂਆ
auspicious *adj* ਸ਼ੁਭ ਲਗਨ ਵਾਲਾ
austere *adj* ਕੱਟੜ, ਸੰਜਮੀ
austerity *n* ਕਠੋਰਤਾ, ਸਖ਼ਤੀ
authentic *adj* ਭਰੋਸੇਯੋਗ
authenticate *v* ਪ੍ਰਮਾਣਿਤ ਕਰਨਾ
authenticity *n* ਪ੍ਰਮਾਣਿਕਤਾ
author *n* ਲੇਖਕ
authoritarian *adj* ਬਾਜ਼ਾਬਤਾ
authority *n* ਅਧਿਕਾਰ
authorization *n* ਅਧਿਕਾਰ ਸੌਂਪਣਾ
authorize *v* ਅਧਿਕਾਰ ਦੇਣਾ

auto *n* ਆਟੋ
autograph *n* ਆਪਣੇ ਦਸਤਖ਼ਤ
automatic *adj* ਸਵੈਚਲਤ
automobile *n* ਮੋਟਰ ਜਾਂ ਕਾਰ
autonomous *adj* ਸੁਤੰਤਰ
autonomy *n* ਸਵਾਧੀਨਤਾ
autopsy *n* ਸ਼ਵਪਰੀਖਿਆ
autumn *n* ਪਤਝੜ
auxiliary *adj* ਸਹਾਇੱਕ
avail *v* ਸਹਾਇਤਾ ਲੈਣਾ
availability *n* ਪ੍ਰਾਪਤੀ, ਸੁਲੱਭਤਾ
available *adj* ਉਪਲਬਧ
avarice *n* ਲੋਭ, ਲਾਲਚ
avaricious *adj* ਲੋਭੀ, ਲਾਲਚੀ
avenge *v* ਲੋਭੀ
avenue *n* ਬਦਲਾ ਲੈਣਾ
average *n* ਔਸਤ, ਸਾਧਾਰਣ
averse *adj* ਵਿਰੁੱਧ, ਵਿਪਰੀਤ
aversion *n* ਘਿਰਣਾ
avert *v* ਟਲ
aviation *n* ਵਿਮਾਨ ਸੰਚਾਲਨ
aviator *n* ਉਡਾਰੂ
avid *adj* ਤਸੁਕ, ਇੱਛਕ
avoid *v* ਪਰਹੇਜ਼ ਕਰਨਾ
avoidable *adj* ਟਾਲਣ ਯੋਗ
avoidance *n* ਬਚਾਉ, ਪਰਹੇਜ਼
avowed *adj* ਭਾਖਿਆ
await *v* ਉਡੀਕਣਾ
awake *iv* ਜਗਾਉਣਾ
awake *adj* ਜਾਗਦਾ
awakening *n* ਜਾਗ, ਬੇਦਾਰੀ
award *v* ਜੰਗੀ ਕੈਦੀ ਬਣਾਉਣਾ
award *n* ਅਦਾਲਤੀ ਫੈਸਲਾ
aware *adj* ਸਚੇਤ, ਸਾਵਧਾਨ
awareness *n* ਸੁਚੇਤਤਾ
away *adv* ਦੂਰ, ਗ਼ੈਰਹਾਜ਼ਰ
awe *n* ਦਬਦਬਾ, ਰੋਅਬ
awesome *adj* ਭਿਆਨਕ
awful *adj* ਡਰਾਉਣਾ
awkward *adj* ਭੱਦਾ, ਬੇਡੌਲ
awning *n* ਸ਼ਾਮਿਆਨਾ
ax *n* ਪਰਸਾ
axiom *n* ਅਟੱਲ ਸਚਾਈ
axis *n* ਕਿੱਲ
axle *n* ਧੁਰਾ

B

babble *v* ਬੁੜਬੁੜਾਉਣਾ
baby *n* ਬਾਲ
bachelor *n* ਕਵਾਰਾ, ਛੜਾ
back *n* ਤਗਾਰ, ਕੂੰਡਾ
back *adj* ਪਿਛਲਾ, ਪਿਛਲੇਰਾ
back *v* ਪਿੱਛੇ ਮੁੜਨਾ
back down *v* ਦਬ ਜਾਣਾ
back up *v* ਹੌਂਸਲਾ ਵਧਾਉਣਾ
backbone *n* ਕੰਗਰੋੜ
backdoor *n* ਚੋਰ ਦਰਵਾਜ਼ਾ
backfire *v* ਜਵਾਬ ਦੇਣਾ
background *n* ਪਿਟ੍ਠ ਭੂਮੀ

backing *n* ਹਿਮਾਇਤ, ਹੁੰਗਾਰਾ
backlash *n* ਤਿੱਖੀ ਪ੍ਰਤੀਕ੍ਰਿਆ
backlog *n* ਪਛੜਿਆ ਕੰਮ
backpack *n* ਗੂਣ
backup *n* ਹੌਂਸਲਾ ਵਧਾਉਣਾ
backward *adj* ਪਛੜਿਆ
backwards *adv* ਅਪੁੱਠਾ, ਪਿੱਛ ਖੁਰੀ
backyard *n* ਪਿਛਵਾੜਾ
bacon *n* ਸੂਰ ਦਾ ਮਾਸ
bacteria *n* ਜਰਾਸੀਮੀ
bad *adj* ਬੁਰਾ
badge *n* ਬਿੱਲਾ, ਪੱਟਾ
badly *adv* ਭੈੜੀ ਤਰ੍ਹਾਂ
baffle *v* ਚਕਰਾ ਦੇਣਾ
bag *n* ਝੋਲੀ
bag *v* ਇਨਾਮ ਜਿੱਤਣਾ; ਫਸਾਉਣਾ; ਭਟਕਣਾ; ਮੋਟੇ ਹੋਣਾ; ਸ਼ਿਕਾਰ ਮਾਰਨਾ
baggage *n* ਅਸਬਾਬ
baggy *adj* ਝੋਲ ਖਾਂਦਾ
baguette *n* ਸਥਾਪਤ
bail *n* ਬੇਲ, ਜ਼ਮਾਨਤ
bail out *v* ਖ਼ਲਾਸੀ ਕਰਾਉਣੀ
bailiff *n* ਬੇਲਿਫ
bait *n* ਦਾਣਾ, ਚੋਗਾ
bake *v* ਸੇਕਣਾ
baker *n* ਨਾਨਬਾਈ
bakery *n* ਬੇਕਰੀ
balance *v* ਤਰਾਜੂ, ਸੰਤੁਲਨ
balance *n* ਤੱਕੜੀ, ਬਾਲ ਕਮਾਣੀ
balcony *n* ਛੱਜਾ, ਬਾਲਕੋਨੀ
bald *adj* ਗੰਜਾ
bale *n* ਦੁੱਖ, ਵੇਦਨਾ
ball *n* ਗੋਲਾ, ਪਿੰਨਾ
balloon *n* ਕਲਸ, ਗੋਲਾ, ਲਾਟੂ
ballot *n* ਮਤਦਾਨ-ਪਰਚੀ
ballroom *n* ਜੈ ਜੈ ਕਾਰ
balm *n* ਮਲ੍ਹਮ
balmy *adj* ਸ਼ਾਂਤੀਦਾਇੱਕ
bamboo *n* ਬਾਂਸ, ਵੰਝ
ban *n* ਧਾਰਮਿਕ ਕੁਰਹਿਤ
ban *v* ਮਨਾਹੀ ਕਰਨਾ
banality *n* ਤੁੱਛਤਾ
banana *n* ਕੇਲਾ
band *n* ਫੀਤਾ, ਤਸਮਾ
bandage *n* ਪੱਟੀ, ਤਣੀ
bandage *v* ਪੱਟੀ ਕਰਨਾ
bandit *n* ਡਾਕੂ, ਲੁਟੇਰਾ
bang *v* ਜ਼ੋਰ ਨਾਲ ਖੜਕਾਉਣਾ
bangs *n* ਫਰਿੰਜ਼
banish *v* ਦੇਸੋਂ ਕੱਢਣਾ
banishment *n* ਦੇਸ਼ ਨਿਕਾਲ਼ਾ
bank *n* ਬੈਂਕ, ਕੁਲ ਰਕਮ
bankrupt *v* ਦਿਵਾਲਾ ਕੱਢਣਾ
bankrupt *adj* ਦਿਵਾਲੀਆ
bankruptcy *n* ਦਿਵਾਲੀਆ
banner *n* ਝੰਡਾ, ਨਿਸ਼ਾਨ
banquet *n* ਦਾਅਵਤ
baptism *n* ਬਪਤਿਸਮਾ ਦੇਣਾ
baptize *v* ਬਪਤਿਸਮਾ ਦੇਣਾ
bar *n* ਬਾਰੀ, ਸੀਖ
bar *v* ਅਰਲ ਅੜਾਉਣਾ
barbarian *adj* ਜਾਂਗਲੀ
barbaric *adj* ਜਾਂਗਲੀ, ਵਹਿਸ਼ੀ
barbarism *n* ਜਾਂਗਲੀਪੁਣਾ

barbecue *n* ਤੰਦੂਰੀ ਮੁਰਗਾ
barber *n* ਨਾਈ, ਹੱਜਾਮ
bare *adj* ਨੰਗਾ, ਅਣਕੱਜਿਆ
barefoot *adj* ਖੁੱਲ੍ਹੇ ਮੂੰਹਪੈਰ
barely *adv* ਮਸਾਂ ਹੀ
bargain *n* ਸੌਦਾ, ਸੌਦੇਬਾਜ਼ੀ
bargain *v* ਸੌਦਾ ਕਰਨਾ
bargaining *n* ਸੱਟਾ
barge *n* ਲਾਦੂ ਬੇੜੀ
bark *v* ਭੌਂਕਣਾ, ਘੁਰਕਣਾ
bark *n* ਭੌਂਕ, ਭੌਂਕਣ ਦੀ ਆਵਾਜ਼
barley *n* ਜੌਂ, ਜੌਂ ਦਾ ਕਸੀਰ
barmaid *n* ਬਹਿਰਨ
barman *n* ਸਾਕੀ
barn *n* ਅਸਤਬਲ
barometer *n* ਬੈਰੋਮੀਟਰ
barracks *n* ਡੇਰਾ
barrage *n* ਬੰਨ੍ਹ
barrel *n* ਪੀਪਾ, ਕੁੱਪਾ
barren *adj* ਬਾਂਝ, ਨਿਰਬੀਜ
barricade *n* ਕੱਚੀ ਮੋਰਚੇਬੰਦੀ
barrier *n* ਵਾੜ, ਜੰਗਲਾ
barring *pre* ਛੱਡ ਕੇ, ਸਿਵਾਏ
bartender *n* ਸਾਕੀ
barter *n* ਵੱਟਾ ਸੱਟਾ, ਵਟਾਂਦਰਾ
base *n* ਆਧਾਰ
base *v* ਨੀਂਹ ਰੱਖਣਾ
baseball *n* ਬੇਸਬਾਲ
baseless *adj* ਨਿਰਮੂਲ
basement *n* ਤਲ, ਥੱਲਾ
bashful *adj* ਸ਼ਰਮਾਕਲ
basic *adj* ਮੁਢਲਾ, ਅਰੰਭਿਕ
basics *n* ਛੋਟੇ ਦਸਤਖਤ
basin *n* ਦੌਰਾ, ਬੇਸਿਨ
basis *n* ਨੀਂਹ, ਬੁਨਿਆਦ
bask *v* ਧੁੱਪ ਸੇਕਣਾ
basket *n* ਖਾਰਾ
basketball *n* ਖਿਦੋ ਛਿਕਾ
bass *n* ਯੂਰਪ ਦੀ ਇੱਕ ਸਮੁੰਦਰੀ ਮੱਛੀ; ਮੰਦ ਧੁਨੀ; ਦਰਖਤ ਦੀ ਅੰਦਰਲੀ ਛਿੱਲ
bastard *n* ਹਰਾਮੀ, ਹਰਾਮ ਦਾ
bat *n* ਬੱਲਾ; ਚਮਗਿੱਦੜ; ਸ਼ੁਦਾਈ ਹੋਣਾ
batch *n* ਜਥਾ, ਟੋਲੀ
bath *n* ਇਸ਼ਨਾਨ
bathe *v* ਧੋਣਾ, ਭਿਓਂਣਾ
bathrobe *n* ਡ੍ਰੈਸਿੰਗ ਗਾਊਨ
bathroom *n* ਗ਼ੁਸਲ ਖਾਨਾ
bathtub *n* ਨ੍ਹਾਉਣ ਧੋਣਕੁੰਡਾ
baton *n* ਰੂਲ, ਡੰਡਾ
battalion *n* (ਫ਼ੌਜੀ) ਦਸਤਾ
batter *v* ਫੈਂਟਣਾ
battery *n* ਮਾਰ ਕੁੱਟ
battle *n* ਲੜਾਈ
battle *v* ਲੜਾਈ ਕਰਨਾ
battleship *n* ਵੱਡਾ ਜੰਗੀ ਜਹਾਜ਼
bay *n* ਕੁਮੈਤ, ਲਾਖੇ ਰੰਗ ਦਾ
bayonet *n* ਸੰਗੀਨ
bazaar *n* ਬਜ਼ਾਰ, ਬਾਜ਼ਾਰ
be *iv* ਹੋਣਾ, ਹਾਜ਼ਰ ਹੋਣਾ
be born *v* ਆਰੰਭ ਕਰਨਾ
beach *n* ਰੇਤਾ, ਗੀਟੇ
beacon *n* ਚਾਨਣ-ਸੰਕੇਤ
beak *n* ਚੁੰਝ, ਨੁਕੀਲਾ ਨੱਕ
beam *n* ਸ਼ਤੀਰ, ਤੇੜਾ

B

bean *n* ਰਵਾਂਹ
bear *n* ਰਿੱਛ, ਭਾਲੂ
bear *iv* ਸੰਬੰਧਿਤ ਹੋਣਾ
bearable *adj* ਸਹਿਨਯੋਗ
beard *n* ਦਾੜ੍ਹੀ, ਠੋਡੀ ਦੇ ਵਾਲ
bearded *adj* ਦਾੜ੍ਹੀ ਵਾਲਾ
bearer *n* ਕੁਲੀ, ਵਾਹਕ
beast *n* ਪਸ਼ੂ, ਜਾਨਵਰ
beat *iv* ਢੋਲ ਵਜਾਉਣਾ
beat *n* ਚੋਟ, ਡੱਗਾ
beaten *adj* ਸਧਾਰਨ, ਜੀਰਣ
beating *n* ਦੰਡ, ਸਜ਼ਾ
beautiful *adj* ਸੋਹਣਾ
beautify *v* ਸਜਾਉਣਾ
beauty *n* ਰੂਪ
beaver *n* ਉਦਬਿਲਾਉ; ਭਾਰਾ ਉਨੀ ਕਪੜਾ
because *c* ਕਿਉਂਕਿ, ਕਿਉਂਜੋ
because of *pre* ਇਸ ਕਾਰਨ ਕਰਕੇ
beckon *v* ਇਸ਼ਾਰਾ ਕਰਨਾ
become *iv* ਹੋਣਾ
bed *n* ਗੱਦਾ, ਸੇਜ
bedding *n* ਬਿਸਤਰਾ, ਗੱਦਾ
bedroom *n* ਸੌਣ ਦਾ ਕਮਰਾ
bedspread *n* ਪਲੰਘ ਪੋਸ਼
bee *n* ਸ਼ਹਿਦ ਦੀ ਮੱਖੀ
beef *n* ਮੋਟੀ ਤਾਜ਼ੀ ਗਾਂ
beef up *v* ਮਜ਼ਬੂਤ ਕਰਨਾ
beehive *n* ਛੱਤਾ, ਮਖਿਆਲ
beer *n* ਜੌਂ ਦੀ ਸ਼ਰਾਬ
beet *n* ਚੁਕੰਦਰ
beetle *n* ਹਥੌੜਾ, ਮੁੰਗਲੀ
before *adv* ਪਹਿਲਾਂ, ਅਗਾਉਂ
before *pre* ਦੇ ਸਾਮ੍ਹਣੇ, ਦੇ ਮੂਹਰੇ
beforehand *adv* ਪੈਹਲਾਂ ਤੋਂ ਹੀ
befriend *v* ਮਿੱਤਰ ਬਣਾ ਲੈਣਾ
beg *v* ਖੈਰ ਮੰਗਣਾ
beggar *n* ਮੰਗਤਾ, ਭਿਖਾਰੀ
begin *v* ਸ਼ੁਰੂ ਕਰਨਾ
beginner *n* ਮੋਢੀ, ਆਰੰਭਕਰਤਾ
beginning *n* ਆਰੰਭ, ਪ੍ਰਾਰੰਭ
beguile *v* ਕਪਟ ਕਰਨਾ
behalf (on) *n* ਹਿਤ, ਪੱਖ
behave *v* ਵਰਤਾਉ ਕਰਨਾ
behavior *n* ਆਚਰਣ, ਸਲੂਕ
behead *v* ਸਿਰ ਲਾਹੁਣਾ
behind *pre* ਦੇ ਪਿੱਛੇ
behold *v* ਦੇਖਣਾ, ਤੱਕਣਾ
being *n* ਹੋਂਦ, ਹਸਤੀ
belated *adj* ਪਛੜਿਆ
belch *v* ਡਕਾਰ ਮਾਰਨਾ
belch *n* ਡਕਾਰ, ਗਰਜ
belfry *n* ਘੰਟਾ ਘਰ
Belgian *n* ਬੈਲਜੀਅਮਵਾਸੀ
Belgium *n* ਬੈਲਜੀਅਮ
belief *n* ਵਿਸ਼ਵਾਸ, ਨਿਸ਼ਚਾ
believable *adj* ਵਿਸ਼ਵਾਸ ਕਰਨਯੋਗ
believe *v* ਵਿਸ਼ਵਾਸ ਕਰਨਾ
believer *n* ਮੰਨਣ ਵਾਲਾ, ਸ਼ਰਧਾਲੂ
belittle *v* ਛੁਟਿਆਉਣਾ
bell *n* ਘੰਟੀ, ਘੰਟਾ, ਟੱਲੀ
bell pepper *n* ਸ਼ਿਮਲਾ ਮਿਰਚ
belligerent *adj* ਯੁੱਧਕਾਰ, ਜੁਝਾਰ
belly *n* ਪੇਟ, ਢਿੱਡ, ਉਦਰ
belly button *n* ਧੁੰਨੀ

belong 24

B

belong *v* ਸੰਬੰਧ ਹੋਣਾ
belongings *n* ਸਮਾਨ, ਅਸਬਾਬ
beloved *adj* ਪਿਆਰਾ
below *adv* ਹੇਠ, ਹੇਠਾਂ
below *pre* ਨਾਲੋਂ ਹੇਠਾਂ, ਦੇ ਥੱਲੇ
belt *n* ਪੇਟੀ, ਕਮਰਬੰਦ
bench *n* ਥੜ੍ਹਾ, ਮੰਚ
bend *iv* ਝੁਕਣਾ, ਪ੍ਰਣਾਮ ਕਰਨਾ
bend down *v* ਝੁਕਾਉਣਾ
beneath *pre* ਨਾਲੋਂ ਥੱਲੇ
benediction *n* ਆਸ਼ੀਰਵਾਦ
benefactor *n* ਦਾਤਾ, ਦਾਨੀ
beneficial *adj* ਗੁਣਕਾਰੀ, ਲਾਹੇਵੰਦ
beneficiary *adj* ਦਾਨ ਦਾ ਪਾਤਰ
benefit *n* ਲਾਹਾ, ਲਾਭ
benefit *v* ਭਲਾ ਕਰਨਾ
benevolence *n* ਦਿਆਲਤਾ
benevolent *adj* ਦਇਆਵਾਨ
benign *adj* ਕਿਰਪਾਲੂ, ਦਿਆਲੂ
bequeath *v* ਵਸੀਅਤ ਕਰ ਜਾਣਾ
bereaved *n* ਟੋਟਕੇ, ਟੱਪੇ
bereavement *n* ਸੋਗ, ਮਾਤਮ
beret *n* ਕਪੜਾ
berserk *adv* ਪਾਗਲ, ਵਹਿਸ਼ੀ
berth *n* ਘਾਟ, ਲੰਗਰ-ਸਥਾਨ
beseech *v* ਬੇਨਤੀ ਕਰਨਾ
beset *v* ਘੇਰ ਲੈਣਾ
beside *pre* ਨੇੜੇ, ਪਾਸ, ਕੋਲ
besides *pre* ਤੋਂ ਬਿਨਾਂ
besiege *iv* ਘੇਰਾ ਪਾਉਣਾ
best *adj* ਬਿਹਤਰੀਨ
best man *n* ਸਰਬਾਲ੍ਹਾ
bestial *adj* ਹੈਵਾਨੀ, ਉਜੱਡ
bestiality *n* ਪਸ਼ੂਪੁਣਾ, ਪਾਸ਼ਵਿਕਤਾ
bestow *v* ਪ੍ਰਦਾਨ ਕਰਨਾ
bet *iv* ਸ਼ਰਤ ਲਾਉਣਾ
bet *n* ਸ਼ਰਤ, ਦਾਅ
betray *v* ਵਿਸ਼ਵਾਸਘਾਤ ਕਰਨਾ
betrayal *n* ਵਿਸ਼ਵਾਸਘਾਤ
better *adj* ਚੰਗੇਰਾ, ਬਿਹਤਰ
between *pre* ਦੇ ਵਿੱਚ, ਦੇ ਅੰਦਰ
beverage *n* ਪੀਣ ਵਾਲੀ ਚੀਜ਼
beware *v* ਸੁਚੇਤ ਰਹਿਣਾ
bewilder *v* ਬੌਂਦਲਾਉਣਾ
bewitch *v* ਕੀਲਣਾ, ਵੱਸ ਕਰਨਾ
beyond *adv* ਦੂਰ, ਦੁਰੇਡੇ
bias *n* ਗੇਂਦ ਦਾ ਚਿੱਬ, ਝੁਕਾ
bible *n* ਅੰਜੀਲ
biblical *adj* ਬਾਈਬਲ ਸੰਬੰਧੀ
bibliography *n* ਪੁਸਤਕ ਮਾਲਾ
bicycle *n* ਸਾਈਕਲ
bid *n* ਨੀਲਾਮੀ, ਬੋਲੀ
bid *iv* ਹੁਕਮ ਦੇਣਾ
big *adj* ਵੱਡਾ, ਵਿਸ਼ਾਲ
bigamy *n* ਇੱਕ ਪਤੀ ਜਾਂ ਪਤਨੀ ਦੇ ਹੁੰਦੇ ਹੋਏ ਦੂਸਰਾ ਵਿਆਹ
bigot *n* ਹਠ ਧਰਮੀ
bigotry *n* ਕੱਟੜਤਾ
bike *n* ਬਾਈਸਿਕਲ
bile *n* ਪਿੱਤਾ
bilingual *adj* ਦੁਭਾਸ਼ੀਆ
bill *n* ਚੁੰਝ; ਗੰਡਾਸਾ; ਇਸ਼ਤਿਹਾਰ; ਬਿਲ; ਕਲੋਲ ਕਰਨਾ
bill *v* ਇਸ਼ਤਿਹਾਰ ਦੇਣਾ; ਬਿਲ ਬਣਾਉਣਾ; ਐਲਾਨ ਕਰਨਾ

25 **blink**

B

billiards *n* ਬਿਲੀਅਰਡ
billion *n* ਇੱਕ ਅਰਬ
billionaire *n* ਅਰਬਪਤੀ
bimonthly *adj* 15 ਦਿਨ
bin *n* ਢੋਲ
bind *iv* ਜੁੜਨਾ
binding *adj* ਜ਼ਰੂਰੀ, ਲਾਜ਼ਮੀ
binoculars *n* ਦੂਰਬੀਨ
biography *n* ਜੀਵਨੀ
biological *adj* ਜੀਵ-ਵਿਗਿਆਨ ਸੰਬੰਧੀ
biology *n* ਜੀਵ ਵਿਗਿਆਨ
bird *n* ਪੰਛੀ, ਪੰਖੀ, ਪੰਖੇਰੂ
birth *n* ਜਨਮ, ਪੈਦਾਇਸ਼
birthday *n* ਜਨਮ ਦਿਨ
biscuit *n* ਬਿਸਕੁਟ
bishop *n* ਵੱਡਾ ਪਾਦਰੀ
bison *n* ਜੰਗਲੀ ਸਾਨ੍ਹ
bit *n* ਟੁੱਕਰ; ਬੁਰਕੀ; ਬਿਟ
bite *iv* ਚੱਕ ਮਾਰਨਾ
bite *n* ਚੱਕ, ਗਾਚੀ
bitter *adj* ਕੌੜਾ; ਦੁਖਾਵਾਂ
bitterly *adv* ਜ਼ੋਰ ਜ਼ੋਰ ਦਾ
bitterness *n* ਤੀਖਣਤਾ
bizarre *adj* ਅਦਭੁਤ, ਅਨੋਖਾ
black *adj* ਕਾਲਾ
blackberry *n* ਫਲ; ਬਲੈਕਬੇਰੀ
blackboard *n* ਬਲੈਕ ਬੋਰਡ
blackmail *n* ਬਲੈਕ-ਮੇਲ
blackmail *v* ਬਲੈਕ-ਮੇਲ ਕਰਨਾ
blackness *adj* ਅੰਧਕਾਰ, ਕਾਲਾਪਣ
blackout *n* ਆਰਜ਼ੀ ਹਨੇਰਾ
blacksmith *n* ਲੁਹਾਰ
bladder *n* ਬਲੈਡਰ, ਮਸਾਨਾ
blade *n* ਪੱਤਰ
blame *n* ਨਿੰਦਾ
blame *v* ਨਿੰਦਣਾ
blameless *adj* ਨਿਰਦੋਸ਼, ਬੇਕਸੂਰ
bland *adj* ਸਾਊ, ਕੋਮਲ
blank *adj* ਕੋਰਾ
blanket *n* ਕੰਬਲ
blaspheme *v* ਕੁਫ਼ਰ ਤੋਲਣਾ
blasphemy *n* ਕੁਫ਼ਰ ਤੋਲਣਾ
blast *n* ਬੁੱਲਾ, ਝੋਕਾ
blaze *v* ਲਾਟਾਂ ਨਾਲ ਬਲਣਾ
bleach *v* ਚਿੱਟਾ ਕਰਨਾ
bleach *n* ਰੰਗ-ਕਾਟ
bleak *adj* ਵੀਰਾਨ, ਬੇਰੰਗ
bleed *iv* ਲਹੂ ਵਗਣਾ
bleeding *n* ਰੱਤ-ਵਹਿਣ
blemish *n* ਦਾਗ਼, ਧੱਬਾ
blemish *v* ਸ਼ਕਲ ਵਿਗਾੜਨੀ
blend *n* ਮਿਸ਼ਰਣ, ਮਿਲਾਵਟ
blend *v* ਰਲਾਉਣਾ
blender *n* ਬਲੈਂਡਰ, ਮਿਕਸਰ
bless *v* ਅਸੀਸ ਦੇਣਾ
blessed *adj* ਪਵਿੱਤਰ, ਪਾਵਨ
blessing *n* ਅਸ਼ੀਰਵਾਦ
blind *v* ਅੰਨ੍ਹਾ ਕਰਨਾ
blind *adj* ਅੰਨ੍ਹਾ, ਨੇਤਰਹੀਣ
blindfold *n* ਪੱਟੀ
blindfold *v* ਅੱਖਾਂ ਬੰਦ ਕਰਨਾ
blindly *adv* ਅੱਖਾਂ ਬੰਦ ਕਰਕੇ; ਬਿਨਾਂ ਸੋਚੇ ਸਮਝੇ
blindness *n* ਅੰਨ੍ਹਾਪਣ, ਬੇਸਮਝੀ
blink *v* ਝਪਕ

bliss *n* ਅਨੰਦ, ਸਰੂਰ
blissful *adj* ਅਨੰਦਮਈ
blister *n* ਛਾਲਾ, ਫਲੂਹਾ
blizzard *n* ਬਰਫ਼ੀਲਾ ਤੂਫ਼ਾਨ
bloat *v* ਅਫਰਾਉਣਾ
bloated *adj* ਭੱਰਾ
block *n* ਖੁੰਢ, ਮੁੱਢ, ਅੱਡਾ
block *v* ਨਾਕਾਬੰਦੀ ਕਰਨਾ
blockade *v* ਡੱਕਣਾ
blockade *n* ਘੇਰਾਬੰਦੀ
blockage *n* ਅੜਾ, ਅੜਿੱਕਾ
blond *adj* ਗੋਰਾ; ਸੁਨਹਿਰਾ; ਸੁੰਦਰ
blood *n* ਖ਼ੂਨ
bloodthirsty *adj* ਖ਼ੂੰਖ਼ਾਰ
bloody *adj* ਲਾਲ
bloom *v* ਕੁਸਮ
blossom *v* ਖਿਲ
blot *n* ਧੱਬਾ, ਦਾਗ਼
blot *v* ਧੱਬੇ ਪਾਉਣੇ
blouse *n* ਬਲਾਊਜ਼, ਬੰਡੀ
blow *n* ਘਸੁੰਨ, ਹੂਰਾ
blow *iv* ਖਿੜਨਾ, ਖਿਲਣਾ
blow out *iv* ਬੁਝਾਉਣਾ
blow up *iv* ਭਾਂਡਾ ਭੰਨਣਾ
blowout *n* ਭੰਡਾਰਾ
bludgeon *n* ਸੋਟਾ
blue *adj* ਨੀਲਾ; ਅਸਮਾਨ; ਸਮੁੰਦਰ; ਯੁਨੀਵਰਸਿਟੀ ਟੀਮ ਦਾ ਖਿਡਾਰੀ
blueprint *n* ਖਰੜਾ
bluff *n* ਗਾਰ, ਦੰਦੀ
blunder *n* ਬੱਜਰ ਭੁੱਲ
blunt *adj* ਅਸੰਵੇਦਨਸ਼ੀਲ
bluntness *n* ਖੁੰਢਾਪਣ
blur *n* ਦਾਗ਼, ਧੱਬਾ
blurred *adj* ਅਸਪਸ਼ਟ, ਧੁੰਦਲਾ
blush *v* ਲਾਲ ਹੋਣਾ
blush *n* ਨਜ਼ਰ, ਝਾਤ
boar *n* ਜੰਗਲੀ ਸੂਰ
board *n* ਫੱਟਾ, ਤਖ਼ਤਾ
board *v* ਫੱਟਿਆਂ ਨਾਲ ਢਕਣਾ
boast *n* ਸ਼ੇਖ਼ੀ, ਡੀਂਗ
boat *n* ਕਿਸ਼ਤੀ; ਡੋਂਗਾ
bodily *adj* ਸਰੀਰਕ, ਭੌਤਿਕ
body *n* ਜਿਸਮ
bog *n* ਖੋਭਾ, ਜਿਲ੍ਹਣ
bog down *v* ਤਬਾਹ ਕਰ ਦੇਣਾ
boil *v* ਉੱਬਲਨਾ; ਜੋਸ਼ ਖਾਣਾ; ਕਾੜ੍ਹਣਾ
boil down to *v* ਅਰਥ ਹੋਣਾ
boil over *v* ਖੌਲਣਾ; ਬਦਲਣਾ
boiler *n* ਪਤੀਲੀ; ਭੱਠੀ
boisterous *adj* ਖਰੂਦੀ
bold *adj* ਦਲੇਰ, ਬਹਾਦਰ
boldness *n* ਦਲੇਰ
bolster *v* ਤਕੀਆ, ਸਿਰਹਾਣਾ
bolt *n* ਬਿੱਜ, ਚਿਟਕਣੀ
bolt *v* ਚਿਟਕਣੀ ਮਾਰਨੀ
bomb *n* ਬੰਬ
bomb *v* ਬੰਬ ਮਾਰਨਾ
bombing *n* ਹਿੰਸਾ
bombshell *n* ਠੇਸ, ਧੱਕਾ
bond *n* ਜ਼ੰਜੀਰਾਂ, ਕੜੀਆਂ
bondage *n* ਗੁਲਾਮੀ, ਦਾਸਤਾ
bone *n* ਹੱਡੀ
bone marrow *n* ਬਿਮਾਰੀ, ਮਰਜ਼

bonfire *n* ਧੂਣੀ, ਲੋਹੜੀ
bonus *n* ਬੋਨਸ, ਵਾਧੂ ਨਫ਼ਾ
book *n* ਕਿਤਾਬ
bookcase *n* ਬੁੱਕਕੇਸ
bookkeeper *n* ਵਾਲੀ-ਵਾਰਸ
bookkeeping *n* ਲੇਖਾ
booklet *n* ਕਿਤਾਬਚਾ
bookseller *n* ਪੁਸਤਕ ਵਿਕਰੇਤਾ
bookstore *n* ਕਿਤਾਬਾਂ ਦੀ ਦੁਕਾਨ
boom *n* ਤਰਦਾ ਬੰਨ੍ਹ; ਗੂੰਜ; ਤੇਜ਼ੀ
boom *v* ਤੇਜ਼ੀ ਨਾਲ ਵੱਧਣਾ; ਗੱਜਣਾ
boost *v* ਉਤਾਂਹ ਚੁੱਕਣਾ
boost *n* ਧੱਕਾ, ਵਾਧਾ
boot *n* ਬੂਟ
booth *n* ਖੋਖਾ
booty *n* ਲੁੱਟ; ਲਾਭ
booze *n* ਤੇਜ਼ ਸ਼ਰਾਬ
border *n* ਸਿਰਾ, ਕਿਨਾਰਾ
border on *v* ਸਪਰਸ਼ ਕਰਨਾ
borderline *adj* ਨੀਵੇਂ ਦਰਜੇ ਦਾ
bore *v* ਅਕਾਉ
bored *adj* ਉਕਤਾਉਣਾ
boredom *n* ਅਕਾਉ
boring *adj* ਛੇਦਕ, ਬੇਧਕ
born *adj* ਜੰਮਿਆ
borough *n* ਚੋਣ-ਹਲਕਾ; ਨਗਰ
borrow *v* ਉਧਾਰ ਲੈਣਾ
bosom *n* ਸੀਨਾ, ਛਾਤੀ
boss *n* ਨਾਥ, ਹਾਕਮ
boss around *v* ਹੁਕਮ
bossy *adj* ਉਭਰਵੀਂ
botany *n* ਬਨਸਪਤੀ ਵਿਗਿਆਨ
botch *v* ਫਾਹਾ ਵੱਢਣਾ
both *adj* ਦੋਵੇਂ, ਦੋਵੇਂ ਹੀ
bother *v* ਤੜਫ਼ਾਉ
bothersome *adj* ਦੁਖਦਾਈ
bottle *n* ਬੋਤਲ, ਸ਼ੀਸ਼ੀ
bottle *v* ਬੋਤਲ ਭਰਨੀ
bottleneck *n* ਭੀੜਾ ਰਾਹ, ਰੁਕਾਵਟ
bottom *n* ਚਿਤੜ, ਤਲ, ਪੇਂਦਾ
bottomless *adj* ਨਿਰਾਧਾਰ
bough *n* ਟਾਹਣੀ, ਡਾਲੀ
boulder *n* ਗੋਲ ਪੱਥਰ
boulevard *n* ਛਾਂਦਾਰ ਸੜਕ
bounce *adv* ਅਚਨਚੇਤ
bounce *n* ਟਪੂਸੀ, ਛੜੱਪਾ
bound *adj* ਲਾਚਾਰ; ਜ਼ਰੂਰ; ਸੀਮਿਤ
bound for *adj* ਨੋਕ ਵਾਲਾ
boundary *n* ਹਦ
boundless *adj* ਬੇਅੰਤ
bounty *n* ਦਾਤ, ਬਖਸ਼ੀਸ਼
bourgeois *adj* ਮੱਧਵਰਗੀ
bow *n* ਵਿੰਗ, ਟੇਢ
bow *v* ਸਿਰ ਝੁਕਾਉਣਾ
bow out *v* ਤਿਆਗ ਪੱਤਰ ਦੇਣਾ
bowels *n* ਹੀਆ
bowl *n* ਕਟੋਰਾ, ਛੰਨਾ, ਕੌਲ
bowl *v* ਗੇਂਦ ਸੁੱਟਣਾ
box *v* ਡੱਬੇ ਵਿੱਚ ਰੱਖਣਾ; ਚਪੇੜ ਮਾਰਨਾ; ਖਾਨਿਆਂ ਵਿੱਚ ਵੰਡਣਾ
box *n* ਚਿਕੜੀ
box office *n* ਦਿਲ ਬਹਿਲਾਵਾ
boxer *n* ਮੁੱਕੇਬਾਜ਼
boxing *n* ਮੁੱਕੇਬਾਜ਼ੀ

B

boy *n* ਲੜਕਾ
boycott *v* ਛੇਕਣਾ
boyfriend *n* ਮੰਗੇਤਰ
boyhood *n* ਲੜਕਪਨ
bra *n* ਚੋਲੀ
brace for *v* ਕੜੇਬੰਦ ਕਰਨਾ
bracelet *n* ਚੂੜੀ
bracket *n* ਬ੍ਰੈਕਟ; ਦੀਵਾਰਗੀਰ; ਟੇਕ
brag *v* ਲਲਕਾਰਨਾ
braid *n* ਗੁੱਤ
brain *n* ਦਿਮਾਗ
brainwash *v* ਰਾਏ ਤਬਦੀਲ ਕਰਨਾ
brake *n* ਰੋਕ; ਹੋੜਾ; ਝਾੜ-ਬੂਝਾ
brake *v* ਬ੍ਰੇਕ ਲਾਉਣੀ
branch *n* ਡਾਲ
branch office *n* ਸ਼ਾਖਾ-ਦਫਤਰ
branch out *v* ਵਿਵਿਧ ਹੋਣਾ
brand *n* ਮਾਰਕਾ; ਮਸ਼ਾਲ; ਪੱਤ ਰੋਗ; ਕਲੰਕ ਦਾ ਟਿੱਕਾ
brand *v* ਦਾਗਣਾ; ਕਲੰਕਿਤ ਕਰਨਾ
brand-new *adj* ਅਤਿ ਨਵੀਨ
brandy *n* ਬਰਾਂਡੀ
brat *n* ਛੋਕਰਾ
brave *adj* ਦਲੇਰ
bravely *adv* ਸਾਹਸ ਨਾਲ
bravery *n* ਸੂਰਬੀਰਤਾ; ਦਿਖਾਵਾ
brawl *n* ਕੁੱਟ ਕੁਟਾਈ
breach *n* ਉਲੰਘਣਾ, ਭੰਗ
bread *n* ਰੋਟੀ, ਡਬਲ ਰੋਟੀ
breadth *n* ਚੁੜਾਈ, ਚੁੜੱਤਣ
break *n* ਟੁੱਟਣ, ਭੱਜਣ
break *iv* ਭੱਜਣਾ, ਟੁੱਟਣਾ
break away *v* ਬੇਮੁਹਾਰਾ
break down *v* ਰੁਕ
break free *v* ਬੇਮੁਹਾਰਾ
break in *v* ਧਾੜ ਮਾਰਨਾ
break off *v* ਵੱਖ ਕਰਨਾ
break open *v* ਉਦਘਾਟਨ ਕਰਨਾ
break out *v* ਭੱਜ ਜਾਣਾ
break up *v* ਚੂਰ ਚੂਰ ਕਰਨਾ
breakable *adj* ਟੁੱਟਣਹਾਰ
breakdown *n* ਟੁੱਟ-ਫੁੱਟ, ਖ਼ਰਾਬੀ
breakfast *n* ਨਾਸ਼ਤਾ
breakthrough *n* ਘੋਪ
breast *n* ਕੁਚ, ਛਾਤੀ
breath *n* ਸਵਾਸ, ਸਾਂਸ
breathe *v* ਸਾਹ ਦਿਵਾਉਣਾ
breathing *n* ਸਾਹ ਲੈਣ ਦੀ ਕ੍ਰਿਆ
breathtaking *adj* ਵਚਿੱਤਰ
breed *iv* ਜਮਾਉਣਾ, ਪੈਦਾ ਕਰਨਾ
breed *n* ਨਸਲ, ਜਾਤੀ
breeze *n* ਸਮੀਰ
brethren *n* ਭਾਈਬੰਦ
brevity *n* ਸੰਖੇਪਤਾ, ਥੁੜ੍ਹ
brew *v* ਬ੍ਰੀਊ
brewery *n* ਬੀਅਰ ਬਣਾਉਣ ਦਾ ਕਾਰਖਾਨਾ
bribe *v* ਵੱਢੀ ਦੇਣੀ
bribe *n* ਵੱਢੀ
bribery *n* ਰਿਸ਼ਵਤਖੋਰੀ
brick *n* ਇੱਟ
bricklayer *n* ਚਿਣਾਈਗਰ
bridal *adj* ਵਿਆਹੁਤਾ ਸਬੰਧੀ
bride *n* ਲਾੜੀ, ਵਹੁਟੀ
bridegroom *n* ਦੂਲ੍ਹਾ

bridesmaid *n* ਮੁਲਾਜ਼ਮ
bridge *n* ਪੁਲ
bridle *n* ਵਾਗ, ਲਗਾਮ
brief *adj* ਥੋੜ੍ਹਚਿਰਾ
brief *v* ਸਾਰ ਦੱਸਣਾ
briefcase *n* ਬਸਤਾ
briefing *n* ਵਿਵਰਣ
briefly *adv* ਸੰਖੇਪ ਕਰਕੇ
briefs *n* ਥੋੜ੍ਹੇ ਸਮੇਂ ਦਾ
brigade *n* ਬਰਗੇਡ
bright *adj* ਆਲੋਕ, ਉਜਲਾ; ਭੜਕੀਲਾ; ਮਸ਼ਹੂਰ; ਉੱਲਾਸਪੂਰਵਕ; ਚਮਕਦਾਰ
brighten *v* ਲਿਸ਼ਕਾਉਣਾ
brightness *n* ਚਮਕ
brilliant *adj* ਉਜਾਗਰ
brim *n* ਕੰਢਾ, ਦੰਦਰਾ
bring *iv* ਲਿਆਉਣਾ
bring back *v* ਵਾਪਸ ਕਰਨਾ
bring down *v* ਗੱਦੀਓਂ ਲਾਹੁਣਾ
bring up *v* ਪਾਲਣਾ ਪੋਸ
brink *n* ਕੰਢਾ, ਸਿਰਾ
brisk *adj* ਤੇਜ਼, ਕਿਰਿਆਸ਼ੀਲ
Britain *n* ਬਰਤਾਨਵੀ
British *adj* ਬਰਤਾਨਵੀ
brittle *adj* ਭੁਰਭੁਰਾ, ਕੁੜਕਵਾਂ
broad *adj* ਚੌੜਾ, ਖੁਲ੍ਹਾ
broadcast *v* ਪ੍ਰਸਾਰਿਤ ਕਰਨਾ
broadcast *n* ਪ੍ਰਸਾਰਣ, ਬ੍ਰਾਡਕਾਸਟ
broadcaster *n* ਪ੍ਰਸਾਰਕ
broaden *v* ਖੁਲ੍ਹਾ ਹੋਣਾ
broadly *adv* ਮੋਟੇ ਤੌਰ ਤੇ
broadminded *adj* ਖੁਲ੍ਹ-ਦਿਲਾ, ਉਦਾਰ
brochure *n* ਚੁਵਰਕੀ
broil *v* ਭੁੰਨਣਾ, ਰਾੜ੍ਹਨਾ
broiler *n* ਖਾਣ ਯੋਗ ਪੱਠਾ
broke *adj* ਦਿਵਾਲੀਆ
broken *adj* ਟੁੱਟਿਆ, ਟੁੱਟਾ-ਫੁੱਟਾ
bronchitis *n* ਸਾਹ-ਨਾਲੀ ਦੀ ਸੋਜ
bronze *n* ਤੇਪ ਧਾਤ
broom *n* ਝਾੜੂ
broth *n* ਤਰੀ, ਰਸਾ, ਸ਼ੋਰਬਾ
brothel *n* ਚਕਲਾ, ਕੰਜਰਖਾਨਾ
brother *n* ਭਰਾ
brotherhood *n* ਬਰਾਦਰੀ
brother-in-law *n* ਜੀਜਾ
brotherly *adj* ਭਰਾਵਾਂ ਵਰਗਾ
brow *n* ਭਰਵੱਟਾ
brown *adj* ਭੂਰਾ
browse *v* ਦੰਦਣਾ, ਮੂੰਹ ਮਾਰਨਾ
browser *n* ਬਰਾਊਜ਼ਰ
bruise *n* ਨੀਲ, ਦਾਗ਼
bruise *v* ਨੀਲ ਪਾਉਣਾ
brunch *n* ਨੀਲ, ਦਾਗ਼
brunette *adj* ਸਾਂਵਲੀ
brush *n* ਬੁਰਸ਼, ਕੂਚੀ
brush *v* ਬੁਰਸ਼ ਕਰਨਾ
brush aside *v* ਉਪੇਖਿਆ ਕਰਨਾ
brush up *v* ਮੁੜ ਜਾਨ ਪਾਉਣਾ
brusque *adj* ਖਰ੍ਹਵਾ, ਅੱਖਰ
brutal *adj* ਪਸ਼ੁਤਵ
brutality *n* ਨਿਰਦਾਇਤਾ
brutalize *v* ਪਸ਼ੂ ਬਣਾ ਦੇਣਾ
brute *adj* ਪਾਸ਼ਵਿਕ
bubble *n* ਬੁਲਬੁਲਾ

bubble gum *n* ਭੁਸ ਭੁਸ
buck *n* ਚਿਨਾਰਾ, ਚਿਕਾਰਾ
buck *v* ਉਤਸ਼ਾਹਿਤ ਹੋਣਾ
bucket *n* ਛੋਟੀ ਬਾਲਟੀ, ਡੋਲ
buckle *n* ਬਕਸੂਆ
buckle up *v* ਤਮਗੇ ਦੀ ਪੱਟੀ
bud *n* ਡੋਡੀ, ਕਲੀ
buddy *n* ਭਾਈ, ਭਾਊ, ਭਰਾਵਾ
budge *v* ਹਿਲਾਉਣਾ
budget *n* ਬਜਟ
buffalo *n* ਮੱਝ
bug *n* ਮਾਂਗਣੂ, ਮਾਣ
bug *v* ਖਿਝਾਉਣਾ
build *iv* ਰਾਜਗੀਰੀ ਕਰਨਾ
builder *n* ਰਾਜ, ਰਾਜਗੀਰ
building *n* ਇਮਾਰਤ
buildup *n* ਨਫਾ
built-in *adj* ਪ੍ਰਾਣ-ਆਧਾਰ
bulb *n* ਬਲਬ, ਲਾਟੂ; ਗੰਢੀ; ਵਾਲ ਦੀ ਜੜ੍ਹ
bulge *n* ਉਭਾਰ, ਕੁੱਬ
bulk *n* ਖੇਪ, ਜਹਾਜ਼
bulky *adj* ਭਾਰੀ, ਭਾਰੀ-ਭਰਕਮ
bull *n* ਸਾਂਢ
bull fight *n* ਖੇਡ
bull fighter *n* ਬੁੱਲ ਫਾਈਟਰ
bulldoze *v* ਦਬਕਾਉਣਾ
bullet *n* ਗੋਲੀ
bulletin *n* ਸਰਕਾਰੀ ਸੂਚਨਾ
bully *adj* ਫੱਨੇ, ਇੱਕ ਨੰਬਰ ਦਾ
bulwark *n* ਫ਼ਸੀਲ, ਬੰਨ੍ਹ
bum *n* ਚਿੱਤੜ, ਪੇਛਾ
bump *n* ਹਚਕੋਲਾ, ਫੇਟ
bump into *v* ਮੇਲ ਹੋਣਾ
bumper *n* ਟੱਕਰ, ਰੋਕ
bumpy *adj* ਉੱਚਾ-ਨੀਵਾਂ (ਥਾਂ)
bun *n* ਬੰਦ
bunch *n* ਗੁੱਛਾ
bundle *n* ਗੰਢ, ਪੰਡ
bundle *v* ਗੰਢ ਬੰਨ੍ਹਣਾ
bunk bed *n* ਕਾਊਚ
bunker *n* ਕੋਲਿਆਂ ਵਾਲੀ ਕੋਠੜੀ
buoy *n* ਤਖ਼ਤਾ, ਪੇਟੀ ਆਦਿ
burden *n* ਵਜ਼ਨ, ਭਾਰ
burden *v* ਭਾਰ ਲੱਦਣਾ
burdensome *adj* ਬੋਝਲ, ਦਬਾਊ
bureau *n* ਦਫ਼ਤਰ
bureaucracy *n* ਅਫ਼ਸਰਸ਼ਾਹੀ
bureaucrat *n* ਅਫਸਰਸ਼ਾਹ
burger *n* ਬਰਗਰ
burglar *n* ਸੰਨ੍ਹਮਾਰ
burglarize *v* ਧਾੜ ਮਾਰਨਾ
burglary *n* ਸੰਨ੍ਹ
burial *n* ਅੰਤਿਮ ਸੰਸਕਾਰ
burly *adj* ਹੱਟਾ ਕੱਟਾ, ਤਕੜਾ
burn *iv* ਜਲਨਾ, ਬਲਣਾ
burn *n* ਸਾੜ, ਲੂਸ
burp *v* ਡਕਾਰ ਦਿਵਾਉਣਾ
burp *n* ਡਕਾਰ
burrow *n* ਖੁੱਡ, ਰੁੱਡ
burst *n* ਫਟਣ, ਫੇਟ
burst into *v* ਆਰੰਭ ਕਰਨਾ
bury *v* ਦੱਬਣਾ; ਛੁਪਾ ਦੇਣਾ; ਵੈਰ ਮੁਕਾਉਣਾ
bus *n* ਬੱਸ, ਲਾਰੀ
bush *n* ਝਾੜੀ

busily *adv* ਰੁੱਝਿਆਂ ਹੋਇਆਂ
business *n* ਕਾਰੋਬਾਰ
businessman *n* ਵਪਾਰੀ
bust *n* ਵਿਅਕਤੀ ਦਾ ਧੜ
bustling *adj* ਜਾਨਦਾਰ
busy *adj* ਮਸਰੂਫ਼
but *c* ਪਰ
butcher *n* ਕਸਾਈ
butchery *n* ਬੁੱਚੜਖ਼ਾਨਾ
butler *n* ਖਾਨਸਾਮਾ, ਭੰਡਾਰੀ
butt *n* ਢੁੱਡ, ਧੁੱਸ
butter *n* ਮੱਖਣ
butterfly *n* ਤਿਤਲੀ
button *n* ਬਟਣ
buttonhole *n* ਕਾਜ
buy *iv* ਖ਼ਰੀਦਣਾ
buy off *v* ਖਰੀਦਣਾ
buyer *n* ਖ਼ਰੀਦਾਰ
buzz *n* ਭਿਣਕ
buzz *v* ਭਿਣਕਾਰ ਕਰਨਾ
buzzard *n* ਬਾਜ, ਸ਼ਿਕਰਾ
buzzer *n* ਭੌਂਪੂ
by *adv* ਲਾਗੇ, ਕੋਲ; ਤੋਂ; ਤੱਕ
bye *adj* ਜਿਮਨੀ; ਇਤਫਾਕੀਆ
bypass *v* ਕਤਰਾਉਣਾ
bypass *n* ਫਿਰਨੀ; ਉਪਮਾਰਗ
by-product *n* ਗੌਣ-ਉਪਜ
bystander *n* ਤਮਾਸ਼ਬੀਨ

C

cab *n* ਬੱਘੀ, ਯੱਕਾ
cabbage *n* ਬੰਦ ਗੋਭੀ
cabin *n* ਝੁੱਗੀ, ਟੱਪਰੀ
cabinet *n* ਮੰਤਰੀ ਮੰਡਲ
cable *n* ਤਾਰ, ਸੰਗਲ
cafeteria *n* ਭੋਜਨ ਭੰਡਾਰ
caffeine *n* ਕਾਹਵੀਨ
cage *n* ਪਿੰਜਰਾ
cake *n* ਕੇਕ, ਟਿੱਕੀ, ਪੂੜਾ
calamity *n* ਬਲਾ
calculate *v* ਗਿਣਨਾ
calculation *n* ਗਿਨਤੀ
calculator *n* ਕੈਲਕੂਲੇਟਰ
calendar *n* ਪੰਚਾਂਗ
calf *n* ਪਿੰਡਲੀ; ਵੱਛਾ; ਹਰਨੋਟਾ; ਬਰਫ ਦਾ ਟੁੱਕੜਾ
caliber *n* ਯੋਗਤਾ, ਹੈਸੀਅਤ
calibrate *v* ਵਿਆਸ ਮਿਣਨਾ
call *n* ਦੀ ਅਵਾਜ਼, ਲੋੜ
call *v* ਬੁਲਾਉਣਾ, ਪੁਕਾਰਨਾ
call off *v* ਕੈਂਸਰ
call on *v* ਮਿਲਣਾ, ਮਿਲਨ ਜਾਣਾ
call out *v* ਲਲਕਾਰਨਾ
calling *n* ਪੁਕਾਰ
callous *adj* ਅਨਿਰਮੋਹੀ
calm *adj* ਸ਼ਾਂਤ, ਅਡੋਲ
calm *n* ਸ਼ਾਂਤੀ, ਸਕੂਨ
calm down *v* ਸਥਿਰ ਕਰਨਾ ਜਾਂ ਪੈਣਾ
calorie *n* ਕੈਲੋਰੀ, ਤਾਪ ਇੱਕਾਈ
calumny *n* ਨਿੰਦਾ

C

camel *n* ਉਠ
camera *n* ਕੈਮਰਾ
camouflage *n* ਭੁਲਾਂਦਰਾ
camouflage *v* ਭੁਲਾਂਦਰੇ ਰਾਹੀਂ ਲੁਕਾਉਣਾ
camp *n* ਸੈਨਾ, ਫ਼ੌਜ
camp *v* ਪੜਾ ਕਰਨਾ
campaign *v* ਅੰਦੋਲਨ ਚਲਾਉਣਾ
campaign *n* ਸੰਘਰਸ਼; ਅੰਦੋਲਨ
campfire *n* ਧੂਣੀ
can *iv* ਸਕਣਾ
can *v* ਡੱਬੇਬੰਦ ਕਰਨਾ
can *n* ਪੀਪਾ, ਕਨਸਤਰ
can opener *n* ਓਪਨਰ
canal *n* ਜਲ ਮਾਰਗ
canary *n* ਕਨਾਰੀ ਚਿੜੀ
cancel *v* ਕੈਂਸਰ
cancellation *n* ਮਨਸੂਖੀ
cancer *n* ਕੈਂਸਰ
cancerous *adj* ਕੈਂਸਰ ਵਾਂਗ
candid *adj* ਨਿਰਪੱਖ
candidacy *n* ਚੋਣ-ਉਮੀਦਵਾਰ
candidate *n* ਉਮੀਦਵਾਰ
candle *n* ਮੋਮਬੱਤੀ
candlestick *n* ਸ਼ਮ੍ਹਾਦਾਨ
candor *n* ਸਪਸ਼ਟਤਾ; ਸਾਦਗੀ
candy *n* ਮਿਸ਼ਰੀ, ਖੰਡ
cane *n* ਗੰਨਾ, ਨੜਾ
canister *n* ਕਨਸਤਰ
canned *adj* ਡੱਬਾਬੰਦ, ਟੀਨਬੰਦ
cannibal *n* ਆਦਮ ਖੋਰ
cannon *n* ਤੋਪ, ਤੋਪਖਾਨਾ
canoe *n* ਪੈਡਲ-ਬੇੜੀ
canonize *v* ਧਾਰਮਿਕ ਮਾਨਤਾ ਦੇਣਾ
cantaloupe *n* ਬਨਸਪਤੀ ਦਾ
canteen *n* ਕੰਟੀਨ
canvas *n* ਟਾਟ, ਤਿਰਪਾਲ
canvas *v* ਤਸਵੀਰ ਖਿੱਚਣਾ
canyon *n* ਡੂੰਘੀ ਖੱਡ
cap *n* ਟੋਪੀ; ਸਿਖਰ; ਢੱਕਣ; ਗਿਲਾਫ
capability *n* ਬਲ, ਸਮਰਥਾ
capable *adj* ਕਾਬਿਲ
capacity *n* ਗੁੰਜਾਇਸ਼
cape *n* ਫਤੂਹੀ
capital *n* ਪੂੰਜੀ; ਰਾਜਧਾਨੀ; ਵੱਡੇ ਅੱਖਰ
capital letter *n* ਵੱਡਾ ਅੱਖਰ
capitalism *n* ਪੂੰਜੀਵਾਦੀ
capitalize *v* ਪੂੰਜੀਕਰਣ
capitulate *v* ਆਤਮ-ਸਮਰਪਣ ਕਰਨਾ
capsize *v* ਉਲਟਾ ਹੋਣਾ
capsule *n* ਉਲਟਾ ਹੋਣਾ
captain *n* ਕੈਪਟਨ
captivate *v* ਬੰਦੀ ਬਣਾਉਣਾ
captive *n* ਕੈਦੀ
captivity *n* ਬੰਦੀਖਾਨਾ, ਕੈਦ
capture *v* ਫੜਨਾ
capture *n* ਬੰਦੀਕਰਣ, ਪਕੜ
car *n* ਗੱਡੀ
carat *n* ਸੋਨੇ ਅਤੇ ਹੀਰੇ ਦਾ ਤੋਲ
caravan *n* ਕਾਰਵਾਂ, ਕਾਫ਼ਲਾ
carburetor *n* ਇੰਜਨ
carcass *n* ਲੋਥ, ਲਾਸ਼
card *n* ਕਾਰਡ
cardboard *n* ਗੱਤਾ
cardiac *adj* ਹਿਰਦੇ ਦਾ, ਦਿਲ ਦਾ

cardiac arrest *n* ਦਿਲ ਦਾ ਦੌਰਾ
cardiology *n* ਹਿਰਦਾ ਵਿਗਿਆਨ
care *n* ਫਿਕਰ, ਤਰੱਦਦ
care *v* ਆਦਰ ਕਰਨਾ
care about *v* ਆਦਰ ਕਰਨਾ
care for *v* ਬਚਾਉਣਾ
career *n* ਕਾਰ ਵਿਹਾਰ
carefree *adj* ਬੇਫ਼ਿਕਰ
careful *adj* ਸਤਰਕ
careless *adj* ਬੇਪਰਵਾਹ
carelessness *n* ਲਾਪਰਵਾਹੀ
caress *n* ਪਲੋਸਣੀ, ਪੁਚਕਾਰਾ
caress *v* ਪਲੋਸਣਾ
caretaker *n* ਰਖਵਾਲਾ
cargo *n* ਜਹਾਜ਼ ਦਾ ਮਾਲ
caricature *n* ਸਾਂਗ
caring *adj* ਧਿਆਨ ਰੱਖਣ ਵਾਲਾ
carnage *n* ਕਤਲਾਮ
carnal *adj* ਸਰੀਰਕ, ਜਿਸਮਾਨੀ
carnation *n* ਗੁਲਾਬੀ ਰੰਗ
carol *n* ਮੰਗਲ ਗੀਤ
carpenter *n* ਤਰਖਾਣ
carpentry *n* ਤਰਖਾਣ ਦਾ ਪੇਸ਼ਾ
carpet *n* ਕਾਲੀਨ
carriage *n* ਵੇਗਨ ਛਕੜਾ
carrot *n* ਗਾਜਰ
carry *v* ਢੋਣਾ; ਜਿੱਤਣਾ; ਸਹਾਰਾ ਦੇਣਾ
carry on *v* ਜਾਰੀ ਰੱਖਣਾ
carry out *v* ਪੂਰਾ ਕਰਨਾ
cart *n* ਗੱਡਾ, ਰੇੜ੍ਹਾ
cart *v* ਗੱਡਾ ਹੱਕਣਾ
cartoon *n* ਵਿਅੰਗ ਚਿੱਤਰ
cartridge *n* ਕਾਰਤੂਸ
carve *v* ਘੜਨਾ, ਤਰਾਸ਼ਣਾ
cascade *n* ਝਰਵਾ
case *n* ਹਾਲਤ; ਘਟਨਾ; ਦਾਅਵਾ; ਡੱਬਾ
cash *n* ਨਕਦ
cashier *n* ਖਜਾਨਚੀ
casino *n* ਜੂਆਖਾਨਾ
casket *n* ਸੰਦੂਕ
casserole *n* ਕੁੰਨੀ, ਹਾਂਡੀ
cassock *n* ਲਿਬਾਸ
cast *iv* ਸੁੱਟਣਾ; ਗਿਣਨਾ, ਦਫਾ ਕਰਨਾ
castaway *n* ਛੇਕਿਆ ਬੰਦਾ; ਸੁੱਟੀ ਚੀਜ਼
caste *n* ਜਾਤ
castle *n* ਕਿਲਾ, ਗੜ੍ਹ
casual *adj* ਅਨਿਯਮਤ
casualty *n* ਦੁਰਘਟਨਾ, ਹਾਦਸਾ
cat *n* ਬਿੱਲੀ
cataclysm *n* ਰਾਜਸੀ ਉੱਥਲ ਪੁੱਥਲ
catacomb *n* ਰੋਜ਼ਾ
catalog *n* ਸੂਚੀ-ਪੱਤਰ
catalog *v* ਗਿਣਨਾ
cataract *n* ਝਰਨਾ
catastrophe *n* ਬਿਪਤਾ, ਆਫ਼ਤ
catch *v* ਫੜਨਾ
catch up *v* ਪਾਸਲਾ
catching *adj* ਦਿਲਖਿੱਚਵਾਂ
catchword *n* ਧਿਆਨ-ਖਿੱਚ ਸ਼ਬਦ
catechism *n* ਪ੍ਰਸ਼ਨੋਤਰੀ
category *n* ਵਰਗ
cater to *v* ਖੇਹਣਾ
caterpillar *n* ਡਿੰਭ
cathedral *n* ਕੈਥੀਡ੍ਰਲ

C

C

catholic *adj* ਸਰਬਵਿਆਪਕ
Catholicism *n* ਖੁਲ੍ਹ; ਰੋਮਨ ਕੈਥੋਲਿਕ ਮੱਤ
cattle *n* ਡੰਗਰ
cauliflower *n* ਫੁੱਲ ਗੋਭੀ
cause *n* ਕਾਰਨ
cause *v* ਕਰਾਉਣਾ
caution *n* ਚੌਕਸੀ
cautious *adj* ਸੁਜਾਖਾ
cavalry *n* ਘੋੜਸਵਾਰ
cave *n* ਗੁਫ਼ਾ
cave in *v* ਢੈਹ ਜਾਣਾ
cavern *n* ਕੰਦਰਾ
cavity *n* ਖੋੜ
cease *v* ਖਤਮ ਕਰਨਾ
cease-fire *n* ਜੰਗਬੰਦੀ
ceaselessly *adv* ਲਗਾਤਾਰ
ceiling *n* ਅੰਦਰ ਦੀ ਛਤ
celebrate *v* ਜਸ਼ਨ ਮਨਾਉਣਾ
celebration *n* ਜਸ਼ਨ ਮਨਾਈ
celebrity *n* ਸ਼ੁਹਰਤ
celery *n* ਅਜਵਾਇਣ
celestial *adj* ਪਵਿੱਤਰ, ਸਵਰਗੀ
celibacy *n* ਬ੍ਰਹਮਚਰਜ
celibate *adj* ਬ੍ਰਹਮਚਾਰੀ
cell phone *n* ਸੈੱਲ ਫੋਨ
cellar *n* ਤਹਿਖਾਨਾ
cellphone *n* ਸੈੱਲ ਫੋਨ
cement *n* ਸੀਮਿੰਟ
cemetery *n* ਸ਼ਮਸ਼ਾਨ
censorship *n* ਸੈਂਸਰ ਵਿਵਸਥਾ
censure *v* ਧਿਕਾਰ
census *n* ਜਨ ਗਣਨਾ
cent *n* ਸੈਂ
centenary *n* ਸ਼ਤਾਬਦੀ
center *n* ਕੇਂਦਰ
center *v* ਕੇਂਦਰਿਤ ਕਰਨਾ
centimeter *n* ਸੈਂਟੀਮੀਟਰ
central *adj* ਮੱਧ ਵਰਤੀ
centralize *v* ਕੇਂਦਰੀਕਰਨ
century *n* ਸ਼ਤਕ
ceramic *n* ਚੀਕਣੀ ਮਿੱਟੀ
cereal *n* ਖਾਇਬਾ
cerebral *adj* ਦਿਮਾਗ਼ੀ
ceremony *n* ਰਸਮ
certain *adj* ਨਿਸ਼ਚਿਤ; ਕੋਈ
certainty *n* ਅਵਸ਼, ਬੇਸ਼ਕ
certificate *n* ਪਰਮਾਣ ਪੱਤਰ
certify *v* ਪ੍ਰਮਾਣਤ ਕਰਨਾ
chagrin *n* ਘੋਰ ਨਿਰਾਸ਼ਾ
chain *n* ਸੰਗਲੀ, ਸੰਗਲ
chain *v* ਬੰਨ੍ਹਣਾ
chainsaw *n* ਦਾਤੀਹਾਰ ਅੰਗ
chair *n* ਕੁਰਸੀ, ਚੌਂਕੀ
chair *v* ਬੈਠਣਾ; ਪ੍ਰਧਾਨਗੀ ਕਰਨਾ
chairman *n* ਸਭਾ ਪਤੀ
chalet *n* ਲੱਕੜ ਦਾ ਘਰ
chalice *n* ਕਟੋਰਾ
chalk *n* ਪੜੀਆ ਮਿੱਟੀ
chalkboard *n* ਬਲੈਕ ਬੋਰਡ
challenge *v* ਲਲਕਾਰਾ ਮਾਰਨਾ
challenge *n* ਲਲਕਾਰ, ਵੰਗਾਰ
challenging *adj* ਜਟਿਲ
chamber *n* ਕਮਰਾ, ਸਦਨ
champ *n* ਚਬੜ ਚਬੜ

champion *n* ਬਲੀ
champion *v* ਪੱਖ ਲੈਣਾ
chance *n* ਇਤਫਾਕ; ਮੌਕਾ
chancellor *n* ਚਾਂਸਲਰ, ਕੁਲਪਤੀ
chandelier *n* ਝਾੜ ਫਾਨੂਸ
change *v* ਬਦਲਨਾ
change *n* ਬਦਲੀ, ਤਬਦੀਲੀ
channel *n* ਨਹਿਰ; ਸਾਧਨ; ਪ੍ਰਨਾਲੀ
channel *v* ਰਾਹ ਕੱਢਣਾ
chant *n* ਗੀਤ
chaos *n* ਕੁਹਰਾਮ
chaotic *adj* ਗੜਮੜ
chapel *n* ਪ੍ਰਾਰਥਨਾ ਘਰ
chaplain *n* ਪਾਦਰੀ
chapter *n* ਅਧਿਆਇ
char *v* ਝੁਲਸਣਾ, ਸਾੜਨਾ
character *n* ਚਰਿੱਤਰ
characteristic *n* ਸੰਪਤੀ, ਮਾਲ ਧਨ
charade *n* ਚਿੰਨ੍ਹ ਅੜਾਉਣੀ
char-broil *v* ਭੁਣਨਾ
charbroiled *adj* ਭੁੰਨਿਆ
charcoal *n* ਲੱਕੜੀ ਦਾ ਕੋਲਾ
charge *v* ਭਰ ਦੇਣਾ; ਮੁੱਲ ਮੰਗਣਾ; ਨਿਰਦੇਸ਼ ਕਰਨਾ; ਸੰਭਾਲਣਾ
charge *n* ਬੋਝ, ਭਾਰ
charisma *n* ਦਾਤ, ਰੱਬੀ ਦਾਤ
charismatic *adj* ਚੁੰਬਕ ਵਿੱਦਿਆ ਦਾ
charitable *adj* ਖੁੱਲ੍ਹਦਿਲਾ, ਖਰੈਤੀ
charity *n* ਕਿਰਪਾ, ਉਦਾਰਤਾ
charm *v* ਜਾਦੂ ਕਰਨਾ
charm *n* ਜਾਦੂ, ਮੰਤਰ
charming *adj* ਮਨਮੋਹਕ
chart *n* ਸਮੁੰਦਰੀ ਨਕਸ਼ਾ
charter *n* ਪ੍ਰਪੱਤਰ, ਸਮਝੌਤਾ
charter *v* ਅਧਿਕਾਰ-ਪੱਤਰ ਦੇਣਾ
chase *n* ਪਿੱਛਾ, ਸ਼ਿਕਾਰ
chase *v* ਪਿੱਛਾ ਕਰਨਾ
chase away *v* ਮਿਟਾਉਣਾ
chasm *n* ਗੁਫਾ, ਦਰਾੜ
chaste *adj* ਨਿਹਕਲੰਕ
chastise *v* ਦੰਡ ਦੇਣਾ
chastisement *n* ਸਜਾ
chastity *n* ਆਬਰੂ
chat *v* ਬਕਵਾਸ ਕਰ
chauffeur *n* ਸ਼ੋਫਰ
cheap *adj* ਘਟੀਆ, ਸਸਤਾ
cheat *v* ਛਲੀਆ
cheater *n* ਠੱਗ
check *n* ਸ਼ਹਿ, ਕਿਸ਼ਤ
check *v* ਸ਼ਹਿ ਦੇਣਾ
check in *v* ਬਹੀ
check up *n* ਕਿਸ਼ਤ ਦੇਣਾ
checkbook *n* ਰੁਕਾਵਟ
cheek *n* ਗਲ੍ਹ
cheekbone *n* ਗਲ੍ਹ ਦੀ ਹੱਡੀ
cheeky *adj* ਅੱਖੜ; ਗੁਸਤਾਖ
cheer *v* ਖੁਸ਼ ਹੋਣਾ; ਢਾਰਸ ਦੇਣਾ
cheer up *v* ਟਹਿਕ ਪੈਣਾ
cheerful *adj* ਹਸਮੁਖ
cheers *n* ਜੈ ਜੈਕਾਰ
cheese *n* ਪਨੀਰ
chef *n* ਖਾਨਸਾਮਾ
chemical *adj* ਰਸਾਇਣਿਕ
chemist *n* ਦਵਾਫਰੋਸ਼

C

chemistry *n* ਕੈਮਿਸਟਰੀ
cherish *v* ਪਾਲਣ ਪੋਸ਼ਣ ਕਰਨਾ
cherry *n* ਚੈਰੀ
chess *n* ਸ਼ਤਰੰਜ
chest *n* ਸੰਦੂਕ; ਛਾਤੀ
chestnut *n* ਪੁਰਾਣੀ ਕਹਾਣੀ; ਛੋਟਾ ਅਖਰੋਟ
chew *v* ਚੱਬਣਾ, ਚਬਾਉਣਾ
chick *n* ਚੂਚਾ, ਬੋਟ
chicken *n* ਚਿਕਨ
chicken out *v* ਰੁਕ
chicken pox *n* ਬੀਮਾਰੀ
chide *v* ਡਾਂਟਣਾ, ਝਾੜਨਾ
chief *n* ਪਰਧਾਨ, ਬੌਸ
chiefly *adv* ਖ਼ਾਸ ਤੌਰ ਤੇ
child *n* ਬੱਚਾ
childhood *n* ਬਚਪਨ
childish *adj* ਬਚਕਾਨਾ
childless *adj* ਨਿਰਸੰਤਾਨ
children *n* ਬੱਚੇ
chill *n* ਠੰਢ
chill *v* ਠੰਢ ਲੱਗ ਜਾਣਾ
chilly *adj* ਸੀਤ, ਠੰਢਾ
chimney *n* ਚਿਮਨੀ, ਅੰਗੀਠੀ
chimpanzee *n* ਚਿਮਪਾਨਜ਼ੀ
chin *n* ਠੋਡੀ
chip *n* ਸੱਕ, ਫਾਕੜ
chisel *n* ਛੈਣੀ, ਤਰਾਸ਼
chocolate *n* ਚਾਕਲੇਟ
choice *n* ਚੁਨਾਉ
choir *n* ਭਜਨ ਮੰਡਲੀ
choke *v* ਘੋਟ
cholera *n* ਹੈਜ਼ਾ
cholesterol *n* ਕੋਲੇਸਟ੍ਰੋਲ
choose *iv* ਚੁਣਨਾ
choosy *adj* ਚੋਣਵਾਂ
chop *v* ਵਪਾਰ ਕਰਨਾ
chop *n* ਵੱਢ
chopper *n* ਗੰਡਾਸਾ
chore *n* ਛੋਟੇ ਮੋਟੇ ਕੰਮ
chorus *n* ਸਮੂਹ ਗਾਨ
christen *v* ਨਾਮਕਰਨ ਕਰਨਾ; ਬਪਤਿਸਮਾ ਦੇਣਾ
christening *n* ਨਾਮਕਰਨ
Christian *n* ਈਸਾਈ
Christianity *n* ਭਗਤੀ
Christmas *n* ਕ੍ਰਿਸਮਿਸ
chronic *adj* ਪੁਰਾਣਾ
chronicle *n* ਇਤਿਹਾਸ
chronology *n* ਕਾਲਕ੍ਰਮ
chubby *adj* ਗੋਭਲਾ
chuckle *v* ਗੁਟਕਣਾ
chunk *n* ਹਿੱਸਾ
church *n* ਗਿਰਜਾ
chute *n* ਝਰਨਾ
cider *n* ਸੇਬ ਦਾ ਜੂਸ
cigar *n* ਸਿਗਾਰ, ਚੁਰਟ
cigarette *n* ਸਿਗਰਟ
cinder *n* ਅੱਧਾ ਸੜਿਆ ਕੋਲਾ
cinema *n* ਸਿਨੇਮਾ ਹੌਲ
cinnamon *n* ਦਾਲਚੀਨੀ
circle *n* ਗੋਲ ਚੱਕਰ
circle *v* ਘੇਰਨਾ, ਵਲਨਾ
circuit *n* ਘੇਰਾ, ਫੇਰੀ
circular *adj* ਗੋਲਾਕਾਰ
circulate *v* ਭੇਜਣਾ

circulation *n* ਗੇੜ੍ਹਾ; ਦੌਰਾ; ਵਿਕਰੀ; ਫੈਲਾਅ
circumcise *v* ਸੁੰਨਤ ਕਰਨਾ
circumcision *n* ਸੁੰਨਤ
circumstance *n* ਘੇਰ, ਮੰਡਲ
circumstantial *adj* ਕਠਿਨ
circus *n* ਸਰਕਸ
cistern *n* ਕੁੰਡ, ਟੰਕੀ
citizen *n* ਨਾਗਰਿਕ
citizenship *n* ਨਾਗਰਿਕਤਾ
city *n* ਸ਼ਹਿਰ
city hall *n* ਸ਼ਹਿਰੀ
civic *adj* ਨਾਗਰਿਕਤਾ ਸਬੰਧੀ
civil *adj* ਸਿਵਲ
civilization *n* ਸਭਿਅਤਾ
civilize *v* ਸੱਭਿਅਤਾ ਸਿਖਾਉਣਾ
claim *v* ਮੁਤਾਲਬਾ ਕਰਨਾ
claim *n* ਕਲੇਮ, ਦਾਅਵਾ
clam *n* ਇੱਕ ਘੋਗਾ ਮੱਛੀ
clamor *v* ਰੌਲਾ
clamp *n* ਸ਼ਿਕੰਜਾ
clan *n* ਫਿਰਕਾ, ਕਬੀਲਾ
clandestine *adj* ਗੁਪਤ
clap *v* ਤਾੜੀ ਮਾਰਨੀ
clarification *n* ਸਪਸ਼ਟੀਕਰਨ
clarify *v* ਸਪਸ਼ਟ ਕਰਨਾ
clarinet *n* ਸ਼ਹਿਨਾਈ
clarity *n* ਸਪਸ਼ਟਤਾ
clash *v* ਵਖੇਵਾਂ ਹੋਣਾ
class *n* ਵਰਗ; ਜਮਾਤ; ਦਰਜਾ
classic *adj* ਉੱਤਮ; ਪ੍ਰਮਾਣਿਕ
classify *v* ਵਰਗੀਕਰਨ ਕਰਨਾ
classmate *n* ਜਮਾਤੀ
classroom *n* ਅਧਿਐਨ ਕਮਰਾ
classy *adj* ਵਧੀਆ
clause *n* ਉਪਵਾਕ, ਛੋਟਾ ਵਾਕ
claw *n* ਪੰਜਾ
claw *v* ਪੰਜਾ ਮਾਰਨਾ
clay *n* ਚੀਨੀ ਮਿੱਟੀ
clean *adj* ਸਫ਼ਾ, ਸੁਅਛ
clean *v* ਸਾਫ਼ ਕਰਨ
cleaner *n* ਸਫ਼ਾਈ ਕਰਨ ਵਾਲਾ
cleanliness *n* ਸਫਾਈ
cleanse *v* ਸਾਫ਼ ਕਰ
cleanser *n* ਸਾਫ਼ ਕਰਨ ਵਾਲਾ
clear *adj* ਸਾਫ਼, ਨਿਰਮਲ
clear *v* ਨਿੱਖਰਨਾ, ਸਾਫ਼ ਹੋਣਾ
clearance *n* ਨਿਕਾਸੀ
clear-cut *adj* ਨਿਖੜਵਾਂ
clearly *adv* ਸਪਸ਼ਟਤਾਪੂਰਵਕ
clearness *n* ਸਫਾਈ, ਨਿਰਮਲਤਾ
cleft *n* ਦਰਾੜ
clemency *n* ਕਿਰਪਾ
clench *v* ਦੰਦ ਭੀਚਣਾ
clergy *n* ਪਾਦਰੀ ਵਰਗ
clergyman *n* ਪਾਦਰੀ
clerical *adj* ਪਾਦਰੀਆਂ ਦਾ
clerk *n* ਕਾਰਕੁਨ
clever *adj* ਹੁਸ਼ਿਆਰ
click *v* ਕੜ੍ਹੱਕ ਕਰ ਕੇ ਵੱਜਣਾ
client *n* ਸਾਇਲ, ਗਾਹਕ
clientele *n* ਗਾਹਕ
cliff *n* ਟਿੱਲਾ, ਚਟਾਨ
climate *n* ਜਲਵਾਯੂ
climatic *adj* ਜਲਵਾਯੂ ਸਬੰਧੀ

climax 38

C

climax *n* ਚੋਟੀ
climb *v* ਚੜ੍ਹਨਾ
climbing *n* ਚੜ੍ਹਾਈ, ਉਤਕਰਸ਼
clinch *v* ਪੱਕਾ ਕਰਨਾ
cling *iv* ਲਿਪਟਣਾ
clinic *n* ਕਲੀਨਿਕ
clip *v* ਫੜਨਾ
clip *n* ਚੂੰਢੀ; ਚੁਟਕੀ; ਪਕੜ
clipping *n* ਕੁਤਰਨ, ਕਟਾਈ
cloak *n* ਲਬਾਦਾ
clock *n* ਦੀਵਾਰ ਘੜੀ
clog *v* ਡਾਹਾ ਬੰਨ੍ਹਣਾ
cloister *n* ਮੱਠ
clone *v* (ਜੀਵ) ਕਲੋਨ
cloning *n* ਕਲੋਨ
close *v* ਮੁੰਦਣਾ, ਮੀਟਣਾ
close *adj* ਬੰਦ
close to *pre* ਕਰੀਬ
closed *adj* ਬੰਦ
closely *adv* ਨੇੜਿਉਂ, ਲਾਗਿਓਂ
closet *n* ਨਿੱਜੀ ਕਮਰਾ
closure *n* ਮਾਪਨ, ਸਮਾਪਤੀ
clot *n* ਘੇਪਾ, ਗਤਲਾ
cloth *n* ਕਪੜਾ
clothe *v* ਕੱਜਣਾ
clothes *n* ਕੱਪੜੇ, ਲੀੜੇ
clothing *n* ਬਸਤਰ
cloud *n* ਬੱਦਲ
cloudless *adj* ਨਿੰਬਲ
cloudy *adj* ਬਦਲੀ
clown *n* ਮਸਖਰਾ
club *n* ਕਲੱਬ, ਸਭਾ
club *v* ਡੰਡੇ ਮਾਰਨਾ
clue *n* ਸੁਰਾਗ਼
clumsiness *n* ਭੱਦਾਪਣ
clumsy *adj* ਕੁਢੱਬਾ, ਬੇਡੌਲ
cluster *n* ਪੁੰਜ
cluster *v* ਜਮ੍ਹਾ ਕਰਨਾ
clutch *n* ਚੁੰਗਲ
coach *v* ਘਰ ਪੜ੍ਹਾਉਣਾ
coach *n* ਬੱਘੀ, ਸ਼ਾਹੀ ਗੱਡੀ
coaching *n* ਬੱਘੀ ਦੁਆਰਾ ਸਫ਼ਰ
coagulate *v* ਥਰ ਬੱਝਣਾ
coagulation *n* ਥਰ
coal *n* ਕੋਇਲਾ
coalition *n* ਮੇਲ
coarse *adj* ਖਰ੍ਹਵਾ, ਘਟੀਆ
coast *n* ਸਮੁੰਦਰੀ ਤਟ
coast *v* ਤਟ ਦੇ ਨਾਲ ਜਾਣਾ
coastal *adj* ਤਟੀ, ਤਟਵਰਤੀ
coastline *n* ਤਟ-ਰੇਖਾ
coat *n* ਕੋਟ
coax *v* ਪਰਚਾਉਣਾ
cob *n* ਹੰਸ, ਰਾਜ ਹੰਸ
cobblestone *n* ਚੂਨੇ-ਗਚ
cobweb *n* ਮੱਕੜੀ ਦਾ ਜਾਲਾ
cocaine *n* ਕੋਕੀਨ
cock *n* ਕੁੱਕੜ
cockpit *n* ਕੁੱਕੜਾਂ ਦਾ ਅਖਾੜਾ
cockroach *n* ਝੀਂਗਰ
cocktail *n* ਕਾਕਟੇਲ; ਭੌਰਾ
cocky *adj* ਘਮੰਡੀ
cocoa *n* ਕੋਕੋ
coconut *n* ਨਾਰੀਅਲ

cod *n* ਕਾਡ ਮੱਛੀ
code *n* ਕੋਡ, ਜਾਬਤਾ
codify *v* ਨੇਮਤ ਕਰਨਾ
coefficient *n* ਸਾਂਝਾ ਅੰਸ਼
coerce *v* ਦਬਾਉਣਾ
coercion *n* ਦਾਬਾ
coexist *v* ਸਮਕਾਲੀ ਹੋਣਾ
coffee *n* ਕਾਹਵਾ, ਕਾਫ਼ੀ
coffin *n* ਤਾਬੂਤ
cohabit *v* ਸਹਿਵਾਸ ਕਰਨਾ
coherent *adj* ਉਚਿਤ
cohesion *n* ਜੋੜ
coin *n* ਸਿੱਕਾ
coincide *v* ਰਲਨਾ ਮਿਲਣਾ
coincidence *n* ਸਹਿਮਤੀ; ਢੋਅ
coincidental *adj* ਇਤਫ਼ਾਕੀ
cold *adj* ਠੰਡਾ
coldness *n* ਠੰਡਕ
colic *n* ਸੂਲ
collaborate *v* ਸਹਿਯੋਗ ਦੇਣਾ
collaboration *n* ਸਹਿਕਾਰਤਾ
collaborator *n* ਸਾਥੀ
collapse *v* ਢਹਿਣਾ
collapse *n* ਢੱਠਣ
collar *n* ਕਾਲਰ
collarbone *n* ਹਾਥੀ-ਦੰਦ
collateral *adj* ਗੌਣ, ਪ੍ਰਾਸੰਗਿਕ
colleague *n* ਸਾਥੀ
collect *v* ਗਹਾਉ
collection *n* ਗਹਾਈ
collector *n* ਕੁਲੈਕਟਰ
college *n* ਮਹਾਂਵਿਦਿਆਲਾ
collide *v* ਟਕਰਾਉ
collision *n* ਟੱਕਰ
cologne *n* ਖੁਸ਼ਬੂ
colon *n* ਕੋਲਨ
colonel *n* ਕਰਨੈਲ
colonial *adj* ਉਪਨਿਵੇਸ਼ੀ
colonization *n* ਬਸਤੀਕਰਨ
colonize *v* ਨਵੀਂ ਬਸਤੀ ਵਸਾਉਣਾ
colony *n* ਬਸਤੀ
color *n* ਰੰਗ
color *v* ਰੰਗਣਾ
colorful *adj* ਵਿਰਾਟ
colossal *adj* ਵੱਡ ਅਕਾਰ
colt *n* ਵਛੇਰਾ
column *n* ਕਾਲਮ
coma *n* ਲੰਬੀ ਬੇਹੋਸ਼ੀ
comb *n* ਕੰਘੀ
comb *v* ਕੰਘੀ ਫੇਰਨੀ
combat *n* ਲੜਾਈ, ਮੁਠਭੇੜ
combat *v* ਮੁਕਾਬਲਾ ਕਰਨਾ
combatant *n* ਸੂਰਮਾ
combination *n* ਸੁਮੇਲ
combine *v* ਜੋੜਨਾ
combustible *n* ਜਲਣਸ਼ੀਲ
combustion *n* ਦਹਿਨ
come *iv* ਆਉਣਾ
come about *v* ਵਾਪਰਨਾ, ਗੁਜ਼ਰਨਾ
come across *v* ਸ਼ਿਕਾਰ ਲੱਭਣਾ
come apart *v* ਢਹਿਣਾ
come back *v* ਜਵਾਬ ਵਿੱਚ ਕਹਿਣਾ
come down *v* ਟਪਕਾਉਣਾ
come forward *v* ਪੇਸ਼ਕਸ਼ ਕਰਨਾ

C

come from *v* ਤੋਂ ਮਿਲਣਾ
come in *v* ਪ੍ਰਵੇਸ਼ ਪਾਉਣਾ
come out *v* ਹਾਜ਼ਰ ਹੋਣਾ
come over *v* ਵੇਖਣ ਜਾਣਾ
come up *v* ਉੱਠਣਾ, ਉੱਠ ਖਲੋਣਾ
comeback *n* ਜਵਾਬ ਵਿੱਚ ਕਹਿਣਾ
comedian *n* ਭੰਡ
comedy *n* ਸੁਆਂਗ
comet *n* ਦੁਮਦਾਰ ਤਾਰਾ
comfort *n* ਸੁਖ
comfortable *adj* ਸੁਖਦਾਇੱਕ
comforter *n* ਰਜ਼ਾਈ ਲੈਣਾ
comical *adj* ਸੁਖਾਂਤ-ਸੰਬੰਧੀ
coming *n* ਆਮਦ
coming *adj* ਭਾਵੀ
comma *n* ਕਾਮਾ
command *v* ਆਗਿਆ
commander *n* ਸੈਨਾਨੀ
commandment *n* ਸ਼ੁਰੂ
commemorate *v* ਰਚਾਉਣਾ
commence *v* ਸ਼ੁਰੂ ਕਰਨਾ
commend *v* ਸੌਂਪਣਾ
commendation *n* ਸ਼ਲਾਘਾ
comment *v* ਟਿੱਪਣੀ ਕਰਨਾ
comment *n* ਟਿੱਪਣੀ
commerce *n* ਤਿਜਾਰਤ
commercial *adj* ਵਪਾਰਕ
commission *n* ਆਯੋਗ, ਕਮਿਸ਼ਨ
commit *v* ਸੌਂਪਣਾ, ਹਵਾਲੇ ਕਰਨਾ
commitment *n* ਪਾਬੰਦੀ
committed *adj* ਵਚਨਬੱਧ
committee *n* ਕਮੇਟੀ
common *adj* ਸਾਧਾਰਣ
commotion *n* ਰੌਲਾ
communicate *v* ਸੰਚਾਰਨਾ
communication *n* ਸੰਚਾਰ
communion *n* ਭਾਈਚਾਰਾ
communism *n* ਕਮਿਊਨਿਜ਼ਮ
communist *adj* ਵਾਮਪੰਥੀ
community *n* ਬਰਾਦਰੀ
commute *v* ਬਦਲਣਾ, ਵਟਾ ਲੈਣਾ
compact *adj* ਪੁਖਤਾ
compact *v* ਕਸਣਾ; ਜੋੜਣਾ
companion *n* ਬੇਲੀ
companionship *n* ਦੋਸਤੀ
company *n* ਕੰਪਨੀ
comparable *adj* ਸਮਾਨ, ਤੁੱਲ
comparative *adj* ਤੁਲਨਾਤਮਕ
compare *v* ਤੁਲਨਾ, ਉਪਮਾ
comparison *n* ਉਪਮਾ
compartment *n* ਕਮਰਾ
compass *n* ਦਿਸ਼ਾਸੂਚਕ; ਘੇਰਾ
compassion *n* ਦਇਆ
compassionate *adj* ਕਰੁਨਾਮਈ
compatibility *n* ਸੰਗਤੀ
compatible *adj* ਅਨੁਕੂਲ
compatriot *n* ਹਮ-ਵਤਨੀ
compel *v* ਮਜਬੂ
compelling *adj* ਪ੍ਰਭਾਵਸ਼ਾਲੀ
compendium *n* ਖੁਲਾਸਾ, ਸਾਰਾਂਸ਼
compensate *v* ਮੁਆਵਜ਼ਾ ਦੇਣਾ
compensation *n* ਪੂਰਤੀ
compete *v* ਟਾਕਰਾ ਕਰਨਾ
competence *n* ਕਾਬਲੀਅਤ

competent *adj* ਕਾਬਲ
competition *n* ਪ੍ਰਤਿਯੋਗਤਾ
competitive *adj* ਟਾਕਰੇ ਦਾ
competitor *n* ਪ੍ਰਤਿਯੋਗੀ
compile *v* ਸੰਕਲਨ ਕਰਨਾ
complain *v* ਵਿਲਾਪ ਕਰ
complaint *n* ਸ਼ਿਕਾਇਤ
complement *n* ਪੂਰਕ
complete *adj* ਪੂਰਾ
complete *v* ਮੁਕਾਉਣਾ
completely *adv* ਕਤਈ, ਬਿਲਕੁਲ
completion *n* ਕਾਰਜਸਿੱਧੀ
complex *adj* ਜਟਿਲ
complexion *n* ਰੰਗਤ
complexity *n* ਜਟਲਤਾ
compliance *n* ਆਗਿਆ ਪਾਲਣ
compliant *adj* ਅਨੁਰੂਪ
complicate *v* ਉਲਝਾਉਣਾ
complication *n* ਉਲਝਣ, ਗੁੰਝਲ
complicity *n* ਸਾਜ਼ਿਸ਼
compliment *n* ਪ੍ਰਸੰਸਾ
complimentary *adj* ਮਾਨਾਰਥ
comply *v* ਮੰਨਣਾ
component *n* ਅੰਗ
compose *v* ਸੁਆਰਨਾ
composed *adj* ਸ਼ਾਂਤ, ਅਡੋਲ
composer *n* ਰਚਣਹਾਰ
composition *n* ਮਿਲਾਉ
compost *n* ਮਿਲੀ-ਜੁਲੀ ਖਾਦ
composure *n* ਮਾਨਸਕ ਸੰਤੁਲਨ
compound *n* ਸੰਜੋਗ
compound *v* ਰਲਾਉਣਾ
comprehend *v* ਸ਼ਾਮਿਲ ਕਰਨਾ
comprehensive *adj* ਧਾਰਨਾ ਸਬੰਧੀ
compress *n* ਫਹਿਆ, ਪੱਟੀ
compression *n* ਦਬਾਉ, ਪੀੜਨ
comprise *v* ਸ਼ਾਮਿਲ ਕਰਨਾ
compromise *n* ਸਮਝੌਤਾ
compromise *v* ਹੱਲ, ਸਮਾਧਾਨ
compulsion *n* ਮਜਬੂਰੀ
compulsive *adj* ਮਜਬੂਰ
compulsory *adj* ਲਾਜ਼ਮ
compute *v* ਲੇਖਾ ਕਰਨਾ
computer *n* ਕਮਪਿਊਟਰ
comrade *n* ਸੰਗੀ, ਸਾਥੀ
con man *n* ਯਕੀਨ
conceal *v* ਗੁਪਤ ਰੱਖਣਾ
concede *v* ਮੰਨਣਾ
conceited *adj* ਹੰਕਾਰੀ
conceive *v* ਸੋਚਣਾ, ਸਮਝਣਾ
concentrate *v* ਕੇਂਦਰਤ ਕਰਨਾ
concentration *n* ਦਰੀਕਰਨ
concentric *adj* ਸਮਕੇਂਦਰੀ
concept *n* ਨਿੰਮਣ
conception *n* ਗਰਭ-ਧਾਰਣ
concern *v* ਖੇਭ, ਪਰਵਾਹ
concern *n* ਵਾਸਤਾ, ਵਾਹ
concerning *pre* ਸੰਬੰਧੀ, ਬਾਰੇ
concert *n* ਸੰਮਤੀ, ਮੇਲ
concession *n* ਛੋਟ, ਰਿਆਇਤ
conciliate *v* ਮਨਾਉਣਾ
conciliatory *adj* ਸੁਲ੍ਹਾਕਾਰੀ
concise *adj* ਸੰਖੇਪ, ਛੋਟਾ
conclude *v* ਭੇਗ ਪਾਉਣਾ

conclusion *n* ਅੰਜਾਮ

conclusive *adj* ਨਿਰਣਾਤਮਕ

concoct *v* ਮਨੋਂ ਘੜਨਾ, ਜੋੜਨਾ

concoction *n* ਮਨੋਘਾੜਤ

concrete *n* ਕੰਕਰੀਟ

concrete *adj* ਪੱਕਾ, ਠੋਸ

concur *v* ਸੰਮਤੀ ਰੱਖਣਾ

concurrent *adj* ਸਮਾਨਾਂਤਰ

concussion *n* ਸੱਟ, ਟੱਕਰ

condemn *v* ਅਪਰਾਧੀ ਠਹਿਰਾਉਣਾ

condemnation *n* ਦੋਸ਼, ਦੂਸ਼ਣ

condensation *n* ਸੰਖੇਪਤਾ

condense *v* ਸੰਖੇਪ ਕਰਨਾ

condescend *v* ਰਜ਼ਾਮੰਦ ਹੋਣਾ

condiment *n* ਅਚਾਰ

condition *n* ਦਸ਼ਾ, ਹਾਲ ਚਾਲ

conditional *adj* ਨਿਰਭਰ, ਸ਼ਰਤਬੰਦ

conditioner *n* ਸ਼ਰਤਬੰਦ

condo *n* ਸਹਿ-ਅਧਿਕਾਰ

condolences *n* ਸੋਗ

condone *v* ਛੋਟ ਦੇਣਾ

conducive *adj* ਸਹਾਈ, ਪ੍ਰੇਰਕ

conduct *n* ਵਤੀਰਾ

conduct *v* ਸੰਚਾਲਨ ਕਰਨਾ

conductor *n* ਚਾਲਕ

cone *n* ਸ਼ੰਕੂ, ਸ਼ੰਕੂਫਲ

confer *v* ਬਖਸ਼ਣਾ

conference *n* ਕਾਨਫਰੰਸ

confess *v* ਕਬੂਲ

confession *n* ਇੱਕਬਾਲ, ਤੋਬਾ

confessional *n* ਸਵੀਕਾਰ-ਸਥਾਨ

confessor *n* ਇੱਕਬਾਲੀ

confidant *n* ਵਿਸ਼ਵਾਸਪਾਤਰ

confide *v* ਵਿਸਾਹ ਖਾਣਾ

confidence *n* ਭਰੋਸਾ, ਯਕੀਨ

confident *adj* ਵਿਸ਼ਵਾਸੀ

confidential *adj* ਗੁਪਤ

confine *v* ਜੇਲ, ਜੇਲਖਾਨਾ

confinement *n* ਕੈਦ, ਹਿਰਾਸਤ

confirm *v* ਪੁਸ਼ਟੀ ਕਰਨਾ

confirmation *n* ਪੁਸ਼ਟੀ

confiscate *v* ਕੁਰਕ ਕਰਨਾ

confiscation *n* ਜ਼ਬਤੀ, ਕੁਰਕੀ

conflict *n* ਸੰਘਰਸ਼, ਕਸ਼ਮਕਸ਼

conflict *v* ਜਦੋਜਹਿਦ ਕਰਨਾ

conflicting *adj* ਵਿਪਰੀਤ

conform *v* ਅਨੁਕੂਲ ਕਰਨਾ

conformist *n* ਅਨੁਯਾਈ

conformity *n* ਅਨੁਕੂਲਣ

confound *v* ਘੜਮੱਸ ਪਾਉਣਾ

confront *v* ਰੂਬਰੂ ਹੋਣਾ

confrontation *n* ਆਕ੍ਰਿਤੀ

confuse *v* ਉਲਝਾਉਣਾ

confusing *adj* ਭੁਲੇਖਾ ਜਨਕ

confusion *n* ਘਬਰਾਹਟ

congenial *adj* ਪੈਦਾਇਸ਼ੀ

congested *adj* ਰੱਤ-ਬਹੁਲ

congestion *n* ਰੱਤ-ਬਹੁਲਤਾ, ਭੀੜ

congratulate *v* ਵਧਾਈ ਦੇਣਾ

congratulations *n* ਮੁਬਾਰਕ

congregate *v* ਇੱਕੱਠਾ ਕਰਨਾ

congregation *n* ਮਜਲਸ

congress *n* ਕਾਂਗਰਸ

conjecture *n* ਅੰਦਾਜ਼ਾ

C

conjugal *adj* ਵਿਵਾਹਕ
conjugate *v* ਮਿਲਵਾਂ, ਜੜੁੱਤ
conjunction *n* ਸੰਯੋਜਕ
conjure up *v* ਆਵਾਹਣ ਕਰਨਾ
connect *v* ਜੋੜਨਾ, ਜੁੜਨਾ
connection *n* ਵਾਸਤਾ
connote *v* ਸੰਕੇਤ ਕਰਨਾ
conquer *v* ਫਤਿਹ ਕਰਨਾ
conqueror *n* ਜੇਤੂ, ਵਿਜਈ
conquest *n* ਜਿੱਤ
conscience *n* ਜ਼ਮੀਰ
conscious *adj* ਸੁਚੇਤ
consciousness *n* ਚੇਤਨਤਾ
conscript *n* ਜਬਰੀ ਰੰਗਰੂਟ
consecrate *v* ਪਾਵਨ ਕਰਨਾ
consecration *n* ਪਵਿੱਤਰ ਕਰਨਾ
consecutive *adj* ਉੱਪਰੋਥਲੀ
consensus *n* ਸਹਿਮਤੀ
consent *v* ਰਜ਼ਾਮੰਦ ਹੋਣਾ
consent *n* ਰਜ਼ਾਮੰਦੀ
consequence *n* ਫਲ
consequent *adj* ਪਰਿਣਾਮੀ
conservation *n* ਸੰਭਾਲ
conservative *adj* ਦਕਿਆਨੂਸੀ
conserve *v* ਸੰਭਾਲ ਕੇ ਰੱਖਣਾ
conserve *n* ਮਿਠਾਈ, ਮੁਰੱਬਾ
consider *v* ਸੋਚਣਾ
considerable *adj* ਵਿੱਚਾਰਨਯੋਗ
considerate *adj* ਲਿਹਾਜ਼ਦਾਰ
consideration *n* ਸੋਚ ਵਿੱਚਾਰ
consignment *n* ਮਾਲ ਭਿਜਵਾਈ
consist *v* ਬਣਨਾ
consistency *n* ਅਨੁਕੂਲਤਾ
consistent *adj* ਅਨੁਕੂਲ ਕਰਨਾ
consolation *n* ਢਾਰਸ
console *v* ਦਿਲਾਸਾ ਦੇਣਾ
consolidate *v* ਚੱਕਬੰਦੀ ਕਰਨਾ
consonant *n* ਵਿਅੰਜਨ
conspicuous *adj* ਉੱਘਾ, ਸਿਰਕੱਢ
conspiracy *n* ਸਾਜਸ਼, ਸਾਜ਼ਬਾਜ
conspirator *n* ਸਾਜ਼ਸ਼ ਕਰਨ ਵਾਲਾ
conspire *v* ਸਾਜ਼ਸ਼ ਕਰਨਾ
constancy *n* ਸਥਿਰਤਾ, ਦ੍ਰਿੜ੍ਹਤਾ
constant *adj* ਪੱਕਾ, ਦ੍ਰਿੜ੍ਹ
constellation *n* ਤਾਰਿਆਂ ਦੀ ਖਿੱਤੀ
consternation *n* ਤ੍ਰਾਹ, ਘਬਰਾਹਟ
constipate *v* ਸੰਘਣਾ ਕਰਨਾ
constipated *adj* ਕਬਜ਼
constipation *n* ਕਬਜ਼ੀ
constitute *v* ਬਣਾਉਣਾ
constitution *n* ਸੰਵਿਧਾਨ
constrain *v* ਰੋਕਣਾ
constraint *n* ਮਜਬੂਰੀ
construct *v* ਨਿਰਮਾਣ ਕਰਨਾ
construction *n* ਨਿਰਮਾਣ
constructive *adj* ਨਿਰਮਾਣਾਤਮਕ
consul *n* ਵਣਜ ਦੂਤ
consulate *n* ਕਾਂਸਲੀ ਸ਼ਾਸਨ
consult *v* ਸਮੰਤੀ ਲੈਣਾ
consultation *n* ਸਲਾਹ
consume *v* ਖਪਾਉ
consumer *n* ਉਪਭੋਗੀ
consumption *n* ਖਪਤ
contact *n* ਛੋਹ, ਸਪਰਸ਼

C

contact *v* ਛੋਹਣਾ; ਵਾਹ ਪੈਣਾ
contagious *adj* ਛੂਤਕਾਰੀ
contain *v* ਅਟਣਾ
container *n* ਡੱਬਾ, ਬਕਸਾ
contaminate *v* ਭ੍ਰਿਸ਼ਟ ਕਰਨਾ
contamination *n* ਭਿੱਟ, ਛੂਤ
contemplate *v* ਧਿਆਉਣਾ
contemporary *adj* ਸਮਕਾਲੀ
contempt *n* ਘਿਰਣਾ, ਨਫ਼ਰਤ
contend *v* ਬਹਿਸ ਕਰਨਾ
contender *n* ਉਮੀਦਵਾਰ
content *adj* ਸੰਤੋਖੀ, ਸੰਤੁਸ਼ਟ
content *n* ਤੱਤ; ਵਿਸ਼ਾ-ਸੂਚੀ
contentious *adj* ਵਿਵਾਦਪੂਰਨ
contents *n* ਭਰਤ
contest *n* ਚਰਚਾ, ਵਾਦਵਿਵਾਦ
contestant *n* ਪ੍ਰਤਿਯੋਗੀ
context *n* ਪ੍ਰਕਰਣ
continent *n* ਮਹਾਂਦੀਪ
continental *adj* ਮਹਾਂਦੀਪੀ
contingency *n* ਸੰਜੋਗ
contingent *adj* ਸਬੱਬੀ
continuation *n* ਲਗਾਤਾਰਤਾ
continue *v* ਜਾਰੀ ਰੱਖਣਾ
continuity *n* ਲਗਾਤਾਰਤਾ
continuous *adj* ਨਿਰੰਤਰ
contour *n* ਆਕਾਰ
contraband *n* ਤਸਕਰੀ
contract *v* ਠੇਕੇਨਾਮਾ, ਸਿਮਟ
contract *n* ਸੰਧੀ
contraction *n* ਸੁੰਗੇੜ, ਸੁੰਗੜਨ
contradict *v* ਖੰਡਨ ਕਰਨਾ
contradiction *n* ਪ੍ਰਤਿਵਾਦ
contrary *adj* ਉਲਟਾ
contrast *v* ਟਾਕਰਾ ਕਰਨਾ
contrast *n* ਅਨਤਰ
contribute *v* ਚੰਦਾ ਦੇਣਾ
contribution *n* ਦਿਤ
contributor *n* ਲੇਖ ਭੇਜਣ ਵਾਲਾ
contrition *n* ਪਸ਼ੇਮਾਨੀ
control *n* ਕਾਬੂ, ਵਸ
control *v* ਨਿਯੰਤ੍ਰਣ ਕਰਨਾ
controversial *adj* ਝਗੜੇ ਵਾਲਾ
controversy *n* ਝਗੜਾ
convalescent *adj* ਪੱਲ੍ਹਰਦਾ
convene *v* ਸਮਾਗਮ ਬੁਲਾਉਣਾ
convenience *n* ਸਹੂਲਤ
convenient *adj* ਉਪਯੁਕਤ
convent *n* ਸਾਧ ਆਸ਼ਰਮ
convention *n* ਰੂੜੀ
conventional *adj* ਰਵਾਇਤੀ
converge *v* ਕੇਂਦਰਤ ਹੋਣਾ
conversation *n* ਬਾਤਚੀਤ
converse *v* ਗੱਲਬਾਤ ਕਰਨਾ
conversely *adv* ਉਲਟੇ ਪਾਸਿਓਂ
conversion *n* ਰੂਪਾਂਤਰਣ
convert *v* ਬਦਲਣਾ
convert *n* ਨੌਂ-ਮਜ਼ਹਬੀ
convey *v* ਜਾਣਾ, ਅਪੜਾ ਦੇਣਾ
convict *v* ਦੋਸ਼ੀ ਠਹਿਰਾਉਣਾ
conviction *n* ਦੋਸ਼-ਸਿੱਧੀ, ਨਿਸ਼ਚਾ
convince *v* ਮਨਵਾਉਣਾ
convincing *adj* ਮੰਨਣਯੋਗ, ਯਕੀਨੀ
convoluted *adj* ਜਟਿਲ

C

convoy *n* ਕਾਨਵਾਈ
convulse *v* ਝੰਜੋੜਨਾ
convulsion *n* ਝੰਜੋੜਾ
cook *v* ਰੋਟੀ ਪਕਾਉਣਾ
cook *n* ਰਸੋਈਆ, ਲਾਂਗਰੀ
cookie *n* ਬਿਸਕੁਟ
cooking *n* ਪਾਕ, ਪਾਚਨ
cool *adj* ਠੰਢਾ
cool *v* ਠੰਢਾ ਕਰਨਾ
cooling *adj* ਠੰਢਾ, ਸਰਦ
coolness *n* ਠੰਢਕ, ਸੀਤਲਤਾ
cooperate *v* ਸੈਹਕਾਰੀ ਹੋਣਾ
cooperation *n* ਮਿਲਵਰਤਨ
cooperative *adj* ਸਹਿਕਰੀ
coordinate *v* ਸਮਾਨ ਕਰਨਾ
coordination *n* ਤਾਲਮੇਲ
coordinator *n* ਸੰਯੋਜਕ
cop *n* ਛੱਲੀ
cope *n* ਛਤਰ
copier *n* ਤਾਂਬਾ
copper *n* ਤਾਂਬੇ ਦਾ ਭਾਂਡਾ
copy *v* ਉਤਾਰਨਾ
copy *n* ਉਤਾਰਾ, ਕਾਪੀ
copyright *n* ਕਾਪੀਰਾਈਟ
cord *n* ਰੱਸੀ, ਸੁਤਲੀ
cordial *adj* ਦਿਲੀ, ਹਾਰਦਿਕ
cordless *adj* ਮੋਬਾਈਲ ਫ਼ੋਨ
cordon *n* ਹਾਸ਼ੀਆ, ਕੰਨੀ
cordon off *v* ਮੁੰਦਣਾ, ਮੀਟਣਾ
core *n* ਬੀਜਦਾਨੀ
cork *n* ਕਾਰਕ ਦਾ, ਕਾਗ ਦਾ
corn *n* ਦਾਣੇ, ਅੰਨ
corner *n* ਕੋਣਾ, ਗੁੱਠ
corner *v* ਘੇਰਣਾ; ਫਸਾਉਣਾ
cornet *n* ਝੰਡਾ ਬਰਦਾਰ
corollary *n* ਫਲਤ ਸਿੱਟਾ
coronary *adj* ਵਿਅਰਥ
coronation *n* ਰਾਜ ਤਿਲਕ
corporal *adj* ਸਰੀਰਕ
corporal *n* ਨਾਇੱਕ
corporation *n* ਨਿਗਮ
corpse *n* ਲੋਥ, ਲਾਸ਼
corpulent *adj* ਮੋਟਾ, ਭਾਰੀ
corpuscle *n* ਲਹੂ ਦਾਣਾ
correct *v* ਸੋਧਣਾ
correct *adj* ਢੁਕਵਾਂ
correction *n* ਸੋਧ, ਸੁਧਾਈ
correlate *v* ਸਹਿਸਬੰਧਤ ਹੋਣਾ
correspond *v* ਅਨੁਸਾਰੀ ਹੋਣਾ
correspondent *n* ਪੱਤਰ-ਪ੍ਰੇਰਕ
corresponding *adj* ਅਨੁਰੂਪ
corridor *n* ਦਲਾਨ
corroborate *v* ਪ੍ਰੋੜ੍ਹਤਾ ਕਰਨਾ
corrode *v* ਖਾ ਜਾਣਾ, ਖੁਰ ਜਾਣਾ
corrupt *v* ਵਿਗਾੜਨਾ
corrupt *adj* ਵੱਢੀਖੋਰ, ਹਰਾਮਖੋਰ
corruption *n* ਤਰੱਕਣ, ਸੜਾਂਦ
cosmetic *n* ਸ਼ਿੰਗਾਰ
cosmic *adj* ਸੁੰਦਰਤਾਵਰਧਕ
cosmonaut *n* ਪੁਲਾੜ ਯਾਤਰੀ
cost *iv* ਐਨੇ ਦੀ ਪੈਣੀ
cost *n* ਲਾਗਤ
costly *adj* ਬਹੁਮੁੱਲਾ, ਵਡਮੁੱਲਾ
costume *n* ਵੇਸ

C

cottage *n* ਕੁੱਲੀ, ਕੁਟੀਆ
cotton *n* ਰੂੰ
couch *n* ਸੋਫਾ
cough *n* ਖੰਘ
cough *v* ਖੰਘਾਰ ਕੱਢਣਾ
council *n* ਪਰਿਸ਼ਦ
counsel *v* ਸਲਾਹ ਦੇਣਾ
counsel *n* ਮਸ਼ਵਰਾ, ਸਲਾਹ
counselor *n* ਸਲਾਹਕਾਰ
count *v* ਗਿਣਨਾ
count *n* ਗਿਣਤੀ, ਗਣਨਾ
countdown *n* ਗਣਨਾ
countenance *n* ਚਿਹਰੇ ਦੇ ਹਾਵ-ਭਾਵ
counter *v* ਵਿਰੋਧ ਕਰਨਾ, ਰੋਕਣਾ
counter *n* ਕਾਉਂਟਰ; ਘੋੜੇ ਦਾ ਸੀਨਾ
counteract *v* ਰੋਕਣਾ
counterfeit *v* ਨਕਲ ਕਰਨਾ
counterfeit *adj* ਨਕਲੀ, ਜਾਅਲੀ
counterpart *n* ਦੂਜਾ ਅੱਧ
countess *n* ਕਾਊਂਟ ਦੀ ਪਤਨੀ
countless *adj* ਅਸੰਖ
country *n* ਦੇਸ਼, ਮੁਲਕ
country *adj* ਦੇਸੀ
countryman *n* ਵਤਨੀ, ਦੇਸ਼ਵਾਸੀ
countryside *n* ਪਿੰਡ ਦਾ ਇਲਾਕਾ
county *n* ਦੇਸ਼
coup *n* ਕਰੜੀ ਸੱਟ
couple *n* ਦੋਹਰਾ ਪਟਾ, ਕੰਢਲੀ
coupon *n* ਕੂਪਨ
courage *n* ਨਿਰਭੈਤਾ, ਹਿੰਮਤ
courageous *adj* ਦਲੇਰ, ਨਿਰਭੈ
courier *n* ਹਰਕਾਰਾ
course *n* ਪਾਠਕ੍ਰਮ, ਰੌਂ
court *n* ਵਿਹੜਾ; ਟੈਨਿਸ ਦਾ ਮੈਦਾਨ; ਅਦਾਲਤ; ਚਾਪਲੂਸੀ; ਸ਼ਾਹੀ ਦਰਬਾਰ
court *v* ਖੁਸ਼ਾਮਦ ਕਰਨਾ
courteous *adj* ਸ਼ਿਸ਼ਟ, ਨਿਮਰ
courtesy *n* ਮੂੰਹ ਮੁਲਾਹਜ਼ਾ
courthouse *n* ਪ੍ਰੇਮ ਕਰਨਾ
courtship *n* ਆਸ਼ਨਾਈ
courtyard *n* ਆਂਗਣ
cousin *n* ਕਜ਼ਨ
cove *n* ਬੰਦਾ, ਜਣਾ
covenant *n* ਪ੍ਰਤਿੱਗਿਆ
cover *n* ਢੱਕਣ, ਕੱਜਣ
cover *v* ਢਕਣਾ, ਕੱਜਣਾ
cover up *v* ਗੁਪਤ ਰਕ੍ਖ, ਚਮਡ਼ਾ
coverage *n* ਖੇਤਰ, ਸੀਮਾ-ਖੇਤਰ
covert *adj* ਲੁਕਵਾਂ, ਗੁੱਝਾ
cover-up *n* ਪਰਦਾਪੋਸ਼ੀ
covet *v* ਲੋਭੀ ਹੋਣਾ
cow *n* ਗਾਂ
coward *n* ਡਰਪੋਕ
cowardice *n* ਕਾਇਰਤਾ
cowardly *adv* ਕਾਇਰਤਾ ਨਾਲ
cowboy *n* ਗਵਾਲਾ, ਚਾਕ
cozy *adj* ਕੋਸਾ
crab *n* ਕੇਕੜਾ
crack *n* ਦਰਜ
crack *v* ਕੁੜਕਾਉਣਾ
cradle *n* ਝੁਲਾਉ
craft *n* ਸ਼ਿਲਪ, ਫ਼ਨ
craftsman *n* ਕਾਰੀਗਰ
cram *v* ਠੋਸ

cramp *n* ਮਰੋੜ
cramped *adj* ਸੌੜਾ
crane *n* ਸਾਰਸ
crank *n* ਧੁਰੀ-ਫੇਰ
cranky *adj* ਢਿਲਾ
crappy *adj* ਕੁਰੂਪ
crash *n* ਪਟਾਕਾ, ਧਮਾਕਾ
crash *v* ਟੁੱਟਣਾ, ਖੇਰੂੰ ਖੇਰੂੰ ਹੋਣਾ
crass *adj* ਅੜਵੈਂਗ, ਅਵੱਲਾ
crater *n* ਜਵਾਲਾਮੁੱਖੀ ਦਾ ਮੂੰਹ
crave *v* ਲਾਲਸਾ ਕਰਨਾ
craving *n* ਭੁੱਖ
crawl *v* ਹੌਲੀ ਹੌਲੀ ਤੁਰਨਾ
crayon *n* ਰੰਗਦਾਰ ਚਾਕ
craziness *n* ਮੂਰਖਤਾ
crazy *adj* ਦੀਵਾਨਾ
creak *v* ਚਰ ਚਰ ਕਰਨਾ
creak *n* ਚਰ ਚਰ
cream *n* ਦੁਧ ਦੀ ਕ੍ਰੀਮ
creamy *adj* ਮਲਾਈਦਾਰ
crease *n* ਭਾਨ, ਭੰਨ
crease *v* ਨ ਪਾਉਣੀ
create *v* ਭਾਨ ਪਾਉਣੀ
creation *n* ਕ੍ਰਿਤੀ, ਰਚਨਾ
creative *adj* ਰਚਨਾਤਮਕ
creativity *n* ਕਲਪਨਾ
creator *n* ਬਨਾਣਵਾਲਾ
creature *n* ਜੀਵ
credibility *n* ਸ਼ਾਖ, ਪ੍ਰਤੀਤ
credible *adj* ਮੰਨਣਯੋਗ
credit *n* ਭੱਲ, ਭਰੋਸਾ
credit *v* ਵਸੂਲੀ ਲਿਖਣਾ; ਭਰੋਸਾ ਕਰਨਾ
creditor *n* ਉਧਾਰ ਦੇਣ ਵਾਲਾ
creed *n* ਧਰਮ; ਸਿਧਾਂਤ
creek *n* ਖਾੜੀ
creep *v* ਘਿਸਰਨਾ
creepy *adj* ਸ਼ੰਕਾਜਨਕ; ਘਸਾ ਕੇ ਤੁਰਨ ਵਾਲਾ
cremate *v* ਸਸਕਾਰ ਕਰਨਾ
crematorium *n* ਸ਼ਮਸ਼ਾਨ ਘਾਟ
crest *n* ਟੀਸੀ
crevice *n* ਤ੍ਰੇੜ
crew *n* ਮੱਲਾਹ
crib *n* ਖੁਰਲੀ, ਝੁੱਗੀ
cricket *n* ਕ੍ਰਿਕਟ
crime *n* ਜੁਰਮ
criminal *adj* ਅਪਰਾਧੀ
cripple *n* ਪਿੰਗਲਾ
cripple *v* ਲੰਗੜਾ ਕਰਨਾ
crisis *n* ਸੰਕਟ
crisp *adj* ਖ਼ਸਤਾ
crispy *adj* ਘੁੰਗਰਾਲੇ
crisscross *v* ਕਾਟਾ ਮਾਰਨਾ
criterion *n* ਮੂਲ ਤੱਤ
critical *adj* ਅਲੋਚਨਾਤਮਕ
criticism *n* ਆਲੋਚਨਾ
criticize *v* ਆਲੋਚਨਾ ਕਰਨਾ
critique *n* ਆਲੋਚਨਾ
crocodile *n* ਮੱਗਰਮੱਛ
crony *n* ਲੰਗੋਟੀਆ ਯਾਰ
crook *n* ਖੂੰਡਾ
crooked *adj* ਵਿੰਗਾ, ਟੇਢਾ
crop *n* ਉਪਜ, ਫ਼ਸਲ, ਵਾਲਾਂ ਦੀ ਕਟਾਈ
cross *n* ਸੂਲੀ, ਸਲੀਬ
cross *adj* ਉਲਟਾ

C

cross *v* ਕੱਟਣਾ
cross out *v* ਮਿਟਾਉ
crossfire *n* ਗੋਲਾਬਾਰੀ
crossing *n* ਪਾਰ
crossroads *n* ਚੁਰਾਹਾ
crosswalk *n* ਪਾਰ ਹੋਉਣਾ
crossword *n* ਸ਼ਬਦ ਪਹੇਲੀ
crouch *v* ਦਬਕਣਾ, ਝੁਕਣਾ
crow *n* ਕਾਂ, ਕਾਗ, ਬਾਂਗ
crowbar *n* ਸਾਬਲ
crowd *n* ਭੀੜ, ਭੀੜ-ਭੜੱਕਾ
crowd *v* ਭੀੜ ਕਰਨਾ
crowded *adj* ਭੀੜ ਵਾਲਾ
crown *n* ਮੁਕਟ
crown *v* ਮੁਕਟ ਪੁਆਉਣਾ
crowning *n* ਟੀਸੀ, ਟਿੱਲਾ
crucial *adj* ਨਿਰਣਾਕਾਰੀ
crucifix *n* ਸੂਲੀ
crucifixion *n* ਸੂਲੀ ਟੰਗਣਾ
crucify *v* ਸੂਲੀ ਚਾੜ੍ਹਨਾ
crude *adj* ਕੱਚਾ, ਅਣਘੜ
cruel *adj* ਕਠੋਰ
cruelty *n* ਨਿਰਮਮਤਾ
cruise *v* ਸ਼ਤ ਕਰਨਾ
crumb *n* ਟੁੱਕ
crumble *v* ਚੂਰਾ ਚੂਰਾ ਹੋਣਾ
crunchy *adj* ਘੁੰਗਰਾਲੇ, ਛੱਲੇਦਾਰ
crusade *n* ਜਹਾਦ
crusader *n* ਧਰਮ-ਯੋਧਾ
crush *v* ਮਸਲ
crushing *adj* ਬਹੁਤ ਤੇਜ਼
crust *n* ਪਾਪੜੀ, ਪੇਪੜੀ
crusty *adj* ਕਰੜਾ, ਸਖਤ
crutch *n* ਵੈਸਾਖੀ
cry *n* ਚੀਕ
cry *v* ਚੀਕਣਾ
cry out *v* ਕੂਕਣਾ
crying *n* ਰੋਣ
crystal *n* ਰਵਾ, ਬਲੌਰ
cub *n* ਕਤੂਰਾ
cube *n* ਘਣ
cubic *adj* ਘਣਾਕਾਰ
cubicle *n* ਛੋਟਾ ਕਮਰਾ
cucumber *n* ਖੀਰਾ
cuddle *v* ਪੁਚਕਾਰ
cuff *n* ਕਫ, ਕੇਸ
cuisine *n* ਰਸੋਈ ਦਾ ਕੰਮ
culminate *v* ਸਿਖਰ ਤੇ ਪੁੱਜਣਾ
culpability *n* ਦੋਸ਼ਪੂਰਨਤਾ
culprit *n* ਦੋਸ਼ੀ, ਅਪਰਾਧੀ
cult *n* ਮਾਰਗ
cultivate *v* ਖੇਤੀ ਕਰਨਾ
cultivation *n* ਕਾਸ਼ਤ
cultural *adj* ਸੰਸਕ੍ਰਿਤਿਕ
culture *n* ਸੰਸਕ੍ਰਿਤੀ
cumbersome *adj* ਦੁੱਭਰ, ਮੁਸ਼ਕਲ
cunning *adj* ਘਾਘ
cup *n* ਕੌਲ
cupboard *n* ਅਲਮਾਰੀ
curable *adj* ਠੀਕ ਹੋਣਯੋਗ
curator *n* ਰੱਖਿਅਕ
curb *v* ਠੱਲ੍ਹ ਪਾਉਣੀ
curb *n* ਦਹਾਨਾ
curdle *v* ਦਹੀਂ ਜੰਮਣਾ

cure *v* ਇਲਾਜ ਕਰਨਾ
cure *n* ਇਲਾਜ, ਚਿਕਿਤਸਾ
curfew *n* ਕਰਫਿਊ
curiosity *n* ਉਤਸੁਕਤਾ
curious *adj* ਜਗਿਆਸੂ
curl *v* ਕੁੰਡਲ ਬਣਾਉਣਾ
curl *n* ਕੁੰਡਲ
curly *adj* ਕੁੰਡਲਦਾਰ, ਘੁੰਗਰੂਦਾਰ
currency *n* (ਮੁਦਰਾ ਦਾ) ਚਲਨ
current *adj* ਧਾਰਾ
current *n* ਵਰਤਮਾਨ; ਧਾਰਾ; ਆਧੁਨਿਕ
currently *adv* ਫਟਾਫਟ
curse *v* ਕੋਸ, ਸ਼ਾਪ
curtail *v* ਕੱਟਣਾ, ਛਾਂਟਣਾ
curtain *n* ਪਰਦਾ
curve *n* ਵਕਰ, ਵਕਰ-ਰੇਖਾ
curve *v* ਮੋੜਨਾ, ਵਿੰਗਾ ਕਰਨਾ
cushion *n* ਗੱਦਾ
cushion *v* ਗੱਦੇਦਾਰ ਬਣਾਉਣਾ
cuss *v* ਰਾਪ
custard *n* ਫਿਰਨੀ, ਦੁੱਧ
custodian *n* ਨਿਗਰਾਨ
custody *n* ਹਿਰਾਸਤ
custom *n* ਉਪਯੋਗ
customary *adj* ਆਦੀ
customer *n* ਗਾਹਕ
custom-made *adj* ਵਿਸ਼ੇਸ਼ ਰੂਪ ਨਾਲ ਬਣਾਇਆ ਹੋਇਆ
customs *n* ਚੁੰਗੀ; ਰਸਮ ਰਿਵਾਜ
cut *n* ਟੱਕ, ਵੱਢ
cut *v* ਕੱਟਣਾ, ਵੱਢਣਾ
cut back *v* ਠੱਲ੍ਹ ਪਾਉਣੀ, ਰੋਕਣਾ
cut down *v* ਛੋਟਾ ਕਰਨਾ
cut off *v* ਵੱਖ ਕਰਨਾ, ਟੌਕਣਾ
cut out *v* ਰਾਹੇ ਪਾਉਣਾ
cute *adj* ਚਲਾਕ, ਚੰਟ
cutlery *n* ਛੁਰੀ-ਸਾਜ਼ੀ
cutter *n* ਟੋਕਾ, ਦਰਜ਼ੀ
cyanide *n* ਸਾਈਨਾਇਡ
cycle *n* ਚੱਕਰ, ਸਿਲਸਿਲਾ
cycle *v* ਘੁੰਮਣਾ
cyclone *n* ਸਮੁੰਦਰੀ ਝੱਖੜ
cylinder *n* ਵੇਲਣਾ
cynic *n* ਸਨਕੀ ਵਿਅਕਤੀ
cynicism *n* ਸ਼ੱਕ, ਸੰਦੇਹ
cypress *n* ਸਰੂ
cyst *n* ਮਸਾਨਾ
czar *n* ਜ਼ਾਰ

D

dad *n* ਪਿਤਾ
dagger *n* ਛੁਰਾ
daily *adv* ਨਿਤ, ਰੋਜ਼, ਰੋਜ਼ਾਨਾ
dairy farm *n* ਡੇਰੀ ਫਾਰਮ
daisy *n* ਗੁਲਬਹਾ
dam *n* ਡੈਮ
damage *n* ਹਾਨੀ, ਨੁਕਸਾਨ
damage *v* ਨੁਕਸਾਨ ਪਹੁੰਚਾਉਣਾ
damaging *adj* ਸਤਿਆਨਾਸੀ

damn *v* ਦੁਰਕਾਰਨਾ, ਕੋਸਣਾ
damnation *n* ਨਿੰਦਿਆ
damp *adj* ਸਿੱਲ੍ਹਾ, ਗਿੱਲਾ
dampen *v* ਸਿੱਲ੍ਹਾ ਕਰਨਾ
dance *n* ਨਾਚ, ਨ੍ਰਿਤ
dance *v* ਨੱਚਣਾ, ਨਾਚ ਕਰਨਾ
dancing *n* ਨਾਚ ਕਲਾ
dandruff *n* ਸਿੱਕਰੀ, ਕਰ
danger *n* ਖਤਰਾ
dangerous *adj* ਖ਼ਤਰਨਾਕ
dangle *v* ਲਮਕਾਉਣਾ
dare *v* ਹੌਸਲਾ ਕਰਨਾ
dare *n* ਵੰਗਾਰ, ਚੁਣੌਤੀ
daring *adj* ਨਿਧੜਕ, ਨਿਡਰ
dark *adj* ਅੰਧਕਾਰ
darken *v* ਹਨੇਰਾ ਕਰਨਾ
darkness *n* ਅੰਧਿਆਰਾ
darling *adj* ਪਿਆਰਾ
darn *v* ਸਰਾਪਣਾ
dart *n* ਤੀਰ
dart *v* ਝਪਟਣਾ; ਤੀਰ ਮਾਰਨਾ
dash *v* ਸੱਟਣਾ; ਚੂਰ ਚੂਰ ਹੋਣਾ
dashing *adj* ਉੱਦਮੀ
data *n* ਆਂਕੜੇ
database *n* ਤੱਥ-ਅਧਾਰ
date *n* ਖਜੂਰ; ਤਾਰੀਖ
date *v* ਮਿਤੀ ਪਾਉਣੀ
daughter *n* ਪੁਤਰੀ
daughter-in-law *n* ਨੂੰਹ
daunt *v* ਹਿੰਮਤ ਤੋੜਨਾ
daunting *adj* ਸੁਰਲਾਉਂਦਾ
dawn *n* ਉਸ਼ਾ
day *n* ਪ੍ਰਭਾਤ; ਅਰੰਭ ਹੋਣਾ
daydream *n* ਖਿਆਲੀ ਉਡਾਰੀ
daze *v* ਬਦਹਵਾਸ ਕਰਨਾ
dazed *adj* ਬਦਹਵਾਸ
dazzle *v* ਚੁੰਧਿਆਉਣਾ
dazzling *adj* ਚੁੰਧਿਆ ਦੇਣ ਵਾਲਾ
deacon *n* ਛੋਟਾ ਪਾਦਰੀ
dead *adj* ਮੁਰਦਾ, ਮੋਇਆ
dead end *n* ਬੰਦ ਗਲੀ
deaden *v* ਮਰਨਾ, ਮਰ ਜਾਣਾ
deadline *n* ਇੰਤਹਾ, ਸੀਮਾ
deadlock *adj* ਅੜਿੱਕਾ
deadly *adj* ਘਾਤਕ
deaf *adj* ਬਹਿਰਾ
deafen *v* ਬੋਲਾ ਕਰਨਾ
deafening *adj* ਬੋਲਾ ਕਰ ਦੇਣ ਵਾਲਾ
deafness *n* ਬੋਲਾਪਣ, ਡੋਰਾਪਣ
deal *iv* ਵੰਡਣਾ, ਵੰਡੀ ਪਾਉਣੀ
deal *n* ਹਿੱਸਾ, ਭਾਗ, ਛਾਂਦਾ
dealer *n* ਵਪਾਰੀ
dealings *n* ਲੈਣ ਦੇਣ
dean *n* ਮੱਠ ਅਧਿਕਾਰੀ; ਡੀਨ
dear *adj* ਪਿਆਰਾ, ਦੁਲਾਰਾ
dearly *adv* ਬਹੁਤ ਜ਼ਿਆਦਾ
death *n* ਇੰਤਕਾਲ
death toll *n* ਮ੍ਰਿਤਕਾਂ ਦੀ ਸੰਖਿਆ
death trap *n* ਮੌਤ ਦਾ ਸ਼ਿਕੰਜਾ
deathbed *n* ਮਿਲਾਵਟ ਕਰਨਾ
debase *v* ਮਿਲਾਵਟ ਕਰਨਾ
debatable *adj* ਵਿਵਾਦਗ੍ਰਸਤ
debate *v* ਬਹਿਸ ਕਰਨਾ
debate *n* ਬਹਿਸ

51 defection

debit *n* ਖਰਚ; ਉਧਾਰ-ਖਾਤਾ; ਉਧਾਰ
debrief *v* ਸਵਾਲ ਕਰਨਾ
debris *n* ਮਲਬਾ
debt *n* ਕਰਜ਼, ਰਿਣ
debtor *n* ਕਰਜ਼ਦਾਰ
debunk *v* ਪਾਜ ਉਘਾੜਨਾ
debut *n* ਪਹਿਲੀ ਪੇਸ਼ਕਾਰੀ; ਅਰੰਭ
decade *n* ਦਸ ਸਾਲ
decadence *n* ਪਤਨ
decaf *adj* ਰਾਸ਼ਟਰ
decapitate *v* ਸਿਰ ਵੱਢਣਾ
decay *v* ਗਾਲਣਾ, ਸਾੜਨਾ
decay *n* ਖੈ, ਖੀਣਤਾ, ਗਲਣ
deceased *adj* ਸਵਰਗ ਵਾਸੀ
deceit *n* ਕਪਟ, ਧੋਖਾ
deceitful *adj* ਧੋਖੇਬਾਜ਼, ਦੰਭੀ
deceive *v* ਧੋਖਾ ਦੇਣਾ
December *n* ਦਸੰਬਰ
decency *n* ਸੁਸ਼ੀਲਤਾ, ਸ਼ਿਸ਼ਟਤਾ
decent *adj* ਸੁਘੜ, ਭਲਾ
deception *n* ਕਪਟ, ਛਲ
deceptive *adj* ਭਰਮਪੂਰਨ
decide *v* ਨਿਰਣਾ ਕਰਨਾ
deciding *adj* ਨਿਸ਼ਚੇਕਾਰੀ
decimal *adj* ਦਸ਼ਮਲਵ
decimate *v* ਦਸ਼ਾਂਸ ਲੈਣਾ
decipher *v* ਗੁਪਤਲੇਖ ਵਾਚਣਾ
decision *n* ਨਿਰਣਾ, ਫ਼ੈਸਲਾ
decisive *adj* ਫ਼ੈਸਲਾਕੁਨ, ਆਖਰੀ
deck *n* ਫ਼ਰਸ਼, ਡੈੱਕ
deck *v* ਸੰਵਾਰਨਾ
declaration *n* ਐਲਾਨ, ਘੋਸ਼ਣਾ ਪੱਤਰ
declare *v* ਐਲਾਨ ਕਰਨਾ
declension *n* ਪਤਨ
decline *v* ਇਨਕਾਰ ਕਰਨਾ
decline *n* ਪਤਨ, ਗਿਰਾਵਟ
decompose *v* ਨਿਖੇੜਾ ਕਰਨਾ
décor *n* ਸਜਾਵਟ
decorate *v* ਸਜਾਵਟ ਕਰਨੀ
decorative *adj* ਸਜਾਵਟੀ
decorum *n* ਮਰਿਆਦਾ
decrease *v* ਘਟਾਉਣਾ
decrease *n* ਕਮੀ
decree *n* ਫਰਮਾਨ
decree *v* ਫ਼ਰਮਾਨ ਜਾਰੀ ਕਰਨਾ
decrepit *adj* ਜਰਜਰਾ
dedicate *v* ਸਮਰਪਣ ਕਰਨਾ
dedication *n* ਭੇਟਾ, ਸਮਰਪਣ
deduce *v* ਸਿੱਟਾ ਕੱਢਣਾ
deduct *v* ਘਟਾਉਣਾ
deductible *adj* ਘਟਾਉਣਯੋਗ
deduction *n* ਨਿਗਮਨ
deed *n* ਕੰਮ
deem *v* ਵਿੱਚਾਰ ਕਰਨਾ
deep *adj* ਡੂੰਘਾ, ਗਹਿਰਾ
deepen *v* ਡੂੰਘਾ ਕਰਨਾ
deer *n* ਹਿਰਨ
deface *v* ਰੂਪ ਵਿਗਾੜਨਾ
defame *v* ਬਦਨਾਮ ਕਰਨਾ
defeat *v* ਤਬਾਹ ਕਰਨਾ
defeat *n* ਵਿਫਲਤਾ
defect *n* ਔਗੁਣ, ਵਿਕਾਰ
defect *v* ਬੇਮੁਖ ਹੋਣਾ
defection *n* ਦਲ-ਬਦਲੀ

D

D

defective *adj* ਨੁਕਸਦਾਰ
defend *v* ਰੱਖਿਆ ਕਰਨਾ
defendant *adj* ਦੋਸ਼ੀ, ਪ੍ਰਤਿਵਾਦੀ
defender *n* ਰੱਖਿਅਕ
defense *n* ਜਵਾਬ, ਘਿਰ
defenseless *adj* ਦੁਰਬਲ
defer *v* ਸਥਗਿਤ ਕਰਨਾ
defiance *n* ਵਿਰੋਧ
defiant *adj* ਵਿਰੋਧੀ
deficiency *n* ਨੁਕਸ
deficient *adj* ਨਿਊਨ
deficit *n* ਵੱਟਾ
defile *v* ਗੰਦਾ ਕਰਨਾ
define *v* ਪਰਿਭਾਸ਼ਾ ਦੇਣਾ
definite *adj* ਨਿਸ਼ਚੇਆਤਮਕ
definition *n* ਪਰਿਭਾਸ਼ਾ
definitive *adj* ਸਥਿਰ
deflate *v* ਘਟਾਉਣਾ
deform *v* ਕਰੂਪ ਕਰਨਾ
deformity *n* ਕੁਰੂਪਤਾ
defraud *v* ਛਲ ਕਰਨਾ
defray *v* ਖਰਚ ਕਰਨਾ
defrost *v* ਪਿਘਲ
deft *adj* ਨਿਪੁੰਨ
defuse *v* ਸੰਕਟ ਟਾਲਣਾ
defy *v* ਵਿਰੋਧ ਕਰਨਾ
degenerate *v* ਭ੍ਰਿਸ਼ਟਾਉਣਾ
degenerate *adj* ਪਤਿਤ
degeneration *n* ਗਿਰਾਵਟ
degradation *n* ਅਪਗਤੀ
degrade *v* ਪਦ ਘਟਾਉਣਾ
degrading *adj* ਅਪਮਾਨਜਨਕ
degree *n* ਡਿਗਰੀ; ਦਰਜਾ; ਉਪਾਧੀ; ਤਾਪਮਾਨ ਦੀ ਇਕਾਈ
dehydrate *v* ਸੁਕਾਉਣਾ
deign *v* ਪ੍ਰਸੰਨ ਹੋਣਾ
deity *n* ਦੇਵਤਵ
dejected *adj* ਨਿੰਮੋਝੂਣਾ
delay *v* ਲਮਕਾਉਣਾ
delay *n* ਦੇਰ
delegate *v* ਡੈਲੀਗੇਟ ਥਾਪਣਾ
delegate *n* ਡੈਲੀਗੇਟ
delegation *n* ਪ੍ਰਤੀਨਿਧ ਮੰਡਲ
delete *v* ਕੱਟਣਾ
deliberate *v* ਸਾਰੇ ਪੱਖ ਵਿੱਚਾਰਨੇ
deliberate *adj* ਗਿਣਿਆ-ਮਿਥਿਆ
delicacy *n* ਨਜ਼ਾਕਤ
delicate *adj* ਸੁਕੁਮਾਰ
delicious *adj* ਸੁਆਦੀ
delight *n* ਖ਼ੁਸ਼ੀ, ਪ੍ਰਸੰਨਤਾ
delight *v* ਖੁਸ਼ ਕਰਨਾ
delightful *adj* ਸੁਹਾਉਣਾ
delinquency *n* ਖਤਾ
delinquent *adj* ਅਪਰਾਧੀ
deliver *v* ਅਰਪਣ ਕਰਨਾ
delivery *n* ਜਣੇਪਾ, ਜਣਨ
delude *v* ਭਰਮਾਉਣਾ
deluge *n* ਪਰਲੋ
delusion *n* ਮਾਇਆ
deluxe *adj* ਸ਼ਾਨਦਾਰ ਢੰਗ ਨਾਲ
demand *v* ਮੰਗ ਕਰਨੀ
demand *n* ਮੰਗ, ਤਲਬ
demanding *adj* ਕਠਿਨ
demean *v* ਆਦਰ ਘਟਾਉਣਾ

53 **derivative**

D

demeaning *adj* ਅਪਮਾਨਜਨਕ
demeanor *n* ਢੱਬ
demented *adj* ਪਾਗਲ, ਸ਼ੁਦਾਈ
demise *n* ਟਾ, ਵਸੀਅਤ
democracy *n* ਜਨ ਤੰਤਰ
democratic *adj* ਲੋਕ-ਰਾਜੀ
demolish *v* ਢਾਹੁਣਾ
demolition *n* ਨਾਸ਼, ਵਿਨਾਸ਼
demon *n* ਸ਼ਤਾਨ
demonstrate *v* ਵਿਖਾਵਾ ਕਰਨਾ
demonstrative *adj* ਸੰਕੇਤਵਾਚਕ
demoralize *v* ਚਰਿੱਤਰ ਭ੍ਰਿਸ਼ਟ ਕਰਨਾ
demote *v* ਪਦ ਘਟਾਉਣਾ
den *n* ਘੁਰਨਾ; ਚੋਰਾਂ ਦਾ ਅੱਡਾ
denial *n* ਇਨਕਾਰ, ਨਾਂਹ
denigrate *v* ਅਪਮਾਨ ਕਰਨਾ
Denmark *n* ਡੈਨਮਾਰਕ
denominator *n* ਨਾਮਦਾਤਾ
denote *v* ਨਾਂ ਦੇਣਾ
denounce *v* ਬੁਰਾਈ ਕਰਨਾ
dense *adj* ਸੰਘਣਾ; ਮੂਰਖ
density *n* ਘਣਤਾ
dent *v* ਚਿੱਬ ਪਾਉਣਾ
dent *n* ਚਿੱਬ
dental *adj* ਦੰਦਾਂ ਸੰਬੰਧੀ
dentist *n* ਦੰਦਾਂ ਦਾ ਡਾਕਟਰ
denture *n* ਦੰਦ ਮਾਲਾ
deny *v* ਨਾਂਹ ਕਰਨਾ
deodorant *n* ਦੁਰਗੰਧ-ਨਾਸ਼ਕ
depart *v* ਵਿੱਛੜਨਾ, ਵਿਦਾ ਹੋਣਾ
department *n* ਵਿਭਾਗ
departure *n* ਕੂਚ
depend *v* ਨਿਰਭਰ ਹੋਣਾ
dependable *adj* ਇਤਬਾਰੀ, ਭਰੋਸੇਯੋਗ
dependence *n* ਆਸਰਾ, ਨਿਰਭਰਤਾ
dependent *adj* ਆਸਰਿਤ
depict *v* ਚਿਤਰਨਾ
deplete *v* ਖਾਲੀ ਕਰਨਾ; ਲਹੂ ਕੱਢਣਾ
deplorable *adj* ਦੁਖਦਾਇੱਕ
deplore *v* ਸ਼ੋਕ ਕਰਨਾ
deploy *v* ਤੈਨਾਤ ਕਰਨਾ
deployment *n* ਪਾਲਬੰਦੀ
deport *v* ਦੇਸ਼ ਨਿਕਾਲਾ ਦੇਣਾ
deportation *n* ਦੇਸ਼-ਨਿਕਾਲਾ
depose *v* ਗੱਦੀਓਂ ਲਾਹੁਣਾ
deposit *n* ਅਮਾਨਤ
depot *n* ਡੀਪੂ, ਗੁਦਾਮ
deprave *v* ਵਿਗਾੜਨਾ
depravity *n* ਬਦਚਲਨੀ
depreciate *v* ਅਵਮੁੱਲਣ ਕਰਨਾ
depreciation *n* ਬੇਕਦਰੀ
depress *v* (ਦਿਲ) ਢਾਹੁਣਾ
depressing *adj* ਨਿਰਾਸ਼ਾਜਨਕ
depression *n* ਉਦਾਸੀ; ਮੰਦਾ
deprivation *n* ਧੂਰਤਤਾ
deprive *v* ਵੰਚਿਤ ਕਰਨਾ
deprived *adj* ਵਾਂਝਾ, ਵੰਚਿਤ
depth *n* ਡੂੰਘਾਈ, ਗਹਿਰਾਈ
derail *v* ਕੁਰਾਹੇ ਪੈਣਾ
derailment *n* ਪਟੜੀਓਂ ਲਹਿਣਾ
deranged *adj* ਉਲਟਾ ਪੁਲਟਾ
derelict *adj* ਲਾਵਾਰਿਸ
deride *v* ਤੁੱਛ ਸਮਝਣਾ
derivative *adj* ਵਿਉਤਪੰਨ

D

derive *v* ਲੈਣਾ, ਧਾਰਨ ਕਰਨਾ
derogatory *adj* ਅਪਮਾਨਜਨਕ
descend *v* ਉਤਾਰਨਾ
descendant *n* ਆਲ-ਔਲਾਦ
descent *n* ਉਤਰਾਈ, ਲਹਾਈ
describe *v* ਵਰਣਨ ਕਰਨਾ
description *n* ਵਖਾਣ
descriptive *adj* ਵਰਣਨਾਤਮਿਕ
desecrate *v* ਅਪਵਿੱਤਰ ਕਰਨਾ
desegregate *v* ਮਿਲਾਉਣਾ
desert *n* ਮਾਰੂਥਲ
desert *v* ਛੱਡਣਾ, ਸਾਥ ਛੱਡਣਾ
deserted *adj* ਛੁੱਟੜ, ਸੱਖਣਾ
deserter *n* ਭਗੌੜਾ
deserve *v* ਸੁਯੋਗ ਹੋਣਾ
deserving *adj* ਅਧਿਕਾਰੀ
design *n* ਮਨਸੂਬਾ, ਵਿਉਂਤ
designate *v* ਨਿਯਤ ਕਰਨਾ
desirable *adj* ਇੱਛਿਤ
desire *n* ਇੱਛਾ
desire *v* ਇੱਛਾ ਕਰਨੀ
desist *v* ਰੁੱਕ ਜਾਣਾ
desk *n* ਡੈਸਕ
desolate *adj* ਸੁਨਸਾਨ
desolation *n* ਤਬਾਹੀ
despair *n* ਨਿਰਾਸ਼ਾ, ਨਿਰਾਸਤਾ
desperate *adj* ਨਾਉਮੀਦ
despicable *adj* ਨੀਚ, ਘਿਰਣਤ
despise *v* ਨੀਚ ਸਮਝਣਾ
despite *c* ਬਾਵਜੂਦ
despondent *adj* ਹਤਾਸ਼
despot *n* ਨਿਰੰਕੁਸ਼ ਸ਼ਾਸਕ
despotic *adj* ਆਪਹੁਦਰਾ
dessert *n* ਮਿਠਿਆਈ
destination *n* ਮੰਜ਼ਲ
destiny *n* ਤਕਦੀਰ
destitute *adj* ਕੰਗਾਲ
destroy *v* ਉਜਾੜਨਾ
destroyer *n* ਨਾਸ਼ਕ
destruction *n* ਤਬਾਹੀ, ਨਾਸ਼
destructive *adj* ਵਿਨਾਸ਼ਕਾਰੀ
detach *v* ਨਿਖੇੜਨਾ
detachable *adj* ਵੱਖ ਕਰਨ ਯੋਗ
detail *n* ਵਿਸਤਾਰ, ਵੇਰਵਾ
detail *v* ਵੇਰਵਾ ਦੇਣਾ
detain *v* ਰੋਕ
detect *v* ਖੋਜ ਕੱਢਣਾ
detective *n* ਜਸੂਸ
detector *n* ਖੋਜੀ
detention *n* ਨਜ਼ਰਬੰਦੀ
deter *v* ਰੋਕਣਾ
detergent *n* ਸਾਬਣ
deteriorate *v* ਨਿੱਘਰਨਾ
deterioration *n* ਨਿਰਧਾਰਣ
determination *n* ਪੱਕਾ ਇਰਾਦਾ
determine *v* ਮੁਕਾਉਣਾ
deterrence *n* ਰੋਕ, ਰੁਕਾਵਟ
detest *v* ਘਿਰਣਾ ਕਰਨਾ
detestable *adj* ਘਿਣਾਉਣਾ
detonate *v* ਫਟਣਾ
detonation *n* ਵਿਸਫੋਟਨ
detonator *n* ਬੰਬ ਦੀ ਟੋਪੀ
detour *n* ਵਲ ਪਾ ਕੇ ਜਾਣਾ
detriment *n* ਹਾਨੀ, ਨੁਕਸਾਨ

detrimental *adj* ਹਾਨੀਕਾਰਕ
devaluation *n* ਵਿਮੁੱਲਣ
devalue *v* ਮਹੱਤਵ ਘਟਾਉਣਾ
devastate *v* ਉਜਾੜਨਾ
devastating *adj* ਡਾਢਾ
devastation *n* ਨਾਸ਼
develop *v* ਉਘਾੜਨਾ
development *n* ਉਨਤੀ, ਵਿਕਾਸ
deviation *n* ਭਟਕਣ, ਖਿੜਕਣ
device *n* ਤਰਕੀਬ
devil *n* ਸ਼ੈਤਾਨ
devious *adj* ਚੱਕਰਦਾਰ
devise *v* ਵਿਓਂਤ ਬਣਾਉਣੀ
devoid *adj* ਵਾਂਝਾ, ਵਿਰਵਾ
devote *v* ਭੇਟਾ ਕਰਨਾ
devotion *n* ਸ਼ਰਧਾ
devour *v* ਖਾ ਜਾਣਾ
devout *adj* ਧਰਮੀ
dew *n* ਤ੍ਰੇਲ
diabetes *n* ਸ਼ੱਕਰ ਰੋਗ
diabetic *adj* ਜ਼ਿਆਬਤੀਸੀ
diabolical *adj* ਸ਼ੈਤਾਨੀ
diagnose *v* ਤਸ਼ਖ਼ੀਸ
diagnosis *n* ਨਿਦਾਨ
diagonal *adj* ਸੰਵਾਦ
diagram *n* ਖਾਕਾ, ਨਕਸ਼ਾ
dial *n* ਡਾਇਲ
dial *v* ਟੈਲੀਫੋਨ ਕਰਨਾ
dial tone *n* ਡਾਇਲ ਟੋਨ
dialect *n* ਉਪਭਾਸ਼ਾ
dialogue *n* ਵਾਰਤਾਲਾਪ
diameter *n* ਵਿਆਸ
diamond *n* ਹੀਰਾ; ਚਮਕਦਾਰ ਬਿੰਦੀ; ਸ਼ੀਸ਼ਾ ਕੱਟਣ ਵਾਲਾ ਪੱਥਰ
diaper *n* ਬੱਚਿਆਂ ਦਾ ਪੋਤੜਾ
diarrhea *n* ਦਸਤ
diary *n* ਡਾਇਰੀ; ਜੰਤਰੀ
dice *n* ਗੋਟੀਆਂ
dice *v* ਗੋਟੀਆਂ ਖੇਡਣਾ
dictate *v* ਲਿਖਾਉਣਾ
dictator *n* ਤਾਨਾਸ਼ਾਹ
dictatorial *adj* ਡਿਕਟੇਟਰਾਨਾ
dictatorship *n* ਤਾਨਾਸ਼ਾਹੀ
dictionary *n* ਸ਼ਬਦ ਕੋਸ਼
die *v* ਮਰਨਾ
die out *v* ਅਲੋਪ ਕਰ ਦੇਣਾ
diet *n* ਸੰਮੇਲਨ; ਜਪਾਨ ਦੀ ਵਿਧਾਨ ਸਭਾ
diet *v* ਖੁਰਾਕ
differ *v* ਫਰਕ ਹੋਣਾ
difference *n* ਅੰਤਰ
different *adj* ਵੱਖਰਾ
difficult *adj* ਕਠਿਨ
difficulty *n* ਦਿੱਕਤ
diffuse *v* ਖਿੰਡਾਉਣਾ
dig *iv* ਮਿੱਟੀ ਖੋਦਣਾ
digest *v* ਹਜ਼ਮ ਕਰਨਾ
digestion *n* ਪਾਚਨ, ਹਾਜ਼ਮਾ
digestive *adj* ਹਾਜ਼ਮੇਦਾਰ
digit *n* ਅੰਕ
dignify *v* ਮਾਨ
dignitary *n* ਪਤਵੰਤਾ
dignity *n* ਮਾਨ
digress *v* ਭਟਕਣਾ
dike *n* ਬੰਨ੍ਹ

D

D

dilapidated *adj* ਖੰਡਰ
dilemma *n* ਦੁਚਿੱਤੀ
diligence *n* ਉੱਦਮ
diligent *adj* ਮਿਹਨਤੀ
dilute *v* ਘੁਲਣਾ
dim *adj* ਨਿੰਮ੍ਹਾ
dim *v* ਮੱਧਮ ਕਰਨਾ
dimension *n* ਆਯਾਮ
diminish *v* ਘਟਣਾ
dine *v* ਰੋਟੀ ਕਰਨ
diner *n* ਭੋਜਨ-ਕਰਤਾ
dining room *n* ਖਾਣੇ ਵਾਲਾ ਕਮਰਾ
dinner *n* ਰਤ ਦਾ ਖਾਣਾ
dinosaur *n* ਡਾਈਨੋਸੌਰ
diocese *n* ਬਿਸ਼ਪ ਅਧੀਨ ਖੇਤਰ
diphthong *n* ਸੰਯੁਕਤ ਸਵਰ
diploma *n* ਸਨਦ
diplomacy *n* ਕੂਟਨੀਤੀ
diplomat *n* ਰਾਜਦੂਤ
diplomatic *adj* ਰਾਜ-ਪੱਤਰੀ
dire *adj* ਤੀਬਰ
direct *adj* ਸਿੱਧਾ
direct *v* ਪਤੇ ਤੇ ਭੇਜਣਾ
direction *n* ਸੰਚਾਲਨ; ਦਿਸ਼ਾ; ਨਿਰਦੇਸ਼ਨ
director *n* ਨਿਰਦੇਸ਼ਕ
directory *n* ਨਿਯਮਾਵਲੀ
dirt *n* ਗਰਦ
dirty *adj* ਗੰਦਾ; ਅਸ਼ਲੀਲ; ਖਰਾਬ; ਅਪਵਿੱਤਰ
disability *n* ਅਯੋਗਤਾ
disabled *adj* ਅੰਗਹੀਣ
disadvantage *n* ਹਾਨੀ, ਘਾਟਾ
disagree *v* ਮੱਤ ਭੇਦ ਰੱਖਣਾ
disagreeable *adj* ਅਣਸੁਖਾਵਾਂ
disagreement *n* ਵਿਰੋਧ
disappear *v* ਲੁਕਣਾ
disappearance *n* ਲੋਪ
disappoint *v* ਨਿਸਫਲ ਕਰਨਾ
disappointing *adj* ਨਿਰਾਸ਼ਾਜਨਕ
disappointment *n* ਨਿਰਾਸ਼ਾ
disapproval *n* ਨਾਮੰਜ਼ੂਰੀ
disapprove *v* ਨਿਖੇਧੀ ਕਰਨਾ
disarm *v* ਸ਼ਸਤਰਹੀਣ ਕਰਨਾ
disarmament *n* ਨਿਰਸਤਰੀਕਰ
disaster *n* ਬਿਪਤਾ
disastrous *adj* ਬਿਪਤਾਜਨਕ
disband *v* ਤੋੜਨੀ, ਭੰਗ ਕਰਨੀ
disbelief *n* ਅਵਿਸ਼ਵਾਸ
disburse *v* ਖ਼ਰਚ ਕਰਨਾ
discard *v* ਛਾਂਟਣਾ
discern *v* ਵੇਖ ਲੈਣਾ
discharge *v* ਭਾਰ ਲਾਉਣਾ, ਗੋਲੀ ਦਾਗਣਾ
discharge *n* ਮਾਲ-ਉਤਰਾਈ, ਲਹਾਈ
disciple *n* ਸ਼ਿਸ਼
discipline *n* ਅਨੁਸ਼ਾਸਨ
disclaim *v* ਦਾਅਵਾ ਛੱਡਣਾ
disclose *v* ਪ੍ਰਗਟ ਕਰਨਾ
discomfort *n* ਬੇਅਰਾਮੀ
disconnect *v* ਵੱਖ ਕਰ ਦੇਣਾ
discontent *n* ਸੰਤੋਖ
discontinue *v* ਛੱਡ ਦੇਣਾ
discord *n* ਬਿਗਾੜ
discordant *adj* ਵਿਰੋਧੀ
discount *n* ਕਟੌਤੀ
discount *v* ਕਟੌਤੀ

57 **disown**

discourage *v* ਦਿਲ ਢਾਹੁਣਾ
discouragement *n* ਉਤਸ਼ਾਹਭੰਗ
discouraging *adj* ਦਿਲ ਢਾਹੁਣ ਵਾਲਾ
discourtesy *n* ਬਦਤਮੀਜ਼ੀ
discover *v* ਖੋਜ ਕਰਨਾ
discovery *n* ਉਘਾੜਾ
discredit *v* ਇਤਬਾਰ ਨਾ ਕਰਨਾ
discreet *adj* ਸਿਆਣਾ
discrepancy *n* ਭੁੱਲ
discretion *n* ਸੂਝ
discriminate *v* ਨਿਖੇੜਨਾ
discrimination *n* ਸੂਝ, ਵਿਵੇਕ, ਤਮੀਜ਼
discuss *v* ਵਿੱਚਾਰਨਾ
discussion *n* ਚਰਚਾ
disdain *n* ਅਵਹੇਲਨਾ
disease *n* ਬੀਮਾਰੀ
disembark *v* ਉੱਤਰਨਾ, ਲਹਿਣਾ
disenchanted *adj* ਨਿਰਾਸ਼
disentangle *v* ਸੁਲਝ
disfigure *v* ਸ਼ਕਲ ਵਿਗਾੜਨੀ
disgrace *n* ਨਿਰਾਦਰ ਕਰਨ
disgrace *v* ਨਿਰਾਦਰ ਕਰਨ
disgraceful *adj* ਬਦਨਾਮ
disgruntled *adj* ਅਸੰਤੁਸ਼ਟ
disguise *v* ਭੇਖ ਬਣਾਉਣਾ
disguise *n* ਧੋਖਾ
disgust *n* ਗਿਲਾਨੀ
disgusting *adj* ਕੁਰੂਪ
dish *n* ਬਰਤਨ
dishearten *v* ਨਿਰਾਸ਼ ਕਰਨਾ
dishonest *adj* ਬੇਈਮਾਨ
dishonesty *n* ਬੇਈਮਾਨੀ
dishonor *n* ਬਦਨਾਮੀ
dishonorable *adj* ਸ਼ਰਮਨਾਕ
dishwasher *n* ਡਿਸ਼ਵਾਸ਼ਰ
disillusion *n* ਭਰਮ ਨਿਵਿਰਤੀ
disinfect *v* ਰੋਗਾਣੂ ਮਾਰਨਾ
disinfectant *adj* ਰੋਗਾਣੂ-ਨਾਸ਼ਕ
disinherit *v* ਬੇਦਖ਼ਲ ਕਰਨਾ
disintegrate *v* ਤੋੜਨਾ
disintegration *n* ਵਿਘਟਨ
disinterested *adj* ਬੇਗਰਜ਼
disk *n* ਤਵਾ
dislike *v* ਨਾਪਸੰਦ ਕਰਨਾ
dislike *n* ਨਾਪਸੰਦੀ
dislocate *v* ਜੋੜ ਅਲੱਗ ਕਰਨਾ
dislodge *v* ਕੱਢ ਦੇਣਾ
disloyal *adj* ਗੱਦਾਰ
disloyalty *n* ਗ਼ੱਦਾਰੀ
dismal *adj* ਸੋਗਮਈ
dismantle *v* ਵੰਚਿਤ ਕਰਨਾ
dismay *n* ਦਹਿਸ਼ਤ
dismay *v* ਦਿਲ ਢਾਹੁਣਾ
dismiss *v* ਖ਼ਾਰਜ ਕਰ
dismissal *n* ਬਰਤਰਫ਼ੀ
dismount *v* ਕਿਸੇ ਵਸਤੂ ਨੂੰ ਹਟਾਉਣਾ; ਘੋੜੇ ਤੋਂ ਉਤਾਰਨਾ
disobedience *n* ਆਗਿਆ-ਭੰਗ
disobedient *adj* ਆਕੀ
disobey *v* ਆਗਿਆ ਭੰਗ ਕਰਨਾ
disorder *n* ਬੇਤਰਤੀਬੀ
disorganized *adj* ਅਯੋਗ
disoriented *adj* ਡਾਵਾਂਡੋਲ
disown *v* ਛੱਡਣਾ

D

D

disparity *n* ਫ਼ਰਕ
dispatch *v* ਮੁਹਿੰਮ
dispel *v* ਹਟਾਉਣਾ
dispensation *n* ਵੰਡਣ, ਤਕਸੀਮ
dispense *v* ਵੰਡਣਾ
dispersal *n* ਵਿਸਰਜਨ
disperse *v* ਖਿੰਡਾਉਣਾ
displace *v* ਥਾਂ ਤੋਂ ਹਟਾਉਣਾ
display *n* ਦਿਖਾਵਾ
display *v* ਦਿਖਾਉਣਾ
displease *v* ਨਰਾਜ਼ ਕਰਨਾ
displeasing *adj* ਅਣਸੁਖਾਵਾਂ
displeasure *n* ਨਰਾਜ਼ਗੀ
disposable *adj* ਤਿਆਗਣ ਯੋਗ
disposal *n* ਸਪੁਰਦਗੀ
dispose *v* ਟਿਕਾਉਣਾ
disprove *v* ਗਲਤ ਸਾਬਤ ਕਰਨਾ
dispute *n* ਝਗੜਾ
dispute *v* ਬਹਿਸ ਕਰਨਾ
disqualify *v* ਅਯੋਗ ਠਹਿਰਾਉਣਾ
disregard *v* ਪਰਵਾਹ ਨਾ ਕਰਨਾ
disrepair *n* ਟੁੱਟ ਭੱਜ
disrespect *n* ਨਿਰਾਦਰ
disrespectful *adj* ਗੁਸਤਾਖ਼
disrupt *v* ਟੁਕੜੇ ਟੁਕੜੇ ਕਰਨਾ
disruption *n* ਵਿਘਨ
dissatisfied *adj* ਅਸੰਤੁਸ਼ਟ
disseminate *v* ਖਿੰਡਾਉਣਾ
dissent *v* ਸਹਿਮਤ ਨਾ ਹੋਣਾ
dissident *adj* ਅਸਹਿਮਤ
dissimilar *adj* ਭਿੰਨ
dissipate *v* ਖਿੰਡਾਉਣਾ
dissolute *adj* ਅਵਾਰਾ
dissolution *n* ਦ੍ਰਵੀਕਰਨ
dissolve *v* ਘੋਲਨਾ
dissonant *adj* ਅਣਮੇਲ
dissuade *v* ਹੋੜਨਾ
distance *n* ਵਿੱਥ
distant *adj* ਦੁਰੇਡਾ
distaste *n* ਬੇਸੁਆਦੀ
distasteful *adj* ਬੇਸੁਆਦ
distill *v* ਨੁਚੜਨਾ
distinct *adj* ਵੱਖਰਾ
distinction *n* ਨਿਆਰਾਪਣ
distinctive *adj* ਨਵੇਕਲਾ
distinguish *v* ਵਰਗ-ਵੰਡ ਕਰਨਾ
distort *v* ਵਿਗਾੜਨਾ
distortion *n* ਮੋਚ
distract *v* ਧਿਆਨ ਹਟਾਉਣਾ
distraction *n* ਮਨੋਰੰਜਨ
distraught *adj* ਡੌਰ ਭੌਰ
distress *n* ਦੁੱਖ, ਕਸ਼ਟ
distress *v* ਦੁੱਖ ਦੇਣਾ
distressing *adj* ਕਸ਼ਟਦਾਇੱਕ
distribute *v* ਵਰਤਾਉਣਾ
distribution *n* ਵੰਡ
district *n* ਜ਼ਿਲ੍ਹਾ
distrust *n* ਅਵਿਸ਼ਵਾਸ
distrust *v* ਭਰੋਸਾ ਨਾ ਕਰਨਾ
distrustful *adj* ਸ਼ੱਕੀ, ਸ਼ੰਕਾਂਵਾਂਨ
disturb *v* ਵਿਘਨ ਪਾਉਣਾ
disturbance *n* ਪਰੇਸ਼ਾਨੀ
disturbing *adj* ਅਸੰਮਤੀ
disunity *n* ਅਸੰਮਤੀ

disuse *n* ਅਵਰਤੋਂ
ditch *n* ਖਾਈ
dive *v* ਗੋਤਾ ਲਾਉਣਾ
diver *n* ਗੋਤਾਖੋਰ
diverse *adj* ਵੱਖ ਵੱਖ, ਭਿੰਨ ਭਿੰਨ
diversify *v* ਬਹੁਵਿਧ ਕਰਨਾ
diversion *n* ਮੋੜ
diversity *n* ਅਨੇਕਤਾ
divert *v* ਮੋੜਨਾ, ਫੇਰਨਾ
divide *v* ਵੰਡਣਾ
dividend *n* ਲਾਭਾਂਸ਼
divine *adj* ਦਿੱਬ, ਭਾਂਪ
diving *n* ਗੋਤਾਖੋਰੀ
divinity *n* ਧਾਰਮਿਕਤਾ
divisible *adj* ਵੰਡਣਯੋਗ
division *n* ਤਕਸੀਮ; ਵੰਡ; ਭਾਗ; ਸੀਮਾ; ਟੁਕੜੀ; ਦਰਜਾ; ਸ਼੍ਰੇਣੀ
divorce *n* ਤਲਾਕ
divorce *v* ਤਲਾਕ ਦੇਣਾ
divorcee *n* ਤਲਾਕ-ਸ਼ੁਦਾ ਔਰਤ
divulge *v* ਨਸ਼ਰ ਕਰਨਾ
dizziness *n* ਚੱਕਰ
dizzy *adj* ਚਕਰਾਉਂਦਾ
do *iv* ਕਰਨਾ
docile *adj* ਆਗਿਆਕਾਰ
docility *n* ਅਸੀਲਪੁਣਾ
dock *n* ਗੋਦੀ, ਘਾਟ
dock *v* ਕਟੌਤੀ ਕਰਨਾ
doctor *n* ਡਾਕਟਰ
doctrine *n* ਸਿਧਾਂਤ
document *n* ਦਸਤਾਵੇਜ਼
documentary *adj* ਲਿਖਤੀ
documentation *n* ਲਿਖਤ ਪੜ੍ਹਤ
dodge *v* ਝਕਾਨੀ ਮਾਰਨੀ
dog *n* ਕੁੱਤਾ
dogmatic *adj* ਧਰਮ-ਸਿਧਾਂਤਕ
dole out *v* ਵੰਡਣਾ
doll *n* ਗੁੱਡੀ
dollar *n* ਡਾਲਰ
dolphin *n* ਡੋਲਫਿਨ
dome *n* ਮਹਿਲ
domestic *adj* ਘਰੋਗੀ, ਘਰੇਲੂ
domesticate *v* ਦੇਸੀ ਬਣਾਉਣਾ
dominate *v* ਪ੍ਰਭੁਤਾ ਜਮਾਉਣਾ
domination *n* ਪ੍ਰਬਲਤਾ
domineering *adj* ਬਹੁਤੇ ਰੁਹਬ ਵਾਲਾ
dominion *n* ਪ੍ਰਭੁਤਾ
donate *v* ਭੇਂਟ ਕਰਨਾ
donation *n* ਦਾਨ, ਭੇਟਾ, ਚੰਦਾ
donkey *n* ਗਧਾ
donor *n* ਦਾਨੀ
doom *n* ਤਕਦੀਰ; ਅੰਤ; ਫ਼ੁਰਮਾਨ
doomed *adj* ਆਸ਼ਾਹੀਨ
door *n* ਦਰਵਾਜ਼ਾ
doorbell *n* ਟੱਲੀ
doorstep *n* ਅੰਤਰ ਆਗਮਨ
doorway *n* ਦਹਿਲੀਜ਼, ਦੁਆਰ
dope *n* ਡੋਪ
dope *v* ਨਸ਼ਾ ਦੇਣਾ
dormitory *n* ਡਾਰਮਿਟਰੀ
dosage *n* ਅੰਦਾਜਾ
dossier *n* ਮਿਸਲ
dot *v* ਨੁਕਤਾ ਲਾਉਣਾ
double *adj* ਦੂਣਾ

double 60

D

double *v* ਦੁਗਣਾ ਕਰਨਾ
double-check *v* ਸੁਰੱਖਿਅਤ ਕਰਨਾ
double-cross *v* ਧੋਖਾ ਦੇਣਾ
doubt *n* ਸ਼ੱਕ
doubt *v* ਝਿਜਕਣਾ
doubtful *adl* ਸ਼ੰਕਾਲੁ
dough *n* ਗੁੰਨ੍ਹਿਆ ਆਟਾ
dove *n* ਘੁੱਗੀ
down *adv* ਹੇਠਾਂ
down payment *n* ਨਕਦ ਅਦਾਇਗੀ
downcast *adj* ਨੀਵੀਂ
downfall *n* ਘਣਘੋਰ ਬਰਖਾ
downhill *adv* ਹੇਠਾਂ ਵਲ
downpour *n* ਮੁਹਲੇਧਾਰ ਬਾਰਿਸ਼
downsize *v* ਰਵਾਂ ਕਰਨਾ
downstairs *adv* ਹੇਠਾਂ, ਥੱਲੇ
down-to-earth *adj* ਨਿਮਾਣਾ, ਨਿਰਮਾਣ
downtown *n* ਮੱਧਵਰਤੀ ਭਾਗ
downtrodden *adj* ਕੁਚਲਿਆ
downturn *n* ਮੰਦਾ, ਮੰਦਵਾੜਾ
dowry *n* ਦਹੇਜ਼
doze *n* ਊਂਘ, ਉਂਘਲਾਹਟ
doze *v* ਊਂਘਣਾ, ਉਂਘਲਾਉਣਾ
dozen *n* ਦਰਜਨ
draft *n* ਦਸਤਾ, ਟੁਕੜੀ, ਦਲ
draft *v* ਮਸੌਦਾ ਤਿਆਰ ਕਰਨਾ
draftsman *n* ਨਕਸ਼ਾਨਵੀਸ
drag *v* ਘਸੀਟ
dragon *n* ਅਜਗਰ
drain *v* ਨਾਲੀ
drainage *n* ਡਰੇਨੇਜ
dramatic *adj* ਨਾਟਕੀ
dramatize *v* ਨਾਟਕੀਕਰਣ ਕਰਨਾ
drape *v* ਕੱਪੜਿਆਂ ਨਾਲ ਢਕਣਾ
drastic *adj* ਕਠੋਰ
draw *n* ਖਿੱਚ
draw *iv* ਨੇੜੇ ਢੁਕਣਾ
drawback *n* ਚੁੰਗੀ-ਵਾਪਸੀ
drawer *n* ਦਰਾਜ
drawing *n* ਤਸਵੀਰ
dread *v* ਡਰਨਾ
dreaded *adj* ਨਿਰਾਸ, ਕੰਬਖਤ
dreadful *adj* ਡਰੌਣਾ
dream *iv* ਸੁਪਨਾ ਆਉਣਾ
dream *n* ਸੁਪਨਾ
dress *n* ਪੁਸ਼ਾਕ
dress *v* ਪੰਗਤਬੱਧ ਕਰਨਾ
dresser *n* ਡਰੇਸਰ
dressing *n* ਰੂੜ੍ਹੀ ਪਾਉਣ
dried *adj* ਸੁੱਕਾ; ਖੁਸ਼ਕ; ਕੋਰਾ; ਸੇਕਾ
drift *v* ਵਹਾਉਣਾ
drift apart *v* ਵਹਾ ਲੈ ਜਾਣਾ
drifter *n* ਘੁਮੱਕੜ
drill *v* ਅਭਿਆਸ ਕਰਨਾ; ਮੋਰੀ ਕਰਨਾ
drill *n* ਪੇਰ; ਡਰਿੱਲ; ਕਵਾਇਦ; ਕਰੜਾ ਅਨੁਸਾਸ਼ਨ
drink *iv* ਪੀਣਾ
drink *n* ਪੀਣ ਵਾਲਾ ਪਦਾਰਥ; ਜਲਪਾਨ
drinkable *adj* ਪੀਣਯੋਗ
drinker *n* ਸ਼ਰਾਬੀ
drip *v* ਟਪਕਾਉਣਾ
drip *n* ਚੋਅ
drive *n* ਮੋਟਰ ਦਾ ਸਫ਼ਰ, ਬਲ
drive *iv* ਦੌੜ ਪੈਣਾ
drive at *v* ਅਸਪਸ਼ਟ ਹੋਣਾ

drive away *v* ਪਛਾੜਨਾ
driver *n* ਚਾਲਕ
driveway *n* ਵਾਹਨਮਾਰਗ
drizzle *v* ਕਿਣ-ਮਿਣ ਹੋਣਾ
drizzle *n* ਕਿਣ-ਮਿਣ
drop *n* ਕਣੀ, ਛਿੱਟ
drop *v* ਟਪਕਾਉਣਾ
drop in *v* ਮਿਲਣ ਆਉਣਾ
drop off *v* ਘੱਟ ਹੋਣਾ
drop out *v* ਛੋੜਣਾ; ਹਾਰ ਮੰਨ ਲੈਣਾ
drought *n* ਖ਼ੁਸ਼ਕੀ
drown *v* ਡੋਬਣਾ, ਡੁਬੋਣਾ
drowsy *adj* ਨਿੰਦਰਾਇਆ
drug *n* ਦਵਾਈ, ਔਸ਼ਧੀ
drug *v* ਅਮਲ ਮਿਲਾਉਣਾ
drugstore *n* ਦਵਾਈ ਘਰ
drum *n* ਢੋਲ, ਢੋਲਕ
drunk *adj* ਧੁੱਤ
drunkenness *n* ਨਸ਼ਾ, ਮਸਤੀ
dry *v* ਸੁਕਾਉਣਾ
dry *adj* ਸੁੱਕਾ
dry-clean *v* ਸਾਫ਼ ਕਰਨਾ
dryer *n* ਸੰਦ
dual *adj* ਦੋਂਹ ਦਾ, ਜੋਟੀ ਦਾ
dubious *adj* ਸ਼ੱਕੀ
duchess *n* ਡਿਊਕ ਦੀ ਪਤਨੀ
duck *n* ਜਿਸਮ ਦਾ ਝੁਕਾਉ
duck *v* ਝੁਕਾਉਣਾ, ਝੁਕਾ ਦੇਣਾ
duct *n* ਨਾਲੀ
due *adj* ਬਾਕੀ
duel *n* ਦਵੰਦ
dues *n* ਕਰਜ਼ੀ, ਘਾਲਨਾ
duke *n* ਸੈਨਾਪਤੀ
dull *adj* ਮੰਦਬੁੱਧ; ਨੀਰਸ
dull *v* ਮੱਤ ਮਾਰਣਾ
duly *adv* ਠੀਕ ਤਰ੍ਹਾਂ
dumb *adj* ਗੁੰਗਾ, ਬੇਜ਼ਬਾਨ
dummy *n* ਡੰਮ੍ਹੀ ਖਿਲਾੜੀ
dummy *adj* ਫਰਜ਼ੀ
dump *v* ਸੁੱਟਣਾ
dump *n* ਕੋਈ ਤੁੱਛ ਵਸਤੂ
dung *n* ਖਾਦ
dungeon *n* ਤਹਿਖਾਨਾ
dupe *v* ਬੇਵਕੂਫ਼ ਬਣਾਉਣਾ
duplicate *v* ਦੁਗਣਾ ਕਰਨਾ
duplication *n* ਉਤਾਰਾਕਰਨ
durable *adj* ਟਿਕਾਊ
duration *n* ਅਰਸਾ
during *pre* ਵਿੱਚ
dusk *n* ਘੱਟਾ, ਧੂੜ
dust *v* ਭੁੱਕਣਾ, ਬਰੂਰਨਾ
dusty *adj* ਮਟਿਆਲਾ
Dutch *adj* ਹਾਲੈਂਡ ਨਾਲ ਸੰਬੰਧਿਤ
duty *n* ਫਰਜ਼
dwarf *n* ਬੌਣਾ, ਵਾਮਨ
dwell *iv* ਧਿਆਨ ਜਮਾਉਣਾ
dwelling *n* ਰਿਹਾਇਸ਼
dwindle *v* ਘੱਟ ਹੋਣ
dye *v* ਰੰਗਣਾ
dye *n* ਰੰਗ
dying *n* ਮਰ
dynamic *adj* ਗਤੀਆਤਮਿਕ
dynamite *n* ਡਾਇਨਾਮਾਈਟ
dynasty *n* ਰਾਜਵੰਸ

D

E

E

each other *adj* ਹਰ ਇੱਕ
eager *adj* ਉਤਸੁਕ, ਉਤਾਵਲਾ
eagerness *n* ਜੋਸ਼
eagle *n* ਉਕਾਬ, ਸ਼ਾਹੀਨ
ear *n* ਕੰਨ, ਰਾਗ ਦੀ ਸੂਝ
earache *n* ਦਰਦ
eardrum *n* ਕੰਨ ਦਾ ਪਰਦਾ
early *adj* ਮੁਢਲਾ
earmark *v* ਮਾਲਕੀ-ਚਿੰਨ੍ਹ ਲਾਉਣਾ
earn *v* ਕਮਾਉ
earnestly *adv* ਦਿਲ ਲਾ ਕੇ
earnings *n* ਵੇਤਨ
earphones *n* ਹੈੱਡ-ਫੋਨ
earring *n* ਜੜਾਊ
earth *n* ਜ਼ਮੀਨ
earthquake *n* ਭੂਚਾਲ
earwax *n* ਕੰਨ ਦੀ ਮੈਲ
ease *v* ਆਰਾਮ ਦੇਣਾ
ease *n* ਸੁਖ
easily *adv* ਆਸਾਨੀ ਨਾਲ
east *n* ਪੂਰਬ
eastbound *adj* ਸਫਰ; ਯਾਤਰਾ
Easter *n* ਈਸਾਈਆਂ ਦ ਤਿਓਹਾਰ
eastern *adj* ਪੂਰਬੀ
easterner *n* ਪੂਰਬਵਾਸੀ
eastward *adv* ਚੜ੍ਹਦੇ ਬੰਨੇ, ਪੂਰਬ ਵਲ
easy *adj* ਅਸਾਨ
eat *iv* ਭੋਜਨ ਕਰਨਾ
eat away *v* ਗਾਲਣਾ, ਸਾੜਨਾ
eavesdrop *v* ਸੂਹ ਲੈਣਾ
ebb *v* ਉਤਰਨਾ
eccentric *adj* ਅਕੇਂਦਰੀ, ਉਤਕੇਂਦਰੀ
echo *n* ਗੂੰਜ, ਧੁਨੀ
eclipse *n* ਹਨੇਰਾ
ecology *n* ਵਾਤਾਵਰਨ, ਪਰਿਆਵਰਨ
economical *adj* ਸੰਜਮੀ
economize *v* ਸੰਜਮ ਵਰਤਣਾ
economy *n* ਅਰਥ ਤੰਤਰ
ecstasy *n* ਉਤਸ਼ਾਹ
ecstatic *adj* ਉਤਸ਼ਾਹਪੂਰਨ
edge *n* ਧਾਰ, ਸਿਰਾ
edge *v* ਉਕਸਾਉਣਾ; ਧਾਰ ਬਣਾਉਣਾ
edgy *adj* ਧਾਰਦਾਰ
edible *adj* ਖਾਣ ਯੋਗ
edifice *n* ਭਵਨ
edit *v* ਸੰਪਾਦਨ ਕਰਨਾ
edition *n* ਸੰਸਕਰਣ
educate *v* ਸਿਖਾਉਣਾ
educational *adj* ਸਿਖਿਅਕ
eerie *adj* ਅਲੌਕਿਕ, ਵਿਲੱਖਣ
effect *n* ਨਤੀਜਾ
effective *adj* ਕਾਰਗਰ
effectiveness *n* ਪ੍ਰਭਾਵਕਤਾ
efficiency *n* ਸਮਰੱਥਾ
efficient *adj* ਸਮਰੱਥ
effigy *n* ਪੁਤਲਾ
effort *n* ਪ੍ਰਯਤਨ
effusive *adj* ਵੇਗਮਈ
egg *n* ਅੰਡਾ
egg white *n* ਅੰਡੇ ਦੀ ਸਫੇਦੀ
egoism *n* ਹਓਮੇਵਾਦ

egoist *n* ਹਉਮੈਵਾਦੀ
eight *adj* ਅੱਠ
eighteen *adj* ਅਠ੍ਹਾਰਾਂ
eighth *adj* ਅਠਵਾਂ
eighty *adj* ਅੱਸੀ
either *adj* ਦੋਵੇਂ
either *adv* ਬਿਲਕੁਲ
eject *v* ਬਰਤਰਫ਼ ਕਰਨਾ
elapse *v* ਬੀਤਣਾ
elastic *adj* ਲਚਕਦਾਰ
elated *adj* ਹੁਲਾਸਿਆ
elbow *n* ਕੂਹਣੀ
elder *n* ਵਡੇਰੇ; ਬਜ਼ੁਰਗ
elderly *adj* ਬੁੱਢਾ
elect *v* ਚੁਣ ਲੈਣਾ
election *n* ਚੋਣ
electric *adj* ਬਿਜਲਈ
electrician *n* ਬਿਜਲੀ ਮਕੈਨਿਕ
electricity *n* ਬਿਜਲਈ
electrify *v* ਬਿਜਲੀ ਪਹੁੰਚਾਉਣਾ
electrocute *v* ਬਿਜਲੀ ਨਾਲ ਮਰਨਾ/ਮਾਰਨਾ
electronic *adj* ਇਲੈਕਟ੍ਰਾਨਿਕ
elegance *n* ਸ਼ਾਨ
elegant *adj* ਮਲੂਕ, ਛਬੀਲਾ
element *n* ਤੱਤ
elementary *adj* ਅਗੇਤ
elephant *n* ਹਾਥੀ
elevate *v* ਉਚਿਆਉਣਾ
elevation *n* ਉਚਾਈ
elevator *n* ਉੱਚਾ ਚੁੱਕਣ ਵਾਲਾ
eleven *adj* ਗਿਆਰਾਂ
eleventh *adj* ਗਿਆਰਵਾਂ
eligible *adj* ਪਾਤਰ, ਲਾਇੱਕ
eliminate *v* ਕੱਢ ਦੇਣਾ
elm *n* ਦੇਵਦਾਰ ਰੁੱਖ
eloquence *n* ਸੁਭਾਸ਼ਤਾ
else *adv* ਕੋਈ ਹੋਰ
elsewhere *adv* ਹੋਰ ਕਿਧਰੇ
elude *v* ਖਿਸਕ ਜਾਣਾ
elusive *adj* ਹੱਥ ਨਾ ਆਉਣ ਵਾਲਾ
emaciated *adj* ਮਾੜਚੂ
emanate *v* ਨਿਕਲਨਾ
emancipate *v* ਛੁਡਾਉਣਾ
embalm *v* ਸੁਰੱਖਿਅਤ ਕਰਨਾ
embark *v* ਜੁਟਾਉਣਾ
embarrass *v* ਪਰੇਸ਼ਾਨ ਕਰਨਾ
embassy *n* ਦੂਤਘਰ
embellish *v* ਸ਼ਿੰਗਾਰਨਾ
embers *n* ਅੰਗਿਆਰ
embezzle *v* ਗਬਨ ਕਰਨਾ
embitter *v* ਕੌੜਾ ਕਰਨਾ
emblem *n* ਚਿੰਨ੍ਹ, ਨਿਸ਼ਾਨ
embody *v* ਸਾਕਾਰ ਕਰਨਾ
emboss *v* ਉੱਭਰਵੀਂ ਨਕਾਸ਼ੀ ਕਰਨਾ
embrace *v* ਜੱਫੀ ਵਿੱਚ ਲੈਣਾ
embrace *n* ਧਾਰਨਾ, ਜੱਫੀ
embroider *v* ਵੇਲ ਬੂਟੇ ਕੱਢਣਾ
embroidery *n* ਕਢਾਈ
embroil *v* ਉਲਝਾਉਣਾ
embryo *n* ਡਿੰਬ
emerald *n* ਪੰਨਾ
emerge *v* ਫੁੱਟਣਾ, ਉੱਭਰਨਾ
emergency *n* ਸੰਕਟ ਕਾਲ
emigrant *n* ਪਰਵਾਸੀ

E

E

emigrate *v* ਪਰਵਾਸ ਕਰਨਾ
emission *n* ਨਿਕਾਸ
emit *v* ਕੱਢਣਾ
emotion *n* ਭਾਵ
emotional *adj* ਭਾਵਾਤਮਕ
emperor *n* ਸਮਰਾਟ
emphasis *n* ਬਲ, ਜੋਰ
emphasize *v* ਉਜਾਗਰ ਕਰਨਾ
empire *n* ਹਕੂਮਤ
employ *v* ਵਰਤਣਾ
employee *n* ਕਰਮਚਾਰੀ
employer *n* ਮਾਲਕ, ਸੁਆਮੀ
employment *n* ਨਿਯੋਜਨ, ਰੋਜ਼ਗਾਰ
empress *n* ਸ਼ਾਹ ਬੇਗਮ
emptiness *n* ਸੁੰਨਾਪਨ
empty *adj* ਖਾਲੀ
empty *v* ਖਾਲੀ ਕਰਨਾ
enable *v* ਯੋਗ ਬਣਾਉਂਦਾ
enchant *v* ਜਾਦੂ ਕਰਨਾ
enchanting *adj* ਮੋਹਕ, ਮਨੋਹਰ
encircle *v* ਵਲ ਲੈਣਾ
enclave *n* ਘਿਰਿਆ ਖੇਤਰ
enclose *v* ਘੇਰਨਾ
enclosure *n* ਨੱਥੀ ਕਾਗਜ਼; ਘੇਰਾ; ਵਾੜ
encompass *v* ਘੇਰ ਲੈਣਾ
encounter *v* ਭਿੜਨਾ, ਜੂਝਣਾ
encounter *n* ਟਾਕਰਾ
encourage *v* ਉਤਸ਼ਾਹ ਦੇਣਾ
encroach *v* ਦੱਬ ਲੈਣਾ
encyclopedia *n* ਇਲਮ, ਗਿਆਨ
end *n* ਅੰਤ, ਸਮਾਪਤੀ
end *v* ਸਮਾਪਤ ਕਰਨਾ
end up *v* ਨਿਬੇੜਨਾ
endanger *v* ਖ਼ਤਰੇ ਵਿੱਚ ਪਾਉਣਾ
endeavor *v* ਉਦੱਮ
endeavor *n* ਯਤਨ, ਕੋਸ਼ਸ਼
ending *n* ਆਖਿਰ, ਸਮਾਪਨ
endless *adj* ਅੰਤਹੀਨ
endorse *v* ਪੁਸ਼ਟੀ ਕਰਨਾ
endorsement *n* ਪਿਠ ਅੰਕਣ
endure *v* ਝੇਲ
enemy *n* ਵੈਰੀ
energetic *adj* ਤੇਜਵਾਨ
energy *n* ਊਰਜਾ
enforce *v* ਚਾਲੂ ਕਰਨਾ
engage *v* ਇੱਕਰਾਰ ਕਰਨਾ
engaged *adj* ਰੁੱਝਿਆ, ਰੁੱਧਾ
engagement *n* ਇੱਕਰਾਰ, ਵਾਅਦਾ
engine *n* ਇੰਜਨ
engineer *n* ਇੰਜੀਨੀਅਰ
England *n* ਇੰਗਲੈਂਡ
English *adj* ਇੰਗਲਿਸਤਾਨੀ
engrave *v* ਮੀਨਾਕਾਰੀ ਕਰਨਾ
engraving *n* ਖੁਦਾਈ
engrossed *adj* ਲੀਨ
engulf *v* ਲਪੇਟ ਵਿੱਚ ਲੈਣਾ
enhance *v* ਵਧਾਉਣਾ
enjoy *v* ਮਾਣਨਾ
enjoyable *adj* ਮਾਣਯੋਗ, ਅਨੰਦਮਈ
enjoyment *n* ਲੁਤਫ਼, ਵਿਲਾਸ
enlarge *v* ਵਧਾਉਣਾ
enlargement *n* ਵਾਧਾ
enlighten *v* ਸਿੱਖਿਆ ਦੇਣਾ
enlist *v* ਸਹਾਇਤਾ ਲੈਣਾ

enormous *adj* ਵੱਡਾ ਸਾਰਾ
enough *adv* ਬਹੁਤ ਸਾਰਾ
enrage *v* ਗੁੱਸਾ ਦੁਆਉਣਾ
enrich *v* ਸੰਪੰਨ ਬਣਾਉਣਾ
enroll *v* ਨਾ ਚੜ੍ਹਾਉਣਾ
enrollment *n* ਦਾਖਲਾ
ensure *v* ਸੁਰੱਖਿਅਤ ਕਰਨਾ
entail *v* ਬੰਨ੍ਹਵੀ ਵਿਰਾਸਤ ਕਰਨਾ
entangle *v* ਉਲਝਾਉਣਾ
enter *v* ਪ੍ਰਵੇਸ਼ ਪਾਉਣਾ
enterprise *n* ਉਦਯੋਗ; ਹਿੰਮਤ
entertain *v* ਮਨੋਰੰਜਨ ਕਰਨਾ; ਧਾਰਨਾ
entertaining *adj* ਰੋਚਕ
entertainment *n* ਦਿਲ ਬਹਿਲਾਵਾ
enthrall *v* ਬੰਨ੍ਹ ਰੱਖਣਾ
enthralling *adj* ਦਿਲ ਖਿਚਵਾਂ
enthuse *v* ਜੋਸ਼ ਦੁਆਉਣਾ
enthusiasm *n* ਉਤਸਾਹ
entice *v* ਲੁਭਾਉਣਾ
enticement *n* ਭਰਮਾਉਣ
enticing *adj* ਦਿਲਫਰੇਬ
entire *adj* ਅਖੰਡ
entirely *adv* ਸਮਸਤ
entrance *n* ਪ੍ਰਵੇਸ਼
entreat *v* ਮਿੰਨਤ ਕਰਨਾ
entrée *n* ਪ੍ਰਵੇਸ਼, ਦਾਖਲਾ
entrenched *adj* ਨਿਸ਼ਚਤ
entrepreneur *n* ਉੱਦਮ ਕਰਤਾ
entrust *v* ਸਪੁਰਦ ਕਰਨਾ
entry *n* ਪ੍ਰਵੇਸ਼ ਦਰਵਾਜ਼ਾ
enumerate *v* ਗਿਣਨਾ
envelop *v* ਵਲ੍ਹੇਟਣਾ
envelope *n* ਲਿਫਾਫਾ
envious *adj* ਖੁਣਸੀ
environment *n* ਚੁਗਿਰਦਾ
envisage *v* ਸਾਮ੍ਹਣੇ ਹੋਣਾ
envoy *n* ਕਾਸਦ
envy *n* ਈਰਖਾ, ਹਸਦ
envy *v* ਈਰਖਾ ਕਰਨਾ
epidemic *n* ਮਹਾਂਮਾਰੀ
epilepsy *n* ਮਿਰਗੀ
episode *n* ਉਪਕਥਾ
epistle *n* ਧਰਮ ਪੱਤਰ
epitaph *n* ਸਮਾਧੀ-ਲੇਖ
epitomize *v* ਤੱਤ ਕੱਢਣਾ
epoch *n* ਯੁੱਗ, ਕਾਲ
equal *adj* ਬਰਾਬਰ
equality *n* ਬਰਾਬਰੀ
equate *v* ਬਰਾਬਰ ਕਰਨਾ
equation *n* ਸਮੀਕਰਨ
equator *n* ਭੂਮੱਧ ਰੇਖਾ
equilibrium *n* ਸਮਤੋਲ
equip *v* ਲੈਸ ਕਰਨਾ
equipment *n* ਸਾਜ਼-ਸਮਾਨ
equivalent *adj* ਬਰਾਬਰ, ਸਮ
era *n* ਕਲਪ, ਸੰਮਤ
eradicate *v* ਜੜ੍ਹ ਤੋਂ ਪੁੱਟਣਾ
erase *v* ਮਿਟਾਉਣਾ
eraser *n* ਰਬੜ
erect *v* ਸਿੱਧਾ ਕਰਨਾ; ਉਠਾਉਣਾ
erect *adj* ਸਿੱਧਾ, ਅਝੁਕ
err *v* ਗਲਤੀ ਕਰਨੀ
errand *n* ਸਮਦੇਸ਼; ਸਮਾਚਾਰ
erroneous *adj* ਗਲਤ, ਅਸ਼ੁੱਧ

E

error *n* ਗਲਤੀ
erupt *v* ਫੁੱਟ ਨਿਕਲਨਾ
eruption *n* ਧਮਾਕਾ, ਵਿਸਫੋਟ
escalate *v* ਵਾਧਾ ਕਰਨਾ
escalator *n* ਬਿਜਲਈ ਪੌੜੀ
escapade *n* ਕੈਦ ਤੋਂ ਛੁਟਕਾਰਾ
escape *v* ਪਲਾਇਨ ਕਰਨਾ
escort *n* ਰੱਖਿਅਕ
esophagus *n* ਅੰਨ-ਨਾਲੀ
especially *adv* ਵਿਸ਼ੇਸ਼ ਕਰਕੇ
espionage *n* ਤੋੜ ਫੋੜ
essay *n* ਲੇਖ
essence *n* ਅਰਕ
essential *adj* ਮੂਲਭੂਤ
establish *v* ਜਮਾਉਣਾ, ਥਾਪਣਾ
estate *n* ਰਿਆਸਤ
esteem *v* ਕਦਰ
estimate *v* ਅੰਦਾਜ਼
estimation *n* ਨਾਪਤੋਲ
estranged *adj* ਵਿਛੁੰਨਾ
estuary *n* ਦਹਾਨਾ
eternity *n* ਸਦੀਵਤਾ
ethical *adj* ਨੈਤਿਕ
ethics *n* ਨੀਤੀ-ਸ਼ਾਸਤਰ
etiquette *n* ਸੁਚੱਜ
euphoria *n* ਉਮਾਹ
Europe *n* ਯੂਰਪ
European *adj* ਯੂਰਪੀਅਨ
evacuate *v* ਕੱਢਣਾ
evade *v* ਟਾਲ ਜਾਣਾ
evaluate *v* ਮੁਲਾਂਕਣ ਕਰਨਾ
evaporate *v* ਵਾਸ਼ਪ ਬਣਾਉਣਾ; ਮਰ ਜਾਣਾ
evasion *n* ਛਲ
evasive *adj* ਛਲੀ
eve *n* ਪੂਰਵ ਸੰਧਿਆ
even *adj* ਸਮਤਲ; ਸਹਿਜਮਈ; ਦੋ ਤੇ ਵੰਡੀ ਜਾਣ ਵਾਲੀ ਸੰਖਿਆ
even if *adv* ਫ਼ੇਰ
even more *adv* ਵਿਸ਼ੇਸ਼ ਰੂਪ ਵਿੱਚ
evening *n* ਸੰਝ
event *n* ਘਟਨਾ
eventuality *n* ਸੰਭਾਵਨਾ
eventually *adv* ਅੰਤਿਮ ਤੌਰ ਤੇ
ever *adv* ਨਿਰੰਤਰ
everlasting *adj* ਸਦੀਵੀ, ਸਥਾਈ
every *adj* ਹਰ ਇੱਕ
everybody *n* ਹਰ ਇੱਕ
everyday *adj* ਰੋਜ਼ਾਨਾ
everyone *pro* ਹਰ ਕੋਈ
everything *pro* ਸਭ ਕੁਝ
evict *v* ਬੇਦਖ਼ਲ ਕਰਨਾ
evidence *n* ਸਬੂਤ
evil *n* ਬਦੀ
evil *adj* ਬਦ
evoke *v* ਬੁਲਾਉਣਾ
evolution *n* ਵਿਕਾਸ
evolve *v* ਪ੍ਰਗਟ ਕਰਨਾ
exact *adj* ਠੀਕ
exaggerate *v* ਅੱਤਕਥਨੀ ਕਰਨਾ
exalt *v* ਉਚਿਆਉਣਾ
examination *n* ਪਰੀਖਿਆ
examine *v* ਇਮਤਿਹਾਨ ਲੈਣਾ
example *n* ਉਦਾਹਰਣ
exasperate *v* ਝੁੰਜਲਾਹਟ

excavate *v* ਖੁਦਾਉ
exceed *v* ਹੱਦੋਂ ਟੱਪਣਾ
exceedingly *adv* ਅਤਿਅੰਤ
excel *v* ਵਧ ਜਾਣਾ
excellence *n* ਉਦਕਰਖ
excellent *adj* ਬਹੁਤ ਵਦਿਆ
except *pre* ਸਿਵਾ
exception *n* ਅਪਵਾਦ
exceptional *adj* ਅਪਵਾਦਕ
excerpt *n* ਟੂਕ
excess *n* ਆਖਰ
excessive *adj* ਬੇਹੱਦ
exchange *v* ਅਦਲ ਬਦਲ
excite *v* ਭੜਕਾਉਣਾ
excitement *n* ਸਨਸਨੀ
exciting *adj* ਭੜਕਾਉਣ ਵਾਲਾ
exclaim *v* ਚੀਕਣਾ
exclude *v* ਬਾਹਰ ਰੱਖਣਾ
excruciating *adj* ਪੀੜਾਦਾਇੱਕ
excursion *n* ਸਫ਼ਰ, ਸੈਰ ਸਪਾਟਾ
excuse *v* ਖਿਮਾ ਕਰਨਾ
excuse *n* ਖਿਮਾਜਾਚਨਾ
execute *v* ਲਾਗੂ ਕਰਨਾ
executive *n* ਕਾਰਜ ਪਾਲਕ
exemplary *adj* ਅਨੁਕਰਣੀ
exemplify *v* ਮਿਸਾਲ ਦੇਣਾ
exempt *adj* ਵਿਮੁਕਤ
exemption *n* ਛੁਟਕਾਰਾ
exercise *n* ਕਸਰਤ; ਪ੍ਰਯੋਗ; ਪ੍ਰਸ਼ਨਮਾਲਾ
exercise *v* ਵਰਤਣਾ
exert *v* ਵਰਤਣਾ
exertion *n* ਜਤਨ, ਕੋਸ਼ਿਸ਼
exhaust *v* ਹਵਾ ਖਿੱਚਣਾ
exhausting *adj* ਥਕਾਊ
exhaustion *n* ਨਿਕਾਸ ਖਪਾਉਣਾ
exhibit *n* ਪ੍ਰਦਰਸ਼ਿਤ ਵਸਤੂ
exhibition *n* ਨੁਮਾਇਸ਼
exhilarating *adj* ਹੁਲਾਸਪੂਰਣ
exhort *v* ਨਸੀਹਤ ਕਰਨਾ
exile *v* ਦੇਸ਼-ਨਿਕਾਲ਼ਾ ਦੇਣਾ
exile *n* ਦੇਸ਼-ਨਿਕਾਲ਼ਾ
exist *v* ਹੋਣਾ
existence *n* ਅਸਤਿਤਵ
exit *n* ਨਿਕਲ
exodus *n* ਕੂਚ
exonerate *v* ਭਾਰ ਮੁਕਤ ਕਰਨਾ
exorbitant *adj* ਬੇਜਾ
exorcist *n* ਸਿਆਣਾ
exotic *adj* ਵਿਦੇਸ਼ੀ, ਵਿੱਚਿੱਤਰ
expand *v* ਫੈਲਾਉ
expansion *n* ਵਿਆਪਤੀ, ਪ੍ਰਪੰਚ
expect *v* ਉਡੀਕਣਾ, ਸਮਝਣਾ
expectancy *v* ਆਸ਼ਾ
expectation *n* ਆਸ
expediency *n* ਮਸਲਤ
expedient *adj* ਮੁਨਾਸਬ, ਉਚਿਤ
expedition *n* ਮੁਹਿੰਮ, ਚੜ੍ਹਾਈ
expel *v* ਜੋਰ ਨਾਲ ਬਾਹਰ ਕੱਢਣਾ
expenditure *n* ਖ਼ਰਚ
expense *n* ਖਰਚ
expensive *adj* ਮਹਿੰਗਾ
experience *n* ਅਨੁਭਵ, ਤਜਰਬਾ
experiment *n* ਪ੍ਰਯੋਗ
expert *adj* ਵਿਸ਼ੇਸ਼ਗ

E

E

expiate *v* ਪ੍ਰਾਸਚਿਤ
expiation *n* ਪਸ਼ਚਾਤਾਪ
expiration *n* ਪ੍ਰਾਸਚਿਤ
expire *v* ਸਿਧਾਰ
explain *v* ਵਿਆਖਿਆ ਕਰਨਾ
explicit *adj* ਮੁਖਰ
explode *v* ਪੜਦਾ ਖੋਲ੍ਹਣਾ
exploit *v* ਵਰਤਣਾ
exploit *n* ਕਾਰਨਾਮਾ
exploitation *n* ਦੁਰਉਪਯੋਗ
explore *v* ਜਾਂਚ ਪੜਤਾਲ ਕਰਨਾ
explorer *n* ਖੋਜੀ, ਲੱਭਣ ਵਾਲਾ
explosion *n* ਵਿਸਫੋਟ
explosive *adj* ਵਿਸਫੋਟਕ
export *v* ਨਿਰਯਾਤ
expose *v* ਖੁਲ੍ਹਾ ਛੱਡਣਾ
exposed *adj* ਖੁਲ੍ਹਾ
express *adj* ਜ਼ਰੂਰੀ; ਵਿਸ਼ੇਸ਼; ਸਪਸ਼ਟ
express *v* ਖੋਲ੍ਹਣਾ; ਦਰਸਾਉਣਾ
expression *n* ਇਜ਼ਹਾਰ
expressly *adv* ਸਪਸ਼ਟਤਾ ਨਾਲ
expropriate *v* ਅਧਿਕਾਰ ਖੋਹ ਲੈਣਾ
expulsion *n* ਨਿਰਵਾਸਨ
exquisite *adj* ਉੱਤਮ
extend *v* ਫੈਲਾਉਣਾ
extension *n* ਵਾਧਾ
extent *n* ਵਿਸਤਾਰ, ਖਿਲਾਰ
extenuating *adj* ਵਿਆਖਿਆਤਮਿਕ
exterior *adj* ਬਾਹਰਲਾ, ਬਾਹਰੀ
exterminate *v* ਜੜ੍ਹੋਂ ਪੁੱਟਣਾ
external *adj* ਬੈਰੂਨੀ
extinct *adj* ਮੋਇਆ
extinguish *v* ਬੁਝਾਣਾ
extort *v* ਤੋੜਨਾ ਮਰੋੜਨਾ
extortion *n* ਜਬਰਦਸਤੀ ਵਸੂਲੀ
extra *adv* ਫ਼ਾਲਤੂ
extract *v* ਅਰਕ ਕੱਢਣਾ
extradite *v* ਮੁੜ ਵਾਪਸ ਦੇਣਾ
extradition *n* ਪ੍ਰਤਿਅਰਪਣ
extraneous *adj* ਅਸੰਗਤ, ਬਾਹਰੀ
extravagance *n* ਫਜ਼ੂਲ ਖ਼ਰਚੀ
extravagant *n* ਫਜ਼ੂਲ-ਖ਼ਰਚ
extreme *adj* ਚਰਮ
extremist *n* ਕੱਟੜ
extremities *n* ਸਿਰਾ
extricate *v* ਨਿਸਤਾਰਨਾ
extroverted *adj* ਸੰਕੇਤਵਾਚਕ
exude *v* ਮੁੜ੍ਹਕਾ ਆਉਣਾ
exult *v* ਖੁਸ਼ ਹੋਣਾ
eye *n* ਅੱਖ
eyebrows *n* ਭਰਵੱਟਾ
eye-catching *adj* ਸੁੰਦਰ
eyeglasses *n* ਐਨਕ
eyelash *n* ਪਲਕ, ਪਿੰਜਣੀ
eyelid *n* ਪਪੋਟਾ
eyesight *n* ਲੋਇਣ
eyewitness *n* ਨਿਰੀਖਿਅਕ

69 farm

F

fable *n* ਬਾਤ, ਕਥਾ
fabric *n* ਢਾਂਚਾ
fabricate *v* ਬਣਾਉਣਾ
fabulous *adj* ਝੂਠਾ
face *n* ਚਿਹਰਾ, ਚੇਹਰਾ
face *v* ਮੁਕਾਬਲਾ ਕਰਨਾ; ਘੁੰਮਣਾ; ਮੂੰਹ ਫੇਰਨਾ
face up to *v* ਸਵੀਕਾਰ ਕਰਨਾ
facet *n* ਮੱਥਾ
facilitate *v* ਸੁਖਾਲਾ ਕਰਨਾ
facing *pre* ਸਨਮੁਖ
fact *n* ਘਟਨਾ, ਵਾਕਿਆ
factor *n* ਗੁਣਨਖੰਡ, ਜੁਜ਼
factory *n* ਕਾਰਖਾਨਾ
factual *adj* ਵਾਸਤਵਿਕ
faculty *n* ਪ੍ਰਭਾਗ
fad *n* ਖਬਤ
fade *v* ਮੁਰਝਾਉਣਾ
faded *adj* ਫਿੱਕਾ
fail *v* ਫ਼ੇਲ
failure *n* ਅਸਫਲਤਾ
faint *n* ਬੇਹੋਸ਼ ਹੋਣਾ
faint *v* ਮੱਧਮ ਕਰਨਾ
faint *adj* ਢਿੱਲੜ
fair *adj* ਸੁੰਦਰ; ਸਾਫ਼; ਬੇਦਾਗ; ਉਚਿਤ; ਨਾਜ਼ੁਕ; ਮਾਮੂਲੀ
fair *n* ਮੇਲਾ, ਨੁਮਾਇਸ਼
fairness *n* ਨਿਰਪੱਖਤਾ
fairy *n* ਪਰੀ
faith *n* ਵਿਸ਼ਵਾਸ, ਭਰੋਸਾ
faithful *adj* ਵਫਾਦਾਰ
fake *v* ਜਾਅਲਸਾਜ਼ੀ ਕਰਨਾ
fake *adj* ਨਕਲੀ, ਜਾਅਲੀ
fall *n* ਗਿਰਾਉ, ਪਾਤ
fall *iv* ਡਿਗਣਾ, ਲੱਥਣਾ
fall back *v* ਉਤੇ ਨਿਰਭਰ ਹੋਣਾ
fall behind *v* ਪਿਛੜਣਾ
fall down *v* ਗਲਤ ਸਾਬਿਤ ਕਰਨਾ
fall through *v* ਨਿਰਰਥਕ ਹੋਣਾ
fallacy *n* ਭੁਲਾਵਾ, ਭਰਮ
fallout *n* ਦਲੀਲ ਦੇਣਾ
falsehood *n* ਝੂਠ; ਧੋਖਾ
falsify *v* ਝੂਠਾ ਸਿੱਧ ਕਰਨਾ
falter *v* ਥਥਲਾਉਣਾ; ਝਿਜਕਣਾ
fame *n* ਪ੍ਰਸਿੱਧੀ
familiar *adj* ਜਾਣੂ
family *n* ਪਰਿਵਾਰ
famine *n* ਕਾਲ
famous *adj* ਪ੍ਰਸਿੱਧ
fan *n* ਪੱਖਾ
fanatic *adj* ਕੱਟੜ ਹਠਧਰਮੀ
fancy *adj* ਚਟਕੀਲਾ; ਵਚਿੱਤਰ; ਮੌਜੀ
fang *n* ਸੂਆ
fantastic *adj* ਮਨਮੌਜੀ, ਲਹਿਰੀ
fantasy *n* ਕਲਪਨਾ
far *adv* ਦੂਰ, ਵਿੱਥ ਉਤੇ
faraway *adj* ਦੂਰਵਰਤੀ
farce *n* ਤਮਾਸ਼ਾ
fare *n* ਕਿਰਾਇਆ
farewell *n* ਗੁਡ ਬਾਈ
farm *n* ਖੇਤ
farm *v* ਖੇਤੀ ਕਰਨਾ

F

farmer *n* ਕਿਸਾਨ
farming *n* ਖੇਤੀ
farmyard *n* ਗਜ਼-ਭਰ
farther *adv* ਅਗੇਰੇ, ਹੋਰ ਅੱਗੇ
fascinate *v* ਮੋਹ ਲੈਣਾ
fashion *n* ਬਣਾਵਟ
fashionable *adj* ਫੈਸ਼ਨਪ੍ਰਸਤ
fast *adj* ਉਪਵਾਸ, ਤੇਜ
fast *v* ਵਰਤ ਰੱਖਣਾ
fasten *v* ਪੱਕਾ ਹੋਣਾ
fat *n* ਮੋਟਾ ਕਰਨਾ
fat *adj* ਚਿਕਾਨਾਈ
fatal *adj* ਘਾਤਕ
fate *n* ਤਕਦੀਰ, ਨਸੀਬ
fateful *adj* ਜ਼ਰੂਰੀ
father *n* ਪਿਤਾ
fatherhood *n* ਪਿਤਾ-ਭਾਵ
father-in-law *n* ਸਹੁਰਾ
fatherly *adj* ਪਿਤਰੀ; ਦਾਦਕਾ
fathom out *v* ਸਮਝਨਾ
fatigue *n* ਥਕੇਵਾਂ
fatten *v* ਮੋਟਾ ਕਰਨਾ
fatty *adj* ਥਿੰਧਾ, ਮੋਟਾ
faucet *n* ਟੂਟੀ, ਨਲਕਾ
fault *n* ਉਕਾਈ
faulty *adj* ਖੋਟਾ
favor *n* ਚਾਉ
favorable *adj* ਅਨੁਕੂਲ
favorite *adj* ਕਿਰਪਾ ਪਾਤਰ
fear *n* ਡਰ, ਭੈ
fearful *adj* ਡਰਾਉਣਾ
feasible *adj* ਹੋਣਯੋਗ, ਉਚਿਤ
feast *n* ਭੰਡਾਰਾ
feat *n* ਕਰਤਬ
feather *n* ਪੰਖ
feature *n* ਹੁਲੀਆ; ਵਿਸ਼ੇਸ਼ਤਾ
February *n* ਫਰਵਰੀ
fed up *adj* ਦਿਲਗੀਰ
federal *adj* ਸੰਘੀ
fee *n* ਕਿਰਾਇਆ
feeble *adj* ਨਿਤਾਣਾ
feed *iv* ਖਾਣਾ
feedback *n* ਟੀਕਾ ਟਿੱਪਣੀ
feel *iv* ਟੋਹਣਾ
feeling *n* ਭਾਉਣਾ
feelings *n* ਦਰਿਸ਼, ਨਜਾਰਾ
feet *n* ਪੈਰ; ਪਾਵਾ; ਫੁੱਟ
feign *v* ਬਹਾਨਾ ਕਰਨਾ
fellow *n* ਬੰਦਾ
fellowship *n* ਭਾਈਚਾਰਾ
felon *n* ਪਾਕਾ
felony *n* ਮਹਾਂ ਪਾਪ
felt *n* ਨਮਦਾ; ਉਨੀ ਕਪੜਾ
felt *v* ਛੋਹਣਾ
female *n* ਔਰਤ
feminine *adj* ਜ਼ਨਾਨਾ
fence *n* ਵਾੜ
fence *v* ਰੋਕਣਾ
fencing *n* ਪਟੇਬਾਜ਼ੀ
fend *v* ਬਚਾਉਣਾ
fend off *v* ਪਛਾੜਨਾ
fender *n* ਨਿਰੋਧਕ, ਜੰਗਲਾ
ferment *v* ਜਾਗ ਲਾਉਣਾ
ferment *n* ਜਾਗ, ਖਮੀਰ

ferocious *adj* ਖ਼ੂਖ਼ਾਰ
ferocity *n* ਦਰਿੰਦਗੀ
ferry *n* ਕਿਸ਼ਤੀ
fertile *adj* ਉਪਜਾਊ
fertility *n* ਉਪਜਾਊਪਣ
fertilize *v* ਉਪਜਾਊ ਬਣਾਉਣਾ
fervent *adj* ਪ੍ਰਚੰਡ
fester *v* ਖ਼ਰਾਬ ਕਰਨਾ
festive *adj* ਉਤਸਵ ਦਾ
festivity *n* ਉਤਸਵ
fetid *adj* ਬਦਬੂਦਾਰ
fetus *n* ਗਰਭ ਅਵਸਥਾ
feud *n* ਜੱਦੀ ਵੈਰ, ਪਥਾੜਾ
fever *n* ਬੁਖ਼ਾਰ
feverish *adj* ਤਾਪਲ
few *adj* ਕੁਝ
fewer *adj* ਹੋਰ ਘੱਟ ਹੋਰ ਥੋੜਾ
fiancé *n* ਮੰਗੇਤਰ
fiber *n* ਧਾਗਾ
fickle *adj* ਚੰਚਲ
fiction *n* ਗਲਪ
fictitious *adj* ਕਲਪਿਤ
fiddle *n* ਸਾਰੰਗੀ
fidelity *n* ਵਫਾਦਾਰੀ, ਨਿਸ਼ਠਾ
field *n* ਖੇਤ; ਜ਼ਮੀਨ; ਰਣ-ਭੂਮੀ; ਪ੍ਰਯੋਗ ਖੇਤਰ
field *v* ਪਕੜਣਾ
fierce *adj* ਘਮਸਾਨ, ਪ੍ਰਖਰ
fiery *adj* ਅਗਨਮਈ, ਦਗਦਾ
fifteen *adj* ਪੰਦਰਾਂ
fifth *adj* ਪੰਜਵਾਂ
fifty *adj* ਪੰਜਾਸ
fifty-fifty *adv* ਉਨਾ ਹੀ
fig *n* ਅੰਜੀਰ
fight *iv* ਲੜਨਾ
fight *n* ਲੜਾਈ, ਜੰਗ
fighter *n* ਯੋਧਾ, ਲੜਾਕਾ
figure *n* ਸ਼ਕਲ; ਆਕਾਰ; ਸਰੀਰ; ਮੂਰਤੀ; ਤਸਵੀਰ; ਸੰਖਿਆ
figure out *v* ਹਲ ਲੱਭਣਾ
file *n* ਰੇਤੀ; ਚੋਸਾ; ਕਪਟੀ ਮਨੁੱਖ
file *v* ਰਗੜਨਾ; ਸੁਧਾਰਨਾ
fill *v* ਭਰਨਾ
filling *n* ਭਰਤ
film *n* ਝਿੱਲੀ, ਜਾਲਾ, ਪੜਦਾ
film *v* ਫਿਲਮ ਬਣਾਉਣਾ
filter *n* ਫਿਲਟਰ, ਪੋਣਾ
filter *v* ਛਾਣਨਾ
filth *n* ਗੰਦ
filthy *adj* ਗੰਦਾ, ਮੈਲਾ
fin *n* ਖੰਭੜਾ, ਫਾਲਾ, ਫਿਨ
final *adj* ਅੰਤਮ
finalize *v* ਪੂਰਨ ਕਰਨਾ
finance *v* ਅਰਥ, ਵਿੱਤ
financial *adj* ਆਰਥਕ, ਮਾਲੀ
find *iv* ਸ਼ਿਕਾਰ ਲੱਭਣਾ
find out *v* ਲੱਭ ਲੈਣਾ
fine *n* ਜੁਰਮਾਨਾ; ਸੁਹਾਉਣਾ
fine *v* ਪ੍ਰਵਾਨ ਕਰਨਾ
fine *adv* ਨਜ਼ਾਕਤ ਨਾਲ
fine *adj* ਵਧੀਆ, ਉੱਤਮ
fine print *n* ਪ੍ਰਵਾਨਗੀਠੱਪਾ
finger *n* ਉਂਗਲੀ
fingernail *n* ਨਹੁੰ
fingerprint *n* ਉਂਗਲ ਦੀ ਛਾਪ

F

F

fingertip *n* ਉਂਗਲ ਦੀ ਪੋਰ
finish *v* ਅੰਤ, ਸਮਾਪਤੀ
Finland *n* ਫਿਨਲੈਂਡ
Finnish *adj* ਫਿਨਲੈਂਡ ਦਾ
fire *v* ਅੱਗ ਲਾਉਣੀ
fire *n* ਅੱਗ, ਅਗਨ, ਅਗਨੀ
firearm *n* ਸ਼ੂਟ ਕਰਨਾ
firecracker *n* ਪਟਾਕਾ
firefighter *n* ਅੱਗ ਬੁਝਾਣ ਵਾਲਾ
fireman *n* ਅੱਗ ਬੁਝਾਣ ਵਾਲਾ
fireplace *n* ਭੱਠੀ
firewood *n* ਬਾਲਣ
fireworks *n* ਆਤਸ਼ਬਾਜ਼ੀ
firm *v* ਠੋਸ ਬਣਾਉਣਾ
firm *n* ਫਰਮ, ਹੱਟ
firmness *n* ਪਕਿਆਈ
first *adj* ਪਹਿਲਾ
fish *n* ਮੱਛੀ
fish *v* ਮੱਛੀ ਫੜ੍ਹਨਾ
fisherman *n* ਮਛੇਰਾ
fishy *adj* ਮੱਛੀਆਂ ਨਾਲ ਭਰਿਆ
fist *n* ਮੁੱਕਾ
fit *n* ਦੌਰਾ
fit *v* ਫਿੱਟ ਬੈਠਣਾ
fit *adj* ਯੋਗ; ਤੰਦਰੁਸਤ
fitness *n* ਉਚਿਤਤਾ
fitting *adj* ਢੁਕਵਾਂ, ਫਬਵਾਂ
five *n* ਪੰਜ
fix *v* ਨਿਸ਼ਚਤ ਕਰਨਾ
fjord *n* ਸਲਾਈ
flag *n* ਝੰਡਾ
flagpole *n* ਬੱਲੀ, ਸ਼ਤੀਰ
flamboyant *adj* ਕਸੁੰਭੜੇ ਵਰਗਾ ਫੁੱਲ
flame *n* ਜੋਤੀ
flammable *adj* ਭੜਕ ਉੱਠਣ ਵਾਲਾ
flank *n* ਬਗਲ
flare *n* ਝਲਕਾਰਾ, ਲਿਸ਼ਕਾਰਾ
flare-up *v* ਪੜਦਾ ਖੇਲ੍ਹਣਾ
flash *n* ਦਮਕ
flashlight *n* ਟਾਰਚ
flashy *adj* ਜ਼ਾਹਰ, ਨੁਮਾਇਸ਼
flat *adj* ਚਪਟਾ
flat *n* ਪੱਧਰ; ਹਥੇਲੀ
flatten *v* ਪੱਧਰਾ ਕਰਨਾ
flatter *v* ਝੂਠੀ ਪ੍ਰਸ਼ੰਸਾ ਕਰਨਾ
flattery *n* ਖੁਸ਼ਾਮਦ
flaunt *v* ਫਹਿਰਾਉਣਾ
flavor *n* ਚਟਕੀਲਾ
flaw *n* ਤਰੁੱਟੀ, ਦੋਸ਼
flawless *adj* ਬਿਮਲ
flea *n* ਪਿੱਸੂ
flee *iv* ਪਿੱਠ ਵਿਖਾਉਣੀ
fleece *n* ਉੱਨ
fleet *n* ਬੇੜਾ
fleet *v* ਉੱਡ ਜਾਣਾ; ਫਰਾਰ ਹੋਣਾ
fleeting *adj* ਥੋੜ੍ਹਚਿਰਾ
flesh *n* ਮਾਸ
flex *v* ਮੋੜਨਾ ਲਿਫਾਉਣਾ
flexible *adj* ਲਿਫਵਾਂ, ਲਚਕਦਾਰ
flicker *v* ਫੜਫੜਾਉਣਾ
flier *n* ਹਵਾਈ ਜਹਾਜ਼ ਦਾ ਚਾਲਕ
flight *n* ਉਡਾਰੀ; ਭਾਜੜ
flimsy *adj* ਕੱਚਾ, ਖੱਦਾ
flip *v* ਉਛਾਲਣਾ, ਟੁਣਕਾਉਣਾ

flirt *v* ਝਟਕੇ ਨਾਲ ਸੁੱਟਣਾ
float *v* ਉਤਰਵਾਉ ਲੁਹਾਉ
flock *n* ਜਥਾ
flog *v* ਚਾਬਕ ਮਾਰਨਾ
flood *v* ਹੜ੍ਹ ਆਉਣਾ
flood *n* ਹੜ੍ਹ
floodgate *n* ਮੋਘਾ
flooding *n* ਹੜ੍ਹ ਆਉਣਾ
floodlight *n* ਤੇਜ਼ ਰੋਸ਼ਨੀ
floor *n* ਫ਼ਰਸ਼
flop *n* ਅਸਫਲਤਾ
floss *n* ਕੱਚਾ ਰੇਸ਼ਮ
flour *n* ਮੈਦਾ
flourish *v* ਪਣਪ, ਲਹਿਲਹਾਉ
flow *v* ਵਹਾਉਣਾ, ਵਗਾਉਣਾ
flow *n* ਵਹਿਣ, ਵਹਾ, ਵਹਾਉ
flower *n* ਫੁੱਲ
flowerpot *n* ਗਮਲਾ
flu *n* ਫਲੂ ਰੋਗ
fluctuate *v* ਘਟਦੇ ਵਧਦੇ ਰਹਿਣਾ
fluently *adv* ਰਵਾਨੀ ਨਾਲ
fluid *n* ਦ੍ਰਵ
flunk *v* ਫ਼ੇਲ
flush *v* ਉਡਾਰੀ ਲਗਵਾਉਣੀ
flute *n* ਬੰਸਰੀ
flutter *v* ਫੜਫੜਾਉਣਾ
fly *iv* ਉਡਾਉਣਾ, ਚਲਾਉਣਾ
fly *n* ਉਡਾਣ, ਉਡਾਰੀ
foam *n* ਝੱਗ; ਥੁੱਕ
focus *n* ਫੋਕਸ
focus on *v* ਕੇਂਦਰਤ ਕਰਨਾ
foe *n* ਵੈਰੀ, ਦੁਸ਼ਮਣ
fog *n* ਧੁੰਦ
foggy *adj* ਸੁੱਕੇ ਘਾਹ ਵਰਗਾ
foil *v* ਲੇਪ ਲਾਉਣਾ
fold *v* ਤਹਿ
folder *n* ਮੋੜਨ ਵਾਲਾ
folks *n* ਜਨ
folksy *adj* ਮਿਲਣਸਾਰ
follow *v* ਪਿੱਛਾ ਕਰਨਾ
follower *n* ਅਨੁਗਾਮੀ
folly *n* ਮੂਰਖਤਾ
fond *adj* ਪ੍ਰੇਮੀ, ਚਾਹਵਾਨ
fondle *v* ਲਾਡ ਕਰਨਾ
fondness *n* ਪ੍ਰੇਮ, ਚਾਅ
food *n* ਅਹਾਰ
foodstuff *n* ਰਸਦ
fool *v* ਛਲਣਾ, ਧੋਖਾ ਦੇਣਾ
foolish *adj* ਮੂਰਖ, ਮੂੜ੍ਹ, ਜਾਹਲ
foolproof *n* ਪੂਰਾ ਕਰਨਾ
foot *n* ਪੈਰ; ਪਾਵਾ; ਫੁੱਟ
football *n* ਫੁਟਬਾਲ ਦਾ ਖੇਲ
footnote *n* ਫ਼ੁਟਨੋਟ
footprint *n* ਪੈਰਾਂ ਦਾ ਨਿਸ਼ਾਨ
footstep *n* ਕਦਮ
footwear *n* ਜੁੱਤੀ, ਬੂਟ
for *pre* ਲਈ
forbid *iv* ਰੋਕਣਾ, ਹਟਕਣਾ
force *n* ਝਰਨਾ, ਆਬਸ਼ਾਰ
force *v* ਮਜਬੂਰ ਕਰਨਾ
forceful *adj* ਪ੍ਰਬਲ
forcibly *adv* ਮੱਲੋਮੱਲੀ, ਧਿੰਗੋਜ਼ੋਰੀ
forecast *iv* ਪੂਰਵ ਅਨੁਮਾਨ
forefront *n* ਸਭ ਤੋਂ ਅਗਲਾ ਹਿਸਾ

F

F

foreground *n* ਅਗਵਾੜਾ
forehead *n* ਮੱਥਾ, ਮਸਤਕ
foreign *adj* ਵਿਦੇਸ਼ੀ, ਪਰਦੇਸ਼ੀ
foreigner *n* ਪਰਦੇਸੀ
foreman *n* ਮੁਖੀ
foremost *adj* ਪ੍ਰਧਾਨ; ਪਹਿਲਾ
foresee *iv* ਪਹਿਲਾਂ ਹੀ ਤਾੜ ਜਾਣਾ
foreshadow *v* ਪਰਛਾਵਾਂ ਪਾਉਣਾ
foresight *n* ਦੂਰਦ੍ਰਿਸ਼ਟੀ
forest *n* ਜੰਗਲ
foretaste *n* ਵੰਨਗੀ
foretell *v* ਭਵਿੱਖਬਾਣੀ ਕਰਨਾ
forever *adv* ਸਦਾ
forewarn *v* ਪਹਿਲਾਂ ਹੀ ਸੁਚੇਤ ਕਰਨਾ
foreword *n* ਮੁਖਬੰਧ
forfeit *v* ਗੁਆ ਬੈਠਣਾ
forge *v* ਘੜਨਾ; ਜਾਲ੍ਹਸਾਜ਼ੀ ਕਰਨਾ
forgery *n* ਜਾਲ੍ਹਸਾਜ਼ੀ
forget *v* ਭੁੱਲ ਜਾਣਾ
forgivable *adj* ਬਖਸ਼ਣਯੋਗ
forgive *v* ਮਾਫ ਕਰਣਾ
forgiveness *n* ਬਖ਼ਸ਼
fork *n* ਕਾਂਟਾ
form *n* ਰੂਪ
formal *adj* ਰਸਮੀ
formality *n* ਦਸਤੂਰ, ਰੀਤ
formalize *v* ਰੀਤ ਅਨੁਸਾਰ ਕਰਨਾ
formally *adv* ਰੀਤ ਨਾਲ
format *n* ਕਿਤਾਬ ਦਾ ਬਾਹਰੀ ਰੂਪ
formation *n* ਬਣਤਰ, ਬਣਾਵਟ
former *adj* ਪੂਰਬਲਾ
formerly *adv* ਪਹਿਲਾਂ ਕਦੇ
formidable *adj* ਭਿਆਨਕ
formula *n* ਗੁਰ
forsake *iv* ਤਿਆਗ ਦੇਣਾ
fort *n* ਕਿਲਾ, ਗੜ੍ਹ
forthcoming *adj* ਆਗਾਮੀ
forthright *adj* ਦੋ ਸਪਤਾਹ
fortify *v* ਕਿਲ੍ਹਾਬੰਦੀ ਕਰਨਾ
fortitude *n* ਸਬਰ
fortress *n* ਗੜ੍ਹੀ, ਛੋਟਾ ਕਿਲਾ
fortunate *adj* ਕਰਮਾਂਵਾਲਾ
fortune *n* ਦੈਵ, ਦੌਲਤ
forty *adj* ਚਾਲੀ
forward *adv* ਅਗਾਉ
fossil *n* ਪਥਰਾਟ
foster *v* ਪਾਲਣਾ-ਪੋਸਣਾ
foul *adj* ਗੰਦਾ, ਮੈਲਾ
foundation *n* ਅਧਾਰ, ਨੀਂਹ
founder *n* ਸੰਸਥਾਪਕ
foundry *n* ਢਲਾਈਖ਼ਾਨਾ
fountain *n* ਫ਼ਵਾਰਾ
four *adj* ਚਾਰ
fourteen *adj* ਚੌਦਾਂ
fourth *adj* ਚੌਥਾ
fox *n* ਲੂੰਬੜੀ
foxy *adj* ਲੂੰਬੜੀ ਵਰਗਾ
fraction *n* ਭਾਗ; ਕਸਰ
fracture *n* ਭੰਜਨ
fragile *adj* ਨਾਜ਼ਕ
fragment *n* ਕਤਰਾ, ਖੰਡ
fragrance *n* ਖ਼ੁਸ਼ਬੂ
fragrant *adj* ਖੁਸ਼ਬੂਦਾਰ
frail *adj* ਕਮਜ਼ੋਰ, ਮਾੜਾ

frailty *n* ਖੱਦਾਪਣ
frame *n* ਡੌਲ, ਬਣਾਵਟ
frame *v* ਗਠਨ ਕਰਨਾ
framework *n* ਚੌਖਟਾ
France *n* ਫਰਾਂਸ
franchise *n* ਵੋਟ ਅਧਿਕਾਰ
frank *adj* ਖਰਾ, ਭੋਲਾ
frankly *adv* ਖੁਲ੍ਹ ਕੇ
frankness *n* ਨਿਰਛਲਤਾ
frantic *adj* ਕਰੋਧ ਨਾਲ ਭਰਿਆ
fraternal *adj* ਭਾਈਚਾਰੇ ਦਾ
fraternity *n* ਭਾਈਚਾਰਾ
fraud *n* ਧੋਖਾ
fraudulent *adj* ਧੋਖੇਬਾਜ਼
freckle *n* ਛਾਈ
freckled *adj* ਚਿੱਤੀਦਾਰ
free *v* ਆਜ਼ਾਦ ਕਰਨਾ
free *adj* ਮੁਫ਼ਤ; ਸੁਤੰਤਰ
freedom *n* ਸੁਤੰਤਰਤਾ
freeway *n* ਰਾਹ
freeze *iv* ਜਮ ਜਾਣਾ
freezer *n* ਬਰਫ਼ ਜਮਾਉਣ ਦਾ ਖਾਨਾ
freezing *adj* ਬਹੁਤ ਠੰਢਾ; ਖੁਸ਼ਕ
freight *n* ਭਾੜਾ
French *adj* ਫਰਾਂਸੀਸੀ
frenetic *adj* ਉਤੇਜਤ
frenzied *adj* ਉਨਮਤ
frenzy *n* ਜਨੂਨ
frequency *n* ਬਾਰੰਬਾਰਤਾ
frequent *adj* ਭਰਿਆ
frequent *v* ਅਕਸਰ ਜਾਣਾ
fresh *adj* ਅਛੂਤਾ; ਤਾਜ਼ਾ
freshen *v* ਖਿੜਨਾ
freshness *n* ਤਾਜ਼ਗੀ
friar *n* ਸਾਧੂ
friction *n* ਰਗੜ
Friday *n* ਸ਼ੁੱਕਰਵਾਰ
fried *adj* ਤਲਿਆ ਹੋਇਆ
friend *n* ਦੋਸਤ
friendship *n* ਯਾਰੀ
fries *n* ਚਿਪਸ
frigate *n* ਗਸ਼ਤੀ
fright *n* ਦਹਿਸ਼ਤ, ਖੌਫ਼
frighten *v* ਡ੍ਰਾਹੁਣਾ
frightening *adj* ਭੈਦਾਇੱਕ
frigid *adj* ਠੰਢਾ
fringe *n* ਕਿਨਾਰੀ, ਮਗਜੀ
frivolous *adj* ਮਨਚਲਾ
frog *n* ਡੱਡੂ
from *pre* ਤੋਂ, ਵਲੋਂ
front *n* ਅੱਗਾ; ਮੋਰਚਾ; ਮੂੰਹ
front *adj* ਸਾਮ੍ਹਣਾ
frontier *n* ਸਰਹੱਦ
frost *n* ਪਾਲਾ
frostbite *n* ਦੁੱਖ, ਚੋਟ
frostbitten *adj* ਬੀਮਾਰੀ
frosty *adj* ਕਾਕਰ ਪੈਣ ਪਿਛੋਂ
frown *v* ਭੌਂ, ਤਿਊੜੀ
frozen *adj* ਦਾ ਭੂਤ ਕਿਰਦੰਤ
frugal *adj* ਕਮਖਰਚ
frugality *n* ਸੰਜਮ
fruit *n* ਫਲ
fruitful *adj* ਉਪਜਾਊ
fruity *adj* ਫਲ ਸੰਬੰਧੀ

F

frustrate 76

F

frustrate *v* ਨਿਸਫਲ ਕਰਨਾ
frustration *n* ਵਿਫਲਤਾ
fry *v* ਤਲਨਾ
frying pan *n* ਕੜਾਹੀ
fuel *n* ਬਾਲਣ
fuel *v* ਬਾਲਣ ਪਾਉਣਾ
fugitive *n* ਭਗੌੜਾ
fulfill *v* ਪਾਲਣਾ
fulfillment *n* ਪੂਰਤੀ
full *adj* ਪੂਰਾ; ਭਰਿਆ; ਅਧੀਕ
fully *adv* ਸਾਰੇ ਦਾ ਸਾਰਾ
fumes *n* ਗੈਸ; ਭਾਫ਼; ਆਵੇਸ਼
fumigate *v* ਧੂਣੀ ਦੇਣਾ
fun *n* ਹਾਸਾ-ਠੱਠਾ
function *n* ਕੰਮ, ਕਾਰ, ਕਾਰਜ
fund *n* ਪੂੰਜੀ
fund *v* ਜਮ੍ਹਾ ਕਰਨਾ
fundamental *adj* ਬੁਨਿਆਦੀ
funds *n* ਸਰਮਾਇਆ
funeral *n* ਦਫਨ, ਸੰਸਕਾਰ
fungus *n* ਖੁਮ
funny *adj* ਹਸਾਉਣਾ
fur *n* ਪੋਸਤੀਨ
furious *adj* ਲੋਹਾ ਲਾਖਾ
furiously *adv* ਗੁੱਸੇ ਨਾਲ
furnace *n* ਭੱਠੀ, ਹਾੱਟ ਪਲੇਟ
furnish *v* ਸਜਾਉਣਾ
furnishings *n* ਘਰ ਦਾ ਸਮਾਨ
furniture *n* ਘਰ ਦਾ ਸਮਾਨ
furor *n* ਜੋਸ਼
furrow *n* ਸਿਆੜ
furry *adj* ਸਮੂਰਦਾਰ
further *adv* ਅਗਾਂਹ, ਅੱਗੇ
furthermore *adv* ਇਸ ਤੋਂ ਇਲਾਵਾ
fury *n* ਰੋਸ
fuse *n* ਫਿਊਜ਼
fusion *n* ਮਿਸ਼ਰਨ
fuss *n* ਖਲਬਲੀ
fussy *adj* ਵਿਸ਼ਿਸ਼ਟ
futile *adj* ਵਿਅਰਥ
futility *n* ਵਿਅਰਥਤਾ
future *n* ਭਵਿੱਖਤ, ਭਵਿੱਖ ਕਾਲ
fuzzy *adj* ਲੂੰਈਦਾਰ, ਅਸਪਸ਼ਟ

G

gadget *n* ਜੁਗਤ
gag *n* ਬੁੱਜਾ; ਰੋਕ; ਮਜ਼ਾਕ
gag *v* ਝੂਠ ਬੋਲਣਾ
gage *v* ਧੋਖਾ ਦੇਣਾ
gain *v* ਵਧਣਾ
gain *n* ਲਾਭ
gal *n* ਲੜਕੀ
galaxy *n* ਅਕਾਸ਼ ਗੰਗਾ
gale *n* ਤੂਫਾਨ, ਝੱਖੜ
gall bladder *n* ਸੰਚਾਰ-ਸਾਧਨ
gallant *adj* ਬਾਂਕਾ, ਸੁੰਦਰ
gallery *n* ਗੈਲਰੀ, ਗਲਿਆਰੀ
gallon *n* ਗੇਲਨ ਇੱਕ ਮਾਪ
gallop *v* ਸਰਪਟ

gallows *n* ਸੂਲੀ
galvanize *v* ਜਿਸਤ ਦਿ ਕਲੀ ਕਰਨਾ
gamble *v* ਜੂਏ ਵਿੱਚ ਉਡਾ ਦੇਣਾ
game *n* ਖੇਡ; ਸ਼ਿਕਾਰ; ਦਿਲਲਗੀ
gang *n* ਗ੍ਰੋਹ
gangrene *n* ਆਤਮ ਗਿਲਾਨੀ
gangster *n* ਬਦਮਾਸ਼ ਜੁੰਡਲੀ ਦਾ ਮੈਂਬਰ
gap *n* ਵਿਰਲ ਵਿੱਥ, ਪਾੜ
garage *n* ਗਰਾਜ, ਗੱਡੀਖ਼ਾਨਾ
garbage *n* ਰੱਦੀ
garden *n* ਬਾਗ਼
gardener *n* ਮਾਲੀ
gargle *n* ਗਰਾਰਾ
garland *n* ਹਾਰ
garlic *n* ਲਸਣ
garment *n* ਲਿਬਾਸ
garnish *v* ਸਜਾਉਣਾ; ਸੰਮਨ ਤਾਮੀਲ ਕਰਨਾ
garnish *n* ਸ਼ਿੰਗਾਰ
garrison *n* ਰੱਖਿਅਕ ਸੈਨਾ
garrulous *adj* ਗੱਪੀ
garter *n* ਗੈਟਿਸ
gas *n* ਗੈਸ
gash *n* ਸੱਟ
gasoline *n* (ਅਮਰੀਕੀ) ਪਟਰੋਲ
gasp *v* ਹਟਕੋਰਾ ਲੈਣਾ
gastric *adj* ਗੈਸ
gate *n* ਫਾਟਕ
gather *v* ਪਹਿਚਾਣ
gathering *n* ਮਜਮਾ
gauge *v* ਮਾਪ, ਪੈਮਾਨਾ
gauze *n* ਬਰੀਕ
gaze *v* ਨਜ਼ਰ ਜਮਾਉਣਾ
gear *n* ਸਾਜ਼-ਸਮਾਨ
geese *n* ਪੰਖੇਰੂ
gem *n* ਹੀਰਾ
gender *v* ਉਤਪੰਨ ਕਰਨਾ
gene *n* ਜੀਨ
general *n* ਕਿਸਮਦਾਰ
generalize *v* ਵਿਆਪਕ
generate *v* ਸਧਾਰਨੀ ਤੌਰ ਤੇ
generation *n* ਪੀੜ੍ਹੀ
generator *n* ਉਪਜਾਉਣ ਵਾਲਾ
generic *adj* ਆਮ
generosity *n* ਉਦਾਰਤਾ
genetic *adj* ਜਣਨ
genial *adj* ਠੇਡੀ ਦਾ
genius *n* ਪ੍ਰਤਿਭਾਸ਼ਾਲੀ; ਪ੍ਰਕਿਰਤੀ
genocide *n* ਨਸਲਕੁਸ਼ੀ
genteel *adj* ਰਈਸੀ; ਸੁੰਦਰ
gentle *adj* ਭੱਦਰ
gentleman *n* ਭਲਾਮਾਣਸ
gentleness *n* ਨਿਮਰਤਾ
genuflect *v* ਸਜਦਾ ਕਰਨਾ
genuine *adj* ਖਰਾ, ਠੇਠ
geography *n* ਭੂਗੋਲ
geology *n* ਭੂ ਵਿਗਿਆਨ
geometry *n* ਰੇਖਾ ਗਣਿਤ
germ *n* ਕੀਟਾਣੂ
German *adj* ਸੋਦਰਾ
Germany *n* ਜਰਮਨੀ
germinate *v* ਉਪਜਣਾ
gerund *n* ਕਿਰਿਆਵਚੀ ਨਾਂਵ
gestation *n* ਗਰਭ
gesticulate *v* ਬਤਾਵੇ ਪਾਉਣਾ

G

G

gesture *n* ਹਾਵ ਭਾਵ
get *iv* ਲੈਣਾ; ਕਮਾਉਣਾ
get along *v* ਨਿਰਵਾਹ ਕਰਨਾ
get away *v* ਪਲਾਇਨ
get back *v* ਲੱਭ ਲੈਣਾ, ਕਢਾ ਲੈਣਾ
get by *v* ਪਿੱਛੋਂ ਜੀਉਂਦੇ ਰਹਿਣਾ
get down *v* ਉਤਰਨਾ
get down to *v* ਅੜਿੰਗਾ ਡਾਹੁਣਾ
get in *v* ਪ੍ਰਵੇਸ਼ ਪਾਉਣਾ
get off *v* ਘੋੜੇ ਤੋਂ ਉਤਾਰਨਾ
get out *v* ਝਕਾਨੀ ਮਾਰਨੀ
get over *v* ਝੇਲ
get together *v* ਮਿਲਣਾ, ਮੇਲ ਹੋਣਾ
get up *v* ਚੜ੍ਹਤ
geyser *n* ਗੀਜ਼ਰ
ghastly *adj* ਭਿਆਨਕ
ghost *n* ਪ੍ਰਾਣ
giant *n* ਦੈਂਤ
gift *n* ਭੇਂਟ, ਸੌਗ਼ਾਤ
gifted *adj* ਗੁਣੀ
gigantic *adj* ਸ਼ਕਤੀਮਾਨ
giggle *v* ਦੰਦ ਕੱਢਣਾ
gimmick *n* ਜੁਗਤੀ
ginger *n* ਅਦਰਕ
gingerly *adv* ਸੰਕੋਚ
giraffe *n* ਜਿਰਾਫ
girl *n* ਕੁੜੀ
girlfriend *n* ਸਹੇਲੀ
give *iv* ਦੇਣਾ, ਪ੍ਰਦਾਨ ਕਰਨਾ
give away *v* ਭੇਦ ਖੋਲ ਦੇਣਾ
give back *v* ਵਾਪਸ ਮੁੜਨਾ
give in *v* ਹਾਰ ਮੰਨਣਾ
give out *v* ਪ੍ਰਬੰਧ ਕਰਨਾ
give up *v* ਛੱਡ ਦੇਣਾ
glacier *n* ਹਿਮ ਨਦੀ
glad *adj* ਖੁਸ਼, ਪ੍ਰਸੰਨ
gladiator *n* ਝਗੜਾਲੂ
glamorous *adj* ਦਿਲਖਿਚਵਾਂ
glance *v* ਖ਼ਿਸਕ ਜਾਣਾ
glance *n* ਝਾਤ; ਚਮਕ
gland *n* ਗਿਲਟੀ
glare *n* ਲਿਸ਼ਕਾਰ
glass *n* ਗਲਾਸ; ਸ਼ੀਸ਼ਾ; ਐਨਕ; ਆਈਨਾ
glasses *n* ਚਸ਼ਮਾ
glassware *n* ਕੱਚ ਦੇ ਭਾਂਡੇ
gleam *n* ਚਮਕ, ਦਮਕ
gleam *v* ਚਮਕਣਾ, ਦਮਕਣਾ
glide *n* ਰਵਾਨੀ, ਵਹਾਅ
glimmer *n* ਨੂਰ
glimpse *n* ਝਲਕ
glimpse *v* ਝਾਤ ਪਾਉਣੀ
glitter *v* ਜਗਮਗਾਉ, ਲਹਿਕ
globe *n* ਭੂ ਮੰਡਲ
globule *n* ਗੋਲੀ
gloom *n* ਹਨੇਰਾ
gloomy *adj* ਉਦਾਸ; ਅਸੰਤੁਸ਼ਟ
glorify *v* ਵਡਿਆਉਣਾ
glorious *adj* ਪਰਤਾਪੀ
glory *n* ਪਰਤਾਪ
gloss *n* ਟੀਕਾ
glossary *n* ਸ਼ਬਦਾਵਲੀ
glossy *adj* ਚਮਕਦਾਰ
glove *n* ਦਸਤਾਨਾ
glow *v* ਲੋ

glucose *n* ਅੰਗੁਰਾਂ ਦੀ ਖੰਡ
glue *n* ਗੂੰਦ
glue *v* ਸਰੇਸ਼ ਲਾ ਕੇ ਜੋੜਨਾ
glut *n* ਰੱਜ, ਬਹੁਤਾਤ
glutton *n* ਪੇਟੂ, ਖਾਣ-ਸੂਰਾ
gnaw *v* ਟੁਕਣਾ, ਕੁਤਰਨਾ
go *iv* ਜਾਣਾ
go ahead *v* ਅੱਗੇ ਜਾਣਾ
go away *v* ਭੁਲ ਜਾਣਾ
go back *v* ਵਾਪਸ ਮੁੜਨਾ
go down *v* ਰਜ਼ਾਮੰਦ ਹੋਣਾ
go in *v* ਪ੍ਰਵੇਸ਼ ਪਾਉਣਾ
go on *v* ਜਾਰੀ ਰੱਖਣਾ
go out *v* ਵਿੱਛੜਨਾ
go over *v* ਵਿੱਚਾਰਨਾ
go through *v* ਅਨੁਭਵ ਕਰਨਾ
go under *v* ਢਹਿਣਾ
go up *v* ਵੱਧਣਾ; ਜਾਣਾ; ਨਸ਼ਟ ਹੋਣਾ
goad *v* ਜੋਸ਼ ਦਿਵਾਉਣਾ
goal *n* ਟੀਚਾ; ਉਦੇਸ਼; ਗੋਲ
goalkeeper *n* ਗੋਲੀ
goat *n* ਬਕਰੀ
gobble *v* ਖਾ ਪੀ ਕੇ ਉਡਾ ਦੇਣਾ
God *n* ਪ੍ਰਮਾਤਮਾ, ਪ੍ਰਭੂ
goddess *n* ਦੇਵੀ
godless *adj* ਨਾਸਤਕ
goggles *n* ਧੁੱਪ ਦੀ ਐਨਕ
gold *n* ਸੋਨਾ
golden *adj* ਸੁਨਹਿਰਾ; ਬਹੁਮੁੱਲਾ
good *adj* ਚੰਗਾ; ਭਲਾ
good-looking *adj* ਸੋਹਣਾ
goodness *n* ਭਲਾਈ
goods *n* ਸਾਮਾਨ, ਮਾਲ
goodwill *n* ਸਾਖ
goof *v* ਛਲਣਾ
goof *n* ਮੂੜ੍ਹ
goose *n* ਹੰਸ; ਸਿੱਧੜ
gorge *n* ਖੁੱਡੀ
gorgeous *adj* ਸ਼ਾਨਦਾਰ
gorilla *n* ਬਣ ਮਾਣਸ
gory *adj* ਲਹੂ ਲੁਹਾਣ
gospel *n* ਇੰਜੀਲ
gossip *v* ਗੱਪਾਂ ਮਾਰਨਾ
gossip *n* ਮਿੱਤਰ, ਦੋਸਤ
gout *n* ਗਠੀਆ
govern *v* ਰਾਜ ਕਰਨਾ
government *n* ਸਰਕਾਰ
governor *n* ਰਾਜਪਾਲ
gown *n* ਗਾਊਨ, ਚੋਗ਼ਾ
grab *v* ਹਥਿਆਉ
grace *n* ਮੁਹਲਤ
graceful *adj* ਛਬੀਲਾ
gracious *adj* ਮਿਹਰਬਾਨ; ਖੁਸ਼ਗਵਾਰ
grade *n* ਬਣਾਉਣਾ
grade *v* ਵਰਗੀਕਰਨ ਕਰਨਾ
gradual *adj* ਕ੍ਰਮਵਾਰ
graduate *v* ਡਿਗਰੀ ਲੈਣਾ; ਅੰਕਣਾ
graduation *n* ਗਰੇਜੂਏਟ
graft *v* ਪਿਓਂਦ ਲਾਉਣਾ
graft *n* ਪਿਓਂਦ; ਰਿਸ਼ਵਤ
grain *n* ਅਨਾਜ, ਦਾਣਾ
gram *n* ਗ੍ਰਾਮ
grammar *n* ਵਿਆਕਰਣ
grand *n* ਉੱਚਾ; ਵੱਡਾ; ਸ਼ਾਨਦਾਰ

G

G

grandchild *n* ਪੋਤਰਾ/ਪੋਤਰੀ; ਦੋਹਤਰੀ/ਦੋਹਤਰੀ
granddad *n* ਦਾਦਾ
grandfather *n* ਦਾਦਾ; ਨਾਨਾ
grandmother *n* ਦਾਦੀ; ਨਾਨੀ
grandparents *n* ਦਾਦਾ-ਦਾਦੀ; ਨਾਨਾ-ਨਾਨੀ
grandson *n* ਪੋਤਰਾ
grandstand *n* ਉੱਚਾ ਮੰਚ
granite *n* ਸਖਤ ਚੀਜ਼
granny *n* ਬਿਰਧ ਸੁਆਣੀ
grant *v* ਪ੍ਰਵਾਨ ਕਰਨਾ
grant *n* ਪ੍ਰਵਾਨਗੀ, ਮਨਜ਼ੂਰੀ
grape *n* ਅੰਗੂਰ, ਦਾਖ
grapefruit *n* ਅੰਗੂਰ; ਦਾਖ
grapevine *n* ਅੰਗੂਰੀ ਸ਼ਰਾਬ
graphic *adj* ਲਿਖਤ ਸੰਬਧੀ; ਨਕਸ਼ੇ ਦਾ
grasp *n* ਜੱਫਾ, ਪਕੜ
grasp *v* ਫੜਨਾ
grass *n* ਘਾਹ
grassroots *adj* (ਰਸਾ) ਖਾਰ ਯੁਕਤ
grateful *adj* ਆਭਾਰੀ
gratify *v* ਰੀਝਾਉਣਾ; ਬਦਲ ਦੇਣਾ; ਵੱਢੀ ਦੇਣਾ
gratifying *adj* ਸੰਤੋਖਜਨਕ
gratitude *n* ਆਭਾਰ
gratuity *n* ਧਨ ਦਾਨ
grave *adj* ਅਤਿਅੰਤ; ਵਿੱਚਾਰਯੋਗ; ਭਿਆਨਕ; ਮਹਾਨ
grave *n* ਕਬਰ; ਸੁੰਨਸਾਨ ਥਾਂ; ਨਾਸ਼
gravel *n* ਬਜਰੀ
gravely *adv* ਗੰਭੀਰਤਾਪੂਰਬਕ
gravestone *n* ਕੁਤਬਾ
graveyard *n* ਕਬਰ
gravitate *v* ਖਿੱਚਣਾ
gravity *n* ਆਕਰਸ਼ਣ ਸ਼ਕਤੀ
gravy *n* ਚਟਨੀ, ਸ਼ੋਰਬਾ
gray *adj* ਸਲੇਟੀ; ਨਿਰਸ; ਬੁੱਢਾ
grayish *adj* ਗੰਦਾ
graze *v* ਟੁੱਕਣਾ
graze *n* ਛੋਹ, ਸਪਰਸ਼, ਰਗੜ
grease *v* ਥਿੰਦਾ ਕਰਨਾ
grease *n* ਚਿਕਣਾਈ
greasy *adj* ਥਿੰਦਾ, ਚਿਕਣਾ
great *adj* ਮਹਾਨ
greatness *n* ਮਹੱਤਤਾ; ਵਡੱਪਣ
Greece *n* ਯੂਨਾਨ
greed *n* ਲਾਲਚ
greedy *adj* ਲਾਲਚੀ
Greek *adj* ਗ੍ਰੀਕ, ਯੂਨਾਨੀ
green *adj* ਹਰਾ
greenhouse *n* ਪੌਦਿਆ ਲਈ ਕੱਚ ਦਾ ਘਰ
Greenland *n* ਗ੍ਰੀਨਲੈਂਡ
greet *v* ਸੁਆਗਤ ਕਰਨਾ
greetings *n* ਬੰਦਗੀ
gregarious *adj* ਸਮਾਜਕ
grenade *n* ਬਰੂਦ ਦਾ ਹੱਥ ਗੋਲਾ
greyhound *n* ਸ਼ਿਕਾਰੀ ਕੁੱਤਾ
grief *n* ਸੋਗ
grievance *n* ਸ਼ਿਕਾਇਤ
grieve *v* ਦੁਖੀ ਹੋਣਾ
grill *v* ਮਾਸ ਭੁੰਨਣਾ
grill *n* ਕਬਾਬ; ਭੁੰਨਣ ਲਈ ਸੀਖਦਾਰ ਚੁਲ੍ਹਾ
grim *adj* ਨਿਰਦਈ
grimace *n* ਮੂੰਹ ਬਣਾਉਣਾ
grime *n* ਮੈਲ
grin *n* ਖਿਸਿਆਣੀ ਹਾਸੀ

grin *v* ਖਿਸਿਆਉਣਾ
grind *iv* ਪੀਸਣਾ
grip *v* ਫੜਨਾ
grip *n* ਪਕੜ; ਮੁੱਠਾ
gripe *n* ਪਕੜਨ
grisly *adj* ਭਿਆਨਕ
groan *v* ਤਾਂਘਣਾ
groan *n* ਹੁੰਗਾਰ, ਕਰਾਹ
groceries *n* ਪਰਚੂਣ
groin *n* ਚੱਡੇ
groove *n* ਝਿਰੀ
gross *adj* ਭਰਪੂਰ
grossly *adv* ਭੱਦੇ ਢੰਗ ਨਾਲ
grotesque *adj* ਭੌਂਡਾ
grotto *n* ਸੁੰਦਰ ਗੁਫਾ ਜਾਂ ਗਾਰ
grouch *v* ਖਿਝਣਾ, ਕੁੜ੍ਹਨਾ
grouchy *n* ਸ਼ਿਕਾਇਤ, ਸ਼ਿਕਵਾ
ground *n* ਧਰਤੀ
ground floor *n* ਧਰਤੀ, ਧਰਾਤਲ
groundless *adj* ਨਿਰਮੂਲ
groundwork *n* ਸਥਾਪਨਾ
group *n* ਟੋਲੀ
grow *iv* ਉੱਗਣਾ; ਪੈਦਾ ਹੋਣਾ
grow up *v* ਵੱਡਾ ਹੋਣਾ
growl *v* ਗਰਜਣਾ
grown-up *n* ਪ੍ਰੌੜ੍ਹ, ਬਾਲਗ
growth *n* ਵਿਕਾਸ
grudge *n* ਸੰਕੋਚ; ਖਾਰ
grudgingly *adv* ਹਿਚਕਚਾਉਂਦਿਆਂ ਹੋਇਆਂ
grueling *adj* ਕਰੜਾ
gruesome *adj* ਭਿਆਨਕ, ਘੋਰ
grumble *v* ਚਿੜ ਚਿੜ ਕਰਨਾ
grumpy *adj* ਰੁਖਾ, ਖਰ੍ਹਵਾ
guarantee *v* ਜ਼ਾਮਨ ਹੋਣਾ
guarantee *n* ਜ਼ਾਮਨ
guarantor *n* ਜ਼ੁੰਮੇਵਾਰ
guard *n* ਰੱਖਿਅਕ
guard *v* ਰੱਖਿਆ ਕਰਨਾ; ਸਾਵਧਾਨੀ ਵਰਤਣਾ
guardian *n* ਰਖਵਾਲਾ
guerrilla *n* ਗੁਰੀਲਾ
guess *v* ਅੰਦਾਜ਼ਾ ਲਾਉਣਾ
guess *n* ਅੰਦਾਜ਼ਾ
guest *n* ਅਤਿਥੀ
guidance *n* ਮਾਰਗ ਦਰਸ਼ਨ; ਅਗਵਾਈ
guide *v* ਰਾਹ ਦੱਸਣਾ
guide *n* ਗਾਈਡ
guidebook *n* ਸੂਚਨਾ ਪੁਸਤਕ
guidelines *n* ਨਿਯਮ
guild *n* ਮੰਡਲ
guile *n* ਧੋਖਾ, ਛਲ
guillotine *n* ਸਿਰ ਕੱਟ ਟੋਕਾ; ਬਹਿਸ ਦਾ ਅੰਤ
guilt *n* ਅਪਰਾਧ, ਕਸੂਰ
guilty *adj* ਪਾਪੀ, ਅਪਰਾਧੀ
guise *n* ਭੇਖੀ, ਭੇਸ
guitar *n* ਗਿਟਾਰ, ਛੇਤਾਰਾ
gulf *n* ਖਾੜੀ, ਖਲੀਜ
gull *n* ਭੁੱਲੜ; ਮੂਰਖ; ਜਲ ਮੁਰਗੀ
gullible *adj* ਭੋਲਾ, ਸਿੱਧੜ
gulp *v* ਨਿਗਲਣਾ
gulp *n* ਹੜੱਪਣ, ਨਿਗਲਣ
gulp down *v* ਖਪਾ ਦੇਣਾ
gum *n* ਰੱਬ
gun *v* ਫਾਇਰ ਕਰਨਾ
gun down *v* ਕਤਲ, ਹੱਤਿਆ

G

G

gunfire *n* ਤੀਰਅੰਦਾਜੀ
gunman *n* ਹਥਿਆਰਬੰਦ
gunpowder *n* ਬਰੂਦ
gunshot *n* ਗੋਲੀ
gust *n* ਹਵਾ, ਧੂੰ
gusto *n* ਸੁਆਦ ਤੇ ਸੁਗੰਧ; ਜੋਸ਼; ਖਾਹਿਸ਼
gusty *adj* ਤੇਜ਼, ਤੁੰਦ, ਤਿੱਖਾ
gut *n* ਆਂਦਰਾਂ, ਅੰਤੜੀਆਂ
guts *n* ਹਿੰਮਤ, ਹੀਆ
gutter *n* ਪਰਨਾਲਾ, ਮੋਰੀ
guy *n* ਰੱਸਾ, ਜ਼ੰਜੀਰ
guzzle *v* ਖਾ ਪੀ ਕੇ ਉਡਾ ਦੇਣਾ
gymnasium *n* ਕਸਰਤੀ
gynecology *n* ਜ਼ਨਾਨੀ ਰੋਗ
gypsy *n* ਟੱਪਰੀਵਾਸ

H

habit *n* ਆਦਤ
habitable *adj* ਰਹਿਣ ਰੋਗ
habitual *adj* ਨਿਵਾਸ
hack *v* ਟੁਕੜੇ ਕਰਣਾ
haggle *v* ਸੌਦੇਬਾਜ਼ੀ ਕਰਨਾ
hail *n* ਗੜੇ; ਨਮਸਕਾਰ; ਜੈ ਜੈ ਕਾਰ; ਸਵਾਲਾਂ ਦੀ ਵਾਛੜ
hail *v* ਗੜੇ ਪੈਣੇ; ਸ਼ਾਬਾਸ਼ ਦੇਣਾ
hair *n* ਕੇਸ; ਵਾਲ
hairbrush *n* ਵਾਲਾਂ ਦਾ ਬੁਰਸ਼
haircut *n* ਵਾਲ ਕੱਟਣਾ
hairdo *n* ਕੰਘੀ-ਪੱਟੀ
hairdresser *n* ਹਜਾਮ
hairpiece *n* ਵਿਗ, ਨਕਲੀ ਵਾਲ
hairy *adj* ਵਾਲਦਾਰ
half *n* ਅੱਧ
half *adj* ਅੱਧਾ ਹਿੱਸਾ
hall *n* ਵੱਡਾ ਕਮਰਾ; ਦੀਵਾਨਖਾਨਾ
hallucinate *v* ਉਲਟੇ ਰਾਹ ਪੈਣਾ
hallway *n* ਪ੍ਰਵੇਸ਼ ਦਰਵਾਜ਼ਾ
halt *v* ਲੰਗੜਾ
halve *v* ਅੱਧੋਂ ਅੱਧ ਕਰਨਾ
ham *n* ਹੈਮ
hamburger *n* ਹੈਮਬਰਗਰ
hamlet *n* ਕਸਬਾ, ਛੋਟਾ ਪਿੰਡ
hammer *n* ਹਥੌੜਾ
hammer *v* ਮਾਰਨਾ; ਠੋਕਨਾ
hammock *n* ਝੂਲਣ ਵਾਲਾ ਬਿਸਤਰ
hand *n* ਹੱਥ
hand down *v* ਵਸੀਅਤ ਕਰ ਜਾਣਾ
hand in *v* ਦੇਣਾ
hand out *n* ਛੋਟਾ ਪੱਤਾ
hand over *v* ਅਰਪਣ ਕਰਨਾ
handbag *n* ਹੈਂਡਬੈਗ
handbook *n* ਕਿਤਾਬੜੀ
handcuff *v* ਹੱਥਕੜੀ ਲਾਉਣਾ
handcuffs *n* ਹੱਥਕੜੀ
handful *n* ਮੁੱਠ ਭਰ
handgun *n* ਹਾਥ ਦੀ ਬੰਦੂਕ
handicap *n* ਅਪੰਗਤਾ; ਅਸੁਵਿਧਾ
handkerchief *n* ਰੁਮਾਲ
handle *v* ਵਰਤਣਾ

handle *n* ਹੱਥਾ, ਦਸਤਾ
handmade *n* ਦਸਤਕਾਰੀ
handout *n* ਦੁਪੱਤਰੀ
handrail *n* ਜੰਗਲਾ, ਵਾੜ
handshake *n* ਹੱਥ ਮਿਲਾਉਣ
handsome *adj* ਸੋਹਣਾ
handwriting *n* ਲਿਖਤ, ਲਿਖਾਈ
handy *adj* ਤਿਆਰ; ਸੁਲਭ
hang *iv* ਲਟਕਾਅ; ਢਾਲ
hang around *v* ਇੰਤਜਾਰ
hang on *v* ਹੱਥ ਵਿੱਚ ਲੈਣਾ
hang up *n* ਰੁਕਾਵਟ, ਰੋਕ
hanger *n* ਲਟਕਾਣਵਾਲਾ
hang-up *n* ਮਨੋਤਾਪ
happen *v* ਵਾਪਰਨਾ, ਗੁਜ਼ਰਨਾ
happening *n* ਘਟਨਾ, ਵਾਰਦਾਤ
happiness *n* ਖੁਸ਼ੀ, ਪ੍ਰਸੰਨਤਾ
happy *adj* ਖੁਸ਼, ਪ੍ਰਸੰਨ, ਅਨੰਦ
harass *v* ਤੰਗ ਕਰਨਾ
harassment *n* ਪਰੇਸ਼ਾਨੀ, ਕਲੇਸ਼
harbor *n* ਬੰਦਰਗਾਹ
hard *adj* ਸਖ਼ਤ
harden *v* ਸਖਤ ਕਰਨਾ ਜਾਂ ਹੋਣਾ
hardly *adv* ਮਸਾਂ ਮਸਾਂ, ਜਿਹੇ
hardness *n* ਕਠੋਰਤਾ
hardship *n* ਕਸ਼ਟ, ਕਠਿਨਤਾ
hardware *n* ਧਾਤ ਦਾ ਸਮਾਨ
hardwood *n* ਵਣ
hardy *adj* ਤਕੜਾ
hare *n* ਸਹਿਆ
harm *v* ਨੁਕਸਾਨ ਕਰਨਾ
harm *n* ਹਾਨੀ, ਨੁਕਸਾਨ
harmful *adj* ਹਾਨੀਕਾਕਰ
harmless *adj* ਬਿਨਾ ਨੁਕਸਾਨ
harmonize *v* ਇੱਕਸੁਰ ਕਰਨਾ
harmony *n* ਇੱਕਸੁਰਤਾ
harp *n* ਵਾਜਾ, ਦਿਲਰੁਬਾ
harpoon *n* ਭਾਲਾ
harrowing *adj* ਦੁਖਦਾਈ
harsh *adj* ਰੁੱਖਾ
harshly *adj* ਅਸੱਭਿਆ
harshness *n* ਖਟਾਸ, ਰੁਖਾਪਣ
harvest *n* ਵਾਢੀ, ਵਾਢੀ ਦੀ ਰੁੱਤ
harvest *v* ਫਸਲ ਕੱਟਣੀ
hashish *n* ਹਸ਼ੀਸ਼, ਗਾਂਜਾ
hassle *v* ਫ਼ਰਿਆਦ
hassle *n* ਉਲਟਾਉ, ਪੁੱਠਾਪਣ
haste *n* ਕਾਹਲ, ਛੇਤੀ
hasten *v* ਕਾਹਲ ਕਰਨਾ
hastily *adv* ਉਤਾਵਲਾ
hasty *adj* ਜਲਦਬਾਜ਼
hat *n* ਟੋਪੀ
hatchet *n* ਕੁਠਾਰ
hate *v* ਨਫਰਤ
hateful *adj* ਘਿਰਨਾਯੋਗ
hatred *n* ਘਿਰਣਾ, ਨਫਰਤ
haughty *adj* ਘਮੰਡੀ, ਅਭਿਮਾਨੀ
haul *v* ਖਿੱਚ
haunt *v* ਘੜੀ ਮੁੜੀ ਆਉਣਾ
have *iv* ਕੋਲ ਹੋਣਾ
have to *v* ਚਾਹੀਦਾ ਹੋਣਾ
haven *n* ਬੰਦਰਗਾਹ
havoc *n* ਤਬਾਹੀ, ਬਰਬਾਦੀ
hawk *n* ਬਾਜ਼

hay *n* ਭੂਸਾ
haystack *n* ਸੁੱਕੇ ਘਾਹ ਦਾ ਢੇਰ
hazard *n* ਸੰਕਟ
hazardous *adj* ਖ਼ਤਰੇ ਵਾਲ਼ਾ
haze *v* ਥਕਾ ਦੇਣਾ
hazelnut *n* ਮੇਵਾ
hazy *adj* ਧੁੰਦਲਾ
he *pro* ਉਹ
head *n* ਸਿਰ
head for *v* ਅਸਪਸ਼ਟ ਦਿਸਣਾ
headache *n* ਸਿਰ ਪੀੜ੍ਹ
heading *n* ਸਿਰਲੇਖ, ਸੁਰਖੀ
head-on *adv* ਸਾਖਿਆਤ
headphones *n* ਲੈਣਹਾਰ
headquarters *n* ਮੁੱਖ ਦਫਤਰ
headway *n* ਉਨਤੀ, ਵਿਕਾਸ
heal *v* ਇਲਾਜ
healer *n* ਮਸੀਤ
health *n* ਤੰਦਰੁਸਤੀ
healthy *adj* ਤੰਦਰੁਸਤ
heap *n* ਢੇਰ, ਢੇਰੀ, ਸਮੂਹ
heap *v* ਢੇਰ ਲਾਉਣਾ
hear *iv* ਸੁਣਨਾ
hearing *n* ਪੇਸ਼ੀ, ਸੁਣਨੇ ਦੀ ਸ਼ਕਤਿ
hearsay *n* ਅਫਵਾਹ
hearse *n* ਬਬਾਣ
heart *n* ਦਿਲ
heartbeat *n* ਦਿਲ ਦੀ ਧੜਕਣ
heartburn *n* ਛਾਤੀ ਦੀ ਜਲਨ
hearten *v* ਉਤਸ਼ਾਹਿਤ ਕਰਨਾ
heartfelt *adj* ਸੱਚੇ ਦਿਲੋਂ, ਹਾਰਦਿਕ
hearth *n* ਚੁੱਲ੍ਹਾ, ਅੰਗੀਠੀ
heartless *adj* ਬੇਰਹਿਮ, ਨਿਰਦਈ
hearty *adj* ਦਿਲੀ ਖ਼ਾਹਿਸ਼
heat *v* ਤਪਾਉਣਾ
heat *n* ਗਰਮੀ
heat wave *n* ਉਮਰ ਦਾ ਵਰ੍ਹਾ
heater *n* ਤਪਾਕ, ਹੀਟਰ
heathen *n* ਲੂ
heating *n* ਤਪਸ਼
heatstroke *n* ਲੂ ਲੱਗਣਾ
heaven *n* ਸਵਰਗ; ਅੰਬਰ
heavenly *adj* ਅਲੌਕਿਕ
heaviness *n* ਗੁਰੂਤਾ
heavy *adj* ਵਿਪੁਲ
heckle *v* ਤੁੰਬਣਾ
hectic *adj* ਲਗਾਤਾਰ, ਉਤੇਜਿਤ
heed *n* ਧਿਆਨ
heel *n* ਅੱਡੀ
height *n* ਉਚਾਈ
heighten *v* ਉੱਚਾ ਕਰਨਾ
heinous *adj* ਘਿਰਣਾਯੋਗ, ਘਿਰਣਤ
heir *n* ਵਾਰਸ
heiress *n* ਉੱਤਰਾਧਿਕਾਰਿਨੀ
heist *n* ਡਾਕਾ, ਧਾੜ
helicopter *n* ਹੇਲੀਕਾਪਟਰ
hell *n* ਜਹੱਨਮ
hello *e* ਸਤ ਸ੍ਰੀ ਅਕਾਲ
helm *n* ਪਤਵਾਰ; ਸ਼ਾਸਨ; ਮਾਰਗ ਨਿਰਦੇਸ਼ਨ
helmet *n* ਲੋਹੇ ਦੀ ਟੋਪੀ
help *v* ਉਪਸਥਿਤ ਕਰਨਾ
help *n* ਲੋਹੇ ਦੀ ਟੋਪੀ
helper *n* ਸਹਾਇੱਕ, ਮਦਦਗਾਹ
helpful *adj* ਸਹਾਇੱਕ

helpless *adj* ਬੇਬਸ
hem *n* ਪਾਲਾ, ਝਾਲਰ, ਗੋਟ
hemisphere *n* ਗੋਲਾਰਧ
hemorrhage *n* ਰੱਤ-ਸਾਰ
hen *n* ਕੁਕੜੀ, ਮੁਰਗੀ
hence *adv* ਇਸ ਲਈ
henchman *n* ਚੇਲਾ
her *pro* ਉਸ ਕੁੜੀ ਨੂੰ, ਉਹ (ਇਸਤਰੀ)
herald *v* ਪੂਰਵ ਸੂਚਨਾ ਦੇਣਾ
herald *n* ਸੰਦੇਸ਼ਵਾਹਕ
herb *n* ਬੂਟੀ
here *adv* ਇਧਰ, ਇੱਥੇ, ਏਥੇ
hereafter *adv* ਪਰਲੋਕ
hereby *adv* ਇੰਜ ਕਰਕੇ
hereditary *adj* ਪੁਸ਼ਤੈਨੀ
heresy *n* ਪਖੰਡ
heretic *adj* ਕਾਫ਼ਰ
heritage *n* ਵਿਰਾਸਤ
hermetic *adj* ਰਸਾਇਣੀ
hermit *n* ਸਨਿਆਸੀ
hernia *n* (ਨਿਦਾ) ਹਰਨੀਆ
hero *n* ਨਾਇੱਕ
heroic *adj* ਵੀਰਤਾਪੂਰਨ (ਕਾਵਿ)
heroin *n* ਔਸ਼ਧੀ
heroism *n* ਸੂਰਬੀਰਤਾ
hers *pro* ਉਸਦੀ
herself *pro* ਖ਼ੁਦ, ਆਪਣੇ ਆਪ
hesitant *adj* ਝਿਜਕਦਾ
hesitate *v* ਸੰਗਣਾ
hesitation *n* ਝਾਕਾ, ਸੰਗਾਉਪੁਣਾ
heyday *n* ਜੋਬਨ
hiccup *n* ਹਿਚਕੀਆਂ ਲੈ ਕੇ ਕਹਿਣਾ
hidden *adj* ਗੁਪਤ; ਰਹੱਸਮਈ
hide *iv* ਗੁਪਤ ਰੱਖਣਾ; ਲੁਕਾਉਣਾ; ਚਾਂਟੇ ਮਾਰਨਾ
hideaway *v* ਗੁਪਤ ਰੱਖਣਾ
hideous *adj* ਭਿਆਨਕ, ਘਿਣਾਉਣਾ
hierarchy *n* ਦੇਵ ਸ਼੍ਰੇਣੀ, ਮਹੰਤੀ
high *adj* ਉੱਚਾ
highlight *v* ਉਜਾਗਰ ਕਰਨਾ
highly *adv* ਬਹੁਤ ਜ਼ਿਆਦਾ
Highness *n* ਹਜ਼ਰਤ
highway *n* ਸ਼ਾਹਰਾਹ
hijack *v* ਹਾਈਜੈਕ ਕਰਨਾ
hijack *n* ਹਾਈਜੈਕ, ਅਪਹਰਣ
hijacker *n* ਅਪਹਰਣ ਕਰਤਾ
hike *v* ਪੈਦਲ ਤੇਰਨਾ
hike *n* ਪਦਯਾਤਰਾ
hilarious *adj* ਪ੍ਰਫੁੱਲਿਤ, ਪ੍ਰਸੰਨਤਾ
hill *n* ਛੋਟਾ ਪਹਾੜ
hillside *n* ਢਿਗ, ਤੋਦਾ
hilltop *n* ਟੀਸੀ, ਚੋਟੀ
hilly *adj* ਡੁਗਰੀਲਾ, ਪਹਾੜੀ
hilt *n* ਹੱਥਾ, ਮੁੱਠਾ, ਦਸਤਾ
hinder *v* ਅੜਚਨ ਪਾਉਣਾ
hindrance *n* ਅਡੜਚਨ
hindsight *n* ਸੂਝ
hinge *v* ਕਬਜ਼ਾ ਲਾਉਣਾ; ਖਲੋਣਾ
hinge *n* ਕਬਜ਼ਾ; ਸਿਧਾਂਤ; ਜੋੜ
hint *n* ਸੰਕੇਤ, ਇਸ਼ਾਰਾ
hint *v* ਸੁਝਾਉਣਾ, ਸੁਝਾਅ ਦੇਣਾ
hip *n* ਪੁੱਠ
hire *v* ਮਜੂਰੀ ਤੇ ਰੱਖਣਾ
his *adj* ਉਸ ਦਾ, ਉਹ ਦਾ
his *pro* ਉਸ ਦਾ

Hispanic 86

Hispanic *adj* ਸਪੇਨ ਦਾ
hiss *v* ਫੁੰਕਾਰਾ ਮਾਰਨਾ
historian *n* ਇਤਿਹਾਸਕਾਰ
history *n* ਇਤਿਹਾਸ
hit *n* ਟੱਲਾ, ਟੁੱਲ, ਟੋਣਾ
hit *iv* ਸੱਟ ਮਾਰਨੀ, ਮਾਰਨਾ
hit back *v* ਬਦਲਾ ਲੈਣਾ ਜਾਂ ਕੱਢਣਾ
hitch *n* ਅਟਕ, ਝਿਜਕ
hitch up *adj* ਉਪਵਾਸ, ਤੇਜ
hitchhike *v* ਹੁਝਕਾ
hitherto *adv* ਹੁਣ ਤੋੜੀ, ਹੁਣੀ ਤੀਕ
hive *n* ਛੱਤਾ, ਮਖੀਰ
hoard *v* ਜੋੜਨਾ, ਜਮ੍ਹਾ ਕਰਨਾ
hoarse *adj* ਕਰਕ
hoax *n* ਚਕਮਾ, ਝਾਂਸਾ
hobby *n* ਸ਼ੌਕੀਆ ਕੰਮ, ਸ਼ੁਗਲ
hog *v* ਉਠਾਉਣਾ, ਚੁੱਕਣਾ
hoist *v* ਉਪਰ ਚੁੱਕਣਾ
hoist *n* ਚੁਕਾਈ, ਉਠਾਈ
hold *iv* ਕਾਬੂ
hold back *v* ਝਿਜਕਣਾ
hold on to *v* ਨਿਰਭਰ
hold out *v* ਅਰਪਣ ਕਰਨਾ
hold up *v* ਪਿੱਛੇ ਪਾਉਣਾ
holdup *n* ਘੌਲ
hole *n* ਛੇਦ, ਛੇਦ ਕਰ
holiday *n* ਛੁੱਟੀ ਦਾ ਦਿਨ
holiness *n* ਪਾਵਨਤਾ
Holland *n* ਹਾਲੈਂਡ
hollow *adj* ਥੋਥਾ
holocaust *n* ਸਰਬਨਾਸ
holy *adj* ਪਾਕ
homage *n* ਸਨਮਾਨ
home *n* ਘਰ, ਮਕਾਨ, ਗ੍ਰਹਿ
homeland *n* ਵਤਨ
homeless *adj* ਬੇਘਰਾ
homely *adj* ਘਰੇਲੂ, ਸਧਾਰਨ
homemade *adj* ਘਰੇਲੂ
homesick *adj* ਉਦਰੇਵੇਂ ਸੰਬੰਧੀ
hometown *n* ਪਿੰਡ
homework *n* ਘਰ ਦਾ ਕੰਮ
homicide *n* ਹਤਿਆਰਾ
homily *n* ਧਰਮ-ਉਪਦੇਸ਼
honest *adj* ਈਮਾਨਦਾਰ
honesty *n* ਈਮਾਨਦਾਰੀ
honey *n* ਸ਼ਹਿਦ
honeymoon *n* ਹਨੀਮੂਨ
honk *v* ਭੋਂ ਭੋਂ ਕਰਨਾ
honor *n* ਆਨ
hood *n* ਆਵਰਣ, ਕੰਟੋਪ
hoodlum *n* ਗੁੰਡਾ
hoof *n* ਖੁਰ
hook *n* ਹੁਕ
hooligan *n* ਗੁੰਡਾ, ਬਦਮਾਸ਼
hop *v* ਟਪੂਸੀਆਂ ਮਾਰਨਾ
hope *n* ਆਸ਼ਾ
hope *v* ਆਸ ਕਰਨਾ; ਚਾਹੁਣਾ
hopeful *adj* ਆਸਜਨਕ
hopefully *adv* ਉਮੀਦ ਨਾਲ
hopeless *adj* ਆਸ਼ਾਹੀਨ
horizon *n* ਦਿਗਮੰਡਲ
horizontal *adj* ਦਿਸਹੱਦੇ ਦਾ
hormone *n* ਉਤੇਜਕ ਰਸ
horn *n* ਸਿੰਗ

horrendous *adj* ਰੋਅਬ ਵਾਲਾ
horrible *adj* ਭਿਅੰਕਰ
horrify *v* ਡਰਾ ਦੇਣਾ
horror *n* ਡਰ
horse *n* ਘੋੜਾ
hose *n* ਲੰਮੀਆਂ ਜੁਰਾਬਾਂ
hospital *n* ਹਸਪਤਾਲ
hospitality *n* ਪ੍ਰਾਹੁਣਾਚਾਰੀ
hospitalize *v* ਹਸਪਤਾਲ ਵਿੱਚ ਭਰਤੀ ਕਰਨਾ
host *n* ਮੇਜ਼ਬਾਨ
hostage *n* ਬੰਧੀ; ਯਰਗਮਾਲ
hostess *n* ਮੇਜ਼ਬਾਨ ਔਰਤ
hostile *adj* ਵਿਰੋਧੀ, ਪ੍ਰਤੀਕੂਲ
hostility *n* ਵੈਰ
hot *adj* ਗਰਮ
hotel *n* ਹੋਟਲ
hound *n* ਸ਼ਿਕਾਰੀ ਕੁੱਤਾ
hour *n* ਘੰਟਾ
hourly *adv* ਮੁਕੱਰਰ ਵਕਤ
house *n* ਕੋਠੀ
household *n* ਕੁਟੰਬ, ਘਰ ਬਾਰ
housekeeper *n* ਗ੍ਰਿਹਸਤ
housewife *n* ਗ੍ਰਿਹਸਤਨ
housework *n* ਕੋਠੀਕਾਰਜ
hover *v* ਰੁਕਣਾ
how *adv* ਕਿਵੇਂ
however *c* ਕਿੰਨਾ ਹੀ; ਲੇਕਿਨ
howl *v* ਚੀਖ਼ ਕੇ ਉਚਾਰਨਾ
howl *n* ਹੁਆਂਕ, ਹੁਆਂ
hub *n* ਨਾਭ, ਨਾਭੀ
huddle *v* ਢੇਰ ਲਾਉਣਾ
hug *v* ਗਲਵੱਕੜੀ ਵਿੱਚ ਲੈਣਾ
hug *n* ਗਲਵੱਕੜੀ, ਜੱਫੀ
huge *adj* ਬਹੁਤ ਵੱਡਾ, ਮਹਾਨ
hull *n* ਫੋਲਕ, ਛਿਲਕਾ
hum *v* ਗੁੰਜਾਰ
human *adj* ਮਨੁਖ, ਮਾਨਵ
human being *n* ਇਨਸਾਨ
humanities *n* ਮਾਨਵਤਾ ਵਾਦੀ
humankind *n* ਮਨੁੱਖ-ਜਾਤੀ
humble *adj* ਨਿਮਾਣਾ, ਨਿਰਮਾਣ
humbly *adj* ਦਿਆਲੂ; ਕਿਰਪਾਲੂ
humid *adj* ਗਿੱਲਾ, ਤਰ
humidity *n* ਗਿੱਲ, ਨਮੀ, ਸਿੱਲ੍ਹ
humiliate *v* ਮਾਣ ਤੋੜਨਾ
humility *n* ਨਿਮਰਤਾ
humor *n* ਮਜ਼ਾਕ
humorous *adj* ਵਿਨੋਦਮਈ
hump *n* ਕੁੱਬ, ਉਭਾਰ, ਕੁਹਾਨ
hunch *n* ਕੁੱਬ
hunchback *n* ਕੁੱਬਾ
hunched *adj* ਝੁਕਿਆ ਹੋਇਆ
hundred *adj* ਸੌ
hundredth *adj* ਸੌਵਾਂ
hunger *n* ਭੁੱਖ
hungry *adj* ਭੁੱਖਾ, ਭੁੱਖਾ ਭਾਣਾ
hunt *v* ਸ਼ਿਕਾਰ
hunter *n* ਸ਼ਿਕਾਰੀ
hunting *n* ਸ਼ਿਕਾਰ
hurdle *n* ਵਿਵਧਾਨ
hurl *v* ਸਿਟ
hurricane *n* ਤੁਫਾਨ, ਝੱਖੜ
hurriedly *adv* ਸਰਸਰੀ, ਛੇਤੀ ਛੇਤੀ
hurry *v* ਕਾਹਲ ਪਾਉਣੀ

H

hurry up *v* ਕਾਹਲ ਪਾਉਣੀ
hurt *iv* ਸੱਟ ਸਹਿਣਾ
hurt *n* ਸੱਟ, ਚੋਟ, ਫੱਟ
hurtful *adj* ਦੁਖਦਾਇੱਕ
husband *n* ਘਰ ਵਾਲਾ
hush *n* ਭੂਸੀ
hush up *v* ਚੁੱਪ ਕਰਾਉਣਾ
husky *adj* ਘਾਗਾ
hustle *n* ਧੱਕਾ, ਧੱਕਮ-ਧੱਕਾ
hut *n* ਖੋਲੀ
hydraulic *adj* ਜਲ ਨਾਲ਼ ਸਬੰਧਿਤ
hydrogen *n* ਹਾਈਡ੍ਰੋਜਨ
hyena *n* ਲੱਕੜਬਾਗਾ
hygiene *n* ਸਿਹਤ ਵਿਗਿਆਨ
hymn *n* ਭਜਨ
hyphen *n* ਸਮਾਸ ਚਿੰਨ੍ਹ
hypnosis *n* ਸੰਮੋਹਨ
hypnotize *v* ਸੰਮੋਹਿਤ ਕਰਨਾ
hypocrisy *n* ਕਪਟ ਵਿੱਦਿਆ
hypocrite *adj* ਬਗਲਾ ਭਗਤ
hypothesis *n* ਮਿਥੀ ਸਥਾਪਨਾ
hysteria *n* ਪਾਗਲਪਣ
hysterical *adj* ਕਰੋਧ ਨਾਲ ਭਰਿਆ

I

I *pro* ਮੈਂ
ice *n* ਬਰਫ
ice *v* ਬਰਫ ਵਾਂਗ ਜਮਾਉਣਾ
ice cream *n* ਆਈਸਕਰੀਮ
ice cube *n* ਬਰਫ ਦਾ ਛੋਟਾ ਟੁੱਕੜਾ
ice skate *n* ਬਰਫਸਕੇਟ
iceberg *n* ਬਰਫ਼ ਦਾ ਪਹਾੜ
icebox *n* ਆਈਸਬਾਕਸ
ice-cold *adj* ਬਹੁਤ ਠੰਢਾ
icon *n* ਬੁੱਤ, ਮੂਰਤੀ
icy *adj* ਬਰਫ ਵਾਲਾ
idea *n* ਵਿੱਚਾਰ
ideal *adj* ਆਦਰਸ਼ਕ
identical *adj* ਇੱਕਸਮਾਨ
identify *v* ਪਛਾਣਨਾ
identity *n* ਸਮਾਨ ਸਮਝਣਾ
ideology *n* ਭਾਵ ਵਿਗਿਆਨ
idiom *n* ਮੁਹਾਵਰਾ
idiot *n* ਮੂਰਖ
idiotic *adj* ਮੂਰਖਤਾ ਭਰਿਆ
idle *adj* ਸੁਸਤ
idol *n* ਬੁੱਤ
idolatry *n* ਬੁੱਤ-ਪੂਜਾ
if *c* ਜੇ
ignite *v* ਅੱਗ ਲਾਉਣਾ ਜਾਂ ਲੱਗਣਾ
ignorance *n* ਅਗਿਆਨ
ignorant *adj* ਅਗਿਆਨੀ, ਮੂੜ੍ਹ
ignore *v* ਉਪੇਖਿਆ ਕਰਨਾ
ill *adj* ਬਿਮਾਰ

89 imply

illegal *adj* ਗੈਰਕਨੂੰਨੀ
illegible *adj* ਅਸਪਸ਼ਟ
illegitimate *adj* ਅਯੋਗ
illicit *adj* ਵਰਜਿਤ
illiterate *adj* ਅਨਪੜ੍ਹ
illness *n* ਬੀਮਾਰੀ
illogical *adj* ਤਰਕਹੀਣ
illuminate *v* ਚਾਨਣ ਕਰਨਾ
illusion *n* ਭਰਮ
illustrate *v* ਸਪਸ਼ਟ ਕਰਨਾ
illustration *n* ਵਿਆਖਿਆ
illustrious *adj* ਪ੍ਰਸਿੱਧ
image *n* ਸ਼ਕਲ
imagination *n* ਕਲਪਨਾ
imagine *v* ਕਲਪਨਾ ਕਰਨਾ
imbalance *n* ਅਸੰਤੁਲਨ
imitate *v* ਨਕਲ ਕਰਨਾ
imitation *n* ਨਕਲ, ਸਾਂਗ
immaculate *adj* ਪਵਿੱਤਰ
immature *adj* ਕੱਚਾ, ਅਣਪੱਕਾ
immaturity *n* ਕਚਿਆਈ
immediately *adv* ਤਤਕਾਲ
immense *adj* ਬੇਹੱਦ, ਅਪਾਰ
immensity *n* ਅਸੀਮਤਾ
immerse *v* ਡੋਬਣਾ
immersion *n* ਜਲ ਪ੍ਰਵਾਹ
immigrant *n* ਆਵਾਸ ਸੰਬੰਧੀ
immigrate *v* ਆ ਵਸਣਾ
immigration *n* ਆਵਾਸ
imminent *adj* ਅਟੱਲ
immobile *adj* ਅਚਲ
immobilize *v* ਅਚੱਲ ਕਰਨਾ
immoral *adj* ਭ੍ਰਿਸ਼ਟਾਚਾਰੀ
immorality *n* ਬਦਚਲਨੀ
immortal *adj* ਅਮਰ
immortality *n* ਦੇਵਤਾਪਣ
immune *adj* ਮੁਕਤ
immunity *n* ਬਚਾ
immunize *v* ਸੁਰੱਖਿਅਤ ਕਰਨਾ
immutable *adj* ਨਾ ਬਦਲਨ ਵਾਲਾ
impact *n* ਟਾਕਰ
impact *v* ਠੋਕਣਾ
impair *v* ਵਿਗਾੜਨਾ
impartial *adj* ਨਿਰਪੱਖ
impatience *n* ਬੇਸਬਰੀ
impatient *adj* ਬੇਸਬਰ
impeccable *adj* ਬੇਐਸ਼
impediment *n* ਵਿਘਨ
impending *adj* ਨਿਕਟਵਰਤੀ
imperfection *n* ਅਪੂਰਣਤਾ
imperial *adj* ਸ਼ਾਹੀ
imperialism *n* ਸਾਮਰਾਜਵਾਦ
impersonal *adj* ਅਵਿਅਕਤੀਗਤ
impertinence *n* ਬੇਸਬਰੀ
impertinent *adj* ਬੇਤੁਕਾ
impetuous *adj* ਵੇਗਵਾਨ
implacable *adj* ਸਖਤ
implant *v* ਗੱਡਣਾ
implement *v* ਸੰਦ
implicate *v* ਫਸਾਉਣਾ
implication *n* ਉਲਝਣ
implicit *adj* ਲੁਪਤ
implore *v* ਬੇਨਤੀ ਕਰਨਾ
imply *v* ਅਰਥ ਹੋਣਾ

I

impolite *adj* ਅਸੱਪਿਆ
import *v* ਅਰਥ, ਭਾਵਵ
importance *n* ਮਹਾਤਤਾ
importation *n* ਆਯਾਤ
impose *v* ਸਥਾਪਤ ਕਰਨਾ
imposing *adj* ਪ੍ਰਭਾਵਸ਼ਾਲੀ
imposition *n* ਭਾਰ, ਛਲ
impossibility *n* ਅਸੰਭਵਤਾ
impossible *adj* ਅਸੰਭਵ, ਅਸਾਧ
impotent *adj* ਕਮਜ਼ੋਰ, ਮਜਬੂਰ
impound *v* ਰੋਕ ਲਾ ਲੈਣਾ
impoverished *adj* ਨਿਰਧਨ
impractical *adj* ਬੇਤੁਕਾ
imprecise *adj* ਧੁੰਦਲਾ ਜਿਹਾ
impress *v* ਜਬਰੀ ਭਰਤੀ ਕਰਾ
impressive *adj* ਪਭਾਵਸ਼ਾਲੀ
imprison *v* ਕੈਦ ਕਰਨਾ
improbable *adj* ਅਸੰਭਾਵਿਤ
impromptu *adv* ਤਤਕਾਲੀ ਪੇਸ਼ਕਾਰੀ
improper *adj* ਨਾਵਾਜਬ
improve *v* ਸੁਧਾਰਨਾ, ਸੁਧਰਨਾ
improvement *n* ਸੁਧਾਰ ਉਨਤੀ
improvise *v* ਡੰਗ ਸਾਰਨਾ
impulse *n* ਮਨੋਵੇਗ
impulsive *adj* ਮਨੋਵੇਗੀ
impunity *n* ਸਜ਼ਾ ਤੋਂ ਛੋਟ
impure *adj* ਅਪਵਿੱਤਰ
in *pre* ਵਿੱਚ
in depth *adv* ਮੁਕੰਮਲ ਤੌਰ ਤੇ
inability *n* ਅਸਮੱਰਥਾ
inaccessible *adj* ਪਹੁੰਚ ਤੋਂ ਪਰੇ
inaccurate *adj* ਅਸ਼ੁੱਧ
inadequate *adj* ਲੋੜ ਤੋਂ ਘੱਟ
inadmissible *adj* ਨਾ ਮੰਨਣਯੋਗ
inappropriate *adj* ਅਢੁਕਵਾਂ
inasmuch as *c* ਕਿਉਂਕਿ
inaugurate *v* ਉਦਘਾਟਨ ਕਰਨਾ
inauguration *n* ਉਦਘਾਟਨ
incalculable *adj* ਅਣਗਿਣਤ
incapable *adj* ਅਸਮਰੱਥ
incapacitate *v* ਅਸਮਰੱਥ ਕਰਨਾ
incarcerate *v* ਕੈਦ ਕਰਨਾ
incense *n* ਗੁੱਸਾ ਚੜ੍ਹਾਉਣਾ
incentive *n* ਉਤਸ਼ਾਹ
inception *n* ਮੁੱਢ, ਆਰੰਭ
incessant *adj* ਇੱਕਤਾਰ
inch *n* ਇੰਚ
incident *n* ਘਟਨਾ
incidentally *adv* ਅਚਨਚੇਤੀ
incision *n* ਛੇਦ, ਚੀਰਾ
incite *v* ਭੜਕਾਉਣਾ
incitement *n* ਉਕਸਾਹਟ
inclination *n* ਰੌਂ
incline *v* ਰੌਂ ਹੋਣਾ
include *v* ਸ਼ਾਮਿਲ ਕਰਨਾ
inclusive *adv* ਸਹਿਤ
incoherent *adj* ਅਸੰਗਤ
income *n* ਆਮਦਨੀ
incoming *adj* ਆਪਰਵਾਸੀ
incompatible *adj* ਵਿਰੁੱਧ
incompetence *n* ਅਸਮਰਥਤਾ
incompetent *adj* ਅਸਮਰੱਥ
incomplete *adj* ਅਧੂਰਾ
inconsistent *adj* ਬੇਮੇਲ

incontinence *n* ਅਸੰਜਮ
inconvenient *adj* ਤਕਲੀਫਦੇਹ
incorporate *v* ਇੱਕੱਠਾ ਕਰਨਾ
incorrect *adj* ਗ਼ਲਤ
incorrigible *adj* ਅਸਾਧ
increase *v* ਵਧਣਾ
increase *n* ਅਧਿਕ ਹੋਣਾ
increasing *adj* ਵਰਧਮਾਨ
incredible *adj* ਨਾ ਮੰਨਣਯੋਗ
increment *n* ਵਿਸਤਾਰ
incriminate *v* ਦੋਸ਼ ਲਾਉਣਾ
incur *v* ਗ੍ਰਸਤ ਹੋਣਾ
incurable *adj* ਬੇਇਲਾਜ
indecency *n* ਗੰਵਾਰੂਪਣ
indecision *n* ਅਨਿਰਣਾ
indecisive *adj* ਦੁਚਿੱਤੀ ਵਾਲਆ
indeed *adv* ਦਰਅਸਲ
indefinite *adj* ਅਸਪਸ਼ਟ
indemnify *v* ਜਮਾਨਤ ਦੇਣਾ
indemnity *n* ਜਮਾਨਤ ਦੇਣਾ
independence *n* ਸੁਤੰਤਰਤਾ
independent *adj* ਆਜ਼ਾਦ
index *n* ਤਰਜਨੀ
indicate *v* ਸੁਝਾਉਣਾ
indication *n* ਸੰਕੇਤ
indict *v* ਦੋਸ਼ ਆਰੋਪਣ
indifference *n* ਬੈਰਾਗ
indifferent *adj* ਤਟਸਥ
indigent *adj* ਦੀਨ
indigestion *n* ਅਜੀਰਨ
indirect *adj* ਅਪ੍ਰਤੱਖ; ਵਿੰਗਾ
indiscreet *adj* ਅਸਾਵਧਾਨ
indiscretion *n* ਅਵਿਵੇਕ
indispensable *adj* ਅਕੱਟ
indisposed *adj* ਢਿੱਲਾ
indisputable *adj* ਨਿਰਵਿਵਾਦ
indivisible *adj* ਅਖੰਡ
indoctrinate *v* ਸਿੱਖਿਆ ਦੇਣਾ
indoor *adv* ਅੰਦਰਵਾਸੀ
induce *v* ਪ੍ਰੇਰਣਾ
indulge *v* ਤ੍ਰਿਪਤ ਕਰਨਾ ਜਾਂ ਹੋਣਾ
indulgent *adj* ਸਹਣਸ਼ੀਲ
industrious *adj* ਉਦਮੀ
industry *n* ਉਦਯੋਗ
ineffective *adj* ਨਿਹਫਲ
inefficient *adj* ਅਯੋਗ, ਅਕੁਸ਼ਲ
inept *adj* ਅਸਰਥ
inequality *n* ਨਾਬਰਾਬਰੀ
inevitable *adj* ਅਟੱਲ, ਅਮਿਟ
inexcusable *adj* ਨਾ ਬਖਸ਼ਣਯੋਗ
inexpensive *adj* ਸੁਵੱਲਾ
inexperienced *adj* ਅਨਾੜੀ
inexplicable *adj* ਰਹਾਸਮਈ
infallible *adj* ਅਕਸੀਰ
infamous *adj* ਬਦਨਾਮ
infancy *n* ਬਚਪਨ
infant *n* ਬਾਲ, ਬਾਲਕ
infantry *n* ਪਿਆਦਾ ਫ਼ੌਜ
infect *v* ਗੰਦਾ ਕਰਨਾ
infection *n* ਛੂਤ, ਲਾਗ
infectious *adj* ਫੈਲਣ ਵਾਲਾ
infer *v* ਅਨੁਮਾਨ ਲਾਉਣਾ
inferior *adj* ਤੁੱਛ; ਹੇਠਲਾ
infertile *adj* ਅਣਉਪਜਾਊ

infested *adj* ਰੋਗ-ਗ੍ਰਸਤ, ਰੋਗੀ
infidelity *n* ਵਿਸ਼ਵਾਸਘਾਤ
infiltrate *v* ਘੁਸਪੈਠ ਕਰਨਾ
infiltration *n* ਘੁਸਪੈਠ
infinite *adj* ਅਨੰਤ
infirmary *n* ਹਸਪਤਾਲ
inflammation *n* ਦਾਹ, ਤਾਪ
inflate *v* ਮੁੱਦਰਾ ਸੁਕੇ
inflation *n* ਮੁੱਦਰਾ ਸੁਕੇ
inflexible *adj* ਲਚਕਹੀਣ
inflict *v* ਦੰਡ ਦੇਣਾ
influence *n* ਅਸਰ
influential *adj* ਪ੍ਰਭਾਵਸ਼ਾਲੀ
influenza *n* ਨਜ਼ਲਾ, ਫਲੂ
influx *n* ਅੰਦਰ ਨੂੰ ਵਹਿਣ
inform *v* ਜਤਾਉ
informal *adj* ਗ਼ੈਰ ਰਸਮੀ
informality *n* ਬੇਤਕੱਲਫੀ
informant *n* ਸੂਚਕ
information *n* ਇਤਲਾ
informer *n* ਸੂਚਕ
infraction *n* ਉਲੰਘਣਾ
infrequent *adj* ਖਾਸ ਮੌਕੇ ਦਾ
infuriate *v* ਕ੍ਰੋਧ ਦਿਵਾਉਣਾ
infusion *n* ਕਾੜ੍ਹਾ
ingenuity *n* ਅਜਾਮ
ingest *v* ਢਿੱਡ ਭਰ ਲੈਣਾ
ingot *n* ਡਲੀ
ingrained *adj* ਗੱਡਿਆ
ingratiate *v* ਕ੍ਰਿਪਾ ਪਾਤਰ ਬਣਨਾ
ingratitude *n* ਕਰਿਤਘਨਤਾ
ingredient *n* ਅੰਸ਼, ਤੱਤ, ਸੰਘਟਕ
inhabit *v* ਰਹਨਾ
inhabitable *adj* ਵਸਣ ਯੋਗ
inhabitant *n* ਨਿਵਾਸੀ, ਬਾਸ਼ਿੰਦਾ
inhale *v* ਸਾਹ ਅੰਦਰ ਖਿੱਚਣਾ
inherit *v* ਵਿਰਸੇ ਵਿੱਚ ਮਿਲਣਾ
inheritance *n* ਰਿਕਥ
inhibit *v* ਰੁਕਾਵਟ ਪਾਉਣਾ
inhuman *adj* ਅਮਾਨਵੀ
initial *adj* ਪ੍ਰਾਰੰਭਿਕ
initial *n* ਛੋਟੇ ਦਸਤਖਤ
initial *v* ਦਸਤਖਤ ਕਰਨਾ
initially *adv* ਪਹਿਲਾਂ
initials *n* ਛੋਟੇ ਦਸਤਖਤ
initiate *v* ਛੋਹਣਾ
initiative *n* ਪਹਿਲ
inject *v* ਟੀਕਾ ਲਾਉਣਾ
injection *n* ਇੰਜੇਕਸ਼ਨ
injure *v* ਹਰਜ ਪਹੁੰਚਾਉਣਾ
injurious *adj* ਹਾਨੀਕਾਰਕ
injury *n* ਅਨਿਆਂ, ਪੀੜ
injustice *n* ਅਨਿਆਂ
ink *n* ਰੋਸ਼ਨਾਈ
inkling *n* ਸੰਕੇਤ, ਆਭਾਸ।
inlaid *adj* ਜੜਾਊ
inland *adv* ਦੇਸ-ਅਭਿਅੰਤਰ
inland *adj* ਦੇਸ-ਅਭਿਅੰਤਰ
in-laws *n* ਸਤੁਰਾਲ
inmate *n* ਵਾਸੀ, ਵਸਨੀਕ
inn *n* ਮੁਸਾਫ਼ਰ ਖ਼ਾਨਾ
innate *adj* ਜਨਮਜਾਤ
inner *adj* ਅੰਦਰਲਾ
innocence *n* ਸਰਲਤਾ

innocent *adj* ਬੇਕਸੂਰ
innovation *n* ਕਾਢ
innuendo *n* ਗੁੱਝਾ ਇਸ਼ਾਰ
innumerable *adj* ਅਣਗਿਨਤ
input *n* ਇਨਪੁਟ, ਨਿਵੇਸ਼
inquest *n* ਤਫ਼ਤੀਸ਼
inquire *v* ਖੋਜਣਾ, ਖੋਜ ਕਰਨਾ
inquiry *n* ਖੋਜ, ਪੁੱਛ ਗਿੱਛ
inquisition *n* ਖੋਜ, ਪੁੱਛ
insane *adj* ਪਾਗਲ, ਦੀਵਾਨਾ
insanity *n* ਪਾਗਲਪਨ
insatiable *adj* ਅਤ੍ਰਿਪਤ
inscription *n* ਸ਼ਿਲਾਲੇਖ
insect *n* ਕੀਟ
insecurity *n* ਅਸੁਰੱਖਿਆ
insensitive *adj* ਅਸੰਵੇਦਨਸ਼ੀਲ
inseparable *adj* ਅਨਿਖੜ, ਅਟੁੱਟ
insert *v* ਸੰਮਿਲਤ ਕਰਨ
insertion *n* ਸੰਮਿਲਣ
inside *adj* ਅੰਦਰਲਾ, ਅੰਦਰੂਨੀ
inside *pre* ਅੰਦਰ, ਭੀਤਰ
inside out *adv* ਮੁਕੰਮਲ ਤੌਰ ਤੇ
insignificant *adj* ਐਸਾ ਵੈਸਾ
insincere *adj* ਅਸੁਹਿਰਦ
insincerity *n* ਕਪਟ।
insinuate *v* ਘਰ ਕਰ ਲੈਣਾ
insinuation *n* ਕਟਾਖ
insipid *adj* ਫਿੱਕਾ
insist *v* ਮਚਲ
insistence *n* ਜ਼ਿਦ
insolent *adj* ਢੀਠ
insoluble *adj* ਅਘੁਲਾ
insomnia *n* ਅਨੀਂਦਰਾ ਰੋਗ
inspect *v* ਜਾਂਚਣਾ
inspection *n* ਜਾਂਚ, ਛਾਣਬੀਨ
inspector *n* ਇਨਸਪੈਕਟਰ
inspiration *n* ਪਰੇਰਣਾ, ਪਰੇਰਨਾ
inspire *v* ਸਾਹ(ਅੰਦਰ) ਲੈਣਾ
instability *n* ਅਸਥਿਰਤਾ
install *v* ਥਾਪਣਾ
installation *n* ਸਥਾਪਨਾ
installment *n* ਕਿਸ਼ਤ
instance *n* ਮਿਸਾਲ, ਪਰਮਾਣ
instant *n* ਛਿਣ
instantly *adv* ਤਤਕਾਲ
instead *adv* ਬਜਾਏ, ਦੀ ਥਾਂ ਤੇ
instigate *v* ਉਕਸਾਉਣਾ
instill *v* ਟਪਕਾਉਣਾ
instinct *n* ਪ੍ਰਵਿਰਤੀ
institute *v* ਸੰਸਥਾਨ
institution *n* ਸੰਸਥਾ
instruct *v* ਸਿਖਾਉਣਾ
instructor *n* ਸਿਖਿਅਕ
insufficient *adj* ਥੋੜ੍ਹਾ, ਘੱਟ
insulate *v* ਵਿਅਕਤੀ
insulation *n* ਤਾਪ ਰੋਕਣ
insult *v* ਬੇਇਜ਼ਤੀ
insult *n* ਬੇਇੱਜ਼ਤੀ
insurance *n* ਬੀਮਾ
insure *v* ਬੀਮਾ ਕਰਾਉਣਾ
insurgency *n* ਬਗਾਵਤ
insurrection *n* ਬਗਾਵਤ, ਵਿਦਰੋਹ
intact *adj* ਪੂਰਾ
intake *n* ਵਟਕ; ਅੰਤਰ ਗ੍ਰਹਿਣ

integrate *v* ਸੰਪੂਰਣ ਕਰਨਾ
integration *n* ਮਿਲਾਪ
integrity *n* ਪੂਰਨਤਾ, ਅਖੰਡਤਾ
intelligent *adj* ਬੁਦ੍ਧੀਮਾਨ
intend *v* ਚਾਹੁਣਾ
intense *adj* ਡੂੰਘਾ, ਘੋਰ
intensify *v* ਢੂੰਘਾ ਕਰਨਾ
intensity *n* ਤੀਬਰਤਾ
intensive *adj* ਤੀਬਰ ਪ੍ਰਚੰਡ
intention *n* ਮੰਤਵ
intercede *v* ਵਿੱਚ ਪੈਣਾ
intercept *v* ਵਿੱਚਕਾਰ ਰੋਕਣਾ
intercession *n* ਵਿੱਚੋਲਗੀ
interchange *v* ਅਦਲਾ ਬਦਲੀ ਕਰਨਾ
interchange *n* ਹੇਰ ਫੇਰ
interest *n* ਦਿਲਚਸਪੀ; ਵਿਆਜ਼
interested *adj* ਪੇਚੀਦਾ
interesting *adj* ਦਿਲਚਸਪ
interfere *v* ਦਖਲ ਦੇਣਾ
interference *n* ਦਖਲ
interior *adj* ਅੰਦਰੂਨੀ
interlude *n* ਮਧਿਆਂਤਰ ਨਾਟ
intermediary *n* ਵਿੱਚੋਲਾ
intern *v* ਨਜ਼ਰਬੰਦ ਕਰਨਾ
interpret *v* ਭਾਵ ਕੱਢਣਾ
interpretation *n* ਵਿਆਖਿਆ
interpreter *n* ਦੁਭਾਸ਼ੀਆ
interrogate *v* ਸਵਾਲ ਕਰਨਾ
interrupt *v* ਟੋਕ
interruption *n* ਰੁਕਾਵਟ, ਵਿਘਨ
intersect *v* ਕੱਟਣਾ
intertwine *v* ਮਿਲਾ ਦੇਣਾ
interval *n* ਵਕਫਾ
intervene *v* ਵਿੱਚ ਪੈਣਾ
intervention *n* ਦਖਲ
interview *n* ਇਨਟਰਵਿਊ
intestine *n* ਆਂਤ
intimacy *n* ਨੇੜ
intimate *adj* ਅੰਤਰੰਗ
intimidate *v* ਡਰਾਉਣਾ
intolerable *adj* ਅਸਹਿ
intolerance *n* ਅਸਹਿਣਸ਼ੀਲ
intoxicated *adj* ਮਦ
intravenous *adj* ਅੰਤਰ ਨਸੀ
intrepid *adj* ਨਿਡਰ, ਬਹਾਦਰ
intricate *adj* ਜਟਿਲ
intrigue *n* ਸਾਂਠ-ਗਾਂਠ
intriguing *adj* ਦਿਲਚਸਪ
intrinsic *adj* ਅੰਤਰੀਵ
introduce *v* ਪੇਸ਼ ਕਰਨਾ
introduction *n* ਪਰਿਚਯ
introvert *adj* ਅੰਤਰ-ਮੁਖੀ
intrude *v* ਘੁਸੜਨਾ
intruder *n* ਘੁਸਪੈਠੀਆ
intrusion *n* ਬਿਨਾਂ ਆਗਿਆ ਪ੍ਰਵੇਸ਼
intuition *n* ਸਹਿਜ-ਬੋਧ
inundate *v* ਹੜ੍ਹ ਵਗਾ ਦੇਣਾ
invade *v* ਹੱਲਾ ਕਰਨਾ
invader *n* ਹੱਲਾ ਕਰਨ ਵਾਲਾ
invalid *n* ਨਕਾਰਾ
invalidate *v* ਅਯੋਗ ਕਰਾਰ ਦੇਣਾ
invaluable *adj* ਅਮੋਲ
invasion *n* ਹੱਲਾ, ਆਕ੍ਰਮਣ
invent *v* ਕਾਢ ਕੱਢਦਾ

invention *n* ਆਵਿਸ਼ਕਾਰ
inventory *n* ਸੂਚੀ, ਫਹਰਿਸਤ
invest *v* ਰੁਪਈਆ ਲਾਉਣਾ
investigate *v* ਖੋਜ ਕਰਨਾ
investigation *n* ਤਹਿਕੀਕਾਤ
investment *n* ਨਿਵੇਸ਼
investor *n* ਭਾਈਵਾਲ
invincible *adj* ਅਜਿੱਤ, ਅਜੈ
invisible *adj* ਅਜੀਤ, ਅਜੈ
invitation *n* ਨਿਮੰਤਰਨ
invite *v* ਸੱਦਣਾ
invoice *n* ਬੀਚਕ
invoke *v* ਆਵਾਹਣ ਕਰਨਾ
involve *v* ਉਲਝਾਉਣਾ
involved *adj* ਪੇਚੀਦਾ
involvement *n* ਅਪੇਟ
inward *adj* ਅੰਦਰਲਾ
inwards *adv* ਅੰਦਰਵਾਰ
iodine *n* ਆਇਓਡੀਨ
irate *adj* ਕ੍ਰੋਧ ਨਾਲ ਭਰਿਆ
Ireland *n* ਆਇਰਲੈਂਡ
Irish *adj* ਆਇਰਲੈਂਡ ਦੀ ਭਾਸ਼ਾ
iron *n* ਪ੍ਰੈਸ, ਲੋਹਾ
iron *v* ਬੰਨ੍ਹਣਾ
ironic *adj* ਟੋਕਵੀਂ
irony *n* ਵਿਅੰਗ, ਤਨਜ਼, ਖੋਟ
irrational *adj* ਮੱਤਹੀਣ
irrefutable *adj* ਅਖੰਡਨੀ, ਅਕੱਟ
irregular *adj* ਬੇਕਾਇਦਾ
irrelevant *adj* ਅੰਟ-ਸੰਟ
irreparable *adj* ਅਸਾਧ
irresistible *adj* ਅਰੁਕ
irrespective *adj* ਬਿਨਾਂ ਪਰਵਾਹ ਦੇ
irreversible *adj* ਅਟੱਲ
irrevocable *adj* ਅਖੰਡ, ਅਟੱਲ
irrigate *v* ਸਿੰਜਣਾ
irrigation *n* ਆਬਪਾਸ਼ੀ
irritate *v* ਝੁੰਜਲਾਉਣਾ
irritating *adj* ਕਸ਼ਟਕਾਰੀ
Islamic *adj* ਇਸਲਾਮੀ
island *n* ਟਾਪੂ
isle *n* ਟਾਪੂ ਦੀਪ
isolate *v* ਨਿਖੇੜਨਾ
isolation *n* ਅੱਡਰਾਪਣ
issue *n* ਨਿਕਾਸ
issue *v* ਨਿਕਲਨਾ
Italian *adj* ਇਤਾਲਵੀ
italics *adj* ਟੇਢੇ ਅੱਖਰ
Italy *n* ਇਟਲੀ
itch *v* ਖੁਰਕ, ਖਾਰਸ਼
itchiness *n* ਛਪਾਕੀ
item *n* ਨਗ
itemize *v* ਵੇਰਵਾ
itinerary *n* ਰਸਤਾ
ivory *n* ਹਾਥੀ ਦੰਦ

J

jackal *n* ਸਿਆਰ
jacket *n* ਕੁੜਤੀ
jackpot *n* ਇਨਾਮ
jaguar *n* ਜੰਗਲੀ ਬਿੱਲਾ
jail *n* ਜੇਲ੍ਹ
jail *v* ਕੈਦ ਕਰਨਾ
jam *n* ਜੈਮ; ਕਠਿਨਾਈ; ਰੁਕਾਵਟ; ਭੀੜ
jam *v* ਰਾਹ ਰੋਕਣਾ
janitor *n* ਦਰਬਾਨ
January *n* ਜਨਵਰੀ
Japan *n* ਜਪਾਨ
Japanese *adj* ਜਪਾਨੀ
jar *n* ਮਰਤਬਾਨ; ਲੜਾਈ
jar *v* ਝਗੜਾ ਕਰਨਾ
jasmine *n* ਚਮੇਲੀ
jaw *n* ਜਬੜਾ
jealous *adj* ਈਰਖਾਲੂ
jealousy *n* ਈਰਖਾ, ਜਲੇਪਾ
jeans *n* ਪੁਸ਼ਾਕ, ਜਾਮਾ
jeopardize *v* ਖਤਰਾ ਸਹੇੜਨਾ
jerk *v* ਹਿਚਕੋਲਾ
jerk *n* ਝਟਕਾ
jersey *n* ਜਰਸੀ
Jew *n* ਯਹੂਦੀ
jewel *n* ਗਹਿਣਾ
jeweler *n* ਜੋਹਰੀ
jewelry store *n* ਗਹਿਣਿਆਂ ਦੀ ਦੁਕਾਨ
Jewish *adj* ਯਹੂਦੀਆਂ ਦਾ
jigsaw *n* ਉਂਝਣ
job *n* ਨੌਕਰੀ
jobless *adj* ਵਰਤੋਂ ਬਾਹਰਾ
join *v* ਜੋੜ
joint *n* ਜੁੜਤ, ਮਿਲਵਾਂ
jointly *adj* ਪੂਰਾ
joke *n* ਚੁਟਕਲਾ
joke *v* ਮਖੌਲ ਕਰਨਾ
joker *n* ਭੰਡ
jokingly *adv* ਮਸਖਰੇਪਣ ਨਾਲ
jolly *adj* ਪ੍ਰਸੰਨ
jolt *v* ਧਕਾ ਮਾਰਨਾ, ਧੱਕਾ
jolt *n* ਹਿਚਕੋਲਾ
journal *n* ਰਿਸਾਲਾ
journalist *n* ਅਖਬਾਰ ਨਵੀਸ
journey *n* ਸਫ਼ਰ
jovial *adj* ਹਸਮੁੱਖ
joy *n* ਖੁਸ਼ੀ
joyful *adj* ਪਰਸੰਨ, ਅਨੰਦਤ
joyfully *adv* ਖ਼ੁਸ਼ੀ ਖ਼ੁਸ਼ੀ
jubilant *adj* ਹਰਸ਼
Judaism *n* ਯਹੂਦੀ ਮੱਤ
judge *n* ਇਨਸਾਫ਼ ਕਰਨਾ
judge *v* ਫੈਸਲਾ ਕਰਨਾ
judgment *n* ਫ਼ੈਸਲਾ
judicious *adj* ਸੂਝਵਾਨ
jug *n* ਜਗ
juggler *n* ਮਦਾਰੀ
juice *n* ਅਰਕ
juicy *adj* ਰਸਦਾਰ
July *n* ਜੁਲਾਈ
jump *v* ਕੁੱਦਣਾ
jump *n* ਛਾਲ

jumpy *adj* ਕੁਦਾਕੜ
junction *n* ਦੁਮੇਲ, ਸੰਗਮ
June *n* ਜੂਨ
jungle *n* ਜੰਗਲ
junior *adj* ਛੋਟਾ
junk *n* ਕਬਾੜ
junk *v* ਅਸਵੀਕਾਰ ਕਰਨਾ
jury *n* ਪੰਚਾਇਤ
just *adj* ਨਿਆਂਕਾਰੀ
justice *n* ਇਨਸਾਫ਼
justify *v* ਦਰੁਸਤ ਸਾਬਤ ਕਰਨਾ
justly *adv* ਸੁੰਦਰ ਢੰਗ ਨਾਲ
juvenile *n* ਨਵਯੁਵਕ
juvenile *adj* ਨੌਜਵਾਨ

K

kangaroo *n* ਕੰਗਾਰੂ
karate *n* ਕਰਾਟੇ
keep *iv* ਰੱਖਣਾ
keep on *v* ਜਾਰੀ ਰੱਖਣਾ
keep up *v* ਕਾਇਮ ਰੱਖਣਾ
keg *n* ਛੋਟਾ ਪੀਪਾ
kennel *n* ਕੁੱਤਾ ਘਰ
kettle *n* ਕੇਤਲੀ
key *n* ਕੁੰਜੀ; ਟੀਕਾ; ਵਸੀਲਾ; ਵਿਧੀ
key ring *n* ਚਾਬੀ ਦਾ ਛੱਲਾ
keyboard *n* ਕੀ-ਬੋਰਡ ਖਾਕਾ
kick *v* ਲੱਤ ਮਾਰਨਾ
kickback *n* ਵੱਢੀ
kickoff *n* ਸ਼ੁਰੂ ਕਰਨਾ
kid *n* ਬੱਕਰੀ ਦਾ ਬੱਚਾ
kid *v* ਜੰਮਣਾ; ਧੋਖਾ ਦੇਣਾ
kidnap *v* ਅਗ਼ਵਾ ਕਰਨਾ
kidnapper *n* ਉਧਾਲੂ
kidnapping *v* ਉਧਾਲ਼ਨਾ
kidney *n* ਗੁਰਦਾ
kidney bean *n* ਲੋਬੀਆ
kill *v* ਕਤਲ, ਹੱਤਿਆ
killer *n* ਹਤਿਆਰਾ
killing *n* ਕਤਲ
kilogram *n* ਕਿੱਲੋਗ੍ਰਾਮ
kilometer *n* ਕਿੱਲੋਮੀਟਰ
kilowatt *n* 1000 ਵਾਟ
kind *adj* ਦਿਆਲੂ
kindle *v* ਬਾਲਨਾ
kindly *adv* ਦਿਆਲੂ
kindness *n* ਸ਼ਿਸ਼ਟਤਾ
king *n* ਰਾਜਾ
kingdom *n* ਰਾਜ
kinship *n* ਸੰਬੰਧ
kiosk *n* ਖੋਖਾ
kiss *v* ਚੁੰਮਣਾ
kiss *n* ਚੁੰਮੀ, ਚੁੰਮਣ
kitchen *n* ਰਸੋਈ
kite *n* ਇੱਲ; ਪਤੰਗ
kitten *n* ਬਿੱਲੀ ਦਾ ਬੱਚਾ
knee *n* ਗੋਡਾ
kneecap *n* ਗੋਡੇ ਦੀ ਚੱਪਣੀ
kneel *iv* ਗੌਡਿਆਂ ਦੇ ਭਾਰ ਬੈਠਣਾ

knife *n* ਚਾਕੂ
knight *n* ਨਾਇੱਕ
knit *v* ਉਣਨਾ, ਬੁਣਨਾ
knob *n* ਲਾਟੂ, ਮੁੱਠਾ
knock *n* ਸੱਟ, ਮਾਰ, ਮੁੱਕ
knock *v* ਖਟਖਟਾਨਾ
knot *n* ਗਿਰਹ
know *iv* ਜਾਣ
know-how *n* ਤਜਰਬਾ
knowingly *adv* ਸਰੀਹਨ, ਜਾਣ ਕੇ
knowledge *n* ਇਲਮ, ਗਿਆਨ

K

L

lab *n* ਲੇਬਾਰਟਰੀ
label *n* ਲੇਬਲ
labor *n* ਕਾਰ, ਕਿਰਤੀ
laborer *n* ਬੇਲਦਾਰ, ਮਜ਼ਦੂਰ
labyrinth *n* ਭੁਲ ਭੁੱਲਈਆਂ
lace *n* ਫੀਤਾ
lack *v* ਕਮੀ
lack *n* ਅਣਹੋਂਦ
lad *n* ਛੋਕਰਾ
ladder *n* ਪੌੜੀ
laden *adj* ਲੱਦਿਆ ਹੋਇਆ
lady *n* ਮਹਿਲਾ
ladylike *adj* ਸੱਭਿਆ; ਨਾਜ਼ਕ
lagoon *n* ਤਟਵਰਤੀ ਝੀਲ
lake *n* ਝੀਲ
lamb *n* ਮੇਮਣਾ
lame *adj* ਲੰਗੜਾ
lament *v* ਵਿਰਲਾਪ ਕਰਨਾ
lament *n* ਰੁਦਨ
lamp *n* ਬੱਤੀ
lamppost *n* ਲੈਂਪ
lampshade *n* ਉਛਾੜ
land *n* ਥਲ
land *v* ਜ਼ਮੀਨ
landfill *n* ਮਲਬਾ
landing *n* ਪਲੇਟ ਫਾਰਮ
landlady *n* ਮਾਲਕਣ
landlocked *adj* ਭੀਤਰੀ
landlord *n* ਜ਼ਿਮੀਂਦਾਰ
landscape *n* ਭੂ ਦ੍ਰਿਸ਼
lane *n* ਗਲੀ, ਕੂਚਾ
language *n* ਭਾਸ਼ਾ
languish *v* ਨਿਢਾਲ ਹੋਣਾ
lantern *n* ਲਾਲਟੈਣ
lap *n* ਗੋਦ
lapse *n* ਭੁੱਲ, ਗਲਤੀ
lapse *v* ਨਿੰਘਰਨਾ
larceny *n* ਚੋਰੀ
lard *n* ਸੂਰ ਦੀ ਚਰਬੀ
large *adj* ਢਿੱਲਾ
larynx *n* ਕੰਠ
laser *n* ਲੇਜ਼ਰ
lash *n* ਮਾਰ ਸੱਟ, ਛਾਂਟਾ
lash *v* ਪਰਛੰਡਣਾ
lash out *v* ਉਧਮ, ਮਚਾਉਣ
lasso *n* ਫੰਧਾ

99 leap

lasso *v* ਕਮੰਦ ਨਾਲ ਫੜਣਾ
last *v* ਆਖ਼ਰੀ
last *adj* ਅੰਤਲਾ, ਆਖਰੀ
last name *n* ਉਪ ਨਾਂ
last night *adv* ਪਿਛਲੀ ਰਾਤ
lasting *adj* ਚਿਰਜੀਵੀ
lastly *adv* ਆਖ਼ਰ ਵਿੱਚ
latch *n* ਅਰਲ, ਹੋੜਾ
late *adv* ਦੇਰੀ
lately *adv* ਪਿੱਛੇ ਜਿਹੇ
later *adv* ਪੀਚੌਂ, ਬਾਦ
later *adj* ਬਾਅਦ
lateral *adj* ਪਾਸੇ ਦਾ, ਵੱਖੀ ਦਾ
latest *adj* ਬਿਲਕੁਲ ਨਵਾਂ
lather *n* ਝੱਗ
latitude *n* ਵਿਥਕਾਰ, ਅਕਸ਼ਾਂਸ਼
latter *adj* ਦੂਜਾ
laugh *v* ਹੱਸਣਾ
laugh *n* ਹਾਸਾ, ਕਹਕਿਹਾ
laughable *adj* ਹਾਸੋਹੀਣੀ
laughing stock *n* ਮਖੋਲ ਉਡਾਨਾ
laughter *n* ਹਾਸਾ ਖਿਲੀ
launch *v* ਠਿਲ੍ਹਣਾ
launch *n* ਠੇਲ੍ਹ
laundry *n* ਧੋਬੀ ਦੀ ਦੁਕਾਨ
lavatory *n* ਸੰਡਾਸ
lavish *adj* ਉਡਾਊ
lavish *v* ਵਹਾਉਣਾ, ਉਡ਼ਾਉਣਾ
law *n* ਕਨੂੰਨ, ਵਿਧੀ
law-abiding *adj* ਕਨੂੰਨ ਪਾਲਕ
lawful *adj* ਨਿਯਮਿਕ
lawmaker *n* ਵਿਧਾਇੱਕ
lawn *n* ਚਰਗਾਹ
lawsuit *n* ਮੁਕਦਮਾ
lawyer *n* ਵਕੀਲ
lax *adj* ਕੋਮਲ; ਢਿੱਲਾ; ਲਚਕੀਲਾ
laxative *adj* ਜੁਲਾਬ
lay *n* ਗੀਤ, ਨਗਮਾ
lay *iv* ਰੱਖਣਾ, ਧਰਨਾ
lay off *v* ਛਾਂਟੀ ਕਰਨਾ
layer *n* ਰੱਖਣ ਵਾਲਾ
layman *n* ਜਗਿਆਸੂ
lay-out *n* ਰੇਖਾ ਚਿਤਰ
laziness *n* ਆਲਸ
lazy *adj* ਅਲਸੀ, ਸੁਸਤ
lead *iv* ਨਿਰਦੇਸ਼ ਕਰਨਾ; ਅੱਗੇ ਹੋਣਾ
lead *n* ਸਿੱਕਾ
leaded *adj* ਸੀਸਾਯੁਕਤ
leader *n* ਨੇਤਾ
leadership *n* ਅਗਵਾਈ
leading *adj* ਵੱਡਾ, ਪ੍ਰਧਾਨ
leaf *n* ਪੱਤਾ
leaflet *n* ਛੋਟਾ ਪੱਤਾ
league *n* ਸੰਮੇਲਨ, ਸੰਗਠਨ
leak *v* ਚੋਣਾ, ਰਿਸਣਾ
leak *n* ਮੋਰੀ, ਗਲੀ
leakage *n* ਚੋਆ, ਖੇਰ
lean *adj* ਦੁਬਲਾ
lean *iv* ਝੁਕਣਾ
lean back *v* ਪਿੱਛੇ ਝੁਕਣਾ
lean on *v* ਵਿਸ਼ਵਾਸ ਕਰਨਾ
leaning *n* ਜਾਣਕਾਰੀ
leap *iv* ਉਛਾਲ, ਛਲਾਂਗ
leap *n* ਛਾਲ, ਛਲਾਂਗ

L

leap year *n* ਲੀਪ ਦਾ ਸਾਲ
learn *iv* ਸਿੱਖਿਆ ਲੈਣਾ
learned *adj* ਵਿਦਵਾਨ
learner *n* ਵਿਦਿਆਰਥੀ
learning *n* ਗਿਆਨ, ਵਿੱਦਿਆ
lease *v* ਠੇਕੇ 'ਤੇ ਦੇਣਾ
lease *n* ਲੀਜ਼, ਪਟਾ, ਚੁਕੋਤਾ
leash *n* ਸੰਗਲੀ, ਜ਼ੰਜੀਰ
least *adj* ਘੱਟ ਤੋਂ ਘੱਟ
leather *n* ਚਮੜਾ
leave *iv* ਅਵਕਾਸ਼
leave out *v* ਭੁੱਲ ਜਾਣਾ
leaves *n* ਪੱਤੇ
lectern *n* ਗਿਰਜਾ ਘਰ ਵਿੱਚ ਭਾਸ਼ਨ ਦੇਣ ਦਾ ਸਟੈਂਡ
lecture *n* ਵਿਆਖਿਆਨ
ledger *n* ਵਹੀ ਖਾਤਾ
leech *n* ਜੋਕ
left *adv* ਖੱਬੇ ਪਾਸੇ
left *n* ਖੱਬਾ ਹੱਥ
left *adj* ਖੱਬਾ
leftovers *n* ਝੜਪ
leg *n* ਲੱਤ
legacy *n* ਵਿਰਸਾ, ਸੰਪਤੀ
legal *adj* ਕਨੂੰਨੀ
legality *n* ਕਨੂੰਨੀ ਹੈਸੀਅਤ
legalize *v* ਜਾਇਜ਼ ਠਹਿਰਾਉਣਾ
legend *n* ਦੰਦ-ਕਥਾ
legible *adj* ਸਪਸ਼ਟ
legion *n* ਲਸ਼ਕਰ, ਖੂਹਣੀ
legislate *v* ਕਨੂੰਨ ਬਣਾਉਣਾ
legislation *n* ਵਿਧਾਨ
legislature *n* ਵਿਧਾਨ ਮੰਡਲ
legitimate *adj* ਹੱਕਦਾਰ
leisure *n* ਵਿਹਲ
lemon *n* ਨਿੰਬੂ
lemonade *n* ਸ਼ਕੰਜਵੀ
lend *iv* ਮਹਾਜਨ
length *n* ਲੰਮਾਈ
lengthen *v* ਲੰਮਾ ਕਰਨਾ
lengthy *adj* ਲੰਮਾ
leniency *n* ਢਿੱਲ
lenient *adj* ਨਰਮ ਦਿਆਲੂ
lens *n* ਲੈਨਜ਼
Lent *n* ਚਲੀਹਾ
lentil *n* ਦਾਲ, ਮਸੂਰ
leopard *n* ਚੀਤਾ
leper *n* ਕੋੜ੍ਹੀ
leprosy *n* ਕੋੜ੍ਹ
less *adj* ਥੋੜ੍ਹਾ
lessee *n* ਕਿਰਾਏਦਾਰ
lessen *v* ਘਟਣਾ
lesser *adj* ਹੋਰ ਘੱਟ
lesson *n* ਪਾਠ
lessor *n* ਪੱਟਾ ਦਾਤਾ
let *iv* ਅੜਿੱਕਾ ਡਾਹੁਣਾ
let down *v* ਨੀਵਾਂ ਕਰਨਾ
let go *v* ਛੁਡਾਉ
let in *v* ਆਗਿਆ ਦੇਣਾ
let out *v* ਕੱਢਣਾ
lethal *adj* ਮਾਰੂ
letter *n* ਚਿਠੀ; ਅੱਖਰ; ਸਾਹਿਤ
lettuce *n* ਸਲਾਦ
leukemia *n* ਖੂਨ ਦਾ ਕੈਂਸਰ
level *v* ਬਰਾਬਰ ਕਰਨਾ

level *n* ਸਮਤਲ, ਪੱਧਰਾ
lever *n* ਲੀਵਰ
leverage *n* ਤੁਲ ਦੀ ਸ਼ਕਤੀ
levy *v* ਉਗਰਾਹੀ, ਮਸੂਲ
lewd *adj* ਹੋਛਾ, ਬਦਮਾਸ਼
liability *n* ਜਵਾਬਦੇਹੀ
liable *adj* ਜਵਾਬਦੇਹ
liaison *n* ਨਾਜਾਇਜ਼ ਸਬੰਧ
liar *n* ਝੂਠਾ
libel *n* ਅਪਮਾਨਜਨਕ ਲਿਖਤ
liberate *v* ਉਬਾਰ
liberation *n* ਆਜ਼ਾਦੀ
liberty *n* ਖਲਾਸੀ, ਬੰਦ ਖਲਾਸੀ
librarian *n* ਪੁਸਤਕਾਲੇ ਦੈ ਪ੍ਰਬੰਧਕ
library *n* ਪੁਸਤਕਾਲੇ
lice *n* ਜੂੰ
license *n* ਪਰਮਿਟ
license *v* ਵਿਭਚਾਰ
lick *v* ਚੱਟਣਾ
lid *n* ਢੱਕਣ, ਢੱਕਣਾ
lie *iv* ਝੂਠ ਬੋਲਣਾ, ਝੂਠ
lie *n* ਝੂਠ
lieu *n* ਬਦਲ, ਥਾਂ
lieutenant *n* ਲੈਫਟਿਨੈਂਟ
life *n* ਜਿੰਦਗੀ; ਜੀਵਨ
lifeguard *n* ਜੀਵਨ ਰੱਖਿਅਕ
lifeless *adj* ਨਿਰਜੀਵ, ਬੇਜਾਨ
lifestyle *n* ਅਸਤਿਤਵ
lifetime *adj* ਉਮਰ
lift *v* ਲਿਫ਼ਟ
lift off *v* ਠਿਲ੍ਹਣਾ, ਰਵਾਨਾ ਹੋਣਾ
lift-off *n* ਉੱਡਣ ਦੀ ਸ਼ੁਰੂਆਤ
ligament *n* ਯੋਜਕ ਤੰਤੂ
light *iv* ਜਗਾਉਣਾ
light *adj* ਪ੍ਰਕਾਸ਼, ਹਲਕਾ
light *n* ਲੋ, ਚਾਨਣ
lighter *n* ਦੀਵਾ, ਹੌਲੀ
lighthouse *n* ਚਾਨਣ ਮੁਨਾਰਾ
lighting *n* ਚਾਨਣ, ਪ੍ਰਕਾਸ਼
lightly *adv* ਛੇਪਲੇ ਹੀ
lightning *n* ਗਾਜ, ਬਿਜਲੀ
lightweight *adj* ਤੁੱਛ, ਨਿਗੂਣਾ
likable *adj* ਰਮਣੀਕ
like *pre* ਵਰਗਾ, ਜਿਹ
like *v* ਹੂਬਹੂ
like *adj* ਉਸ ਵਰਗਾ; ਬਰਾਬਰ
likelihood *n* ਸੰਭਾਵਨਾ
likely *adv* ਸੰਭਵ
likeness *n* ਸਮਾਨਤਾ
likewise *adv* ਉਸੇ ਤਰਾ
liking *n* ਰੁਚੀ
limb *n* ਕਿਨਾਰਾ
lime *n* ਚੂਨਾ
limestone *n* ਬਣਾਉਟੀ ਖਣਿਜ
limit *n* ਅਸੀਮ
limit *v* ਸੀਮਾ
limitation *n* ਪ੍ਰਤਿਬੰਧ
limp *v* ਸੀਮਿਤ ਕਰਨਾ
limp *n* ਸੀਮਾ
linchpin *n* ਧੁਰੇ ਦਾ ਕਾਬਲਾ
line *n* ਪਟੜੀ; ਪੰਗਤ; ਸ਼੍ਰੇਣੀ; ਧਾਗਾ
line up *v* ਤਰਤੀਬ, ਕ੍ਰਮ
linen *n* ਚੱਦਰ
linger *v* ਲਟਕਾਉਣਾ

L

lingerie *n* ਅੰਦਰਲੇ ਕਪੜੇ
lingering *adj* ਦੀਰਘਕਾ ਚਿਰ
lining *n* ਅਸਤਰ
link *v* ਬਨਧਨ
link *n* ਕੜੀ
lion *n* ਸਿੰਘ
lioness *n* ਸ਼ੇਰਨੀ
lip *n* ਹੋਠ
liqueur *n* ਮਿੱਠੀ ਤੇਜ਼ ਸ਼ਰਾਬ
liquid *n* ਤਰਲ
liquidate *v* ਕਾਤਲ
liquidation *n* ਭੁਗਤਾਨ, ਚੁਕਤਾ
liquor *n* ਤਰਲ ਪਦਾਰਥ
list *v* ਸੂਚੀ
list *n* ਕੰਨੀ, ਕੋਰ
listen *v* ਧਿਆਨ ਨਾਲ ਸੁਣਨਾ
listener *n* ਸਰੋਤਾ, ਸੁਣਨ ਵਾਲਾ।
litany *n* ਕੀਰਤਨ
liter *v* ਗੁਆਉਣਾ
liter *n* ਲਿਟਰ
literal *adj* ਸ਼ਾਬਦਕ, ਅੱਖਰੀ
literally *adv* ਹਰਫ਼ ਬਹਰਫ
literate *adj* ਸਾਖਰ
literature *n* ਸਾਹਿਤ, ਅਦਬ
litigate *v* ਮੁਕਦਮੇਬਾਜ਼
litigation *n* ਮੁਕੱਦਮਾ
litter *n* ਡੋਲੀ; ਗੋਹਾ
little *adj* ਅਲਪ; ਛੋਟਾ
little bit *n* ਸੁਝਾਉਣਾ
little by little *adv* ਹੌਲੀ ਹੌਲੀ
liturgy *n* ਪ੍ਰਾਰਥਨਾ ਸਥਾਨ
live *adj* ਜਿਊਣਾ, ਰਹਿ
live *v* ਬਿਤਾਉਣਾ
live off *v* ਸ਼ਿਕਾਰ ਕਰਨਾ
live up *v* ਭੋਗ ਕਰਨਾ
livelihood *n* ਰੋਜ਼ੀ
lively *adj* ਜਾਨਦਾਰ
liver *n* ਜਿਗਰ
livestock *n* ਢੋਰ
livid *adj* ਸੁਰਮਈ ਕਾਲਾ ਨੀਲਾ
living room *n* ਚਹਿਲਕਦਮੀ
lizard *n* ਛਿਪਕਲੀ
load *v* ਲਦਾਉ
load *n* ਭਾਰ, ਬੋਝ
loaded *adj* ਭਾਰਾ, ਭਰਿਆ
loaf *n* ਅਵਾਰਾ
loan *v* ਅਨੁਦਾਨ
loan *n* ਕਰਜ਼, ਰਿਣ
loathe *v* ਘਿਰਣਾ ਕਰਨਾ
loathing *n* ਘਿਰਣਾ
lobby *n* ਡਿਉਢੀ, ਦਲਾਨ
lobby *v* ਲਾਬੀ ਕਰਨਾ
lobster *n* ਝੀਂਗਾ ਮੱਛੀ
local *adj* ਸਥਾਨਕ
localize *v* ਸਥਾਨਕ
locate *v* ਪਤਾ ਕੱਢਣਾ
located *adj* ਸਥਿਤ
location *n* ਮੁਕਾਮ
lock *v* ਜਿੰਦਰਾ ਲਾਉਣਾ
lock *n* ਲਿਟ; ਤਾਲਾ
lock up *v* ਹਵਾਲਾਤ
locker room *n* ਲਾਕਰ ਕਮਰਾ
locksmith *n* ਤਾਲਾ ਠੀਕ ਕਰਨ ਵਾਲਾ
locust *n* ਟਿੱਡੀ, ਟਿੱਡੀ ਦਲ

lodge *v* ਛੋਟਾ ਮਕਾਨ, ਕੁਟੀਰ
lodging *n* ਰਿਹਾਇਸ਼
lofty *adj* ਉਚਾ ਉਚ ਦਮਾਲੀਆ
log *n* ਖੁੰਢ; ਰੋਜ਼ਨਾਮਚਾ
log *v* ਦਰਜ਼ ਕਰਨਾ; ਦੰਡ ਦੇਣਾ
log in *v* ਪ੍ਰਵੇਸ਼ ਪਾਉਣਾ
log off *n* ਕੂਚ
logic *n* ਤਰਕ ਸ਼ਾਸਤਰ
logical *adj* ਤਾਰਕਕ
loin *n* ਕੁੱਲ੍ਹਾ
loiter *v* ਮਟਰ ਗਸ਼ਤ ਕਰਨਾ
loneliness *n* ਇੱਕਾਂਤ
lonely *adv* ਇੱਕਲਾ
loner *n* ਤਿਆਗੀ
lonesome *adj* ਇੱਕੱਲਾ, ਸੁੰਞਾ
long *adj* ਦੀਰਘ
long for *v* ਲਾਲਸਾ ਕਰਨਾ
longing *n* ਅਭਿਲਾਸ਼ਾ, ਮਨੋਰਥ
longitude *n* ਤੂਲ, ਲੰਮਾਈ, ਭੂਗ
long-standing *adj* ਚਿਰਕਾਲੀ
long-term *adj* ਸਦੀਵੀ, ਸਥਾਈ
look *n* ਨਜ਼ਰ
look *v* ਦੇਖਣਾ, ਤੱਕਣਾ
look after *v* ਦੇਖ ਭਾਲ ਕਰਨਾ
look at *v* ਨਿਰਖ
look down *v* ਫੜਨਾ
look for *v* ਭਾਲਣਾ, ਲੱਭਣਾ
look forward *v* ਮੁਲਤਵੀ ਕਰਨਾ
look into *v* ਨਿਰੀਖਣ ਕਰਨਾ
look out *v* ਪਹਿਰਾ
look over *v* ਛਾਣਬੀਨ ਕਰਨਾ
look through *v* ਘੋਖਣਾ
looking glass *n* ਆਈਨਾ
looks *n* ਨਜ਼ਰ
loom *n* ਝਾਉਲਾ
loom *v* ਝਾਉਲਾ ਪੈਣਾ
loophole *n* ਮਘੋਰਾ ਝਰੋਖਾ
loose *v* ਮੁਕਤ ਕਰਨਾ
loose *adj* ਖੁਲ੍ਹਾ, ਵੱਖਰਾ
loosen *v* ਢਿਲਕਾਉ
loot *v* ਲੁੱਟਣਾ
loot *n* ਲੁੱਟ, ਲੁੱਟ ਦਾ ਮਾਲ
lord *n* ਠਾਕਰ, ਲਾਟ
lordship *n* ਪਰਭੁਤਵ, ਸਰਦਾਰੀ
lose *iv* ਗੁਮਾਉ
loser *n* ਮਾਤ
loss *n* ਘਾਟਾ, ਹਰਜ
lot *adv* ਕਿਸਮਤ, ਪ੍ਰਾਰਬਧ
lotion *n* ਲੋਸ਼ਨ
lots *adj* ਕਾਫ਼ੀ, ਬਹੁਤ
lottery *n* ਲਾਟਰੀ
loud *adj* ਉੱਚਾ
loudly *adv* ਜ਼ੋਰ ਨਾਲ
loudspeaker *n* ਲਾਉਡ ਸਪੀਕਰ
lounge *n* ਚਹਿਲਕਦਮੀ
lounge *v* ਟਹਿਲਣਾ
louse *n* ਜੂੰ
lousy *adj* ਨੀਚ
lovable *adj* ਪਿਆਰਾ
love *v* ਪਿਆਰ
love *n* ਪਿਆਰ, ਪ੍ਰੇਮ
lovely *adj* ਮਲੂਕ
lover *n* ਬਾਲਮ
loving *adj* ਸਨੇਹੀ

L

low *adj* ਨੀਚਾ
lower *adj* ਅਪਰ, ਨੀਵਾਂ
low-key *adj* ਸੰਕੋਚਵਾਨ
lowly *adj* ਅਦਨਾ
loyal *adj* ਨਮਕ ਹਲਾਲ
loyalty *n* ਵਫ਼ਾ
lubricate *v* ਤੇਲ ਦੇਣਾ
lubrication *n* ਥਿੰਦਿਆਈ
lucid *adj* ਪ੍ਰਕਾਸ਼ਮਈ, ਉੱਜਲ
luck *n* ਖ਼ੁਸ਼ਨਸੀਬੀ
lucky *adj* ਚੰਗਿਆਂ ਭਾਗਾਂ ਵਾਲਾ
lucrative *adj* ਲਾਹੇਵੰਦਾ
ludicrous *adj* ਹਾਸੋਹੀਣਾ
luggage *n* ਅਸਬਾਬ
lukewarm *adj* ਕੋਸਾ, ਨਿਘਾ, ਨੀਮ
lull *n* ਸ਼ਾਂਤੀ, ਟਿਕਾਉ
lumber *n* ਢਿਚਕੂੰ ਢਿਚਕੂੰ ਚੱਲਣਾ
luminous *adj* ਨੂਰਾਨੀ, ਤੇਜਮਈ
lump *n* ਡਲੀ
lump sum *v* ਕੁਲ, ਸਾਰਾ
lump together *adv* ਇੱਕੱਠੇ
lunacy *n* ਉਨਮਾਦ
lunatic *adj* ਪਾਗਲ
lunch *n* ਲੰਚ
lung *n* ਫੇਫੜਾ
lure *v* ਲੁਭਾਉਣਾ
lurid *adj* (ਬਨ) ਭੂਸਲੇ ਰੰਗ ਦਾ
lurk *v* ਲੁਕਣਾ, ਛਿਪਣਾ
lush *adj* ਸਰਸਬਜ਼
lust *v* ਹਵਸ ਹੋਣਾ
lust *n* ਕਾਮ-ਵਾਸ਼ਨਾ
lustful *adj* ਲਾਲਸੀ, ਹਾਬੜਿਆ
luxurious *adj* ਵਿਲਾਸੀ, ਸੁਖ ਭੋਗੀ
luxury *n* ਭੋਗ ਬਿਲਾਸ
lynch *v* ਲਿੰਚ-ਵਿਧੀ
lynx *n* ਲਿੰਕਸ, ਵਣ ਬਲਾ
lyrics *n* ਗੀਤ

M

machine *n* ਮਸ਼ੀਨ
machine gun *n* ਮਸ਼ੀਨਗਨ
mad *adj* ਪਾਗਲ
madam *n* ਸ਼੍ਰੀਮਤੀ, ਬੇਗਮ
madden *v* ਸ਼ੁਦਾਈ ਹੋਣਾ
madly *adv* ਪਾਗਲਾਂ ਵਾਂਗੂ
madman *n* ਪਾਗਲ, ਪਾਗਲ
madness *n* ਪਾਗਲਪਣ
magazine *n* ਪਤ੍ਰਿਕਾ
magic *n* ਜਾਦੂ
magical *adj* ਤਲਿੱਸਮੀ
magician *n* ਬਾਜ਼ੀਗਰ
magistrate *n* ਮਜਿਸਟਰੇਟ
magnet *n* ਚੁੰਬਕ
magnetic *adj* ਚੁੰਬਕੀ
magnetism *n* ਚੁੰਬਕ ਸ਼ਕਤੀ
magnificent *adj* ਸ਼ਾਨਦਾਰ
magnify *v* ਵਡਿਆਉਣਾ
magnitude *n* ਆਕਾਰ, ਕੱਦ
mahogany *n* ਲੱਕੜ ਦੀ ਕਿਸਮ

L

105 **manual**

maid *n* ਦਾਸੀ
maiden *n* ਕੰਨਿਆ
mail *v* ਸੰਜੋਅ ਪਹਿਨਾਉਣਾ
mail *n* ਸੰਜੋਅ
mailbox *n* ਲੈਟਰ ਬਾਕ੍ਸ
mailman *n* ਡਾਕੀਆ
maim *v* ਸ਼ਕਲ ਵਿਗਾੜਨੀ
main *adj* ਮੁੱਖੀ; ਖਾਸ
mainland *n* ਮਹਾਂਦੀਪ
mainly *adv* ਮੁੱਖ ਤੌਰ 'ਤੇ
maintain *v* ਕਾਇਮ ਰੱਖਣਾ
maintenance *n* ਨਿਰਬਾਹ
majestic *adj* ਸ਼ਾਹੀ
majesty *n* ਸ਼ਾਨ, ਸ਼ੋਭਾ
major *n* ਬਾਲਗ
major *adj* ਮੁੱਖ
major in *v* ਅਤਿ ਅਧਿਕ
majority *n* ਬਹੁ ਸੰਮਤੀ
make *n* ਹਾਣ, ਸਾਥੀ, ਸਾਥਣ
make *iv* ਬਣਾਉਣਾ
make up *v* ਕੰਘੀ ਪੱਟੀ
make up for *v* ਨਿਸਤਾਰਾ ਕਰਨਾ
maker *n* ਕਰਤਾ
makeup *n* ਕਲਬੂਤ, ਚੌਖਟਾ
malaria *n* ਮਲੇਰੀਆ
male *n* ਨਰ
malevolent *adj* ਮੰਦਇੱਛਤ
malfunction *v* ਅਸਫਲ ਹੋਣਾ
malfunction *n* ਅਸਫਲਤਾ
malice *n* ਵੈਰ
malign *v* ਬਦਨਾਮ ਕਰਨਾ
malignancy *n* ਈਰਖਾ
malignant *adj* ਘਾਤਕ
mall *n* ਠੰਢੀ ਸੜਕ
malnutrition *n* ਅਪੂਰਨ ਖ਼ੁਰਾਕ
malpractice *n* ਬਦਚਲਣ
mammal *n* ਥਣਧਾਰੀ ਪ੍ਰਾਣੀ
mammoth *n* ਵਿਸ਼ਾਲਕਾਇਆ
man *n* ਆਦਮੀ
manage *v* ਵਰਤਣਾ
manageable *adj* ਅਧੀਨ
management *n* ਬੰਦੋਬਸਤ
manager *n* ਪ੍ਰਬੰਧਕ
mandate *n* ਫ਼ੁਰਮਾਨ
mandatory *adj* ਜ਼ਰੂਰੀ
maneuver *n* ਉਪਯੋਗ
manger *n* ਪ੍ਰਬੰਧਕ
mangle *v* ਟੋਟੇ ਟੋਟੇ ਕਰਨਾ
manhandle *v* ਮਾਰ
manhunt *n* ਟੀਚਾ
maniac *adj* ਖਬਤੀ
manifest *v* ਪ੍ਰਗਟ ਕਰਨਾ
manipulate *v* ਛਲ ਖੇਡਣਾ
mankind *n* ਮਾਨਵ ਜਾਤੀ
manliness *n* ਪੁਰੁਸ਼ਤਵ
manly *adj* ਬਹਾਦਰ
manner *n* ਢੱਬ
mannerism *n* ਸ਼ਿਸ਼ਟਤਾ, ਆਚਾਰ
manners *n* ਅੰਦਾਜ਼, ਰੰਗ ਢੰਗ
manpower *n* ਮਨੁੱਖੀ-ਸ਼ਕਤੀ
mansion *n* ਭਵਨ, ਹਵੇਲੀ
manslaughter *n* ਹਤਿਆ
manual *n* ਕਿਤਾਬੜੀ
manual *adj* ਦਸਤੀ

M

manufacture *v* ਬਣਾਉਣਾ
manure *n* ਰੂੜੀ
manuscript *n* ਖ਼ਤ
many *adj* ਅਨੇਕ
map *n* ਨਕਸ਼ਾ
map *v* ਨਕਸ਼ਾ ਬਣਾਉਣਾ
marble *n* ਸੰਗਮਰਮਰ
march *v* ਤੇਰਨਾ
march *n* ਸਰਹੱਦ, ਸੀਮਾ
March *n* ਮਾਰਚ ਦਾ ਮਹੀਨਾ
margin *n* ਹਾਸ਼ੀਆ
marginal *adj* ਕੰਨੀ ਦਾ, ਹਾਸ਼ੀਏ ਦਾ
marinate *v* ਲੂਣ ਲਾਉਣਾ
marine *adj* ਸਮੁੰਦਰੀ, ਸਾਗਰੀ
marital *adj* ਵਿਵਾਹਕ
mark *n* ਨਿਸ਼ਾਨ
mark *v* ਨਿਸ਼ਾਨ ਲਾਉਣਾ
mark down *v* ਕਮੀ, ਘਾਟਾ
marker *n* ਅੰਕਕ
market *n* ਬਜ਼ਾਰ, ਮੰਡੀ
market *v* ਖਰੀਦੋ-ਫਰੋਖਤ ਕਰਨਾ
marksman *n* ਨਿਸ਼ਾਨੇਬਾਜ਼
marmalade *n* ਫਲਾਂ ਦਾ ਮੁਰੱਬਾ
marriage *n* ਵਿਆਹ
married *adj* ਸ਼ਾਦੀਸ਼ੁਦਾ
marrow *n* ਸੰਗੀ, ਸਾਥੀ
marry *v* ਵਿਆਹੁਣਾ
Mars *n* ਮੰਗਲ (ਭਾਗ)
marshal *n* ਮਾਰਸ਼ਲ, ਸੈਨਾਪਤੀ
martyr *n* ਸ਼ਹੀਦ
martyrdom *n* ਬੀਰਗਤਿ
marvel *n* ਸੰਗਮਰਮਰ
marvelous *adj* ਅਸਚਰਜ ਜਨਕ
Marxist *adj* ਇੱਕੱਤਰਤ
masculine *adj* ਪੁਲਿੰਗ; ਮਰਦਾਨਾ
mash *v* ਮੋਹ ਲੈਣਾ
mask *n* ਨਕਾਬ
mask *v* ਲੁਕਾਉਣਾ
mason *n* ਚਿਣਾਈਗਰ
masquerade *v* ਮਖੌਟੀ ਨਾਚ
mass *n* ਸਮੂਹ; ਜਨਤਾ; ਪੂਜਾ ਸਮਾਰੋਹ
massacre *n* ਕਤਲੇਆਮ
massage *n* ਮਾਲਸ਼
massage *v* ਮਾਲਸ਼ ਕਰਨਾ
masseuse *n* ਮਾਲਿਸ਼ ਕਰਨ ਵਾਲੀ
massive *adj* ਵੱਡਾ
mast *n* ਮਸਤੂਲ
master *n* ਮਾਲਕ
master *v* ਜਿੱਤ ਲੈਣਾ
mastermind *v* ਇੱਕੱਤਰਤ
mastermind *n* ਸਚੇਤ
masterpiece *n* ਸ਼ਾਹਕਾਰ
mastery *n* ਹੁਨਰ
mat *n* ਚਟਾਈ
match *n* ਮੈਚ, ਮੁਕਾਬਲਾ
match *v* ਰਿਸ਼ਤਾ ਕਰਾਉਣਾ
mate *n* ਸਾਥੀ, ਜੋਟੀਦਾਰ
material *n* ਸਾਮੱਗਰੀ, ਸਾਮਾਨ
materialism *n* ਪਦਾਰਥਵਾਦ
maternal *adj* ਮਾਂ ਦਾ
maternity *n* ਪ੍ਰਸੂਤ
math *n* ਗਣਿਤ
matriculate *v* ਦਾਖਲ ਕਰਨਾ
matrimony *n* ਵਿਆਹ

matter *n* ਸਾਮੱਗਰੀ, ਪਦਾਰਥ
matter *v* ਮਹੱਤਵ ਰੱਖਣਾ
mattress *n* ਗੱਦਾ
mature *adj* ਪਰਿਪੱਕ
maturity *n* ਪਕਿਆਈ
maul *v* ਮਧੋਲਣਾ, ਮਾਰਨਾ
maxim *n* (ਪ੍ਰਸਿੱਧ) ਲੋਕੋਕਤੀ
maximum *adj* ਵੱਧ ਤੋਂ ਵੱਧ
May *n* ਮਈ; ਬਹਾਰ
may *iv* ਸਕਣਾ
may-be *adv* ਸ਼ਾਇਦ
mayhem *n* ਹੰਗਾਮਾ, ਖਲਬਲੀ
mayor *n* ਮੇਅਰ, ਨਗਰ ਨਾਇੱਕ
maze *n* ਚੱਕਰਦਾਰ ਰਸਤਾ
meadow *n* ਚਰਾਗਾਹ, ਚਰਾਂਦ
meager *adj* ਥੋੜ੍ਹਾ
meal *n* ਭੋਜਨ, ਖਾਣਾ
mean *iv* ਉਦੇਸ਼ ਰੱਖਣਾ
mean *adj* ਘਟੀਆ
mean *n* ਔਸਤ; ਸਾਧਨ
meaning *n* ਅਰਥ
meaningful *adj* ਸਾਰਥਕ
meaningless *adj* ਨਿਰਾਰਥਕ
meanness *n* ਪਾਜੀਪਨਾ
means *n* ਉਪਰਾਲਾ, ਉਪਾਉ
meantime *adv* ਇੰਨੇ ਵਿੱਚ
meanwhile *adv* ਇਸ ਸਮੇਂ ਵਿੱਚ
measles *n* ਖਸਰਾ, ਧਰਾਸ
measure *v* ਉਪਾਉ, ਨਾਪ
measurement *n* ਨਾਪ-ਤੋਲ
meat *n* ਗੋਸ਼ਤ
meatball *n* ਗੋਸ਼ਤ ਪਿੰਨੀ
mechanic *n* ਮਕੈਨਿਕ
mechanism *n* ਯੰਤਰ ਵਿਧੀ
mechanize *v* ਮਸ਼ੀਨ ਵਾਂਗ ਬਣਾਉਣਾ
medal *n* ਤਮਗਾ
medallion *n* ਵੱਡਾ ਤਮਗਾ
meddle *v* ਦਖਲ ਦੇਣਾ
mediate *v* ਸਮਝੌਤਾ ਕਰਾਉਣਾ
mediator *n* ਮਧਿਅਸਥ, ਵਿੱਚੋਲਾ
medication *n* ਦਵਾਈ ਦੀ ਵਰਤੋਂ
medicinal *adj* ਵੈਦਕ, ਦਵਾ ਸਬੰਧੀ
medicine *n* ਦਵਾ
medieval *adj* ਮੱਧ ਕਾਲੀਨ
mediocre *adj* (ਵਿਅਕਤੀ) ਸਧਾਰਨ
mediocrity *n* ਵਿੱਚਲਾ ਮੇਲ
meditate *v* ਲਿਵਲੀਨ ਹੋਣਾ
meditation *n* ਧਿਆਨ, ਮਨਨ
medium *adj* ਦਰਮਿਆਨਾ
meek *adj* ਦਬੂ
meekness *n* ਅਧੀਨਗੀ, ਹਲੀਮੀ
meet *iv* ਮਿਲਣਾ, ਮੇਲ ਹੋਣਾ
meeting *n* ਜਮਾਤ, ਭੇਟ
melancholy *n* ਉਦਾਸੀ
mellow *adj* ਰਸੀਲਾ, ਨਰਮ
mellow *v* ਨਰਮ ਕਰਨਾ
melodic *adj* ਮਧੁਰ, ਮਿੱਠਾ
melody *n* ਧੁਨ, ਸੁਰੀਲਾ ਗੀਤ
melon *n* ਖਖਰੀ
melt *v* ਪਿਘਲ
member *n* ਸਦੱਸ
membership *n* ਮੈਂਬਰ
membrane *n* ਝਿੱਲੀ
memento *n* ਨਿਸ਼ਾਨੀ

memo *n* ਯਾਦ ਪੱਤਰ
memoirs *n* ਆਪ ਬੀਤੀ
memorable *adj* ਯਾਦਗਾਰੀ; ਨਾਮਵਰ
memorize *v* ਯਾਦ ਕਰਨਾ
memory *n* ਯਾਦਾਸ਼ਤ
men *n* ਲੋਗ
menace *n* ਧਮਕੀ, ਡਰਾਵਾ
mend *v* ਮੁਰੰਮਤ ਕਰਨਾ
meningitis *n* ਗਰਦਨ ਤੋੜ ਬੁਖਾਰ
menopause *n* ਮਾਹਵਾਰੀ ਦਾ ਬੰਦ ਹੋਣਾ
menstruation *n* ਮਾਹਵਾਰੀ
mental *adj* ਦਿਮਾਗੀ, ਮਾਨਸਿਕ
mentality *n* ਸੁਭਾਅ; ਖਸਲਤ
mentally *adv* ਮਾਨਸਿਕ ਤੌਰ ਤੇ
mention *v* ਜ਼ਿਕਰ ਕਰਨਾ
mention *n* ਜ਼ਿਕਰ, ਉਲੇਖ
menu *n* ਭੋਜਨ ਸੂਚੀ
merchandise *n* ਮਾਲ
merchant *n* ਵਪਾਰੀ
merciful *adj* ਦਿਆਲੂ
merciless *adj* ਨਿਰਦਈ
mercury *n* ਪਾਰਾ
mercy *n* ਰਹਿਮ
merely *adv* ਸਿਰਫ਼
merge *v* ਮਿਲਾਉਣਾ
merger *n* ਮੇਲ, ਵਿਲੀਨਤਾ
merit *n* ਯੋਗਤਾ, ਕਾਬਲੀਅਤ
merit *v* ਭਲਾ ਕਰਨਾ
mermaid *n* ਜਲਪਰੀ
merry *adj* ਖੁਸ਼
mesh *n* ਝਮੇਲਾ
mesmerize *v* ਬੇਹੋਸ਼ ਕਰਨਾ
mess *n* ਮਿਲਗੋਭਾ
mess around *adj* ਸਿੱਧੜ
mess up *v* ਲੁੱਟਣਾ, ਖੇਹਣਾ
message *n* ਸੰਦੇਸ਼ਾ
messenger *n* ਹਰਕਾਰਾ
Messiah *n* ਹਜ਼ਰਤ ਈਸਾ
messy *adj* ਬੇਤਰਤੀਬ
metal *n* ਧਾਤ
metallic *adj* ਧਾਤਵੀ, ਧਾਤ ਦਾ
metaphor *n* ਰੂਪਕ
meteor *n* ਉਲਕਾ
meter *n* ਨਾਪਕ, ਮਾਪਕ
method *n* ਪ੍ਰਣਾਲੀ
methodical *adj* ਠੀਕ ਢੰਗ ਵਾਲਾ
meticulous *adj* ਅਤਿ ਸਾਵਧਾਨ
metric *adj* ਮੀਟਰ ਸਬੰਧੀ
metropolis *n* ਮਹਾਂ ਨਗਰ
Mexican *adj* ਮੈਕਸੀਕਨ
mice *n* ਚੂਹੇ ਦਾ ਬਹੁ ਵਚਨ
microbe *n* ਜੀਵਾਣੂ
microphone *n* ਮਾਈਕ
microscope *n* ਖ਼ੁਰਦਬੀਨ
microwave *n* ਸੂਖਮ ਲਹਿਰ
midair *adj* ਹਵਾਈ
midday *n* ਦੁਪਹਿਰ
middle *n* ਮੰਝਲਾ, ਮੱਧ
middleman *n* ਦਲਾਲ, ਵਚੋਲਾ
midget *n* ਨਾਟਾ
midnight *n* ਅੱਧੀ ਰਾਤ
midsummer *n* ਜੂਨ ਦੇ ਲਗਭਗ
midwife *n* ਦਾਈ
might *n* ਸ਼ਕਤੀ

109 misfit

mighty *adj* ਜੋਰਾਵਰ
migraine *n* ਅੱਧੇ ਸਿਰ ਦੀ ਪੀੜ
migrant *n* ਪਰਵੇਸੀ
migrate *v* ਪਰਵਾਸ ਕਰਨਾ
mild *adj* ਸ਼ਾਂਤ
mildew *n* ਉੱਲੀ, ਫਫੂੰਦੀ
mile *n* ਮੀਲ ਪਾਥਰ
mileage *n* ਮੀਲਾਂ ਦੀ ਸੰਖਿਆ
milestone *n* ਮੀਲ ਪਾਥਰ
militant *adj* ਲੜਾਕਾ
milk *n* ਦੁੱਧ
milky *adj* ਦੂਧੀਆ
mill *n* ਚੱਕੀ
millennium *n* ਹਜ਼ਾਰ ਵਰ੍ਹੇ ਦਾ ਸਮਾਂ
milligram *n* ਮਿਲੀਗ੍ਰਾਮ
millimeter *n* ਮਿਲੀਮੀਟਰ
million *n* ਦਸ ਲੱਖ
millionaire *n* ਲੱਖਪਤੀ
mime *v* ਸਵਾਂਗ
mince *v* ਕੀਮਾ
mincemeat *n* ਕੀਮਾ
mind *v* ਯਾਦ ਰੱਖਣਾ
mind *n* ਮਨ
mind-boggling *adj* ਅਜੀਬ
mindful *adj* ਸੁਚੇਤ, ਚੌਕਸ
mindless *adj* ਜਾਹਲ
mine *n* ਖਾਣ, ਸੁਰੰਗ
mine *v* ਖਾਣ ਪੁੱਟਣੀ
mine *pro* ਮੇਰਾ
minefield *n* ਵਿਸਫੋਟਕ ਸਥਿਤੀ
mineral *n* ਧਾਤ
mingle *v* ਘੁਲ ਮਿਲ ਜਾਣਾ
miniature *n* ਲਘੂ-ਚਿੱਤਰ
minimize *v* ਘਟਾਉਣਾ
minimum *n* ਨਿਊਣਤਾ
miniskirt *n* ਕਿਲਟ
minister *n* ਮੰਤਰੀ, ਵਜ਼ੀਰ
minister *v* ਪ੍ਰਬੰਧ ਕਰਨਾ
ministry *n* ਹਕੂਮਤ, ਰਾਜ
minor *n* ਨਾਬਾਲਗ; ਛੋਟਾ; ਘਟੀਆ
minor *adj* ਨਾਬਾਲਗ਼
minority *n* ਅਲਪ ਸੰਖਿਅਕ
mint *n* ਯਤਨ
mint *v* ਢਾਲਨਾ
minus *adj* ਰਿਣਾਤਮਕ
minute *n* ਮਿਨਟ, ਸੂਖਮ
miracle *n* ਕਰਾਮਾਤ
miraculous *adj* ਦਿੱਬ, ਦੈਵੀ
mirage *n* ਮਿਰਗ ਤ੍ਰਿਸ਼ਨਾ
mirror *n* ਸ਼ੀਸ਼ਾ
misbehave *v* ਦੁਰਵਿਵਹਾਰ ਕਰਨਾ
miscalculate *v* ਗਲਤ ਹਿਸਾਬ ਲਾਉਣਾ
miscarriage *n* ਗਰਭਪਾਤ; ਚਿੱਠੀ ਦੀ (ਭਟਕਣ)
miscarry *v* ਗਰਭ ਡਿੱਗਣਾ
mischief *n* ਉਪੱਦਰ, ਖਰਾਬੀ
mischievous *adj* ਨਟ ਖਟ
misconduct *n* ਕੁਕਰਮ; ਬਦਸਲੂਕੀ
misconstrue *v* ਗਲਤ ਸਮਝਣਾ
misdemeanor *n* ਤਕਸੀਰ, ਦੋਸ਼
miser *n* ਕੰਜੂਸ
miserable *adj* ਦੁਖੀ
misery *n* ਸੰਤਾਪ
misfit *n* ਅਮਿਚਵਾਂ ਕੱਪੜਾ

M

misfortune *n* ਬਿਪਤਾ
misgiving *n* ਸੰਦੇਹ
misguided *adj* ਤਾਲੋਂ ਘੁੱਥਾ
misinterpret *v* ਝੂਠਾ ਅਰਥ ਲਾਉਣਾ
misjudge *v* ਗ਼ਲਤ ਨਿਰਨਾ ਦੇਣਾ
mislead *v* ਧੋਖਾ ਦੇਣਾ
misleading *adj* ਭ੍ਰਾਂਤੀਜਨਕ
mismanage *v* ਬਦਇੰਤਜ਼ਾਮੀ ਕਰਨਾ
misplace *v* ਗ਼ਲਤ ਥਾਂ ਤੇ ਰੱਖਣਾ
misprint *n* ਛਾਪੇ ਦੀ ਗ਼ਲਤੀ
miss *v* ਖੁੰਝਣਾ; ਭੁੱਲਣਾ
miss *n* ਕੁਆਰੀ ਕੁੜੀ; ਗਲਤੀ
missile *adj* ਮਿਸਾਈਲ
missing *adj* ਗੁੰਮ; ਗਾਇਬ
mission *n* ਦੂਤ ਮੰਡਲ
missionary *n* ਮਿਸ਼ਨਰੀ
mist *n* ਧੁੰਦ
mistake *iv* ਗ਼ਲਤ ਸਮਝਣਾ
mistake *n* ਗ਼ਲਤੀ
mistaken *adj* ਗ਼ਲਤ
mister *n* ਜਨਾਬ, ਸ਼੍ਰੀਮਾਨ
mistreat *v* ਬੁਰਾ ਵਰਤਾ ਕਰਨਾ
mistreatment *n* ਦੁਰਵਰਤੋਂ
mistress *n* ਬੀਬੀ, ਸ਼੍ਰੀਮਤੀ
mistrust *n* ਬੇਇਤਬਾਰੀ
mistrust *v* ਅਵਿਸ਼ਵਾਸ
misty *adj* ਮਿਟਿਆਲਾ
misunderstand *v* ਗਲਤ ਸਮਝਣਾ
misuse *n* ਕੁਵਰਤੋਂ
mitigate *v* ਘਟਾਉਣਾ
mix *v* ਮਿਲਾਉਣਾ, ਮਿਲਣਾ
mixed-up *adj* ਚਿੰਤਾਤੁਰ
mixer *n* ਮਿਕਸਰ
mixture *n* ਰਲਾਵਟ, ਮਿਲਾਵਟ
mix-up *v* ਜੋੜਨਾ, ਮੇਲਨਾ
moan *v* ਹੂੰਗਣਾ, ਕੁਰਾਹਣਾ
moan *n* ਸਿਸਕੀ
mob *v* ਟੁੱਟ ਕੇ ਪੈਣਾ
mob *n* ਲੋਕ, ਜਨਤਾ
mobile *adj* ਮੋਬਾਈਲ ਫ਼ੋਨ
mobilize *v* ਸੰਚਾਲਿਤ ਕਰਨਾ
mobster *n* ਗੁੰਡਾ
mock *v* ਖਿੱਲੀ ਉਡਾਉਣਾ
mockery *n* ਮਖੌਲ
mode *n* ਢੰਗ
model *n* ਮਾਡਲ; ਪ੍ਰਤਿਮਾ; ਨਮੂਨਾ; ਆਦਰਸ਼
model *iv* ਮਾਡਲ ਕੁੜੀ; ਤਰਤੀਬ ਦੇਣਾ
moderate *adj* ਸੰਜਮੀ
moderation *n* ਧੀਰਜ
modern *adj* ਆਧੁਨਿਕ
modernize *v* ਆਧੁਨਿਕ ਬਣਾਉਣਾ
modest *adj* ਸ਼ਰਮਾਕਲ
modesty *n* ਲੱਜਾਸ਼ੀਲਤਾ
modify *v* ਬਦਲਨਾ
module *n* ਛੋਟੀ ਮਾਤਰਾ
moisten *v* ਭਿਉਂਣਾ
moisture *n* ਨਮੀ
molar *n* ਚੱਬਣ ਵਾਲਾ, ਦਾੜ੍ਹ
mold *n* ਸੁਭਾਅ; ਸਾਂਚਾ; ਸ਼ੈਲੀ; ਨਰਮ ਮਿੱਟੀ; ਫਫੂੰਦ
mold *v* ਬੁਰ
moldy *adj* ਚਿੱਕੜ ਲਿਬੜਿਆ
mole *n* ਛਛੂੰਦਰ
molecule *n* ਅਣੂ, ਕਣ
molest *v* ਔਖਾ ਕਰਨਾ

M

mom *n* ਮਾਂ
moment *n* ਛਿਣ; ਅਹਿਮੀਅਤ
momentarily *adv* ਝੱਟ ਘੜੀ ਲਈ
momentous *adj* ਮਹੱਤਵਪੂਰਨ
monarch *n* ਸਮਰਾਟ
monarchy *n* ਰਾਜਤੰਤਰ
monastery *n* ਮੱਠ
monastic *adj* ਮੱਠ ਸਬੰਧੀ
Monday *n* ਸੋਮਵਾਰ
money *n* ਪੈਸਾ
money order *n* ਪੈਸਾ ਕ੍ਰਮ
monitor *v* ਨਿਰੀਖਣ ਕਰਨਾ
monk *n* ਜੋਗੀ
monkey *n* ਬੰਦਰ
monogamy *n* ਇੱਕ ਪਤਨੀਤਵ
monologue *n* ਮਨ ਬਚਨੀ
monopolize *v* ਇਜਾਰੇਦਾਰੀ ਚਲਾਉਣਾ
monopoly *n* ਇਜਾਰੇਦਾਰੀ
monotonous *adj* ਇੱਕ ਲੈ
monotony *n* ਇੱਕਸਾਰਤਾ
monster *n* ਅਸੁਰ
monstrous *adj* ਰਾਖਸ਼ੀ
month *n* ਮਹੀਨਾ
monthly *adv* ਮਾਸਿਕ
monument *n* ਪੁਰਾਤਨ ਇਮਾਰਤ
monumental *adj* ਯਾਦਗਾਰੀ
mood *n* ਰੌਂ, ਮਿਜ਼ਾਜ
moody *adj* ਦਿਲਗੀਰ
moon *n* ਚੰਦਰਮਾ
moor *v* ਬੰਨਣਾ
mop *v* ਝਾੜਨਾ
moral *adj* ਸਦਾਚਾਰਕ, ਨੈਤਿਕ
moral *n* ਸਿਖਿਆ
morality *n* ਨੈਤਿਕਤਾ
more *adj* ਜ਼ਿਆਦਾ
moreover *adv* ਇਲਾਵਾ
morning *n* ਸਵੇਰਾ
moron *n* ਮੰਦ ਬੁੱਧੀ
morphine *n* ਅਫੀਮ ਤੋਂ ਤਿਆਰ ਦਵਾਈ
morsel *n* ਨਿਵਾਲਾ, ਲੁਕਮਾ
mortal *adj* ਵਿਨਾਸ਼ੀ
mortality *n* ਨਾਸ਼ਵਾਨਤਾ
mortar *n* ਉੱਖਲੀ
mortgage *n* ਰਹਿਨ
mortification *n* ਆਤਮ ਦਮਨ
mortify *v* ਮਨ ਮਾਰਨਾ
mortuary *n* ਮੁਰਦਾ-ਘਰ
mosaic *n* ਪੱਚੀਕਾਰੀ, ਮੋਜ਼ੇਕ
mosque *n* ਮਸਜਿਦ
mosquito *n* ਮੱਛਰ
moss *n* ਕਾਈ
most *adj* ਸਭ ਤੋਂ ਜ਼ਿਆਦਾ
mostly *adv* ਅਧਿਕਤਰ
motel *n* ਮਾਟਲ
moth *n* ਕਿਤਾਬੀ ਕੀੜਾ
mother *n* ਮਾਂ
motherhood *n* ਮਾਂਪੁਣਾ
mother-in-law *n* ਸੱਸ
motion *n* ਗਤੀ; ਕਿਰਿਆ; ਸੰਕੇਤ; ਪ੍ਰਸਤਾਵ; ਢਿੱਡਪੀੜ; ਚੱਲਣ ਵਾਲੀ ਮਸ਼ੀਨ
motion *v* ਸੰਕੇਤ ਕਰਨਾ
motionless *adj* ਅੱਚਲ
motivate *v* ਸਾਹ(ਅੰਦਰ) ਲੈਣਾ
motive *n* ਮਨਸ਼ਾ

M

motor *n* ਮੋਟਰ
motorcycle *n* ਮੋਟਰ ਸਾਈਕਲ
motto *n* ਆਦਰਸ਼ ਵਾਕ
mount *n* ਪਹਾੜ, ਪਹਾੜੀ
mount *v* ਚੜ੍ਹਨਾ
mountain *n* ਪਰਬਤ
mountainous *adj* ਪਰਬਤੀ
mourn *v* ਸੋਗ ਮਨਾਉਣਾ
mourning *n* ਸਿਆਪਾ, ਗ਼ਮੀ
mouse *n* ਚੂਹਾ; ਸ਼ਰਮਾਕਲ; ਬੁਰੀ ਨਜ਼ਰ
mouth *n* ਮੂੰਹ
move *n* ਤਬਦੀਲੀ
move *v* ਚੱਲਣਾ
move back *v* ਪਿੱਛੇ ਹਟਣਾ
move forward *v* ਪੇਸ਼ਗੀ
move out *v* ਘਰ ਛੱਡਣਾ
move up *v* ਉਪਰ ਚੁੱਕਣਾ
movement *n* ਅੰਦੋਲਨ
movie *n* ਚਲਚਿੱਤਰ
mow *v* ਕੱਟਣਾ
much *adv* ਅਧਿਕ, ਬਹੁਤਾ
mucus *n* ਬਲਗਮ
mud *n* ਚਿੱਕੜ
muddle *n* ਪਚੜਾ
muddy *adj* ਗੰਧਲਾ
muffle *v* ਗੁਲੂਬੰਦ ਲਪੇਟਣਾ
muffler *n* ਗੁਲਬੰਦ
mug *n* ਉੱਲੂ-ਬਾਟਾ
mug *v* ਫੋਟੋ ਖਿੱਚਣੀ
mugging *n* ਹਮਲਾ, ਚੜ੍ਹਾਈ
mule *n* ਖੱਚਰ
multiple *adj* ਬਹੁਭਾਗੀ
multiplication *n* ਗੁਣਾ
multiply *v* ਗੁਣਾ ਕਰਨਾ
multitude *n* ਜਨਤਾ
mumble *v* ਬੁੜਬੁੜ
mummy *n* ਮੱਮੀ
mumps *n* ਕਨੇਡੂ
munch *v* ਚੱਬਣਾ (ਦਾਣੇ)
munitions *n* ਅਸਲਾ
murder *n* ਹਤਿਆ
murderer *n* ਕਾਤਲ
murky *adj* ਧੁੰਦਲਾ
murmur *v* ਸਰਸਰਾਉਣਾ
murmur *n* ਕਲਕਲ
muscle *n* ਪੱਠਾ
museum *n* ਅਜਾਇਬਘਰ
mushroom *n* ਖੁੰਭ
music *n* ਸੰਗੀਤ
musician *n* ਸਮਗਿਤੱਗ
Muslim *n* ਮੁਸਲਿਮ, ਮੁਸਲਮਾਨ
must *iv* ਲਾਜ਼ਮੀ ਹੋਣਾ
mustache *n* ਮੁੱਛਾਂ
mustard *n* ਸਰ੍ਹੋਂ
muster *v* ਜੁੜਨਾ
mutate *v* ਅਦਲਾ ਬਦਲੀ ਕਰਨਾ
mute *adj* ਮੂਕ
mutilate *v* ਸੱਟ ਫੇਟ ਮਾਰਨ
mutiny *n* ਗ਼ਦਰ
mutually *adv* ਆਪਸ ਵਿੱਚ
muzzle *v* ਛਿੱਕਾ ਦੇਣਾ
muzzle *n* ਥੂਥੀ, ਥੂਥਨੀ
my *adj* ਮੇਰਾ
myopic *adj* ਅਸਹਿਣਸ਼ੀਲ

M

myself *pro* ਖੁਦ
mysterious *adj* ਭੇਦ ਭਰਿਆ
mystery *n* ਰਹੱਸ
mystic *adj* ਗੁੱਝਾ, ਗੂੜ੍ਹ
mystify *v* ਗੂੜ੍ਹ ਕਰ ਦੇਣਾ
myth *n* ਮਿਥ

N

nag *v* ਚਿੜ੍ਹਾਉਣਾ
nagging *adj* ਖਿਝਾਊ, ਨਘੋਚੀ
nail *n* ਨਾਖੁਨ, ਮੇਖ
nail *v* ਕਿੱਲ ਠੋਕਣਾ; ਕੱਸਣਾ
naive *adj* ਨਿਸ਼ਕਪਟ
naked *adj* ਨੰਗਾ
name *n* ਨਾਮ
name *v* ਬੁਲਾਉਣਾ
namely *adv* ਅਰਥਾਤ
nanny *n* ਬੱਕਰੀ
nap *n* ਠੌਂਕਾ; ਚਾਲ; ਲੂੰਈਂ
nap *v* ਠੌਂਕਾ ਲਾਉਣਾ
napkin *n* ਨੈਪਕਿਨ
narcotic *n* ਨਸ਼ੀਲੀ ਚੀਜ਼
narrate *v* ਬਿਆਨ ਕਰਨਾ
narrow *adj* ਤੰਗ
narrowly *adv* ਮਸਾਂ ਹੀ
nasty *adj* ਗੰਦਾ, ਘਿਣਾਉਣਾ
nation *n* ਰਾਸ਼ਟਰ
national *adj* ਰਾਸ਼ਟਰੀ
nationality *n* ਰਾਸ਼ਟਰੀਅਤਾ
nationalize *v* ਰਾਸ਼ਟਰੀਕਰਣ ਕਰਨਾ
native *adj* ਸੁਭਾਵਕ
natural *adj* ਕੁਦਰਤੀ
naturally *adv* ਰਜ਼ਾਮੰਦੀ ਨਾਲ
nature *n* ਕੁਦਰਤ
naughty *adj* ਸ਼ਰਾਰਤੀ
nausea *n* ਉਬਕਾਈ
nave *n* ਨਾਭੀ
navel *n* ਨਾਭੀ
navigate *v* ਸਮੁੰਦਰੀ ਸਫਰ ਕਰਨਾ
navigation *n* ਜਹਾਜ਼ਰਾਨੀ
navy *n* ਜਲ ਸੈਨਾ
navy blue *adj* ਨੀਲਾ
near *pre* ਕਰੀਬ
nearby *adj* ਨੇੜਲਾ
nearly *adv* ਲਗਭਗ
nearsighted *adj* ਤੰਗ ਨਜਰ
neat *adj* ਸਾਫ਼
neatly *adv* ਸਫਾਈ ਨਾਲ
necessary *adj* ਆਵਸ਼ਕ
necessitate *v* ਜ਼ਰੂਰੀ ਬਣਾ ਦੇਣਾ
necessity *n* ਲੋੜ, ਜ਼ਰੂਰਤ
neck *n* ਗਰਦਨ
necklace *n* ਕੰਠ ਮਾਲਾ
necktie *n* ਨਕਟਾਈ
need *v* ਲੋੜ ਹੋਣਾ
need *n* ਲੋੜ, ਗਰਜ਼
needle *n* ਸੂਈ
needless *adj* ਵਿਅਰਥ
needy *adj* ਲੋੜਵੰਦ

N

negative *adj* ਨਕਾਰਾਤਮਕ
negative *n* ਇਨਕਾਰ; ਅਭਾਵ
neglect *v* ਅਣਗਿਹਲੀ ਕਰਨਾ
neglect *n* ਅਣਗਹਿਲੀ
negligence *n* ਉਪੇਖਿਆ
negligent *adj* ਲਾਪਰਵਾਹ
negotiate *v* ਸਮਝੌਤਾ ਕਰਨਾ; ਨਜਿੱਠਣਾ
negotiation *n* ਗੱਲਬਾਤ
neighbor *n* ਗੁਆਂਢੀ
neighborhood *n* ਚੁਫੇਰਾ
neither *adj* ਕੋਈ ਵੀ ਨਹੀਂ
neither *adv* ਬਿਲਕੁਲ ਨਹੀਂ
nephew *n* ਭਤੀਜਾ
nerve *n* ਨਸ
nervous *adj* ਬੇਚੈਨ
nest *n* ਘੌਂਸਲਾ
net *n* ਜਾਲ, ਮੁਨਾਫ਼ਾ
Netherlands *n* ਨੀਦਰਲੈਂਡਸ
network *n* ਜਾਲੀ ਦਾ ਕੰਮ
neurotic *adj* ਮਨੋਤਾਪੀ
neutral *adj* ਨਿਰਲੇਪ
neutralize *v* ਨਿਸ਼ਪ੍ਰਭਾਵ ਕਰਨਾ
never *adv* ਕਦੀ ਨਹੀਂ
nevertheless *adv* ਪਰੰਤੂ
new *adj* ਨਵਾਂ
newborn *n* ਨਵਜੰਮਿਆ
newcomer *n* ਨਵਾਂ ਆਇਆ
newly *adv* ਹੁਣੇ ਹੁਣੇ
newlywed *adj* ਦੰਪਤੀ
news *n* ਸਮਾਚਾਰ, ਖ਼ਬਰ
newscast *n* ਸਮਾਚਾਰ ਪ੍ਰਸਾਰਣ
newsletter *n* ਸੂਚਨਾ ਪੱਤਰ
newspaper *n* ਸਮਾਚਾਰ ਪੱਤਰ
newsstand *n* ਅਖਬਾਰ ਵਿਕਰੇਤਾ
next *adj* ਅਗਲਾ
next door *adj* ਕੋਲ, ਨਜ਼ਦੀਕ
nibble *v* ਕੁਤਰਣਾ
nice *adj* ਸੁਚੱਜਾ
nicely *adv* ਵਧੀਆ ਢੰਗ ਨਾਲ
nickel *n* ਗਿੱਲਟ, ਪਾਈ
nickname *n* ਉਪਨਾਮ
nicotine *n* ਤਮਾਕੂ ਦਾ ਸਤ
niece *n* ਭਤੀਜੀ, ਭਾਣਜੀ
night *n* ਰਾਤ
nightfall *n* ਆਥਣ, ਸੰਝ
nightgown *n* ਰਾਤ ਚੋਗ਼ਾ
nightingale *n* ਬੁਲਬੁਲ
nightmare *n* ਡਰਾਉਣਾ ਸੁਪਨਾ
nine *adj* ਨੌਂ
nineteen *adj* ਉੱਨੀ
ninety *adj* ਨੱਬੇ
ninth *adj* ਨੌਂਵਾਂ
nip *n* ਚੂੰਢੀ
nip *v* ਝਬ ਨਾਲ ਜਾਣਾ
nipple *n* ਚੂਚੀ, ਮੰਮੇ ਦੀ ਡੋਡੀ
nitpicking *adj* ਅਲੋਚਨਾਤਮਕ
nitrogen *n* ਨਾਈਟ੍ਰੋਜਨ
no one *pro* ਕੋਈ ਵੀ ਨਹੀਂ
nobility *n* ਕੁਲੀਨਤਾ
noble *adj* ਕੁਲੀਨ
nobleman *n* ਅਮੀਰ
nobody *pro* ਕੋਈ ਵੀ ਨਹੀਂ
nocturnal *adj* ਰਾਤਲ
nod *v* ਸਿਰ ਹਿਲਾਉਣਾ

noise *n* ਸ਼ੋਰ
noisily *adv* ਰੌਲੇਗੌਲੇ ਨਾਲ
noisy *adj* ਸ਼ੋਰੀਲਾ
nominate *v* ਨਾਮਜ਼ਦ ਕਰਨਾ
none *pre* ਕੋਈ ਵੀ ਨਹੀਂ
nonetheless *c* ਕਿੰਨਾ ਹੀ; ਲੇਕਿਨ
nonsense *n* ਬਕਵਾਸ
nonsmoker *n* ਸਿਗਰਟ ਨਾ ਪੀਣ ਵਾਲਾ
nonstop *adv* ਲਗਾਤਾਰ
noon *n* ਦੁਪਹਿਰ
noose *n* ਫੰਧਾ, ਫਾਹੀ
nor *c* ਹੋਰ ਨਹੀਂ
norm *n* ਮਾਪਦੰਡ
normal *adj* ਸਧਾਰਨ
normalize *v* ਸਾਧਾਰਨ ਬਣਾਉਣਾ
normally *adv* ਸਾਧਾਰਨ ਤੌਰ ਤੇ
north *n* ਉੱਤਰ
northeast *n* ਉੱਤਰ ਪੂਰਬ
northern *adj* ਉੱਤਰੀ
northerner *adj* ਉੱਤਰੀ
Norway *n* ਨਾਰਵੇ ਦੇਸ਼
Norwegian *adj* ਨਾਰਵੀ
nose *n* ਨੱਕ
nosedive *v* ਟੁੱਭੀਆਂ ਮਾਰਨਾ
nostalgia *n* ਉਦਰੇਵਾਂ
nostril *n* ਨਾਸ, ਨਥਨਾ
nosy *adj* ਨੱਕਲ
not *adv* ਨਹੀਂ
notable *adj* ਯਾਦ ਰੱਖਣ ਯੋਗ
notably *adv* ਪ੍ਰਗਟ ਰੂਪ ਵਿੱਚ
notary *n* ਨੋਟਰੀ
notation *n* ਚਿੰਨ੍ਹ-ਅੰਕਣ
note *n* ਟਿੱਪਣੀ; ਨੋਟ; ਚਿਤਾਵਨੀ; ਕੁੰਜੀ; ਹੁੰਡੀ; ਸੰਕੇਤ
note *v* ਨੋਟ
notebook *n* ਨੋਟਬੁਕ
noteworthy *adj* ਧਿਆਨਯੋਗ
nothing *n* ਕੁਛ ਨਹੀਂ
notice *v* ਬਾਰੇ ਟਿੱਪਣੀ ਦੇਣਾ
notice *n* ਸੂਚਨਾ; ਇਤਲਾਹ
noticeable *adj* ਧਿਆਨ ਦੇਣ ਯੋਗ
notification *n* ਰਾਜ ਸੂਚਨਾ
notify *v* ਐਲਾਨ ਕਰਨਾ
notion *n* ਧਾਰਨਾ
notorious *adj* ਬੜਾ ਬਦਨਾਮ
noun *n* ਸੰਗਿਆ, ਨਾਂਵ
nourish *v* ਪਾਲਣਾ
nourishment *n* ਗਿਜ਼ਾ
novel *n* ਨਾਵਲ
novelist *n* ਨਾਵਲਕਾਰ
novelty *n* ਨਵੀਨਤਾ
November *n* ਨਵੰਬਰ
novice *n* ਸਿਖਾਂਦਰੂ
now *adv* ਹੁਣ
nowadays *adv* ਅੱਜ-ਕਲ੍ਹ
nowhere *adv* ਕਿਧਰੇ ਨਹੀਂ
noxious *adj* ਹਾਨੀਕਾਰਕ
nozzle *n* ਟੂਟੀ
nuance *n* ਅਰਥ-ਛਾਇਆ
nuclear *adj* ਕੇਂਦਰਕੀ
nude *adj* ਨੰਗਾ
nudism *n* ਨੰਗੇਜਵਾਦ
nudist *n* ਨਗਨਵਾਦੀ
nudity *n* ਨੰਗੇਜ਼, ਨਗਨਤਾ

N

nuisance 116

nuisance *n* ਪੁਆੜਾ, ਯੱਭ
null *adj* ਰੱਦ, ਮਨਸੂਖ
nullify *v* ਰੱਦ ਕਰਨਾ
numb *adj* ਸੁੰਨ, ਸੁੱਤਾ
number *n* ਅੰਕ
numbness *n* ਠਰਨ
numerous *adj* ਅਨੇਕ
nun *n* ਜੋਗਣ
nurse *n* ਨਰਸ
nurse *v* ਦੁੱਧ ਚੁੰਘਾਉਣਾ
nursery *n* ਬਾਲਘਰ, ਬਾਲਵਾੜੀ
nurture *v* ਪਾਲਣ ਪੋਸਣ ਕਰਨਾ
nut *n* ਗਿਰੀਦਾਰ ਫਲ
nutrition *n* ਪੋਸ਼ਣ
nutritious *adj* ਪੁਸ਼ਟਕਾਰੀ
nut-shell *n* ਗਿਰੀ ਦਾ ਛਿਲਕਾ
nutty *adj* ਗਿਰੀਆਂ-ਭਰਪੂਰ

N

O

oak *n* ਬਲੂਤ
oar *n* ਚੱਪੂ
oasis *n* ਨਖਲਿਸਤਾਨ
oath *n* ਸੁਗੰਧ
oatmeal *n* ਜਵੀ ਦਾ ਦਲੀਆ
obedience *n* ਆਗਿਆਪਾਲਨ
obedient *adj* ਆਗਿਆਕਾਰ
obese *adj* ਮੋਟਾ, ਭੁੱਚਰ
obey *v* ਹੁਕਮ ਮੰਨਣਾ
object *v* ਇਤਰਾਜ਼ ਕਰਨਾ
object *n* ਵਸਤੂ
objection *n* ਇਤਰਾਜ਼
objective *n* ਉਦੇਸ਼
obligate *v* ਪਾਬੰਦ ਕਰਨਾ
obligation *n* ਅਨੁਗ੍ਰਿਹ
obligatory *adj* ਲਾਜ਼ਮੀ
oblige *v* ਪਾਬੰਦ ਕਰਨਾ
obliged *adj* ਮਜਬੂਰ
oblique *adj* ਤਿਰਛਾ
obliterate *v* ਮਲੀਆਮੇਟ ਕਰਨਾ
oblivion *n* ਭੁਲਾਵਾਂ
oblivious *adj* ਭੁੱਲਣਹਾਰ
oblong *adj* ਲੰਬੂਤਰਾ
obnoxious *adj* ਹਾਨੀਕਾਰਕ
obscene *adj* ਗੰਦਾ
obscenity *n* ਅਸ਼ਲੀਲਤਾ
obscure *adj* ਧੁੰਦਲਾ
obscurity *n* ਗੁਮਨਾਮੀ
observation *n* ਦਰਸ਼ਨ
observatory *n* ਜੰਤਰ ਮੰਤਰ
observe *v* ਨਿਰਖ
obsess *v* ਮਨ ਤੇ ਦਬਾ ਪਾਉਣਾ
obsession *n* ਪ੍ਰੇਤ-ਬਾਧਾ
obsolete *adj* ਅਪ੍ਰਚਲਿਤ
obstacle *n* ਰੁਕਾਵਟ
obstinacy *n* ਅੜੀ
obstinate *adj* ਹਠੀ
obstruct *v* ਰੁਕਾਵਟ ਪਾਉਣ
obstruction *n* ਅੜਿੱਕਾ
obtain *v* ਪ੍ਰਾਪਤ ਕਰਨਾ

obvious *adj* ਪ੍ਰਤੱਖ
obviously *adv* ਸਪਸ਼ਟ ਤੌਰ ਤੇ
occasion *n* ਮੌਕਾ
occasionally *adv* ਗਾਹੇਬਗਾਹੇ
occult *adj* ਗੁਪਤ
occupant *n* ਕਾਬਜ਼
occupation *n* ਬਿਰਤੀ
occupy *v* ਕਬਜ਼ਾ ਕਰਨਾ
occur *v* ਪਾਇਆ ਜਾਣਾ
occurrence *n* ਘਟਨਾ
ocean *n* ਮਹਾਂਸਾਗਰ
October *n* ਅਕਤੂਬਰ
octopus *n* ਅਟ੍ਠ ਭੁਜ
odd *adj* ਬਿਖਮ
oddity *n* ਅਨੋਖਾਪਣ
odds *n* ਸੰਭਾਵਨਾ
odious *adj* ਘਿਣਾਉਣਾ
odometer *n* ਕਠ ਪੁਤਲੀ
odor *n* ਬਦਬੂ
odyssey *n* ਓਡੀਸੀ
of *pre* ਦਾ
off *adv* ਦੂਰ
offend *v* ਅਪਰਾਧ ਕਰਨਾ
offense *n* ਅਪਰਾਧ
offensive *adj* ਆਕ੍ਰਮਣਕਾਰੀ
offer *v* ਚੜ੍ਹਾਵਾ ਚੜ੍ਹਾਉਣ
offer *n* ਪੇਸ਼ਕਸ਼
offering *n* ਭੇਟ
office *n* ਦਫਤਰ
officer *n* ਅਹੁਦੇਦਾਰ
official *adj* ਦਫ਼ਤਰੀ
officiate *v* ਕਾਰਜਕਾਰੀ ਬਣਨਾ
offset *v* ਸਾਵਾਂ ਕਰਨਾ
offspring *n* ਔਲਾਦ
off-the-record *adj* ਸੁੰਨਸਾਨ
often *adv* ਅਕਸਰ
oil *n* ਤੇਲ, ਲੇਪ
ointment *n* ਮਲ੍ਹਮ
okay *adj* ਠੀਕ
old *adj* ਬੁੱਢਾ
old age *n* ਬੁਢਾਪਾ
old-fashioned *adj* ਪੁਰਾਣੇ ਢੰਗ ਦਾ
olive *n* ਜ਼ੈਤੂਨ
Olympics *n* ਓਲੰਪਿਕ
omelet *n* ਆਮਲੇਟ
omen *n* ਸ਼ਗਨ
ominous *adj* ਬਦਸ਼ਗਨਾ
omission *n* ਭੁੱਲ
omit *v* ਛੱਡ ਦੇਣਾ
on *pre* ਉੱਤੇ
once *adv* ਇੱਕ ਵਾਰ
once *c* ਜਦੋਂ ਕਦੇ; ਜਿਉਂ ਹੀ
one *adj* ਇੱਕ
oneself *pre* ਹਗਣਾ
ongoing *adj* ਦ੍ਰਿੜ
onion *n* ਪਿਆਜ਼
onlooker *n* ਤਮਾਸ਼ਾਈ
only *adj* ਕੇਵਲ
onset *n* ਸਖਤ ਹਮਲਾ
onslaught *n* ਡਾਢਾ ਹਮਲਾ
onwards *adv* ਅੱਗੇ
opaque *adj* ਅਪਾਰਦਰਸ਼ੀ
open *v* ਖੋਲ੍ਹਣਾ
open *adj* ਖੁਲ੍ਹਾ

open up *v* ਘੋਸ਼ਣਾ ਕਰਨਾ
opening *n* ਵਿੱਥ
open-minded *adj* ਨਿਰਪੱਖ
openness *n* ਖੁੱਲ੍ਹਾਪਣ
opera *n* ਓਪੇਰਾ
operate *v* ਓਪਰੇਸ਼ਨ ਕਰਨਾ
operation *n* ਪ੍ਰਕਿਰਿਆ
opinion *n* ਮਤ
opinionated *adj* ਅਸੈਹਣਸ਼ੀਲ
opium *n* ਅਫ਼ੀਮ
opponent *n* ਵਿਰੋਧੀ
opportune *adj* ਵੇਲੇ ਦਾ, ਮੌਕੇ ਦਾ
opportunity *n* ਸਮੇਂ ਦੀ ਅਨੁਕੂਲਤਾ
oppose *v* ਵਿਰੋਧ ਕਰਨਾ
opposite *adj* ਵਿਪਰੀਤ, ਉਲਟਾ
opposite *adv* ਆਮ੍ਹਣੇ-ਸਾਮਣੇ
opposite *n* ਉਲਟ, ਮੁਖਾਲਫ
opposition *n* ਪ੍ਰਤਿਕੂਲਤਾ
oppress *v* ਦਬਾਉਣਾ
oppression *n* ਦਬਾ, ਦਾਬਾ
opt for *v* ਚੁਣ
optical *adj* ਨੇਤਰਿਕ
optician *n* ਐਨਕ ਫਰੇਬ
optimism *n* ਆਸ਼ਾਵਾਦ
optimistic *adj* ਆਸ਼ਾਵਾਦੀ
option *n* ਚੋਣ, ਮਰਜ਼ੀ
optional *adj* ਅਖਤਿਆਰੀ
opulence *n* ਬਖ਼ਤਾਵਰੀ
or *c* ਜਾਂ
oracle *n* ਪੁੱਛ-ਸਥਾਨ
orally *adv* ਮੌਖਿਕ ਰੂਪ ਵਿੱਚ
orange *n* ਸੰਤਰਾ
orangutan *n* ਬਣ ਮਾਣਸ।
orbit *n* ਅੱਖ ਦੀ ਕਟੋਰੀ
orchard *n* ਬਗੀਚਾ
orchestra *n* ਗਾਣ ਬਜਾਣ ਵਾਲੇ
ordain *v* ਨਿਯੁਕਤ ਕਰਨਾ
ordeal *n* ਅਗਨੀ-ਪਰੀਖਿਆ
order *n* ਆਗਿਆ; ਕ੍ਰਮ; ਸ਼੍ਰੇਣੀ; ਤਰਤੀਬ; ਰਿਵਾਜ
ordinarily *adv* ਉਂਜ ਤਾਂ
ordinary *adj* ਸਾਧਾਰਨ
ordination *n* ਵਰਗੀਕਰਣ
ore *n* ਖਣਿਜ
organ *n* ਆਰਗਨ ਵਾਜਾ; ਅੰਗ; ਅੰਸ਼; ਸੰਚਾਰ ਸਾਧਨ
organism *n* ਸੰਗਠਨ; ਪ੍ਰਾਣੀ
organist *n* ਆਰਗਨ ਸਾਜ਼ ਵਾਦਕ
organization *n* ਸੰਸਥਾ
organize *v* ਸੰਗਠਿਤ ਕਰਨਾ
orient *n* ਪੂਰਬ; ਚਮਕ; ਚੜ੍ਹਦਾ ਸੂਰਜ
oriental *adj* ਪੂਰਬੀ
orientation *n* ਪਰਿਚੈ
oriented *adj* ਦਮਕਦਾ
origin *n* ਬੀਜ, ਅਰੰਭ
original *adj* ਮੂਲ
originally *adv* ਪਹਿਲਾਂ ਕਦੇ
originate *v* ਉਤਪੰਨ ਹੋਣਾ
ornament *n* ਜੇਵਰ
ornamental *adj* ਸਜਾਵਟੀ
orphan *n* ਯਤੀਮ, ਅਨਾਥ
orphanage *n* ਯਤੀਮਖਾਨਾ
orthodox *adj* ਕੱਟੜ, ਕੱਟੜਪੰਥੀ
ostentatious *adj* ਜ਼ਾਹਰ, ਨਮਾਇਸ਼
ostrich *n* ਸ਼ੁਤਰਮੁਰਗ

other *adj* ਹੋਰ
otherwise *adv* ਹੋਰ ਤਰ੍ਹਾਂ
otter *n* ਉਦ ਬਿਲਾਵ
ought to *iv* ਚਾਹੀਦਾ ਹੋਣਾ
ounce *n* ਔਂਸ
our *adj* ਸਾਡਾ
ours *pro* ਸਾਡਾ
ourselves *pro* ਅਸੀਂ, ਆਪਣੇ ਆਪ
oust *v* ਬੇਦਖ਼ਲ ਕਰਨਾ
out *adv* ਪਰੇ
outbreak *n* ਛਿੜਨ
outburst *n* ਫੁੱਟਣ
outcast *adj* ਨਿਥਾਵਾਂ
outcome *n* ਨਤੀਜਾ
outcry *n* ਚੀਕ-ਚਿਹਾੜਾ
outdated *adj* ਅਪ੍ਰਚਲਿਤ
outdo *v* ਅੱਗੇ ਵਧ ਜਾਣਾ
outdoor *adj* ਬਾਹਰਲਾ
outdoors *adv* ਖੁੱਲ੍ਹੀ ਹਵਾ ਵਿੱਚ
outer *adj* ਬਾਹਰੀ
outfit *n* ਸਾਜ਼-ਸਾਮਾਨ
outgoing *adj* ਜਾਂਦੇ ਹੋਏ; ਸੇਵਾਮੁਕਤ
outgrow *v* ਜਲਦੀ ਵਧਣਾ
outing *n* ਛੋਟੀ ਸੈਰ; ਛੋਟੀ ਯਾਤਰਾ
outlaw *v* ਜਲਾਵਤਨ
outlet *n* ਨਿਕਾਸ, ਮੋਰੀ
outline *n* ਰੂਪਰੇਖਾ, ਖਾਕਾ
outline *v* ਰੂਪਰੇਖਾ
outlook *n* ਦ੍ਰਿਸ਼
outmoded *adj* ਫੈਸ਼ਨ ਤੋਂ ਬਾਹਰਾ
outnumber *v* ਗਿਣਤੀ ਵਿੱਚ ਜ਼ਿਆਦਾ ਹੋਣਾ
outpatient *n* ਬਾਹਰੀ ਰੋਗੀ
outperform *v* ਭੱਜਣਾ, ਟੁੱਟਣਾ
outpouring *n* ਭਾਵ; ਉਦਗਾਰ
output *n* ਉਪਜ, ਉਤਪਾਦਨ
outrage *n* ਉਪਾਦਰ
outrageous *adj* ਅਤਿ ਨਿਰਦਈ
outright *adj* ਕਤਈ
outrun *v* ਹੱਦ ਲੰਘ ਜਾਣਾ
outset *n* ਸੁਰੂ
outshine *v* ਵਧੇਰੇ ਪਰਸਿਧ ਹੋਣਾ
outside *adv* ਬਾਹਰਲਾ ਤਲ
outsider *n* ਪਰਦੇਸੀ
outskirts *n* ਗੋਰਾ
outspoken *adj* ਮੂੰਹਫਟ
outstanding *adj* ਬਕਾਇਆ
outstretched *adj* ਪ੍ਰਗਟ
outward *adj* ਬਾਹਰੀ
outweigh *v* ਤੋਂ ਵਧ ਜਾਣਾ
oval *adj* ਅੰਡ-ਰੂਪੀ
ovary *n* ਅੰਡਕੋਸ਼
ovation *n* ਸੁਆਗਤ; ਜੈ-ਜੈਕਾਰ
oven *n* ਤੰਦੂਰ
over *pre* ਦੇ ਉਪਰ
overall *adv* ਆਮ ਤੌਰ ਤੇ
overbearing *adj* ਧੌਂਸਬਾਜ਼
overboard *adv* ਪਾਣੀ ਵਿੱਚ
overcast *adj* ਬੱਦਲਾਂ ਵਾਲੀ
overcharge *v* ਬਹੁਤੀ ਭਰਨੀ
overcoat *n* ਲੰਬਾ ਕੋਟ
overcome *v* ਕਾਬੂ ਪਾਉਣਾ
overcrowded *adj* ਰੱਤ-ਬਹੁਲ; ਸੰਘਣਾ
overdo *v* ਹੱਦ ਤੋਂ ਵਧ ਜਾਣਾ
overdone *adj* ਸੜਿਆ, ਲੂਸਿਆ

overdose *n* ਅਧਿਕ ਮਾਤਰਾ
overdue *adj* ਮਿਆਦ ਪੁਗਿਆ
overestimate *v* ਅਤਿ ਅਨੁਮਾਨ
overflow *v* ਛਲਕਾ
overhaul *v* ਨਵਾਂ ਕਰਨਾ
overlap *v* ਇੱਕੋ ਸਮੇਂ ਹੋਣਾ
overlook *v* ਨਜ਼ਰ ਅੰਦਾਜ਼ ਕਰਨਾ
overnight *adv* ਰਾਤੋ-ਰਾਤ
overpower *v* ਕਾਬੂ ਕਰਨਾ
overrate *v* ਅਧਿਕ ਅਨੁਮਾਨ
override *v* ਲਤਾੜਨਾ
overrule *v* ਰੱਦ ਕਰ ਦੇਣਾ
overrun *v* ਕੁਚਲ ਦੇਣਾ
overseas *adv* ਸਮੁੰਦਰੋਂ ਪਾਰ ਦੇਸ਼
oversee *v* ਦੇਖਭਾਲ ਕਰਨੀ
overshadow *v* ਛਾਂ ਕਰਨੀ
oversight *n* ਦੇਖਭਾਲ
overstate *v* ਵਧਾਅ-ਚੜ੍ਹਾਅ ਕੇ ਦੱਸਣਾ
overstep *v* ਹੱਦੋਂ ਟੱਪ ਜਾਣਾ
overtake *v* ਆ ਰਲਣਾ
overthrow *v* ਉਲਟਾ ਦੇਣਾ
overthrow *n* ਹਾਰ
overtime *adv* ਵਾਧੂ ਸਮੇਂ ਵਿੱਚ
overturn *v* ਉਲਟਾ ਦੇਣਾ
overview *n* ਪਰਭਾਵਵਾਦ
overweight *adj* ਅਧਿਕ ਭਾਰੀ
overwhelm *v* ਤਬਾਹ ਕਰ ਦੇਣਾ
owe *v* ਰਿਣੀ ਹੋਣਾ
owing to *adv* ਇਸ ਕਾਰਨ ਕਰਕੇ
owl *n* ਉੱਲੂ
own *v* ਅਧਿਕਾਰ ਰੱਖਣਾ
own *adj* ਆਪਣਾ
owner *n* ਮਾਲਕ
ownership *n* ਮਾਲਕੀ
ox *n* ਬੈਲ
oxen *n* ਬਲਦ
oxygen *n* ਅਕਸੀਜਨ
oyster *n* ਸਿੱਪ

P

pace *v* ਤੁਰਨਾ
pace *n* ਕਦਮ, ਪਗ, ਡਗ
pacify *v* ਸ਼ਾਂਤ ਕਰਨਾ
pack *v* ਗੱਠਾ ਕਰਨਾ
pack *n* ਪੋਟਲੀ; ਬੋਝ
package *n* ਗੰਢ
pact *n* ਸੰਧੀ
pad *v* ਅੰਦਰ ਗੱਦੀ ਰੱਖਣਾ
padding *n* ਭਰਤੀ ਦਾ ਮਾਲ
paddle *v* ਤਰਨਾ
padlock *n* ਜੰਦਰੀ
pagan *adj* ਕਾਫ਼ਰ
page *n* ਖਿਦਮਤਗਾਰ, ਸਫ਼ਾ
pail *n* ਤੌੜਾ
pain *n* ਦਰਦ
painful *adj* ਦੁਖਦਾਈ
painkiller *n* ਸੁੰਨ, ਸੁੱਤਾ
painless *adj* ਪੀੜਾਹੀਣ
paint *v* ਰੰਗਣਾ

paint *n* ਰੰਗ
paintbrush *n* ਝਪਟ, ਮੁੱਠ-ਭੇੜ
painter *n* ਚਿੱਤਰਕਾਰ
painting *n* ਚਿੱਤਰ
pair *n* ਜੋੜੀ
pajama *n* ਸਲਵਾਰ
pal *n* ਸੰਗੀ, ਸਾਥੀ
palace *n* ਮਹਲ
palate *n* ਤਾਲੂ
pale *adj* ਨਿਸੱਤਾ
paleness *n* ਪਿਲੱਤਣ
palm *n* ਹਥੇਲੀ
palm *v* ਠੱਗਣਾ
paltry *adj* ਤੁੱਛ, ਘਟੀਆ
pamper *v* ਪੁਚ ਪੁਚ ਕਰਨਾ
pamphlet *n* ਪੈਂਫਲਿਟ
pan *n* ਕੜਾਹੀ, ਤਸਲਾ
pancreas *n* ਪਾਚਕ ਗ੍ਰੰਥੀ
pander *v* ਭੜੂਆ
pang *n* ਵੇਦਨਾ
panic *n* ਦਹਿਸ਼ਤ
panorama *n* ਵਿਸ਼ਾਲ ਦ੍ਰਿਸ਼
panther *n* ਚੀਤਾ, ਬਾਘ
pantry *n* ਪੈਂਟਰੀ
pants *n* ਪਤਲੂਨ
pantyhose *n* ਪੈਂਟੀਹੋਜ਼
papacy *n* ਪੋਪ ਪਦ
paper *n* ਕਾਗਜ਼
paperclip *n* ਪਿੰਨ
paperwork *n* ਰਸਮ
parable *n* ਨੀਤੀ ਕਥਾ
parachute *n* ਹਵਾਈ ਛਤਰੀ
parade *n* ਪਰੇਡ
paradise *n* ਜੰਨਤ
paradox *n* ਵਿਅਰਥਤਾ
paragraph *n* ਖੰਡ
parakeet *n* ਲੰਮੀ ਪੂਛ ਵਾਲਾ ਤੋਤਾ
parallel *n* ਸਾਮਾਨਾਂਤਰ
paralysis *n* ਲਕਵਾ, ਅਧਰੰਗ
paralyze *n* ਮੁਰੱਬਾ
parameters *n* ਪੈਰਾਮੀਟਰ
paramount *adj* ਸਰਵੋਚ
paranoid *adj* ਸਵੈਭਰਮੀ
parasite *n* ਪਰਜੀਵੀ
paratrooper *n* ਛਾਤਾਧਾਰੀ ਸੈਨਿਕ
parcel *n* ਪਾਰਸਲ
parcel post *n* ਅੰਸ਼
parch *v* ਭੁੰਨਣਾ, ਝੁਲਸਣਾ
parchment *n* ਝਿੱਲੀ
pardon *v* ਖਿਮਾ ਕਰਨਾ
pardon *n* ਖਿਮਾ, ਛੁਟਕਾਰਾ
parenthesis *n* ਉਪਵਾਕ
parents *n* ਮਾਤਾ ਪਿਤਾ
parish *n* ਪਾਦਰੀ ਦਾ ਸੂਬਾ
parishioner *n* ਪਾਦਰੀ ਦਾ ਸੂਬਾ
parity *n* ਬਰਾਬਰੀ, ਤੁਲਨਾ
park *v* ਪਾਰਕ ਬਣਾਉਣਾ
park *n* ਪਾਰਕ, ਉਪਬਨ
parking *n* ਪਾਰਕਿੰਗ
parliament *n* ਸੰਸਦ
parochial *adj* ਸੀਮਿਤ
parrot *n* ਤੋਤਾ
parsley *n* ਪਾਰਸਲੇ
parsnip *n* ਇੱਕ ਪ੍ਰਕਾਰ ਦੀ ਗਾਜਰ

part *v* ਜੋੜ ਲਾਉਣਾ
part *n* ਟੁਕੜਾ, ਟੋਟਾ
partial *adj* ਅੰਸ਼ਕ
partially *adv* ਅੰਸ਼ੁਕ
participate *v* ਸ਼ਾਮਿਲ ਹੋਣਾ
participation *n* ਸਾਂਝੀਦਾਰੀ
participle *n* ਕਿਰਦੰਤਕ
particle *n* ਕਣ, ਜ਼ੱਰਾ
particular *adj* ਵਿਸ਼ਿਸ਼ਟ
particularly *adv* ਉਚੇਚਾ ਹੱਕ
parting *n* ਵਿਦਾਇਗੀ
partisan *n* ਖਪਾਤੀ
partition *n* ਬਟਵਾਰਾ
partly *adv* ਅੰਸ਼ ਰੂਪ ਵਿੱਚ
partner *n* ਸਾਂਝ, ਸਹਿਭਾਗਤਾ
partnership *n* ਸਾਂਝ, ਸਹਿਭਾਗਤਾ
partridge *n* ਤਿੱਤਰ
party *n* ਪਾਰਟੀ
party *v* ਪਾਰਟੀ ਕਰਨਾ
pass *n* ਸਫ਼ਲਤਾ
pass *v* ਅੱਗੇ ਵਧਣਾ, ਤੁਰਨਾ
pass around *v* ਭੇਜਣਾ
pass away *n* ਇੰਤਕਾਲ
pass out *v* ਸ਼੍ਰੇਣੀਬੱਧ ਕਰਨਾ
passage *n* ਲਾਂਘਾ, ਮਾਰਗ
passenger *n* ਰਾਹੀ
passer-by *n* ਦਰਸ਼ਕ
passion *n* ਆਵੇਸ਼
passionate *adj* ਪੁਰਜੋਸ਼
passive *adj* ਉਦਾਸੀਨ
passport *n* ਪਾਸਪੋਰਟ
password *n* ਪਾਸਵਰਡ; ਗੁਪਤ ਸੰਕੇਤ

past *adj* ਅਤੀਤ
past *n* ਅਤੀਤ-ਕਾਲ
paste *v* ਲੇਵੀ ਨਾਲ ਚੇਪਣਾ
paste *n* ਲੇਵੀ, ਲੇਪੀ
pastime *n* ਵਿਹਾਰ
pastor *n* ਗੁਰੂ; ਪਾਦਰੀ; ਚਰਵਾਹਾ
pastoral *adj* ਪੇਂਡੂ; ਪਾਦਰੀ ਨਾਲ ਸੰਬੰਧਿਤ
pastry *n* ਪੇਸਟਰੀ
pasture *n* ਚਰਾਗਾਹ
pat *n* ਥਪਕ, ਥਪਕੀ
patch *n* ਟੁਕੜਾ
patch *v* ਗੰਢਣਾ
patent *v* ਪੇਟੈਂਟ ਕਰਵਾਉਣਾ
patent *n* ਕਾਪੀ-ਅਧਿਕਾਰ
paternity *n* ਪਿਤਰ ਧਰਮ
path *n* ਪਥ
pathetic *adj* ਕਰੁਨ
patience *n* ਸਬਰ
patient *adj* ਧੀਰਵਾਨ
patio *n* ਵਿਹੜਾ
patriarch *n* ਪਿਤਾਮਾ
patrimony *n* ਵਿਰਾਸਤ
patriot *n* ਦੇਸ਼ ਭਗਤ
patriotic *adj* ਦੇਸ਼ ਭਗਤੀਪੂਰਨ
patrol *n* ਗਸ਼ਤ
patron *n* ਸਰਪ੍ਰਸਤ, ਹਾਮੀ
patronage *n* ਆਧਾਰ ਵਾਕ
patronize *v* ਸਰਪ੍ਰਸਤ
pattern *n* ਨਮੂਨਾ
pavement *n* ਪਟੜੀ
pavilion *n* ਮੰਡਪ
paw *n* ਪਸ਼ੂ ਦਾ ਪੰਜਾ

123 perfect

pawn *v* ਪਿਆਦਾ
pawnbroker *n* ਕਬਾੜੀਆ
pay *n* ਮਿਹਨਤਾਨਾ
pay *iv* ਵੇਤਨ
pay back *v* ਭਲਾ ਕਰਨਾ
pay off *v* ਫੁਸਲਾ ਦੇਣਾ
pay slip *n* ਤਨਖਾਹ
payable *adj* ਦਿੱਤਾ ਜਾਣ ਯੋਗ
paycheck *n* ਕਿਸ਼ਤ
payee *n* ਲੈਣ ਵਾਲ਼ਾ
payment *n* ਅਦਾਇਗੀ
payroll *n* ਤਨਖਾਹ ਸੂਚੀ
pea *n* ਮਟਰ
peace *n* ਸ਼ਾਂਤੀ
peaceful *adj* ਸ਼ਾਂਤ
peach *n* ਆੜੂ
peacock *n* ਮੋਰ
peak *n* ਚੋਟੀ, ਸਿਖਰ
peanut *n* ਮੂੰਗਫਲੀ
pear *n* ਨਾਸ਼ਪਾਤੀ
pearl *n* ਮੋਤੀ
peasant *n* ਕ੍ਰਿਸ਼ਕ
pebble *n* ਰੋੜਾ
peck *v* ਚੁੰਝਾਂ ਲੜਾਉਣ
peck *n* ਦੋ ਗੈਲਨ ਦਾ ਮਾਪ
peculiar *adj* ਵਿਲਕ੍ਖਣ
pedagogy *n* ਅਧਿਆਪਨ
pedal *n* ਪੈਡਲ
pedantic *adj* ਪੰਡਤਾਊ
pedestrian *n* ਪੈਦਲ
peel *v* ਫਲ਼ ਦਾ ਛਿੱਲੜ ਲਾਹੁਣਾ
peel *n* ਸਰਹੱਦੀ ਮੀਨਾਰ
peep *v* ਝਾਂਕ
peer *n* ਬਰਾਬਰ ਦਾ ਆਦਮੀ
pelican *n* ਪੈਲੀਕਨ
pellet *n* ਗੋਲੀ
pen *n* ਕਲਮ
penalize *v* ਦੰਡ ਦੇਣਾ
penalty *n* ਪੈਨਲਟੀ
penance *n* ਤਪ
penchant *n* ਪ੍ਰਵਿਰਤੀ, ਝੁਕਾ
pencil *n* ਪੇਮਸਿਲ
pendant *n* ਲਟਕਣ
pending *adj* ਲੰਬਤ
pendulum *n* ਲਟਕਣ
penetrate *v* ਘੁਸਣਾ; ਚੁੱਭਣਾ
penguin *n* ਪੈਂਗੁਇਨ
penicillin *n* ਪੈਨਸਲੀਨ
peninsula *n* ਪ੍ਰਾਇਦੀਪ
penitent *n* ਪਸ਼ਚਾਤਾਪੀ
penniless *adj* ਕੰਗਲਾ
penny *n* ਅੰਗਰੇਜ਼ੀ ਸਿੱਕਾ
pension *n* ਪੈਨਸ਼ਨ ਲਾਉਣਾ
pentagon *n* ਪੰਜਕੋਣ, ਪੰਚਭੁਜ
pent-up *adj* ਸੀਮਤ, ਘਿਰਿਆ
people *n* ਲੋਕ
pepper *n* ਮਿਰਚ ਕਾਲੀ
per *pre* ਤੋਂ, ਦੁਆਰਾ
perceive *v* ਧਿਆਨ ਦੇਣਾ
percent *adv* ਫ਼ੀਸਦੀ
percentage *n* ਅਨੁਪਾਤ
perception *n* ਸੂਝ
perennial *adj* ਨਿਰੰਤਰ
perfect *n* ਪੂਰਨ ਕਾਲ

P

perfection *n* ਸਿੱਧੀ, ਕਮਾਲ
perforate *v* ਚੁਭਣਾ
perforation *n* ਸੁਰਾਖਣ
perform *v* ਪੂਰਨ ਕਰਨਾ
performance *n* ਪਰਦਰਸ਼ਨ
perfume *n* ਖ਼ੁਸ਼ਬੂ
perhaps *adv* ਸ਼ਾਇਦ
peril *n* ਸੰਕਟ
perilous *adj* ਸੰਕਟਪੂਰਨ
perimeter *n* ਘੇਰਾ, ਪਰਿਮਾਪ
period *n* ਅਵਧੀ; ਦੌਰ; ਮਾਹਵਰੀ; ਪੀਰੀਅਡ
perish *v* ਨਸ਼ਟ ਕਰਨਾ ਜਾਂ ਹੋਣਾ
perishable *adj* ਨਾਸਵਾਨ, ਵਸਤੂ
perjury *n* ਝੂਠੀ ਸਹੁੰ
permanent *adj* ਸਥਾਈ
permeate *v* ਪ੍ਰਵੇਸ਼ ਕਰਨਾ
permission *n* ਇਜਾਜ਼ਤ
permit *v* ਪਰਮਿਟ
pernicious *adj* ਘਾਤਕ, ਵਿਨਾਸ਼ੀ
perpetrate *v* ਕਰ ਗੁਜ਼ਰਨਾ
persecute *v* ਸਤਾਉਣਾ
persevere *v* ਸਾਬਤ ਕਦਮ ਰਹਿਣਾ
persist *v* ਅਟੱਲ ਰਹਿਣਾ
persistence *n* ਅਟਾਲਤਾ, ਅਚਾਲਤਾ
persistent *adj* ਅਟਾਲ, ਸਥਿਰ, ਪੱਕਾ
person *n* ਵਿਅਕਤੀ
personal *adj* ਨਿਜੀ
personality *n* ਵਿਅਕਤਿਤਵ
personify *v* ਮਾਨਵੀਕਰਨ ਕਰਨਾ
personnel *n* ਕਰਮਚਾਰੀ ਵਰਗ
perspective *n* ਪਰਿਪੇਖ
perspiration *n* ਪਸੀਣਾ
perspire *v* ਮੁੜ੍ਹਕਾ ਆਉਣਾ
persuade *v* ਪਟਾਉ, ਮਨਾਉ
persuasion *n* ਪ੍ਰੇਰਨਾ, ਪ੍ਰੋਤਸਾਹਨ
persuasive *adj* ਪ੍ਰੇਰਨਾਮਈ
pertain *v* ਵਾਹ ਪੈਣਾ
pertinent *adj* ਯੋਗ
perturb *v* ਤਰਤੀਬ ਭੰਨਣਾ
perverse *adj* ਪਤਿਤ
pervert *v* ਵਿਗਾੜਨਾ
pervert *n* ਵਿਗੜਿਆ ਆਦਮੀ
pessimism *n* ਨਿਰਾਸ਼ਾਵਾਦ
pessimistic *adj* ਨਿਰਾਸ਼ਾਵਾਦੀ
pest *n* ਬਲਾ, ਜ਼ਹਿਮਤ
pester *v* ਅਕਾਉਣਾ
pesticide *n* ਕੀੜੇਮਾਰ ਦਵਾਈ
pet *n* ਪੁਚਕਾਰ
pet *v* ਲਾਡ ਕਰਨਾ
petal *n* ਪਖੰਡੀ
petite *adj* ਗਿੱਠੋਂ
petition *n* ਅਰਜੀ
petrified *adj* ਭੈਦਾਇੱਕ
petroleum *n* ਕੱਚਾ ਪਟਰੋਲ
pettiness *n* ਤੁੱਛਤਾ, ਅਲਪਤਾ
petty *adj* ਨਿੱਕਾ, ਤੁੱਛ
pew *n* (ਬੇਲ) ਆਸਣ
phantom *n* ਪ੍ਰੇਤ
pharmacist *n* ਦਵਾਫ਼ਰੋਸ਼
pharmacy *n* ਦਵਾ ਦੀ ਦੁਕਾਨ
phase *n* ਅਵਸਥਾ
pheasant *n* ਚਕੋਰ
phenomenon *n* ਘਟਨਾ, ਤੱਥ
philosopher *n* ਫਿਲਾਸਫ਼ਰ

philosophy *n* ਫਿਲਾਸਫ਼ੀ
phobia *n* ਤਰਾਸ, ਭੈ
phone *n* ਟੈਲੀਫ਼ੋਨ
phone *v* ਟੈਲੀਫ਼ੋਨ ਕਰਨਾ
phony *adj* ਝੂਠਾ
phosphorus *n* ਫਾਸਫੋਰਸ
photo *n* ਪ੍ਰਕਾਸ਼-ਅਕਸ
photocopy *n* ਨਕਲ
photograph *v* ਤਸਵੀਰ
photographer *n* ਫ਼ੋਟੋਗ੍ਰਾਫ਼ਰ
photography *n* ਫੋਟੋਗਰਾਫੀ
phrase *n* ਵਾਕਾਂਸ਼
physically *adv* ਭੌਤਿਕ
physician *n* ਡਾਕਟਰ
physics *n* ਭੌਤਿਕ ਵਿਗਿਆਨ
pianist *n* ਪਿਆਨੋ ਵਾਚਕ
piano *n* ਪਿਆਨੋ
pick *v* ਥਾਣਾ, ਠੁੰਗਣਾ
pick *n* ਚੁਣਾਈ
pick up *v* ਲਿਫ਼ਟ
pickpocket *n* ਜੇਬ ਕਤਰਾ
picture *n* ਤਸਵੀਰ, ਮੂਰਤ
picture *v* ਤਸਵੀਰ ਖਿੱਚਣਾ
picturesque *adj* ਚਿੱਤਰਮਈ
pie *n* ਅਸ਼ਾਂਤੀ; ਪਾਈ
piece *n* ਟੁਕੜਾ
piecemeal *adv* ਥੋੜ੍ਹਾ ਥੋੜ੍ਹਾ ਕਰਕੇ
pier *n* ਬੰਨ੍ਹ, ਪੁਸ਼ਤਾ
pierce *v* ਘੋਪ
piercing *adj* ਵੇਧਨ, ਤੀਖਣ, ਤੇਜ਼
piety *n* ਪਵਿੱਤਰਤਾ, ਪਾਵਨਤਾ
pig *n* ਸੂਅਰ
pigeon *n* ਕਬੂਤਰ
piggy bank *n* ਗੁੱਲਕ
pile *v* ਢੇਰ ਲਾਉਣਾ
pile *n* (ਭੇਡ ਦੀ) ਲੂੰਈ, ਲੂੰ
pile up *v* ਢੇਰ ਲਾਉਣਾ
pilfer *v* ਠੁੰਗ ਲੈਣਾ
pilgrim *n* ਯਾਤਰੀ
pilgrimage *n* ਤੀਰਥ ਯਾਤਰਾ
pill *n* (ਦਵਾਈ ਦੀ) ਗੋਲੀ
pillage *v* ਲੁਟ ਮਾਰ
pillar *n* ਖੰਬਾ
pillow *n* ਤਕੀਆ
pillowcase *n* ਤਕੀਆ
pilot *n* ਪਾਇਲਟ
pimple *n* ਫਿਣਸੀ
pin *n* ਪਿੰਨ
pin *v* ਜੋੜਨਾ
pincers *n* ਸੰਨ੍ਹੀ, ਜੰਬੂਰ
pinch *v* ਸਪਰਸ਼ ਕਰਨਾ
pinch *n* ਤੋਹ
pine *n* ਚੀੜ੍ਹ, ਤਰਸ
pineapple *n* ਅਨਾਨਾਸ
pink *adj* ਗੁਲਾਬੀ
pinpoint *v* ਸੁਨਿਸ਼ਚਿਤ
pint *n* ਅਧੀਆ
pioneer *n* ਆਗੂ
pious *adj* ਧਰਮਵਾਲਾ, ਸਤ
pipe *n* ਨਲ਼ਕੀ; ਬੰਸਰੀ; ਚਿਲਮ
pipeline *n* ਨਾਲ ਪ੍ਰਬੰਧ
piracy *n* ਸਮੁੰਦਰੀ ਡਾਕਾ
pirate *n* ਸਮੁੰਦਰੀ ਦਾਕੂ
pistol *n* ਪਿਸਤੌਲ

pit *n* ਖੱਡਾ; ਦਾਗ; ਅਖਾੜਾ
pitch *v* ਲੁੱਕ ਲਾਉਣਾ; ਤੰਬੂ ਲਾਉਣਾ; ਸਥਾਪਿਤ ਕਰਨਾ
pitch-black *adj* ਕਾਲਾ ਸਿਆਹ
pitcher *n* ਘੜਾ; ਫੇਰੀ ਵਾਲਾ
pitchfork *n* ਤੰਗਲ਼ੀ
pitfall *n* ਚੋਰ ਟੋਆ
pitiful *adj* ਦਿਆਲੂ
pity *n* ਤਰਸ
placard *n* ਫੱਟਾ
placate *v* ਤਸੱਲੀ ਕਰਾਉਣਾ
place *n* ਜਗ੍ਹਾ
place *v* ਰੱਖਣਾ; ਨਿਯੁਕਤ ਕਰਨਾ
placid *adj* ਸ਼ਾਂਤ
plague *n* ਮਰੀ, ਮਹਾਂਮਾਰੀ
plain *n* ਮੈਦਾਨ
plain *adj* ਸਾਦਾ, ਸਰਲ
plainly *adv* ਸਾਫ਼ ਸਾਫ਼
plaintiff *n* ਮੁੱਦਈ
plan *v* ਵਿਉਂਤ ਬਣਾਉਣਾ
plan *n* ਵਿਓਂਤ, ਤਜਵੀਜ਼
plane *n* ਤਲ; ਰੰਦਾ; ਫੱਟਾ; ਮੈਦਾਨ; ਹਵਾਈ ਜਹਾਜ਼
planet *n* ਗ੍ਰਹਿ
plant *v* ਬੂਟਾ ਲਾਉਣਾ
plant *n* ਬੂਟਾ, ਪੌਦਾ, ਮਸ਼ੀਨ
plaster *n* ਲੇਪ, ਪਲਸਤਰ
plaster *v* ਲੇਪ ਕਰਨਾ
plastic *adj* ਢਲ ਜਾਣ ਵਾਲਾ
plate *n* ਰਕਾਬੀ
plateau *n* ਪੱਬੀ, ਪਠਾਰ
platform *n* ਰੇਲ ਦਾ) ਪਲੇਟਫ਼ਾਰਮ
platinum *n* ਇੱਕ ਕੀਮਤੀ ਧਾਤ
platoon *n* ਪਲਟਨ
plausible *adj* ਨਿਆਂਇਸੰਗਤ
play *v* ਖੇਡਣਾ
play *n* ਖੇਡ; ਨਾਟਕ
player *n* ਖਿਡਾਰੀ
playful *adj* ਖਿਡਾਰੂ
playground *n* ਖੇਡ ਦਾ ਮੈਦਾਨ
plea *n* ਦਲੀਲ
plead *v* ਦਲੀਲ ਪੇਸ਼ ਕਰਨਾ
pleasant *adj* ਸੁਹਾਵਣਾ, ਰਮਣੀਕ
please *v* ਪਲੀਜ਼, ਬਿਨਤੀ
pleasing *adj* ਰੁਚੀਕਰ
pleasure *n* ਖ਼ੁਸ਼ੀ, ਅਨੰਦ
pleat *n* ਭਾਨ
pleated *adj* ਮੀਢੀ, ਗੁੱਤ, ਗੁੰਦੇ ਹੋਏ ਵਾਲ਼, ਚੁੰਢੀ
pledge *v* ਪ੍ਰਤਿੱਗਿਆ ਕਰਨਾ
pledge *n* ਅਹਦ, ਗਿਰਵੀ
plentiful *adj* ਬਹੁਤ
plenty *n* ਦੌਲਤ, ਬਹੁਲਤਾ
pliable *adj* ਨਰਮ
pliers *n* ਪਲਾਸ, ਜੰਬੂਰ
plot *n* ਜ਼ਮੀਨ ਦਾ ਟੁਕੜਾ
plot *v* ਯੋਜਨਾ ਬਣਾਉਣਾ
plow *v* ਕਾਸ਼ਤ ਕਰਨਾ
ploy *n* ਦਾਅ ਪੇਚ
pluck *v* ਤੋੜਨਾ (ਫੁਲ ਆਦਿ)
plug *v* ਡੱਟਾ ਦੇਣਾ
plug *n* ਡੱਟਾ, ਗੱਟਾ
plum *n* ਆਲੂ ਬੁਖ਼ਾਰਾ
plumber *n* ਨਲਕੇ ਲਾਉਣਾ ਵਾਲਾ
plumbing *n* ਨਲ ਦਾ ਕੰਮ
plummet *v* ਧੜੰਮ ਕਰਕੇ ਡਿਗਣਾ

P

plump *adj* ਮੋਟਾ, ਸਥੂਲ
plunder *v* ਰਾਹ ਮਾਰ
plunge *v* ਚੁੱਭੀ ਮਾਰਨਾ
plunge *n* ਚੁੱਭੀ
plural *n* ਬਹੁਤ
plus *adv* ਸਰੇਸ਼ਟਤਾ, ਬਰਤਰੀ
plush *n* ਪਲੱਸ਼
plutonium *n* ਪਲੂਟੋਨੀਅਮ
pneumonia *n* ਨਮੂਨੀਆ
pocket *n* ਗਿਰ੍ਹਾ, ਜੇਬ
poem *n* ਕਵਿਤਾ, ਕਾਵਿ ਰਚਨਾ
poet *n* ਕਵੀ
poetry *n* ਕਾਵਿ
poignant *adj* ਚਟਪਟੀ
point *n* ਬਿੰਦੀ, ਨੁਕਤਾ
point *v* ਅੰਸ਼
pointed *adj* ਨੋਕਦਾਰ
pointless *adj* ਨਿਰਰਥਕ
poise *n* ਸਾਵਾਂ ਰੱਖਣਾ
poison *v* ਰੁਕਾਵਟ ਪਾਉਣਾ
poison *n* ਜ਼ਹਿਰ
poisoning *n* ਜ਼ਹਿਰ
poisonous *adj* ਵਿਸ਼ਾਣੂ, ਜ਼ਹਿਰੀਲਾ
Poland *n* ਪੋਲੈਂਡ
polar *adj* ਧਰੁਵੀ
pole *n* ਧਰੁਵ, ਬੱਲੀ
police *n* ਪੁਲਿਸ
policeman *n* ਪੁਲਿਸਮੈਨ
policy *n* ਨੀਤੀ
Polish *n* ਭਾਸ਼ਾ
polish *adj* ਪੋਲੈਂਡੀ
polish *v* ਝਿੜਕ, ਝਾੜ
polite *adj* ਸ਼ਿਸ਼ਟ
politeness *n* ਮੁਰੱਵਤ
politician *n* ਪਾਲਿਟੀਸ਼ਨ
politics *n* ਰਾਜਨੀਤੀ
poll *n* ਮੀਆਂ ਮਿੱਠੂ
pollen *n* ਫੁੱਲ ਦਾ ਬੂਰ
pollute *v* ਵਿਗਾੜਨਾ
pollution *n* ਗੰਦਾਪਣ
polygamist *n* ਬਹੁਵਿਵਾਹਿਤ
polygamy *n* ਬਹੁ-ਵਿਆਹ
pomegranate *n* ਅਨਾਰ
pomposity *n* ਸ਼ਾਨ
pond *n* ਤਲਾਬ
ponder *v* ਕਰੂਰਾ ਰਲ
pontiff *n* ਪੋਪ
pool *n* ਛੱਪੜ; ਸਾਂਝੀ ਪੂੰਜੀ; ਸਰ
pool *v* ਸਾਂਝੇ ਫੰਡ ਵਿੱਚ ਪਾਉਣਾ
poor *adj* ਗਰੀਬ
poorly *adv* ਗ਼ਰੀਬ
pop *v* ਟੱਕ ਦੀ ਅਵਾਜ਼
popcorn *n* ਮੱਕੀ ਦੀਆਂ ਖਿੱਲਾਂ
Pope *n* ਪੋਪ
poppy *n* ਪੋਸਤ
popular *adj* ਮਸ਼ਹੂਰ
popularize *v* ਪ੍ਰਸਿੱਧ ਕਰਨਾ
populate *v* ਵੱਸਣਾ
population *n* ਵੱਸੋਂ, ਅਬਾਦੀ
porcelain *n* ਚੀਨੀ ਮਿੱਟੀ
porch *n* ਦਾਲਾਨ
porcupine *n* ਖਾਹਾ
pore *n* ਛਿੱਦਰ
pork *n* ਸੂਰ ਦਾ ਮਾਸ

porous *adj* ਛੇਕਾਂ ਵਾਲਾ
port *n* ਮਿੱਠੀ
portable *adj* ਉਚਾਵਾਂ
portent *n* ਸ਼ਗਨ
porter *n* ਦਰਬਾਨ
portion *n* ਹਿੱਸਾ
portrait *n* ਤਸਵੀਰ
portray *v* ਚਿੱਤਰ ਬਣਾਉਣਾ
Portugal *n* ਪੁਰਤਗਾਲ
Portuguese *adj* ਪੁਰਤਗਾਲੀ
pose *v* (ਸਵਾਲ) ਪੇਸ਼ ਕਰਨਾ
pose *n* ਦੰਭ ਕਰਨਾ
posh *adj* ਬਹੁਤ ਵਧੀਆ
position *n* ਹਾਲਤ
positive *adj* ਦ੍ਰਿੜ੍ਹ ਵਿਸ਼ਵਾਸੀ
possess *v* ਮਾਲਕ ਹੋਣਾ
possession *n* ਕਬਜ਼ਾ
possibility *n* ਸੁਭਾਵਨਾ
possible *adj* ਮੁਮਕਿਨ
post *n* ਡਾਕ; ਚੌਂਕੀ; ਅਹੁਦਾ
post *v* ਪ੍ਰਚਾਰ ਕਰਨਾ; ਡਾਕ ਰਾਹੀਂ ਭੇਜਣਾ; ਨਿਯੁਕਤ ਕਰਨਾ
post box *n* ਲੈਟਰ ਬਕਸ
postage *n* ਡਾਕ ਦਾ ਮਸੂਲ
postcard *n* ਪੋਸਟ ਕਾਰਡ
poster *n* ਇਸ਼ਤਿਹਾਰ
posterity *n* (ਦਰਸ਼) ਵੰਸ਼
postman *n* ਡਾਕੀਆ
postmark *n* ਡਾਕ ਮੋਹਰ
postpone *v* ਟਰਕਾਉ
postponement *n* ਟਾਲ ਮਟੋਲ
pot *n* ਭਾਂਡਾ, ਬਰਤਨ
potato *n* ਆਲੂ
potent *adj* ਬਲਵਾਨ
potential *adj* ਸੰਭਵ
pothole *n* ਸੜਕ ਵਿਚਲਾ ਟੋਇਆ
poultry *n* ਮੁਰਗੀਖਾਨਾ
pound *v* ਫਿਹਣਾ
pound *n* ਕਾਂਜੀ ਹਾਉਸ
pour *v* ਵਹਾ
poverty *n* ਗ਼ਰੀਬੀ
powder *n* ਖੇਪੜ
power *n* ਬਲ; ਪ੍ਰਤਿਭਾ; ਰਾਜ; ਅਧਿਕਾਰ; ਬਿਜਲੀ
powerful *adj* ਬਲਕਾਰ
powerless *adj* ਨਿਰਬਲ
practical *adj* ਅਮਲੀ
practice *n* ਅਭਿਆਸ
practice *v* ਅਭਿਆਸ ਕਰਨਾ
practicing *adj* ਕਿਰਿਆਸ਼ੀਲ
pragmatist *adj* ਯਥਾਰਥਵਾਦੀ
prairie *n* ਘਾਹ ਦਾ ਖੁਲ੍ਹਾ ਮੈਦਾਨ
praise *v* ਵਡਿਆਈ ਕਰਨਾ
praise *n* ਵਡਿਆਈ
praiseworthy *adj* ਪ੍ਰਸੰਸਾਯੋਗ
prank *n* ਸ਼ਰਾਰਤ
prawn *n* ਝੀਂਗਾ
pray *v* ਬੇਨਤੀ ਕਰਨਾ
prayer *n* ਪ੍ਰਾਰਥਨਾ
preach *v* ਉਪਦੇਸ਼ ਦੇਣਾ
preacher *n* ਉਪਦੇਸ਼ਕ
preaching *n* ਉਪਦੇਸ਼
preamble *n* ਉਥਾਨਕਾ
precarious *adj* ਸ਼ੱਕ ਵਾਲਾ
precaution *n* ਇਹਤਿਆਤ

precede *v* ਪਹਿਲਾਂ ਹੋਣਾ
precedent *n* ਪੂਰਵ ਪਰਮਾਣ
preceding *adj* ਪਿਛੇਕਾ
precept *n* ਨਸੀਹਤ
precious *adj* ਅਮੂਲ
precipice *n* ਖੜ੍ਹੀ ਚਟਾਨ
precipitate *v* ਸੁੱਟਣਾ
precise *adj* ਐਨ
precision *n* ਸੁਨਿਸ਼ਚਿਤਤਾ
precocious *adj* ਅਗੇਤੀ; ਬਾਲ ਪੁੰਗ੍ਹ
precursor *n* ਮੁਹਰੀ
predecessor *n* ਰਵ ਅਧਿਕਾਰੀ
predicament *n* ਦੁਬਿਧਾ
predict *v* ਭਵਿੱਖਬਾਣੀ ਕਰਨਾ
prediction *n* ਭਵਿਖ ਬਾਣੀ
predilection *n* ਚਾਹ
predisposed *adj* ਝੁਕਿਆ
predominate *v* ਹਾਵੀ ਹੋਣਾ
preempt *v* ਹੱਕ ਸ਼ੁਫਾ ਕਰਨਾ
prefabricate *v* ਪੂਰਵ ਨਿਰਮਾਣ ਕਰਨਾ
preface *n* ਪ੍ਰਸਤਾਵਨਾ
prefer *v* ਵਧਾਉਣਾ
preference *n* ਤਰਜੀਹ
prefix *n* ਉਪਸਰਗ
pregnancy *n* ਹਮਲ
pregnant *adj* ਗਰਭਵਤੀ
prehistoric *adj* ਪੂਰਵ ਇਤਿਹਾਸਿਕ
prejudice *n* ਪੱਖਪਾਤ
preliminary *adj* ਪ੍ਰਾਰੰਭਕ
prelude *n* ਉਥਾਨਕਾ
premature *adj* ਅਗੇਤਰਾ
premeditate *v* ਪੂਰਵ ਚਿੰਤਨ ਕਰਨਾ
premeditation *n* ਪੂਰਵ ਸੰਕਲਪ
premier *adj* ਪ੍ਰਮੁੱਖ
premise *n* ਆਧਾਰ ਵਾਕ
premises *n* ਹੱਦ
premonition *n* ਪੂਰਵ ਸੂਚਨਾ
preoccupation *n* ਪੂਰਵ ਧਾਰਨਾ
preoccupy *v* ਦੰਦਾਂ ਨਾਲ ਝੰਜੋੜਨਾ
preparation *n* ਤਿਆਰੀ
prepare *v* ਤਿਆਰ ਕਰਨਾ
preposition *n* ਪੂਰਵ ਸਰਗ
prerequisite *n* ਪੂਰਵ ਪ੍ਰਤੀਬੰਧ
prerogative *n* ਸ਼ਾਹੀ ਇਖ਼ਤਿਆਰ
prescribe *v* ਨਿਰਦੇਸ਼ ਕਰਨਾ
prescription *n* ਨੁਸਖ਼ਾ
presence *n* ਹਾਜ਼ਰੀ
present *adv* ਉਥੇ
present *v* ਮਿਲਾਉਣਾ
present *n* ਵਰਤਮਾਨ; ਸੁਗਾਤ
presentation *n* ਦਰਸ਼ਨੀਅਤਾ
preserve *v* ਬਚਾਅ ਰੱਖਣਾ
preside *v* ਸਭਾਪਤੀ ਬਣਨਾ
presidency *n* ਪ੍ਰਧਾਨਗੀ
president *n* ਰਾਸ਼ਟਰਪਤੀ
press *n* ਪ੍ਰੈਸ, ਛਾਪਾਖ਼ਾਨਾ
press *v* ਦੱਬਣਾ ਜਾਂ ਦਬਾਉਣਾ
pressing *adj* ਦਬਾਉ
pressure *v* ਦਬਾ
pressure *n* ਭਾਰ; ਦਬਾ
prestige *n* ਇੱਜ਼ਤ
presume *v* ਮਿਥ ਲੈਣਾ
presumption *n* ਗੁਸਤਾਖੀ
presuppose *v* ਪੂਰਵ ਧਾਰਨਾ ਬਣਾਉਣਾ

P

presupposition *n* ਪੂਰਵ ਧਾਰਨਾ
pretend *v* ਢੌਂਗ ਕਰਨਾ
pretense *n* ਚਲਿਤ੍ਰ
pretension *n* ਦਾਵਾ
pretty *adj* ਗੁਲਜ਼ਾਰ
prevail *v* ਛਾ ਜਾਣਾ
prevalent *adj* ਪ੍ਰਚਲਿਤ
prevent *v* ਰੋਕਨਾ
prevention *n* ਨਿਵਾਰਣ
preventive *adj* ਨਿਵਾਰਕ
preview *n* ਪੂਰਵ ਦਰਸ਼ਨ
previous *adj* ਪੂਰਵ
previously *adv* ਪੂਰਬ
prey *n* ਸ਼ਿਕਾਰ
price *n* ਮੂਲ
pricey *adj* ਬਹੁਮੁੱਲਾ, ਵਡਮੁੱਲਾ
prick *v* ਚੋਭਣਾ ਜਾਂ ਚੁਭਣਾ
pride *n* ਘਮੰਡ
priest *n* ਪਾਦਰੀ
priestess *n* ਪੁਜਾਰਨ
priesthood *n* ਪੁਰੋਹਤਪਣ
primacy *n* ਪਰਧਾਨਤਾ
primarily *adv* ਮੂਲ ਰੂਪ ਵਿੱਚ
prime *adj* ਪ੍ਰਧਾਨ
primitive *adj* ਪ੍ਰਾਚੀਨ
prince *n* ਰਾਜਕੁਮਾਰ
princess *n* ਰਾਜਕੁਮਾਰੀ
principal *adj* ਮੁੱਖ ਅਧਿਆਪਕ
principle *n* ਨੇਮ
print *v* ਨਿਸ਼ਾਨ ਲਾਉਣਾ
print *n* ਨਿਸ਼ਾਨ
printer *n* ਪ੍ਰਿੰਟਰ
printing *n* ਛਪਾਈ
prior *adj* ਪਹਿਲਾ
priority *n* ਤਰਜੀਹ
prism *n* ਪ੍ਰਿਜ਼ਮ
prison *n* ਕੈਦਖ਼ਾਨਾ
prisoner *n* ਬੰਦੀ
privacy *n* ਇੱਕਾਂਤ
private *adj* ਇੱਕਾਂਤ
privilege *n* ਉਚੇਚਾ ਹੱਕ
prize *n* ਇਨਾਮ
probability *n* ਸੰਭਾਵਨਾ
probable *adj* ਸੰਭਵ
probe *v* ਤਹਿਕੀਕਾਤ
probing *n* ਜਿਗਿਆਸੂ
problem *n* ਸੱਸਸਿਆ
problematic *adj* ਸ਼ੱਕੀ
procedure *n* ਤਰੀਕਾ
proceed *v* ਅੱਗੇ ਵਧਣਾ
proceedings *n* ਕਾਰਜ ਵਿਸਤਾਰ
proceeds *n* ਵੱਟਕ
process *v* ਮੁਕੱਦਮਾ ਚਲਾਉਣਾ
process *n* ਅਮਲ
procession *n* ਜਲੂਸ
proclaim *v* ਐਲਾਨ ਕਰਨਾ
proclamation *n* ਢੰਡੋਰਾ
procrastinate *v* ਦੇਰ ਕਰਨਾ
procreate *v* ਜਣਨਾ
procure *v* ਜੁਟਾਉ
prod *v* ਚੋਭ
prodigious *adj* ਅਦਭੁਤ
prodigy *n* ਅਚੰਭਾ
produce *v* ਉਪਜਾਉਣਾ; ਪੈਦਾ ਕਰਨਾ

P

produce *n* ਉਪਜ; ਕਮਾਈ
product *n* ਪੈਦਾਵਾਰ; ਨਤੀਜਾ; ਲਾਭ; ਗੁਣਨਫਲ
production *n* ਉਤਪਾਦਨ
productive *adj* ਉਪਜਾਊ
profane *adj* ਸ਼ਰਧਾਹੀਣ
profess *v* ਦਾਵਾ ਕਰਨਾ
profession *n* ਪੇਸ਼ਾ
professional *adj* ਪੇਸ਼ਾਵਰ
professor *n* ਪ੍ਰੋਫ਼ੈਸਰ
proficiency *n* ਨਿਪੁੰਨਤਾ
proficient *adj* ਪ੍ਰਵੀਣ
profile *n* ਖ਼ਾਕਾ
profit *v* ਲਾਭ ਲੈਣਾ
profit *n* ਲਾਭ
profitable *adj* ਲਾਭਦਾਇੱਕ
profound *adj* ਗਹਿਰਾ
program *n* ਪ੍ਰੋਗਰਾਮ
program *v* ਪ੍ਰੋਗਰਾਮ ਬਣਾਉਣਾ
programmer *n* ਪ੍ਰਬੰਧਕ
progress *v* ਜਾਰੀ ਰਹਿਣਾ
progress *n* ਤਰੱਕੀ
progressive *adj* ਅਗਾਂਹ ਵਧੂ
prohibit *v* ਵਰਜਿਤ ਕਰਨਾ
prohibition *n* ਨਸ਼ੇਬੰਦੀ
project *v* ਯੋਜਨਾ
project *n* ਸੁਟਣਾ
projectile *n* ਪਰਖੇਪਕ
prologue *n* ਮੁੱਖਬੰਧ
prolong *v* ਲਮਕਾਉਣਾ
promenade *n* ਸਫ਼ਰ
prominent *adj* ਉੱਭਰਿਆ
promiscuous *adj* ਮਿਸ਼ਰਤ
promise *n* ਇੱਕਰਾਰ
promote *v* ਵਧਾਉਣਾ
promotion *n* ਤਰੱਕੀ
prompt *adj* ਤਿਆਰ
prone *adj* ਮੂਧਾ
pronoun *n* ਪੜਵਾਉਂ
pronounce *v* ਉਚਾਰਨਾ
proof *n* ਪਰਮਾਣ
propaganda *n* ਗ਼ਲਤ ਸਮਾਚਾਰ
propagate *v* ਪ੍ਰਚਾਰ ਕਰਨਾ
propel *v* ਪ੍ਰੇਰਿਤ ਕਰਨਾ
propensity *n* ਪ੍ਰਵਿਰਤੀ
proper *adj* ਤਰਕਸੰਗਤ
properly *adv* ਠੀਕ ਠਾਕ
property *n* ਸੰਪੱਤੀ
prophecy *n* ਭਵਿੱਖਬਾਣੀ
prophet *n* ਈਸ਼ਵਰ ਦੂਤ
proportion *n* ਅਨੁਪਾਤ
proposal *n* ਪ੍ਰਸਤਾਵ
propose *v* ਤਜਵੀਜ਼ ਕਰਨਾ
proposition *n* ਅਨੁਪਾਤ
prose *n* ਵਾਰਤਕ, ਗੱਦ
prosecute *v* ਪਿੱਛੇ ਪੈ ਜਾਣਾ
prosecutor *n* ਪੈਰਵੀਕਰਤਾ
prospect *n* ਦ੍ਰਿਸ਼, ਭਵਿੱਖ
prosper *v* ਖੁਸ਼ਹਾਲ ਹੋਣਾ
prosperity *n* ਬਰਕਤ
prosperous *adj* ਖੁਸ਼ਹਾਲ
prostate *n* (ਅੰਗ) ਪ੍ਰਾਸਟੇਟ ਗ੍ਰੰਥੀ
prostrate *adj* ਮੂਧਾ
protect *v* ਸੁਰੱਖਿਆ ਕਰਨਾ
protection *n* ਬਚਾਅ

protein *n* ਪ੍ਰੋਟੀਨ
protest *v* ਥਿਰੋਧ
protest *n* ਵਿਰੋਧ ਕਰਨਾ
protocol *n* ਖਰੜਾ
prototype *n* ਪ੍ਰਤਿਰੂਪ
protract *v* ਲਮਕਾਉਣਾ
protracted *adj* ਘੌਲ
protrude *v* ਉਭਰ
proud *adj* ਹੰਕਾਰੀ
proudly *adv* ਘਮੰਡ ਨਾਲ
prove *v* ਸਿੱਧ ਕਰਨਾ ਜਾਂ ਹੋਣਾ
proven *adj* ਸਾਬਤ ਕੀਤਾ
proverb *n* ਕਹਾਵਤ
provide *v* ਪ੍ਰਬੰਧ ਕਰਨਾ
providence *n* ਪੂਰਵ ਪ੍ਰਬੰਧ
providing that *c* ਅਗਰ
province *n* ਪ੍ਰਾਂਤ
provision *n* ਰਸਦ
provisional *adj* ਆਰਜ਼ੀ
provocation *n* . ਉਕਸਾਹਟ
provoke *v* ਉਤੇਜਿਤ ਕਰਨਾ
prowl *v* ਟੋਹ ਲੈਂਦੇ ਫਿਰਨਾ
prowler *n* ਸ਼ਿਕਾਰੀ
proximity *n* ਨਿਕਟਤਾ
proxy *n* ਪ੍ਰਤੀਨਿਧਤਾ
prudence *n* ਦੀਰਘ ਦਰਸ਼ਤਾ
prudent *adj* ਦੀਰਘ ਦਰਸ਼ੀ
prune *v* ਕਾਂਟ ਛਾਂਟ ਕਰਨਾ
prune *n* ਸੁੱਕਾ ਆਲੂ ਬੁਖ਼ਾਰਾ
prurient *adj* ਕਾਮੀ
pseudonym *n* ਕਲਪਿਤ ਨਾਂ
psychiatrist *n* ਮਾਨਸਿਕ ਰੋਗਾਂ ਦਾ ਮਾਹਰ
psychic *adj* ਮਾਨਸਿਕ
psychology *n* ਮਨੋ ਵਿਗਿਆਨ
psychopath *n* ਮਾਨਸਕ ਰੋਗੀ
puberty *n* ਗਭਰੇਟ ਅਵਸਥਾ
public *adj* ਪਬਲਿਕ
publication *n* ਪਰਕਾਸ਼ਤ ਪੁਸਤਕ
publicity *n* ਲੋਕ ਪ੍ਰਸਿੱਧੀ
publicly *adv* ਖੁਲ੍ਹਮ ਖੁਲ੍ਹਾ
publish *v* ਪ੍ਰਕਾਸ਼ਿਤ ਕਰਨਾ
publisher *n* ਪ੍ਰਕਾਸ਼ਕ
pudding *n* ਪਕਵਾਨ
puerile *adj* ਛਿਛੋਰਾ
puff *n* ਕਸ਼
puffy *adj* ਫੁਲਿਆ
pull *v* ਖਿਚਾਉ
pull ahead *v* ਅਗਾਉ
pull down *v* ਨਸ਼ਟ ਕਰਨਾ
pull out *v* ਫਿੱਟ ਕਰਨਾ
pulley *n* ਗਰਾਰੀ
pulp *n* ਗੁਦ੍ਦਾ
pulpit *n* ਧਰਮ ਪ੍ਰਚਾਰਨ ਦਾ ਕਿੱਤਾ
pulsate *v* ਨਬਜ਼ ਦਾ ਚੱਲਣਾ
pulse *n* ਨਬਜ਼
pulverize *v* ਮਹੀਨ ਕਰਨਾ
pump *v* ਮਜਬੂਰ ਕਰਨਾ
pump *n* ਪੰਪ
pumpkin *n* ਸੀਤਾ ਫਲ
punch *n* ਛਾਪਾ; ਮੁੱਕਾ; ਸ਼ਰਾਬ ਦੀ ਕਿਸਮ; ਛੇਦਕ ਸੰਦ
punch *v* ਖਿਲਣਾ
punctual *adj* ਨੇਮਤ
puncture *n* ਮੋਰੀ

P

133 quench

punish *v* ਸਜ਼ਾ ਦੇਣਾ
punishable *adj* ਤਨਖਾਹੀਆ
punishment *n* ਦੰਡ
pupil *n* ਵਿਦਿਆਰਥੀ; ਅੱਖ ਦੀ ਪੁਤਲੀ; ਨਾਬਾਲਗ
puppet *n* ਕਠਪੁਤਲੀ
puppy *n* ਪਿੱਲਾ
purchase *v* ਖਰੀਦਣਾ
purchase *n* ਖਰੀਦ
pure *adj* ਨਿਰਮਲ
puree *n* ਭੜਥਾ
purgatory *n* ਸੋਧਕ
purge *n* ਸਾਫ ਕਰਨਾ
purge *v* ਦਸਤ
purification *n* ਨਿਰਦੋਸ਼ਣ
purify *v* ਸ਼ੁੱਧ ਕਰਨਾ
purity *n* ਨਿਰਮਲਤਾ
purple *adj* ਵੈਂਗਣੀ
purpose *n* ਪ੍ਰਯੋਜਨ
purposely *adv* ਇਰਾਦਤਨ
purse *n* ਬਟੂਆ
pursue *v* ਪਿੱਛਾ ਕਰਨਾ
pursuit *n* ਪੈਰਵੀ, ਪਿੱਛਾ
pus *n* ਮੁਆਦ
push *v* ਧੱਕੇਲ
pushy *adj* ਹਿੰਮਤੀ
put *n* ਸੇਟ
put aside *v* ਬਚਾ ਲੈਣਾ
put away *v* ਖਪਾਉ
put off *v* ਟਰਕਾਉ
put out *v* ਬੁਝਾਣਾ
put up *v* ਸਿੱਧਾ
put up with *v* ਨਿਬਾਹ, ਸਹਿ
putrid *adj* ਗੰਦਾ
puzzle *n* ਸਮੱਸਿਆ
puzzling *adj* ਘਬਰਾ ਦੇਣ ਵਾਲਾ
pyramid *n* ਪਿਰਾਮਿਡ
python *n* ਅਜਗਰ

Q

quagmire *n* ਦਲਦਲ
quail *n* ਘਬਰਾਣਾ
quake *v* ਕੰਪਣਾ
qualify *v* ਯੋਗ ਹੋਣਾ ਜਾਂ ਕਰਨਾ
quality *n* ਗੁਣ
qualm *n* ਧੁੜਧੁੜੀ
quandary *n* ਧਰਮ ਸੰਕਟ
quantity *n* ਅੰਦਾਜਾ
quarrel *v* ਵਿਵਾਦ
quarrel *n* ਲੜਾਈ, ਜੰਗ
quarrelsome *adj* ਵਿਵਾਦਾਤਮਕ
quarry *n* ਖਾਣ; ਸ਼ਿਕਾਰ
quarter *n* ਚੌਥਾ ਭਾਗ
quarterly *adj* ਤਿਮਾਹੀ
quarters *n* ਘਰ; ਸਰਕਾਰੀ ਨਿਵਾਸ; ਫੌਜੀ ਮੁਕਾਮ
quash *v* ਨਸ਼ਟ ਕਰਨਾ
queen *n* ਮਹਾਰਾਨੀ
queer *adj* ਅਜੀਬ
quell *v* ਦਬਾਉਣਾ
quench *v* ਬੁਝਾਉਣਾ

Q

quest *n* ਟੋਲ
question *v* ਖੋਜ ਕਰਨਾ
question *n* ਸਵਾਲ
questionable *adj* ਸ਼ੱਕੀ
questionnaire *n* ਪ੍ਰਸ਼ਨਾਵਲੀ
queue *n* ਲੌਣ
quick *adj* ਤੇਜ਼
quicken *v* ਉਤਸ਼ਾਹਿਤ ਕਰਨਾ
quickly *adv* ਛੇਤੀ ਨਾਲ
quicksand *n* ਬਾਲੂ
quiet *adj* ਚੁਪ ਚਾਪ
quietness *n* ਮੋਨ
quilt *n* ਰਜਾਈ
quit *iv* ਛਡ ਦੇਣਾ
quite *adv* ਅਤਿਅੰਤ
quiver *v* ਕੰਬ
quiz *n* ਨਿਰਾਲਾ ਆਦਮੀ
quotation *n* ਕੀਮਤਾਂ ਦੀ ਦਰ
quote *v* ਭਾਅ ਦੱਸਣਾ; ਪੇਸ਼ ਕਰਨਾ; ਹਵਾਲਾ ਦੇਣਾ
quotient *n* ਭਾਗ ਫਲ

Q

R

rabbi *n* ਰਾਬੀ
rabbit *n* ਸਹਿਆ
rabies *n* ਹਲਕਾਅ
raccoon *n* ਰਿੱਛ ਵਰਗਾ ਜਾਨਵਰ
race *v* ਨਾਲ ਦੌੜ ਲਾਉਣਾ
race *n* ਨਸਲ, ਜਾਤੀ
racism *n* ਨਸਲ ਵਾਦ
racist *adj* ਪੱਖਪਾਤ ਵਾਲਾ
racket *n* ਸ਼ੋਰਸ਼ਰਾਬਾ; ਸੰਕਟਕਾਲ; ਰੈਕਿਟ; ਗੈਰਕਨੂੰਨੀ ਧੰਦਾ
racketeering *n* ਤਿਗੜਮਬਾਜ਼ੀ
radar *n* ਰਾਡਾਰ
radiation *n* ਫੈਲਾਉ
radiator *n* ਰੇਡਿਏਟਰ
radical *adj* ਅਤਿਵਾਦੀ; ਮੌਲਿਕ; ਬੁਨਿਆਦੀ; ਜਮਾਂਦਰੂ; ਪੂਰਾ
radio *n* ਰੇਡਿਓ
radish *n* ਮੂਲੀ
radius *n* ਕੂਹਣੀ ਦੀ ਹੱਡੀ
raffle *n* ਲਾਟਰੀ
raft *n* ਢੇਰ
rag *n* ਚੀਥੜਾ
rage *n* ਕ੍ਰੋਧ
ragged *adj* ਉਲਝਿਆ
raid *n* ਹੱਲਾ
raid *v* ਧਾਵਾ ਬੋਲਣਾ
raider *n* ਛਾਪੇ ਮਾਰ
rail *n* ਜੰਗਲਾ, ਕਟਹਿਰਾ
railroad *n* ਰੇਲ ਦੀ ਲੀਹ
rain *n* ਵਰਖਾ
rain *v* ਵਰ੍ਹਾਉਣਾ
rainbow *n* ਇੰਦਰ ਧਨੁਸ਼
raincoat *n* ਰੇਨ ਕੋਟ
rainfall *n* ਮੀਂਹ
rainy *adj* ਬਰਸਾਤੀ
raise *n* ਵਾਧਾ
raise *v* ਉਠਾਉਣਾ

raisin *n* ਮੇਵਾ
rake *n* ਝੁਕਾ
rally *n* ਰੈਲੀ
ram *n* ਭੇਡੂ
ram *v* ਕੁੱਟਣਾ
ramp *n* ਢਾਲ
rampage *v* ਉਤਪਾਤ
rampant *adj* ਸੀਖਪਾ
ranch *n* ਪਸ਼ੂ-ਫਾਰਮ
rancor *n* ਕੂੜ
randomly *adv* ਅਟਕਲਪੱਚੂ
range *n* ਦਾਇਰਾ; ਲੜੀ; ਮਾਲਾ; ਸਿਲਸਿਲਾ; ਪਹੁੰਚ
rank *n* ਪਾਲ, ਕਤਾਰ
rank *v* ਸਫ਼ਬੰਦੀ ਕਰਨਾ
ransack *v* ਚੰਗੀ ਤਰ੍ਹਾਂ ਟਟੋਲਨਾ
ransom *n* ਫਰੌਤੀ
ransom *v* ਫਰੌਤੀ ਦੇਣਾ
rape *v* ਬਲਾਤਕਾਰ ਕਰਨਾ
rape *n* ਬਲਾਤਕਾਰ
rapid *adj* ਤੇਜ਼
rapist *n* ਬਲਾਤਕਾਰੀ
rapport *n* ਰਾਪਤਾ
rare *adj* ਦੁਰਲਭ
rarely *adv* ਕਦੇ-ਕਦਾਈਂ
rascal *n* ਬਦਮਾਸ਼
rash *adj* ਅੰਧਾ-ਧੁੰਦ
rash *n* ਧੱਫੜ
raspberry *n* ਸਭਰੀ
rat *n* ਚੂਹਾ
rate *n* ਦਰ, ਭਾਅ
rate *v* ਮਸੂਲ ਲਾਉਣਾ; ਡਾਂਟਣਾ
rather *adv* ਅਸਲ ਵਿੱਚ
ratification *n* ਪੁਸ਼ਟੀ
ratify *v* ਤਸਦੀਕ ਕਰਨਾ
ratio *n* ਅਨੁਪਾਤ
ration *v* ਅੰਨ
ration *n* ਰਾਸ਼ਨ ਬੰਨ੍ਹਣਾ
rational *adj* ਵਿੱਚਾਰਵਾਨ
rationalize *v* ਤਰਕਪੂਰਣ ਬਣਾਉਣਾ
rattle *v* ਖੜਕਾਉਣਾ
ravage *v* ਢਾਹ ਢੇਰੀ ਕਰਨਾ
ravage *n* ਤਬਾਹੀ
rave *v* ਬਰੜਾਉਣਾ
raven *n* ਕਾਲਾ ਕਾਂ
ravine *n* ਖੱਡ
raw *adj* ਅਣਰਿਝਿਆ
ray *n* ਰੇ ਮੱਛੀ
raze *v* ਘਸਾ ਕੇ ਸਾਫ ਕਰਨਾ
razor *n* ਉਸਤਰਾ
reach *v* ਫੈਲਾਉਣਾ
reach *n* ਪਹੁੰਚਣ
react *v* ਪ੍ਰਤੀਕਿਰਿਆ ਕਰਨਾ
reaction *n* ਪ੍ਰਤੀਕਰਮ
read *iv* ਪੜ੍ਹਨਾ
reader *n* ਪਾਠਕ
readiness *n* ਮੁਸਤੈਦੀ
reading *n* ਪਠਨ
ready *adj* ਤਰੰਤ; ਸੌਖਾ
real *adj* ਯਥਾਰਥ
realism *n* ਯਥਾਰਥਵਾਦ
reality *n* ਅਸਲੀਅਤ
realize *v* ਪ੍ਰਾਪਤ ਕਰਨਾ
really *adv* ਸਚਮੁਚ
realm *n* ਰਾਜ

R

realty *n* ਅਚਾਲ ਸੰਪਤੀ; ਮਾਲ ਗੈਰਮਾਕੂਲ
reap *v* ਕੱਟਣਾ
reappear *v* ਮੁੜ ਪ੍ਰਗਟ ਹੋਣਾ
rear *v* ਸਿੱਧਾ ਖੜ੍ਹਾ ਕਰਨ
rear *n* ਚੰਦਾਵਲ
rear *adj* ਪਿਛਲਾ
reason *n* ਕਾਰਨ
reason *v* ਵਿਚਾਰਨਾ; ਮਨਾਉਣਾ
reasonable *adj* ਮੁਨਾਸਬ
reasoning *n* ਤਰਕ
reassure *v* ਸ਼ੰਕਾ ਦੂਰ ਕਰਨਾ
rebate *n* ਛੋਟ
rebel *v* ਬਗਾਵਤ ਕਰਨਾ
rebel *n* ਵਿਦਰੋਹ
rebellion *n* ਬਗਾਵਤ; ਗਦਰ
rebirth *n* ਪੁਨਰ ਜਨਮ
rebound *v* ਟੱਪਾ ਖਾਣਾ
rebuff *v* ਘੁਰਕਣਾ
rebuff *n* ਦੋ ਟੁੱਕ ਜਵਾਬ
rebuild *v* ਫਿਰ ਬਣਾਉਣਾ
rebuke *v* ਝਿੜਕਣਾ
rebuke *n* ਝਿੜਕ
rebut *v* ਖੰਡਨ ਕਰਨਾ
recall *v* ਵਾਪਸ ਸੱਦਣਾ
recant *v* ਮੁੱਕਰਨਾ
recap *v* ਜੋੜ ਲਾਉਣਾ
recapture *v* ਮੁੜ ਕਬਜ਼ਾ ਕਰਨਾ
recede *v* ਵਾਪਿਸ ਹੋਣਾ
receipt *n* ਪਹੁੰਚ ਰਸੀਦ
receive *v* ਲੈਣਾ
recent *adj* ਹਾਲ ਦਾ
reception *n* ਅਭਿਨੰਦਨ
receptionist *n* ਸਵਾਗਤੀ
receptive *adj* ਗ੍ਰਹਿਸ਼ੀਲ
recess *n* ਥੋੜ੍ਹੇ ਸਮੇਂ ਦੀ ਛੁੱਟੀ
recession *n* ਮੰਦਾ; ਵਿਰਾਮ
recharge *v* ਦੁਬਾਰਾ ਭਰਨਾ
recipe *n* ਨੁਸਖਾ
reciprocal *adj* ਦੋਹਤਰਫਾ
recital *n* ਵਰਣਨ
recite *v* ਅਲਾਪਣਾ
reckless *adj* ਬੇਪਰਵਾਹ
reckon *v* ਸਥਿਰ ਕਰਨਾ
reckon on *v* ਭਰੋਸਾ ਕਰਨਾ
reclaim *v* ਸੁਧਾਰਨਾ
recline *v* ਟਿਕਾਉਣਾ
recluse *n* ਤਿਆਗੀ
recognition *n* ਮਾਨਤਾ
recognize *v* ਪਛਾਣ
recollect *v* ਯਾਦ ਕਰ ਲੈਣਾ
recollection *n* ਮੁੜ ਸਮਰਣ
recommend *v* ਸੌਂਪਣਾ
recompense *v* ਨਿਸਤਾਰਾ ਕਰਨਾ
recompense *n* ਇਨਾਮ
reconsider *v* ਪੁਨਰ ਵਿਚਾਰ ਕਰਨਾ
reconstruct *v* ਮੁੜ ਤੋਂ ਉਸਾਰਨਾ
record *v* ਅੰਕਿਤ ਕਰਨਾ
record *n* ਦਸਤਾਵੇਜ਼
recorder *n* ਰੀਕਾਰਡਰ
recording *n* ਰੀਕਾਰਡਿੰਗ
recount *n* ਦੁਬਾਰਾ ਗਿਣਤੀ
recoup *v* (ਕਨੂੰ) ਘਟਾਉਣਾ
recourse *n* ਆਸਰਾ
recourse *v* ਸਹਾਰਾ ਲੈਣਾ

recover *v* ਵਸੂਲ ਕਰਨਾ
recovery *n* ਵਸੂਲੀ
recreate *v* ਪ੍ਰਸੰਨ ਕਰਨਾ ਜਾਂ ਹੋਣਾ
recreation *n* ਦਿਲ ਪਰਚਾਵਾ
recruit *v* ਮਜੂਰੀ ਤੇ ਰੱਖਣਾ
recruit *n* ਰੰਗਰੂਟ
recruitment *n* ਭਰਤੀ
rectangle *n* ਆਇਤਾਕਾਰ ਵਸਤੂ
rectangular *adj* ਆਇਤਾਕਾਰ
rectify *v* ਸੋਧਣਾ
rector *n* ਸ਼ਾਸਕ
rectum *n* ਗੁਦਾ
recuperate *v* ਰੋਗਮੁਕਤ ਹੋਣਾ
recur *v* ਮੁੜ ਵਾਪਰਨਾ
recurrence *n* ਮੁਹਾਰਨੀ
recycle *v* ਮੁੜ ਵਰਤਣਯੋਗ ਬਣਾਉਣਾ
red *adj* ਲਾਲ
red tape *n* ਲਾਲ ਫੀਤਾ
redden *v* ਲਾਲ ਕਰਨਾ ਜਾਂ ਹੋਣਾ
redeem *v* ਛੁਡਵਾਉਣਾ
redemption *n* ਖਲਾਸੀ
red-hot *adj* ਗਰਮਾਗਰਮ
redo *v* ਮੁੜ ਕਰਨਾ
redouble *v* ਦੁਗਣਾ ਕਰਨਾ
redress *v* ਲਾਲੀ
reduce *v* ਘਟਾਉਣਾ
redundant *adj* ਫਾਲਤੂ
reed *n* ਸਰਕੰਡਾ
reef *n* ਰੀਫ਼
reel *n* ਲੜਖੜਾਹਟ
reelect *v* ਫਿਰ ਤੋਂ ਚੁਣਨਾ
reenactment *n* ਸੁਰਜੀਤੀ
reentry *v* ਪੁਨਰ ਪਰਵੇਸ਼ ਕਰਨਾ
refer to *v* ਮਸ਼ਵਰਾ ਲੈਣਾ
referee *n* ਰੈਫ਼ਰੀ
reference *n* ਹਵਾਲਾ
referendum *n* ਲੋਕਮੱਤ
refill *v* ਦੁਬਾਰਾ ਭਰਨਾ
refinance *v* ਦੁਬਾਰਾ ਪੂੰਜੀ ਲਾਉਣਾ
refine *v* ਸੋਧਣਾ
refinery *n* ਮਸ਼ੀਨ
reflect *v* ਪਿੱਛੇ ਮੋੜਨਾ
reflection *n* ਪਰਛਾਵਾਂ; ਇਲਜ਼ਾਮ
reflexive *adj* ਨਿਜਵਾਚਕ
reform *v* ਸੁਧਾਰਨਾ
reform *n* ਸੁਧਾਰ
refrain *v* ਵਰਜਨ
refresh *v* ਮੁੜ ਜਾਨ ਪਾਉਣਾ
refreshing *adj* ਜਾਨ-ਪਾਊ
refreshment *n* ਤਾਜ਼ਾਦਮੀ
refrigerate *v* ਠੰਢਾ ਕਰਨਾ
refuel *v* ਮੁੜ ਲੈਣਾ ਜਾਂ ਪਾਉਣਾ
refuge *n* ਪਨਾਹ
refugee *n* ਸ਼ਰਣਾਰਥੀ
refund *v* ਵਾਪਸ ਮੋੜਨਾ
refund *n* ਰੀਫੰਡ
refurbish *v* ਨਵਾਂ ਕਰਨਾ
refusal *n* ਇਨਕਾਰ
refuse *v* ਤਿਆਗਣਾ
refuse *n* ਰੱਦੀ
refute *v* ਖੰਡਨ ਕਰਨਾ
regain *v* ਫਿਰ ਪ੍ਰਾਪਤ ਕਰਨਾ
regal *adj* ਰਾਜਕੀ
regard *v* ਆਦਰ ਕਰਨਾ

regarding *pre* ਦੇ ਬਾਰੇ ਵਿੱਚ
regardless *adv* ਬੇਪਰਵਾਹ
regards *n* ਗੌਲਣਾ
regeneration *n* ਨਵਾਂ ਜਨਮ
regent *n* ਰੀਜੰਟ, ਸ਼ਾਹੀ ਪ੍ਰਤਿਨਿਧ
regime *n* ਰਾਜ ਪਾਟ
regiment *n* ਰੈਜਮੈਂਟ
region *n* ਖੇਤਰ
regional *adj* ਖੇਤਰ ਫਲ
register *v* ਬਹੀ
registration *n* ਰਜਿਸਟ੍ਰੇਸ਼ਨ
regret *v* ਵਿਗੋਚਾ ਕਰਨਾ
regret *n* ਅਫਸੋਸ
regrettable *adv* ਖੇਦ ਪੂਰਬਕ
regularity *n* ਬਾਕਾਇਦਗੀ
regularly *adv* ਨਿਯਮਿਤ ਰੂਪ ਵਿੱਚ
regulate *v* ਨੇਮਤ ਕਰਨਾ
regulation *n* ਅਧਿਆਦੇਸ਼
rehabilitate *v* ਮੁੜ ਵਸਾਉਣਾ
rehearsal *n* ਰਿਹਰਸਲ
rehearse *v* ਦੁਹਰਾਉਣਾ; ਪੂਰਵ ਅਭਿਆਸ ਕਰਨਾ
reign *v* ਰਾਜ ਕਰਨਾ
reign *n* ਰਾਜ, ਸ਼ਾਸਨ
reimburse *v* ਮੋੜਨਾ
reimbursement *n* ਪ੍ਰਤਿਪੂਰਤੀ
rein *v* ਵਾਗ ਫੜਨਾ
rein *n* ਵਾਗ
reindeer *n* ਰੇਂਡਿਅਰ
reinforce *v* ਸਹਾਰਾ ਦੇਣਾ
reinforcements *n* ਕੁਮਕ, ਵਾਹਰ
reiterate *v* ਦੁਹਰਾ
reject *v* ਠੁਕਰਾਉ
rejection *n* ਅਸਵੀਕ੍ਰਿਤੀ
rejoice *v* ਖੁਸ਼ ਕਰਨਾ ਜਾਂ ਹੋਣਾ
rejoin *v* ਮੁੜ ਸ਼ਾਮਲ ਹੋਣਾ
rejuvenate *v* ਮੁੜ ਕੇ ਜਵਾਨ ਹੋਣਾ
relapse *n* ਮੋੜਾ
related *adj* ਸੰਬੰਧਿਤ
relationship *n* ਰਿਸ਼ਤੇਦਾਰੀ
relative *adj* ਸੰਬੰਧੀ, ਸੰਬੰਧਵਾਚਕ
relax *v* ਢਿੱਲਾ ਕਰਨਾ
relaxation *n* ਵਿਸ਼ਰਾਮ
relaxing *adj* ਸਿਥਲ ਕਰਨ ਵਾਲਾ
relay *v* ਡਾਕ ਬੰਨ੍ਹਣਾ
release *v* ਛੁੜਾਉਣਾ
relegate *v* ਦੇਸ਼ ਨਿਕਾਲਾ ਦੇਣਾ
relent *v* ਪਸੀਜਣਾ
relentless *adj* ਬੇਤਰਸ
relevant *adj* ਪ੍ਰਸੰਗਕ
reliable *adj* ਭਰੋਸੇਯੋਗ
reliance *n* ਆਸਰਾ
relic *n* ਨਿਸ਼ਾਨੀ
relief *n* ਰਾਹਤ
relieve *v* ਅਰਾਮ ਦੇਣਾ
religion *n* ਧਰਮ
religious *adj* ਧਾਰਮਕ
relinquish *v* ਤਿਆਗ
relish *v* ਚਖ, ਚਾਅ
relive *v* ਭਾਰਮੁਕਤ ਕਰਨਾ
relocate *v* ਮੁੜ ਕੇ ਲੱਭਣਾ
relocation *n* ਪੁਨਰ ਸਥਾਪਨ
reluctant *adj* ਹਿਚਕਚਾਉਂਦਾ
reluctantly *adv* ਹਿਚਕਚਾਉਂਦਿਆਂ
rely on *v* ਵਿਸ਼ਵਾਸ ਕਰਨਾ

139 **repression**

remain *v* ਬਾਕੀ ਬਚਣਾ
remainder *n* ਬਕਾਇਆ
remaining *adj* ਬਾਕੀ
remains *n* ਦੇਹ
remark *v* ਰਾਇ ਦੇਣਾ
remark *n* ਟਿੱਪਣੀ
remarkable *adj* ਅਲੌਕਕ
remarry *v* ਦੂਜਾ ਵਿਆਹ
remedy *v* ਇਲਾਜ ਕਰਨਾ
remedy *n* ਇਲਾਜ
remember *v* ਯਾਦ ਰੱਖਣਾ
remembrance *n* ਯਾਦ
remind *v* ਯਾਦ ਦਿਵਾਉਣਾ
reminder *n* ਯਾਦਪੱਤਰ
remission *n* (ਪਾਪਾਂ ਦੀ) ਖਿਮਾ
remit *v* (ਪਾਪਾਂ ਦਾ) ਬਖਸ਼ਣਾ
remittance *n* ਭੇਜੀ ਹੋਈ ਰਕਮ
remnant *n* ਬਚਿਆ ਖੁਚਿਆ
remodel *v* ਅਦਲਾ ਬਦਲੀ ਕਰਨਾ
remorse *n* ਪਛਤਾਵਾ
remorseful *adj* ਪਛਤਾਵੇ ਭਰਿਆ
remote *adj* ਦੂਰ
removal *n* ਹਟਾਉਣਾ
remove *v* ਹਟਾਣਾ
remunerate *v* ਬਦਲਾ ਦੇਣਾ
renew *v* ਨਵਾਂ ਕਰਨਾ
renewal *n* ਨਵੀਂ ਕਰਣ
renounce *v* ਤਿਆਗਣਾ
renovate *v* ਨਵਾਂ ਕਰਨਾ
renovation *n* ਨਵਿਆਉਣਾ
renowned *adj* ਨਾਮੀ
rent *v* ਜਾਣ, ਸਫ਼ਰ ਕਰਨਾ
rent *n* ਦਰਾੜ, ਛੇਕ
reorganize *v* ਪੁਨਰ ਜਥੇਬੰਦੀ ਕਰਨਾ
repair *v* ਮੁਰੰਮਤ ਕਰਨਾ
reparation *n* ਮੁਰੰਮਤ
repatriate *v* ਵਤਨ ਨੂੰ ਮੁੜਨਾ
repay *v* ਚੁਕਾ ਦੇਣਾ
repayment *n* ਅਦਾਇਗੀ
repeal *v* ਰੱਦ ਕਰਨਾ
repeal *n* ਮਨਸੂਖੀ
repeat *v* ਦੁਹਰਾਉਣਾ
repel *v* ਪਛਾੜਨਾ
repent *v* ਪਛਤਾਉਣਾ
repentance *n* ਪਛਤਾਵਾ
repetition *n* ਆਵਰਿਤੀ
replace *v* ਬਦਲਾਉਣਾ
replacement *n* ਬਦਲੀ
replay *n* ਫਿਰ ਤੋਂ ਚਲਾਣਾ
replenish *v* ਫਿਰ ਤੋਂ ਭਰਨਾ
replete *adj* ਭਰਪੂਰ
replica *n* ਪ੍ਰਤੀਰੂਪ
replicate *v* ਦੁਹਰਾਉਣਾ
reply *v* ਜਵਾਬ ਵਿੱਚ ਕਹਿਣਾ
reply *n* ਜਵਾਬ
report *v* ਖਬਰ ਲਿਆਉਣਾ
report *n* ਅਫਵਾਹ
reportedly *adv* ਰੀਪੋਰਟ ਅਨੁਸਾਰ
reporter *n* ਸਮਾਚਾਰ ਲੇਖਕ
repose *v* ਆਰਾਮ ਕਰਨਾ
repose *n* ਆਰਾਮ
represent *v* ਵਰਣਨ ਕਰਨਾ
repress *v* ਦਮਨ ਕਰਨਾ
repression *n* ਦਮਨ

R

reprieve *n* ਫਾਂਸੀ ਦੀ ਮਨਸੂਖੀ
reprint *v* ਮੁੜ ਛਾਪਣਾ
reprint *n* ਦੂਜੀ ਛਾਪ
reprisal *n* ਬਦਲਾ
reproach *v* ਧਿਰਕਾਰਨਾ
reproach *n* ਝਾੜ
reproduce *v* ਜਨ
reproduction *n* ਨਸਲੀ ਵਾਧਾ
reptile *n* ਰੀਂਗਣ ਵਾਲਾ ਜੀਵ
republic *n* ਗਣਤੰਤਰ
repudiate *v* ਤਲਾਕ ਦੇਣਾ
repugnant *adj* ਵਿਰੋਧੀ
repulse *v* ਪਛਾੜ ਦੇਣਾ
repulse *n* ਪਸਪਾਈ
repulsive *adj* ਕਰਹਿਤ
reputation *n* ਕੀਰਤੀ
reputedly *adv* ਆਮ ਰਾਇ ਵਜੋਂ
request *v* ਬੇਨਤੀ ਕਰਨਾ
request *n* ਬੇਨਤੀ
require *v* ਲੋੜ ਸਮਝਣਾ
requirement *n* ਲੋੜ
rescue *v* ਬਚਾਉਣਾ
rescue *n* ਖਲਾਸੀ
research *v* ਖੋਜ ਕਰਨਾ
research *n* ਖੋਜ
resemblance *n* ਸਮਾਨਤਾ
resemble *v* ਮੇਲ ਖਾਣਾ
resent *v* ਬੁਰਾ ਮਨਾਉਣਾ
resentment *n* ਚਿੜ
reservation *n* ਸੰਜਮ
reserve *v* ਬਚਾ ਕੇ ਰੱਖਣਾ
reservoir *n* ਹੌਜ਼
reside *v* ਵੱਸਣਾ
residence *n* ਨਿਵਾਸ
residue *n* ਅਵਸ਼ੇਸ਼
resign *v* ਅਸਤੀਫਾ ਦੇਣਾ
resignation *n* ਅਸਤੀਫ਼ਾ
resilient *adj* ਲਚਕਦਾਰ
resist *v* ਵਿਰੋਧ ਕਰਨਾ
resistance *n* ਜ਼ੋਰ
resolute *adj* ਮੁਸੱਮਮ
resolution *n* ਨਿਸ਼ਚੇ
resolve *v* ਸੰਕਲਪ
resort *v* ਦਾ ਸਹਾਰਾ ਲੈਣਾ
resounding *adj* ਗੂੰਜਾਊ
resource *n* ਸਾਧਨ
respect *v* ਆਦਰ ਕਰਨਾ
respect *n* ਸੰਬੰਧ
respectful *adj* ਨਿਰਗੁਣਿਆਰਾ
respective *adj* ਆਪੋ ਆਪਣਾ
respiration *n* ਸੁਆਸ ਕਿਰਿਆ
respite *n* ਮੋਹਲਤ
respond *v* ਹੁੰਗਾਰਾ ਭਰਨਾ
response *n* ਉੱਤਰ
responsibility *n* ਜ਼ਿੰਮੇਵਾਰੀ
responsible *adj* ਜ਼ੁੰਮੇਵਾਰ
responsive *adj* ਪ੍ਰਤਿਉੱਤਰਦਾਈ
rest *v* ਆਰਾਮ ਦੇਣਾ
rest *n* ਅਰਾਮ
rest room *n* ਅਰਾਮ ਕਮਰਾ
restaurant *n* ਜਲਪਾਨ ਗ੍ਰਿਹ
restful *adj* ਸ਼ਾਂਤ
restitution *n* ਵਾਪਸੀ
restless *adj* ਅਸ਼ਾਂਤ

R

restoration *n* ਪੁਨਰ ਉੱਧਾਰ
restore *v* ਮੋੜ ਦੇਣਾ
restrain *v* ਰੋਕਣਾ
restraint *n* ਪ੍ਰਤੀਬੰਧ
restrict *v* ਸੀਮਤ ਕਰਨਾ
result *n* ਨਤੀਜਾ
resume *v* ਮੁੜ ਸੰਭਾਲਣਾ
resumption *n* ਪੁਨਰ ਗ੍ਰਹਿ
resurface *v* ਦੁਬਾਰਾ ਉਭਰਨਾ
resurrection *n* ਕਿਆਮਤ
resuscitate *v* ਮੁੜ ਜਿਉਂਦਾ ਹੋਣਾ
retain *v* ਰੱਖਣਾ
retaliate *v* ਬਦਲਾ ਲੈਣਾ
retaliation *n* ਬਦਲਾ
retarded *adj* ਕਮਲਾ
retention *n* ਰੁਕਾਵਟ
retire *v* ਸੇਵਾ ਨਿਵਿਰਤ ਹੋਣਾ
retirement *n* ਰੀਟਾਇਰਮੈਂਟ
retract *v* ਸੁੰਗੇੜਨਾ ਜਾਂ ਸੁਗੜਨਾ
retreat *v* ਪਿੱਛੇ ਮੁੜਨਾ
retreat *n* ਵਾਪਸੀ, ਮੋੜਾ
retrieval *n* ਮੁੜ ਪ੍ਰਾਪਤੀ
retrieve *v* ਲੱਭ ਲੈਣ
retroactive *adj* ਪੂਰਵ-ਪ੍ਰਭਾਵੀ
return *v* ਵਾਪਸ ਮੁੜਨਾ
return *n* ਵਾਪਸੀ
reunion *n* ਪੁਨਰ ਏਕੀਕਰਨ
reveal *v* ਵਿਅਕਤ ਕਰਨਾ
revealing *v* ਚਾਨਣ ਕਰਨਾ
revel *v* ਰੰਗਰਲੀਆਂ ਮਨਾਉਣਾ
revelation *n* ਇਲਹਾਮ
revenge *v* ਬਦਲਾ ਲੈਣਾ
revenge *n* ਬਦਲਾ
revenue *n* ਲਾਭ
reverence *n* ਸਤਿਕਾਰ
reversal *n* ਉਲਟ ਪੁਲਟ
reverse *n* ਉਲਟਾਉ
reversible *adj* ਉਲਟਣਯੋਗ
revert *v* ਪਰਤਣਾ
review *v* ਮੁੜ ਵੇਖਣਾ
review *n* ਅਤੀਤ ਸਰਵੇਖਣ
revise *v* ਸੋਧਣਾ
revision *n* ਸੋਧ
revive *v* ਜਿਵਾਉਣਾ
revoke *v* ਮਨਸੂਫ਼ੀ
revolt *v* ਘਿਰਣਾ ਪੈਦਾ
revolt *n* ਬਗਾਵਤ
revolting *adj* ਵਿਦ੍ਰੋਹ ਭਰਿਆ
revolve *v* ਚੱਕਰ ਖਾਣਾ
revolver *v* ਫਿਰ
revue *n* ਤਮਾਸ਼ਾ, ਸਾਂਗ
revulsion *n* ਅਚਾਨਕ ਪਲਟਾ
reward *v* ਇਵਜਾਨਾ ਦੇਣਾ
reward *n* ਇਵਜ਼ਾਨਾ
rewarding *adj* ਰੁਚੀਕਰ
rheumatism *n* ਗਠੀਆ
rhinoceros *n* ਗੈਂਡਾ
rhyme *n* ਤੁਕ
rhythm *n* ਲੈ
rib *n* ਪਸਲੀ
ribbon *n* ਰਿਬਨ
rice *n* ਚਾਵਲ
rich *adj* ਮਾਲਦਾਰ
rid of *iv* ਅਵਕਾਸ਼

riddle *n* ਪਹੇਲੀ
ride *iv* ਸਵਾਰ ਹੋ, ਸਵਾਰੀ
ridge *n* ਟੀਸੀ
ridicule *v* ਮਖੌਲ ਉਡਾਉਣਾ
ridicule *n* ਖਿੱਲੀ
ridiculous *adj* ਹਾਸੋਹੀਣ
rifle *n* ਰਫਲ
rift *n* ਤੇੜ
right *adv* ਸਿੱਧੇ
right *adj* ਸਹੀ, ਠੀਕ
right *n* ਸਚਾਈ
rigid *adj* ਕਰੜਾ
rigor *n* ਠੰਢ ਅਤੇ ਕੰਬਣੀ
rim *n* ਰਿਮ, ਚੱਕਾ
ring *n* ਛਾਪ; ਛੱਲਾ; ਚੱਕਰ; ਅਹਾਤਾ; ਛਣਕ
ring *iv* ਮੰਡਲਾਉਣਾ
rinse *v* ਖੰਗਾਲਣਾ
riot *v* ਬਲਵਾ ਕਰਨਾ
riot *n* ਫਸਾਦ
rip *v* ਪਾੜ ਸੁੱਟਣਾ
rip apart *v* ਟੁੱਟਣਾ
rip off *v* ਛਲੀਆ
ripe *adj* ਪਕਿਆ
ripen *v* ਪੱਕਣਾ
ripple *n* ਛੋਟੀ ਲਹਿਰ
rise *iv* ਉਠਨਾ
risk *v* ਖਤਰਾ ਸਹੇੜਨਾ
risk *n* ਖਤਰਾ
risky *adj* ਖਤਰੇ ਵਾਲ਼ਾ
rite *n* ਰਸਮ
rival *n* ਵਿਰੋਧੀ
rivalry *n* ਪ੍ਰਤੀਸਪਰਧਾ
river *n* ਲੱਕੜ ਚੀਰਨ ਵਾਲਾ
rivet *v* ਰਿਬਟ ਲਾਉਣਾ
riveting *adj* ਮਨਮੋਹਣਾ
road *n* ਸੜਕ
roam *v* ਘੁੰਮਣਾ
roar *n* ਗਰਜ
roar *v* ਦਹਾੜਨਾ
roast *v* ਭੁੰਨਣਾ
roast *n* ਭੁੰਨਵਾਂ ਮਾਸ
rob *v* ਲੁੱਟਣਾ
robber *n* ਲੁਟੇਰਾ
robbery *n* ਡਾਕਾ
robe *n* ਚੋਗਾ
robust *adj* ਤਗੜਾ
rock *n* ਚਟਾਨ
rock *v* ਝੂਲਣਾ
rocky *adj* ਚਟਾਨੀ
rod *n* ਸੋਟੀ
rodent *n* ਕੁਤਰਨ ਵਾਲਾ
roll *v* ਵਲ੍ਹੇਟਣਾ
roll *n* ਸੂਚੀ; ਰੋਲਰ
romance *n* ਰੁਮਾਂਚਕ ਕਹਾਣੀ
roof *n* ਛੱਤ
room *n* ਕਮਰਾ, ਕੋਠੜੀ
roomy *adj* ਖੁਲ੍ਹਾ
rooster *n* ਕੁਕੜ
root *n* ਜੜ੍ਹ
rope *n* ਤਰਬ
rosary *n* ਮਾਲਾ
rose *adj* ਗੁਲਾਬੀ
rosy *adj* ਗੁਲਾਬੀ; ਸੁਹਾਣਾ
rot *v* ਗਾਲਣਾ

R

rot *n* ਗਲਣ
rotate *v* ਧੁਰੀ ਤੇ ਘੁੰਮਣਾ
rotation *n* ਪਰਕਰਮਾ
rotten *adj* ਸੜੀਅਲ
rough *adj* ਕਠੋਰ
round *adj* ਗੋਲ
roundup *n* ਸੰਖੇਪ, ਸਜ
rouse *v* ਹੁਸ਼ਿਆਰ ਹੋਣਾ
rousing *adj* ਤੇਜ਼
route *n* ਰਸਤਾ
routine *n* ਨਿੱਤ ਕਰਮ
row *v* ਲੜਨਾ
row *n* ਕਤਾਰ
rowdy *adj* ਕੁਪਤਾ
royal *adj* ਰਾਜਸੀ
royalty *n* ਬਾਦਸ਼ਾਹ
rub *v* ਘਿਸਣਾ
rubber *n* ਹਬੜ
rubbish *n* ਮਲਬਾ
rubble *n* ਮਕਾਨ ਦਾ ਮਲਬਾ
ruby *n* ਮਾਣਕ
rudder *n* ਪਤਵਾਰ
rude *adj* ਉਜੱਡ
rudeness *n* ਅੱਖੜਪਨ
rudimentary *adj* ਅਰੰਭਕ
rug *n* ਮੋਟਾ ਕੰਬਲ
ruin *v* ਖੰਡਰ ਕਰਨਾ
ruin *n* ਬਰਬਾਦੀ
rule *v* ਦੌਰ-ਦੌਰਾ ਹੋਣਾ
rule *n* ਨਿਯਮ
ruler *n* ਸ਼ਾਸਕ; ਫੁਟਾ
rum *n* ਸ਼ਰਾਬ ਦੀ ਇੱਕ ਕਿਸਮ
rumble *v* ਚੰਗੀ ਤਰ੍ਹਾਂ ਜਾਣ ਲੈਣਾ
rumble *n* ਗੜਗੜਾਹਟ
rumor *n* ਅਫ਼ਵਾਹ
run *iv* ਦੌੜਨਾ
run away *v* ਭਗੌੜਾ
run into *v* ਮਾਰਨਾ
run out *v* ਸਿਧਾਰ
run over *v* ਝਾਤ ਮਾਰਨਾ
run up *v* ਜਮ੍ਹਾਂ ਕਰਨਾ
runner *n* ਦੌੜਨ ਵਾਲਾ
runway *n* ਵਿਮਾਨ ਪੱਟੀ
rupture *n* ਵਖੇਵਾਂ
rupture *v* ਉਲਟਣਾ ਪੁਲਟਣਾ
rural *adj* ਪੇਂਡੂ ਇਲਾਕਾ
ruse *n* ਲਟਕਾ
rush *v* ਧੁੱਸ ਦੇਣਾ
Russia *n* ਰੂਸ (ਦੇਸ਼)
Russian *adj* ਰੂਸੀ
rust *v* ਜ਼ੰਗਾਲ ਲਾਉਣਾ
rust *n* ਜ਼ੰਗ
rustic *adj* ਉਜੱਡ
rust-proof *adj* ਜੰਗਰੋਧੀ
rusty *adj* ਜ਼ੰਗਾਲਿਆ
ruthless *adj* ਕਰੂਰ
rye *n* ਰਾਈ

R

S

sabotage *v* ਤੋੜ ਫੋੜ ਕਰਨਾ
sabotage *n* ਤੋੜ ਫੋੜ
sack *v* ਲੁੱਟਮਾਰ
sack *n* ਥੈਲੀ; ਲੁੱਟਮਾਰ
sacred *adj* ਪਾਕ
sacrifice *n* ਬਲੀਦਾਨ
sacrilege *n* ਬੇਅਦਬੀ
sad *adj* ਦਿਲਗੀਰ
sadden *v* ਉਦਾਸ ਹੋਣਾ
saddle *n* ਕਾਠੀ
sadist *n* ਪਰਪੀੜਨ ਕਾਮੀ
sadness *n* ਉਦਾਸੀ
safe *adj* ਸੁਰੱਖਿਅਤ
safe *n* ਸੁਰੱਖਿਆ; ਗੱਲਾ
safeguard *n* ਆੜ
safety *n* ਸੁਰੱਖਿਆ
sail *v* ਤੁਰਨਾ
sail *n* ਸਮੁੰਦਰੀ ਸਫ਼ਰ
sailboat *n* ਨਾਉ
sailor *n* ਮਾਲਾਹ
saint *n* ਸੰਤ
salad *n* ਸਲਾਦ
salary *n* ਤਨਖਾਹ
sale *n* ਵਿਕਰੀ
sale slip *n* ਵਿਕਰੀ ਪਰਚੀ
salesman *n* ਵਿਕਰੇਤਾ
saliva *n* ਥੁਕ
salmon *n* ਸਾਮਨ ਮੱਛੀ
saloon *n* ਹਾਲ
salt *n* ਲੂਣ
salty *adj* ਖਾਰਾ
salvage *v* ਬਚਾਉਣਾ
salvation *n* ਨਿਸਤਾਰਾ
same *adj* ਉਹੀਓ
sample *n* ਨਮੂਨੇ ਦਾ
sanctify *v* ਪਵਿੱਤਰ ਬਣਾਵੁਣਾ
sanction *v* ਦੰਡ ਜਾਂ ਇਨਾਮ ਦੇਣਾ
sanction *n* ਆਦੇਸ਼
sanctity *n* ਪਵਿੱਤਰਤਾ
sanctuary *n* ਧਰਮ ਸਥਾਨ
sand *n* ਰੇਤਾ
sandal *n* ਸੈਂਡਲ
sandpaper *n* ਬਰਾਬਰ ਕਰਨਾ
sandwich *n* ਸੈਂਡਵਿੱਚ
sane *n* ਸਮਝਦਾਰ
sanity *n* ਸਿਹਤ
sap *n* ਮਿਹਨਤੀ ਆਦਮੀ
sap *v* ਸੁਰੰਗ ਖੋਦਣਾ
sapphire *n* ਨੀਲਮ
sarcasm *n* ਚੁਭਣ ਵਾਲੀ ਗੱਲ
sarcastic *adj* ਵਿਅੰਗਪੂਰਨ
sardine *n* ਇੱਕ ਕੀਮਤੀ ਮੋਤੀ
satellite *n* ਉਪਗਰੈਹ ਅਨੁਯਾਈ
satire *n* ਵਿਅੰਗ
satisfaction *n* ਤ੍ਰਿਪਤੀ
satisfactory *adj* ਸੰਤੋਖਜਨਕ
satisfy *v* ਤ੍ਰਿਪਤਾਉਣਾ
saturate *v* ਭਿੱਜਿਆ ਹੋਇਆ
Saturday *n* ਸਨਿੱਚਰਵਾਰ
sauce *n* ਚਟਨੀ
saucepan *n* ਹੱਥੇ ਵਾਲਾ ਪਤੀਲਾ

saucer *n* ਪਲੇਟ
sausage *n* ਸਾਜੇਸ
savage *adj* ਜਾਂਗਲੀ
savagery *n* ਬਰਬਰਤਾ
save *v* ਰੱਖਿਆ ਕਰਨਾ, ਬਚਾਉਣਾ
savings *n* ਰਾਖਵੀਂ ਰਕਮ
savior *n* ਤਾਰਕ
savor *v* ਸਵਾਦ
saw *iv* ਆਰਾ ਚਲਾਉਣਾ
saw *n* ਆਰਾ
say *iv* ਕਹਿਣਾ
saying *n* ਅਖਾਣ
scaffolding *n* ਪੈੜ
scald *v* ਸਾੜਨਾ
scale *n* ਤੱਕੜੀ; ਪੈਮਾਨਾ; ਸਰਗਰਮ; ਪੰਗਤੀ
scale *v* ਤੋਲਿਆ ਜਾਣਾ
scalp *n* ਖੋਪੜੀ
scam *n* ਘੋਟਾਲਾ
scan *v* ਤਕਤੀਹ ਕਰਨਾ
scandal *n* ਭੰਡੀ
scandalize *v* ਛੇਟਾ
scapegoat *n* ਕੁਰਬਾਨੀ ਦਾ ਬੱਕਰਾ
scar *n* ਦਾਗ, ਧੱਬਾ
scarce *adj* ਨਾਂਮਾਤਰ, ਅਲਪ
scarcely *adv* ਮਸਾਂ, ਮੁਸ਼ਕਲ ਨਾਲ
scarcity *n* ਥੁੜ, ਤੰਗੀ
scare *v* ਡਰਾਉਣਾ
scare *n* ਸਹਿਮ, ਡਰ
scare away *v* ਡਰਾਉਣਾ
scarf *n* ਗੁਲੂਬੰਦ, ਦੁਪੱਟਾ
scary *adj* ਭਿਆਨਕ, ਡਰਾਉਣਾ
scatter *v* ਖਿੰਡਾਉਣਾ
scenario *n* ਥਾਂ, ਮੌਕਾ
scene *n* ਘਟਨਾ ਸਥਾਨ
scenery *n* ਦ੍ਰਿਸ਼, ਭਵਿੱਖ
scenic *adj* ਰਮਣੀਕ, ਸਜੀਵ
scent *n* ਮਹਿਕ, ਖੁਸ਼ਬੂ
schedule *v* ਅਨੁਸੂਚੀ ਬਣਾਉਣੀ
schedule *n* ਅਨੁਸੂਚੀ, ਫਰਦ
scheme *n* ਯੋਜਨਾ, ਤਜਵੀਜ਼
schism *n* ਦੁਫੇੜ
scholar *n* ਵਿਦਿਆਰਥੀ
scholarship *n* ਵਿਦਵਤਾ
school *n* ਸਕੂਲ
science *n* ਸਾਇੰਸ
scientific *adj* ਵਿਗਿਆਨਕ
scientist *n* ਸਾਇੰਸਦਾਨ
scissors *n* ਕੈਂਚੀ, ਕੈਂਚ
scoff *v* ਹਾਬੜ ਕੇ ਖਾਣਾ
scold *v* ਝਿੜਕਣਾ, ਝਾੜਝੰਬ
scolding *n* ਨਿੰਦਾ, ਧਿਕਾਰ
scooter *n* ਸਕੂਟਰ
scope *n* ਆਸ਼ਾ, ਮੰਤਵ
scorch *v* ਸਾੜ ਸੁੱਟਣਾ
score *n* ਅੰਕ, ਨੰਬਰ
score *v* ਲਕੀਰ ਖਿੱਚਣੀ
scorn *v* ਘ੍ਰਿਣਾ, ਗਿਲਾਨੀ
scornful *adj* ਤਿਰਸਕਾਰਪੂਰਣ
scorpion *n* ਬਿੱਛੂ
scoundrel *n* ਲੁਚਾ
scour *v* ਭੱਜੇ ਫਿਰਨਾ
scourge *n* ਕੋਰੜਾ, ਚਾਬਕ
scout *n* ਜਾਸੂਸ, ਮੁਖਬਰ
scramble *v* ਰਲਗੱਡ

scrambled *adj* ਗੰਢਦਾਰ; ਗੂੜ
scrap *n* ਝੜਪ, ਭੇੜ
scrap *v* ਕੰਡਮ ਕਰਨਾ
scrape *v* ਪੱਧਰਾ ਕਰਨਾ
scratch *v* ਨਹੁੰਦਰ ਮਾਰਨਾ
scratch *n* ਝਰੀਟ, ਰਗੜ
scream *v* ਹਾਸੇ ਵਾਲੀ ਗੱਲ
scream *n* ਚੀਕ, ਲੇਰ
screech *v* ਚੀਕਣਾ
screen *n* ਪਰਦਾ, ਕੰਧ
screen *v* ਪ੍ਰਦਰਸ਼ਿਤ ਕਰਨਾ
screw *v* ਪੇਚ ਕਸਣਾ
screw *n* ਪੇਚ
screwdriver *n* ਪੇਚਕਸ
scribble *v* ਝਰੀਟਣਾ
script *n* ਲਿਪੀ, ਲੇਖ
scroll *n* ਲਪੇਟਿਆ ਕਾਗਜ਼
scrub *v* ਮਾਂਜਣਾ
scruples *n* ਅੰਤਹਕਰਣ
scrupulous *adj* ਅਸੂਲ ਦਾ ਪੱਕਾ
scrutiny *n* ਛਾਣਬੀਣ, ਪਰਖ
scuffle *n* ਹੱਥੋਪਾਈ
sculptor *n* ਮੂਰਤੀਕਾਰ
sculpture *n* ਬੁੱਤਕਾਰੀ
sea *n* ਸਮੁੰਦਰ, ਸਾਗਰ
seafood *n* ਰਸਦ
seagull *n* ਪੰਖੀ
seal *n* ਸੀਲ ਮੱਛੀ; ਛਾਪ; ਪ੍ਰਮਾਣ; ਮੁਦਰਾ
seal *v* ਮੁਹਰ ਲਾਉਣੀ
seal off *v* ਵਿਤਰੇਕ ਕਰਨਾ
seam *n* ਸੀਉਣ, ਬਖੀਆ
seamless *adj* ਬੇਕਸੂਰ, ਨਿਰਦੋਸ਼
seamstress *n* ਦਰਜ਼ਣ
search *v* ਲੱਭਣਾ, ਲੱਭ ਪੈਣਾ
search *n* ਖੋਜ, ਭਾਲ
seashore *n* ਸਾਗਰ ਤਾਟ
seasick *adj* ਕਚਿਆਹਣ ਭਰਿਆ
seaside *adj* ਸਾਗਰ ਤਾਟ
season *n* ਰੁੱਤ, ਮੌਸਮ
season *v* ਪਕਾਉਣਾ; ਸੁਆਦੀ ਬਣਾਉਣਾ
seasonal *adj* ਮੌਸਮੀ
seasoning *n* ਹੱਕ, ਅਧਿਕਾਰ
seat *n* ਚੌਂਕੀ, ਆਸਣ
seated *adj* ਕੇਂਦਰ, ਕੱਠੀ
secede *v* ਸਾਥ ਛੱਡਣਾ
secluded *adj* ਦੂਰਸਥਾਪਤ
seclusion *n* ਇਕਾਂਤ
second *n* ਸੈਕਿੰਡ, ਸਕਿੰਟ
second *adj* ਦੂਜਾ
secondary *adj* ਦੂਜੇ ਦਰਜੇ ਦਾ
secrecy *n* ਗੁੱਝਾਪਣ
secret *n* ਭੇਦ, ਰੱਹਸ
secretary *n* ਸੈਕਟਰੀ
secretly *adv* ਅੱਖ ਬਚਾ ਕੇ
sect *n* ਛੇਦਨ
section *n* ਕਾਂਡ, ਵਿਭਾਜਨ
sector *n* ਚੱਕਰ ਦੀ ਕਾਤਰ
secure *v* ਪ੍ਰਾਪਤ ਕਰਨਾ
secure *adj* ਸੁਰੱਖਿਅਤ
security *n* ਸੁਰੱਖਿਅਤ
sedate *v* ਸ਼ਾਂਤ ਹੋ ਜਾਣਾ
sedation *n* ਸ਼ਾਂਤੀਕਰਨ
seduce *v* ਭਰਮਾਉਣਾ
seduction *n* ਝਾਂਸਾ

S

see *iv* ਦੇਖਣਾ
seed *n* ਬੀ, ਬੀਜ
seedless *adj* ਅਲਾਣਾ
seedy *adj* ਭੈੜਾ
seek *iv* ਭਾਲਣਾ, ਲੱਭਣਾ
seem *v* ਪ੍ਰਤੀਤ ਹੋਣਾ
see-through *adj* ਪਾਰਦਰਸ਼ੀ
segment *n* ਫਾੜੀ, ਫਾਂਕ
segregate *v* ਅੱਡ ਕਰਨਾ
segregation *n* ਵਿਯੋਗ
seize *v* ਅਧਿਕਾਰ ਵਿੱਚ ਲੈਣਾ
seizure *n* ਕਬਜ਼ਾ, ਧਾਰਨ
seldom *adv* ਕਦਾਚਿਤ
select *v* ਚੁਣਨਾ, ਛਾਂਟਣਾ
selection *n* ਚੋਣ, ਚੁਣਾਉ
self-conscious *adj* ਆਤਮ-ਚੇਤਨ
self-esteem *n* ਸਵੈ-ਮਾਣ
self-evident *adj* ਸਾਫ਼, ਨਿਰਮਲ
self-interest *n* ਖੁਦਗਰਜ਼ੀ
selfish *adj* ਖੁਦਰਗਜ਼
selfishness *n* ਖੁਦਗਰਜ਼ੀ
self-respect *n* ਆਤਮ-ਸਨਮਾਨ
sell *iv* ਵਿਕਣਾ
seller *n* ਵਿਕਰੇਤਾ
sellout *n* ਵਿਸ਼ਵਾਸਘਾਤ
semblance *n* ਬਾਹਰੀ ਰੂਪ
semester *n* ਸਮੈਸਟਰ
seminary *n* ਸਕੂਲ, ਪਾਠਸ਼ਾਲਾ
senate *n* ਉਤਰੀ ਅਮਰੀਕਾ
senator *n* ਨਗਰ ਨਾਇੱਕ
send *iv* ਭੇਜਣਾ
sender *n* ਪੱਤਰ-ਪ੍ਰੇਰਕ
senile *adj* ਜਰਾ-ਗ੍ਰਸਤ
senior *adj* ਵੱਡਾ, ਵਡੇਰਾ
seniority *n* ਸੀਨੀਆਰਿਟੀ
sensation *n* ਝਰਨਾਟ
sense *v* ਸਮਝਣਾ
sense *n* ਗਿਆਨ-ਇੰਦਰੀ
senseless *adj* ਬੇਸੁਰਤ
sensible *adj* ਸੰਵੇਦਨਸ਼ੀਲ
sensitive *adj* ਸੰਵੇਦਨਸ਼ੀਲ
sensual *adj* ਪ੍ਰਤੱਖਵਾਦੀ
sentence *v* ਸਜ਼ਾ ਦੇਣਾ
sentence *n* ਵਾਕ, ਫਿਕਰਾ
sentiment *n* ਭਾਵਨਾ
sentimental *adj* ਭਾਵਕ
sentry *n* ਸੰਤਰੀ
separate *v* ਨਿਖੇੜਨਾ
separate *adj* ਵੱਖਰਾ
separation *n* ਅਲਹਿਦਗੀ
September *n* ਸਤੰਬਰ
sequel *n* ਉੱਤਰ-ਪ੍ਰਭਾਵ
sequence *n* ਕੜੀ
serenade *n* ਬਿਰਹਾ ਗੀਤ
serene *adj* ਨਿਖਰਿਆ
serenity *n* ਸ਼ਾਂਤੀ
sergeant *n* ਸੈਨਾ, ਸਾਰਜੈਂਟ
series *n* ਲੜੀ
serious *adj* ਗੰਭੀਰ, ਧੀਰ
seriousness *n* ਗੰਭੀਰਤਾ
sermon *n* ਧਰਮ-ਉਪਦੇਸ਼
serpent *n* ਸੱਪ, ਨਾਗ
serum *n* ਲਹੂ ਦਾ ਰਸ
servant *n* ਕਰਮਚਾਰੀ

serve *v* ਸੇਵਾ ਕਰਨੀ
service *n* ਟਹਿਲ
service *v* ਝਾੜਨਾ
session *n* ਕਾਰਜਕਾਲ
set *n* ਬਿਠਾਉਣਾ
set *iv* ਜਚਣਾ
set about *v* ਕੱਢਣਾ
set off *v* ਚਾਲੂ, ਮੁੱਢ ਬੰਨ੍ਹਣਾ
set out *v* ਸ਼ੁਰੂ ਕਰਨਾ
set up *v* ਵਿਓਂਤਣਾ
setback *n* ਦੇਰ, ਢਿੱਲ
setting *n* ਸਥਾਪਨਾ
settle *v* ਵਸਾ ਲੈਣਾ ਪਰੇ
settle down *v* ਸ਼ਾਂਤ ਕਰਨਾ
settle for *v* ਸਵੀਕਾਰ
settlement *n* ਨਿਰਨਾ, ਨਿਸ਼ਚਾ
settler *n* ਅਬਾਦਕਾਰ
setup *n* ਸਭਾ, ਸੰਸਥਾ
seven *adj* ਸੱਤ
seventeen *adj* ਸਤਾਰਾਂ
seventh *adj* ਸੰਗੀ ਮੱਧ ਵਿਰਾਮ
seventy *adj* ਸੱਤਰ
sever *v* ਤੋੜਨਾ
several *adj* ਵੱਖਰਾ, ਅਲੱਗ
severance *n* ਅਲਹਿਦਗੀ
severe *adj* ਘੋਰ, ਅਤਿਅੰਤ
severity *n* ਤੀਬਰਤਾ
sew *v* ਸਿਉਂਣਾ
sewage *n* ਗੰਦੇ ਨਾਲੇ ਦਾ ਪਾਣੀ
sewer *n* ਦਰਜ਼ੀ ਸੀਉਣ ਵਾਲਾ
sewing *n* ਸਿਲਾਈ
sex *n* ਲਿੰਗ
sexuality *n* ਜਿਨਸੀ ਲੱਛਣ
shabby *adj* ਖੁੱਥੜ, ਪਾਟਿਆ
shack *n* ਝੁੱਗੀ
shackle *n* ਕੜੀ, ਕੁੰਡਾ
shade *n* ਛਾਂ, ਸਾਇਆ
shadow *n* ਪ੍ਰਤਿਬਿੰਬ
shady *adj* ਛਾਂਦਰ
shake *iv* ਹਿੱਲਣਾ
shaken *adj* ਸੁੰਨ ਹੋਇਆ
shaky *adj* ਕੰਬਣ ਵਾਲਾ
shallow *adj* ਪਤਲਾ
sham *n* ਢਕੌਂਸਲਾ
shambles *n* ਮਾਸ ਵੇਚਣ ਦੀ ਥਾਂ
shame *v* ਸ਼ਰਮਿੰਦਾ
shame *n* ਸ਼ਰਮਿੰਦਾ
shameful *adj* ਲਜੀਲਾ, ਸ਼ਰਮਿੰਦਾ
shameless *adj* ਬੇਸ਼ਰਮੀ
shape *v* ਰੂਪ ਧਾਰਣ ਕਰਨਾ
shape *n* ਸ਼ਕਲ
share *v* ਹਿੱਸੇਦਾਰ ਹੋਣਾ
share *n* ਪੱਤੀ, ਸ਼ੇਅਰ
shareholder *n* ਹਿੱਸੇਦਾਰ
shark *n* ਸ਼ਾਰਕ ਸਫ਼ੀ
sharp *adj* ਤਿੱਖਾ, ਤੇਜ਼
sharpen *v* ਤਿੱਖਾ ਹੋਣਾ
sharpener *n* ਪੈਨਸਿਲ-ਤਰਾਸ਼
shatter *v* ਛਿੰਨ ਭਿੰਨ ਕਰਨਾ
shattering *adj* ਬਹੁਤ ਤੇਜ਼
shave *v* ਹਜਾਮਤ ਕਰਨੀ
she *pro* ਉਹ
shear *v* ਚੀਰ ਕੇ ਲੰਘਣਾ
shed *iv* ਸੁੱਟਣਾ, ਡੇਗਣਾ

S

shed *n* ਛੱਪਰ
sheep *n* ਭੇਡ
sheet *n* ਚਾਦਰ; ਪਰਚਾ; ਅਖਬਾਰ; ਝਲਾਰ
shell *n* ਸੰਖ
shell *v* ਗੋਲਾਬਾਰੀ ਕਰਨਾ
shellfish *n* ਸਿੱਪ
shelter *v* ਸ਼ਰਨ ਦੇਣੀ, ਆਸਰਾ ਲੈਣਾ
shelter *n* ਆਸਰਾ
shepherd *n* ਗਡਰੀਆ
sherry *n* ਸ਼ਰਾਬ ਦੀ ਕਿਸਮ
shield *v* ਬਚਾਉਣਾ
shield *n* ਢਾਲ
shift *n* ਬਦਲੀ, ਪਰਿਵਰਤਨ
shift *v* ਬਦਲਣਾ
shine *iv* ਚਮਕਣਾ
shiny *adj* ਚਮਕੀਲਾ
ship *n* ਜਹਾਜ਼, ਪੋਤ
ship *v* ਜਹਾਜ਼ ਉੱਤੇ ਚੜ੍ਹਣਾ
shipment *n* ਢੋਆਈ
shipwreck *n* ਗਰਕ ਜਹਾਜ਼
shipyard *n* ਜਹਾਜ਼ ਬਣਾਉਣ ਜਾਂ ਮੁਰੰਮਤ ਕਰਨ ਦੀ ਜਗ੍ਹਾ
shirk *v* ਪਰਹੇਜ਼ ਕਰਨਾ
shirt *n* ਕਮੀਜ਼
shiver *v* ਕੰਬਣਾ
shiver *n* ਕੰਬਣੀ
shock *v* ਭਿੜਨਾ
shock *n* ਝਟਕਾ, ਸਦਮਾ
shocking *adj* ਸਦਮਾ-ਜਨਕ
shoddy *adj* ਘਟੀਆ
shoe *n* ਜੁੱਤਾ
shoe polish *n* ਬੂਟਾਂ ਦੀ ਪਾਲਸ਼
shoe store *n* ਬੂਟਾਂ ਦੀ ਦੁਕਾਨ
shoelace *n* ਫ਼ੀਤਾ
shoot *iv* ਤੇਜ਼ੀ ਨਾਲ ਚੱਲਣਾ
shoot down *v* ਹੱਤਿਆ
shop *v* ਖਰੀਦਣਾ
shop *n* ਦੁਕਾਨ
shoplifting *n* ਉਠਾਈਗਿਰੀ
shopping *n* ਖਰੀਦਾਰੀ
shore *n* (ਸਮੁੰਦਰ ਦਾ) ਕੰਢਾ
short *adj* ਛੋਟਾ, ਨਿੱਕਾ
shortage *n* ਘਾਟਾ
shortcoming *n* ਕਮਜ਼ੋਰੀ
shortcut *n* ਸਿੱਧਾ ਰਾਹ
shorten *v* ਛੋਟਾ ਕਰਨਾ
shorthand *n* ਸ਼ਾਰਟਹੈਂਡ
short-lived *adj* ਥੋੜਚਿਰਾ
shortly *adv* ਛੇਤੀ ਹੀ
shorts *n* ਕੱਛ, ਜਾਂਘੀਆ
shortsighted *adj* ਤੰਗ ਨਜਰ
shot *n* ਸੂਰ ਦਾ ਬੱਚਾ
shotgun *n* ਸ਼ੂਟ ਕਰਨਾ
shoulder *n* ਮੋਢਾ, ਕੰਧਾ
shout *v* ਚੀਕਣਾ, ਚਿਲਾਉਣਾ
shout *n* ਚੀਕ, ਕਿਲਕਾਰੀ
shouting *n* ਟਾਂਗੂ
shove *v* ਧੱਕਣਾ, ਧਕੇਲਣਾ
shove *n* ਧੱਕਾ
shovel *n* ਬੇਲਚਾ, ਸ਼ਾਵਲ
shovel *v* ਬੇਲਚੇ ਨਾਲ ਚੁੱਕਣਾ
show *iv* ਦਿਸਣਾ, ਦਿਖਾਈ ਦੇਣਾ
show off *n* ਸ਼ੇਖ਼ੀਬਾਜ਼, ਸ਼ੇਖ਼ੀਖ਼ੋਰਾ
show up *v* ਨੀਵਾਂ ਦਿਖਾਉਣਾ

S

showdown 150

showdown *n* ਹੂਰਾ-ਮੁੱਕੀ ਹੋਣਾ
shower *n* ਫੁਆਰ
shrapnel *n* ਬੰਬ ਦੇ ਛੱਰੇ
shred *v* ਲੀਰੋ ਲੀਰ ਕਰਨਾ
shred *n* ਲੀਰ, ਧੱਜੀ
shrewd *adj* ਚਾਲਬਾਜ਼
shriek *v* ਚੀਕ ਮਾਰਨਾ
shriek *n* ਚੀਕ, ਕਿਲਕ
shrimp *n* ਝੀਂਗਾ ਮੱਛੀ
shrine *n* ਦਰਗਾਹ
shrink *iv* ਸੁਕੜਣਾ
shroud *n* ਕਫ਼ਨ
shrouded *adj* ਕਫ਼ਨ
shrub *n* ਝਾੜੀ
shrug *v* ਮੋਢੇ ਚੜ੍ਹਾਉਣਾ
shudder *n* ਕਾਂਬਾ
shudder *v* ਥਰਥਰਾਉਣਾ
shuffle *v* ਪੈਰ ਘੜੀਸਣਾ
shun *v* ਦੂਰ ਰੱਖਣਾ
shut *iv* ਬੰਦ ਕਰਨਾ
shut off *v* ਮੀਟਣਾ
shut up *v* ਚੁੱਪ ਕਰਾ ਦੇਣਾ
shuttle *v* ਇਧਰ ਉਧਰ ਘੁੰਮਣਾ
shy *adj* ਸ਼ਰਮੀਲਾ, ਸ਼ਰਮਾਕਲ
shyness *n* ਝੇਪ
sick *adj* ਬੀਮਾਰ, ਰੋਗੀ
sicken *v* ਬੀਮਾਰ ਪੈਣਾ
sickening *adj* ਕੁਰੂਪ
sickle *n* ਦਾਤੀ
sickness *n* ਰੋਗ, ਬਿਮਾਰੀ
side *n* ਓਰ, ਕਰਵਟ
sideburns *n* ਗਲਮੁੱਛਾ

sidestep *v* ਲਾਂਭੇ ਹੋਣਾ
sidewalk *n* ਪਗਡੰਡੀ
sideways *adv* ਕਰਵਟ
siege *n* ਘੇਰਾ, ਨਾਕਾਬੰਦੀ
siege *v* ਘੇਰਾ ਪਾਉਣਾ।
sift *v* ਛਾਣਨਾ
sigh *n* ਆਹ
sigh *v* ਠੰਢੇ ਸਾਹ ਲੈਣਾ
sight *n* ਨਜ਼ਰ
sightseeing *n* ਟੂਰਿਜ਼ਮ
sign *n* ਸੰਕੇਤ-ਚਿਨ੍ਹ
sign *v* ਦਸਤਖਤ ਕਰਨਾ
signal *n* ਇਸ਼ਾਰਾ
signal *v* ਇਸ਼ਾਰਾ ਕਰਨਾ
signature *n* ਹਸਤਾਖਰ
significance *n* ਅਹਿਮੀਅਤ
significant *adj* ਵਿਸ਼ੇਸ਼, ਜ਼ਰੂਰੀ
signify *v* ਪ੍ਰਗਟ ਕਰਨਾ
silence *n* ਚੁੱਪ, ਖਾਮੋਸ਼ੀ
silence *v* ਚੁੱਪ ਕਰਾ ਦੇਣਾ
silent *adj* ਚੁੱਪ
silhouette *n* ਛਾਇਆ ਚਿੱਤਰ
silk *n* ਰੇਸ਼ਮ
silly *adj* ਮੂਰਖ
silver *n* ਚਾਂਦੀ
silver-plated *adj* ਚਾਂਦੀ ਵਰਗਾ
silverware *n* ਚਾਂਦੀ ਦੇ ਬਰਤਨ
similar *adj* ਵਰਗਾ
similarity *n* ਸਮਾਨਤਾ
simmer *v* ਉਬਲਣਾ
simple *adj* ਸਰਲ
simplicity *n* ਸਰਲਤਾ

S

simplify *v* ਸੌਖਾ ਕਰਨਾ
simply *adv* ਕੇਵਲ
simulate *v* ਸਾਂਗ ਕਰਨਾ
simultaneous *adj* ਸਮਕਾਲੀ
sin *v* ਪਾਪ ਕਰਨਾ
sin *n* ਗੁਨਾਹ
since *c* ਜਦ ਤੋਂ
since *pre* ਕਿਉਂ ਜੇ
since then *adv* ਹੁਣ ਤੀਕ
sincere *adj* ਸੱਚਾ, ਖਰਾ
sincerity *n* ਨੇਕਨੀਅਤੀ
sinful *adj* ਪਾਪ ਦਾ
sing *iv* ਗਾਣਾ
singer *n* ਗਾਇਕ
single *n* ਇੱਕਲਾ
single *adj* ਇੱਕੱਲ
single-minded *adj* ਦ੍ਰਿੜ ਇਰਾਦੇ ਵਾਲਾ
singular *adj* ਇੱਕ ਵਚਨ
sinister *adj* ਅਸ਼ੁਭਕਾਰੀ
sink *iv* ਬੇਸਨੀ
sink *n* ਗੰਦਗੀ ਸੁੱਟਣ ਵਾਲਾ ਟੋਆ
sink in *v* ਪ੍ਰਵੇਸ਼ ਪਾਉਣਾ
sinner *n* ਗੁਨਾਹਗਾਰ, ਪਾਪੀ
sip *v* ਘੁੱਟ ਘੁੱਟ ਭਰ ਕੇ ਪੀਣਾ
sip *n* ਘੁੱਟ
sir *n* ਸ੍ਰੀਮਾਨ
siren *n* ਮੋਹ ਲੈਣ ਵਾਲ
sirloin *n* ਗਾਂ ਦੀ ਪੁੱਠ ਦਾ ਮਾਸ।
sissy *adj* ਜ਼ਨਾਨੜਾ
sister *n* ਭੈਣ
sister-in-law *n* ਸਾਲੀ, ਨਨਾਣ
sit *iv* ਬੈਠਣਾ
site *n* ਸਥਾਨ
sitting *n* ਥਾਂ, ਮੌਕਾ
situated *adj* ਸਥਿਤ
situation *n* ਥਾਂ, ਮੌਕਾ, ਜਗ੍ਹਾ
six *adj* ਛੇ
sixteen *adj* ਸੋਲ੍ਹਾ
sixth *adj* ਛੇਵਾਂ
sixty *adj* ਸਠ
sizable *adj* ਲੰਮਾ-ਚੌੜਾ
size *n* ਆਕਾਰ
size up *v* ਆਂਕਣਾ
skate *v* ਬਰਫ਼
skate *n* ਸਕੇਟ
skeleton *n* ਪਿੰਜਰ
skeptic *adj* ਅਸ਼ਰਧਕ, ਨਾਸਤਕ
sketch *v* ਖਾਕਾ ਖਿੱਚਣਾ
sketch *n* ਖਾਕਾ, ਕੱਚਾ ਨਕਸ਼ਾ
sketchy *adj* ਖਾਕਾ ਜਿਹਾ
ski *v* ਸਕੀ
skill *n* ਕੁਸ਼ਲਤਾ, ਹੁਨਰ
skillful *adj* ਕੁਸ਼ਲ
skim *v* ਛੂੰ ਕਰਕੇ ਲੰਘਣਾ
skin *v* ਚਮੜੀ
skin *n* ਖਲੜੀ, ਚਮੜੀ
skinny *adj* ਪਤਲਾ, ਲਿਸਾ
skip *v* ਕੁੱਦਣਾ, ਟੱਪਣਾ
skip *n* ਸੇਵਾਦਾਰ, ਨੌਕਰ।
skirmish *n* ਠਹਿਕ
skirt *n* ਸ੍ਕਰਟ
skull *n* ਖੋਪਰੀ
sky *n* ਅੰਬਰ
skylight *n* ਸੇਵਾਦਾਰ, ਨੌਕਰ।

S

skyscraper *n* ਇਮਾਰਤ
slab *n* ਸਿੱਲੀ
slack *adj* ਮੰਦਾ
slacken *v* ਢਿਲਾ ਕਰਨਾ
slacks *n* ਖਿੰਘਰ, ਮਨੂਰ
slam *v* ਖੜਾਕ ਕਰਕੇ ਬੰਦ ਕਰਨਾ
slander *n* ਨਿੰਦਾ
slanted *adj* ਤਰਫ਼ ਦਾਰ
slap *n* ਚਾਂਟਾ, ਤਮਾਚਾ
slap *v* ਸਿੰਨ੍ਹ ਕੇ
slash *n* ਫੱਟ
slash *v* ਵੱਢ ਸੁੱਟਣਾ
slate *n* ਸਲੇਟ
slaughter *v* ਕਤਲਾਮ
slaughter *n* ਕਤਲਾਮ
slave *n* ਗੁਲਾਮ
slavery *n* ਦਾਸਤਾ
slay *iv* ਕਤਲ ਕਰਨਾ
sleazy *adj* ਬੋਲ ਗੰਦਾ ਅਤੇ ਭੇੜਾ
sleep *iv* ਸੌਣਾ
sleep *n* ਨੀਂਦ, ਨਿਸਚਲਤਾ
sleeve *n* ਆਸਤੀਨ
sleeveless *adj* ਬੇਕਾਰ ਦਾ
sleigh *n* ਬਰਫ਼-ਗੱਡੀ
slender *adj* ਪਤਲਾ, ਮਾੜਾ
slice *v* ਫਾਂਕ
slice *n* ਕਤਲੀ, ਚੱਕ
slide *iv* ਫਿਸਲ, ਸਲਾਈਡ
slightly *adv* ਥੋੜ੍ਹਾ ਜਿਹਾ
slim *adj* ਪਤਲਾ
slip *v* ਖਿਸਕ, ਤਲੇਵਰ
slip *n* ਕਾਗਜ਼ ਦੀ ਚਿਟ
slipper *n* ਚੱਪਲ, ਸਲੀਪਰ
slippery *adj* ਚਿਕਣਾ
slit *iv* ਚੀਰ
slob *adj* ਚਿੱਕੜ ਵਾਲੀ ਧਰਤੀ
slogan *n* ਨਾਹਰਾ
slope *n* ਢਲਵਾਨ, ਢਲਾਣ
sloppy *adj* ਫੂਹੜ
slot *n*
slow *adj* ਹੌਲੀ ਹੌਲੀ
slow down *v* ਪਿੱਛੇ ਪਾਉਣਾ
slow motion *n* ਆਲਸ
slowly *adv* ਹੌਲੀ ਹੌਲੀ
sluggish *adj* ਢਿੱਲੜ
slum *n* ਸ਼ੋਰਬਾ
slump *v* ਮੰਦਾ ਪੈਣਾ
slump *n* ਮੰਦਾ, ਮੰਦਵਾੜਾ
slur *v* ਕਲੰਕ
sly *adj* ਫਰੇਬੀ, ਦਗੇਬਾਜ਼
smack *n* ਸੁਆਦ, ਵਾਸ਼ਨਾ
smack *v* ਚਪੇੜ ਮਾਰਨਾ
small *adj* ਛੋਟਾ
smallpox *n* ਮਾਤਾ, ਸੀਤਲਾ
smart *adj* ਚੁਸਤ, ਹੁਸ਼ਿਆਰ
smash *v* ਚਕਨਾਚੂਰ
smear *n* ਦਾਗ, ਧੱਬਾ, ਕਲੰਕ
smear *v* ਲਬੇੜਨਾ
smell *iv* ਸੁੰਘਣਾ
smell *n* ਸੁਗੰਧ
smelly *adj* ਬਦਬੂਦਾਰ
smile *v* ਮੁਸਕਣੀ
smile *n* ਮੁਸਕਰਾਹਟ
smoke *n* ਧੂੰਆ

S

smoke *v* ਧੁਆਂਖਣਾ
smoker *n* ਤਮਾਕੂ ਪੀਣ ਵਾਲਾ
smoking gun *n* ਸ਼ੂਟ ਕਰਨਾ
smooth *v* ਪੱਧਰਾ ਕਰਨਾ
smooth *adj* ਮੁਲਾਇਮ, ਸਾਫ
smoothly *adv* ਫ਼ਰਨ ਫ਼ਰਨ
smoothness *n* ਇੱਕਸਾਰਤਾ
smother *v* ਗਲ ਘੁੱਟ ਕੇ ਮਾਰਨਾ
smuggler *n* ਤਸਕਰ
snack *n* ਹਲਕਾ ਭੋਜਨ
snack *v* ਨਾਸ਼ਤਾ ਕਰਨਾ
snail *n* ਘੋਗਾ
snake *n* ਗੁੱਗਾ
snap *v* ਅਚਾਨਕ ਚੱਢ ਲੈਣਾ; ਝੱਟ ਫੋਟੋ ਲੈਣਾ
snapshot *n* ਝਲਕ
snare *v* ਜਾਲ ਨਾਲ ਫੜਨਾ
snare *n* ਫੰਧਾ, ਕੁੜਿੱਕੀ
snatch *v* ਖੋਹਣਾ, ਝਪਟਣਾ
sneak *v* ਚੋਰੀ ਨਿਕਲ ਜਾਣਾ
sneeze *v* ਛਿੱਕਨਾ
sneeze *n* ਨਿੱਛ, ਛਿੱਕ
sniff *v* ਖਿੱਚਣਾ
sniper *n* ਲੁਕ ਕੇ ਗੋਲੀ ਮਾਰਣ ਵਾਲਾ
snitch *v* ਚੁਗਲੀ ਖਾਣਾ
snooze *v* ਉਂਘਲਾਉਣਾ
snore *v* ਖ਼ੁਰਾਟਾ
snore *n* ਘੁਰਾੜੇ, ਖਰਾਟੇ
snow *v* ਬਰਸਾਉਣਾ
snow *n* ਬਰਫ਼
snowfall *n* ਬਰਫ਼ਬਾਰੀ
snowflake *n* ਬਰਫ਼ ਦਾ ਗੋੜ੍ਹਾ
snub *v* ਡਾਂਟਣਾ, ਝਿੜਕਣਾ
snub *n* ਫੀਨ੍ਹਾ ਨੱਕ
soak *v* ਡਾਂਟਣਾ, ਝਿੜਕਣਾ
soak in *v* ਬਿਖੇਰਨਾ
soak up *v* ਸੋਖਣਾ
soar *v* ਉਚਾ, ਉਡਣਾ
sob *v* ਹਟਕੋਰੇ ਭਰ ਕੇ ਕਹਿਣਾ
sob *n* ਹਟਕੋਰਾ, ਸਿਸਕੀ
sober *adj* ਸੋਫੀ, ਵੈਸ਼ਨੋ
so-called *adj* ਅਖਾਉਤੀ
sociable *adj* ਮਿਲਣਸਾਰ
socialism *n* ਸਮਾਜਵਾਦ
socialist *n* ਸਮਾਜਵਾਦੀ
socialize *v* ਸਮਾਜੀ ਬਣਾਉਣਾ
society *n* ਸਮਾਜ
sock *n* ਜਰਾਬ
sod *n* ਜਣਾ, ਆਦਮੀ
soda *n* ਸੋਡਾ
sofa *n* ਸੋਫ਼ਾ
soft *adj* ਨਰਮ, ਮੁਲਾਇਮ
soften *v* ਹਲਕਾ, ਨਰਮ
softly *adv* ਨਰਮੀ ਨਾਲ
softness *n* ਨਰਮਾਈ
soggy *adj* ਸੇਮ ਵਾਲਾ ਸਿੱਲ੍ਹਾ
soil *v* ਮੈਲਾ ਕਰਨਾ
soil *n* ਧੱਬਾ, ਚਟਾਕ
soiled *adj* ਮਲੀਨ
solace *n* ਦਿਲਾਸਾ
solar *adj* ਸੂਰਜ ਦਾ, ਸੂਰਜੀ
solder *v* ਝਲਾਈ ਕਰਨਾ
soldier *n* ਸਿਪਾਹੀ
sold-out *adj* ਖਤਮ
sole *adj* ਇਕੱਲਾ

S

sole *n* ਪੇਂਦਾ; ਆਧਾਰ
solely *adv* ਇੱਕੱਲਿਆਂ
solemn *adj* ਮਰਯਾਦਾਪੂਰਨ
solicit *v* ਬੇਨਤੀ ਕਰਨਾ
solid *adj* ਠੋਸ, ਪੁਖਤਾ
solidarity *n* ਮਿਲਵਰਤਣ
solitary *adj* ਸੁੰਨਾ
solitude *n* ਇੱਕੱਲਾਪਣ
soluble *adj* ਘੁਲ ਜਾਣ ਵਾਲਾ
solution *n* ਘੋਲ, ਸਮਾਧਾਨ
solve *v* ਹਲ ਕਰਣਾ
solvent *adj* ਘੋਲਕ
somber *adj* ਇੱਕੱਲ, ਸੱਨਾਟਾ
some *adj* ਕੁਛ, ਥੋੜ੍ਹਾ
somebody *adj* ਕੋਈ ਵਿਅਕਤੀ
someday *adv* ਕਿਸੇ ਦਿਨ
somehow *adv* ਕਿਸੇ ਤਰ੍ਹਾਂ
someone *pro* ਕੋਈ
something *pro* ਕੁਝ
sometimes *adv* ਕਦੀ ਕਦੀ
someway *adv* ਕਿਸੇ ਨਾ ਕਿਸੇ ਤਰ੍ਹਾਂ
somewhat *adv* ਕੁਝ ਕੁ
son *n* ਪੱੁਤਰ
song *n* ਗਾਣਾ
son-in-law *n* ਜਵਾਈ
soon *adv* ਛੇਤੀ
soothe *v* (ਗੁੱਸਾ) ਠੰਢਾ ਕਰਨਾ
sorcerer *n* ਡਾਇਨ
sorcery *n* ਜਾਦੂ, ਟੂਣਾ, ਮੰਤਰ
sore *n* ਜ਼ਖਮ
sore *adj* ਦੁਖਦਾ, ਦੁਖੀ
sorrow *n* ਗ਼ਮ, ਦੁੱਖ
sorrowful *adj* ਉਦਾਸ
sorry *adj* ਅਪ੍ਰਸੰਨ
sort *n* ਮੁਕੱਦਰ
sort out *v* ਸੰਵਾਰਨਾ
soul *n* ਆਤਮਾ
sound *n* ਸਲਾਈ
sound *v* ਥਾਹ ਲੈਣੀ
sound out *v* ਛਾਣ ਬੀਨ ਕਰਨਾ
soup *n* ਸ਼ੋਰਬਾ
sour *adj* ਖੱਟਾ
source *n* ਸਰੋਤ
south *n* ਦੱਖਣ
southbound *adj* ਦੱਖਣ ਵੱਲ ਜਾਣ ਵਾਲਾ
southeast *n* ਦੱਖਣਪੂਰਬ
southern *adj* ਦੱਖਣੀ
southerner *n* ਦੱਖਣੀ ਅਮਰੀਕਾਵਾਸੀ
southwest *n* ਦੱਖਣਪੱਛਮ
souvenir *n* ਨਸ਼ਾਨੀ, ਯਾਦਗਾਰ
sovereign *adj* ਨਰੇਸ਼, ਭੂਪ
sovereignty *n* ਪ੍ਰਭੁਤਾ, ਪ੍ਰਭੁਸੱਤਾ
soviet *adj* ਸੋਵੀਅਤ
sow *v* ਬੀਜਣਾ
space *n* ਅਕਾਸ਼; ਜਗ੍ਹਾ; ਖਾਲੀ ਥਾਂ
space out *adj* ਵਿਆਪਕ, ਵਿਸਤਰਤ
spacious *adj* ਖੁੱਲ੍ਹਾ
spade *n* ਬੇਲਚਾ, ਫੌੜ੍ਹਾ, ਕਹੀ
Spain *n* ਸਪੇਨ
span *v* ਆਰ ਪਾਰ ਫੈਲਣਾ
span *n* ਫੈਲਾਉ, ਵਿਸਤਾਰ
Spaniard *n* ਸਪੇਨ ਦਾ ਰਹਿਣ ਵਾਲਾ
Spanish *adj* ਸਪੇਨੀ, ਸਪੇਨ ਦਾ
spank *v* ਚਿੱਤੜਾਂ ਉੱਤੇ ਧੱਫਾ ਮਾਰਨਾ

spanking *n* ਛਿਤਰੌਲ, ਪਿਟਾਈ
spare *v* ਬਚਾਉਣਾ
spare *adj* ਰਾਖਵਾਂ
spare part *n* ਪੁਰਜਾ
sparingly *adv* ਕਿਫ਼ਾਇਤ ਨਾਲ
spark *n* ਚਿੰਗਾਰੀ
spark off *v* ਪੜਦਾ ਖੇਲ੍ਹਣਾ
spark plug *n* ਬੁੱਜਾ ਦੇਣਾ
sparkle *v* ਝਿਲਮਿਲਾਉਣਾ
sparrow *n* ਚਿੜ੍ਹੀ
sparse *adj* ਅਨਿਯਮਤ
spasm *n* ਖੰਘ
speak *iv* ਬੋਲ
speaker *n* ਬੋਲਣ ਵਾਲਾ; ਸਪੀਕਰ
spear *n* ਬਰਛੀ
spearhead *v* ਅਗਵਾਈ ਕਰਨਾ
special *adj* ਵਿਸ਼ੇਸ਼, ਖ਼ਾਸ
specialize *v* ਦਾ ਵਿਸ਼ੇਸ਼ੱਗ ਹੋਣਾ
specialty *n* ਵਿਸ਼ੇਸ਼ਤਾ
species *n* ਜਾਤੀ, ਉਪਜਾਤੀ
specific *adj* ਪੱਕਾ, ਨਿਸ਼ਚਿਤ
specimen *n* ਨਮੂਨਾ
speck *n* ਚਰਬੀ ਵਾਲਾ ਮਾਸ
spectacle *n* ਨਜ਼ਾਰਾ
spectator *n* ਦਰਸ਼ਕ
speculate *v* ਹੈਰਾਨ ਹੋਣਾ
speculation *n* ਅਨੁਮਾਨ, ਅੰਦਾਜ਼ਾ
speech *n* ਬੋਲਣ ਦੀ ਸ਼ਕਤੀ
speechless *adj* ਅਵਾਕ, ਮੂਕ
speed *iv* ਤੇਜ਼ ਚੱਲਣਾ
speed *n* ਚਾਲ, ਰਫ਼ਤਾਰ
speedily *adv* ਸ਼ੀਘਰ
speedy *adj* ਵੇਗਵਾਨ
spell *iv* ਦੀ ਥਾਂ ਲੈਣਾ
spell *n* ਫਾਕੜ
spelling *n* ਸ਼ਬਦ-ਜੋੜ, ਹਿੱਜੇ
spend *iv* ਖਰਚ ਕਰਨਾ
spending *n* ਖਰਚਣ, ਖਰਚ
sperm *n* ਨਰ ਦਾ ਵੀਰਜ
sphere *n* ਚੱਕਾ
spice *n* ਮਸਾਲਾ
spicy *adj* ਚਟਪਟਾ
spider *n* ਮੱਕੜੀ
spider web *n* ਬੁਣਤੀ
spill *iv* ਡੁਲ੍ਹਣਾ, ਛਲਕਣਾ
spill *n* ਡੋਲ੍ਹਣਾ, ਛਲਕਾਉਣਾ
spin *iv* ਕੱਤ, ਘੁੰਮਣ
spine *n* ਰੀੜ੍ਹ
spineless *adj* ਕੰਗਰੇੜ-ਰਹਿਤ
spinster *n* ਕੁਆਰੀ
spirit *n* ਰੂਹ, ਸ਼ਰਾਬ
spiritual *adj* ਅਧਿਆਤਮਕ
spit *iv* ਥੁਕ ਸੁਟਣਾ
spite *n* ਦੁਰਭਾਵ, ਮੈਲ
spiteful *adj* ਲਾਗਤਬਾਜੀ ਵਾਲਾ
splash *v* ਲਿਬੇੜਨਾ
splendid *adj* ਸੋਭਾਵੰਤ
splendor *n* ਸੋਭਾ
splint *n* ਮੋਥਰਾ
splinter *n* ਚਿੱਪਰ, ਟੁਕੜਾ
split *n* ਚੀਰ
split *iv* ਪਾਟਣਾ
split up *v* ਫਟਣਾ
spoil *v* ਲੁੱਟਣਾ, ਖੋਹਣਾ

S

spoils *n* ਨਾਜ਼ਕ ਕੰਮ
sponge *n* ਸਪੰਜ
sponsor *n* ਕੋਸ਼ਪਾਲ
spontaneity *n* ਸਵੈਇੱਛਾ
spontaneous *adj* ਸਹਿਜ
spooky *adj* ਭੂਤ ਵਰਗਾ, ਡਰਾਉਣਾ
spool *n* ਫਿਰਕਣੀ
spoon *n* ਚਮਚਾ
spoonful *n* ਚਮਚਾ-ਭਰ
sporadic *adj* ਕਦੇਂ-ਕਦਾਈਂ
sport *n* ਦਿਲ ਪਰਚਾਵਾ
sportsman *n* ਖਿਤਾਰੀ
sporty *adj* ਬਲਵਾਨ
spot *v* ਦਾਗ ਲਾਉਣਾ
spot *n* ਜਗ੍ਹਾ, ਥਾਂ
spotless *adj* ਬੇਦਾਗ
spotlight *n* ਸਪਾਟਲਾਇਟ
spouse *n* ਪਤੀ ਜਾਂ ਪਤਨੀ
sprain *v* ਹੱਥ ਨੂੰ ਗਾਨਾ ਪੈ ਜਾਣਾ
sprawl *v* ਲੇਟ
spray *v* ਛਿੜਕਣਾ
spread *iv* ਫੈਲਨਾ, ਖਿਲਰਨਾ
spring *n* ਚਸ਼ਮਾ; ਸੋਮਾ; ਸਪਰਿੰਗ; ਬਸੰਤ ਰੁੱਤ
spring *iv* ਉਛਲਣਾ, ਕੁੱਦਣਾ
sprinkle *v* ਛਿੜਕਣਾ, ਤਰੌਂਕਣਾ
sprout *v* ਅੰਗੂਰੀ, ਉੱਗ
spruce up *v* ਹੁਸ਼ਿਆਰ ਕਰਨਾ
spur *v* ਪ੍ਰੇਰਿਤ, ਆਰ ਦੇਣਾ
spur *n* ਚਾਲ, ਪ੍ਰੇਰਣਾ
spy *v* ਭਾਂਪਣਾ, ਦੇਖ ਲੈਣਾ
spy *n* ਜਾਸੂਸ, ਸੂਹੀਆ
squalid *adj* ਗੰਦਾ, ਘਿਣਾਉਣਾ
squander *v* ਉਡਾਉਣਾ
square *adj* ਵਰਗਾਕਾਰ, ਮੁਰੱਬਾ
square *n* ਵਰਗ, ਚੌਂਕੋਰ
squash *v* ਮਲੀਦਾ ਕਰਨਾ
squeak *v* ਚੀਕ ਕੇ ਬੋਲਣਾ
squeaky *adj* ਚਰਮਰਾਤਾ
squeamish *adj* ਨਾਜ਼ਕ ਮਿਜ਼ਾਜ
squeeze in *v* ਸਮਾਂ ਦੇਣਾ
squeeze up *v* ਨਪੀੜਨਾ
squid *n* ਮੱਛੀ ਦੀ ਇੱਕ ਜਾਤੀ
squirrel *n* ਗਲਹਰੀ
stab *v* ਜ਼ਖਮੀ ਕਰਨਾ
stab *n* ਘੋਪ, ਚੋਭ, ਜ਼ਖਮ
stability *n* ਸਥਿਰਤਾ
stable *adj* ਪੱਕਾ; ਮਜ਼ਬੂਤ; ਅਟੱਲ
stable *n* ਅਸਤਬਲ
stack *v* ਢੇਰ ਲਾਉਣਾ
stack *n* ਢੇਰ, ਧਾਕ
staff *n* ਅਮਲਾ; ਸੋਟਾ; ਸਹਾਰਾ
staff *v* ਕਰਮਚਾਰੀਆਂ ਦਾ ਪ੍ਰਬੰਧ ਕਰਨਾ
stage *n* ਮੰਚ, ਥੜ੍ਹਾ
stage *v* ਦੌਰ, ਮੰਚ
stagger *v* ਡਗਮਗਾਉਣਾ
staggering *adj* ਥਿੜਕਦਾ
stagnant *adj* ਖੜ੍ਹਾ, ਗਤੀਹੀਣ
stagnate *v* ਖੜੋਤਾ
stagnation *n* ਗਤੀਹੀਣਤਾ
stain *v* ਦਾਗ਼ ਲਾਉਣਾ
stain *n* ਦਾਗ਼
stair *n* ਪੌੜੀ
staircase *n* ਪੌੜੀਆ
stairs *n* ਪੋੜੀਆਂ

S

stake *n* ਕਿੱਲ; ਦਾਅ;
stake *v* ਖੂੰਟੇ ਨਾਲ ਬੰਨ੍ਹਣਾ
stale *adj* ਬਾਸੀ
stalemate *n* ਗਤੀਰੋਧ
stalk *n* ਰੋਅਬਦਾਰ ਚਾਲ
stalk *v* ਆਕੜ ਕੇ ਚੱਲਣਾ
stall *v* ਰੁਕਾਵਟ ਪਾਉਣੀ
stall *n* ਖੋਖਾ; ਤਬੇਲਾ; ਠੱਗ
stammer *v* ਥਥਲਾਉਣਾ
stamp *v* ਠੱਪਾ
stamp *n* ਠੱਪਾ
stamp out *v* ਜੜ੍ਹੋਂ ਉਖੜਨਾ
stampede *n* ਭਾਜੜ
stand *iv* ਖੜ੍ਹਨਾ
stand *n* ਖੜ੍ਹੇਤ
stand for *v* ਕਬੂਲਣਾ
stand out *adj* ਪ੍ਰਤੱਖ, ਪ੍ਰਗਟ
stand up *v* ਮਸਖਰੀ ਕਰਨਾ
standard *n* ਪਤਾਕਾ, ਮਿਆਰ
standardize *v* ਟਕਸਾਲਣਾ
standing *n* ਕੋਟੀ; ਪੱਧਰ
standpoint *n* ਵਿਚਾਰ
standstill *adj* ਠਹਿਰਾਉ
staple *v* ਕੁੰਡਾ ਲਾਉਣਾ
staple *n* ਕੁੰਡਾ
stapler *n* ਸਟੇਪਲਰ
star *n* ਸਿਤਾਰਾ
starch *n* ਕਲਫ਼
starchy *adj* ਨਿਸ਼ਾਸਤੇ ਵਾਲਾ
stare *v* ਟਕ
stark *adj* ਸਖਤ
start *v* ਸ਼ੁਰੂ ਕਰਨਾ
start *n* ਸ਼ੁਰੂ
startle *v* ਆਸਚਰਜ
startled *adj* ਚਿੰਤਾਤੁਰ
starvation *n* ਭੁਖਮਰੀ
starve *v* ਭੁੱਖਿਆਂ ਮਾਰ ਦੇਣਾ
state *n* ਪਦ, ਪਦਵੀ
state *v* ਬਿਆਨ ਕਰਨਾ
statement *n* ਹਿਸਾਬ ਕਿਤਾਬ
station *n* ਰੁਤਬਾ
stationary *adj* ਸਥਿਰ
stationery *n* ਲਿਖਣ
statistic *n* ਅੰਕੜੇ
statue *n* ਮੂਰਤੀ
status *n* ਪਦ
statute *n* ਮੂਰਤੀ
staunch *adj* ਪੱਕਾ
stay *v* ਰੋਕਣਾ
stay *n* ਸੂਰਾਂ ਦਾ ਵਾੜਾ
steady *adj* ਟਿਕਵਾਂ
steak *n* ਚਾਂਪ
steal *iv* ਚੁਰਾਉਣਾ
stealthy *adj* ਗੁਪਤ
steam *n* ਭਾਫ਼
steel *n* ਇਸਪਾਤ
steep *adj* ਸਿੱਧੀ
stem *n* ਤਣਾ
stem *v* ਚਾਲ ਨੂੰ ਰੋਕਣਾ
stench *n* ਬੂ
step *n* ਕਦਮ, ਲਾਂਘ
step *v* ਕਦਮ ਚੁੱਕਣਾ
step down *v* ਛੱਡ ਦੇਣਾ
step out *v* ਪ੍ਰਗਟ ਹੋਣਾ

S

step up *v* ਵਧਣਾ
stepbrother *n* ਮਤਰੇਆ ਭਰਾ
step-by-step *adv* ਸਹਿਜੇ ਸਹਿਜੇ
stepdaughter *n* ਮਤਰੇਈ ਧੀ
stepfather *n* ਮਤਰੇਆ ਪਿਉ
stepladder *n* ਪੌੜੀ
stepmother *n* ਮਤਰੇਈ ਮਾਂ
stepsister *n* ਮਤਰੇਈ ਭੈਣ
stepson *n* ਮਤਰੇਆ ਪੁੱਤਰ
sterile *adj* ਬਾਂਝ
sterilize *v* ਬਾਂਝ ਕਰਨਾ
stern *adj* ਕਰੜੀ
stern *n* ਪਿਛਾੜੀ
sternly *adv* ਕਰੜਾਈ ਨਾਲ
stew *n* ਪਰੇਸ਼ਾਨੀ; ਰੰਡੀਖਾਨਾ
stewardess *n* ਸੇਵਿਕਾ
stick *n* ਸੋਟੀ
stick *iv* ਚਭੋਣਾ
stick around *v* ਪ੍ਰੇਮ ਵਿੱਚ ਬੱਝਣਾ
stick out *v* ਉਭਰ
stick to *v* ਪਿੱਛੇ ਲੱਗਣਾ
sticker *n* ਲੇਬਲ
sticky *adj* ਚਿਪਚਿਪਾ
stiff *adj* ਕਰੜਾ
stiffen *v* ਸਖ਼ਤ ਬਣਾਉਣਾ
stiffness *n* ਕਰੜਾਈ
stifle *v* ਕੁਚਲਾ, ਗਲਾ ਘੁਟਣਾ
stifling *adj* ਸਾਹ-ਘੋਟੂ
still *adj* ਚੁੱਪਚਾ
still *adv* ਫਿਰ ਵੀ
stimulant *n* ਉਤੇਜਕ ਵਸਤੂ
stimulate *v* ਉਕਸਾਨਾ
stimulus *n* ਉਤਸ਼ਾਹ
sting *iv* ਚੀਸ ਪੈਣੀ
sting *n* ਡੰਗ, ਸੱਪ ਦੀ ਕੁਚਲੀ
stinging *adj* ਚੀਰਵੀਂ
stingy *adj* ਕੰਜੂਸ
stink *iv* ਦੁਰਗੰਧ ਛੱਡਣੀ
stink *n* ਦੁਰਗੰਧ
stinking *adj* ਦੁਰਗੰਧਮਈ
stipulate *v* ਦੀ ਮੰਗ ਕਰਨਾ
stir *v* ਹਿਲਾਉਣਾ
stir up *v* ਉਤੇਜਿਤ ਕਰਨਾ
stitch *v* ਟਾਂਕ
stitch *n* ਤੋਪਾ
stock *v* ਮਾਲ ਭਰਨਾ
stock *n* ਮੁੱਢ, ਖੁੰਢ
stocking *n* ਵੱਡੀ ਜੁਰਾਬ
stockpile *n* ਜ਼ਖੀਰਾ
stockroom *n* ਸਾਮਾਨ
stoic *adj* ਭਾਵਹੀਨ
stomach *n* ਪੇਟ
stone *n* ਪੱਥਰ
stone *v* ਪੱਥਰ ਮਾਰਨੇ
stool *n* ਸਟੂਲ
stop *v* ਥੰਮ੍ਹਣਾ ਜਾਂ ਥੰਮ੍ਹਾਉਣਾ
stop *n* ਪ੍ਰਤੀਬਿੰਬ
stop by *v* ਵੇਖਣ ਜਾਣਾ
stop over *v* ਥੰਮ੍ਹਣਾ ਜਾਂ ਥੰਮ੍ਹਾਉਣਾ
storage *n* ਭੰਡਾਰ
store *v* ਰਾਖਵਾਂ
store *n* ਭੰਡਾਰ
stork *n* ਸਾਰਸ
storm *n* ਤੂਫਾਨ

S

stormy *adj* ਤੂਫ਼ਾਨੀ
story *n* ਤਾਰੀਖ; ਇਤਿਹਾਸ; ਕਹਾਣੀ
stove *n* ਸਟੋਵ
straight *adj* ਸਿੱਧਾ
straighten out *v* ਵਸਾ ਲੈਣਾ
strain *n* ਤਣਾ
strain *v* ਕੱਸਣਾ
strained *adj* ਤਣਾਉ ਵਾਲਾ
strainer *n* ਛਾਣਨੀ
strait *n* ਸੌੜਾ
stranded *adj* ਘਿਰਿਆ
strange *adj* ਅਜੀਬ
stranger *n* ਅਜਨਬੀ
strangle *v* ਸੰਘੀ ਘੁੱਟਣੀ
strap *n* ਵੱਧਰੀ
strategy *n* ਯੁੱਧ ਨੀਤੀ
straw *n* ਤਿਨਕਾ
strawberry *n* ਸਟਰੌਬੇਰੀ
stray *adj* ਮੁਕਤੀ
stray *v* ਭਟਕ ਜਾਣਾ
stream *n* ਸਰਿਤਾ
street *n* ਰਸਤਾ
streetcar *n* ਰੇਲ ਦਾ ਡੱਬਾ
streetlight *n* ਸਟ੍ਰੀਟਲਾਈਟ
strength *n* ਸ਼ਕਤੀ
strengthen *v* ਤਾਕਤ ਬਖਸ਼ਣਾ
strenuous *adj* ਕਠਨ
stress *n* ਭਾਰ, ਦਬਾ
stressful *adj* ਤਣਾਉ-ਭਰਪੂਰ
stretch *n* ਖਿਚਾ
stretch *v* ਕਸਣਾ
stretcher *n* ਬਾਹੀ ਰੁਖ ਚਿਣੀ ਇੱਟ
strict *adj* ਸਹੀ
stride *iv* ਪੁਲਾਂਘ ਭਰਨੀ
strife *n* ਲੜਾਈ
strike *n* ਹੜਤਾਲ
strike *iv* ਮਾਰਨਾ, ਵਾਰ ਕਰਨਾ
strike back *v* ਪ੍ਰਤੀਕਿਰਿਆ ਕਰਨਾ
strike out *v* ਕੱਟਣਾ
strike up *v* ਸ਼ੁਰੂ ਕਰਨਾ
striking *adj* ਪਰਕੰਡ
string *n* ਨਾੜਾ, ਲੜੀ
stringent *adj* ਕਮਰ ਤੋੜ
strip *n* ਨੰਗ-ਹੋਣ
strip *v* ਨੰਗਾ ਕਰਨਾ
stripe *n* ਧਾਰੀ
striped *adj* ਧਾਰੀਦਾਰ
strive *iv* ਯਤਨ ਕਰਨਾ
stroke *n* ਮੁੱਢ, ਟੁੰਢ
stroll *v* ਸੈਰ
strong *adj* ਮਜਬੂਤ
structure *n* ਬਣਾਵਟ
struggle *v* ਹੱਥ-ਪੈਰ ਮਾਰਨਾ
struggle *n* ਘੋਲ
stub *n* ਮੁੱਢ, ਟੁੰਢ
stubborn *adj* ਢੀਠ
student *n* ਵਿਦਿਆਰਥੀ
study *v* ਅਧਿਐਨ
stuff *n* ਸਾਮੱਗਰੀ, ਮਾਲ
stuff *v* ਬੰਦ ਕਰਨਾ
stuffing *n* ਪੂਰਤੀ
stuffy *adj* ਸਾਹ-ਘੁੱਟਵਾਂ
stumble *v* ਠੋਕਰ ਖਾਣਾ
stun *v* ਕੰਨਾਂ ਨੂੰ ਸੁੰਨ ਕਰ ਦੇਣਾ

stunning *adj* ਸ਼ੁੰਨਕਾਰੀ
stupendous *adj* ਬਹੁਤ ਅਛਾ
stupid *adj* ਬੁਧੂ
stupidity *n* ਮੂਰਖਤਾ
sturdy *adj* ਪੁਸ਼ਟ
stutter *v* ਹਕਲਾਉ
style *n* ਸ਼ੈਲੀ
subdue *v* ਵੱਸ ਕਰਨਾ
subdued *adj* ਕਾਇਲ
subject *v* ਅਧੀਨ ਕਰਨਾ
subject *n* ਪਰਜਾ, ਨਾਗਰਿਕ
sublime *adj* ਉਦਾਤ
submerge *v* ਡੋਬਣਾ
submissive *adj* ਆਗਿਆਪਾਲ
submit *v* ਹਵਾਲੇ ਕਰਨਾ
subpoena *v* ਸੰਮਨ ਜਾਰੀ ਕਰਨਾ
subpoena *n* ਸੰਮਨ ਹਾਜ਼ਰੀ
subscribe *v* ਗਾਹਕ ਬਣਨਾ
subscription *n* ਚੰਦਾ
subsequent *adj* ਉੱਤਰਵਰਤੀ
subsidiary *adj* ਸਹਾਇਕ
subsidize *v* ਮਾਲੀ ਸਹਾਇਤਾ ਦੇਣੀ
subsidy *n* ਆਰਥਿਕ ਸਹਾਇਤਾ
subsist *v* ਖਾਧ-ਖੁਰਾਕ ਦੇਣਾ
substance *n* ਸਾਰ
substandard *adj* ਮਿਆਰ ਤੋਂ ਡਿਗਿਆ
substantial *adj* ਮਹੱਤਵਪੂਰਨ
substitute *n* ਬਦਲ
substitute *v* ਬਦਲਣਾ
subtitle *n* ਉਪ-ਸਿਰਲੇਖ
subtle *adj* ਮਹੀਨ
subtract *v* ਘਟਾਣਾ
subtraction *n* ਘਟਾਉ
suburb *n* ਉਪਨਗਰ
subway *n* ਭੂਮੀ ਦੇ ਥੱਲੇ ਦਾ ਮਾਰਗ
succeed *v* ਬਾਅਦ ਵਿੱਚ ਆਉਣ
success *n* ਸਫ਼ਲਤਾ
successful *adj* ਕਾਮਯਾਬ
successor *n* ਵਾਰਸ
succulent *adj* ਸਰਸ
succumb *v* ਹਾਰ ਜਾਣਾ
such *adj* ਅਜਿਹਾ
suck *v* ਚੂਸਣਾ
sucker *adj* ਚੂਸਕ
sudden *adj* ਅਚਾਨਕ
suddenly *adv* ਅਚਨਚੇਤ
sue *v* ਮੁਕੱਦਮਾ ਕਰਨਾ
suffer *v* ਭੁਗਤ
suffer from *v* ਝੇਲਣਾ, ਝਾਗਣਾ
suffering *n* ਕਸ਼ਟ
sufficient *adj* ਰੱਜਵਾਂ
suffocate *v* ਸਾਹ ਘੁੱਟਣਾ
sugar *n* ਸ਼ੱਕਰ
suggest *v* ਸੁਝਾ ਦੇਣਾ
suggestion *n* ਸੁਝਾਅ
suggestive *adj* ਸੁਝਾਉਣ ਵਾਲਾ
suicide *n* ਆਤਮਘਾਤ
suit *n* ਪ੍ਰਾਰਥਨਾ
suitable *adj* ਉਪਯੁਕਤ
suitcase *n* ਸੂਟਕੇਸ
sulfur *n* ਗੰਧਕ
sullen *adj* ਰੁੱਖਾ
sum *n* ਰਕਮ; ਜੋੜ
sum up *v* ਜੋੜ ਲਾਉਣਾ

S

161 suspend

summarize *v* ਸਾਰ ਦੇਣਾ
summary *n* ਸੰਖੇਪ
summer *n* ਗਰਮੀਆਂ
summit *n* ਚੋਟੀ
summon *v* ਸੱਦਣਾ
sumptuous *adj* ਸ਼ਾਹ ਖਰਚੀ ਵਾਲਾ
sun *n* ਸੂਰਜ
sunburn *n* ਧੁੱਪ-ਪ੍ਰਦਾਹ
Sunday *n* ਐਤਵਾਰ
sundown *n* ਸੂਰਜ ਡੁਬੇ
sunglasses *n* ਚਸ਼ਮਾ
sunken *adj* ਥੋਥਾ
sunny *adj* ਧੁੱਪਦਾਰ
sunrise *n* ਪੌਹ ਫੁਟਾਲਾ
sunset *n* ਢਲਦਾ ਸੂਰਜ
superb *adj* ਸ਼ਾਨਦਾਰ
superfluous *adj* ਨਿਰਰਥਕ
superior *adj* ਉੱਚ
superiority *n* ਉੱਤਮਤਾ
supermarket *n* ਸੁਪਰਮਾਰਕਿਟ
superpower *adj* ਜਬਰਦਸਤ, ਤੇਜ਼
supersede *v* ਮਨਸੂਖ ਕਰਨਾ
superstition *n* ਵਹਿਮ
supervise *v* ਨਿਗਰਾਨੀ ਕਰਨਾ
supervision *n* ਦੇਖ ਭਾਲ
supper *n* ਰਾਤ ਦਾ ਖਾਣਾ
supple *adj* ਚਾਪਲੂਸ
supplier *n* ਪੂਰਤੀਕਰਤਾ
supplies *n* ਸਮੱਗਰੀ
supply *v* ਪੁਜਦਾ ਕਰਨਾ
support *v* ਸਮਰਥਨ
supporter *n* ਸਮਰਥਕ
suppose *v* ਮਿਥ ਲੈਣਾ
supposing *n* ਅਟਕਲਬਾਜ਼ੀ
supposition *n* ਅੰਦਾਜ਼ਾ
suppress *v* ਰਦ੍ਦ ਕਰਨਾ
supremacy *n* ਸਰਬੋਚਤਾ
supreme *adj* ਸਰਵ ਉੱਚ
surcharge *n* ਅਧਿਕ ਟੈਕਸ
sure *adj* ਅਚੁਕ
surely *adv* ਨਿਸ਼ਚੇ ਹੀ
surf *n* ਛੱਲ
surface *n* ਸਤ੍ਹਾ
surge *n* ਉਮੜ੍ਹ
surgeon *n* ਜੱਰਾਹ
surgical *adj* ਜੱਰਾਹੀ ਸਬੰਧੀ
surname *n* ਕੁਲਨਾਮ
surpass *v* ਅੱਗੇ ਵਧ ਜਾਣਾ
surplus *n* ਬੱਚਤ
surprise *v* ਆਸਚਰਜ
surprise *n* ਹੈਰਾਨੀ
surrender *v* ਤਿਆਗਣਾ
surround *v* ਘੇਰਨਾ
surroundings *n* ਚੁਫ਼ੇਰਾ
surveillance *n* ਨਿਗਰਾਨੀ
survey *n* ਨਿਰੀਖਣ
survival *n* ਬਚਾਉ
survive *v* ਜਿਉਂਦੇ ਰਹਿਣਾ
survivor *n* ਉੱਤਰਜੀਵੀ
susceptible *adj* ਗੁੰਜਾਇਸ਼ ਵਾਲਾ
suspect *adj* ਸ਼ੱਕੀ
suspect *n* ਸ਼ੱਕੀ ਆਦਮੀ
suspect *v* ਸ਼ੱਕ ਕਰਨਾ
suspend *v* ਮੁਅੱਤਲ ਕਰਨਾ

S

suspenders *n* ਪਤਲੂਨ ਦੇ ਤਸਮੇ
suspense *n* ਦੋ ਚਿੱਤੀ
suspension *n* ਸ਼ੱਕੀ
suspicion *n* ਸ਼ੱਕ
suspicious *adj* ਸ਼ੱਕੀ
sustain *v* ਸਹਾਰਾ ਦੇਣਾ
sustenance *n* ਆਜੀਵਕਾ
swallow *v* ਅਬਾਬੀਲ
swamp *n* ਦਲਦਲ
swamped *adj* ਮਸਰੂਫ਼
swan *n* ਹੰਸ
swap *v* ਅਦਲ ਬਦਲ
swap *n* ਅਦਲਾ ਬਦਲੀ
swarm *n* ਝੁੰਡ
swarm *v* ਇਕੱਠਾ ਹੋਣਾ
sway *v* ਝੂਮ, ਬੋਲ ਬਾਲਾ
swear *iv* ਸਹੁੰ ਖਾਣਾ
sweat *n* ਪਸੀਨਾ
sweater *n* ਸਵੇਟਰ
Sweden *n* ਸਵੀਡਨ
Swedish *adj* ਸਵੀਡਨ ਦੀ ਭਾਸ਼ਾ
sweep *iv* ਝਾੜੂ ਦੇਣਾ
sweet *adj* ਮਿੱਠਾ
sweeten *v* ਮਿੱਠਾ ਪਾਉਣਾ
sweetheart *n* ਸਜਣੀ
sweetness *n* ਮਾਧੁਰੀ
sweets *n* ਤਾਜ਼ਾ (ਪਾਣੀ)
swell *iv* ਫੁਲ
swelling *n* ਸੰਜਾ
swift *adj* ਤੀਬਰ
swim *iv* ਤਲਾਬ
swimmer *n* ਤੈਰਾਕ
swimming *n* ਤੈਰ
swindle *v* ਧੋਖਾ
swindle *n* ਕਪਟ ਜਾਂ ਛਲ ਕਰਨਾ
swindler *n* ਛਲੀਆ
swing *v* ਝੂਲਣਾ ਜਾਂ ਝੁਲਾਉਣਾ
swing *n* ਝੂਲਾ
Swiss *adj* ਸਵਿਟਜ਼ਰਲੈਂਡ ਸੰਬੰਧੀ
switch *v* ਕੰਟ੍ਰੋਲ ਕਰਨਾ
switch *n* ਬੈਂਤ; ਬਿਜਲੀ ਦਾ ਬਟਨ
switch off *v* ਥੰਮ੍ਹਣਾ ਜਾਂ ਥੰਮ੍ਹਾਉਣਾ
switch on *v* ਆਰੰਭ ਕਰਨਾ
Switzerland *n* ਸਵਿਟਜ਼ਰਲੈਂਡ
swivel *n* ਚੂੜ ਛੱਲਾ
swollen *adj* ਘਮੰਡੀ
sword *n* ਤਲਵਾਰ
swordfish *n* ਕਟਾਰ-ਮੱਛੀ
syllable *n* ਉਚਾਰਖੰਡ
symbol *n* ਸੰਕੇਤ
symbolic *adj* ਸੰਕੇਤਕ
symmetry *adj* ਸੁਡੌਲਤਾ
sympathize *v* ਪਸੀਜਣਾ
sympathy *n* ਹਮਦਰਦੀ
symphony *n* ਸੁਰਮੇਲ
symptom *n* ਨਿਸ਼ਾਨੀ
synagogue *n* ਯਹੂਦੀ ਮੰਦਰ
synchronize *v* ਸਮਕਾਲਵਰਤੀ ਹੋਣਾ
synod *n* ਪਾਦਰੀਆਂ ਦੀ ਸਭਾ
synonym *n* ਪਰਿਆਇ, ਸਮਾਨਾਰਥੀ ਸ਼ਬਦ
synthesis *n* ਸੰਸਲੇਸ਼ਣ
syphilis *n* ਆਤਸ਼ਕ
syringe *n* ਪਿਚਕਾਰ
syrup *n* ਸ਼ੀਰਾ

system *n* ਵਿਵਸਥਾ
systematic *adj* ਕ੍ਰਮਬੱਧ

T

table *n* ਮੇਜ਼
tablecloth *n* ਮੇਜ਼ਪੋਸ਼
tablespoon *n* ਵੱਡਾ ਚਮਚਾ
tablet *n* ਗੋਲੀ, ਟਿੱਕੀ
tack *n* ਮੇਖ, ਕੋਕਾ
tackle *v* ਸਿੱਝਣਾ
tact *n* ਸਪੱਰਸ਼
tactful *adj* ਜੁਗਤੀ
tactical *adj* ਜੁਗਤੀਪੂਰਨ
tactics *n* ਜੰਗੀ ਚਾਲਾਂ
tag *n* ਟੋਪੀ
tail *n* ਪੂਛ
tail *v* ਪੂਛ ਲਾਉਣਾ
tailor *n* ਦਰਜੀ
tainted *adj* ਦੂਸ਼ਤ
take *iv* ਲੇਣਾ
take apart *v* ਵੰਚਿਤ ਕਰਨਾ
take away *v* ਉਠਾ ਲੈਣਾ
take back *v* ਇੱਕ ਪਾਸੇ ਕਰਨਾ
take in *v* ਧੋਖਾ ਦੇਣਾ
take off *v* ਅਲੱਗ ਕਰਨਾ
take out *v* ਵੱਖਰਾ ਕਰਨਾ
take over *v* ਕਬਜ਼ਾ ਕਰ ਲੈਣਾ
tale *n* ਕਹਾਨੀ, ਗਲਪ
talent *n* ਪ੍ਰਤਿਭਾ
talk *v* ਗਲ, ਬੋਲਣਾ
talkative *adj* ਬਾਤੂਨੀ
tall *adj* ਲੰਬਾ
tame *v* ਪ੍ਰਭਾਵਹੀਣ
tangent *n* ਸਪਰਸ਼ ਰੇਖਾ
tangerine *n* ਛੋਟਾ ਸਮਤਰਾ
tangible *adj* ਸਪਰਸ਼ੀ
tangle *n* ਗੁੱਥੀ
tank *n* ਟੈਂਕ
tanned *adj* ਭੂਰਾ
tantamount to *adj* ਬਰਾਬਰ
tantrum *n* ਝੁੰਜਲਾਹਟ
tap *n* ਟੂਟੀ, ਥਾਪ
tap into *v* ਭਾਂਡੇ ਦੀ ਟੂਟੀ
tape *n* ਫੀਤਾ
tape recorder *n* ਤ੍ਰਿਵਿਮ ਦਰਸ਼ੀ ਯੰਤਰ
tapestry *n* ਕੰਧ ਗਲੀਚਾ
tar *n* ਤਾਰਕੋਲ
tarantula *n* ਇੱਕ ਜ਼ਹਿਰੀਲੀ ਮੱਕੜੀ
tardy *adj* ਆਲਸੀ
target *n* ਟੀਚਾ, ਲਕਸ਼
tariff *n* ਮਹਿਸੂਲ
tarnish *v* ਧੱਬਾ ਲਾਉਣਾ
tart *n* ਛਨਾਲ
tartar *n* ਕਰੇੜਾ
task *n* ਕੰਮ
taste *v* ਚੱਖਣਾ
taste *n* ਸੁਆਦ
tasteful *adj* ਸੁਆਦਿਸ਼ਟ
tasteless *adj* ਬੇਸੁਆਦਾ

T

tasty *adj* ਸੁਆਦੀ
tavern *n* ਸ਼ਰਾਬਖਾਨਾ
tax *n* ਕਰ
tea *n* ਚਾਹ
teach *iv* ਪੜ੍ਹਾਉਣਾ
teacher *n* ਗੁਰੂ
team *n* (ਪਸ਼ੂਆਂ ਦੀ) ਜੋੜੀ
teapot *n* ਚਾਹਦਾਨੀ
tear *iv* ਖਿੱਚਣਾ, ਨੋਚਣਾ
tear *n* ਹੰਝੂ
tearful *adj* ਅੱਥਰੂ-ਭਰਿਆ
tease *v* ਛੇੜਣਾ
teaspoon *n* ਛੋਟਾ ਚਮਚਾ
technical *adj* ਤਕਨੀਕੀ
technicality *n* ਵੇਰਵਾ
technician *n* ਮਿਸਤਰੀ
technique *n* ਤਰੀਕਾ
technology *n* ਸ਼ਿਲਪ-ਵਿਗਿਆਨ
tedious *adj* ਥਕਾ ਦੇਣ ਵਾਲਾ
tedium *n* ਅਕੇਵਾਂ
teenager *n* ਮੁੰਡਾ
teeth *n* ਬਤੀਸੀ
telegram *n* ਮੁੰਡਾ
telepathy *n* ਦੂਰ ਸੰਵੇਦਨ
telephone *n* ਟੈਲੀਫ਼ੋਨ
telescope *n* ਟੈਲੀਸਕੋਪ
televise *v* ਖਬਰਾਂ ਦੇਣਾ
television *n* ਟੈਲੀਵੀਜਨ
tell *iv* ਕਹਿਣਾ
teller *n* ਦੱਸਣ ਵਾਲਾ
telling *adj* ਸਪੱਸ਼ਟ
temper *n* ਸੁਭਾਅ
temperature *n* ਤਾਪਮਾਨ
tempest *n* ਝੱਖੜ
temple *n* ਮੰਦਰ
temporary *adj* ਅਸਥਾਈ
tempt *v* ਭਰਮਾਉਣਾ
temptation *n* ਲਾਲਚ
tempting *adj* ਵਰਗਲਾਊ
ten *adj* ਦਸ
tenacity *n* ਮਜਬੂਤੀ
tenant *n* ਕਿਰਾਏਦਾਰ
tendency *n* ਝੁਕਾਉ
tender *adj* ਨਰਮ, ਮੁਲਾਇਮ
tenderness *n* ਕੋਮਲਤਾ
tennis *n* ਟੈਨਿਸ
tenor *n* ਚਾਲ (ਜੀਵਨ ਰੌਂ ਦੀ)
tense *adj* ਕਸਿਆ, ਤਣਿਆ
tension *n* ਕਸ, ਖਿੱਚ
tent *n* ਟੈਂਟ, ਤੰਬੂ
tentacle *n* ਰੇਸ਼ਾ, ਤਾਰ
tentative *adj* ਪਰਤਾਵੀਂ
tenth *n* ਦਸਵਾਂ
tenuous *adj* ਮਹੀਨ
tepid *adj* ਥੋੜ੍ਹਾ ਗਰਮ
term *n* ਅਵਧੀ
terminate *v* ਥੋੜ੍ਹਾ ਗਰਮ
terminology *n* ਪਰਿਭਾਸ਼ਕੀ
termite *n* ਦੀਮਕ
terms *n* ਹਾਲ ਚਾਲ
terrace *n* ਚਬੂਤਰਾ
terrain *n* ਜ਼ਮੀਨ ਦਾ ਭਾਗ
terrestrial *adj* ਧਰਤੀ ਦਾ
terrible *adj* ਭਿਆਨਕ

terrific *adj* ਭਿਅੰਕਰ
terrify *v* ਭੈ ਭੀਤ ਕਰਨਾ
terrifying *adj* ਡਰਾਉਣਾ
territory *n* ਇਲਾਕਾ
terror *n* ਆਤੰਕ
terrorism *n* ਆਤੰਕਵਾਦ
terrorist *n* ਦਹਿਸ਼ਤਪਸੰਦ
terrorize *v* ਭੈ-ਭੀਤ ਕਰਨਾ
terse *adj* ਸਾਫ਼ ਸੁਥਰਾ
test *v* ਪੜਤਾਲ ਕਰਨਾ
test *n* ਅਜ਼ਮਾਇਸ਼
testament *n* ਵਸੀਅਤ ਨਾਮਾ
testify *v* ਸਹੀ ਕਰਨਾ
testimony *n* ਸਬੂਤ
text *n* ਮੂਲਪਾਠ
textbook *n* ਪਾਠ-ਪੁਸਤਕ
texture *n* ਰਚਨਾ
thank *v* ਧੰਨਵਾਦ ਦੇਣਾ
thankful *adj* ਧੰਨਵਾਦੀ
thanks *n* ਧੰਨਵਾਦ
that *adj* ਕਿ
thaw *v* ਪੰਘਰਨਾ
thaw *n* ਪੰਘਾਰ; ਖੁਲ੍ਹੀ ਰਾਤ
theater *n* ਰੰਗਸ਼ਾਲਾ
theft *n* ਚੋਰੀ
theme *n* ਵਸਤੂ
themselves *pro* ਉਹ ਆਪਣੇ ਆਪ
then *adv* ਉਦੋਂ; ਤਦ
theologian *n* ਧਰਮਸ਼ਾਸਤਰੀ
theology *n* ਧਰਮ ਸ਼ਾਸਤਰ
theory *n* ਸਿਧਾਂਤ
therapy *n* ਇਲਾਜ, ਚਿਕਿਤਸਾ
there *adv* ਓਥੇ
therefore *adv* ਇਸ ਲਈ
thermometer *n* ਤਾਪਮਾਪੀ
thermostat *n* ਤਾਪ ਸਥਾਪਕ ਯੰਤਰ
these *pro* ਇਹ
thesis *n* ਪ੍ਰਤਿੱਗਿਆ
they *pro* ਉਹ
thick *adj* ਮੋਟਾ, ਦਲ ਵਾਲਾ
thicken *v* ਮੋਟਾ ਕਰਨਾ
thickness *n* ਮੁਟਾਈ, ਮੋਟਾਪਣ
thief *n* ਚੋਰ, ਉਚੱਕਾ
thigh *n* ਪੱਟ
thin *adj* ਪਤਲਾ, ਬਾਰੀਕ
thing *n* ਸ਼ੈ; ਵਸਤ, ਚੀਜ਼
think *iv* ਵਿਚਾਰ ਕਰਨਾ
thinly *adv* ਹਲਕਾ
third *adj* ਤੀਜਾ
thirst *v* ਤਿਹਾਏ ਹੋਣਾ
thirsty *adj* ਪਿਆਸਾ
thirteen *n* ਤੇਰਾਂ
thirty *n* ਤੀਹ
this *pro* ਇਹ
thorn *n* ਕੰਡਾ
thorny *adj* ਕੰਡੇਦਾਰ
thorough *adj* ਪੂਰਾ
those *adj* ਉਨ੍ਹਾਂ
though *adv* ਭਾਵੇਂ, ਚਾਹੇ
thought *n* ਖਿਆਲ
thoughtful *adj* ਵਿਚਾਰਸ਼ੀਲ
thousand *adj* ਹਜਾਰ
thread *v* ਧਾਗਾ ਪਾਉਣਾ
thread *n* ਧਾਗਾ

threat *n* ਧਮਕੀ
threaten *v* ਧਮਕਾਉਣਾ
three *adj* ਤਿੰਨ
thresh *v* ਗਾਹੁਣਾ, ਦਾਣੇ ਕੱਢਣਾ
threshold *n* ਬਰੂਹਾਂ; ਪ੍ਰਵੇਸ਼
thrifty *adj* ਸੰਜਮੀ
thrill *v* ਟੁੰਬਣਾ
thrill *n* ਝੁਣਝੁਣੀ
thrive *v* ਪ੍ਰਫੁੱਲਤ ਹੋਣਾ
throat *n* ਗਲਾ
throb *n* ਧੜਕਣ
throb *v* ਧੜਕਣਾ
thrombosis *n* ਥ੍ਰੋਮਬਸਿਸ (ਖੂਨ ਦਾ ਥੱਕਾ ਜਮਣਾ)
throne *n* ਸਿੰਘਾਸਣ
throng *n* ਸਮੂਹ
through *pre* ਦੁਆਰਾ
throw *iv* ਸੁੱਟਣਾ
throw away *v* ਵਰਤ ਕੇ ਸੁਟਣਯੋਗ
throw up *v* ਭੰਨ ਪਾਉ
thug *n* ਠੱਗ
thumb *n* ਅੰਗੂਠਾ
thumbtack *n* ਛੋਟੀ ਪਿੰਨ
thunder *n* ਕੜਕ; ਸ਼ੋਰ
thunderbolt *n* ਅਸਮਾਨੀ ਗੋਲਾ
thunderstorm *n* ਗਰਜ ਅਤੇ ਤੂਫ਼ਾਨ
Thursday *n* ਵੀਰਵਾਰ, ਜੁਮੇਰਾਤ
thus *adv* ਇਉਂ
thwart *v* ਨਿਸਫਲ ਕਰਨਾ
thyroid *n* ਥਾਈਰਡ
tickle *v* ਕੁਤਕੁਤੀ ਕਰਨਾ
tickle *n* ਕੁਤਕੁਤੀ
ticklish *adj* ਗੁੰਝਲਦਾਰ
tidal wave *n* ਜਵਾਰੀ ਤਰੰਗ
tide *n* ਉਤਰਾਅ-ਚੜ੍ਹਾਅ; ਜਵਾਰ-ਭਾਟਾ
tidy *adj* ਸੁਥਰਾ
tie *v* ਬੰਨ੍ਹਣਾ, ਗੰਢ ਦੇਣਾ
tie *n* ਬੰਧਨੀ, ਤਣੀ
tiger *n* ਸ਼ੇਰ
tight *adj* ਤੰਗ
tighten *v* ਕਸਣਾ
tile *n* ਟਾਇਲ, ਖਪਰੈਲ
till *n* ਦੁਕਾਨ ਦੀ ਗੋਲਕ
till *v* ਖੇਤੀ ਕਰਨਾ
tilt *v* ਉਲਾਰਨਾ
timber *n* ਕਾਠ, ਲੱਕੜ
time *n* ਸਮਾਂ, ਵਕਤ
time *v* ਸਮਾਂ ਨਿਸ਼ਚਿਤ ਕਰਨਾ
timeless *adj* ਅਕਾਲ
timely *adj* ਸਾਮਿਅਕ
times *n* ਜ਼ਮਾਨਾ
timetable *n* ਟਾਈਮ-ਟੇਬਲ
timid *adj* ਡਰਾਕਲ
timidity *n* ਲਾਜ
tin *n* ਕਲੀ, ਟੀਨ ਦਾ ਡੱਬਾ
tiny *adj* ਛੋਟਾ, ਨਿਕਚੂ
tip *n* ਸਿਰਾ; ਨੋਕ; ਬਖਸ਼ੀਸ਼
tiptoe *n* ਪੱਬਾਂ ਭਾਰ
tire *n* ਪੁਸ਼ਾਕ
tire *v* ਸਜਾਉਣਾ
tired *adj* ਚਕਨਾਚੂਰ
tiredness *n* ਥਕਾਵਾਂ
tireless *adj* ਅਣਥੱਕ, ਅਥੱਕ
tiresome *adj* ਥਕਾਊ

T

tissue *n* (ਜੀਵ) ਟਿਸ਼ੂ
title *n* ਸਿਰਲੇਖ
to *pre* ਨੂੰ
toad *n* ਡੱਡੂ ਵਰਗਾ ਜੀਵ
toast *v* ਗਰਮਾਉਣਾ
toast *n* ਟੋਸਟ, ਤੇਸਾ
tobacco *n* ਤਮਾਕੂ
today *adv* ਅੱਜ
toddler *n* ਛੋਟਾ ਬੱਚਾ
toe *n* ਪੈਰ ਦੀ ਉਂਗਲ
toenail *n* ਪੈਰ ਦਾ ਨਹੁੰ
together *adv* ਇੱਕੱਠੇ, ਲਗਾਤਾਰ
toil *v* ਮਿਹਨਤ ਕਰਨਾ
toilet *n* ਕਮੋਡ
token *n* ਨਿਸ਼ਾਨੀ
tolerable *n* ਝੱਲਣ ਦੀ ਸ਼ਕਤੀ
tolerance *n* ਸਹਿਨ
tolerate *v* ਨਿਬਾਹ, ਸਹਿ
toll *n* ਰਾਹਦਾਰੀ
toll *v* ਟੈਕਸ ਲੈਣਾ
tomato *n* ਟਮਾਟਰ
tomb *n* ਮਕਬਰਾ
tombstone *n* ਸਮਾਧੀ ਦਾ ਸ਼ਿਲਾਲੇਖ
tomorrow *adv* ਕਲ ਜੋ ਆਏਗਾ
ton *n* ਫੈਸ਼ਨ; ਟਨ
tone *n* ਅੰਦਾਜ਼; ਧੁਨ; ਅਰੋਗਤਾ
tongs *n* ਚਿਮਟਾ
tongue *n* ਜੀਭ
tonic *n* ਪੌਸ਼ਟਿਕ ਦਵਾਈ
tonight *adv* ਅਜ ਰਤ
tonsil *n* ਗਲ, ਗਲ ਦੇ ਕੰਡੇ
too *adv* ਬਹੁਤ ਵਧੇਰੇ
tool *n* ਔਜ਼ਾਰ
tooth *n* ਦੰਦ
toothache *n* ਦੰਦ-ਪੀੜ
toothpick *n* ਛਿੰਗ
top *n* ਚੋਟੀ
topic *n* ਮਜ਼ਮੂਨ, ਵਿਸ਼ਾ
topple *v* ਲਾਹੁਣਾ
torch *n* ਟਾਰਚ
torment *v* ਕਲੇਸ਼, ਤਕਲੀਫ਼
torment *n* ਤਸੀਹਾ
torrent *n* ਹੜ੍ਹ
torrid *adj* ਤੱਤਾ
torso *n* ਧੜ; ਅਧੂਰਾ ਕੰਮ
tortoise *n* ਕੱਛੂ ਕੁੰਮਾ, ਕੱਛੂ
torture *v* ਤਸੀਹੇ ਦੇਣੇ
torture *n* ਤਸੀਹਾ
toss *v* ਉਪਰ ਸੁੱਟ
total *adj* ਕੁੱਲ
totalitarian *adj* ਏਕਾਧਿਕਾਰਵਾਦੀ
totality *n* ਕੁੱਲ-ਜੋੜ
touch *n* ਛੋਹ, ਸਪਰਸ਼
touch *v* ਛੋਹਣਾ
touch on *v* ਸਲੂਕ ਕਰਨਾ
touch up *v* ਮੋੜ ਦੇਣਾ
touching *adj* ਪ੍ਰਭਾਵਕਾਰੀ
tough *adj* ਪੱਕਾ
toughen *v* ਮਜ਼ਬੂਤ ਕਰਨਾ
tour *n* ਯਾਤਰਾ
tourism *n* ਭ੍ਰਮਣ, ਟੂਰਿਜ਼ਮ
tourist *n* ਸੈਲਾਨੀ
tournament *n* ਖੇਡ ਪ੍ਰਤਿਯੋਗਤਾ
tow *v* ਸੰਗਲ ਪਾ ਕੇ ਖਿੱਚਣਾ

T

tow truck *n* ਖਿਚਾਈ ਟਰੱਕ
towards *pre* ਤਿਆਰ
towel *n* ਤੌਲੀਆ
tower *n* ਮਿਨਾਰ
towering *adj* ਬਹੁਤ ਉੱਚਾ
town *n* ਨਗਰ
town hall *n* ਜੈ ਜੈ ਕਾਰ
toxic *adj* ਵਿਹੁਲਾ
toxin *n* ਵਿਸ
toy *n* ਖਿਡੌਣਾ
trace *v* ਖੋਜਣਾ
track *n* ਪੈੜ
track *v* ਪੈੜ ਫੜਨਾ
traction *n* ਖਿਚਾਈ
tractor *n* ਟ੍ਰੈਕਟਰ
trade *n* ਕਾਰੋਬਾਰ
trade *v* ਵਪਾਰ ਕਰਨਾ
trademark *n* ਮਾਰਕਾ
trader *n* ਵਪਾਰੀ
tradition *n* ਪਰੰਪਰਾ
traffic *n* ਧੰਦਾ
traffic *v* ਆਉਣਾ-ਜਾਣਾ
tragedy *n* ਸ਼ੋਕਮਈ ਦੁਰਘਟਨਾ
tragic *adj* ਦੁਖਾਂਤ
trail *v* ਘੜੀਸਣਾ
trail *n* ਪੂਛਲ
trailer *n* ਵੇਲਦਾਰ
train *n* ਰੇਲ-ਗੱਡੀ
train *v* ਸਿਖਾਉਣਾ
trainee *n* ਸਿਖਿਆਰਥੀ
trainer *n* ਸਿਖਾਵਾ
training *n* ਟਰੇਨਿੰਗ
trait *n* ਗੁਣ
traitor *n* ਗ਼ਦਾਰ
trajectory *n* ਗਤੀ ਰੇਖਾ
tram *n* ਟ੍ਰਾਮ
trample *v* ਲਤਾੜਨਾ, ਮਧੋਲਣਾ
trance *n* ਸੁੰਨ-ਸਮਾਧੀ
tranquility *n* ਚੈਨ
transaction *n* ਲੈਣ ਦੇਣ
transcend *v* ਪਾਰਗਾਮੀ ਹੋਣਾ
transcribe *v* ਉਤਾਰਾ ਲੈਣਾ
transfer *v* ਹਵਾਲੇ ਕਰਨਾ
transfer *n* ਬਦਲੀ, ਤਬਾਦਲਾ
transform *v* ਰੂਪ ਬਦਲ ਦੇਣਾ
transformation *n* ਰੂਪਾਂਤਰ
transfusion *n* ਖੂਨ ਦੀ ਬਦਲੀ
transient *adj* ਅਸਥਾਈ
transit *n* ਪਾਰਗਮਨ, ਲੰਘਣ
transition *n* ਪਰਿਵਰਤਨ
translate *v* ਅਨੁਵਾਦ ਕਰਨਾ
translator *n* ਅਨੁਵਾਦਕ
transmit *v* ਭੇਜਣਾ, ਘੱਲਣਾ
transparent *adj* ਪਾਰਦਰਸ਼ਕ
transplant *v* ਇੱਕ ਥਾਂ ਤੋਂ ਦੂਜੀ ਥਾਂ ਲਗਾਉਣਾ
transport *v* ਢੋਣਾ
trap *n* ਫ਼ਾਂਸ
trap *v* ਧੋਖੇ ਨਾਲ ਫਸਾਉਣਾ
trash *n* ਤੁੱਛ ਚੀਜ਼
trash can *n* ਢੋਲ ਕੂੜੇ ਦਾ
traumatic *adj* ਦੁਖਦਾਈ
traumatize *v* ਸਦਮਾ ਲਾਉਣਾ
travel *v* ਸਫ਼ਰ ਕਰਨਾ
traveler *n* ਮੁਸਾਫਰ

tray *n* ਥਾਲ
treacherous *adj* ਧ੍ਰੋਹੀ
treachery *n* ਧ੍ਰੋਹ
tread *iv* ਚੱਲਣਾ
treason *n* ਵਿਦਰੋਹ
treasure *n* ਕੋਸ਼, ਖ਼ਜ਼ਾਣਾ
treasurer *n* ਖ਼ਜਾਨਚੀ
treat *v* ਸਲੂਕ ਕਰਨਾ
treat *n* ਦਿਲ-ਪਰਚਾਵਾ
treatment *n* ਸਲੂਕ, ਵਤੀਰਾ
treaty *n* ਸੰਧੀ, ਅਹਿਦਨਾਮਾ
tree *n* ਦਰੱਖ਼ਤ
tremble *v* ਘਬਰਾਣਾ
tremendous *adj* ਡਰਾਉਣਾ
tremor *n* ਕੰਪ
trench *n* ਖਾਈ
trend *n* ਰੁਝਾਨ
trendy *adj* ਪ੍ਰਚਲਿਤ, ਫੈਸ਼ਨੇਬਲ
trespass *v* ਬੇਜਾ ਦਖਲ ਦੇਣਾ
trial *n* ਪਰਖ, ਅਜ਼ਮਾਇਸ਼
triangle *n* ਤਿਕੋਣ
tribe *n* ਜਾਤੀ
tribulation *n* ਕਸ਼ਟ
tribunal *n* ਕਚਹਿਰੀ ਦੀ ਕੁਰਸੀ
tribute *n* ਸ਼ਰਧਾਂਜਲੀ, ਕਰ
trick *v* ਚਾਲ ਚਲ ਜਾਣਾ
trick *n* ਚਾਲ, ਚਾਲਬਾਜ਼ੀ
trickle *v* ਟਪਕਾਉਣਾ
tricky *adj* ਧੋਖੇਬਾਜ਼
trigger *v* ਘੋੜਾ ਦਬਾਉਣਾ
trigger *n* ਬੰਦੂਕ ਦਾ ਘੋੜਾ
trim *v* ਜਹਾਜ਼ ਮੁਰੰਮਤ ਕਰਨਾ
trimester *n* ਤਿਮਾਹੀ
trimmings *n* ਛਾਂਟ ਛੂੰਟ
trip *n* ਦੌਰਾ, ਚੱਕਰ
trip *v* ਠੋਕਰ ਲਾਉਣੀ
triple *adj* ਤਿਗਣਾ
tripod *n* ਤਿਪਾਈ
triumph *n* ਫ਼ਤਹਿ
triumphant *adj* ਜੇਤੂ
trivial *adj* ਤੁੱਛ
trivialize *v* ਨਿਰਾਦਰ ਕਰਨਾ
trolley *n* ਠੇਲ੍ਹਾ
troop *n* ਟੋਲੀ
trophy *n* ਟਰਾਫ਼ੀ
tropic *n* ਤਪਤ-ਰੇਖਾ
tropical *adj* ਤਪਤ-ਖੰਡੀ
trouble *n* ਦੁੱਖ, ਪਰੇਸ਼ਾਨੀ
trouble *v* ਪਰੇਸ਼ਾਨ ਕਰਨਾ
troublesome *adj* ਦੁਖਦਾਇੱਕ
trousers *n* ਪਤਲੂਨ
trout *n* ਟ੍ਰਾਉਟ
truce *n* ਯੁਧ ਵਿਰਾਮ
truck *n* ਟਰੱਕ
trucker *n* ਛਕੜੇ ਵਾਲਾ
trumped-up *adj* ਨਕਲੀ
trumpet *n* ਬਿਗਲ
trunk *n* ਤਣਾ; ਬਕਸਾ; ਸੁੰਡ
trust *v* ਯਕੀਨ ਕਰਨਾ
trust *n* ਯਕੀਨ, ਵਿਸ਼ਵਾਸ
truth *n* ਸੱਚ
truthful *adj* ਸਚਿਆਰ
try *v* ਪਰਖਣਾ
tub *n* ਟੱਬ, ਟੱਪ, ਕੁੰਡਾ

T

tuberculosis *n* ਤਪਦਿਕ
Tuesday *n* ਮੰਗਲਵਾਰ
tuition *n* ਪੜ੍ਹਾਈ
tulip *n* ਗੁਲਲਾਲਾ
tumble *v* ਢਹਿ
tummy *n* (ਬਾਲ ਬੋਲੀ) ਢਿੱਡੀ
tumor *n* ਰਸੌਲੀ
tumult *n* ਹਾਹਾਕਾਰ
tumultuous *adj* ਹਲਚਲ-ਭਰਪੂਰ
tuna *n* ਟੂਨਾ, ਇੱਕ ਮੱਛੀ
tune *n* ਤਰਜ
tune *v* ਸੁਰ ਕਰਨਾ
tune up *v* ਉਤਾਂਹ ਚੁੱਕਣਾ
tunic *n* ਚੋਗਾ
tunnel *n* ਸੁਰੰਗ
turbine *n* ਟਰਬਾਈਨ
turbulence *n* ਖਲਬਲੀ
turf *n* ਘਾਹੀ ਮੈਦਾਨ
Turk *n* ਤੁਰਕ
Turkey *n* ਟਰਕੀ
turmoil *n* ਗੜਬੜ
turn *n* ਮੋੜ, ਗੇੜਾ
turn *v* ਘੁੰਮਣਾ, ਗਿੜਨਾ
turn back *v* ਵਾਪਸ ਜਾਣਾ
turn down *v* ਤਿਆਗਣਾ
turn in *v* ਅੰਦਰ ਵੱਲ ਮੋੜਣਾ
turn off *v* ਸੱਤਾ ਰੱਖਣਾ
turn on *v* ਸ਼ੁਰੂ ਕਰਨਾ
turn out *v* ਕੱਢ ਦੇਣਾ
turn over *v* ਉਲੱਦਣਾ
turn up *v* ਤੇਜ਼ ਕਰਨਾ
turret *n* ਬੁਰਜ
turtle *n* ਕੱਛੂਕੰਮਾ
tusk *n* ਲੰਮਾ ਦੰਦ
tutor *n* ਟਿਊਟਰ
tweezers *n* ਚਿਮਟੀ
twelfth *adj* ਬਾਰ੍ਹਵਾਂ
twelve *adj* ਬਾਰਾਂ
twentieth *adj* ਵੀਹਵਾਂ
twenty *adj* ਵੀਹ
twice *adv* ਦੋ ਵਾਰੀ, ਦੋ ਗੁਣਾ
twilight *n* ਸੰਝ
twin *n* ਜੌੜਾ-ਬੱਚਾ
twinkle *v* ਟਿਮਟਿਮਾਉਣਾ
twist *v* ਵੱਟਣਾ
twist *n* ਰੱਸੀ, ਧਾਗਾ
twisted *adj* ਚੁਰੜ ਮੁਰੜ
twister *n* ਬੇਪ੍ਰਤੀਤਾ ਵਿਅਕਤੀ
two *adj* ਦੋ
tycoon *n* ਵੱਡਾ ਪੂੰਜੀਪਤੀ
type *n* ਪ੍ਰਤਿਰੂਪ, ਦੂਜਾ ਰੂਪ
type *v* ਪ੍ਰਤਿਰੂਪ ਹੋਣਾ
typical *adj* ਪ੍ਰਤਿਰੂਪੀ
tyranny *n* ਜ਼ੁਲਮ
tyrant *n* ਜਾਬਰ

U

ugliness *n* ਕਰੂਪਤਾ
ugly *adj* ਕਰੂਪ
ulcer *n* ਫੋੜਾ
ultimate *adj* ਮੁਢਲਾ
ultimatum *n* ਮੌਲਿਕ ਸਿਧਾਂਤ
ultrasound *n* ਪਰਾ-ਧੁਨੀ
umbrella *n* ਛਤਰੀ
umpire *n* ਅੰਪਾਇਰ
unable *adj* ਅਸਮਰਥ
unanimity *n* ਸਰਬ ਸੰਮਤੀ
unarmed *adj* ਨਿਹੱਥਾ
unassuming *adj* ਨਿਰ-ਹੰਕਾਰ
unattached *adj* ਅਸੰਬੰਧਿਤ
unavoidable *adj* ਅਰੋਕ
unaware *adj* ਗ਼ਾਫ਼ਲ
unbearable *adj* ਅਸਹਿ
unbeatable *adj* ਨਾ ਪਛਾੜਨਯੋਗ
unbelievable *adj* ਨਾ ਮੰਨਣ ਯੋਗ
unbiased *adj* ਨਿਰਪੱਖ
unbroken *adj* ਸਾਬਤ
unbutton *v* ਬਟਨ ਖੋਲ੍ਹਣੇ
uncertain *adj* ਅਨਿਸਚਿਤ
uncle *n* ਤਾਇਆ
uncomfortable *adj* ਬੇਆਰਾਮ
uncommon *adj* ਦੁਰਲੱਭ
unconscious *adj* ਬੇਸੁਧ
uncover *v* ਢੱਕਣ ਲਾਹੁਣਾ
undecided *adj* ਅਣਨਿਪਟਾਇਆ
undeniable *adj* ਨਾ ਝੁਠਲਾਉਣ ਯੋਗ
under *pre* ਦੇ ਹੇਠਾਂ
undercover *adj* ਗੁਪਤ
underdog *n* ਲਤਾੜਿਆ ਵਿਅਕਤੀ
undergo *v* ਝੱਲਣਾ
underground *adj* ਜ਼ਮੀਨਦੋਜ਼
underlie *v* ਥੱਲੇ ਪਏ ਹੋਣਾ
underline *v* ਲਕੀਰ ਲਾਉਣੀ
underlying *adj* ਬੁਨਿਆਦੀ
undermine *v* ਨੀਂਹ ਖੋਖਲੀ ਕਰ ਦੇਣਾ
underneath *pre* ਦੇ ਥੱਲੇ, ਦੇ ਹੇਠਾਂ
underpass *n* ਛੋਟਾ ਰਾਹ
understand *v* ਸਮਝਣਾ
understandable *adj* ਅਨੁਭਵ-ਯੋਗ
understanding *n* ਸਮਝ
undertake *v* ਆਪਣੇ ਜ਼ਿੰਮੇ ਲੈਣਾ
underwear *n* ਤਲੇਵਰ
underwrite *v* ਹੇਠਾਂ ਲਿਖਣਾ; ਸਮੁੰਦਰੀ ਬੀਮਾ ਕਰਨਾ
undeserved *adj* ਅਪਾਤਰ
undesirable *adj* ਇਤਰਾਜ਼ਯੋਗ
undisputed *adj* ਝਗੜੇ-ਰਹਿਤ
undo *v* ਮਿਟਾ ਦੇਣਾ
undoubtedly *adv* ਬੇਸ਼ਕ
undress *v* ਨੰਗਾ ਕਰਨਾ
undue *adj* ਅਯੋਗ
unearth *v* ਪੁੱਟ ਕੇ ਕੱਢਣਾ
uneasiness *n* ਬੇਚੈਨੀ
uneasy *adj* ਵਿਆਕੁਲ
uneducated *adj* ਅਨਪੜ੍ਹ
unemployed *adj* ਬੇਰੋਜ਼ਗਾਰ
unemployment *n* ਬੇਕਾਰੀ
unending *adj* ਅਮੁੱਕ

U

unequal *adj* ਅਸਾਵਾਂ
unequivocal *adj* ਨਿਰਭਰਾ
uneven *adj* ਅਪੱਧਰਾ
uneventful *adj* ਸ਼ਾਂਤ
unexpected *adj* ਅਣਚਿਤਵਿਆ
unfailing *adj* ਸਦੀਵੀ
unfair *adj* ਅਨਿਆਈ
unfairly *adv* ਅਨਿਆਈ ਤੌਰ ਤੇ
unfairness *n* ਅਨਿਆਂ
unfaithful *adj* ਵਿਸ਼ਵਾਸਘਾਤਕ
unfamiliar *adj* ਓਪਰਾ
unfasten *v* ਖੋਲ੍ਹਦਾ
unfavorable *adj* ਅਸੁਖਾਵਾਂ
unfit *adj* ਅਯੋਗ
unfold *v* ਤਹਿ ਖੋਲ੍ਹਣਾ
unforeseen *adj* ਅਣਚਿਤਵਿਆ
unforgettable *adj* ਅਭੁੱਲ
unfounded *adj* ਨਿਰਾਧਾਰ
unfriendly *adj* ਨਿੱਘ-ਰਹਿਤ
unfurnished *adj* ਅਣਸਜਿਆ
ungrateful *adj* ਨਾਸ਼ੁਕਰਾ
unhappiness *n* ਅਪ੍ਰਸੰਨਤਾ
unhappy *adj* ਨਾਖੁਸ਼
unharmed *adj* ਸੁਰੱਖਿਅਤ
unhealthy *adj* ਅਸਵਸਥ
unheard-of *adj* ਅਨੁਪਮ
unhurt *adj* ਸਹੀ-ਸਲਾਮਤ
unification *n* ਏਕੀਕਰਣ
uniform *n* ਇੱਕਰੂਪ, ਵਰਦੀ
uniformity *n* ਇੱਕਰੂਪਤਾ
unify *v* ਇੱਕ ਕਰ ਦੇਣਾ
unilateral *adj* ਇੱਕ-ਪੱਖੀ
union *n* ਏਕਤਾ, ਮਿਲਣ
unique *adj* ਅਨੁਪਮ, ਨਿਆਰਾ
unit *n* ਇੱਕਾਈ, ਘਟਕ
unite *v* ਜੋੜਨਾ
unity *n* ਏਕਤਾ
universal *adj* ਸਰਵ-ਸਾਂਝਾ
universe *n* ਬ੍ਰਹਿਮੰਡ
university *n* ਵਿਸ਼ਵ ਕੋਸ਼
unjust *adj* ਅਨੁਚਿਤ
unjustified *adj* ਨਾਵਾਜਬ
unknown *adj* ਅਗਿਆਤ
unlawful *adj* ਗ਼ੈਰਕਾਨੂੰਨੀ
unleaded *adj* ਸੀਮਾ ਰਹਿਤ
unleash *v* ਪਟਾ ਖੋਲ੍ਹ ਦੇਣਾ
unless *c* ਜਦ ਤਾਈਂ
unlike *adj* ਅਸਮਾਨ
unlikely *adj* ਅਸੰਭਾਵੀ
unlimited *adj* ਬੇਹੱਦ
unload *v* ਭਾਰ ਲਾਹੁਣਾ
unlock *v* ਜਿੰਦਾ ਖੋਲ੍ਹਣਾ
unlucky *adj* ਅਭਾਗਾ
unmarried *adj* ਅਣਵਿਆਹਿਆ
unmask *v* ਨਕਾਬ ਉਤਾਰਨਾ
unmistakable *adj* ਸਪਸ਼ਟ
unnecessary *adj* ਬੇਲੋੜਾ
unnoticed *adj* ਅਣਗੌਲਿਆ
unoccupied *adj* ਵਿਹਲਾ
unofficially *adv* ਗੈਰਸਰਕਾਰੀ
unpack *v* ਖੋਲ੍ਹਣਾ
unpleasant *adj* ਅਸੁਖਾਵਾਂ
unplug *v* ਡੱਟਾ ਖੋਲ੍ਹਣਾ
unpopular *adj* ਲੋਕ-ਅਪ੍ਰਿਯ

unpredictable *adj* ਨਾ-ਅਨੁਮਾਨਣਯੋਗ
unprofitable *adj* ਬੇਫ਼ਾਇਦਾ
unprotected *adj* ਅਸੁਰੱਖਿਅਤ
unravel *v* ਉਧੇੜ
unreal *adj* ਬਨਾਵਟੀ
unrealistic *adj* ਅਯਥਾਰਥਵਾਦੀ
unreasonable *adj* ਅਨਉਚਿਤ
unrelated *adj* ਅਸੰਬੰਧਿਤ
unreliable *adj* ਬੇਇਤਬਾਰਾ
unrest *n* ਬੇਚੈਨੀ
unsafe *adj* ਅਸੁਰੱਖਿਅਤ
unselfish *adj* ਸੁਆਰਥ ਬਿਨਾ
unspeakable *adj* ਅਕੱਥ
unstable *adj* ਅਸਥਾਈ, ਅਸਥਿਰ
unsteady *adj* ਅਸਥਿਰ, ਬਿਚਲ
unsuccessful *adj* ਅਸਫਲ
unsuitable *adj* ਅਢੁੱਕਵਾਂ
unsuspecting *adj* ਅਭੋਲ
unthinkable *adj* ਅਣਹੋਣਾ
untie *v* ਖੋਲ੍ਹਣਾ
until *c* ਜਦ ਤਕ ਕਿ
untimely *adj* ਅਸਮੇ
untouchable *adj* ਅਛੂਤ
untrue *adj* ਝੂਠਾ
unusual *adj* ਅਸਾਧਾਰਣ
unveil *v* ਘੁੰਡ ਚੁੱਕਣਾ
unwillingly *adv* ਨਾ ਚਾਹੁੰਦਿਆਂ
unwind *v* ਉਧੇੜ ਦੇਣਾ
unwise *adj* ਨਾਸਮਝ
unwrap *v* ਪ੍ਰਗਟ ਕਰਨਾ
upbringing *n* ਸਿੱਖਿਆ
upcoming *adj* ਆਗਾਮੀ, ਭਾਵੀ
update *v* ਆਧੁਨਿਕ ਬਣਾਉਣਾ
upgrade *v* ਪਦ ਉੱਚਾ ਚੁੱਕਣਾ
upheaval *n* ਉਥਲ-ਪੁਥਲ
uphill *adv* ਪਹਾੜ ਦੇ ਉਪਰ ਨੂੰ
uphold *v* ਉਪਰ ਉਠਾ ਕੇ ਰੱਖਣਾ
upholstery *n* ਘਰ ਦਾ ਸਿਣੇ-ਸਮਾਨ
upkeep *n* ਪਾਲਨ ਪੋਸ਼ਣ
upon *pre* ਉੱਪਰ
upper *adj* ਉੱਪਰਲਾ
upright *adj* ਖੜ੍ਹਾ
uprising *n* ਵਿਦ੍ਰੋਹ
uproar *n* ਉਪੱਦਰ
uproot *v* ਉਖਾੜਨਾ
upset *v* ਉਲਟਾ ਦੇਣਾ
upside-down *adv* ਉਲਟੇ-ਪੁਲਟੇ
upstairs *adv* ਉਪਰ, ਕੋਠੇ ਤੇ
uptight *adj* ਖਿੱਚਿਆ
up-to-date *adj* ਆਧੁਨਿਕ
upturn *n* ਉਪਰਥੱਲੀ
upwards *adv* ਉਪਰ ਵਲ
urban *adj* ਸ਼ਹਿਰੀ, ਨਾਗਰਿਕ
urge *n* ਲਾਲਸਾ
urge *v* ਉਤੇਜਿਤ ਕਰਨਾ
urgency *n* ਲੋੜਵੰਦੀ
urgent *adj* ਬਹੁਤ ਜ਼ਰੂਰੀ
urinate *n* ਮੂਤਣ
urine *n* ਪਿਸ਼ਾਬ
urn *n* ਕਲਸ
us *pro* ਸਾਨੂੰ
usage *n* ਵਰਤਾਉ
use *v* ਵਰਤਣਾ
use *n* ਵਰਤੋਂ, ਪ੍ਰਯੋਗ

U

used to *adj* ਆਦੀ, ਗਿੱਝਿਆ
useful *adj* ਉਪਯੋਗੀ
usefulness *n* ਲਾਭਦਾਇੱਕਤਾ
useless *adj* ਬੇਕਾਰ
user *n* ਖਪਤਕਾਰ
usher *n* ਡਿਉਢੀਦਾਰ
usual *adj* ਸਾਧਾਰਣ
usurp *v* ਹੜੱਪ ਕਰਨਾ
utensil *n* ਬਰਤਨ
uterus *n* ਬੱਚੇਦਾਨੀ
utilize *v* ਕੰਮ ਵਿੱਚ ਲਿਆਉਣਾ
utmost *adj* ਦੂਰਤਮ
utter *v* ਮੂੰਹ ਵਿੱਚੋਂ ਕੱਢਣਾ

V

vacancy *n* ਖਾਲੀ
vacant *adj* ਖ਼ਾਲੀ
vacate *v* ਖਾਲੀ ਕਰਨਾ
vacation *n* ਛੁਟੀ
vaccinate *v* ਲੋਦਾ ਲਾਉਣਾ
vaccine *n* ਚੀਪ
vacillate *v* ਡੋਲਣਾ
vagrant *n* ਸੈਲਾਨੀ
vague *adj* ਅਸਪਸ਼ਟ
vain *adj* ਵਿਅਰਥ
vainly *adv* ਅਜਾਈਂ
valiant *adj* ਬੀਰ
valid *adj* ਯੋਗ
validate *v* ਵੈਧ ਬਣਾਉਣਾ
validity *n* ਉਚਿਤਤਾ
valley *n* ਘਾਟੀ
valuable *adj* ਬਹੁਮੁੱਲਾ
value *n* ਦਾਮ
value *v* ਮੁੱਲ ਪਾਉਣਾ
valve *n* ਵਾਲ
vampire *n* ਲਹੂ ਪੀਣ ਵਾਲਾ ਭੂਤ; ਅਤਿਆਚਾਰੀ
van *n* ਕੱਚੀ ਧਾਤ ਦੀ ਪਰਖ
vandal *n* ਇੱਕ ਕਰਮੈਨਕ ਜਾਤੀ
vandalism *n* ਉਜੜ-ਪੁਜੜ
vandalize *v* ਬੁਰਛਾਗਰਦੀ ਕਰਨਾ
vanguard *n* ਹਰਾਵਲ ਦਸਤਾ
vanish *v* ਗਾਇਬ ਕਰ ਦੇਣਾ
vanity *n* ਅਭਿਮਾਨ, ਅਹੰਕਾਰ
vanquish *v* ਜਿੱਤਣਾ
vaporize *v* ਵਾਸ਼ਪ ਵਿੱਚ ਬਦਲਨਾ
variable *adj* ਬਦਲਣਹਾਰ
varied *adj* ਵਿਵਿਧ, ਵਿਭਿੰਨ
variety *n* ਕਿਸਮ
various *adj* ਵਿਭਿੰਨ
varnish *v* ਵਾਰਨਿਸ਼ ਕਰਨਾ
varnish *n* ਵਾਰਨਿਸ਼
vary *v* ਬਦਲਾਉਣਾ
vase *n* ਫੁਲਦਾਨ
vast *adj* ਆਇਤ
veal *n* ਵੱਛੇ ਦਾ ਮਾਸ
veer *v* ਢਿੱਲਾ ਕਰਨਾ
vegetable *adj* ਬਨਸਪਤੀ ਦਾ
vegetarian *v* ਵੈਸ਼ਨੋ, ਸ਼ਾਕਾਹਾਰੀ
vegetation *n* ਬਨਸਪਤੀ

vehicle *n* ਵਾਹਣ, ਸਵਾਰੀ
veil *n* ਘੁੰਡ, ਨਕਾਬ
vein *n* ਨਾੜੀ, ਰਗ
velocity *n* ਵੇਗ
velvet *n* ਮਖ਼ਮਲ
venerate *v* ਸਤਿਕਾਰ ਕਰਨਾ
vengeance *n* ਬਦਲਾ, ਇੰਤਕਾਮ
venison *n* ਹਿਰਨ ਦਾ ਗੋਸ਼ਤ
venom *n* ਜ਼ਹਿਰ; ਈਰਖਾ
vent *n* ਨਿਕਾਸ
ventilate *v* ਹਵਾ ਲਵਾਉਣਾ
ventilation *n* ਵਾਯੂ-ਸੰਚਾਰਨ
venture *v* ਹੀਆ ਕਰਨਾ
venture *n* ਜੋਖ਼ਮ
verb *n* ਕ੍ਰਿਆ
verbally *adv* ਸ਼ਬਦਾਂ ਰਾਹੀਂ
verbatim *adv* ਲਫਜ਼-ਬ-ਲਫਜ਼
verdict *n* ਅਦਾਲਤੀ ਫੈਸਲਾ
verge *n* ਸਿਰਾ
verification *n* ਪ੍ਰਮਾਣਨ
verify *v* ਪ੍ਰਮਾਣਿਤ ਕਰਨਾ
versatile *adj* ਬਹੁਪਾਸੜ
verse *n* ਤੁਕ
versed *adj* ਅਨੁਭਵੀ
version *n* ਅਨੁਵਾਦ
versus *pre* ਬਨਾਮ
vertebra *n* ਕੰਗਰੋੜ ਦਾ ਮਣਕਾ
very *adv* ਬਹੁਤੇਰਾ
vessel *n* ਪਾਤਰ
vest *n* ਬਨਿਆਨ
vestige *n* ਨਿਸ਼ਾਨ
veteran *n* ਪੁਰਾਣਾ ਸਿਪਾਹੀ
veterinarian *n* ਸਲੋਤਰੀ
veto *v* ਵੀਟੋ ਵਰਤਣਾ
viaduct *n* ਪੁਲਦਾਰ ਲਾਂਘਾ
vibrant *adj* ਕੰਬਦਾ
vibrate *v* ਹਿਲਾਉਣਾ
vibration *n* ਝੂਲਣ, ਹਿੱਲਣ
vice *n* ਸ਼ਿਕੰਜਾ, ਬਾਂਕ
vicinity *n* ਚੁਗਿਰਦਾ, ਨੇੜ-ਤੇੜ
vicious *adj* ਬੁਰਾ, ਮਾੜਾ, ਭੈੜਾ
victim *n* ਬਲੀ, ਬਲੀ ਦਾ ਪਸ਼ੂ
victimize *v* ਸ਼ਿਕਾਰ ਬਣਾਉਣਾ
victor *n* ਵਿਜਈ, ਜੇਤੂ
victorious *adj* ਵਿਜਈ
victory *n* ਜਿੱਤ
view *n* ਝਾਤ, ਅਵਲੋਕਨ
view *v* ਵੇਖਣਾ, ਝਾਤ ਪਾਉਣਾ
viewpoint *n* ਦ੍ਰਿਸ਼ਟੀਕੋਣ
vigil *n* ਜਗਰਾਤਾ, ਜਾਗਾ
village *n* ਪਿੰਡ
villager *n* ਦਿਹਾਤੀ
villain *n* ਬਦਮਾਸ਼, ਗੁੰਡਾ
vindicate *v* ਸਹੀ ਸਿੱਧ ਕਰਨਾ
vindictive *adj* ਬਦਲੇਖੋਰ, ਖੁਣਸੀ
vine *n* ਅੰਗੂਰ ਦੀ ਬੇਲ
vinegar *n* ਸਿਰਕਾ
vineyard *n* ਅੰਗੂਰ ਦਾ ਬਗੀਚਾ
violate *v* ਉਲੰਘਣਾ ਕਰਨਾ
violence *n* ਹਿੰਸਾ
violent *adj* ਹਿੰਸਕ
violet *n* ਵੈਂਗਨੀ
violin *n* ਵਾਇਲਨ
violinist *n* ਵਾਇਲਨ-ਵਾਦਕ

viper *n* ਸੱਪ ਦੀ ਕਿਸਮ; ਧੋਖੇਬਾਜ਼
virgin *n* ਕੁਮਾਰੀ
virginity *n* ਮੁਟਿਆਰਪਣ
virile *adj* ਵੀਰਜਵਾਨ
virility *n* ਮਰਦਾਨਗੀ
virtually *adv* ਅਸਲੀ ਤੌਰ ਤੇ
virtue *n* ਅਸਮਤ
virtuous *adj* ਨੇਕ
virulent *adj* ਜ਼ਹਿਰੀ, ਵਿਹੁਲਾ
virus *n* ਵਾਇਰਸ, ਵਿਸ਼ਾਣੂ
visibility *n* ਦਿਸਣਯੋਗਤਾ
visible *adj* ਦਿਸਦਾ
vision *n* ਦਰਸ਼ਨ
visit *n* ਫੇਰਾ, ਆਮਦ
visit *v* ਵੇਖਣ ਜਾਣਾ
visitor *n* ਮੁਲਾਕਾਤੀ
visual *adj* ਦਰਸ਼ੀ, ਵੇਖਣ ਵਾਲਾ
visualize *v* ਕਲਪਨਾ ਕਰਨਾ
vital *adj* ਜੀਵਨਮਈ
vitality *n* ਜੀਵਨਮਈ
vitamin *n* ਵਿਟਾਮਿਨ
vivacious *adj* ਸਜੀਵ, ਜੀਵੰਤ
vivid *adj* ਚਮਕੀਲਾ
vocabulary *n* ਸ਼ਬਦਾਵਲੀ
vocation *n* ਧੰਦਾ
vogue *n* ਫੈਸ਼ਨ, ਰਿਵਾਜ
voice *n* ਆਵਾਜ਼, ਕਥਨ
void *adj* ਖਾਲੀ
volatile *adj* ਵਾਸ਼ਪਸ਼ੀਲ
volcano *n* ਜੁਆਲਾ ਮੁਖੀ ਪਰਬਤ
volleyball *n* ਵੌਲੀਬੌਲ
voltage *n* ਵੋਲਟੇਜ
volume *n* ਜਿਲਦ
volunteer *n* ਵਾਲੰਟੀਅਰ
vomit *v* ਕੈ ਕਰਨਾ
vomit *n* ਉਲਟੀ, ਉਛਾਲੀ
vote *v* ਵੋਟਾਂ ਨਾਲ ਚੁਣਨਾ
vote *n* ਵੋਟ
voting *n* ਵੋਟ-ਪਾਉਣ, ਮਤਦਾਨ
vouch for *v* ਸਮਰਥਨ
voucher *n* ਵਾਊਚਰ, ਰਸੀਦ
vow *v* ਕਸਮ
vowel *n* ਸਵਰ
voyage *n* ਯਾਤਰਾ
voyager *n* ਮੁਸਾਫ਼ਰ
vulgar *adj* ਲੌਕਿਕ, ਜਨਤਕ
vulgarity *n* ਗੰਵਾਰਪੁਣਾ
vulnerable *adj* ਫੱਟੜ ਹੋਣ ਯੋਗ
vulture *n* ਗਿਧ

W

wafer *n* ਵੇਫਰ
wag *v* ਹਿਲਾਉਣਾ
wage *n* ਵੇਤਨ, ਮਜ਼ਦੂਰੀ
wage *v* ਬਾਜ਼ੀ ਲਾਉਣਾ
wagon *n* ਗੱਡ
wail *v* ਵਿਲਕਣਾ
wail *n* ਲੇਰ, ਕੁਰਲਾਟ
waist *n* ਲੱਕ, ਮੱਧ

wait *v* ਇੰਤਜ਼ਾਰ
waiter *n* ਬੈਰਾ
waiting *n* ਉਮੀਦ
waitress *n* ਸੇਵਕਾ
waive *v* ਛੱਡਣਾ
wake up *iv* ਜਗਾਉਣਾ
walk *v* ਗਾਹੁਣਾ
walk *n* ਚਾਲ
walkout *n* ਅਵਕਾਸ਼
wall *n* ਦਿਵਾਰ
wallet *n* ਬਟੂਆ
walnut *n* ਅਖ਼ਰੋਟ
walrus *n* ਵਾਲਰਸ
waltz *n* ਬਾਲਡਾਂਸ
wander *v* ਵਿਚਰਨਾ
wanderer *n* ਘੁਮੱਕੜ
wane *v* ਘਾਟਾ
want *v* ਲੋੜ ਹੋਣਾ
war *n* ਜੰਗ
ward *n* ਰੱਖਿਆ; ਚੌਂਕੀਦਾਰ; ਸੰਭਾਲ ਹਲਕਾ
warden *n* ਨਿਗ੍ਹਾਬਾਨ
wardrobe *n* ਅਲਮਾਰੀ
warehouse *n* ਮਾਲਖਾਨਾ
warfare *n* ਲੜਾਈ
warm *adj* ਗਰਮ ਕਰਨਾ
warm up *n* ਤਿਆਰੀ
warmth *n* ਗਰਮੀ
warn *v* ਚੇਤਾਵਨੀ ਦੇਣਾ
warning *n* ਆਗਾਹ, ਚੇਤਾਵਨੀ
warp *v* ਤਾਣਾ
warped *adj* ਵਿਕ੍ਰਤ
warrant *v* ਕਾਬਲ ਹੋਣਾ
warrant *n* ਵਾਰੰਟ, ਸਨਦ
warranty *n* ਗਾਰੰਟੀ
warrior *n* ਮਹਾਰਥੀ, ਸਿਪਾਹੀ
warship *n* ਜੰਗੀ ਜਹਾਜ਼
wart *n* ਤਿਲ
wary *adj* ਹੁਸ਼ਿਆਰ
wash *v* ਧੋਣਾ
washable *adj* ਧੋਣ ਲਾਇਕ
wasp *n* ਭਰਿੰਡ, ਧਮੋੜੀ
waste *adj* ਸੁੰਨਾ, ਵੀਰਾਨ
waste *v* ਉਡਾਉਣਾ
waste basket *n* ਕੂੜਾ ਦਾਨ
wasteful *adj* ਫ਼ਜ਼ੂਲਖਰਚ
watch *n* ਨਿਗਾਹਬਾਨੀ
watch *v* ਦੀ ਨਿਗਰਾਨੀ ਰੱਖਣਾ
watch out *adj* ਧਿਆਨਵਾਨ
watchful *adj* ਚੌਕਸ
watchmaker *n* ਨਿਗਰਾਨੀ ਪਾਲਕ
water *n* ਪਾਣੀ
water *v* ਪਾਣੀ ਦੇਣਾ, ਸਿੰਜਣਾ
water down *v* ਪਨਿਆਲਾ ਹੋਣਾ
water heater *n* ਹੀਟਰ
waterfall *n* ਝਰਨਾ
watermelon *n* ਤਰਬੂਜ
waterproof *adj* ਵਾਟਰ-ਪਰੂਫ
watershed *n* ਜਲ ਵਿਭਾਜਕ
watertight *adj* ਜਲ ਰੋਕ
watery *adj* ਪਨਿਆਲੀ
watt *n* ਵਾਟ
wave *n* ਤਰੰਗ, ਲਹਿਰ
waver *v* ਡਗਮਗਾਣਾ
wavy *adj* ਲਹਿਰ ਵਾਲਾ

W

wax *n* ਚਮਕਾਨਾ
way *n* ਤਰਕੀਬ, ਰਾਹ
way in *n* ਵਿਰਲ
way out *n* ਕ੍ਰਿਆਵਾਦੀ
we *pro* ਅਸੀਂ
weak *adj* ਕਮਜੋਰ
weaken *v* ਕਮਜੋਰ ਕਰਨਾ
weakness *n* ਕਮਜੋਰੀ
wealth *n* ਦੌਲਤ
wealthy *adj* ਅਮੀਰ
weapon *n* ਹਥਿਆਰ
wear *n* ਪਹਿਰਾਵਾ, ਪਹਿਰਣ
wear *iv* ਘਸਣਾ, ਘਸ ਜਾਣਾ
wear down *v* ਰਗੜ ਦੇਣਾਂ
wear out *v* ਹਵਾ ਖਿੱਚਣਾ
weary *adj* ਥਕਾ, ਥਕਾ ਦੇ
weather *n* ਮੌਸਮ
weave *iv* ਬੁਨਣਾ
web *n* ਕੱਪੜਾ
web site *n* ਸਥਾਨ
wed *iv* ਵਿਆਹ ਕਰਨਾ
wedding *n* ਵਿਆਹ
wedge *n* ਪਚੱਰ
Wednesday *n* ਬੁੱਧਵਾਰ
weed *n* ਨਦੀਣ
weed *v* ਗੋਡੀ ਕਰਨਾ
week *n* ਹਫਤਾ
weekday *adj* ਕੰਮ ਦੇ ਦਿਨ
weekend *n* ਹਫ਼ਤੇ ਦਾ ਅੰਤ
weekly *adv* ਸਪਤਾਹਿਕ
weep *iv* ਵਿਰਲਾਪ ਕਰਨਾ
weigh *v* ਤੋਲਨਾ
weight *n* ਵਜਨ
weird *adj* ਕਿਸਮਤ
welcome *v* ਸੁਆਗਤ ਕਰਨਾ
welcome *n* ਸੁਆਗਤ
weld *v* ਝਲਾਈ
welder *n* ਝਲਾਈਗਰ
welfare *n* ਭਲਾਈ, ਬਿਹਤਰੀ
well *n* ਅੱਛਾ, ਖ਼ੈਰ!, ਖੂਹ
well-known *adj* ਪ੍ਰਸਿੱਧ
well-to-do *adj* ਸੰਪੰਨ
west *n* ਪੱਛਮ
westbound *adv* ਪੱਛਮ ਵਲ ਜਾਂਦਾ
western *adj* ਪੱਛਮੀ, ਮਗ਼ਰਬੀ
westerner *adj* ਪੱਛਮਪਰੇਮੀ
wet *adj* ਗਿੱਲਾ
whale *n* ਵੇਲ ਮਛੀ
wharf *n* ਜਹਾਜ਼ ਦਾ ਘਾਟ
what *adj* ਕੀ
whatever *adj* ਜੋ
wheat *n* ਕਣਕ
wheel *n* ਪਹੀਆ
wheelbarrow *n* ਠੇਲਾ
wheelchair *n* ਪਹੀਏਦਾਰ ਕੁਰਸੀ
wheeze *v* ਸ਼ੂਕ
when *adv* ਕਦੋਂ
whenever *adv* ਜਦ ਕਦੀ
where *adv* ਕਿਥੋਂ
whereabouts *n* ਅਤਾ-ਪਤਾ
whereas *c* ਜਦੋਂ ਕਿ
whereupon *adj* ਜਿਸ ਤੇ
wherever *c* ਜਿਥੇ
whether *c* ਕਿ

which *adj* ਕਿਹੜਾ, ਜਿਹੜਾ
while *c* ਜਦ ਕਿ, ਜਬ ਤਕ
whim *n* ਆਵੇਗ
whine *v* ਕੁੱਤੇ ਦਾ ਰੋਣਾ
whip *v* ਝਪਟਣਾ
whip *n* ਕੋਰੜਾ
whirl *v* ਭੰਵਰ
whirlpool *n* ਘੁੰਮਣਘੇਰੀ
whisker *n* ਗੱਲ੍ਹਮੁੱਛ
whisper *v* ਕੰਨ ਵਿੱਚ ਕਹਿਣਾ
whisper *n* ਘੁਸਰ-ਮੁਸਰ
whistle *v* ਸੀਟੀ ਵਜਾਉਣਾ
whistle *n* ਸੀਟੀ ਦੀ ਆਵਾਜ਼
white *adj* ਸਫ਼ੈਦ
whiten *v* ਚਿੱਟਾ ਕਰਨਾ
whittle *v* ਲੰਮਾ ਛੁਰਾ
who *pro* ਕੌਣ
whoever *pro* ਜੋ ਕੋਈ ਵੀ, ਜੋ ਵੀ
whole *adj* ਅਖਿਲ, ਸੰਪੂਰਨ
wholehearted *adj* ਪੂਰੇ ਦਿਲ ਨਾਲ
wholesale *n* ਥੋਕ
wholesome *adj* ਠੀਕ
whom *pro* ਜਿਸ ਨੂੰ
why *adv* ਕਿਉਂ
wicked *adj* ਦੁਰਾਚਾਰੀ, ਬਦਕਾਰ
wickedness *n* ਬਦੀ
wide *adj* ਮੋਕਲਾ, ਖੁੱਲ੍ਹਾ
widely *adv* ਵਿਆਪਕ ਰੂਪ ਵਿੱਚ
widen *v* ਚੌੜਾ ਕਰਨਾ
widespread *adj* ਫੈਲਿਆ ਹੋਇਆ
widow *n* ਬੇਵਾ
widower *n* ਰੰਡਾ
width *n* ਚੁੜਾਈ; ਅਰਜ਼
wield *v* ਦੂਰ ਦੂਰ ਤਕ
wife *n* ਘਰਵਾਲੀ
wig *n* ਨਕਲੀ ਵਾਲ
wiggle *v* ਕਸਮਸਾਣਾ
wild *adj* ਜੰਗਲੀ, ਅਸਭਿਅ
wild boar *n* ਜੰਗਲੀ ਸੂਰ
wilderness *n* ਬੀਆਬਾਨ
wildlife *n* ਜੰਗਲੀ ਜਾਨਵਰ
will *n* ਇੱਛਾ, ਵਸੀਅਤ
willfully *adv* ਜਾਣ ਕੇ
willing *adj* ਰਾਜ਼ੀ; ਰਜ਼ਾਮੰਦ
willingly *adv* ਇੱਛਾ ਨਾਲ
willingness *n* ਇੱਛੁਕਤਾ
willow *n* ਬੈਂਤ ਦਾ ਦਰਖਤ
wily *adj* ਚਾਲਬਾਜ਼, ਚਲਾਕ
wimp *adj* ਲੱਲੂ
win *iv* ਜਿੱਤਣਾ
win back *v* ਦੁਬਾਰਾ ਪਾ ਲੈਣਾ
wind *n* ਹਵਾ, ਪੌਣ
wind *v* ਵਲ-ਫੇਰ ਖਾਣਾ
wind up *v* ਪੂਰਾ ਪੂਰਾ ਵਲੇਟ ਦੇਣਾ
winding *adj* ਵਲਦਾਰ
windmill *n* ਹਵਾ ਚੱਕੀ
window *n* ਖਿੜਕੀ
windpipe *n* ਸਾਹ-ਨਾਲੀ
windshield *n* ਹਵਾ ਰੋਕਣ ਵਾਲਾ ਸ਼ੀਸ਼ਾ
windy *adj* ਹਵਾਦਾਰ
wine *n* ਸ਼ਰਾਬ
winery *n* ਸ਼ਰਾਬ ਦਾ ਕਾਰਖਾਨਾ
wing *n* ਪੰਖ
wink *n* ਝਮੱਕਾ, ਝਮਕਾ

wink *v* ਝਮਕਣਾ
winner *n* ਜੇਤੂ
winter *n* ਸਰਦੀ
wipe *v* ਪੂੰਝਣਾ
wipe out *v* ਮਿਟਾਉਣਾ
wire *n* ਤਾਰ, ਤਾਰ
wireless *adj* ਬੇਤਾਰ
wisdom *n* ਅਕਲ ਮੰਦੀ
wise *adj* ਅਕਲਮੰਦ, ਸਿਆਣਾ
wish *v* ਚਾਹੁਣਾ, ਇੱਛਾ ਕਰਨਾ
wish *n* ਇੱਛਾ, ਮਨਸ਼ਾ
wit *n* ਸਮਝ, ਸੂਝ-ਬੂਝ
witch *n* ਜਾਦੂਗਰਨੀ
witchcraft *n* ਜਾਦੂ ਟੂਣਾ
with *pre* ਨਾਲ
withdraw *v* ਇੱਕ ਪਾਸੇ ਕਰਨਾ
withdrawal *n* ਵਾਪਸੀ
withdrawn *adj* ਖਾਮੋਸ਼, ਚੁੱਪ-ਗੜੁੱਪ
wither *v* ਮੁਰਝਾ ਦੇਣਾ
withhold *iv* ਰੋਕ ਰੱਖਣਾ
within *pre* ਅੰਤਰਗਤ
without *pre* ਬਿਨਾਂ
withstand *v* ਸਾਮ੍ਹਣਾ ਕਰਨਾ
witness *n* ਗਵਾਹ
witty *adj* ਮਖੌਲੀਆ
wives *n* ਪਤਨੀਆਂ
wizard *n* ਜਾਦੂਗਰ
wobble *v* ਡਗ ਮਗ ਡੋਲਨਾ
woes *n* ਤੀਬਰ ਵੇਦਨਾ
wolf *n* ਭੇੜੀਆ
woman *n* ਔਰਤ
womb *n* ਕੁੱਖ
women *n* ਔਰਤਾਂ
wonder *v* ਹੈਰਾਨ ਹੋਣਾ
wonder *n* ਚਮਤਕਾਰ, ਕੌਤਕ
wonderful *adj* ਵਚਿੱਤਰ
wood *n* ਲਕੜੀ
wooden *adj* ਲੱਕੜ ਦਾ
wool *n* ਉੱਨ, ਪਸ਼ਮ
woolen *adj* ਊਨੀ
word *n* ਲਫ਼ਜ, ਹਰਫ਼
wording *n* ਕਥਨ-ਵਿਧੀ
work *n* ਕੰਮ, ਕਾਰ
work *v* ਚਲਾਉਣਾ, ਕੰਮ ਲੈਣਾ
work out *v* ਇਸਤੇਮਾਲ ਕਰਨਾ
workable *adj* ਕਰਮਯੋਗ
workbook *n* ਅਭਿਆਸ ਪੁਸਤਿਕਾ
worker *n* ਕਾਮਾ
workshop *n* ਕਾਰਖਾਨਾ
world *n* ਦੁਨੀਆ
worldly *adj* ਸੰਸਾਰੀ, ਲੌਕਕ
worldwide *adj* ਸੰਸਾਰ ਭਰ ਵਿੱਚ
worm *n* ਕੀੜਾ
worn-out *adj* ਚਕਨਾਚੂਰ
worrisome *adj* ਚਿੰਤਾਜਨਕ
worry *v* ਚਿੰਤਾ ਕਰਨਾ
worry *n* ਚਿੰਤਾ
worse *adj* ਬਹੁਤ ਖਰਾਬ
worsen *v* ਵਧੇਰੇ ਖਰਾਬ ਕਰਨਾ
worship *n* ਪੂਜਾ ਕਰਨਾ
worst *adj* ਸੱਭ ਤੋਂ ਬੁਰਾ
worth *adj* ਕੀਮਤ ਦਾ, ਤੁੱਲ
worthless *adj* ਨਚੀਜ਼, ਫ਼ਜ਼ੂਲ
worthwhile *adj* ਲਾਭਕਾਰੀ

worthy *adj* ਕਾਬਲ
would-be *adj* ਆਗਾਮੀ, ਹੋਣ ਵਾਲਾ
wound *n* ਜ਼ਖ਼ਮ
wound *v* ਜ਼ਖ਼ਮੀ ਕਰਨਾ
woven *adj* ਧਾਵਾ
wrap *v* ਲਪੇਟਣਾ, ਵਲ੍ਹੇਟਣਾ
wrap up *v* ਅੰਤ, ਸਮਾਪਤੀ
wrapping *n* ਲਪੇਟਣ ਵਾਲੀ ਚੀਜ਼
wrath *n* ਗੁੱਸਾ, ਕ੍ਰੋਧ
wreath *n* ਫੁੱਲ-ਮਾਲਾ
wreck *v* ਬਰਬਾਦ ਕਰਨਾ
wreckage *n* ਮਲਬਾ, ਟੁੱਟ-ਭੱਜ
wrench *n* ਖਿਚਣਾ
wrestle *v* ਕੁਸ਼ਤੀ ਕਰਨਾ
wrestler *n* ਘੁਲਾਟੀਆ
wrestling *n* ਕੁਸ਼ਤੀ
wretched *adj* ਬਦਨਸੀਬ
wring *iv* ਨਿਚੋੜਨਾ
wrinkle *v* ਝੁਰੜੀਆਂ ਪੈਣੀਆਂ
wrinkle *n* ਝੁਰੜੀ
wrist *n* ਕਲਾਈ
write *iv* ਲਿਖਣਾ
write down *v* ਦਰਜ ਕਰਨਾ
writer *n* ਲੇਖਕ
writhe *v* ਮਰੋੜਨਾ, ਵਲ ਚਾੜ੍ਹਨਾ
writing *n* ਲਿਖਣਾ
written *adj* ਲਿਖਤ
wrong *adj* ਗ਼ਲਤ

X

X-mas *n* ਕ੍ਰਿਸਮਿਸ
X-ray *n* ਐਕਸ-ਰੇ

Y

yam *n* ਅਰਬੀ; ਕਚਾਲੂ
yard *n* ਗਜ; ਵਿਹੜਾ
yarn *n* ਡੋਰਾ
yawn *n* ਉਬਾਸੀ, ਦਰਾੜ
yawn *v* ਉਬਾਸੀ ਲੈ ਕੇ ਕਹਿਣਾ
year *n* ਸਾਲ
yearly *adv* ਹਰ ਸਾਲ, ਹਰ ਵਰ੍ਹੇ
yearn *v* ਤਾਂਘ ਹੋਣਾ
yeast *n* ਖਮੀਰ
yell *v* ਚੰਘਾੜ ਮਾਰਨੀ
yellow *adj* ਪੀਲਾ
yes *adv* ਹਾਂ
yesterday *adv* ਕੱਲ੍ਹ, ਬੀਤੇ ਦਿਨ
yet *c* ਅਜੇ ਤਕ
yield *v* ਪੈਦਾ ਕਰਨਾ
yield *n* ਝਾੜ, ਪੈਦਾਵਾਰ
yoke *n* ਪੰਜਾਲੀ, ਜੂਲਾ
yolk *n* ਅੰਡੇ ਦੀ ਜ਼ਰਦੀ
you *pro* ਆਪ, ਤੁਸੀਂ, ਤੂੰ
young *adj* ਯੁਵਕ

youngster *n* ਮੁੰਡਾ
your *adj* ਤੁਹਾਡਾ
yours *pro* ਤੁਹਾਡਾ
yourself *pro* ਤੁਸੀਂ ਆਪ
youth *n* ਜਵਾਨ, ਜੋਬਨ
youthful *adj* ਜਵਾਨ

Z

zap *v* ਫੂੰਡਣਾ, ਮਾਰਨਾ
zeal *n* ਉਤਸ਼ਾਹ; ਲਗਨ
zealous *adj* ਜੁਸ਼ੀਲਾ; ਤਿੱਖਾ
zebra *n* ਜ਼ੇਬਰਾ
zero *n* ਸਿਫਰ
zest *n* ਮਜ਼ਾ; ਦਿਲਚਸਪੀ
zinc *n* ਜਿਸਤ
zip code *n* ਖੇਤਰਫਲ ਕੋਡ
zipper *n* ਜ਼ਿੱਪਰ, ਜ਼ਿੱਪ
zone *n* ਕਮਰਬੰਦ; ਖੇਤਰ; ਘੇਰਾ
zoo *n* ਚਿੜੀਆ ਘਰ
zoology *n* ਪ੍ਰਾਣੀ ਵਿਗਿਆਨ

Punjabi-English

Abbreviations

a - article
n - noun
e - exclamation
pro - pronoun
adj - adjective
adv - adverb
v - verb
iv - irregular verb
pre - preposition
c - conjunction

ੳ

ਉੱਚਾ *adj* high; loud
ਉਹ *pro* he, she, they
ਉਕਸਾਉਣਾ *v* instigate, edge
ਉਕਸਾਹਟ *n* provocation, incitement
ਉਂਘਲਾਉਣਾ *v* snooze, doze
ਉਚਾਈ *n* altitude, elevation, height
ਉਚਿਆਉਣਾ *v* elevate, exalt
ਉਚਿਤ *adj* coherent, fair, feasible, expedient
ਉਚਿਤਤਾ *n* fitness, validity
ਉਜੱਡ *adj* rude, rustic, bestial
ਉਜਾਗਰ ਕਰਨਾ *v* emphasize, highlight
ਉਜਾੜਨਾ *v* destroy, devastate
ਉੱਠਣਾ *iv* arise, come up
ਉਠਾਉਣਾ *v* raise, hog, erect
ਉਡੀਕਣਾ *v* await, expect, anticipate
ਉਤਸ਼ਾਹ *n* ecstasy, incentive, stimulus, zeal
ਉਤਸ਼ਾਹਿਤ ਕਰਨਾ *v* hearten, quicken
ਉਤਸੁਕ *adj* anxious, eager
ਉਤਪਾਦਨ *n* production, output
ਉੱਤਮ *adj* exquisite, classic, fine
ਉਤਰਨਾ *v* ebb; get down
ਉੱਤਰੀ *adj* northern, northerner
ਉਤਾਂਹ ਚੁੱਕਣਾ *v* boost, tune up
ਉਤਾਰਨਾ *v* copy, descend
ਉਤਾਵਲਾ *adv* hastily, anxious, eager
ਉਤੇਜਿਤ ਕਰਨਾ *v* provoke, stir up, urge
ਉਥਾਨਕਾ *n* preamble, prelude
ਉਦਘਾਟਨ ਕਰਨਾ *v* break open, inaugurate
ਉਦਯੋਗ *n* industry, enterprise
ਉਦਰ *n* abdomen, belly
ਉਦਾਸ *adj* sorrowful, gloomy
ਉਦਾਸੀ *n* melancholy, sadness, depression
ਉਦਾਰਤਾ *n* generosity, charity
ਉਦੇਸ਼ *n* objective, goal
ਉਧਾਰ *n* advance, debit
ਉੱਨ *n* fleece, wool
ਉਨਤੀ *n* development, headway
ਉਪਜ *n* output, crop, produce
ਉਪਜਾਊ *adj* fertile, productive
ਉਪੱਦਰ *n* uproar, mischief
ਉਪਯੁਕਤ *adj* convenient, suitable
ਉਪਯੋਗ *n* custom, maneuver
ਉਪਰ ਚੁੱਕਣਾ *v* hoist, move up
ਉਪਰਥੱਲੀ *n* upheaval, upturn
ਉਪਵਾਸ *adj* fast, hitch up
ਉਪਵਾਕ *n* parenthesis, clause
ਉਪੇਖਿਆ ਕਰਨਾ *v* brush aside, ignore
ਉਭਰ *v* protrude, stick out
ਉਭਾਰ *n* bulge, hump
ਉਮੀਦਵਾਰ *n* candidate, contender
ਉਲੰਘਣਾ *n* infraction, breach
ਉਲਝਣ *n* implication, complication
ਉਲਝਾਉਣਾ *v* complicate, confuse, embroil, entangle, involve
ਉਲਟਾ *adj* contrary, cross, opposite
ਉਲਟਾ ਹੋਣਾ *v* capsize, overthrow, overturn, upset

ਉਲਟਾਉ *n* reverse; hassle
ਉਸਦੀ *pro* hers
ਉਸ ਕੁੜੀ ਨੂੰ *pro* her
ਉਸ ਦਾ *pro* his
ਉਸ ਦਾ *adj* his
ਉਸ ਵਰਗਾ *adj* like
ਉਸਤਰਾ *n* razor
ਉਸ਼ਾ *n* dawn
ਉਸਾਰੀ ਕਲਾ *n* architecture
ਉਸੇ ਤਰਾ *adv* likewise
ਉਹ (ਇਸਤਰੀ) *pro* her
ਉਹ ਆਪਣੇ ਆਪ *pro* themselves
ਉਹ ਦਾ *adj* his
ਉਹੀਓ *adj* same
ਉਕਸਾਨਾ *v* stimulate
ਉਕਤਾਉਣਾ *adj* bored
ਉਕਾਈ *n* fault
ਉਕਾਬ *n* eagle
ਉੱਖਲੀ *n* mortar
ਉਖਾੜਨਾ *v* uproot
ਉੱਗ *v* sprout
ਉੱਗਣਾ *iv* grow
ਉਗਰਾਹੀ *v* levy
ਉਂਗਲ ਦੀ ਛਾਪ *n* fingerprint
ਉਂਗਲ ਦੀ ਪੋਰ *n* fingertip
ਉਂਗਲੀ *n* finger
ਉਂਘਲਾਹਟ *n* doze
ਉੱਘਾ *adj* conspicuous
ਉਘਾੜਨਾ *v* develop
ਉਘਾੜਾ *n* discovery
ਉੱਚ *adj* superior
ਉਚੱਕਾ *n* thief
ਉਚਾ *v* soar
ਉਚਾ ਉਚ ਦਮਾਲੀਆ *adj* lofty
ਉੱਚਾ ਕਰਨਾ *v* heighten
ਉੱਚਾ ਚੁੱਕਣ ਵਾਲਾ *n* elevator
ਉੱਚਾ ਮੰਚ *n* grandstand
ਉੱਚਾ-ਨੀਵਾਂ (ਥਾਂ) *adj* bumpy
ਉਚਾਰਖੰਡ *n* syllable
ਉਚਾਰਨਾ *v* pronounce
ਉਚਾਵਾਂ *adj* portable
ਉੱਚੀ ਆਵਾਜ਼ ਵਿੱਚ *adv* aloud
ਉਚੇਚਾ ਹੱਕ *adv* particularly
ਉਚੇਚਾ ਹੱਕ *n* privilege
ਉਛਲਣਾ *iv* spring
ਉਛਾਲ *iv* leap
ਉਛਾਲਣਾ *v* flip
ਉਛਾਲੀ *n* vomit
ਉਛਾੜ *n* lampshade
ਉਂਜ ਤਾਂ *adv* ordinarily
ਉੱਜਲ *adj* lucid
ਉਜਲਾ *adj* bright
ਉਜੜ-ਪੁਜੜ *n* vandalism
ਉਜਾਗਰ *adj* brilliant
ਉੱਝਣ *n* jigsaw
ਉੱਠ ਖਲੋਣਾ *v* come up
ਉਠਨਾ *iv* rise
ਉਠਾ ਲੈਣਾ *v* take away
ਉਠਾਈ *n* hoist
ਉਠਾਈਗਿਰੀ *n* shoplifting
ਉੱਡ ਜਾਣਾ *v* fleet
ਉੱਡਣ ਦੀ ਸ਼ੁਰੂਆਤ *n* lift-off
ਉਡਣਾ *v* soar
ਉਡਾਊ *adj* lavish

ਉਡਾਉਣਾ *v* squander, waste; fly
ਉਡਾਰੀ *n* flight; fly
ਉਡਾਣ *n* fly
ਉਡਾਰੀ ਲਗਵਾਉਣੀ *v* flush
ਉਡ਼ਾਰੂ *n* aviator
ਉਣਨਾ *v* knit
ਉਤਸਵ *n* festivity
ਉਤਸਵ ਦਾ *adj* festive
ਉਤਸਾਹ *n* enthusiasm
ਉਤਸ਼ਾਹ ਦੇਣਾ *v* encourage
ਉਤਸ਼ਾਹਪੂਰਨ *adj* ecstatic
ਉਤਸ਼ਾਹਭੰਗ *n* discouragement
ਉਤਸ਼ਾਹਿਤ ਹੋਣਾ *v* buck
ਉਤਸੁਕਤਾ *n* curiosity
ਉਤਕਰਸ਼ *n* climbing
ਉਤਕੇਂਦਰੀ *adj* eccentric
ਉਤਪੰਨ ਹੋਣਾ *v* originate
ਉਤਪੰਨ ਕਰਨਾ *v* gender
ਉਤਪ੍ਰੇਰਣ *n* activation
ਉਤਪਾਤ *v* rampage
ਉੱਤਮ *n* ace
ਉੱਤਮਤਾ *n* superiority
ਉੱਤਰ ਪੂਰਬ *n* northeast
ਉੱਤਰ ਮੰਗਣਾ *v* ask
ਉੱਤਰਜੀਵੀ *n* survivor
ਉੱਤਰਨਾ *v* disembark
ਉੱਤਰ-ਪ੍ਰਭਾਵ *n* sequel
ਉੱਤਰਵਰਤੀ *adj* subsequent
ਉਤਰਵਾਉ ਲੁਹਾਉ *v* float
ਉਤਰਾਅ-ਚੜ੍ਹਾਅ *n* tide
ਉਤਰਾਈ *n* descent
ਉੱਤਰਾਧਿਕਾਰਿਨੀ *n* heiress
ਉਤਰੀ ਅਮਰੀਕਾ *n* senate
ਉੱਤਰੀ ਧਰੁ ਦਾ *adj* arctic
ਉਤਾਰਾ *n* copy
ਉਤਾਰਾ ਲੈਣਾ *v* transcribe
ਉਤਾਰਾਕਰਨ *n* duplication
ਉੱਤੇ *pre* on
ਉਤੇ ਨਿਰਭਰ ਹੋਣਾ *v* fall back
ਉਤੇਜਕ ਰਸ *n* hormone
ਉਤੇਜਕ ਵਸਤੂ *n* stimulant
ਉਤੇਜਤ *adj* frenetic
ਉਤੇਜਿਤ *adj* hectic
ਉਥੇ *adv* present
ਉਦਕਰਖ *n* excellence
ਉਦਗਾਰ *n* outpouring
ਉਦਘਾਟਨ *n* inauguration
ਉਦੱਮ *v* endeavor
ਉੱਦਮ *n* diligence
ਉੱਦਮ ਕਰਤਾ *n* entrepreneur
ਉਦਮੀ *adj* industrious
ਉੱਦਮੀ *adj* dashing
ਉਦਰੇਵਾਂ *n* nostalgia
ਉਦਰੇਵੇਂ ਸੰਬੰਧੀ *adj* homesick
ਉਦਾਸ ਹੋਣਾ *v* sadden
ਉਦਾਸੀਨ *adj* passive
ਉਦਾਹਰਣ *n* example
ਉਦਾਤ *adj* sublime
ਉਦਾਰ *adj* broadminded
ਉਦੇਸ਼ *v* aim
ਉਦੇਸ਼ ਰੱਖਣਾ *iv* mean
ਉਦੋਂ *adv* then
ਉਧਾਰ ਦੇਣ ਵਾਲਾ *n* creditor
ਉਧਾਰ ਦੇਣਾ *v* advance

ਉਧਾਰ ਲੈਣਾ *v* borrow
ਉਧਾਰ-ਖਾਤਾ *n* debit
ਉਧਾਲ਼ਨਾ *v* kidnapping
ਉਧਾਲੂ *n* kidnapper
ਉਧੇੜ *v* unravel
ਉਧੇੜ ਦੇਣਾ *v* unwind
ਉਨ੍ਹਾਂ *adj* those
ਉਨਮਤ *adj* frenzied
ਉਨਮਾਦ *n* lunacy
ਉੱਨਾ ਹੀ *adv* fifty-fifty
ਉੱਨੀ *adj* nineteen
ਉਨੀ ਕਪੜਾ *n* felt
ਉਪ ਨਾਂ *n* last name
ਉਪਸਥਿਤ ਕਰਨਾ *v* help
ਉਪਸਰਗ *n* prefix
ਉਪ-ਸਿਰਲੇਖ *n* subtitle
ਉਪਕਥਾ *n* episode
ਉਪਗਰੈਹ ਅਨੁਯਾਈ *n* satellite
ਉਪਜਣਾ *v* germinate
ਉਪਜਾਉਣ ਵਾਲਾ *n* generator
ਉਪਜਾਉਣਾ *v* produce
ਉਪਜਾਊ ਬਣਾਉਣਾ *v* fertilize
ਉਪਜਾਊਪਣ *n* fertility
ਉਪਜਾਤੀ *n* species
ਉਪਦੇਸ਼ *n* preaching
ਉਪਦੇਸ਼ ਦੇਣਾ *v* preach
ਉਪਦੇਸ਼ਕ *n* preacher
ਉਪਨਗਰ *n* suburb
ਉਪਨਾਮ *n* nickname
ਉਪਨਿਵੇਸ਼ੀ *adj* colonial
ਉਪਬਨ *n* park
ਉਪਭਵਨ *n* annex
ਉਪਭਾਸ਼ਾ *n* dialect
ਉਪਭੋਗੀ *n* consumer
ਉਪਮਾ *n* comparison
ਉਪਮਾ *v* compare
ਉਪਮਾਰਗ *n* bypass
ਉਪਯੋਗੀ *adj* useful
ਉਪਰ *pre* above
ਉਪਰ *adv* upstairs
ਉੱਪਰ *pre* upon
ਉਪਰ ਉਠਾ ਕੇ ਰੱਖਣਾ *v* uphold
ਉਪਰ ਸੁੱਟ *v* toss
ਉਪਰ ਵਲ *adv* upwards
ਉੱਪਰਲਾ *adj* upper
ਉਪਰਾਲਾ *n* means
ਉੱਪਰੇਥਲੀ *adj* consecutive
ਉਪਲਬਧ *adj* available
ਉਪਾਉ *v* measure
ਉਪਾਉ *n* means
ਉਪਾਦਰ *n* outrage
ਉਪਾਧੀ *n* degree
ਉਪੇਖਿਆ *n* negligence
ਉਬਕਾਈ *n* nausea
ਉਬਲਣਾ *v* simmer
ਉੱਬਲਨਾ *v* boil
ਉਬਾਸੀ *n* yawn
ਉਬਾਸੀ ਲੈ ਕੇ ਕਹਿਣਾ *v* yawn
ਉਬਾਰ *v* liberate
ਉੱਭਰਨਾ *v* emerge
ਉਭਰਵੀਂ *adj* bossy
ਉੱਭਰਵੀਂ ਨਕਾਸ਼ੀ ਕਰਨਾ *v* emboss
ਉੱਭਰਿਆ *adj* prominent
ਉਮਡ਼੍ਹ *n* surge

ਉਮਰ *adj* lifetime
ਉਮਰ *n* age
ਉਮਰ ਦਾ ਵਰ੍ਹਾ *n* heat wave
ਉਮਾਹ *n* euphoria
ਉਮੀਦ *n* waiting
ਉਮੀਦ ਨਾਲ *adv* hopefully
ਉਲਕਾ *n* meteor
ਉਲੰਘਣਾ ਕਰਨਾ *v* violate
ਉਲਝਿਆ *adj* ragged
ਉਲਟ *adj* adverse
ਉਲਟ *n* opposite
ਉਲਟ ਪੁਲਟ *n* reversal
ਉਲਟਣਯੋਗ *adj* reversible
ਉਲਟਣਾ ਪੁਲਟਣਾ *v* rupture
ਉਲਟਾ ਹੋਣਾ *n* capsule
ਉਲਟਾ ਪੁਲਟਾ *adj* deranged
ਉਲਟੀ *n* vomit
ਉਲਟੇ ਪਾਸਿਓਂ *adv* conversely
ਉਲਟੇ ਰਾਹ ਪੈਣਾ *v* hallucinate
ਉਲਟੇ-ਪੁਲਟੇ *adv* upside-down
ਉਲੱਦਣਾ *v* turn over
ਉਲਾਰਨਾ *v* tilt
ਉੱਲੀ *n* mildew
ਉੱਲੂ *n* owl
ਉੱਲਾਸਪੂਰਵਕ *adj* bright
ਉੱਲੂ-ਬਾਟਾ *n* mug
ਉਲੇਖ *n* mention
ਉੜਾਉਣਾ *v* lavish
ਊਂਘ *n* doze
ਊਂਘਣਾ *v* doze
ਊਜ਼ ਲਾਉਣਾ *v* accuse
ਊਜ ਲਾਉਣੀ *v* allege
ਊਠ *n* camel
ਊਦ ਬਿਲਾਵ *n* otter
ਊਦਬਿਲਾਉ *n* beaver
ਊਧਮ *v* lash out
ਊਨੀ *adj* woolen
ਊਪਜਾਊ *adj* fruitful
ਊਰਜਾ *n* energy
ਓਡੀਸੀ *n* odyssey
ਓਥੇ *adv* there
ਓਪਨਰ *n* can opener
ਓਪਰੇਸ਼ਨ ਕਰਨਾ *v* operate
ਓਪੇਰਾ *n* opera
ਓਰ *n* side
ਓਲੰਪਿਕ *n* Olympics
ਓਪਰਾ *adj* unfamiliar, alien
ਉੱਤਰ *n* north; response, answer

ਅ

ਆਦਮੀ *n* man; sod
ਅੰਸ਼ *n* parcel post, ingredient, organ
ਅੰਗ ਭੰਗ ਕਰਨਾ *v* mutilation
ਅੰਗ ਭੰਗ ਕਰਨਾ *n* mutilation
ਅਧਿਕਾਰ *n* authority, power
ਅਸਹਿ *adj* intolerable, unbearable
ਅਸੰਗਤ *adj* incoherent, extraneous
ਅਸਤਬਲ *n* barn, stable
ਅਸਤਿਤਵ *n* existence, lifestyle
ਅਸੰਤੁਸ਼ਟ *adj* disgruntled, dissatisfied, gloomy

ਅਸਥਾਈ *adj* temporary, transient, unstable
ਅਸਥਿਰ *adj* unsteady, unstable
ਅਸਪਸ਼ਟ *adj* illegible, indefinite, vague, blurred, fuzzy
ਅਸਪਸ਼ਟ ਦਿਸਣਾ *v* approach, head for
ਅਸਫਲਤਾ *n* failure, flop, malfunction
ਅਸੰਬੰਧਿਤ *adj* unattached, unrelated
ਅਸਬਾਬ *n* baggage, luggage, belongings
ਅਸਮਰੱਥ *adj* incapable, incompetent
ਅਸਮਾਨ *adj* unlike, blue
ਅਸੰਵੇਦਨਸ਼ੀਲ *adj* blunt, insensitive
ਅਸਾਧ *adj* incorrigible, irreparable, impossible
ਅਸਾਧਾਰਣ *adj* abnormal, unusual
ਅਸੀਂ *pro* we, ourselves
ਅਸੁਖਾਵਾਂ *adj* unfavorable, unpleasant
ਅਸ਼ੁੱਧ *adj* inaccurate, erroneous
ਅਸੁਰੱਖਿਅਤ *adj* unprotected, unsafe
ਅਹਿਮੀਅਤ *n* significance, moment
ਅੰਕ *n* digit, number, score
ਅਕੱਟ *adj* indispensable, irrefutable
ਅਖੰਡ *adj* entire, indivisible, irrevocable
ਅਖਾੜਾ *n* amphitheater, arena, pit
ਅੰਗ *n* component, organ
ਅੱਗ ਬੁਝਾਣ ਵਾਲਾ *n* firefighter, fireman
ਅਗਵਾਈ *n* leadership, guidance
ਅੰਗੀਠੀ *n* chimney, hearth
ਅੱਗੇ *adv* onwards, along, further
ਅੱਗੇ ਵਧ ਜਾਣਾ *v* outdo, surpass
ਅੱਗੇ ਵਧਣਾ *v* proceed, pass, advance
ਅਚਨਚੇਤ *adv* bounce, suddenly
ਅਚੰਭਾ *n* prodigy, amazement
ਅਜ਼ਮਾਇਸ਼ *n* test, trial
ਅਜੀਬ *adj* mind-boggling, queer, strange
ਅਜੈ *adj* invincible, invisible
ਅਟੱਲ *adj* imminent, irreversible, inevitable, stable, irrevocable
ਅਡੋਲ *adj* calm, composed
ਅਣਸੁਖਾਵਾਂ *adj* disagreeable, displeasing
ਅਣਹੋਂਦ *n* absence, lack
ਅਣਗਹਿਲੀ *n* neglect, amnesty
ਅਣਚਿਤਵਿਆ *adj* unexpected, unforeseen
ਅੰਤ *n* end, doom
ਅੰਤ *v* finish, wrap up
ਅਤਿਅੰਤ *adv* exceedingly, quite
ਅਤਿਅੰਤ *adj* grave, severe
ਅਦਭੁਤ *adj* prodigious, bizarre
ਅੰਦਰਲਾ *adj* inner, inward, inside
ਅੰਦਰੂਨੀ *adj* interior, inside
ਅਦਲ ਬਦਲ *v* exchange, swap
ਅਦਲਾ ਬਦਲੀ ਕਰਨਾ *v* interchange, mutate, remodel
ਅਦਾਇਗੀ *n* payment, repayment
ਅੰਦਾਜ਼ *n* manners, tone
ਅੰਦਾਜਾ *n* dosage, quantity
ਅੰਦਾਜ਼ਾ *n* conjecture, guess, supposition, appraisal

ਅਦਾਲਤੀ ਫੈਸਲਾ *n* award, verdict
ਅੰਦੋਲਨ *n* movement, campaign
ਅਨੰਦ *n* bliss, pleasure
ਅਨੰਦਮਈ *adj* blissful, enjoyable
ਅਨਪੜ੍ਹ *adj* illiterate, uneducated
ਅਨਿਯਮਤ *adj* casual, sparse
ਅਨੁਕੂਲ *adj* compatible, favorable
ਅਨੁਕੂਲ ਕਰਨਾ *v* adapt, conform
ਅਨੁਕੂਲਣ *n* adaptation, conformity
ਅਨੁਪਮ *adj* unheard-of, unique
ਅਨੁਪਾਤ *n* percentage, proportion, proposition, ratio
ਅਨੁਰੂਪ *adj* compliant, corresponding
ਅਨੇਕ *adj* many, numerous
ਅਪਮਾਨਜਨਕ *adj* degrading, demeaning, derogatory
ਅਪ੍ਰਚਲਿਤ *adj* obsolete, outdated, antiquated
ਅਪਰਾਧ *n* offense, guilt
ਅਪਰਾਧੀ *adj* criminal, delinquent, guilty
ਅਪਵਿੱਤਰ *adj* impure, dirty
ਅਫਵਾਹ *n* hearsay, report
ਅੰਬਰ *n* sky, heaven
ਅਭਿਆਸ ਕਰਨਾ *v* practice, drill
ਅਜੋਗ *adj* disorganized, illegitimate, undue, unfit, inefficient
ਅਰਕ *n* essence, juice
ਅਰਜ਼ *n* width, appeal
ਅਰਥ ਹੋਣਾ *v* boil down to, imply
ਅਰਪਣ ਕਰਨਾ *v* deliver, hand over, hold out
ਅਰੰਭ *n* debut, origin
ਅਲਹਿਦਗੀ *n* separation, severance
ਅਲਪ *adj* little, scarce
ਅਲਮਾਰੀ *n* cupboard, wardrobe
ਅਲੋਚਨਾਤਮਕ *adj* critical, nitpicking
ਅਵਕਾਸ਼ *iv* leave, rid of
ਅਵਧੀ *n* term, period
ਅਵਿਸ਼ਵਾਸ *n* disbelief, distrust
ਆਈਨਾ *n* looking glass, glass
ਆਸਚਰਜ *v* startle, surprise
ਆਸਰਾ *n* recourse, reliance, shelter, dependence
ਆਸ਼ਾਹੀਨ *adj* doomed, hopeless
ਆਕਾਰ *n* contour, size, magnitude, figure
ਆਖਰੀ *adj* last, decisive
ਆਗਾਮੀ *adj* forthcoming, would-be, upcoming
ਆਗਿਆ ਦੇਣਾ *v* allow, let in
ਆਗਿਆਕਾਰ *adj* docile, obedient
ਆਦਰ ਕਰਨਾ *v* care, care about, regard, respect
ਆਦੀ *adj* addicted, customary, used to
ਆਧਾਰ *n* base, sole
ਆਧਾਰ ਵਾਕ *n* patronage, premise
ਆਧੁਨਿਕ *adj* modern, up-to-date
ਆਧੁਨਿਕ ਬਣਾਉਣਾ *v* modernize, update
ਆਪਣੇ ਆਪ *pro* ourselves, herself
ਆਮਦ *n* coming, visit
ਆਰੰਭ *n* beginning, inception

ਅ

ਆਰੰਭ ਕਰਨਾ *v* be born, burst into, switch on
ਆਰਾਮ ਦੇਣਾ *v* ease, rest
ਆਲਸ *n* laziness, slow motion
ਆਲੋਚਨਾ *n* criticism, critique
ਆਵਾਹਣ ਕਰਨਾ *v* conjure up, invoke
ਆਵੇਸ਼ *n* passion, fumes
ਐਨਕ *n* eyeglasses, glass
ਐਲਾਨ *n* announcement, declaration
ਐਲਾਨ ਕਰਨਾ *v* declare, notify, proclaim; bill
ਔਸਤ *n* average, mean
ਔਸ਼ਧੀ *n* heroin, drug
ਔਜ਼ਾਰ *n* tool, appliance
ਔਰਤ *n* female, woman
ਅਤਿਵਾਦੀ *adj* radical
ਅੰਸ਼ *v* point
ਅੰਸ਼ ਰੂਪ ਵਿੱਚ *adv* partly
ਅਸਹਿਣਸ਼ੀਲ *n* intolerance
ਅਸਹਿਣਸ਼ੀਲ *adj* myopic
ਅਸਹਿਮਤ *adj* dissident
ਅੰਸ਼ਕ *adj* partial
ਅਸੰਖ *adj* countless
ਅਸਚਰਜ *adj* amazing
ਅਸਚਰਜ ਜਨਕ *adj* marvelous
ਅਸੰਜਮ *n* incontinence
ਅਸਤਰ *n* lining
ਅਸਤੀਫ਼ਾ *n* resignation
ਅਸਤੀਫਾ ਦੇਣਾ *v* resign
ਅਸੰਤੁਲਨ *n* imbalance
ਅਸਥਿਰਤਾ *n* instability
ਅਸਪਸ਼ਟ ਹੋਣਾ *v* drive at
ਅਸੱਧਿਆ *adj* impolite
ਅਸਫਲ *adj* unsuccessful
ਅਸਫਲ ਹੋਣਾ *v* malfunction
ਅਸੰਭਵ *adj* impossible
ਅਸੰਭਵਤਾ *n* impossibility
ਅਸੰਭਾਵਿਤ *adj* improbable
ਅਸੰਭਾਵੀ *adj* unlikely
ਅਸਭਿਅ *adj* wild
ਅਸੱਭਿਆ *adj* harshly
ਅਸਮਤ *n* virtue
ਅਸੰਮਤੀ *adj* disturbing
ਅਸੰਮਤੀ *n* disunity
ਅਸਮਰਥ *adj* unable
ਅਸਮਰੱਥ ਕਰਨਾ *v* incapacitate
ਅਸਮਰਥਤਾ *n* incompetence
ਅਸਮੱਰਥਾ *n* inability
ਅਸਮਾਨੀ ਗੋਲਾ *n* thunderbolt
ਅਸਮੇ *adj* untimely
ਅਸਰ *n* influence
ਅਸਰ ਕਰਨਾ *v* affect
ਅਸਰਥ *adj* inept
ਅਸ਼ਰਧਕ *adj* skeptic
ਅਸਲ ਵਿੱਚ *adv* rather
ਅਸਲਾ *n* munitions
ਅਸਲਾਖ਼ਾਨਾ *n* arsenal
ਅਸਲੀ ਤੌਰ ਤੇ *adv* virtually
ਅਸਲੀਅਤ *n* reality
ਅਸ਼ਲੀਲਤਾ *n* obscenity
ਅਸਵਸਥ *adj* unhealthy
ਅਸਵੀਕ੍ਰਿਤੀ *n* rejection
ਅਸਵੀਕਾਰ ਕਰਨਾ *v* junk

ਅਸ਼ਾਂਤ *adj* restless
ਅਸ਼ਾਂਤੀ *n* pie
ਅਸਾਧਾਰਣਤਾ *n* abnormality
ਅਸਾਨ *adj* easy
ਅਸਾਵਧਾਨ *adj* indiscreet
ਅਸਾਵਾਂ *adj* unequal
ਅੱਸੀ *adj* eighty
ਅਸੀਸ ਦੇਣਾ *v* bless
ਅਸੀਮ *n* limit
ਅਸੀਮਤਾ *n* immensity
ਅਸ਼ੀਰਵਾਦ *n* blessing
ਅਸੀਲਪੁਣਾ *n* docility
ਅਸੁਹਿਰਦ *adj* insincere
ਅੰਸ਼ਕ *adv* partially
ਅਸ਼ੁਭਕਾਰੀ *adj* sinister
ਅਸੁਰ *n* monster
ਅਸੁਰੱਖਿਆ *n* insecurity
ਅਸੁਰੀ *adj* satanic
ਅਸੁਵਿਧਾ *n* handicap
ਅਸੂਲ ਦਾ ਪੱਕਾ *adj* scrupulous
ਅਸੈਹਣਸ਼ੀਲ *adj* opinionated
ਅਹੰਕਾਰ *n* vanity
ਅਹਦ *n* pledge
ਅਹਾਤਾ *n* ring
ਅਹਾਰ *n* food
ਅਹਿਦਨਾਮਾ *n* treaty
ਅਹਿਰਨ *n* anvil
ਅਹੁਦਾ *n* post
ਅਹੁਦੇਦਾਰ *n* officer
ਅਕਸਰ *adv* often
ਅਕਸਰ ਜਾਣਾ *v* frequent
ਅਕਸ਼ਾਂਸ਼ *n* latitude
ਅਕਸੀਜਨ *n* oxygen
ਅਕਸੀਰ *adj* infallible
ਅੰਕਕ *n* marker
ਅੰਕਣਾ *v* graduate
ਅਕਤੂਬਰ *n* October
ਅਕੱਥ *adj* unspeakable
ਅਕਲ ਮੰਦੀ *n* wisdom
ਅਕਲਮੰਦ *adj* wise
ਅੰਕੜੇ *n* statistic
ਅਕਾਉ *v* bore
ਅਕਾਉ *n* boredom
ਅਕਾਉਣਾ *v* pester
ਅਕਾਸ਼ *n* space
ਅਕਾਸ਼ ਗੰਗਾ *n* galaxy
ਅਕਾਦਮਿਕ *adj* academic
ਅਕਾਦਮੀ *n* academy
ਅਕਾਲ *adj* timeless
ਅੰਕਿਤ ਕਰਨਾ *v* record
ਅਕੁਸ਼ਲ *adj* inefficient
ਅਕੇਂਦਰੀ *adj* eccentric
ਅਕੇਵਾਂ *n* tedium
ਅੱਖ *n* eye
ਅੱਖ ਦੀ ਕਟੋਰੀ *n* orbit
ਅੱਖ ਦੀ ਪੁਤਲੀ *n* pupil
ਅੱਖ ਬਚਾ ਕੇ *adv* secretly
ਅਖੰਡਤਾ *n* integrity
ਅਖੰਡਨੀ *adj* irrefutable
ਅੱਖੜਪਨ *n* rudeness
ਅਖਤਿਆਰੀ *adj* optional
ਅਖਬਾਰ *n* sheet
ਅਖਬਾਰ ਨਵੀਸ *n* journalist
ਅਖਬਾਰ ਵਿਕਰੇਤਾ *n* newsstand

ਅੱਖਰ *n* letter
ਅੱਖਰ *adj* brusque
ਅੱਖਰੀ *adj* literal
ਅਖ਼ਰੋਟ *n* walnut
ਅੱਖੜ *adj* cheeky
ਅੱਖਾਂ ਬੰਦ ਕਰਕੇ *adv* blindly
ਅੱਖਾਂ ਬੰਦ ਕਰਨਾ *v* blindfold
ਅਖਾਉਤੀ *adj* so-called
ਅਖਾਣ *n* saying
ਅਖਿਲ *adj* whole
ਅੱਗ *n* fire
ਅੱਗ ਲਾਉਣਾ ਜਾਂ ਲੱਗਣਾ *v* ignite
ਅੱਗ ਲਾਉਣੀ *v* fire
ਅਗਸਤ *n* August
ਅੰਗਹੀਣ *adj* disabled
ਅੰਗਛੇਦ *n* amputation
ਅੰਗਛੇਦ ਕਰਨਾ *v* amputate
ਅਗਨ *n* fire
ਅਗਨਮਈ *adj* fiery
ਅਗਨੀ *n* fire
ਅਗਨੀਕਾਂਡ *n* arson
ਅਗਨੀ-ਪਰੀਖਿਆ *n* ordeal
ਅਗਰ *c* providing that
ਅੰਗਰੇਜ਼ੀ ਸਿੱਕਾ *n* penny
ਅਗਲਾ *adj* next
ਅਗਲਾ *pre* ahead; after
ਅਰਥ *v* import; finance
ਅਲੌਕਿਕ *adj* heavenly; eerie
ਆਸ਼ਾ *n* hope
ਆਗਮਨ *n* Advent; arrival
ਆਪਹੁਦਰਾ *adj* arbitrary; despotic
ਆੜ *n* safeguard; aqueduct
ਅਗਵਾ *n* abduction
ਅਗਵਾ ਕਰਨਾ *v* abduct
ਅਗ਼ਵਾ ਕਰਨਾ *v* kidnap
ਅਗਵਾਈ ਕਰਨਾ *v* spearhead
ਅਗਵਾੜਾ *n* foreground
ਅੱਗਾ *n* front
ਅੱਗਾ ਪਿੱਛਾ *n* antecedents
ਅਗਾਉ *adv* forward
ਅਗਾਉ *v* pull ahead
ਅਗਾਉਂ *adv* before
ਅਗਾਂਹ *adv* further
ਅਗਾਂਹ ਵਧੂ *adj* progressive
ਅਗਾਧ *adj* abysmal
ਅਗਿਆਤ *adj* unknown
ਅਗਿਆਤਵਾਦੀ *n* agnostic
ਅਗਿਆਨ *n* ignorance
ਅਗਿਆਨੀ *adj* ignorant
ਅੰਗਿਆਰ *n* embers
ਅੰਗੂਰਾਂ ਦੀ ਖੰਡ *n* glucose
ਅੰਗੂਠਾ *n* thumb
ਅੰਗੂਰ ਦਾ ਬਗੀਚਾ *n* vineyard
ਅੰਗੂਰ ਦੀ ਬੇਲ *n* vine
ਅੰਗੂਰੀ *v* sprout
ਅੰਗੂਰੀ ਸ਼ਰਾਬ *n* grapevine
ਅੱਗੇ ਹੀ *adv* already
ਅੱਗੇ ਹੋਣਾ *iv* lead
ਅੱਗੇ ਜਾਣਾ *v* go ahead
ਅਗੇਤ *adj* elementary
ਅਗੇਤਰਾ *adj* premature
ਅਗੇਤੀ *adj* precocious
ਅਗੇਰੇ *adv* farther
ਅੱਗੋਂ ਦਾ *pre* ahead

ਅਘੁਲਾ *adj* insoluble
ਅਚਨਚੇਤੀ *adv* incidentally
ਅਚੰਭਾਕਾਰੀ *adj* astonishing
ਅਚਲ *adj* immobile
ਅੱਚਲ *adj* motionless
ਅਚੱਲ ਕਰਨਾ *v* immobilize
ਅਚਾਨਕ *adv* abruptly
ਅਚਾਨਕ *adj* sudden
ਅਚਾਨਕ ਚੱਕ ਲੈਣਾ *v* snap
ਅਚਾਨਕ ਪਲਟਾ *n* revulsion
ਅਚਾਰ *n* condiment
ਅਚਾਲ ਸੰਪਤੀ *n* realty
ਅਚਾਲਤਾ *n* persistence
ਅਚੁਕ *adj* sure
ਅੱਛਾ *n* well
ਅੱਛਾ *adv* alright
ਅਛੂਤ *adj* untouchable
ਅਛੂਤਾ *adj* fresh
ਅੱਜ *adv* today
ਅਜ ਰਤ *adv* tonight
ਅੱਜ-ਕਲ੍ਹ *adv* nowadays
ਅਜਨਬੀ *n* stranger
ਅਜਵਾਇਣ *n* celery
ਅਜਾਇਬਘਰ *n* museum
ਅਜਾਈਂ *adv* vainly
ਅਜਾਮ *n* ingenuity
ਅੰਜਾਮ *n* conclusion
ਅਜਿਹਾ *adj* such
ਅਜਿੱਤ *adj* invincible
ਅਜੀਤ *adj* invisible
ਅੰਜੀਰ *n* fig
ਅਜੀਰਨ *n* indigestion
ਅੰਜੀਲ *n* bible
ਅਜੇ ਤਕ *c* yet
ਅਝੁਕ *adj* erect
ਅੰਟ-ਸੰਟ *adj* irrelevant
ਅਟਕ *n* hitch
ਅਟਕਲਪੱਚੂ *adv* randomly
ਅਟਕਲਬਾਜ਼ੀ *n* supposing
ਅਟ੍ਠ ਭੁਜ *n* octopus
ਅਟਣਾ *v* contain
ਅਟੱਲ ਸਚਾਈ *n* axiom
ਅਟੱਲ ਰਹਿਣਾ *v* persist
ਅਟਾਰੀ *n* attic
ਅਟਾਲ *adj* persistent
ਅਟਾਲਤਾ *n* persistence
ਅਟੁੱਟ *adj* inseparable
ਅੱਠ *adj* eight
ਅਠ੍ਹਾਰਾਂ *adj* eighteen
ਅਠਵਾਂ *adj* eighth
ਅੱਡ *adv* aloof
ਅੱਡ ਕਰਨਾ *v* segregate
ਅੰਡਕੋਸ਼ *n* ovary
ਅੜਚਨ ਪਾਉਣਾ *v* hinder
ਅੱਡਰਾਪਣ *n* isolation
ਅੰਡ-ਰੂਪੀ *adj* oval
ਅਡਤ੍ਰਚਨ *n* hindrance
ਅੱਡਾ *n* block
ਅੰਡਾ *n* egg
ਅੜਿੱਕਾ *n* obstruction
ਅੱਡੀ *n* heel
ਅੰਡੇ ਦੀ ਸਫੇਦੀ *n* egg white
ਅੰਡੇ ਦੀ ਜ਼ਰਦੀ *n* yolk
ਅਢੁਕਵਾਂ *adj* inappropriate

ਅ

ਅਢੁੱਕਵਾਂ *adj* unsuitable
ਅਣਉਪਜਾਊ *adj* infertile
ਅਣਸਜਿਆ *adj* unfurnished
ਅਣਹੋਣਾ *adj* unthinkable
ਅਣਕੱਜਿਆ *adj* bare
ਅਣਗਿਹਲੀ ਕਰਨਾ *v* neglect
ਅਣਗਿਣਤ *adj* incalculable
ਅਣਗਿਨਤ *adj* innumerable
ਅਣਗੌਲਿਆ *adj* unnoticed
ਅਣਘੜ *adj* crude
ਅਣਥੱਕ *adj* tireless
ਅਣਨਿਪਟਾਇਆ *adj* undecided
ਅਣਪੱਕਾ *adj* immature
ਅਣਮੇਲ *adj* dissonant
ਅਣਰਿਝਿਆ *adj* raw
ਅਣਵਿਆਹਿਆ *adj* unmarried
ਅਣਵਿਕਾਊ ਮਾਲ *n* anesthesia
ਅਣੂ *n* molecule
ਅੰਤਹਕਰਣ *n* scruples
ਅੰਤਹੀਨ *adj* endless
ਅੱਤਕਥਨੀ ਕਰਨਾ *v* exaggerate
ਅੰਤਮ *adj* final
ਅੰਤਰ *n* difference
ਅੰਤਰ ਆਗਮਨ *n* doorstep
ਅੰਤਰ ਗ੍ਰਹਿਣ *n* intake
ਅੰਤਰ ਨਸੀ *adj* intravenous
ਅੰਤਰਸੰਬੰਧਿਤ *v* associate
ਅੰਤਰੰਗ *adj* intimate
ਅੰਤਰਗਤ *pre* within
ਅੰਤਰ-ਮੁਖੀ *adj* introvert
ਅਤ੍ਰਿਪਤ *adj* insatiable
ਅੰਤਰੀਵ *adj* intrinsic
ਅੰਤਲਾ *adj* last
ਅੰਤੜੀਆਂ *n* gut
ਅਤਾ-ਪਤਾ *n* whereabouts
ਅਤਿ ਅਧਿਕ *v* major in
ਅਤਿ ਅਨੁਮਾਨ *v* overestimate
ਅਤਿ ਸਾਵਧਾਨ *adj* meticulous
ਅਤਿ ਨਵੀਨ *adj* brand-new
ਅਤਿ ਨਿਰਦਈ *adj* outrageous
ਅਤਿਆਚਾਰ *n* atrocity
ਅਤਿਆਚਾਰੀ *n* vampire
ਅੰਤਿਕਾ *n* appendix
ਅਤਿਥੀ *n* guest
ਅੰਤਿਮ ਸੰਸਕਾਰ *n* burial
ਅੰਤਿਮ ਤੌਰ ਤੇ *adv* eventually
ਅਤੀਤ *adj* past
ਅਤੀਤ ਸਰਵੇਖਣ *n* review
ਅਤੀਤ-ਕਾਲ *n* past
ਅਥੱਕ *adj* tireless
ਅੱਥਰੂ-ਭਰਿਆ *adj* tearful
ਅਥਾਹ *adj* abysmal
ਅਦਨਾ *adj* lowly
ਅਦਬ *n* literature
ਅੰਦਰ *pre* inside
ਅੰਦਰ ਗੱਦੀ ਰੱਖਣਾ *v* pad
ਅੰਦਰ ਦੀ ਛਤ *n* ceiling
ਅੰਦਰ ਨੂੰ ਵਹਿਣ *n* influx
ਅੰਦਰ ਵੱਲ ਮੋੜਨਾ *v* turn in
ਅਦਰਕ *n* ginger
ਅੰਦਰਲੇ ਕਪੜੇ *n* lingerie
ਅੰਦਰਵਾਸੀ *adv* indoor
ਅੰਦਰਵਾਰ *adv* inwards
ਅਦਲਾ ਬਦਲੀ *n* swap

ਅਦਾਕਾਰ *n* actor
ਅਦਾਕਾਰਾ *n* actress
ਅੰਦਾਜ਼ *v* estimate
ਅੰਦਾਜ਼ਾ ਲਾਉਣਾ *v* guess
ਅਦਾਲਤ *n* court
ਅੰਦੋਲਨ ਕਰਤਾ *n* agitator
ਅੰਦੋਲਨ ਚਲਾਉਣਾ *v* campaign
ਅੱਧ *n* half
ਅੱਧ-ਖੁਲ੍ਹਾ *adj* ajar
ਅੰਧਕਾਰ *adj* dark
ਅੰਧਕਾਰ *adj* blackness
ਅਧਰੰਗ *n* paralysis
ਅੱਧਾ ਸੜਿਆ ਕੋਲਾ *n* cinder
ਅੱਧਾ ਹਿੱਸਾ *adj* half
ਅੰਧਾ-ਧੁੰਦ *adj* rash
ਅਧਾਰ *n* foundation
ਅਧਿਆਇ *n* chapter
ਅਧਿਆਤਮਕ *adj* spiritual
ਅਧਿਆਦੇਸ਼ *n* regulation
ਅਧਿਆਪਨ *n* pedagogy
ਅੰਧਿਆਰਾ *n* darkness
ਅਧਿਐਨ *v* study
ਅਧਿਐਨ ਕਮਰਾ *n* classroom
ਅਧਿਕ *adj* affluent
ਅਧਿਕ *adv* much
ਅਧਿਕ ਅਨੁਮਾਨ *v* overrate
ਅਧਿਕ ਹੋਣਾ *n* increase
ਅਧਿਕ ਟੈਕਸ *n* surcharge
ਅਧਿਕ ਭਾਰੀ *adj* overweight
ਅਧਿਕ ਮਾਤਰਾ *n* overdose
ਅਧਿਕਤਰ *adv* mostly
ਅਧਿਕਾਰ ਸੌਂਪਣਾ *n* authorization
ਅਧਿਕਾਰ ਖੋਹ ਲੈਣਾ *v* expropriate
ਅਧਿਕਾਰ ਦੇਣਾ *v* authorize
ਅਧਿਕਾਰ ਰੱਖਣਾ *v* own
ਅਧਿਕਾਰ ਵਿੱਚ ਲੈਣਾ *v* seize
ਅਧਿਕਾਰ-ਪੱਤਰ ਦੇਣਾ *v* charter
ਅਧਿਕਾਰੀ *adj* deserving
ਅੱਧੀ ਰਾਤ *n* midnight
ਅਧੀਆ *n* pint
ਅਧੀਕ *adj* full
ਅਧੀਨ *adj* manageable
ਅਧੀਨ ਕਰਨਾ *v* subject
ਅਧੀਨਗੀ *n* meekness
ਅਧੂਰਾ *adj* incomplete
ਅਧੂਰਾ ਕੰਮ *n* torso
ਅੱਧੇ ਸਿਰ ਦੀ ਪੀੜ *n* migraine
ਅੱਧੋਂ ਅੱਧ ਕਰਨਾ *v* halve
ਅੰਨ *v* ration
ਅੰਨ *n* corn
ਅਨਉਚਿਤ *adj* unreasonable
ਅੰਨ੍ਹਾ *adj* blind
ਅੰਨ੍ਹਾ ਕਰਨਾ *v* blind
ਅੰਨ੍ਹਾਪਣ *n* blindness
ਅਨੰਤ *adj* infinite
ਅਨਤਰ *n* contrast
ਅਨੰਦ *adj* happy
ਅਨੰਦਤ *adj* joyful
ਅੰਨ-ਨਾਲੀ *n* esophagus
ਅਨਾਜ *n* grain
ਅਨਾਥ *n* orphan
ਅਨਾਨਾਸ *n* pineapple
ਅਨਾਮ *adj* anonymous
ਅਨਾਰ *n* pomegranate

ਅਨਾੜੀ *adj* inexperienced
ਅਨਿਆਈ *adj* unfair
ਅਨਿਆਈ ਤੌਰ ਤੇ *adv* unfairly
ਅਨਿਸਚਿਤ *adj* uncertain
ਅਨਿਖੜ *adj* inseparable
ਅਨਿਰਣਾ *n* indecision
ਅਨਿਰਮੋਹੀ *adj* callous
ਅਨੀਂਦਰਾ ਰੋਗ *n* insomnia
ਅਨੁਸ਼ਾਸਨ *n* discipline
ਅਨੁਸਾਰੀ ਹੋਣਾ *v* correspond
ਅਨੁਸੂਚੀ *n* schedule
ਅਨੁਸੂਚੀ ਬਣਾਉਣੀ *v* schedule
ਅਨੁਕਰਣੀ *adj* exemplary
ਅਨੁਕੂਲ ਕਰਨਾ *adj* consistent
ਅਨੁਕੂਲਕ *n* adapter
ਅਨੁਕੂਲਤਾ *n* consistency
ਅਨੁਗ੍ਰਿਹ *n* obligation
ਅਨੁਗਾਮੀ *v* abide by
ਅਨੁਗਾਮੀ *n* follower
ਅਨੁਚਿਤ *adj* unjust
ਅਨੁਦਾਨ *v* loan
ਅਨੁਭਵ *n* experience
ਅਨੁਭਵ ਕਰਨਾ *v* go through
ਅਨੁਭਵ-ਸੰਬੰਧੀ *adj* apprehensive
ਅਨੁਭਵ-ਯੋਗ *adj* understandable
ਅਨੁਭਵੀ *adj* versed
ਅਨੁਮਾਨ *n* speculation
ਅਨੁਮਾਨ ਲਾਉਣਾ *v* infer
ਅਨੁਯਾਈ *n* conformist
ਅਨੁਵਾਦ *n* version
ਅਨੁਵਾਦ ਕਰਨਾ *v* translate
ਅਨੁਵਾਦਕ *n* translator
ਅਨੇਕਤਾ *n* diversity
ਅਨੈਤਿਕ *adj* amoral
ਅਨੋਖਾ *adj* bizarre
ਅਨੋਖਾਪਣ *n* oddity
ਅਪਹਰਣ *n* hijack
ਅਪਹਰਣ ਕਰਤਾ *n* hijacker
ਅਪੰਗਤਾ *n* handicap
ਅਪਗਤੀ *n* degradation
ਅਪਣਾਉਣਾ *v* adopt
ਅਪੱਧਰਾ *adj* uneven
ਅਪਮਾਨ ਕਰਨਾ *v* denigrate
ਅਪਮਾਨਜਨਕ ਲਿਖਤ *n* libel
ਅਪਰ *adj* lower
ਅਪ੍ਰਸੱਨ *adj* sorry
ਅਪ੍ਰਸੰਨਤਾ *n* unhappiness
ਅਪ੍ਰਤੱਖ *adj* indirect
ਅਪਰਾਧ ਕਰਨਾ *v* offend
ਅਪਰਾਧੀ *n* culprit
ਅਪਰਾਧੀ ਠਹਿਰਾਉਣਾ *v* condemn
ਅਪ੍ਰੈਲ *n* April
ਅਪਵਾਦ *n* exception
ਅਪਵਾਦਕ *adj* exceptional
ਅਪਵਿੱਤਰ ਕਰਨਾ *v* desecrate
ਅੱਪੜਨਾ *v* arrive
ਅਪੜਾ ਦੇਣਾ *v* convey
ਅੰਪਾਇਰ *n* umpire
ਅਪਾਤਰ *adj* undeserved
ਅਪਾਰ *adj* immense
ਅਪਾਰਦਰਸ਼ੀ *adj* opaque
ਅਪੁੱਠਾ *adv* backwards
ਅਪੂਛ ਬਾਂਦਰ *n* ape
ਅਪੂਰਣਤਾ *n* imperfection

ਅਪੂਰਨ ਖ਼ੁਰਾਕ *n* malnutrition
ਅਪੇਟ *n* involvement
ਅਫਸਰਸ਼ਾਹ *n* bureaucrat
ਅਫ਼ਸਰਸ਼ਾਹੀ *n* bureaucracy
ਅਫਸੋਸ *n* regret
ਅਫਰਾਉਣਾ *v* bloat
ਅਫ਼ਵਾਹ *n* rumor
ਅਫ਼ੀਮ *n* opium
ਅਫੀਮ ਤੋਂ ਤਿਆਰ ਦਵਾਈ *n* morphine
ਅਬਾਦਕਾਰ *n* settler
ਅਬਾਦੀ *n* population
ਅਬਾਬੀਲ *v* swallow
ਅਭਾਗਾ *adj* unlucky
ਅਭਾਵ *n* negative
ਅਭਿਆਸ *n* practice
ਅਭਿਆਸ ਪੁਸਤਿਕਾ *n* workbook
ਅਭਿਨੰਦਨ *n* reception
ਅਭਿਮਾਨ *n* vanity
ਅਭਿਮਾਨੀ *adj* haughty
ਅਭਿਲਾਸ਼ਾ *n* longing
ਅਭਿਲਾਸ਼ੀ *adj* ambitious
ਅਭੁੱਲ *adj* unforgettable
ਅਭੋਲ *adj* unsuspecting
ਅਮੱਕ *adj* unending
ਅਮਰ *adj* immortal
ਅਮਰੀਕੀ *adj* American
ਅਮਲ *n* process
ਅਮਲ ਮਿਲਾਉਣਾ *v* drug
ਅਮਲਾ *n* staff
ਅਮਲੀ *adj* practical
ਅਮਾਨਤ *n* deposit
ਅਮਾਨਵੀ *adj* inhuman
ਅਮਿਚਵਾਂ ਕੱਪੜਾ *n* misfit
ਅਮਿਟ *adj* inevitable
ਅਮੀਰ *n* nobleman
ਅਮੀਰ *adj* wealthy
ਅਮੂਰਤ *adj* abstract
ਅਮੁੱਲ *adj* precious
ਅਮੋਨੀਆ ਗੈਸ *n* ammonia
ਅਮੋਲ *adj* invaluable
ਅਯਥਾਰਥਵਾਦੀ *adj* unrealistic
ਅਯੋਗ ਕਰਾਰ ਦੇਣਾ *v* invalidate
ਅਯੋਗ ਠਹਿਰਾਉਣਾ *v* disqualify
ਅਯੋਗਤਾ *n* disability
ਅਰਸਾ *n* duration
ਅਰਕ ਕੱਢਣਾ *v* extract
ਅਰਜ਼ੀ *n* petition
ਅਰਥ *n* meaning
ਅਰਥ ਤੰਤਰ *n* economy
ਅਰਥ-ਛਾਇਆ *n* nuance
ਅਰਥਾਤ *adv* namely
ਅਰਬਪਤੀ *n* billionaire
ਅਰਬੀ *adj* Arabic
ਅਰਬੀ *n* yam
ਅਰੰਭ ਹੋਣਾ *n* day
ਅਰੰਭਕ *adj* rudimentary
ਅਰੰਭਿਕ *adj* basic
ਅਰਲ *n* latch
ਅਰਲ ਅੜਾਉਣਾ *v* bar
ਅਰਾਜਕਤਾ *n* anarchy
ਅਰਾਜਕਤਾਵਾਦੀ *n* anarchist
ਅਰਾਮ *n* rest
ਅਰਾਮ ਕਮਰਾ *n* rest room
ਅਰਾਮ ਕੁਰਸੀ *n* armchair

ਅਰਾਮ ਦੇਣਾ *v* relieve
ਅਰੁਕ *adj* irresistible
ਅਰੂਪ *adj* amorphous
ਅਰੋਕ *adj* unavoidable
ਅਰੋਗਤਾ *n* tone
ਅਲਸੀ *adj* lazy
ਅੱਲ੍ਹੜਪਣ *n* adolescence
ਅਲੱਗ *adv* aloof
ਅਲੱਗ *adj* several
ਅਲੱਗ ਕਰਨਾ *v* take off
ਅਲਪ ਸੰਖਿਅਕ *n* minority
ਅਲਪਤਾ *n* pettiness
ਅਲਮੋਨੀਅਮ *n* aluminum
ਅਲਰਜੀ *n* allergy
ਅਲਰਜੀ ਸੰਬੰਧੀ *adj* allergic
ਅਲਾਣਾ *adj* seedless
ਅਲਾਪਣਾ *v* recite
ਅਲਾਰਮ-ਘੜੀ *n* alarm clock
ਅਲੋਪ ਕਰ ਦੇਣਾ *v* die out
ਅਲੌਕਕ *adj* remarkable
ਅਵਸ਼ *n* certainty
ਅਵਸਥਾ *n* phase
ਅਵਸ਼ੇਸ਼ *n* residue
ਅਵਹੇਲਨਾ *n* disdain
ਅਵਕਾਸ਼ *n* walkout
ਅਵਮੁੱਲਣ ਕਰਨਾ *v* depreciate
ਅਵਰਤੋਂ *n* disuse
ਅਵੱਲਾ *adj* crass
ਅਵਲੋਕਨ *n* view
ਅਵਾਕ *adj* speechless
ਅਵਾਰਾ *adj* dissolute
ਅਵਾਰਾ *n* loaf
ਅਵਿਅਕਤੀਗਤ *adj* impersonal
ਅਵਿਸ਼ਵਾਸ *v* mistrust
ਅਵਿਵੇਕ *n* indiscretion
ਅੜਵੈਂਗ *adj* crass
ਅੜਾ *n* blockage
ਅੜਿੱਕਾ *adj* deadlock
ਅੜਿੱਕਾ *n* blockage
ਅੜਿੱਕਾ ਡਾਹੁਣਾ *iv* let
ਅੜਿੰਗਾ ਡਾਹੁਣਾ *v* get down to
ਅੜੀ *n* obstinacy
ਆ ਰਲਣਾ *v* overtake
ਆ ਵਸਣਾ *v* immigrate
ਆਉਣਾ *iv* come
ਆਉਣਾ-ਜਾਣਾ *v* traffic
ਆਇਓਡੀਨ *n* iodine
ਆਇਤ *adj* vast
ਆਇਤਾਕਾਰ *adj* rectangular
ਆਇਤਾਕਾਰ ਵਸਤੂ *n* rectangle
ਆਇਰਲੈਂਡ *n* Ireland
ਆਇਰਲੈਂਡ ਦੀ ਭਾਸ਼ਾ *adj* Irish
ਆਈਸਕਰੀਮ *n* ice cream
ਆਈਸਬਾਕਸ *n* icebox
ਆਸ *n* expectation
ਆਸ ਕਰਨਾ *v* hope
ਆਸਜਨਕ *adj* hopeful
ਆਸਣ *n* seat
ਆਸਣ (ਬੇਲ) *n* pew
ਆਸਤੀਨ *n* sleeve
ਆਸ਼ਨਾਈ *n* courtship
ਆਸ਼ਰਮ *n* asylum
ਆਸਰਾ ਲੈਣਾ *v* shelter
ਆਸਰਿਤ *adj* dependent

ਆਸ਼ਾ *v* expectancy
ਆਸਾਨੀ ਨਾਲ *adv* easily
ਆਸ਼ਾਵਾਦ *n* optimism
ਆਸ਼ਾਵਾਦੀ *adj* optimistic
ਆਸ਼ੀਰਵਾਦ *n* benediction
ਆਹ *n* sigh
ਆਂਕਣਾ *v* size up
ਆਕਰਸ਼ਕ *adj* alluring
ਆਕਰਸ਼ਣ *n* attraction
ਆਕਰਸ਼ਣ ਸ਼ਕਤੀ *n* gravity
ਆਕ੍ਰਮਣ *n* invasion
ਆਕ੍ਰਮਣਕਾਰੀ *adj* offensive
ਆਕ੍ਰਿਤੀ *n* confrontation
ਆਕੜ ਕੇ ਚੱਲਣਾ *v* stalk
ਆਂਕੜੇ *n* data
ਆਕਾਸ਼ਵਾਣੀ *n* apocalypse
ਆਕੀ *adj* disobedient
ਆਖਰ *n* excess
ਆਖ਼ਰ ਵਿੱਚ *adv* lastly
ਆਖ਼ਰੀ *v* last
ਆਖਿਰ *n* ending
ਆਂਗਣ *n* courtyard
ਆਗਾਹ *n* warning
ਆਗਿਆ *v* command
ਆਗਿਆ *n* order
ਆਗਿਆ ਪਾਲਣ *n* compliance
ਆਗਿਆ ਭੰਗ ਕਰਨਾ *v* disobey
ਆਗਿਆ ਲੈਣਾ *v* appeal
ਆਗਿਆਪਾਲ *adj* submissive
ਆਗਿਆਪਾਲਨ *n* obedience
ਆਗਿਆ-ਭੰਗ *n* disobedience
ਆਗੂ *n* pioneer
ਆਚਰਣ *n* behavior
ਆਚਾਰ *n* mannerism
ਆਜ਼ਾਦ *adj* independent
ਆਜ਼ਾਦ ਕਰਨਾ *v* free
ਆਜ਼ਾਦੀ *n* liberation
ਆਜੀਵਕਾ *n* sustenance
ਆਟੋ *n* auto
ਆਂਤ *n* intestine
ਆਤਸ਼ਕ *n* syphilis
ਆਤਸ਼ਜ਼ਨ *n* arsonist
ਆਤਸ਼ਬਾਜ਼ੀ *n* fireworks
ਆਤੰਕ *n* terror
ਆਤੰਕਵਾਦ *n* terrorism
ਆਤਮ ਗਿਲਾਨੀ *n* gangrene
ਆਤਮ ਦਮਨ *n* mortification
ਆਤਮ-ਸਨਮਾਨ *n* self-respect
ਆਤਮ-ਸਮਰਪਣ ਕਰਨਾ *v* capitulate
ਆਤਮਸਾਤਕਰਣ *n* assimilation
ਆਤਮਘਾਤ *n* suicide
ਆਤਮ-ਚੇਤਨ *adj* self-conscious
ਆਤਮਾ *n* soul
ਆਥਣ *n* nightfall
ਆਦਤ *n* habit
ਆਦਮ ਖੋਰ *n* cannibal
ਆਦਰ ਘਟਾਉਣਾ *v* demean
ਆਦਰਸ਼ *n* model
ਆਦਰਸ਼ ਵਾਕ *n* motto
ਆਦਰਸ਼ਕ *adj* ideal
ਆਂਦਰਾਂ *n* gut
ਆਦੀ ਕਰਨਾ *v* accustom
ਆਦੇਸ਼ *n* sanction
ਆਧੁਨਿਕ *n* current

ਆਨ *n* honor
ਆਪ *pro* you
ਆਪ ਬੀਤੀ *n* memoirs
ਆਪਸ ਵਿੱਚ *adv* mutually
ਆਪਣਾ *adj* own
ਆਪਣੇ ਜ਼ਿੰਮੇ ਲੈਣਾ *v* undertake
ਆਪਣੇ ਦਸਤਖ਼ਤ *n* autograph
ਆਪਰਵਾਸੀ *adj* incoming
ਆਪੋ ਆਪਣਾ *adj* respective
ਆਫ਼ਤ *n* catastrophe
ਆਬਸ਼ਾਰ *n* force
ਆਬਪਾਸ਼ੀ *n* irrigation
ਆਬਰੂ *n* chastity
ਆਬੀ *adj* aquatic
ਆਭਾਸ। *n* inkling
ਆਭਾਰ *n* gratitude
ਆਭਾਰੀ *adj* grateful
ਆਮ *adj* generic
ਆਮ ਤੌਰ ਤੇ *adv* overall
ਆਮ ਰਾਇ ਵਜੋਂ *adv* reputedly
ਆਮ੍ਹਣੇ-ਸਾਮਣੇ *adv* opposite
ਆਮਦਨੀ *n* income
ਆਮ-ਮੁਆਫੀ *n* amnesty
ਆਮਲੇਟ *n* omelet
ਆਯਾਤ *n* importation
ਆਯਾਮ *n* dimension
ਆਯੋਗ *n* commission
ਆਰ ਦੇਣਾ *v* spur
ਆਰ ਪਾਰ ਫੈਲਣਾ *v* span
ਆਰਗਨ ਸਾਜ਼ ਵਾਦਕ *n* organist
ਆਰਗਨ ਵਾਜਾ *n* organ
ਆਰਜ਼ੀ *adj* provisional
ਆਰਜ਼ੀ ਹਨੇਰਾ *n* blackout
ਆਰਥਕ *adj* financial
ਆਰਥਿਕ ਸਹਾਇਤਾ *n* subsidy
ਆਰੰਭਕਰਤਾ *n* beginner
ਆਰਾ *n* saw
ਆਰਾ ਚਲਾਉਣਾ *iv* saw
ਆਰਾਮ *n* repose
ਆਰਾਮ ਕਰਨਾ *v* repose
ਆਰੋਪਣ *n* accusation
ਆਲ-ਔਲਾਦ *n* descendant
ਆਲਸੀ *adj* tardy
ਆਲੂ *n* potato
ਆਲੂ ਬੁਖ਼ਾਰਾ *n* plum
ਆਲੋਕ *adj* bright
ਆਲੋਚਨਾ ਕਰਨਾ *v* criticize
ਆਵਸ਼ਕ *adj* necessary
ਆਵਰਣ *n* hood
ਆਵਰਿਤੀ *n* repetition
ਆਵਾਸ *n* immigration
ਆਵਾਸ ਸੰਬੰਧੀ *n* immigrant
ਆਵਾਜ਼ *n* voice
ਆਵਿਸ਼ਕਾਰ *n* invention
ਆਵੇਗ *n* whim
ਆੜੂ *n* peach
ਐਸਪਰੀਨ *n* aspirin
ਐਸਾ ਵੈਸਾ *adj* insignificant
ਐਕਸ-ਰੇ *n* X-ray
ਐਕਟਰ *n* actor
ਐਂਟੀਨਾ *n* antenna
ਐਡਮਿਰਲ *n* admiral
ਐਤਵਾਰ *n* Sunday
ਐਨ *adj* precise

ਐਨਕ ਫਰੇਬ *n* optician
ਐਨੇ ਦੀ ਪੈਣੀ *iv* cost
ਐਂਪਲੀਫਾਇਰ *n* amplifier
ਔਂਸ *n* ounce
ਔਖਾ ਕਰਨਾ *v* molest
ਔਗੁਣ *n* defect
ਔਰ *c* and
ਔਰਤਾਂ *n* women
ਔਲਾਦ *n* offspring
ਅਸ਼ਲੀਲ *adj* abusive; dirty
ਅੰਗੂਰ *n* grape; grapefruit
ਅਜਗਰ *n* dragon; python
ਅਨਿਆਂ *n* injustice, unfairness; injury

ੲ

ਇਹ *pro* these; this
ਇੱਕ *adj* one; any
ਇਤਫਾਕੀਆ *adj* accidental; bye
ਇਸ ਲਈ *adv* hence, therefore
ਇਸ਼ਾਰਾ *n* signal, hint
ਇਸ਼ਾਰਾ ਕਰਨਾ *v* beckon, signal
ਇੱਕ ਪਾਸੇ ਕਰਨਾ *v* take back, withdraw
ਇੱਕਸਾਰਤਾ *n* monotony, smoothness
ਇੱਕੱਠਾ ਕਰਨਾ *v* congregate, incorporate
ਇੱਕੱਠੇ *adv* lump together, together
ਇੱਕਰਾਰ *n* promise, engagement
ਇੱਕੱਲ *adj* single, somber
ਇੱਕਲਾ *adv* lonely, lonesome, alone
ਇੱਕਾਂਤ *n* loneliness, privacy
ਇੱਛਾ *n* desire, wish, will, ambition
ਇੱਛਾ ਕਰਨਾ *v* aspire, wish
ਇੰਜਨ *n* carburetor, engine
ਇੰਤਕਾਲ *n* death, pass away
ਇਤਿਹਾਸ *n* chronicle, history, story
ਇਨਕਾਰ *n* refusal, denial, negative
ਇਨਾਮ *n* jackpot, prize, recompense
ਇਮਾਰਤ *n* building, skyscraper
ਇਲਜ਼ਾਮ *n* allegation, reflection
ਇਲਮ *n* encyclopedia, knowledge
ਇਲਾਜ *n* remedy, cure, therapy
ਇਲਾਜ ਕਰਨਾ *v* cure, remedy
ਈਰਖਾ *n* malignancy, envy, jealousy, venom
ਏਕਤਾ *n* unity, union
ਇਉਂ *adv* thus
ਇਸ ਸਮੇਂ ਵਿੱਚ *adv* meanwhile
ਇਸ ਕਾਰਨ ਕਰਕੇ *pre* because of
ਇਸ ਕਾਰਨ ਕਰਕੇ *adv* owing to
ਇਸ ਤੋਂ ਇਲਾਵਾ *adv* furthermore
ਇਸ਼ਤਿਹਾਰ *n* advertising, poster; bill
ਇਸ਼ਤਿਹਾਰ ਦੇਣਾ *v* bill
ਇਸਤੇਮਾਲ ਕਰਨਾ *v* work out
ਇਸ਼ਨਾਨ *n* bath
ਇਸਪਾਤ *n* steel
ਇਸਲਾਮੀ *adj* Islamic
ਇਹਤਿਆਤ *n* precaution
ਇੱਕ *a* an
ਇੱਕ ਅਰਬ *n* billion
ਇੱਕ ਕਰ ਦੇਣਾ *v* unify

ੲ

ਇੱਕ ਕਰਮੈਨਕ ਜਾਤੀ *n* vandal
ਇੱਕ ਕੀਮਤੀ ਧਾਤ *n* platinum
ਇੱਕ ਕੀਮਤੀ ਮੋਤੀ *n* sardine
ਇੱਕ ਘੋਗਾ ਮੱਛੀ *n* clam
ਇੱਕ ਜ਼ਹਿਰੀਲੀ ਮੱਕੜੀ *n* tarantula
ਇੱਕ ਤਰ੍ਹਾਂ ਦਾ ਪੌਦਾ *n* artichoke
ਇੱਕ ਥਾਂ ਤੋਂ ਦੂਜੀ ਥਾਂ ਲਗਾਉਣਾ *v* transplant
ਇੱਕ ਨੰਬਰ ਦਾ *adj* bully
ਇੱਕ ਪਤਨੀਤਵ *n* monogamy
ਇੱਕ ਪਤੀ ਜਾਂ ਪਤਨੀ ਦੇ ਹੁੰਦੇ ਹੋਏ ਦੂਸਰਾ ਵਿਆਹ *n* bigamy
ਇੱਕ ਪ੍ਰਕਾਰ ਦੀ ਗਾਜਰ *n* parsnip
ਇੱਕ ਬੰਨੇ *adv* apart
ਇੱਕ ਮੱਛੀ *n* tuna
ਇੱਕ ਲੈ *adj* monotonous
ਇੱਕ ਵਚਨ *adj* singular
ਇੱਕ ਵਾਰ *adv* once
ਇੱਕ-ਇੱਕ ਕਰਕੇ *adv* apiece
ਇੱਕਸਮਾਨ *adj* identical
ਇੱਕਸੁਰ ਕਰਨਾ *v* harmonize
ਇੱਕਸੁਰਤਾ *n* harmony
ਇੱਕੱਠ *n* assembly
ਇਕੱਠਾ ਹੋਣਾ *v* swarm
ਇੱਕੱਠਾ ਹੋਣਾ *v* assemble
ਇੱਕੱਤਰਤ *adj* Marxist
ਇੱਕੱਤਰਤ *v* mastermind
ਇੱਕਤਾਰ *adj* incessant
ਇੱਕ-ਪੱਖੀ *adj* unilateral
ਇੱਕਬਾਲ *n* confession
ਇੱਕਬਾਲੀ *n* confessor
ਇੱਕਮਿਕ ਹੋਣਾ *v* assimilate
ਇੱਕਰਾਰ ਕਰਨਾ *v* engage
ਇੱਕਰੂਪ *n* uniform
ਇੱਕਰੂਪਤਾ *n* uniformity
ਇਕੱਲਾ *adj* sole
ਇੱਕਲਾ *n* single
ਇੱਕੱਲਾਪਣ *n* solitude
ਇੱਕੱਲਿਆਂ *adv* solely
ਇੱਕਾਈ *n* unit
ਇਕਾਂਤ *n* seclusion
ਇੱਕਾਂਤ *adj* private
ਇੱਕੋ ਸਮੇਂ ਹੋਣਾ *v* overlap
ਇੰਗਲਿਸਤਾਨੀ *adj* English
ਇੰਗਲੈਂਡ *n* England
ਇੰਗਲੈਂਡ ਸੰਬੰਧੀ *adj* Anglican
ਇੰਚ *n* inch
ਇੱਛਕ *adj* avid
ਇੱਛਾ ਕਰਨੀ *v* desire
ਇੱਛਾ ਨਾਲ *adv* willingly
ਇੱਛਿਤ *adj* desirable
ਇੱਛੁਕਤਾ *n* willingness
ਇੰਜ ਕਰਕੇ *adv* hereby
ਇਜ਼ਹਾਰ *n* expression
ਇੱਜ਼ਤ *n* prestige
ਇਜਾਜ਼ਤ *n* permission
ਇਜਾਰੇਦਾਰੀ *n* monopoly
ਇਜਾਰੇਦਾਰੀ ਚਲਾਉਣਾ *v* monopolize
ਇੰਜੀਨੀਅਰ *n* engineer
ਇੰਜੀਲ *n* gospel
ਇੰਜੇਕਸ਼ਨ *n* injection
ਇੱਟ *n* brick
ਇਟਲੀ *n* Italy
ਇੰਤਹਾ *n* deadline
ਇੰਤਕਾਮ *n* vengeance

ਇੰਤਜ਼ਾਮ *n* arrangement
ਇੰਤਜਾਰ *v* hang around
ਇੰਤਜ਼ਾਰ *v* wait
ਇਤਫਾਕ *n* chance
ਇਤਫ਼ਾਕੀ *adj* coincidental
ਇਤਬਾਰ ਨਾ ਕਰਨਾ *v* discredit
ਇਤਬਾਰੀ *adj* dependable
ਇਤਰਾਜ਼ *n* objection
ਇਤਰਾਜ਼ ਕਰਨਾ *v* object
ਇਤਰਾਜ਼ਯੋਗ *adj* undesirable
ਇਤਲਾ *n* information
ਇਤਲਾਹ *n* notice
ਇਤਾਲਵੀ *adj* Italian
ਇਤਿਹਾਸਕਾਰ *n* historian
ਇੱਥੇ *adv* here
ਇੰਦਰ ਧਨੁਸ਼ *n* rainbow
ਇਧਰ *adv* here
ਇਧਰ ਉਧਰ ਘੁੰਮਣਾ *v* shuttle
ਇਨਸਪੈਕਟਰ *n* inspector
ਇਨਸਾਨ *n* human being
ਇਨਸਾਫ਼ *n* justice
ਇਨਸਾਫ਼ ਕਰਨਾ *n* judge
ਇਨਕਾਰ ਕਰਨਾ *v* decline
ਇਨਟਰਵਿਊ *n* interview
ਇਨਪੁਟ *n* input
ਇਨਾਮ ਜਿੱਤਣਾ *v* bag
ਇੰਨੇ ਵਿੱਚ *adv* meantime
ਇਮਤਿਹਾਨ ਲੇਣਾ *v* examine
ਇਰਾਦਤਨ *adv* purposely
ਇੱਲ *n* kite
ਇਲਹਾਮ *n* revelation
ਇਲਾਕਾ *n* territory
ਇਲਾਜ *v* heal
ਇਲਾਵਾ *adv* moreover
ਇਲੈਕਟ੍ਰਾਨਿਕ *adj* electronic
ਇਵਜ਼ *adj* alternate
ਇਵਜ਼ਾਨਾ *n* reward
ਇਵਜਾਨਾ ਦੇਣਾ *v* reward
ਈਸ਼ਵਰ ਦੂਤ *n* prophet
ਈਸਾਈ *n* Christian
ਈਸਾਈਆਂ ਦ ਤਿਓਹਾਰ *n* Easter
ਈਮਾਨਦਾਰ *adj* honest
ਈਮਾਨਦਾਰੀ *n* honesty
ਈਰਖਾ ਕਰਨਾ *v* envy
ਈਰਖਾਲੂ *adj* jealous
ਏਕੜ *n* acre
ਏਕਾਧਿਕਾਰਵਾਦੀ *adj* totalitarian
ਏਕੀਕਰਣ *n* unification
ਏਜੰਸੀ *n* agency
ਏਜੰਟ *n* agent
ਏਥੇ *adv* here

ਸ

ਸੰਸਥਾ *n* institution, organization, setup
ਸਹਾਇੱਕ *adj* auxiliary, helpful
ਸਹਾਇਤਾ *n* assistance, aid
ਸਹਾਇਤਾ ਲੈਣਾ *v* avail, enlist
ਸਹਾਰਾ *n* support; staff; anchor
ਸਕਾ *adj* akin
ਸਖਤ *adj* implacable; stark; crusty

ਸ

ਸੰਖੇਪਤਾ *n* condensation; brevity
ਸੰਗਠਨ *n* organism; league
ਸੰਗਮਰਮਰ *n* marble; marvel
ਸੰਗੀਤ *n* music
ਸ਼ਤੀਰ *n* beam; flagpole
ਸਪਰਸ਼ ਕਰਨਾ *v* border on; pinch
ਸੁਆਦ *n* taste; smack
ਸੁਗੰਧ *n* oath; smell
ਸਹਾਰਾ ਦੇਣਾ *v* reinforce, sustain, carry
ਸਹਿ *v* put up with, tolerate
ਸਹਿਆ *n* hare, rabbit
ਸਹਿਜ *adj* spontaneous
ਸਹਿਭਾਗਤਾ *n* partner, partnership
ਸਹਿਮਤੀ *n* consensus, coincidence
ਸਹੀ *adj* strict, right
ਸ਼ੱਕ *n* doubt, suspicion, cynicism
ਸੰਕਟ *n* adversity, crisis, peril
ਸਕਣਾ *iv* can, may
ਸ਼ਕਤੀ *n* might, strength
ਸ਼ਕਲ *n* image, shape, figure
ਸ਼ਕਲ ਵਿਗਾੜਨੀ *v* blemish, disfigure, maim
ਸ਼ੱਕੀ *adj* dubious, problematic, questionable, suspect, suspicious, distrustful
ਸਕੂਲ *n* school, seminary
ਸੰਕੇਤ *n* symbol, inkling, hint, note, motion
ਸੰਕੇਤ ਕਰਨਾ *v* connote, motion
ਸੰਕੇਤਵਾਚਕ *adj* demonstrative, extroverted
ਸੰਖੇਪ *n* summary, roundup
ਸੰਖੇਪ ਕਰਨਾ *v* abbreviate, abridge
ਸ਼ਗਨ *n* omen, portent
ਸੰਗਲ *n* chain, cable
ਸੰਗਲੀ *n* chain, leash
ਸੰਘਣਾ *adj* dense, overcrowded
ਸੰਘਰਸ਼ *n* conflict, campaign
ਸੰਜਮ *n* frugality, reservation
ਸੰਜਮੀ *adj* economical, moderate, thrifty, austere
ਸਜ਼ਾ ਦੇਣਾ *v* punish, sentence
ਸੰਗੀ *n* comrade, pal; marrow
ਸਜਾਉਣਾ *v* beautify, furnish, garnish; tire
ਸਪਸ਼ਟ *adj* legible, unmistakable; express
ਸਜਾਵਟੀ *adj* decorative, ornamental
ਸਜੀਵ *adj* vivacious, scenic
ਸੰਝ *n* evening, twilight, nightfall
ਸੱਟ *n* gash, hurt, concussion, knock
ਸਤਾਉਣਾ *v* persecute, agonize
ਸੰਤਾਪ *n* misery, agony
ਸੰਤੋਖਜਨਕ *adj* gratifying, satisfactory
ਸਥਾਈ *adj* permanent, everlasting, long-term
ਸਥਾਨ *n* site, web site
ਸਥਾਪਨਾ *n* groundwork, installation; setting
ਸਥਿਤ *adj* located, situated, persistent
ਸਥਿਰ *adj* definitive, stationary
ਸਥਿਰਤਾ *n* stability, constancy
ਸੰਦ *n* dryer, appliance

ਸੱਦਣਾ *v* invite, summon
ਸਦੀਵੀ *adj* unfailing, everlasting, long-term
ਸੰਦੇਹ *n* misgiving, cynicism
ਸਧਾਰਨ *adj* normal, beaten, homely
ਸੰਧੀ *n* contract, pact, treaty
ਸਨਦ *n* diploma, warrant
ਸਨੇਹੀ *adj* affectionate, loving
ਸਪਸ਼ਟ ਕਰਨਾ *v* clarify, illustrate
ਸਪਸ਼ਟਤਾ *n* clarity, candor
ਸੰਪਤੀ *n* characteristic, assets, legacy
ਸਪਰਸ਼ *n* contact, touch, graze
ਸਪੇਨ ਦਾ *adj* Hispanic, Spanish
ਸਫ਼ਰ *n* promenade, excursion, journey
ਸਫ਼ਲਤਾ *n* pass, success
ਸਫਾਈ *n* cleanliness, clearness
ਸ਼ਬਦਾਵਲੀ *n* glossary, vocabulary
ਸੰਬੰਧ *n* kinship, respect
ਸਬਰ *n* fortitude, patience
ਸਬੂਤ *n* evidence, testimony
ਸੰਭਵ *adv* likely, potential, probable
ਸਭਾ *n* assembly, setup, club
ਸੰਭਾਵਨਾ *n* eventuality, likelihood, odds, probability
ਸਮਕਾਲੀ *adj* contemporary, simultaneous
ਸਮਝ *n* understanding, wit
ਸਮਝਣਾ *v* sense, expect, conceive
ਸਮਝਨਾ *v* fathom out, understand
ਸਮਝੌਤਾ *n* compromise, charter
ਸਮਰੱਥ *adj* able, efficient
ਸਮਰਥਨ *v* support, vouch for
ਸਮਰਾਟ *n* emperor, monarch
ਸਮਾਚਾਰ *n* news, errand
ਸਮਾਨਤਾ *n* analogy, likeness, resemblance, similarity
ਸਮਾਪਤੀ *n* end, closure
ਸਮਾਪਤੀ *v* finish, wrap up
ਸਮੂਹ *n* throng, mass, heap
ਸੰਮੇਲਨ *n* league, diet
ਸਰਹੱਦ *n* frontier, march
ਸ਼ਰਧਾ *n* devotion, allegiance
ਸ਼ਰਮਾਕਲ *adj* modest, shy
ਸਰਲ *adj* simple, plain
ਸਰਲਤਾ *n* innocence, simplicity
ਸ਼ਰਾਬ *n* wine, spirit
ਸ਼ਰਾਬ ਦੀ ਕਿਸਮ *n* sherry, punch
ਸ਼੍ਰੀਮਤੀ *n* madam, mistress
ਸਰੀਰਕ *adj* corporal, carnal, bodily
ਸ਼੍ਰੇਣੀ *n* order, line
ਸਲਾਹ *n* advice, consultation, counsel
ਸਲਾਦ *n* lettuce, salad
ਸਲੂਕ *n* treatment, behavior
ਸਲੂਕ ਕਰਨਾ *v* touch on, treat
ਸੰਵਾਰਨਾ *v* deck, sort out
ਸਵਾਲ ਕਰਨਾ *v* debrief, interrogate
ਸਵੀਕਾਰ ਕਰਨਾ *v* accept, face up to, admit
ਸੰਵੇਦਨਸ਼ੀਲ *adj* sensible, sensitive
ਸ਼ਾਇਦ *adv* may-be, perhaps
ਸ਼ਾਸਕ *n* rector, ruler

ਸ਼ਾਸਨ *n* helm, reign
ਸਾਹ (ਅੰਦਰ) ਲੈਣਾ *v* inspire, motivate
ਸਾਹਿਤ *n* literature, letter
ਸ਼ਾਹੀ *adj* imperial, majestic
ਸਾਕੀ *n* barman, bartender
ਸਾਂਗ *n* caricature, revue, imitation
ਸਾਜ਼-ਸਮਾਨ *n* equipment, gear
ਸਾਂਝ *n* affinity, partner, partnership, attachment
ਸ਼ਾਂਤ *adj* mild, peaceful, placid, restful, uneventful, calm, composed
ਸ਼ਾਂਤ ਕਰਨਾ *v* appease, pacify, settle down
ਸ਼ਾਂਤੀ *n* peace, serenity, calm, lull
ਸਾਥ ਛੱਡਣਾ *v* secede, desert
ਸਾਥੀ *n* collaborator, colleague, mate, comrade, marrow, pal, make, ally
ਸਾਧਨ *n* resource, mean, agency, channel
ਸਾਧਾਰਣ *adj* common, usual
ਸ਼ਾਨ *n* elegance, pomposity, majesty
ਸ਼ਾਨਦਾਰ *adj* gorgeous, magnificent, superb
ਸਾਫ਼ *adj* neat, clear, self-evident, fair
ਸਾਮੱਗਰੀ *n* material, matter, stuff
ਸਾਮਾਨ *n* stockroom, goods, material
ਸ਼ਾਮਿਲ ਕਰਨਾ *v* comprehend, comprise, include
ਸਾਰਸ *n* crane, stork
ਸਾਰਾ *v* aggregate, lump sum
ਸਾਵਧਾਨ *adj* alert, aware, attentive
ਸਾੜਨਾ *v* scald, decay, eat away, char
ਸਿਆਣਾ *adj* discreet, wise
ਸਿਸਕੀ *n* moan, sob
ਸ਼ਿਸ਼ਟ *adj* polite, courteous
ਸ਼ਿਸ਼ਟਤਾ *n* kindness, mannerism, decency
ਸ਼ਿਕੰਜਾ *n* clamp, vice
ਸਿੱਕਾ *n* coin, lead
ਸ਼ਿਕਾਇਤ *n* complaint, grievance, grouchy
ਸ਼ਿਕਾਰ *n* hunting, prey, quarry, game, chase
ਸ਼ਿਕਾਰ ਲੱਭਣਾ *v* come across, find
ਸ਼ਿਕਾਰੀ *n* hunter, prowler
ਸ਼ਿਕਾਰੀ ਕੁੱਤਾ *n* greyhound, hound
ਸਿਖਰ *n* apex, cap, peak
ਸਿਖਾਉਣਾ *v* educate, instruct, train
ਸਿੱਖਿਆ ਦੇਣਾ *v* enlighten, indoctrinate
ਸ਼ਿੰਗਾਰ *n* cosmetic, garnish
ਸ਼ਿੰਗਾਰਨਾ *v* adorn, embellish
ਸਿੰਜਣਾ *v* irrigate, water
ਸਿੱਧੜ *adj* mess around, gullible
ਸਿੱਧਾ *adj* direct, straight, erect
ਸਿਧਾਂਤ *n* doctrine, theory, hinge, creed
ਸਿਧਾਰ *v* expire, run out
ਸਿੱਧੀ *n* perfection, achievement, accomplishment

ਸਿੱਪ *n* oyster, shellfish
ਸਿਪਾਹੀ *n* soldier, warrior
ਸਿਰਲੇਖ *n* title, heading
ਸਿਰਾ *n* extremities, verge, border, tip, brink, edge
ਸਿਲਸਿਲਾ *n* range, cycle
ਸ਼ੀਸ਼ਾ *n* mirror, glass
ਸੀਮਾ *n* limp, division, deadline, march
ਸੀਮਿਤ *adj* parochial, bound
ਸੁਆਗਤ *n* welcome, ovation
ਸੁਆਗਤ ਕਰਨਾ *v* greet, welcome
ਸੁਆਦੀ *adj* delicious, tasty
ਸੁਸਤ *adj* idle, lazy
ਸੁੱਕਾ *adj* dry, dried
ਸੁਕਾਉਣਾ *v* dehydrate, dry
ਸੁਖ *n* comfort, ease
ਸੁਚੇਤ *adj* conscious, mindful
ਸੁਝਾਉਣਾ *v* indicate, hint
ਸੁੱਟਣਾ *v* dump, precipitate, throw, shed, cast
ਸੁਤੰਤਰ *adj* autonomous, free
ਸੁਤੰਤਰਤਾ *n* freedom, independence
ਸੁੰਦਰ *adj* eye-catching, fair, blond, genteel, gallant, attractive
ਸੁਧਾਰਨਾ *v* reclaim, reform, improve, file, amend
ਸੁਨਹਿਰਾ *adj* golden, blond
ਸੁਭਾਅ *n* temper, mentality, mold
ਸੁਰੱਖਿਅਤ *adj* safe, secure, unharmed
ਸੁਰੱਖਿਅਤ ਕਰਨਾ *v* double-check, embalm, ensure, immunize
ਸੁਰੱਖਿਆ *n* safety, safe
ਸੁਰੰਗ *n* tunnel, mine
ਸ਼ੁਰੂ *n* commandment, start
ਸ਼ੁਰੂ ਕਰਨਾ *v* begin, commence, set out, start, strike up, turn on
ਸੂਚਕ *n* informant, informer
ਸੂਚੀ *n* inventory, roll
ਸੂਝ *n* discretion, hindsight, perception, discrimination
ਸ਼ੂਟ ਕਰਨਾ *n* firearm, shotgun, smoking gun
ਸੂਰ ਦਾ ਮਾਸ *n* bacon, pork
ਸੂਰਬੀਰਤਾ *n* heroism, bravery
ਸੂਲੀ *n* crucifix, gallows, cross
ਸੇਵਾਦਾਰ *n* skip, skylight
ਸੈਨਾ *n* sergeant, camp
ਸੈਲਾਨੀ *n* tourist, vagrant
ਸ਼ੈਲੀ *n* style, mold
ਸੋਹਣਾ *adj* beautiful, good-looking, handsome
ਸੋਖਣਾ *v* soak up, absorb
ਸੋਗ *n* condolences, grief, bereavement
ਸੋਚਣਾ *v* consider, conceive
ਸੋਟਾ *n* bludgeon, staff, rod, stick
ਸੋਧ *n* revision, amendment, correction
ਸੋਧਣਾ *v* correct, rectify, refine, revise, amend
ਸ਼ੋਰ *n* noise, thunder
ਸ਼ੋਰਬਾ *n* slum, soup, broth, gravy
ਸੌਂਪਣਾ *v* assign, commend, recommend, commit

ਸ

ਸੱਸ *n* mother-in-law
ਸੱਮਸਿਆ *n* problem
ਸੰਸਕਰਣ *n* edition
ਸੰਸਕ੍ਰਿਤਿਕ *adj* cultural
ਸੰਸਕ੍ਰਿਤੀ *n* culture
ਸੰਸਕਾਰ *n* funeral
ਸਸਕਾਰ ਕਰਨਾ *v* cremate
ਸ਼ਸਤਰ *n* armaments
ਸ਼ਸਤਰਹੀਣ ਕਰਨਾ *v* disarm
ਸਸਤਾ *adj* cheap
ਸੰਸਥਾਨ *v* institute
ਸੰਸਥਾਪਕ *n* founder
ਸੰਸਦ *n* parliament
ਸੰਸਲੇਸ਼ਣ *n* synthesis
ਸੰਸਾਰ ਭਰ ਵਿੱਚ *adj* worldwide
ਸੰਸਾਰੀ *adj* worldly
ਸੰਸ਼ੋਧਨ *n* amendment
ਸਹਣਸ਼ੀਲ *adj* indulgent
ਸਹਾਇੱਕ *v* assist
ਸਹਾਇੱਕ *n* helper
ਸਹਾਇਤਾ ਕਰਨਾ *v* aid
ਸਹਾਈ *adj* conducive
ਸਹਾਰਾ ਲੈਣਾ *v* recourse
ਸ਼ਹਿ *n* check
ਸ਼ਹਿ ਦੇਣਾ *v* check
ਸਹਿ-ਅਧਿਕਾਰ *n* condo
ਸਹਿਸਬੰਧਤ ਹੋਣਾ *v* correlate
ਸਹਿਕਰੀ *adj* cooperative
ਸਹਿਕਾਰਤਾ *n* collaboration
ਸਹਿਜ-ਬੋਧ *n* intuition
ਸਹਿਜਮਈ *adj* even
ਸਹਿਜੇ ਸਹਿਜੇ *adv* step-by-step
ਸਹਿਤ *adv* inclusive
ਸ਼ਹਿਦ *n* honey
ਸ਼ਹਿਦ ਦੀ ਮੱਖੀ *n* bee
ਸਹਿਨ *n* tolerance
ਸਹਿਨਯੋਗ *adj* bearable
ਸ਼ਹਿਨਾਈ *n* clarinet
ਸਹਿਮ *n* scare
ਸਹਿਮਤ ਨਾ ਹੋਣਾ *v* dissent
ਸਹਿਯੋਗ ਦੇਣਾ *v* collaborate
ਸ਼ਹਿਰ *n* city
ਸ਼ਹਿਰੀ *n* city hall
ਸ਼ਹਿਰੀ *adj* urban
ਸਹਿਵਾਸ ਕਰਨਾ *v* cohabit
ਸਹੀ ਸਿੱਧ ਕਰਨਾ *v* vindicate
ਸਹੀ ਕਰਨਾ *v* testify
ਸਹੀ-ਸਲਾਮਤ *adj* unhurt
ਸ਼ਹੀਦ *n* martyr
ਸਹੁੰ ਖਾਣਾ *iv* swear
ਸਹੁਰਾ *n* father-in-law
ਸਹੂਲਤ *n* convenience
ਸਹੇਲੀ *n* girlfriend
ਸੱਕ *n* chip
ਸ਼ੱਕ ਕਰਨਾ *v* suspect
ਸ਼ੱਕ ਵਾਲਾ *adj* precarious
ਸ਼ਕੰਜਵੀ *n* lemonade
ਸੰਕਟ *n* hazard
ਸੰਕਟ ਕਾਲ *n* emergency
ਸੰਕਟ ਟਾਲਣਾ *v* defuse
ਸੰਕਟਕਾਲ *n* racket
ਸੰਕਟਪੂਰਨ *adj* perilous
ਸ਼ਕਤੀਮਾਨ *adj* gigantic
ਸ਼ੱਕਰ *n* sugar

ਸ਼ੱਕਰ ਰੋਗ *n* diabetes
ਸ੍ਕਰਟ *n* skirt
ਸੰਕਲਨ ਕਰਨਾ *v* compile
ਸੰਕਲਪ *v* resolve
ਸ਼ੰਕਾ ਦੂਰ ਕਰਨਾ *v* reassure
ਸ਼ੰਕਾਜਨਕ *adj* creepy
ਸਕਾਰਾਤਮਕ *adj* affirmative
ਸ਼ੰਕਾਲੂ *adl* doubtful
ਸ਼ੰਕਾਵਾਦੀ *n* agnostic
ਸ਼ੰਕਾਂਵਾਂਨ *adj* distrustful
ਸਕਿੰਟ *n* second
ਸਕੀ *v* ski
ਸ਼ੱਕੀ *n* suspension
ਸ਼ੱਕੀ ਆਦਮੀ *n* suspect
ਸ਼ੰਕੂ *n* cone
ਸਕੂਟਰ *n* scooter
ਸਕੂਨ *n* calm
ਸ਼ੰਕੂਫਲ *n* cone
ਸਕੇਟ *n* skate
ਸੰਕੇਤ *n* indication
ਸੰਕੇਤਕ *adj* symbolic
ਸੰਕੇਤ-ਚਿਨ੍ਹ *n* sign
ਸੰਕੋਚ *adv* gingerly
ਸੰਕੋਚ *n* grudge
ਸੰਕੋਚਵਾਨ *adj* low-key
ਸੰਖ *n* shell
ਸੱਖਣਾ *adj* deserted
ਸਖਤ ਹਮਲਾ *n* onset
ਸਖਤ ਕਰਨਾ ਜਾਂ ਹੋਣਾ *v* harden
ਸਖਤ ਚੀਜ਼ *n* granite
ਸਖ਼ਤ ਬਣਾਉਣਾ *v* stiffen
ਸਖ਼ਤੀ *n* austerity
ਸੰਖਿਆ *n* arsenic
ਸੰਖਿਆ *n* figure
ਸੰਖੇਪ *n* abbreviation
ਸੰਖੇਪ *adj* concise
ਸੰਖੇਪ ਕਰਕੇ *adv* briefly
ਸੰਗਠਿਤ ਕਰਨਾ *v* organize
ਸੰਗਣਾ *v* hesitate
ਸੰਗਤ *n* association
ਸੰਗਤੀ *n* compatibility
ਸੰਗਮ *n* junction
ਸੰਗ੍ਰਹਿਣ *n* archive
ਸੰਗਲ ਪਾ ਕੇ ਖਿੱਚਣਾ *v* tow
ਸੰਗਾਉਪੁਣਾ *n* hesitation
ਸੰਗਿਆ *n* noun
ਸੰਗੀ ਮੱਧ ਵਿਰਾਮ *adj* seventh
ਸੰਗੀਨ *n* bayonet
ਸੰਘਟਕ *n* ingredient
ਸੰਘਣਾ ਕਰਨਾ *v* constipate
ਸੰਘੀ *adj* federal
ਸੰਘੀ ਘੁੱਟਣੀ *v* strangle
ਸੱਚ *n* truth
ਸਚਮੁਚ *adv* really
ਸੱਚਮੁੱਚ *adv* actually
ਸੱਚਾ *adj* sincere
ਸਚਾਈ *n* right
ਸੰਚਾਰ *n* communication
ਸੰਚਾਰ ਸਾਧਨ *n* organ
ਸੰਚਾਰ-ਸਾਧਨ *n* gall bladder
ਸੰਚਾਰਨਾ *v* communicate
ਸੰਚਾਲਨ *n* direction
ਸੰਚਾਲਨ ਕਰਨਾ *v* conduct
ਸੰਚਾਲਿਤ ਕਰਨਾ *v* mobilize

ਸ

ਸ

ਸਚਿਆਰ *adj* truthful
ਸੱਚੇ ਦਿਲੋਂ *adj* heartfelt
ਸਚੇਤ *n* mastermind
ਸਚੇਤ *adj* aware
ਸਜ *n* roundup
ਸਜਣੀ *n* sweetheart
ਸਜਦਾ ਕਰਨਾ *v* genuflect
ਸੰਜਮ ਵਰਤਣਾ *v* economize
ਸਜਾ *n* chastisement
ਸਜ਼ਾ *n* beating
ਸੰਜਾ *n* swelling
ਸਜ਼ਾ ਤੋਂ ਛੋਟ *n* impunity
ਸਜਾਤੀ *adj* akin
ਸਜਾਵਟ *n* décor
ਸਜਾਵਟ ਕਰਨੀ *v* decorate
ਸੰਜੋਅ *n* mail
ਸੰਜੋਅ ਪਹਿਨਾਉਣਾ *v* mail
ਸੰਜੋਗ *n* contingency
ਸੱਟ ਸਹਿਣਾ *iv* hurt
ਸੱਟ ਫੇਟ ਮਾਰਨ *v* mutilate
ਸੱਟ ਮਾਰਨੀ *iv* hit
ਸੱਟਣਾ *v* dash
ਸਟ੍ਰੀਟਲਾਈਟ *n* streetlight
ਸਟਰੌਬੇਰੀ *n* strawberry
ਸੱਟਾ *n* bargaining
ਸਟੂਲ *n* stool
ਸਟੇਪਲਰ *n* stapler
ਸਟੋਵ *n* stove
ਸਠ *adj* sixty
ਸੰਡਾਸ *n* lavatory
ਸਤ *adj* pious
ਸੱਤ *adj* seven
ਸੰਤ *n* saint
ਸਤ ਸ੍ਰੀ ਅਕਾਲ *e* hello
ਸ਼ਤ ਕਰਨਾ *v* cruise
ਸਤ੍ਹਾ *n* surface
ਸ਼ਤਕ *n* century
ਸਤੰਬਰ *n* September
ਸੱਤਰ *adj* seventy
ਸਤਰਕ *adj* careful
ਸ਼ਤਰੰਜ *n* chess
ਸੰਤਰਾ *n* orange
ਸੰਤਰੀ *n* sentry
ਸੱਤਾ ਰੱਖਣਾ *v* turn off
ਸ਼ਤਾਨ *n* demon
ਸ਼ਤਾਬਦੀ *n* centenary
ਸਤਾਰਾਂ *adj* seventeen
ਸਤਿਆਨਾਸੀ *adj* damaging
ਸਤਿਕਾਰ *n* reverence
ਸਤਿਕਾਰ ਕਰਨਾ *v* venerate
ਸਤਿਕਾਰਨਾ *v* adore
ਸੰਤੁਸ਼ਟ *adj* content
ਸਤੁਰਾਲ *n* in-laws
ਸੰਤੁਲਨ *v* balance
ਸੰਤੋਖ *n* discontent
ਸੰਤੋਖੀ *adj* content
ਸਥਗਿਤ ਕਰਨਾ *v* defer
ਸਥਾਨਕ *adj* local
ਸਥਾਨਕ *v* localize
ਸਥਾਪਤ *n* baguette
ਸਥਾਪਤ ਕਰਨਾ *v* impose
ਸਥਾਪਿਤ ਕਰਨਾ *v* pitch
ਸਥਿਰ ਕਰਨਾ *v* reckon
ਸਥਿਰ ਕਰਨਾ ਜਾਂ ਪੈਣਾ *v* calm down

ਸਥੂਲ *adj* plump
ਸੰਦ *v* implement
ਸਦੱਸ *n* member
ਸਦਨ *n* chamber
ਸਦਮਾ *n* shock
ਸਦਮਾ ਲਾਉਣਾ *v* traumatize
ਸਦਮਾ-ਜਨਕ *adj* shocking
ਸੰਦਰਭ *n* allusion
ਸਦਾ *adv* forever
ਸਦਾਚਾਰਕ *adj* moral
ਸਦੀਵਤਾ *n* eternity
ਸੰਦੇਸ਼ਵਾਹਕ *n* herald
ਸੰਦੇਸ਼ਾ *n* message
ਸਧਾਰਨ (ਵਿਅਕਤੀ) *adj* mediocre
ਸਧਾਰਨੀ ਤੌਰ ਤੇ *v* generate
ਸਨਸਨੀ *n* excitement
ਸੰਨ੍ਹ *n* burglary
ਸੰਨ੍ਹਮਾਰ *n* burglar
ਸੰਨ੍ਹੀ *n* pincers
ਸਨਕੀ ਵਿਅਕਤੀ *n* cynic
ਸਨਮਾਨ *n* homage
ਸਨਮੁਖ *pre* facing
ਸੱਨਾਟਾ *adj* somber
ਸਨਿਆਸੀ *n* hermit
ਸਨਿੱਚਰਵਾਰ *n* Saturday
ਸਨੇਹ *n* affection
ਸਨੇਹਪੂਰਨ *adj* amicable
ਸੱਪ *n* serpent
ਸੱਪ ਦੀ ਕਿਸਮ *n* viper
ਸੱਪ ਦੀ ਕੁਚਲੀ *n* sting
ਸਪੱਸ਼ਟ *adj* telling
ਸਪਸ਼ਟ ਤੌਰ ਤੇ *adv* obviously
ਸਪਸ਼ਟਤਾ ਨਾਲ *adv* expressly
ਸਪਸ਼ਟਤਾਪੂਰਵਕ *adv* clearly
ਸਪਸ਼ਟੀਕਰਨ *n* clarification
ਸਪੰਜ *n* sponge
ਸਪਤਾਹਿਕ *adv* weekly
ਸੰਪੱਤੀ *n* property
ਸੰਪੰਨ *adj* well-to-do
ਸੰਪੰਨ ਬਣਾਉਣਾ *v* enrich
ਸਪੱਰਸ਼ *n* tact
ਸਪਰਸ਼ ਰੇਖਾ *n* tangent
ਸਪਰਸ਼ੀ *adj* tangible
ਸਪਰਿੰਗ *n* spring
ਸਪਾਟਲਾਇਟ *n* spotlight
ਸੰਪਾਦਨ ਕਰਨਾ *v* edit
ਸਪੀਕਰ *n* speaker
ਸਪੁਰਦ ਕਰਨਾ *v* entrust
ਸਪੁਰਦਗੀ *n* disposal
ਸੰਪੂਰਣ ਕਰਨਾ *v* integrate
ਸੰਪੂਰਨ *adj* whole
ਸਪੇਨ *n* Spain
ਸਪੇਨ ਦਾ ਰਹਿਣ ਵਾਲਾ *n* Spaniard
ਸਪੇਨੀ *adj* Spanish
ਸਫ਼ਬੰਦੀ ਕਰਨਾ *v* rank
ਸਫਰ *adj* eastbound
ਸਖ਼ਤ *adj* hard; adamant
ਸੰਦੂਕ *n* casket; ark; chest
ਸਫ਼ਰ ਕਰਨਾ *v* travel; rent
ਸਲਾਈ *n* fjord; sound
ਸੈਨਾਪਤੀ *n* duke; marshal
ਸਫ਼ਾ *adj* clean
ਸਫ਼ਾ *n* page
ਸਫ਼ਾਈ ਕਰਨ ਵਾਲਾ *n* cleaner

ਸਫਾਈ ਨਾਲ *adv* neatly
ਸਫ਼ੈਦ *adj* white
ਸ਼ਬਦ ਕੋਸ਼ *n* dictionary
ਸ਼ਬਦ ਪਹੇਲੀ *n* crossword
ਸ਼ਬਦ-ਜੋੜ *n* spelling
ਸ਼ਬਦਾਂ ਰਾਹੀਂ *adv* verbally
ਸੰਬੰਧ ਹੋਣਾ *v* belong
ਸੰਬੰਧਵਾਚਕ *adj* relative
ਸੰਬੰਧਿਤ *adj* related
ਸੰਬੰਧਿਤ ਹੋਣਾ *iv* bear
ਸੰਬੰਧੀ *adj* relative
ਸੰਬੰਧੀ *pre* concerning
ਸਬੱਬੀ *adj* contingent
ਸੰਬੋਧਨ *n* address
ਸਭ ਕੁਝ *pro* everything
ਸਭ ਤੋਂ ਅਗਲਾ ਹਿਸਾ *n* forefront
ਸਭ ਤੋਂ ਜ਼ਿਆਦਾ *adj* most
ਸੱਭ ਤੋਂ ਬੁਰਾ *adj* worst
ਸਭਰੀ *n* raspberry
ਸਭਾ ਪਤੀ *n* chairman
ਸਭਾਪਤੀ ਬਣਨਾ *v* preside
ਸੰਭਾਲ *n* conservation
ਸੰਭਾਲ ਹਲਕਾ *n* ward
ਸੰਭਾਲ ਕੇ ਰੱਖਣਾ *v* conserve
ਸੰਭਾਲਣਾ *v* charge
ਸਭਿਅਤਾ *n* civilization
ਸੱਭਿਅਤਾ ਸਿਖਾਉਣਾ *v* civilize
ਸੱਭਿਆ *adj* ladylike
ਸਮ *adj* equivalent
ਸਮਸਤ *adv* entirely
ਸ਼ਮਸ਼ਾਨ *n* cemetery
ਸ਼ਮਸ਼ਾਨ ਘਾਟ *n* crematorium
ਸਮੱਸਿਆ *n* puzzle
ਸ਼ਮ੍ਹਾਦਾਨ *n* candlestick
ਸਮਕਾਲਵਰਤੀ ਹੋਣਾ *v* synchronize
ਸਮਕਾਲੀ ਹੋਣਾ *v* coexist
ਸਮਕੇਂਦਰੀ *adj* concentric
ਸਮੱਗਰੀ *n* supplies
ਸਮਗਿਤੱਗ *n* musician
ਸਮਝਦਾਰ *n* sane
ਸਮਝੌਤਾ ਕਰਨਾ *v* negotiate
ਸਮਝੌਤਾ ਕਰਾਉਣਾ *v* mediate
ਸੰਮਤ *n* era
ਸਮਤਲ *n* level
ਸਮਤਲ *adj* even
ਸੰਮਤੀ *n* concert
ਸੰਮਤੀ ਰੱਖਣਾ *v* concur
ਸਮੰਤੀ ਲੈਣਾ *v* consult
ਸਮਤੋਲ *n* equilibrium
ਸਮਦੇਸ਼ *n* errand
ਸੰਮਨ ਹਾਜ਼ਰੀ *n* subpoena
ਸੰਮਨ ਜਾਰੀ ਕਰਨਾ *v* subpoena
ਸੰਮਨ ਤਾਮੀਲ ਕਰਨਾ *v* garnish
ਸਮਰਥਕ *n* supporter
ਸਮਰਥਾ *n* capability
ਸਮਰੱਥਾ *n* efficiency
ਸਮਰਥਾ ਰੱਖਣਾ *v* afford
ਸਮਰਪਣ *n* dedication
ਸਮਰਪਣ ਕਰਨਾ *v* dedicate
ਸਮਾਂ *n* time
ਸਮਾਂ ਦੇਣਾ *v* squeeze in
ਸਮਾਂ ਨਿਸ਼ਚਿਤ ਕਰਨਾ *v* time
ਸਮਾਈ ਕਰਨਾ *v* accommodate
ਸਮਾਸ ਚਿੰਨ੍ਹ *n* hyphen

ਸਮਾਗਮ ਬੁਲਾਉਣਾ *v* convene
ਸਮਾਚਾਰ ਪੱਤਰ *n* newspaper
ਸਮਾਚਾਰ ਪ੍ਰਸਾਰਣ *n* newscast
ਸਮਾਚਾਰ ਲੇਖਕ *n* reporter
ਸਮਾਜ *n* society
ਸਮਾਜਕ *adj* gregarious
ਸਮਾਜਵਾਦ *n* socialism
ਸਮਾਜਵਾਦੀ *n* socialist
ਸਮਾਜੀ ਬਣਾਉਣਾ *v* socialize
ਸਮਾਧਾਨ *v* compromise
ਸਮਾਧਾਨ *n* solution
ਸਮਾਧੀ ਦਾ ਸ਼ਿਲਾਲੇਖ *n* tombstone
ਸਮਾਧੀ-ਲੇਖ *n* epitaph
ਸਮਾਨ *n* belongings
ਸਮਾਨ *adj* comparable
ਸਮਾਨ ਸਮਝਣਾ *n* identity
ਸਮਾਨ ਕਰਨਾ *v* coordinate
ਸਮਾਨਾਂਤਰ *adj* concurrent
ਸਮਾਨਾਰਥੀ ਸ਼ਬਦ *n* synonym
ਸਮਾਪਤ ਕਰਨਾ *v* end
ਸਮਾਪਨ *n* ending
ਸੰਮਿਲਣ *n* insertion
ਸੰਮਿਲਤ ਕਰਨ *v* insert
ਸਮੀਕਰਨ *n* equation
ਸਮੀਰ *n* breeze
ਸਮੁੰਦਰ *n* sea
ਸਮੁੰਦਰ *adj* blue
ਸਮੁੰਦਰੀ *adj* marine
ਸਮੁੰਦਰੀ ਸਫ਼ਰ *n* sail
ਸਮੁੰਦਰੀ ਸਫਰ ਕਰਨਾ *v* navigate
ਸਮੁੰਦਰੀ ਝੱਖੜ *n* cyclone
ਸਮੁੰਦਰੀ ਡਾਕਾ *n* piracy
ਸਮੁੰਦਰੀ ਤਟ *n* coast
ਸਮੁੰਦਰੀ ਦਾਕੂ *n* pirate
ਸਮੁੰਦਰੀ ਨਕਸ਼ਾ *n* chart
ਸਮੁੰਦਰੀ ਬੀਮਾ ਕਰਨਾ *v* underwrite
ਸਮੁੰਦਰੋਂ ਪਾਰ ਦੇਸ਼ *adv* overseas
ਸਮੂਹ ਗਾਨ *n* chorus
ਸਮੂਰਦਾਰ *adj* furry
ਸਮੇਂ ਦੀ ਅਨੁਕੂਲਤਾ *n* opportunity
ਸਮੇਟਣਾ *v* amass
ਸਮੈਸਟਰ *n* semester
ਸੰਮੋਹਨ *n* hypnosis
ਸੰਮੋਹਿਤ ਕਰਨਾ *v* hypnotize
ਸੰਯੁਕਤ ਸਵਰ *n* diphthong
ਸੰਯੋਗ *n* compound
ਸੰਯੋਜਕ *n* conjunction
ਸੰਯੋਜਕ *n* coordinator
ਸੰਯੋਜਨ *n* addition
ਸਰ *n* pool
ਸਰਸ *adj* succulent
ਸਰਸਬਜ਼ *adj* lush
ਸਰਸਰਾਉਣਾ *v* murmur
ਸਰਸਰੀ *adv* hurriedly
ਸਰਹੱਦੀ ਮੀਨਾਰ *n* peel
ਸਰ੍ਹੋਂ *n* mustard
ਸਰਕਸ *n* circus
ਸਰਕੰਡਾ *n* reed
ਸਰਕਾਰ *n* government
ਸਰਕਾਰੀ ਸੂਚਨਾ *n* bulletin
ਸਰਕਾਰੀ ਨਿਵਾਸ *n* quarters
ਸਰਗਰਮ *n* scale
ਸ਼ਰਣਾਰਥੀ *n* refugee
ਸ਼ਰਤ *n* bet

ਸ

ਸ਼ਰਤ ਲਾਉਣਾ *iv* bet
ਸ਼ਰਤਬੰਦ *n* conditioner
ਸ਼ਰਤਬੰਦ *adj* conditional
ਸਰਦ *adj* cooling
ਸਰਦਾਰੀ *n* lordship
ਸਰਦੀ *n* winter
ਸ਼ਰਧਾਹੀਣ *adj* profane
ਸ਼ਰਧਾਂਜਲੀ *n* tribute
ਸ਼ਰਧਾਲੂ *n* believer
ਸ਼ਰਨ ਦੇਣੀ *v* shelter
ਸਰਪਟ *v* gallop
ਸਰਪ੍ਰਸਤ *v* patronize
ਸਰਪ੍ਰਸਤ *n* patron
ਸਰਬ ਸੰਮਤੀ *n* unanimity
ਸਰਬਨਾਸ *n* holocaust
ਸਰਬਵਿਆਪਕ *adj* catholic
ਸਰਬਾਲ੍ਹਾ *n* best man
ਸਰਬੋਚਤਾ *n* supremacy
ਸ਼ਰਮਨਾਕ *adj* dishonorable
ਸਰਮਾਇਆ *n* funds
ਸ਼ਰਮਾਕਲ *n* mouse
ਸ਼ਰਮਾਕਲ਼ *adj* bashful
ਸ਼ਰਮਿੰਦਾ *adj* shameful
ਸ਼ਰਮਿੰਦਾ *v* shame
ਸ਼ਰਮਿੰਦਾ *n* shame
ਸ਼ਰਮੀਲਾ *adj* shy
ਸਰਵ ਉੱਚ *adj* supreme
ਸਰਵ-ਸਾਂਝਾ *adj* universal
ਸਰਵੋਚ *adj* paramount
ਸਰਾਪਣਾ *v* darn
ਸ਼ਰਾਬ ਦਾ ਕਾਰਖਾਨਾ *n* winery
ਸ਼ਰਾਬ ਦੀ ਇੱਕ ਕਿਸਮ *n* rum
ਸ਼ਰਾਬਖਾਨਾ *n* tavern
ਸ਼ਰਾਬੀ *n* drinker
ਸ਼ਰਾਬੀ *adj* alcoholic
ਸ਼ਰਾਰਤ *n* prank
ਸ਼ਰਾਰਤੀ *adj* naughty
ਸਰਿਤਾ *n* stream
ਸਰੀਹਨ *adv* knowingly
ਸ੍ਰੀਮਾਨ *n* sir
ਸ਼੍ਰੀਮਾਨ *n* mister
ਸਰੀਰ *n* figure
ਸਰੂ *n* cypress
ਸਰੂਪ *n* appearance
ਸਰੂਰ *n* bliss
ਸਰੇਸ਼ ਲਾ ਕੇ ਜੋੜਨਾ *v* glue
ਸਰੇਸ਼ਟਤਾ *adv* plus
ਸ਼੍ਰੇਣੀਬੱਧ ਕਰਨਾ *v* pass out
ਸਰੋਤ *n* source
ਸਰੋਤਾ *n* listener
ਸਰੋਤਾਗਣ *n* audience
ਸਰੋਤੇ *n* audience
ਸਲਵਾਰ *n* pajama
ਸਲਾਈਡ *iv* slide
ਸਲਾਹ ਦੇਣਾ *v* counsel
ਸਲਾਹਕਾਰ *n* counselor
ਸਲਾਹੁਤਾ । *n* acclaim
ਸ਼ਲਾਘਾ *n* commendation
ਸ਼ਲਾਘਾਯੋਗ *adj* admirable
ਸਲੀਪਰ *n* slipper
ਸਲੀਬ *n* cross
ਸਲੇਟ *n* slate
ਸਲੇਟੀ *adj* gray
ਸਲੋਤਰੀ *n* veterinarian

ਸ਼ਵਪਰੀਖਿਆ *n* autopsy
ਸਵਰ *n* vowel
ਸਵਰਗ *n* heaven
ਸਵਰਗ ਵਾਸੀ *adj* deceased
ਸਵਰਗੀ *adj* celestial
ਸਵਾਸ *n* breath
ਸਵਾਂਗ *v* mime
ਸਵਾਗਤੀ *n* receptionist
ਸਵਾਦ *v* savor
ਸੰਵਾਦ *adj* diagonal
ਸਵਾਧੀਨਤਾ *n* autonomy
ਸਵਾਰ ਹੋ *iv* ride
ਸਵਾਰੀ *iv* ride
ਸਵਾਰੀ *n* vehicle
ਸਵਾਲ *n* question
ਸਵਾਲਾਂ ਦੀ ਵਾਛੜ *n* hail
ਸਵਿਟਜ਼ਰਲੈਂਡ *n* Switzerland
ਸਵਿਟਜ਼ਰਲੈਂਡ ਸੰਬੰਧੀ *adj* Swiss
ਸੰਵਿਧਾਨ *n* constitution
ਸਵੀਕਰਣ *n* adoption
ਸਵੀਕ੍ਰਿਤੀ *n* acceptance
ਸਵੀਕਾਰ *v* settle for
ਸਵੀਕਾਰ ਕਰਨਯੋਗ *adj* acceptable
ਸਵੀਕਾਰ-ਸਥਾਨ *n* confessional
ਸਵੀਡਨ *n* Sweden
ਸਵੀਡਨ ਦੀ ਭਾਸ਼ਾ *adj* Swedish
ਸਵੇਟਰ *n* sweater
ਸਵੇਰਾ *n* morning
ਸਵੈਇੱਛਾ *n* spontaneity
ਸਵੈਚਲਤ *adj* automatic
ਸਵੈਭਰਮੀ *adj* paranoid
ਸਵੈ-ਮਾਣ *n* self-esteem
ਸੜਕ *n* road
ਸੜਕ ਵਿਚਲਾ ਟੋਇਆ *n* pothole
ਸੜਾਂਦ *n* corruption
ਸੜਿਆ *adj* overdone
ਸੜੀਅਲ *adj* rotten
ਸਾਊ *adj* bland
ਸਾਇਆ *n* shade
ਸਾਇੰਸ *n* science
ਸਾਇੰਸਦਾਨ *n* scientist
ਸਾਇਲ *n* client
ਸਾਈਕਲ *n* bicycle
ਸਾਈਨਾਇਡ *n* cyanide
ਸਾਂਸ *n* breath
ਸਾਹ ਅੰਦਰ ਖਿੱਚਣਾ *v* inhale
ਸ਼ਾਹ ਖਰਚੀ ਵਾਲਾ *adj* sumptuous
ਸਾਹ ਘੁੱਟਣਾ *v* suffocate
ਸਾਹ ਦਿਵਾਉਣਾ *v* breathe
ਸ਼ਾਹ ਬੇਗਮ *n* empress
ਸਾਹ ਰਗ *n* artery
ਸਾਹ ਲੈਣ ਦੀ ਕ੍ਰਿਆ *n* breathing
ਸਾਹਸ ਨਾਲ *adv* bravely
ਸਾਹਸੀ *adj* audacious
ਸਾਹਸੀ ਕੰਮ *n* adventure
ਸ਼ਾਹਕਾਰ *n* masterpiece
ਸਾਹ-ਘੁੱਟਵਾਂ *adj* stuffy
ਸਾਹ-ਘੋਟੂ *adj* stifling
ਸਾਹ-ਨਾਲੀ *n* windpipe
ਸਾਹ-ਨਾਲੀ ਦੀ ਸੋਜ *n* bronchitis
ਸ਼ਾਹਰਾਹ *n* highway
ਸ਼ਾਹੀ ਇਖ਼ਤਿਆਰ *n* prerogative
ਸ਼ਾਹੀ ਗੱਡੀ *n* coach
ਸ਼ਾਹੀ ਦਰਬਾਰ *n* court

ਸ਼ਾਹੀ ਪ੍ਰਤਿਨਿਧ *n* regent
ਸ਼ਾਹੀਨ *n* eagle
ਸ਼ਾਕਾਹਾਰੀ *v* vegetarian
ਸਾਕਾਰ ਕਰਨਾ *v* embody
ਸਾਖ *n* goodwill
ਸ਼ਾਖ *n* credibility
ਸਾਖਰ *adj* literate
ਸ਼ਾਖਾ-ਦਫਤਰ *n* branch office
ਸਾਖਿਆਤ *adv* head-on
ਸਾਂਗ ਕਰਨਾ *v* simulate
ਸਾਗਰ *n* sea
ਸਾਗਰ ਤਾਟ *n* seashore
ਸਾਗਰ ਤਾਟ *adj* seaside
ਸਾਗਰੀ *adj* marine
ਸ਼ਾਗਿਰਦ *n* apprentice
ਸਾਂਚਾ *n* mold
ਸਾਜਸ਼ *n* conspiracy
ਸਾਜ਼ਸ਼ ਕਰਨ ਵਾਲਾ *n* conspirator
ਸਾਜ਼ਸ਼ ਕਰਨਾ *v* conspire
ਸਾਜ਼-ਸਾਮਾਨ *n* outfit
ਸਾਜ਼ਬਾਜ *n* conspiracy
ਸਾਜ਼ਿਸ਼ *n* complicity
ਸਾਜੇਮ *n* sausage
ਸਾਂਝਾ ਅੰਸ਼ *n* coefficient
ਸਾਂਝੀ ਪੂੰਜੀ *n* pool
ਸਾਂਝੀਦਾਰੀ *n* participation
ਸਾਂਝੇ ਫੰਡ ਵਿੱਚ ਪਾਉਣਾ *v* pool
ਸਾਂਠ-ਗਾਂਠ *n* intrigue
ਸਾਡਾ *adj* our
ਸਾਡਾ *pro* ours
ਸਾਂਢ *n* bull
ਸ਼ਾਂਤ ਹੋ ਜਾਣਾ *v* sedate
ਸ਼ਾਂਤੀਕਰਨ *n* sedation
ਸ਼ਾਂਤੀਦਾਇੱਕ *adj* balmy
ਸਾਥ ਹੋਣਾ *v* accompany
ਸਾਥਣ *n* make
ਸਾਥੀ *v* affiliate
ਸਾਦਗੀ *n* candor
ਸਾਦਾ *adj* plain
ਸ਼ਾਦੀਸ਼ੁਦਾ *adj* married
ਸਾਧ ਆਸ਼ਰਮ *n* convent
ਸਾਧਾਰਣ *n* average
ਸਾਧਾਰਨ *adj* ordinary
ਸਾਧਾਰਨ ਤੌਰ ਤੇ *adv* normally
ਸਾਧਾਰਨ ਬਣਾਉਣਾ *v* normalize
ਸਾਧੂ *n* friar
ਸ਼ਾਨਦਾਰ *n* grand
ਸ਼ਾਨਦਾਰ ਢੰਗ ਨਾਲ *adj* deluxe
ਸਾਨੂੰ *pro* us
ਸ਼ਾਪ *v* curse
ਸਾਫ *adj* smooth
ਸਾਫ਼ ਸਾਫ਼ *adv* plainly
ਸਾਫ਼ ਸੁਥਰਾ *adj* terse
ਸਾਫ਼ ਹੋਣਾ *v* clear
ਸਾਫ਼ ਕਰ *v* cleanse
ਸਾਫ਼ ਕਰਨ *v* clean
ਸਾਫ਼ ਕਰਨ ਵਾਲਾ *n* cleanser
ਸਾਫ ਕਰਨਾ *n* purge
ਸਾਫ਼ ਕਰਨਾ *v* dry-clean
ਸਾਬਣ *n* detergent
ਸਾਬਤ *adj* unbroken
ਸਾਬਤ ਕਦਮ ਰਹਿਣਾ *v* persevere
ਸਾਬਤ ਕੀਤਾ *adj* proven
ਸ਼ਾਬਦਕ *adj* literal

ਸਾਬਲ *n* crowbar
ਸ਼ਾਬਾਸ਼ ਦੇਣਾ *v* hail
ਸਾਮ੍ਹਣਾ *adj* front
ਸਾਮ੍ਹਣਾ ਕਰਨਾ *v* withstand
ਸਾਮ੍ਹਣੇ ਹੋਣਾ *v* envisage
ਸਾਮਨ ਮੱਛੀ *n* salmon
ਸਾਮਰਾਜਵਾਦ *n* imperialism
ਸਾਮਾਨਾਂਤਰ *n* parallel
ਸਾਮਿਅਕ *adj* timely
ਸ਼ਾਮਿਆਨਾ *n* awning
ਸ਼ਾਮਿਲ ਹੋਣਾ *v* participate
ਸਾਰ *n* substance
ਸਾਰ ਦੱਸਣਾ *v* brief
ਸਾਰ ਦੇਣਾ *v* summarize
ਸ਼ਾਰਕ ਮਛੀ *n* shark
ਸਾਰੰਗੀ *n* fiddle
ਸਾਰਜੈਂਟ *n* sergeant
ਸ਼ਾਰਟਹੈਂਡ *n* shorthand
ਸਾਰਥਕ *adj* meaningful
ਸਾਰਾਂਸ਼ *n* compendium
ਸਾਰੇ ਦਾ ਸਾਰਾ *adj* altogether
ਸਾਰੇ ਦਾ ਸਾਰਾ *adv* fully
ਸਾਰੇ ਪੱਖ ਵਿੱਚਾਰਨੇ *v* deliberate
ਸਾਲ *n* year
ਸਾਲਸ *n* arbiter
ਸਾਲਸੀ ਕਰਨਾ *v* arbitrate
ਸਾਲਾਨਾ *adj* annual
ਸਾਲੀ *n* sister-in-law
ਸਾਵਧਾਨ ਕਰਨਾ *v* alert
ਸਾਵਧਾਨੀ ਵਰਤਣਾ *v* guard
ਸ਼ਾਵਲ *n* shovel
ਸਾਂਵਲੀ *adj* brunette
ਸਾਵਾਂ ਕਰਨਾ *v* offset
ਸਾਵਾਂ ਰੱਖਣਾ *n* poise
ਸਾੜ *n* burn
ਸਾੜ ਸੁੱਟਣਾ *v* scorch
ਸਿਉਂਣਾ *v* sew
ਸਿਆਣਾ *n* exorcist
ਸਿਆਪਾ *n* mourning
ਸਿਆਰ *n* jackal
ਸਿਆੜ *n* furrow
ਸ਼ਿਸ਼ *n* disciple
ਸਿਹਤ *n* sanity
ਸਿਹਤ ਵਿਗਿਆਨ *n* hygiene
ਸ਼ਿਕਰਾ *n* buzzard
ਸਿੱਕਰੀ *n* dandruff
ਸ਼ਿਕਵਾ *n* grouchy
ਸ਼ਿਕਾਰ *v* hunt
ਸ਼ਿਕਾਰ ਕਰਨਾ *v* live off
ਸ਼ਿਕਾਰ ਬਣਾਉਣਾ *v* victimize
ਸ਼ਿਕਾਰ ਮਾਰਨਾ *v* bag
ਸਿਖਰ ਤੇ ਪੁੱਜਣਾ *v* culminate
ਸਿਖਾਂਦਰੂ *n* novice
ਸਿਖਾਵਾ *n* trainer
ਸਿਖਿਅਕ *adj* educational
ਸਿਖਿਅਕ *n* instructor
ਸਿਖਿਆ *n* moral
ਸਿੱਖਿਆ *n* upbringing
ਸਿੱਖਿਆ ਲੈਣਾ *iv* learn
ਸਿਖਿਆਰਥੀ *n* trainee
ਸਿੰਗ *n* horn
ਸਿਗਰਟ *n* cigarette
ਸਿਗਰਟ ਨਾ ਪੀਣ ਵਾਲਾ *n* nonsmoker
ਸਿਗਾਰ *n* cigar

ਸ

ਸਿੰਘ *n* lion
ਸਿੰਘਾਸਣ *n* throne
ਸਿੱਝਣਾ *v* tackle
ਸਿਟ *v* hurl
ਸਿੱਟਾ ਕੱਢਣਾ *v* deduce
ਸਿਤਾਰਾ *n* star
ਸਿਥਲ ਕਰਨ ਵਾਲਾ *adj* relaxing
ਸਿੱਧ ਕਰਨਾ ਜਾਂ ਹੋਣਾ *v* prove
ਸਿੱਧੜ *n* goose
ਸਿੱਧਾ *v* put up
ਸਿੱਧਾ ਕਰਨਾ *v* erect
ਸਿੱਧਾ ਖੜ੍ਹਾ ਕਰਨ *v* rear
ਸਿੱਧਾ ਰਾਹ *n* shortcut
ਸਿੱਧੀ *adj* steep
ਸਿੱਧੇ *adv* right
ਸਿੰਨ੍ਹ ਕੇ *v* slap
ਸਿਨੇਮਾ ਹੌਲ *n* cinema
ਸਿਫਰ *n* zero
ਸਿਮਟ *v* contract
ਸ਼ਿਮਲਾ ਮਿਰਚ *n* bell pepper
ਸਿਰ *n* head
ਸਿਰ ਹਿਲਾਉਣਾ *v* nod
ਸਿਰ ਕੱਟ ਟੋਕਾ *n* guillotine
ਸਿਰ ਝੁਕਾਉਣਾ *v* bow
ਸਿਰ ਪੀੜ੍ਹ *n* headache
ਸਿਰ ਲਾਹੁਣਾ *v* behead
ਸਿਰ ਵੱਢਣਾ *v* decapitate
ਸਿਰਹਾਣਾ *v* bolster
ਸਿਰਕੱਢ *adj* conspicuous
ਸਿਰਕਾ *n* vinegar
ਸਿਰਨਾਵਾਂਦਾਰ *n* addressee
ਸਿਰਫ਼ *adv* merely
ਸਿਰੇ ਚਾੜ੍ਹਨਾ *v* accomplish
ਸਿੱਲ੍ਹ *n* humidity
ਸਿੱਲ੍ਹਾ *adj* damp
ਸਿੱਲ੍ਹਾ ਕਰਨਾ *v* dampen
ਸ਼ਿਲਪ *n* craft
ਸ਼ਿਲਪ-ਵਿਗਿਆਨ *n* technology
ਸਿਲਾਈ *n* sewing
ਸ਼ਿਲਾਲੇਖ *n* inscription
ਸਿੱਲੀ *n* slab
ਸਿਵਲ *adj* civil
ਸਿਵਾ *pre* except
ਸਿਵਾਏ *pre* barring
ਸੀਉਣ *n* seam
ਸ਼ੀਸ਼ਾ ਕੱਟਣ ਵਾਲਾ ਪੱਥਰ *n* diamond
ਸੀਸਾਯੁਕਤ *adj* leaded
ਸ਼ੀਸ਼ੀ *n* bottle
ਸੀਖ *n* bar
ਸੀਖਪਾ *adj* rampant
ਸ਼ੀਘਰ *adv* speedily
ਸੀਟੀ ਦੀ ਆਵਾਜ਼ *n* whistle
ਸੀਟੀ ਵਜਾਉਣਾ *v* whistle
ਸੀਤ *adj* chilly
ਸੀਤਲਤਾ *n* coolness
ਸੀਤਲਾ *n* smallpox
ਸੀਤਾ ਫਲ *n* pumpkin
ਸੀਨਾ *n* bosom
ਸੀਨੀਆਰਿਟੀ *n* seniority
ਸੀਮਤ *adj* pent-up
ਸੀਮਤ ਕਰਨਾ *v* restrict
ਸੀਮਾ *v* limit
ਸੀਮਾ ਰਹਿਤ *adj* unleaded
ਸੀਮਾ-ਖੇਤਰ *n* coverage

ਸੀਮਿੰਟ *n* cement
ਸੀਮਿਤ ਕਰਨਾ *v* limp
ਸ਼ੀਰਾ *n* syrup
ਸੀਲ ਮੱਛੀ *n* seal
ਸੁਅਛ *adj* clean
ਸੁਆਸ ਕਿਰਿਆ *n* respiration
ਸੁਆਸਰੋਧਣ *n* asphyxiation
ਸੁਅੰਗ *n* comedy
ਸੁਆਦ ਤੇ ਸੁਗੰਧ *n* gusto
ਸੁਆਦਿਸ਼ਟ *adj* tasteful
ਸੁਆਦੀ ਬਣਾਉਣਾ *v* season
ਸੁਆਮੀ *n* employer
ਸੁਆਰਥ ਬਿਨਾ *adj* unselfish
ਸੁਆਰਨਾ *v* compose
ਸੁਸ਼ੀਲਤਾ *n* decency
ਸੁਹਜਵਾਦੀ *adj* aesthetic
ਸ਼ੁਹਰਤ *n* celebrity
ਸੁਹਾਉਣਾ *adj* delightful
ਸੁਹਾਉਣਾ *n* fine
ਸੁਹਾਣਾ *adj* rosy
ਸੁਹਾਵਣਾ *adj* pleasant
ਸ਼ੁੱਕਰਵਾਰ *n* Friday
ਸੁਕੜਣਾ *iv* shrink
ਸੁੱਕਾ ਆਲੂ ਬੁਖ਼ਾਰਾ *n* prune
ਸ਼ੁਕੀਨ *adj* amateur
ਸੁਕੁਮਾਰ *adj* delicate
ਸੁੱਕੇ ਘਾਹ ਦਾ ਢੇਰ *n* haystack
ਸੁੱਕੇ ਘਾਹ ਵਰਗਾ *adj* foggy
ਸੁਖ ਭੋਗੀ *adj* luxurious
ਸੁਖਦਾਇੱਕ *adj* comfortable
ਸੁਖਾਉਣਾ *v* acclimatize
ਸੁਖਾਂਤ-ਸੰਬੰਧੀ *adj* comical
ਸੁਖਾਲਾ ਕਰਨਾ *v* facilitate
ਸ਼ੁਗਲ *n* hobby
ਸੁੰਗੜਨ *n* contraction
ਸੁਗਾਤ *n* present
ਸੁੰਗੇੜ *n* contraction
ਸੁੰਗੇੜਨਾ ਜਾਂ ਸੁਗੜਨਾ *v* retract
ਸੁਘੜ *adj* decent
ਸੁਚੱਜ *n* etiquette
ਸੁਚੱਜਾ *adj* nice
ਸੁਚੇਤ ਰਹਿਣਾ *v* beware
ਸੁਚੇਤਤਾ *n* awareness
ਸੁਜਾਖਾ *adj* cautious
ਸੁਝਾ ਦੇਣਾ *v* suggest
ਸੁਝਾਉਣ ਵਾਲਾ *adj* suggestive
ਸੁਝਾਉਣਾ *n* little bit
ਸੁਝਾਅ *n* suggestion
ਸੁਝਾਅ ਦੇਣਾ *v* hint
ਸੁੰਞਾ *adj* lonesome
ਸੁਟਣਾ *n* project
ਸੁੱਟੀ ਚੀਜ਼ *n* castaway
ਸੁੰਡ *n* trunk
ਸੁਡੌਲਤਾ *adj* symmetry
ਸੁਣਨ ਸੰਬੰਧੀ *adj* acoustic
ਸੁਣਨ ਵਾਲਾ। *n* listener
ਸੁਣਨਯੋਗ *adj* audible
ਸੁਣਨਾ *iv* hear
ਸੁਣਨੇ ਦੀ ਸ਼ਕਤਿ *n* hearing
ਸ਼ੁਤਰਮੁਰਗ *n* ostrich
ਸੁੱਤਾ *adj* numb
ਸੁੱਤਾ *n* painkiller
ਸੁਥਰਾ *adj* tidy
ਸੁੰਦਰ ਗੁਫਾ ਜਾਂ ਗਾਰ *n* grotto

ਸੁੰਦਰ ਢੰਗ ਨਾਲ *adv* justly
ਸੁੰਦਰਤਾਵਰਧਕ *adj* cosmic
ਸ਼ੁਦਾਈ *adj* demented
ਸ਼ੁਦਾਈ ਹੋਣਾ *v* madden
ਸ਼ੁਦਾਈ ਹੋਣਾ *n* bat
ਸ਼ੁੱਧ ਕਰਨਾ *v* purify
ਸ਼ੁੱਧਤਾ *n* accuracy
ਸੁਧਰਨਾ *v* improve
ਸੁਧਾਈ *n* correction
ਸੁਧਾਰ *n* reform
ਸੁਧਾਰ ਉਨਤੀ *n* improvement
ਸੁੰਨ *adj* numb
ਸੁੰਨ *n* painkiller
ਸੁੰਨ ਹੋਇਆ *adj* shaken
ਸੁੰਨ-ਸਮਾਧੀ *n* trance
ਸੁਨਸਾਨ *adj* desolate
ਸੁੰਨਸਾਨ *adj* off-the-record
ਸੁੰਨਸਾਨ ਥਾਂ *n* grave
ਸੁੰਨਕਾਰੀ *adj* stunning
ਸੁੰਨਤ *n* circumcision
ਸੁੰਨਤ ਕਰਨਾ *v* circumcise
ਸੁੱਨਾ *adj* solitary
ਸੁੰਨਾ *adj* waste
ਸੁੰਨਾਪਨ *n* emptiness
ਸੁਨਿਸ਼ਚਿਤ *v* pinpoint
ਸੁਨਿਸ਼ਚਿਤਤਾ *n* precision
ਸੁਪਤ *adj* asleep
ਸੁਪਨਾ *n* dream
ਸੁਪਨਾ ਆਉਣਾ *iv* dream
ਸੁਪਰਮਾਰਕਿਟ *n* supermarket
ਸ਼ੁਭ ਲਗਨ ਵਾਲਾ *adj* auspicious
ਸੁਭਾਸ਼ਤਾ *n* eloquence
ਸੁਭਾਵਕ *adj* native
ਸੁਭਾਵਕ ਰੁਚੀ *n* aptitude
ਸੁਭਾਵਨਾ *n* possibility
ਸੁਮੇਲ *n* combination
ਸੁਯੋਗ ਹੋਣਾ *v* deserve
ਸੁਰ *n* accent
ਸੁਰ ਕਰਨਾ *v* tune
ਸੁਰੱਖਿਅਤ *n* security
ਸੁਰੱਖਿਆ ਕਰਨਾ *v* protect
ਸੁਰਖੀ *n* heading
ਸੁਰੰਗ ਖੋਦਣਾ *v* sap
ਸੁਰਜੀਤੀ *n* reenactment
ਸੁਰਮਈ ਕਾਲਾ ਨੀਲਾ *adj* livid
ਸੁਰਮੇਲ *n* symphony
ਸੁਰਲਾਉਂਦਾ *adj* daunting
ਸੁਰਾਖਣ *n* perforation
ਸੁਰਾਗ਼ *n* clue
ਸੁਰੀਲਾ ਗੀਤ *n* melody
ਸੁਰੂ *n* outset
ਸ਼ੁਰੂ ਕਰਨਾ *n* kickoff
ਸੁਲ੍ਹਾਕਾਰੀ *adj* conciliatory
ਸੁਲਝ *v* disentangle
ਸੁਲਭ *adj* handy
ਸੁਲੱਭ *adj* accessible
ਸੁਲੱਭਤਾ *n* availability
ਸੁਵੱਲਾ *adj* inexpensive
ਸੂਅਰ *n* pig
ਸੂਆ *n* fang
ਸੂਈ *n* needle
ਸੂਹ ਲੈਣਾ *v* eavesdrop
ਸੂਹੀਆ *n* spy
ਸ਼ੂਕ *v* wheeze

ਸੂਖਮ *adj* abstract
ਸੂਖਮ *n* minute
ਸੂਖਮ ਲਹਿਰ *n* microwave
ਸੂਖਮਤਾ *adj* attenuating
ਸੁੰਘਣਾ *iv* smell
ਸੂਚਨਾ *n* notice
ਸੂਚਨਾ ਪੱਤਰ *n* newsletter
ਸੂਚਨਾ ਪੁਸਤਕ *n* guidebook
ਸੂਚੀ *v* list
ਸੂਚੀ-ਪੱਤਰ *n* catalog
ਸੂਝ-ਬੂਝ *n* wit
ਸੂਝਵਾਨ *adj* judicious
ਸੂਟਕੇਸ *n* suitcase
ਸੂਤਲੀ *n* cord
ਸੂਰ ਦਾ ਬੱਚਾ *n* shot
ਸੂਰ ਦੀ ਚਰਬੀ *n* lard
ਸੂਰਜ *n* sun
ਸੂਰਜ ਡੁਬੇ *n* sundown
ਸੂਰਜ ਦਾ *adj* solar
ਸੂਰਜੀ *adj* solar
ਸੂਰਮਾ *n* combatant
ਸੂਰਾਂ ਦਾ ਵਾੜਾ *n* stay
ਸੂਲ *n* colic
ਸੂਲੀ ਚਾੜ੍ਹਨਾ *v* crucify
ਸੂਲੀ ਟੰਗਣਾ *n* crucifixion
ਸ਼ੇਅਰ *n* share
ਸੇਕਣਾ *v* bake
ਸ਼ੇਖ਼ੀ *n* boast
ਸ਼ੇਖ਼ੀਖ਼ੋਰਾ *n* show off
ਸ਼ੇਖ਼ੀਬਾਜ਼ *n* show off
ਸੇਜ *n* bed
ਸੇਬ *n* apple
ਸੇਬ ਦਾ ਜੂਸ *n* cider
ਸੇਬ ਦਾ ਰੁੱਖ *n* apple
ਸੇਮ ਵਾਲਾ ਸਿੱਲ੍ਹਾ *adj* soggy
ਸ਼ੇਰ *n* tiger
ਸ਼ੇਰਨੀ *n* lioness
ਸੇਵਕਾ *n* waitress
ਸੇਵਾ ਕਰਨੀ *v* serve
ਸੇਵਾ ਨਿਵਿਰਤ ਹੋਣਾ *v* retire
ਸੇਵਾ ਵਿੱਚ ਹਾਜ਼ਰ *n* attendant
ਸੇਵਾਮੁਕਤ *adj* outgoing
ਸੇਵਿਕਾ *n* stewardess
ਸ਼ੈ *n* thing
ਸੈਂਸਰ ਵਿਵਸਥਾ *n* censorship
ਸੈਹਕਾਰੀ ਹੋਣਾ *v* cooperate
ਸੈਕਟਰੀ *n* secretary
ਸੈਕਿੰਡ *n* second
ਸੈਂਟੀਮੀਟਰ *n* centimeter
ਸੈਂਡਲ *n* sandal
ਸੈਂਡਵਿੱਚ *n* sandwich
ਸ਼ੈਤਾਨ *n* devil
ਸ਼ੈਤਾਨੀ *adj* diabolical
ਸੈਨਾਨੀ *n* commander
ਸੈਰ *v* stroll
ਸੈਰ ਸਪਾਟਾ *n* excursion
ਸੈੱਲ ਫੋਨ *n* cell phone
ਸ਼ੋਕ ਕਰਨਾ *v* deplore
ਸ਼ੋਕਮਈ ਦੁਰਘਟਨਾ *n* tragedy
ਸੋਕਾ *adj* dried
ਸੋਗ ਮਨਾਉਣਾ *v* mourn
ਸੋਗਮਈ *adj* dismal
ਸੋਚ ਵਿੱਚਾਰ *n* consideration
ਸੋਟ *n* put

ਸੋਡਾ *n* soda
ਸੋਦਰਾ *adj* German
ਸੋਧਕ *n* purgatory
ਸੋਨਾ *n* gold
ਸੋਨੇ ਅਤੇ ਹੀਰੇ ਦਾ ਤੋਲ *n* carat
ਸ਼ੋਫਰ *n* chauffeur
ਸੋਫਾ *n* couch
ਸੋਫ਼ਾ *n* sofa
ਸੋਫੀ *adj* sober
ਸੋਭਾ *n* splendor
ਸ਼ੋਭਾ *n* majesty
ਸੋਭਾਵੰਤ *adj* splendid
ਸੋਮਵਾਰ *n* Monday
ਸੋਮਾ *n* spring
ਸ਼ੋਰਸ਼ਰਾਬਾ *n* racket
ਸ਼ੋਰੀਲਾ *adj* noisy
ਸੋਲ੍ਹਾ *adj* sixteen
ਸੋਵੀਅਤ *adj* soviet
ਸੌ *n* cent
ਸੌ *adj* hundred
ਸ਼ੌਕੀਆ ਕੰਮ *n* hobby
ਸੌਖਾ *adj* ready
ਸੌਖਾ ਕਰਨਾ *v* simplify
ਸੌਗ਼ਾਤ *n* gift
ਸੌਣ ਦਾ ਕਮਰਾ *n* bedroom
ਸੌਣਾ *iv* sleep
ਸੌਦਾ *n* bargain
ਸੌਦਾ ਕਰਨਾ *v* bargain
ਸੌਦੇਬਾਜ਼ੀ *n* bargain
ਸੌਦੇਬਾਜ਼ੀ ਕਰਨਾ *v* haggle
ਸੌਵਾਂ *adj* hundredth
ਸੌੜਾ *adj* cramped
ਸੌੜਾ *n* strait

ਹ

ਹੰਸ *n* swan, cob, goose
ਹਸਪਤਾਲ *n* hospital, infirmary
ਹੰਕਾਰੀ *adj* conceited, proud
ਹਤਿਆ *n* manslaughter, murder
ਹੱਤਿਆ *v* shoot down, gun down, kill
ਹਤਿਆਰਾ *n* assassin, homicide, killer
ਹੱਥਾ *n* handle, hilt
ਹਥਿਆਰ *n* weapon, armaments
ਹਮਲਾ *n* assault, attack, mugging, aggression
ਹਮਲਾਵਰ *n* aggressor, assailant
ਹਰਕਾਰਾ *n* courier, messenger
ਹਲਕਾ *adv* thinly, light
ਹੱਲਾ *n* raid, invasion, aggression
ਹਵਾ *n* gust, wind
ਹਵਾ ਖਿੱਚਣਾ *v* exhaust, wear out
ਹਵਾਈ ਕੰਪਨੀ *n* airliner, airline
ਹਵਾਈ ਜਹਾਜ਼ *n* aircraft, plane
ਹਵਾਲੇ ਕਰਨਾ *v* submit, transfer, commit
ਹੜ੍ਹ *n* flood, torrent
ਹਾਸੋਹੀਣਾ *adj* ludicrous, absurd
ਹਾਜ਼ਰ ਹੋਣਾ *v* appear, attend, come out, be
ਹਾਜ਼ਰੀ *n* attendance, presence
ਹਾਦਸਾ *n* accident, casualty

ਹਾਨੀ *n* disadvantage, damage, detriment, harm
ਹਾਨੀਕਾਰਕ *adj* detrimental, injurious, noxious, obnoxious
ਹਾਰ *n* garland, overthrow
ਹਾਰਦਿਕ *adj* heartfelt, cordial
ਹਾਲ ਚਾਲ *n* terms, condition
ਹਾਲਤ *n* position, case
ਹਿੱਸਾ *n* chunk, portion, deal, bombing, violence
ਹਿਸਾਬ *n* arithmetic, account
ਹਿੰਮਤ *n* guts, enterprise
ਹਿਰਾਸਤ *n* custody, confinement
ਹਿਲਾਉਣਾ *v* budge, stir, vibrate, wag
ਹੀਆ *n* bowels, guts
ਹੀਟਰ *n* water heater, heater
ਹੀਰਾ *n* gem, diamond
ਹੁਸ਼ਿਆਰ *adj* clever, wary, smart
ਹੁਨਰ *n* mastery, skill
ਹੇਠਾਂ *adv* down, downstairs, below
ਹੈਰਾਨ ਹੋਣਾ *v* speculate, wonder
ਹੈਰਾਨੀ *n* surprise, amazement
ਹੋਣਾ *iv* become, exist, be
ਹੋੜਾ *n* brake, latch
ਹੌਲੀ ਹੌਲੀ *adv* little by little, slow, slowly
ਹਉਮੈਵਾਦੀ *n* egoist
ਹਓਮੈਵਾਦ *n* egoism
ਹੱਸਣਾ *v* laugh
ਹਸਤਾਖਰ *n* signature
ਹਸਤੀ *n* being
ਹਸਦ *n* envy
ਹਸਪਤਾਲ ਵਿੱਚ ਭਰਤੀ ਕਰਨਾ *v* hospitalize
ਹਸਪਤਾਲੀ ਗੱਡੀ *n* ambulance
ਹਸਮੁਖ *adj* affable, cheerful
ਹਸਮੁੱਖ *adj* jovial
ਹਸਾਉਣਾ *adj* funny
ਹਸ਼ੀਸ਼ *n* hashish
ਹੱਕ *n* seasoning
ਹੱਕ ਸ਼ੁਫਾ ਕਰਨਾ *v* preempt
ਹੱਕ-ਜਤਾਈ *n* assertion
ਹੱਕਦਾਰ *adj* legitimate
ਹਕੂਮਤ *n* empire; ministry
ਹਥੇਲੀ *n* palm; flat
ਹਥੌੜਾ *n* hammer; beetle
ਹਰ ਇੱਕ *adj* each other; every
ਹਕਲਾਉ *v* stutter
ਹੱਕਾ-ਬੱਕਾ *adj* aghast
ਹਗਣਾ *pre* oneself
ਹੰਗਾਮਾ *n* mayhem
ਹਚਕੋਲਾ *n* bump
ਹਜ਼ਮ ਕਰਨਾ *v* digest
ਹਜ਼ਰਤ *n* Highness
ਹਜ਼ਰਤ ਈਸਾ *n* Messiah
ਹਜਾਮ *n* hairdresser
ਹੱਜ਼ਾਮ *n* barber
ਹਜਾਮਤ ਕਰਨੀ *v* shave
ਹਜਾਰ *adj* thousand
ਹਜ਼ਾਰ ਵਰ੍ਹੇ ਦਾ ਸਮਾਂ *n* millennium
ਹੰਝੂ *n* tear
ਹੱਟ *n* firm
ਹਟਕਣਾ *iv* forbid
ਹਟਕੋਰਾ *n* sob
ਹਟਕੋਰਾ ਲੈਣਾ *v* gasp

ਹ

ਹਟਕੋਰੇ ਭਰ ਕੇ ਕਹਿਣਾ *v* sob
ਹੱਟਾ ਕੱਟਾ *adj* burly
ਹਟਾਉਣਾ *v* dispel
ਹਟਾਉਣਾ *n* removal
ਹਟਾਣਾ *v* remove
ਹਠ ਧਰਮੀ *n* bigot
ਹਠੀ *adj* obstinate
ਹੱਡੀ *n* bone
ਹਤਾਸ਼ *adj* despondent
ਹੱਤਿਆ ਕਰਨਾ *v* assassinate
ਹੱਥ *n* hand
ਹੱਥ ਨਾ ਆਉਣ ਵਾਲਾ *adj* elusive
ਹੱਥ ਨੂੰ ਗਾਨਾ ਪੈ ਜਾਣਾ *v* sprain
ਹੱਥ ਮਿਲਾਉਣ *n* handshake
ਹੱਥ ਵਿੱਚ ਲੈਣਾ *v* hang on
ਹੱਥਕੜੀ *n* handcuffs
ਹੱਥਕੜੀ ਲਾਉਣਾ *v* handcuff
ਹੱਥ-ਪੈਰ ਮਾਰਨਾ *v* struggle
ਹਥਿਆਉ *v* grab
ਹਥਿਆਰਬੰਦ *adj* armed
ਹਥਿਆਰਬੰਦ *n* gunman
ਹੱਥੇ ਵਾਲਾ ਪਤੀਲਾ *n* saucepan
ਹੱਥੋਪਾਈ *n* scuffle
ਹਦ *n* boundary
ਹੱਦ *n* premises
ਹੱਦ ਤੋਂ ਵਧ ਜਾਣਾ *v* overdo
ਹੱਦ ਲੰਘ ਜਾਣਾ *v* outrun
ਹੱਦੋਂ ਟੱਪ ਜਾਣਾ *v* overstep
ਹੱਦੋਂ ਟੱਪਣਾ *v* exceed
ਹਨੀਮੂਨ *n* honeymoon
ਹਨੇਰਾ *n* eclipse; gloom
ਹਾਸ਼ੀਆ *n* margin; cordon
ਹਨੇਰਾ ਕਰਨਾ *v* darken
ਹਫਤਾ *n* week
ਹਫ਼ਤੇ ਦਾ ਅੰਤ *n* weekend
ਹਬੜ *n* rubber
ਹਮਦਰਦੀ *n* sympathy
ਹਮਲ *n* pregnancy
ਹਮ-ਵਤਨੀ *n* compatriot
ਹਮੇਸ਼ਾ *adv* always
ਹਰ ਇੱਕ *n* everybody
ਹਰ ਸਾਲ *adv* yearly
ਹਰ ਕੋਈ *pro* everyone
ਹਰ ਵਰ੍ਹੇ *adv* yearly
ਹਰਸ਼ *adj* jubilant
ਹਰਜ *n* loss
ਹਰਜ ਪਹੁੰਚਾਉਣਾ *v* injure
ਹਰਨੀਆ (ਨਿਦਾ) *n* hernia
ਹਰਨੋਟਾ *n* calf
ਹਰਫ਼ *n* word
ਹਰਫ਼ ਬਹਰਫ *adv* literally
ਹਰਾ *adj* green
ਹਰਾਮ ਦਾ *n* bastard
ਹਰਾਮਖੋਰ *adj* corrupt
ਹਰਾਮੀ *n* bastard
ਹਰਾਵਲ ਦਸਤਾ *n* vanguard
ਹੱਲ *v* compromise
ਹਲ ਕਰਣਾ *v* solve
ਹਲ ਲੱਭਣਾ *v* figure out
ਹਲਕਾ *v* soften
ਹਲਕਾ ਕਰਨਾ *v* alleviate
ਹਲਕਾ ਭੋਜਨ *n* snack
ਹਲਕਾਅ *n* rabies
ਹਲਚਲ-ਭਰਪੂਰ *adj* tumultuous

ਹੱਲਾ ਕਰਨ ਵਾਲਾ *n* invader
ਹੱਲਾ ਕਰਨਾ *v* invade
ਹਲੀਮੀ *n* meekness
ਹਵਸ ਹੋਣਾ *v* lust
ਹਵਾ ਚੱਕੀ *n* windmill
ਹਵਾ ਰੋਕਣ ਵਾਲਾ ਸ਼ੀਸ਼ਾ *n* windshield
ਹਵਾ ਲਵਾਉਣਾ *v* ventilate
ਹਵਾਈ *adj* midair
ਹਵਾਈ ਅੱਡਾ *n* airport
ਹਵਾਈ ਕਿਰਾਇਆ *n* airfare
ਹਵਾਈ ਛਤਰੀ *n* parachute
ਹਵਾਈ ਜਹਾਜ਼ ਦਾ ਚਾਲਕ *n* flier
ਹਵਾਈ ਡਾਕ *n* airmail
ਹਵਾਈ ਪੱਟੀ *n* airstrip
ਹਵਾਈ-ਅੱਡਾ *n* airfield
ਹਵਾਈ-ਜਹਾਜ਼ *n* airplane
ਹਵਾਦਾਰ *adj* windy
ਹਵਾਬੰਦ *adj* airtight
ਹਵਾਲਾ *n* reference
ਹਵਾਲਾ ਦੇਣਾ *v* quote
ਹਵਾਲਾਤ *v* lock up
ਹਵੇਲੀ *n* mansion
ਹੜ੍ਹ ਆਉਣਾ *v* flood
ਹੜ੍ਹ ਆਉਣਾ *n* flooding
ਹੜ੍ਹ ਵਗਾ ਦੇਣਾ *v* inundate
ਹੜਤਾਲ *n* strike
ਹੜੱਪ ਕਰਨਾ *v* usurp
ਹੜੱਪਣ *n* gulp
ਹਾਂ *adv* yes
ਸਹਾਇਕ *adj* subsidiary
ਹਾਈਜੈਕ *n* hijack
ਹਾਈਜੈਕ ਕਰਨਾ *v* hijack
ਹਾਈਡ੍ਰੋਜਨ *n* hydrogen
ਹਾਸਲ ਕਰਨਾ *v* acquire
ਹਾਸਾ *n* laugh
ਹਾਸਾ ਖਿਲੀ *n* laughter
ਹਾਸਾ-ਠੱਠਾ *n* fun
ਹਾਸ਼ੀਏ ਦਾ *adj* marginal
ਹਾਸੇ ਵਾਲੀ ਗੱਲ *v* scream
ਹਾਸੋਹੀਣ *adj* ridiculous
ਹਾਸੋਹੀਣੀ *adj* laughable
ਹਾਹਾਕਾਰ *n* tumult
ਹਾਕਮ *n* boss
ਹਾਜ਼ਮਾ *n* digestion
ਹਾਜ਼ਮੇਦਾਰ *adj* digestive
ਹਾੱਟ ਪਲੇਟ *n* furnace
ਹਾਂਡੀ *n* casserole
ਹਾਣ *n* make
ਹਾਥ ਦੀ ਬੰਦੂਕ *n* handgun
ਹਾਥੀ *n* elephant
ਹਾਥੀ ਚੱਕ *n* artichoke
ਹਾਥੀ ਦੰਦ *n* ivory
ਹਾਥੀ-ਦੰਦ *n* collarbone
ਹਾਨੀਕਾਰਕ *adj* harmful
ਹਾਬੜ ਕੇ ਖਾਣਾ *v* scoff
ਹਾਬੜਿਆ *adj* lustful
ਹਾਮੀ *v* assent
ਹਾਮੀ *n* patron
ਹਾਰ ਜਾਣਾ *v* succumb
ਹਾਰ ਮੰਨ ਲੈਣਾ *v* drop out
ਹਾਰ ਮੰਨਣਾ *v* give in
ਹਾਲ *n* saloon
ਹਾਲ ਦਾ *adj* recent
ਹਾਲਾਂ ਕਿ *c* although

ਹ

ਹਾਲੈਂਡ *n* Holland
ਹਾਲੈਂਡ ਨਾਲ ਸੰਬੰਧਿਤ *adj* Dutch
ਹਾਵ ਭਾਵ *n* gesture
ਹਾਵੀ ਹੋਣਾ *v* predominate
ਹਿੰਸਕ *adj* violent
ਹਿਸਾਬ ਕਿਤਾਬ *n* statement
ਹਿਸਾਬ ਦੇਣਾ *v* account for
ਹਿੱਸੇ ਪਾਉਣਾ *v* allot
ਹਿੱਸੇਦਾਰ *n* shareholder
ਹਿੱਸੇਦਾਰ ਹੋਣਾ *v* share
ਹਿਕਾਇਤ *n* anecdote
ਹਿਚਕਚਾਉਂਦਾ *adj* reluctant
ਹਿਚਕਚਾਉਂਦਿਆਂ *adv* reluctantly
ਹਿਚਕਚਾਉਂਦਿਆਂ ਹੋਇਆਂ *adv* grudgingly
ਹਿਚਕੀਆਂ ਲੈ ਕੇ ਕਹਿਣਾ *n* hiccup
ਹਿਚਕੋਲਾ *v* jerk
ਹਿਚਕੋਲਾ *n* jolt
ਹਿੱਜੇ *n* spelling
ਹਿਤ *n* behalf (on)
ਹਿਮ ਨਦੀ *n* glacier
ਹਿੰਮਤ *n* courage
ਹਿੰਮਤ ਤੋੜਨਾ *v* daunt
ਹਿੰਮਤੀ *adj* pushy
ਹਿਮਾਇਤ *n* backing
ਹਿਰਦਾ ਵਿਗਿਆਨ *n* cardiology
ਹਿਰਦੇ ਦਾ *adj* cardiac
ਹਿਰਨ *n* deer
ਹਿਰਨ ਦਾ ਗੋਸ਼ਤ *n* venison
ਹਿੱਲਣ *n* vibration
ਹਿੱਲਣਾ *iv* shake
ਹੀਆ ਕਰਨਾ *v* venture
ਹੁਆਂ *n* howl
ਹੁਆਂਕ *n* howl
ਹੁਸ਼ਿਆਰ ਹੋਣਾ *v* rouse
ਹੁਸ਼ਿਆਰ ਕਰਨਾ *v* spruce up
ਹੁਕ *n* hook
ਹੁਕਮ *v* boss around
ਹੁਕਮ ਦੇਣਾ *iv* bid
ਹੁਕਮ ਮੰਨਣਾ *v* obey
ਹੁੰਗਾਰਾ *n* backing
ਹੁੰਗਾਰਾ ਭਰਨਾ *v* respond
ਹੁਝਕਾ *v* hitchhike
ਹੁੱਟ ਕਰਨਾ *v* asphyxiate
ਹੁੰਡੀ *n* note
ਹੁਣ *adv* now
ਹੁਣ ਤੱਕ *adv* already
ਹੁਣ ਤੀਕ *adv* since then
ਹੁਣ ਤੋੜੀ *adv* hitherto
ਹੁਣੀ ਤੀਕ *adv* hitherto
ਹੁਣੇ ਹੁਣੇ *adv* newly
ਹੁਲਾਸਪੂਰਣ *adj* exhilarating
ਹੁਲਾਸਿਆ *adj* elated
ਹੁਲੀਆ *n* feature
ਹੂੰਗਣਾ *v* moan
ਹੂੰਗਾਰ *n* groan
ਹੂਜਾ ਕਰਨਾ *n* worship
ਹੂਬਹੂ *v* like
ਹੂਰਾ *n* blow
ਹੂਰਾ-ਮੁੱਕੀ ਹੋਣਾ *n* showdown
ਹੇਠ *adv* below
ਹੇਠਲਾ *adj* inferior
ਹੇਠਾਂ ਲਿਖਣਾ *v* underwrite
ਹੇਠਾਂ ਵਲ *adv* downhill
ਹੇਠੀ *n* affront

ਹੇਰ ਫੇਰ *n* interchange
ਹੇਲੀਕਾਪਟਰ *n* helicopter
ਹੈਸੀਅਤ *n* caliber
ਹੈਜ਼ਾ *n* cholera
ਹੈੱਡ-ਫੋਨ *n* earphones
ਹੈਂਡਬੈਗ *n* handbag
ਹੈਮ *n* ham
ਹੈਮਬਰਗਰ *n* hamburger
ਹੈਰਾਨ *adj* aghast
ਹੈਰਾਨ ਕਰਨਾ *v* astound
ਹੈਰਾਨਕੁਨ *adj* astounding
ਹੈਵਾਨੀ *adj* bestial
ਹੋਛਾ *adj* lewd
ਹੋਟਲ *n* hotel
ਹੋਠ *n* lip
ਹੋਣ ਵਾਲਾ *adj* would-be
ਹੋਣਯੋਗ *adj* feasible
ਹੋਂਦ *n* being
ਹੋਰ *adj* other
ਹੋਰ ਅੱਗੇ *adv* farther
ਹੋਰ ਇਹ ਕਿ *adv* aside from
ਹੋਰ ਕਿਧਰੇ *adv* elsewhere
ਹੋਰ ਘੱਟ *adj* lesser
ਹੋਰ ਘੱਟ ਹੋਰ ਥੋੜਾ *adj* fewer
ਹੋਰ ਤਰ੍ਹਾਂ *adv* otherwise
ਹੋਰ ਦੂਜਾ *adj* another
ਹੋਰ ਨਹੀਂ *c* nor
ਹੋੜਨਾ *v* dissuade
ਹੌਸਲਾ ਕਰਨਾ *v* dare
ਹੌਸਲਾ ਵਧਾਉਣਾ *v* back up
ਹੌਸਲਾ ਵਧਾਉਣਾ *n* backup
ਹੌਜ਼ *n* reservoir
ਹੌਲੀ *n* lighter
ਹੌਲੀ ਹੌਲੀ ਤੁਰਨਾ *v* crawl

ਕ

ਕਸ਼ਟ *n* suffering, tribulation, hardship, anguish, distress
ਕਸ਼ਟਕਾਰੀ *adj* annoying, irritating
ਕਸਣਾ *v* stretch, tighten, compact, strain, nail
ਕਹਿਣਾ *iv* say, tell
ਕੱਚਾ *adj* ambivalent, crude, immature, flimsy
ਕੱਜਣਾ *v* clothe, cover
ਕੱਟਣਾ *v* cross, delete, intersect, mow, reap, strike out, curtail, cut
ਕੱਟੜ *adj* austere, orthodox
ਕਠਿਨ *adj* circumstantial, demanding, difficult, agonizing
ਕਠੋਰ *adj* cruel, drastic, rough
ਕਠੋਰਤਾ *n* hardness, austerity
ਕੱਢ ਦੇਣਾ *v* dislodge, eliminate, turn out
ਕੱਢਣਾ *v* emit, evacuate, let out, set about
ਕੰਢਾ *n* brink, brim
ਕਣ *n* particle, molecule
ਕਤਲ *n* assassination, killing
ਕਤਲ *v* gun down, kill
ਕਤਲਾਮ *n* carnage, slaughter
ਕਤਾਰ *n* row, rank

ਕਦਮ *n* footstep, pace, step
ਕਨਸਤਰ *n* canister, can
ਕੰਨੀ *n* list, cordon
ਕਪਟ *n* deception, deceit
ਕਬਰ *n* graveyard, grave
ਕੰਮ *n* action, deed, task, work, function, act
ਕਮਜ਼ੋਰ *adj* impotent, frail
ਕਮਰਬੰਦ *n* zone, belt
ਕਮਰਾ *n* apartment, compartment, chamber, room
ਕਮੀ *v* lack, mark down
ਕਰਜ਼ *n* debt, loan
ਕ੍ਰਮ *n* order, array
ਕਰਮਚਾਰੀ *n* employee, servant
ਕ੍ਰਿਸਮਿਸ *n* Christmas, X-mas
ਕਰੀਬ *pre* close to, near
ਕ੍ਰੋਧ *n* rage, anger, wrath
ਕਰੋਧ ਨਾਲ ਭਰਿਆ *adj* frantic, hysterical
ਕਲਸ *n* urn; balloon
ਕਲਪਨਾ *n* creativity, fantasy, imagination
ਕਲਪਨਾ ਕਰਨਾ *v* imagine, visualize
ਕੜ੍ਹਾਹੀ *n* frying pan, pan
ਕੜੀ *n* link, sequence, shackle
ਕਾਇਮ ਰੱਖਣਾ *v* keep up, maintain
ਕਾਹਲ ਪਾਉਣੀ *v* hurry, hurry up
ਕਾਫ਼ਰ *adj* heretic, pagan
ਕਾਫ਼ੀ *adj* adequate, lots
ਕਾਬਲ *adj* competent, worthy
ਕਾਬਲੀਅਤ *n* ability, competence, merit
ਕਾਰ *n* labor, work, function
ਕਾਰਖਾਨਾ *n* factory, workshop
ਕਾਰਨ *n* cause, reason
ਕਾਰੋਬਾਰ *n* business, trade
ਕਿਉਂਕਿ *c* inasmuch as; because
ਕਿਸ਼ਤ *n* installment, paycheck, check
ਕਿਸ਼ਤੀ *n* ferry, boat
ਕਿੰਨਾ ਹੀ *c* however, nonetheless
ਕਿਨਾਰਾ *n* limb, border
ਕਿਰਪਾ *n* clemency, charity
ਕਿਰਪਾਲੂ *adj* benign, humbly
ਕਿਰਾਇਆ *n* fare, fee
ਕਿਰਾਏਦਾਰ *n* lessee, tenant
ਕਿਲਾ *n* castle, fort
ਕੁੰਜੀ *n* key, note
ਕੁੰਡਾ *n* staple, tub, shackle
ਕੁੱਦਣਾ *v* jump, skip, spring
ਕੁੱਬ *n* hunch, hump, bulge
ਕੁਰੂਪ *adj* crappy, disgusting, sickening
ਕੁਲ *v* aggregate, lump sum
ਕੂਚ *n* departure, exodus; log off
ਕੇਂਦਰਤ ਕਰਨਾ *v* concentrate, focus on
ਕੇਵਲ *adj* only, simply
ਕੈਂਸਰ *v* call off, cancel
ਕੈਦ *n* confinement, captivity
ਕੈਦ ਕਰਨਾ *v* imprison, incarcerate, jail
ਕੋਈ ਵੀ ਨਹੀਂ *pro* no one, nobody
ਕੋਸ਼ਸ਼ *n* attempt, endeavor
ਕੋਸਾ *adj* cozy, lukewarm

ਕੋਮਲ *adj* lax, bland
ਕੋਰੜਾ *n* whip, scourge
ਕੌਲ *n* cup, bowl
ਕਸ *n* tension
ਕਸ਼ *n* puff
ਕਸ਼ਟ ਪਹੁੰਚਾਉਣਾ *v* afflict
ਕਸ਼ਟਦਾਇੱਕ *adj* distressing
ਕਸਬਾ *n* hamlet
ਕਸਮ *v* vow
ਕਸਮਸਾਣਾ *v* wiggle
ਕਸ਼ਮਕਸ਼ *n* conflict
ਕਸਰ *n* fraction
ਕਸਰਤ *n* exercise
ਕਸਰਤੀ *n* gymnasium
ਕਸਾਈ *n* butcher
ਕਸਿਆ *adj* tense
ਕਸੁੰਭੜੇ ਵਰਗਾ ਫੁੱਲ *adj* flamboyant
ਕਸੂਰ *n* guilt
ਕਹਕਿਹਾ *n* laugh
ਕਹਾਣੀ *n* story
ਕਹਾਨੀ *n* tale
ਕਹਾਵਤ *n* proverb
ਕਹੀ *n* spade
ਕੰਕਰੀਟ *n* concrete
ਕੰਗਰੋੜ *n* backbone
ਕੰਗਰੋੜ ਦਾ ਮਣਕਾ *n* vertebra
ਕੰਗਰੋੜ-ਰਹਿਤ *adj* spineless
ਕੰਗਲਾ *adj* penniless
ਕੰਗਾਰੂ *n* kangaroo
ਕੰਗਾਲ *adj* destitute
ਕੰਘੀ *n* comb
ਕੰਘੀ ਪੱਟੀ *v* make up
ਕੰਘੀ ਫੇਰਨੀ *v* comb
ਕੰਘੀ-ਪੱਟੀ *n* hairdo
ਕੱਚ ਦੇ ਭਾਂਡੇ *n* glassware
ਕਚਹਿਰੀ ਦੀ ਕੁਰਸੀ *n* tribunal
ਕੱਚਾ ਨਕਸ਼ਾ *n* sketch
ਕੱਚਾ ਪਟਰੋਲ *n* petroleum
ਕੱਚਾ ਰੇਸ਼ਮ *n* floss
ਕਚਾਲੂ *n* yam
ਕਚਿਆਈ *n* immaturity
ਕਚਿਆਹਣ ਭਰਿਆ *adj* seasick
ਕੱਚੀ ਧਾਤ ਦੀ ਪਰਖ *n* van
ਕੱਚੀ ਮੋਰਚੇਬੰਦੀ *n* barricade
ਕੱਛ *n* shorts
ਕੱਛੂ *n* tortoise
ਕੱਛੂ ਕੁੰਮਾ *n* tortoise
ਕੱਛੂਕੰਮਾ *n* turtle
ਕੱਜਣ *n* cover
ਕਜ਼ਨ *n* cousin
ਕੰਜਰਖਾਨਾ *n* brothel
ਕੰਜੂਸ *n* miser
ਕੰਜੂਸ *adj* stingy
ਕਟਹਿਰਾ *n* rail
ਕੰਟ੍ਰੋਲ ਕਰਨਾ *v* switch
ਕੱਟੜ *n* extremist
ਕੱਟੜ ਹਠਧਰਮੀ *adj* fanatic
ਕੱਟੜਤਾ *n* bigotry
ਕੱਟੜਪੰਥੀ *adj* orthodox
ਕਟਾਈ *n* clipping
ਕਟੋਰਾ *n* chalice, bowl; discount
ਕਬਜ਼ਾ *n* possession, seizure; hinge
ਕਰ *n* tax, tribute; dandruff
ਕਲੀ *n* tin; bud

ਕ

ਕਾਮਾ *n* comma; worker
ਕਾਲ *n* famine; epoch
ਕਿਸਮਤ *adj* weird; lot
ਕਿਰਿਆਸ਼ੀਲ *adj* practicing; brisk
ਕਿੱਲ *n* axis; stake
ਕੋਰਾ *adj* blank; dried
ਕਟਾਖ *n* insinuation
ਕਟਾਰ-ਮੱਛੀ *n* swordfish
ਕੰਟੀਨ *n* canteen
ਕੰਟੋਪ *n* hood
ਕਟੌਤੀ *v* discount
ਕਟੌਤੀ ਕਰਨਾ *v* dock
ਕੰਠ *n* larynx
ਕਠ ਪੁਤਲੀ *n* odometer
ਕੰਠ ਮਾਲਾ *n* necklace
ਕਠਣ *adj* arduous
ਕਠਨ *adj* strenuous
ਕਠਪੁਤਲੀ *n* puppet
ਕਠਿਨਤਾ *n* hardship
ਕਠਿਨਾਈ *n* jam
ਕੱਠੀ *adj* seated
ਕੰਡਮ ਕਰਨਾ *v* scrap
ਕੰਡਾ *n* thorn
ਕੰਡੇਦਾਰ *adj* thorny
ਕੰਢਲੀ *n* couple
ਕੰਢਾ (ਸਮੁੰਦਰ ਦਾ) *n* shore
ਕਢਾ ਲੈਣਾ *v* get back
ਕਢਾਈ *n* embroidery
ਕਣਕ *n* wheat
ਕਣੀ *n* drop
ਕੱਤ *iv* spin
ਕਤਈ *adj* outright
ਕਤਈ *adv* completely
ਕਤਰਾ *n* fragment
ਕਤਰਾਉਣਾ *v* bypass
ਕਤਲ ਕਰਨਾ *iv* slay
ਕਤਲਾਮ *v* slaughter
ਕਤਲੀ *n* slice
ਕਤਲੇਆਮ *n* massacre
ਕਤੂਰਾ *n* cub
ਕਥਨ *n* voice
ਕਥਨ-ਵਿਧੀ *n* wording
ਕਥਾ *n* fable
ਕੱਦ *n* magnitude
ਕਦਮ ਚੁੱਕਣਾ *v* step
ਕਦਰ *v* esteem
ਕਦਰਦਾਨੀ *n* appreciation
ਕੰਦਰਾ *n* cavern
ਕਦਾਚਿਤ *adv* seldom
ਕਦੀ ਕਦੀ *adv* sometimes
ਕਦੀ ਨਹੀਂ *adv* never
ਕਦੇ-ਕਦਾਈਂ *adv* rarely
ਕਦੇਂ-ਕਦਾਈਂ *adj* sporadic
ਕਦੋਂ *adv* when
ਕੰਧ *n* screen
ਕੰਧ ਗਲੀਚਾ *n* tapestry
ਕੰਧਾ *n* shoulder
ਕੰਨ *n* ear
ਕੰਨ ਦਾ ਪਰਦਾ *n* eardrum
ਕੰਨ ਦੀ ਮੈਲ *n* earwax
ਕੰਨ ਵਿੱਚ ਕਹਿਣਾ *v* whisper
ਕੰਨਾਂ ਨੂੰ ਸੁੰਨ ਕਰ ਦੇਣਾ *v* stun
ਕਨਾਰੀ ਚਿੜੀ *n* canary
ਕੰਨਿਆ *n* maiden

ਕੰਨੀ ਦਾ *adj* marginal
ਕਨੂੰਨ *n* law
ਕਨੂੰਨ ਪਾਲਕ *adj* law-abiding
ਕਨੂੰਨ ਬਣਾਉਣਾ *v* legislate
ਕਨੂੰਨੀ *adj* legal
ਕਨੂੰਨੀ ਹੈਸੀਅਤ *n* legality
ਕਨੇਡੂ *n* mumps
ਕੰਪ *n* tremor
ਕਪਟ ਕਰਨਾ *v* beguile
ਕਪਟ ਜਾਂ ਛਲ ਕਰਨਾ *n* swindle
ਕਪਟ ਵਿੱਦਿਆ *n* hypocrisy
ਕਪਟ। *n* insincerity
ਕਪਟੀ ਮਨੁੱਖ *n* file
ਕਪੜਾ *n* beret
ਕੰਪਣਾ *v* quake
ਕੰਪਨੀ *n* company
ਕਪੜਾ *n* cloth
ਕੱਪੜਾ *n* web
ਕੱਪੜਿਆਂ ਨਾਲ ਢਕਣਾ *v* drape
ਕੱਪੜੇ *n* clothes
ਕਫ *n* cuff
ਕਫ਼ਨ *n* shroud
ਕਫ਼ਨ *adj* shrouded
ਕਫਾਰਾ *n* atonement
ਕੰਬ *v* quiver
ਕੰਬਖਤ *adj* dreaded
ਕਬਜ਼ *adj* constipated
ਕਬਜ਼ਾ ਕਰ ਲੈਣਾ *v* take over
ਕਬਜ਼ਾ ਕਰਨਾ *v* occupy
ਕਬਜ਼ਾ ਲਾਉਣਾ *v* hinge
ਕਬਜ਼ੀ *n* constipation
ਕੰਬਣ ਵਾਲਾ *adj* shaky
ਕੰਬਣਾ *v* shiver
ਕੰਬਣੀ *n* shiver
ਕੰਬਦਾ *adj* vibrant
ਕੰਬਲ *n* blanket
ਕਬਾਬ *n* grill
ਕਬਾੜ *n* junk
ਕਬਾੜੀਆ *n* pawnbroker
ਕਬੀਲਾ *n* clan
ਕਬੂਤਰ *n* pigeon
ਕਬੂਲ *v* confess
ਕਬੂਲਣਾ *v* stand for
ਕੰਮ ਕਰਨਾ *v* act
ਕੰਮ ਦੇ ਦਿਨ *adj* weekday
ਕੰਮ ਲੈਣਾ *v* work
ਕੰਮ ਵਿੱਚ ਲਿਆਉਣਾ *v* utilize
ਕਮਖਰਚ *adj* frugal
ਕਮਜੋਰ *adj* weak
ਕਮਜੋਰ ਕਰਨਾ *v* weaken
ਕਮਜੋਰੀ *n* weakness
ਕਮਜ਼ੋਰੀ *n* shortcoming
ਕਮਜ਼ੋਰੀ *v* atrophy
ਕਮੰਦ ਨਾਲ ਫੜਣਾ *v* lasso
ਕਮਪਿਊਟਰ *n* computer
ਕਮਰ ਤੋੜ *adj* stringent
ਕਮਲਾ *adj* retarded
ਕਮਾਉ *v* earn
ਕਮਾਉਣਾ *iv* get
ਕਮਾਈ *n* produce
ਕਮਾਲ *n* perfection
ਕਮਿਊਨਿਜ਼ਮ *n* communism
ਕਮਿਸ਼ਨ *n* commission
ਕਮੀ *n* decrease

ਕ

ਕਮੀਜ਼ *n* shirt
ਕਮੇਟੀ *n* committee
ਕਮੋਡ *n* toilet
ਕਰ ਗੁਜ਼ਰਨਾ *v* perpetrate
ਕਰਹਿਤ *adj* repulsive
ਕਰਕ *adj* hoarse
ਕਰਜ਼ਦਾਰ *n* debtor
ਕਰੜਾਈ *n* stiffness
ਕਰਤਬ *n* feat
ਕਰਤੱਵ *n* act
ਕਰਤੱਵ ਪੂਰਾ ਕਰਨਾ *v* acquit
ਕਰਤਾ *n* maker
ਕਰਨਾ *iv* do
ਕਰਨੈਲ *n* colonel
ਕਰਫਿਊ *n* curfew
ਕ੍ਰਮ *v* line up
ਕਰਮਚਾਰੀ ਵਰਗ *n* personnel
ਕਰਮਚਾਰੀਆਂ ਦਾ ਪ੍ਰਬੰਧ ਕਰਨਾ *v* staff
ਕ੍ਰਮਬੱਧ *adj* systematic
ਕਰਮਯੋਗ *adj* workable
ਕ੍ਰਮਵਾਰ *adj* gradual
ਕਰਮਾਂਵਾਲਾ *adj* fortunate
ਕਰਵਟ *adv* sideways
ਕਰਵਟ *n* side
ਕਰੜਾ *adj* grueling, rigid, stiff, crusty; adamant
ਕਰੜਾ ਅਨੁਸਾਸ਼ਨ *n* drill
ਕਰੜਾਈ ਨਾਲ *adv* sternly
ਕਰੜੀ *adj* stern
ਕਰੜੀ *n* dues
ਕਰੜੀ ਸੱਟ *n* coup
ਕਰਾਉਣਾ *v* cause
ਕਰਾਹ *n* groan
ਕਰਾਟੇ *n* karate
ਕਰਾਮਾਤ *n* miracle
ਕਰਾਰ *n* agreement
ਕ੍ਰਿਆ *n* verb
ਕ੍ਰਿਆਸ਼ੀਲਤਾ *n* activity
ਕ੍ਰਿਆਵਾਦੀ *n* way out
ਕ੍ਰਿਸ਼ਕ *n* peasant
ਕ੍ਰਿਕਟ *n* cricket
ਕਰਿਤਘਨਤਾ *n* ingratitude
ਕ੍ਰਿਤੀ *n* creation
ਕ੍ਰਿਪਾ ਪਾਤਰ ਬਣਨਾ *v* ingratiate
ਕਰੁਨ *adj* pathetic
ਕਰੁਨਾਮਈ *adj* compassionate
ਕਰੂਪ *adj* ugly
ਕਰੂਪ ਕਰਨਾ *v* deform
ਕਰੂਪਤਾ *n* ugliness
ਕਰੂਰ *adj* ruthless
ਕਰੂਰਾ ਰਲ *v* ponder
ਕਰੇੜਾ *n* tartar
ਕ੍ਰੋਧ ਦਿਵਾਉਣਾ *v* infuriate
ਕ੍ਰੋਧ ਨਾਲ ਭਰਿਆ *adj* irate
ਕਲ ਜੋ ਆਏਗਾ *adv* tomorrow
ਕੱਲ੍ਹ *adv* yesterday
ਕਲੰਕ *v* slur
ਕਲੰਕ *n* smear
ਕਲੰਕ ਦਾ ਟਿੱਕਾ *n* brand
ਕਲਕਲ *n* murmur
ਕਲੰਕਿਤ ਕਰਨਾ *v* brand
ਕਲਪ *n* era
ਕਲਪਿਤ *adj* fictitious
ਕਲਪਿਤ ਨਾਂ *n* pseudonym

ਕਲਫ਼ *n* starch
ਕਲੱਬ *n* club
ਕਲਬੂਤ *n* makeup
ਕਲਮ *n* pen
ਕਲਾ *n* art
ਕਲਾਈ *n* wrist
ਕਲਾਕਾਰ *n* artist
ਕਲਾਤਮਕ *adj* artistic
ਕਲੀਨਿਕ *n* clinic
ਕਲੇਸ਼ *v* torment
ਕਲੇਸ਼ *n* harassment
ਕਲੇਮ *n* claim
ਕਲੋਨ *n* cloning
ਕਲੌਨ (ਜੀਵ) *v* clone
ਕਲੋਲ ਕਰਨਾ *n* bill
ਕਵਾਇਦ *n* drill
ਕਵਾਰਾ *n* bachelor
ਕਵਿਤਾ *n* poem
ਕਵੀ *n* poet
ਕੜਕ *n* thunder
ਕੜੱਕ ਕਰ ਕੇ ਵੱਜਣਾ *v* click
ਕੜੀਆਂ *n* bond
ਕੜੇਬੰਦ ਕਰਨਾ *v* brace for
ਕਾਂ *n* crow
ਕਾਊਚ *n* bunk bed
ਕਾਊਂਟ ਦੀ ਪਤਨੀ *n* countess
ਕਾਊਂਟਰ *n* counter
ਕਾਇਰਤਾ *n* cowardice
ਕਾਇਰਤਾ ਨਾਲ *adv* cowardly
ਕਾਇਲ *adj* subdued
ਕਾਈ *n* moss
ਕਾਸ਼ਤ *n* cultivation
ਕਾਸ਼ਤ ਕਰਨਾ *v* plow
ਕਾਸਦ *n* envoy
ਕਾਂਸਲੀ ਸ਼ਾਸਨ *n* consulate
ਕਾਹਲ਼ *n* haste
ਕਾਹਲ ਕਰਨਾ *v* hasten
ਕਾਹਵਾ *n* coffee
ਕਾਹਵੀਨ *n* caffeine
ਕਾਕਟੇਲ *n* cocktail
ਕਾਕਰ ਪੈਣ ਪਿਛੋਂ *adj* frosty
ਕਾਂਖਿਆ *n* aspiration
ਕਾਗ *n* crow
ਕਾਗ ਦਾ *n* cork
ਕਾਗਜ਼ *n* paper
ਕਾਗਜ਼ ਦੀ ਚਿਟ *n* slip
ਕਾਂਗਰਸ *n* congress
ਕਾਜ *n* buttonhole
ਕਾਂਜੀ ਹਾਊਸ *n* pound
ਕਾਂਟ ਛਾਂਟ ਕਰਨਾ *v* prune
ਕਾਂਟਾ *n* fork
ਕਾਟਾ ਮਾਰਨਾ *v* crisscross
ਕਾਠ *n* timber
ਕਾਠੀ *n* saddle
ਕਾਂਡ *n* section
ਕਾਡ ਮੱਛੀ *n* cod
ਕਾਢ *n* innovation
ਕਾਢ ਕੱਢਦਾ *v* invent
ਕਾਢਾ *n* ant
ਕਾਤਲ *v* liquidate
ਕਾਤਲ *n* murderer
ਕਾਨਫਰੰਸ *n* conference
ਕਾਨਵਾਈ *n* convoy
ਕਾਪੀ *n* copy

ਕਾਪੀ-ਅਧਿਕਾਰ *n* patent
ਕਾਪੀਰਾਈਟ *n* copyright
ਕਾਫ਼ਲਾ *n* caravan
ਕਾਫ਼ੀ *n* coffee
ਕਾਬਜ਼ *n* occupant
ਕਾਬਲ ਹੋਣਾ *v* warrant
ਕਾਂਬਾ *n* shudder
ਕਾਬਿਲ *adj* capable
ਕਾਬੂ *iv* hold
ਕਾਬੂ *n* control
ਕਾਬੂ ਕਰਨਾ *v* overpower
ਕਾਬੂ ਪਾਉਣਾ *v* overcome
ਕਾਮ ਉਤੇਜਕ ਦਵਾਈ *adj* aphrodisiac
ਕਾਮਯਾਬ *adj* successful
ਕਾਮ-ਵਾਸ਼ਨਾ *n* lust
ਕਾਮੀ *adj* prurient
ਕਾਰ ਵਿਹਾਰ *n* career
ਕਾਰਕ ਦਾ *n* cork
ਕਾਰਕੁਨ *n* clerk
ਕਾਰਗਰ *adj* effective
ਕਾਰਜ *n* function
ਕਾਰਜ ਪਾਲਕ *n* executive
ਕਾਰਜ ਵਿਸਤਾਰ *n* proceedings
ਕਾਰਜਸਿੱਧੀ *n* completion
ਕਾਰਜ-ਸੂਚੀ *n* agenda
ਕਾਰਜਕਾਰੀ ਬਣਨਾ *v* officiate
ਕਾਰਜਕਾਲ *n* session
ਕਾਰਡ *n* card
ਕਾਰਤੂਸ *n* cartridge
ਕਾਰਨਾਮਾ *n* exploit
ਕਾਰਵਾਂ *n* caravan
ਕਾਰਵਾਈ *n* act
ਕਾਰ-ਵਿਹਾਰ *n* affair
ਕਾਰੀਗਰ *n* craftsman
ਕਾਲਕ੍ਰਮ *n* chronology
ਕਾਲਮ *n* column
ਕਾਲਰ *n* collar
ਕਾਲਾ *adj* black
ਕਾਲਾ ਸਿਆਹ *adj* pitch-black
ਕਾਲਾ ਕਾਂ *n* raven
ਕਾਲਾਪਣ *adj* blackness
ਕਾਲੀਨ *n* carpet
ਕਾਵਿ *n* poetry
ਕਾਵਿ ਰਚਨਾ *n* poem
ਕਾੜ੍ਹਣਾ *v* boil
ਕਾੜ੍ਹਾ *n* infusion
ਕਿ *adj* that
ਕਿ *c* whether
ਕਿਉਂ *adv* why
ਕਿਉਂ ਜੋ *pre* since
ਕਿਉਂਜੋ *c* because
ਕਿਆਸੀ ਤੌਰ ਤੇ *adv* allegedly
ਕਿਆਮਤ *n* resurrection
ਕਿਸ਼ਤ ਦੇਣਾ *n* check up
ਕਿਸਮ *n* variety
ਕਿਸਮਦਾਰ *n* general
ਕਿਸਾਨ *n* farmer
ਕਿਸੇ ਤਰ੍ਹਾਂ *adv* somehow
ਕਿਸੇ ਦਿਨ *adv* someday
ਕਿਸੇ ਨਾ ਕਿਸੇ ਤਰ੍ਹਾਂ *adv* someway
ਕਿਸੇ ਵਸਤੂ ਨੂੰ ਹਟਾਉਣਾ *v* dismount
ਕਿਹੜਾ *adj* which
ਕਿਣ-ਮਿਣ *n* drizzle
ਕਿਣ-ਮਿਣ ਹੋਣਾ *v* drizzle

ਕਿਤਾਬ *n* book
ਕਿਤਾਬ ਦਾ ਬਾਹਰੀ ਰੂਪ *n* format
ਕਿਤਾਬਚਾ *n* booklet
ਕਿਤਾਬੜੀ *n* handbook
ਕਿਤਾਬੜੀ *n* manual
ਕਿਤਾਬਾਂ ਦੀ ਦੁਕਾਨ *n* bookstore
ਕਿਤਾਬੀ ਕੀੜਾ *n* moth
ਕਿਥੋਂ *adv* where
ਕਿਧਰੇ ਨਹੀਂ *adv* nowhere
ਕਿਨਾਰੀ *n* fringe
ਕਿਨਾਰੇ ਉੱਤੇ *adv* ashore
ਕਿਫ਼ਾਇਤ ਨਾਲ *adv* sparingly
ਕਿਰਤੀ *n* labor
ਕਿਰਦੰਤਕ *n* participle
ਕਿਰਪਾ ਪਾਤਰ *adj* favorite
ਕਿਰਿਆ *n* motion
ਕਿਰਿਆਸ਼ੀਲ ਬਣਾਉਣਾ *v* activate
ਕਿਰਿਆਵਚੀ ਨਾਂਵ *n* gerund
ਕਿਰਿਆ-ਵਿਸ਼ੇਸ਼ਣ *n* adverb
ਕਿੱਲ ਠੋਕਣਾ *v* nail
ਕਿਲ੍ਹਾਬੰਦੀ ਕਰਨਾ *v* fortify
ਕਿਲਕ *n* shriek
ਕਿਲਕਾਰੀ *n* shout
ਕਿਲਟ *n* miniskirt
ਕਿੱਲੋਗ੍ਰਾਮ *n* kilogram
ਕਿੱਲੋਮੀਟਰ *n* kilometer
ਕਿਵੇਂ *adv* how
ਕਿਵੇਂ ਵੀ *pro* anyhow
ਕੀ *adj* what
ਕੀਟ *n* insect
ਕੀਟਾਣੂ *n* germ
ਕੀ-ਬੋਰਡ ਖਾਕਾ *n* keyboard
ਕੀਮਤ ਦਾ *adj* worth
ਕੀਮਤਾਂ ਦੀ ਦਰ *n* quotation
ਕੀਮਾ *v* mince
ਕੀਮਾ *n* mincemeat
ਕੀਰਤਨ *n* litany
ਕੀਰਤੀ *n* reputation
ਕੀਲਣਾ *v* bewitch
ਕੀੜਾ *n* worm
ਕੀੜੀ *n* ant
ਕੀੜੇਮਾਰ ਦਵਾਈ *n* pesticide
ਕੁਆਰੀ *n* spinster
ਕੁਆਰੀ ਕੁੜੀ *n* miss
ਕੁਸ਼ਤੀ *n* wrestling
ਕੁਸ਼ਤੀ ਕਰਨਾ *v* wrestle
ਕੁਸਮ *v* bloom
ਕੁਸ਼ਲ *adj* skillful
ਕੁਸ਼ਲਤਾ *n* skill
ਕੁਹਰਾਮ *n* chaos
ਕੁਹਾਨ *n* hump
ਕੁਕਰਮ *n* misconduct
ਕੁਕੜ *n* rooster
ਕੁੱਕੜ *n* cock
ਕੁੱਕੜਾਂ ਦਾ ਅਖਾੜਾ *n* cockpit
ਕੁਕੜੀ *n* hen
ਕੁੱਖ *n* womb
ਕੁਚ *n* breast
ਕੁਚਲ ਦੇਣਾ *v* overrun
ਕੁਚਲਾ *v* stifle
ਕੁਚਲਿਆ *adj* downtrodden
ਕੁਛ *adj* some
ਕੁਛ ਨਹੀਂ *n* nothing
ਕੁਝ *adj* few; any

ਕ

ਕੁਝ *pro* something
ਕੁਝ ਕੁ *adv* somewhat
ਕੁਝ ਵੀ *pro* anything
ਕੁੱਟ ਕੁਟਾਈ *n* brawl
ਕੁੱਟਣਾ *v* ram
ਕੁਟੰਬ *n* household
ਕੁਟੀਆ *n* cottage
ਕੁਟੀਰ *v* lodge
ਕੁਠਾਰ *n* hatchet
ਕੁੰਡ *n* cistern
ਕੁੰਡਲ *n* curl
ਕੁੰਡਲ ਬਣਾਉਣਾ *v* curl
ਕੁੰਡਲਦਾਰ *adj* curly
ਕੁੰਡਾ ਲਾਉਣਾ *v* staple
ਕੁੰਡੀ ਸੁੱਟਣਾ *v* angle
ਕੁਢੱਬਾ *adj* clumsy
ਕੁਤਕੁਤੀ *n* tickle
ਕੁਤਕੁਤੀ ਕਰਨਾ *v* tickle
ਕੁਤਬਾ *n* gravestone
ਕੁਤਰਣਾ *v* nibble
ਕੁਤਰਨ *n* clipping
ਕੁਤਰਨ ਵਾਲਾ *n* rodent
ਕੁਤਰਨਾ *v* gnaw
ਕੁੱਤਾ *n* dog
ਕੁੱਤਾ ਘਰ *n* kennel
ਕੁੱਤੇ ਦਾ ਰੋਣਾ *v* whine
ਕੁਦਰਤ *n* nature
ਕੁਦਰਤੀ *adj* natural
ਕੁਦਾਕੜ *adj* jumpy
ਕੁੰਨੀ *n* casserole
ਕੁਪਤਾ *adj* rowdy
ਕੁੱਪਾ *n* barrel
ਕੁਫ਼ਰ ਤੋਲਣਾ *v* blaspheme
ਕੁਫ਼ਰ ਤੋਲਣਾ *n* blasphemy
ਕੁੱਬਾ *n* hunchback
ਕੁਮਕ *n* reinforcements
ਕੁਮਾਰੀ *n* virgin
ਕੁਮੈਤ *n* bay
ਕੁਰਸੀ *n* chair
ਕੁਰਕ ਕਰਨਾ *v* confiscate
ਕੁਰਕੀ *n* confiscation
ਕੁਰਬਾਨੀ ਦਾ ਬੱਕਰਾ *n* scapegoat
ਕੁਰਲਾਟ *n* wail
ਕੁਰਾਹ *n* aberration
ਕੁਰਾਹਣਾ *v* moan
ਕੁਰਾਹੇ ਪੈਣਾ *v* derail
ਕੁਰੂਪਤਾ *n* deformity
ਕੁਲ *n* ancestry
ਕੁੱਲ *adj* total
ਕੁਲ ਰਕਮ *n* bank
ਕੁੱਲ੍ਹਾ *n* loin
ਕੁਲੰਜ *n* appendicitis
ਕੁੱਲ-ਜੋੜ *n* totality
ਕੁਲਨਾਮ *n* surname
ਕੁਲਪਤੀ *n* chancellor
ਕੁਲੀ *n* bearer
ਕੁੱਲੀ *n* cottage
ਕੁਲੀਨ *adj* noble
ਕੁਲੀਨ *n* aristocrat
ਕੁਲੀਨਤਾ *n* nobility
ਕੁਲੀਨ-ਵਰਗ *n* aristocracy
ਕੁਲੈਕਟਰ *n* collector
ਕੁਵਰਤੋਂ *n* misuse
ਕੁੜ੍ਹਨਾ *v* grouch

ਕੁੜਕਵਾਂ *adj* brittle
ਕੁੜਕਾਉਣਾ *v* crack
ਕੁੜਤੀ *n* jacket
ਕੁੜਿੱਕੀ *n* snare
ਕੁੜੀ *n* girl
ਕੂਹਣੀ *n* elbow
ਕੂਹਣੀ ਦੀ ਹੱਡੀ *n* radius
ਕੂਕਣਾ *v* cry out
ਕੂਚਾ *n* lane
ਕੂਚੀ *n* brush
ਕੂਟਨੀਤੀ *n* diplomacy
ਕੂੰਡਾ *n* back
ਕੂਪਨ *n* coupon
ਕੂੜ *n* rancor
ਕੂੜਾ ਦਾਨ *n* waste basket
ਕੇਸ *n* hair
ਕੇਕ *n* cake
ਕੇਕੜਾ *n* crab
ਕੇਤਲੀ *n* kettle
ਕੇਂਦਰ *n* center
ਕੇਂਦਰ *adj* seated
ਕੇਂਦਰਕੀ *adj* nuclear
ਕੇਂਦਰਤ ਹੋਣਾ *v* converge
ਕੇਂਦਰਿਤ ਕਰਨਾ *v* center
ਕੇਂਦਰੀਕਰਨ *v* centralize
ਕੇਲਾ *n* banana
ਕੈ ਕਰਨਾ *v* vomit
ਕੈਂਸਰ *n* cancer
ਕੈਂਸਰ ਵਾਂਗ *adj* cancerous
ਕੈਂਚ *n* scissors
ਕੈਂਚੀ *n* scissors
ਕੈਥੀਡ੍ਰਲ *n* cathedral
ਕੈਦ ਤੋਂ ਛੁਟਕਾਰਾ *n* escapade
ਕੈਦਖ਼ਾਨਾ *n* prison
ਕੈਦੀ *n* captive
ਕੈਪਟਨ *n* captain
ਕੈਮਰਾ *n* camera
ਕੈਮਿਸਟਰੀ *n* chemistry
ਕੈਲਕੁਲੇਟਰ *n* calculator
ਕੈਲੋਰੀ *n* calorie
ਕੋਇਲਾ *n* coal
ਕੋਈ *adj* certain; any
ਕੋਈ *pro* someone
ਕੋਈ ਇੱਕ *a* an
ਕੋਈ ਹੋਰ *adv* else
ਕੋਈ ਚੀਜ਼ *pro* anything
ਕੋਈ ਤੁੱਛ ਵਸਤੂ *n* dump
ਕੋਈ ਬੰਦਾ *pro* anyone
ਕੋਈ ਵਿਅਕਤੀ *adj* somebody
ਕੋਈ ਵੀ ਨਹੀਂ *adj* neither
ਕੋਈ ਵੀ ਨਹੀਂ *pre* none
ਕੋਸ *v* curse
ਕੋਸ *n* cuff
ਕੋਸ਼ *n* treasure
ਕੋਸਣਾ *v* damn
ਕੋਸ਼ਪਾਲ *n* sponsor
ਕੋਸ਼ਿਸ਼ *n* exertion
ਕੋਕਾ *n* tack
ਕੋਕੀਨ *n* cocaine
ਕੋਕੋ *n* cocoa
ਕੋਟ *n* coat
ਕੋਟੀ *n* standing
ਕੋਠੜੀ *n* room
ਕੋਠੀ *n* house

ਕੋਠੀਕਾਰਜ *n* housework
ਕੋਠੇ ਤੇ *adv* upstairs
ਕੋਡ *n* code
ਕੋਣ *n* angle
ਕੋਣਾ *n* corner
ਕੋਮਲਤਾ *n* tenderness
ਕੋਰ *n* list
ਕੋਲ *adj* next door
ਕੋਲ *pre* beside
ਕੋਲ ਹੋਣਾ *iv* have
ਕੋਲ *adv* by
ਕੋਲਨ *n* colon
ਕੋਲਿਆਂ ਵਾਲੀ ਕੋਠੜੀ *n* bunker
ਕੋਲੇਸਟ੍ਰੋਲ *n* cholesterol
ਕੋੜ੍ਹ *n* leprosy
ਕੋੜ੍ਹੀ *n* leper
ਕੌਂਸ *n* arc
ਕੌਣ *pro* who
ਕੌਤਕ *n* wonder
ਕੌੜਾ *adj* bitter
ਕੌੜਾ ਕਰਨਾ *v* embitter

ਖ

ਖੰਘ *n* cough, spasm
ਖੱਟਾ *adj* acid, sour
ਖੰਡਨ ਕਰਨਾ *v* contradict, rebut, refute
ਖਤਰਾ *n* danger, risk
ਖਤਰਾ ਸਹੇੜਨਾ *v* jeopardize, risk
ਖਪਾਉ *v* consume, put away
ਖਮੀਰ *n* yeast, ferment
ਖਰ੍ਹਵਾ *adj* brusque, coarse, grumpy
ਖਰਚ *n* expense, debit, spending
ਖਰਚ ਕਰਨਾ *v* defray, spend
ਖਰੜਾ *n* blueprint, protocol
ਖਰਾ *adj* genuine, frank, sincere
ਖਰੀਦਣਾ *v* buy off, purchase, shop
ਖਲਬਲੀ *n* fuss, turbulence, mayhem
ਖਲਾਸੀ *n* redemption, rescue, liberty
ਖੜ੍ਹਾ *adj* upright, stagnant
ਖਾ ਜਾਣਾ *v* devour, corrode
ਖਾ ਪੀ ਕੇ ਉਡਾ ਦੇਣਾ *v* gobble, guzzle
ਖਾਈ *n* ditch, trench
ਖਾਕਾ *n* sketch, diagram, outline
ਖਾਣ *n* mine, quarry
ਖਾਨਸਾਮਾ *n* chef, butler
ਖਾਲੀ *adj* empty, void
ਖਾਲੀ ਕਰਨਾ *v* empty, vacate, deplete
ਖਾੜੀ *n* creek, gulf
ਖਿੱਚ *n* draw, tension, allure
ਖਿੱਚਣਾ *v* attract, gravitate, sniff, tear
ਖਿੰਡਾਉਣਾ *v* diffuse, disperse, disseminate, dissipate, scatter
ਖਿਡਾਰੀ *n* athlete, player
ਖਿਮਾ *n* absolution, pardon
ਖਿਮਾ ਕਰਨਾ *v* excuse, pardon
ਖਿਲਣਾ *v* punch, blow
ਖਿੜਨਾ *v* freshen, blow
ਖੁਸ਼ *adj* merry, glad, happy
ਖੁਸ਼ ਹੋਣਾ *v* exult, cheer

ਖੁਸ਼ਬੂ *n* cologne, scent
ਖ਼ੁਸ਼ਬੂ *n* fragrance, perfume
ਖੁਸ਼ੀ *n* joy, happiness, pleasure, delight
ਖੁੰਢ *n* block, log, stock
ਖੁਣਸੀ *adj* envious, vindictive
ਖੁਦਗਰਜ਼ੀ *n* self-interest, selfishness
ਖੁਲ੍ਹਾ *adj* exposed, open, roomy, loose, broad
ਖੁੱਲ੍ਹਾ *adj* spacious, wide
ਖੇਡ *n* bull fight, game, play
ਖੇਤ *n* farm, field
ਖੇਤਰ *n* region, coverage, zone
ਖੇਤੀ ਕਰਨਾ *v* cultivate, farm, till
ਖੋਹਣਾ *v* cater to, snatch, mess up, spoil
ਖੋਖਾ *n* booth, kiosk, stall
ਖੋਜ *n* research, inquisition, inquiry, search
ਖੋਜ ਕਰਨਾ *v* discover, investigate, question, research, inquire
ਖੋਜਣਾ *v* trace, inquire
ਖੋਜੀ *n* detector, explorer
ਖ਼ਸਤਾ *adj* crisp
ਖਸਰਾ *n* measles
ਖਸਲਤ *n* mentality
ਖਖੜੀ *n* melon
ਖੰਗਾਲਣਾ *v* rinse
ਖਗੋਲ *n* astronomy
ਖਗੋਲਵੇਤਾ *n* astronomer
ਖਗੋਲੀ *adj* astronomic
ਖੰਘਾਰ ਕੱਢਣਾ *v* cough
ਖੱਚਰ *n* mule
ਖ਼ਜ਼ਾਨਾ *n* treasure
ਖਜਾਨਚੀ *n* cashier
ਖ਼ਜਾਨਚੀ *n* treasurer
ਖਜੂਰ *n* date
ਖਟਖਟਾਨਾ *v* knock
ਖਟਾਸ *n* harshness
ਖੱਡ *n* ravine
ਖੰਡ *n* fragment
ਖੰਡ *n* paragraph; candy
ਖੁਸ਼ਕ *adj* dried; freezing
ਖੰਡਰ *adj* dilapidated
ਖੰਡਰ ਕਰਨਾ *v* ruin
ਖੱਡਾ *n* pit
ਖਣਿਜ *n* ore
ਖ਼ਤ *n* manuscript
ਖਤਮ *adj* sold-out
ਖਤਮ ਕਰਨਾ *v* cease
ਖਤਰਨਾਕ *adj* alarming
ਖ਼ਤਰਨਾਕ *adj* dangerous
ਖਤਰੇ ਵਾਲਾ *adj* risky
ਖ਼ਤਰੇ ਵਾਲਾ *adj* hazardous
ਖ਼ਤਰੇ ਵਿੱਚ ਪਾਉਣਾ *v* endanger
ਖਤਾ *n* delinquency
ਖੱਦਾ *adj* flimsy
ਖੱਦਾਪਣ *n* frailty
ਖਪਤ *n* consumption
ਖਪਤਕਾਰ *n* user
ਖਪਰੈਲ *n* tile
ਖਪਾ ਦੇਣਾ *v* gulp down
ਖਪਾਤੀ *n* partisan
ਖਬਤ *n* fad

ਖ

ਖਬਤੀ *adj* maniac
ਖ਼ਬਰ *n* news
ਖਬਰ ਲਿਆਉਣਾ *v* report
ਖਬਰਾਂ ਦੇਣਾ *v* televise
ਖੱਬਾ *adj* left
ਖੰਬਾ *n* pillar
ਖੱਬਾ ਹੱਥ *n* left
ਖੱਬੇ ਪਾਸੇ *adv* left
ਖੰਭੜਾ *n* fin
ਖ਼ਰਚ *n* expenditure
ਖ਼ਰਚ ਕਰਨਾ *v* disburse
ਖਰਚਣ *n* spending
ਖਰਾਟੇ *n* snore
ਖਰਾਬ *adj* dirty
ਖ਼ਰਾਬ ਕਰਨਾ *v* fester
ਖਰਾਬੀ *n* mischief
ਖ਼ਰਾਬੀ *n* breakdown
ਖਰੀਦ *n* purchase
ਖ਼ਰੀਦਣਾ *iv* buy
ਖ਼ਰੀਦਾਰ *n* buyer
ਖਰੀਦਾਰੀ *n* shopping
ਖਰੀਦੋ-ਫਰੋਖਤ ਕਰਨਾ *v* market
ਖਰੂਦੀ *adj* boisterous
ਖਰੈਤੀ *adj* charitable
ਖਲੜੀ *n* skin
ਖ਼ਲਾਸੀ ਕਰਾਉਣੀ *v* bail out
ਖਲੀਜ *n* gulf
ਖਲੋਣਾ *v* hinge
ਖੜ੍ਹੀ ਚਟਾਨ *n* precipice
ਖੜ੍ਹਨਾ *iv* stand
ਖੜਕਾਉਣਾ *v* rattle
ਖੜਾਕ ਕਰਕੇ ਬੰਦ ਕਰਨਾ *v* slam
ਖੜ੍ਹੋਤ *n* stand
ਖੜ੍ਹੋਤਾ *v* stagnate
ਖਾਇਬਾ *n* cereal
ਖਾਸ *adj* main
ਖ਼ਾਸ *adj* special
ਖ਼ਾਸ ਤੌਰ ਤੇ *adv* chiefly
ਖਾਸ ਮੌਕੇ ਦਾ *adj* infrequent
ਖਾਹਾ *n* porcupine
ਖਾਹਿਸ਼ *n* gusto
ਖ਼ਾਕਾ *n* profile
ਖਾਕਾ ਖਿੱਚਣਾ *v* sketch
ਖਾਕਾ ਜਿਹਾ *adj* sketchy
ਖਾਣ ਪੁੱਟਣੀ *v* mine
ਖਾਣ ਯੋਗ *adj* edible
ਖਾਣ ਯੋਗ ਪੱਠਾ *n* broiler
ਖਾਣ-ਸੂਰਾ *n* glutton
ਖਾਣਾ *iv* feed
ਖਾਣਾ *n* meal
ਖਾਣੇ ਵਾਲਾ ਕਮਰਾ *n* dining room
ਖਾਦ *n* dung
ਖਾਧ-ਖੁਰਾਕ ਦੇਣਾ *v* subsist
ਖਾਨਿਆਂ ਵਿੱਚ ਵੰਡਣਾ *v* box
ਖਾਮੋਸ਼ *adj* withdrawn
ਖਾਮੋਸ਼ੀ *n* silence
ਖਾਰ *n* grudge
ਖਾਰ ਯੁਕਤ (ਰਸਾ) *adj* grassroots
ਖਾਰਸ਼ *v* itch
ਖ਼ਾਰਜ ਕਰ *v* dismiss
ਖਾਰਾ *n* basket
ਖਾਰਾ *adj* salty
ਖਾਲੀ *n* vacancy
ਖ਼ਾਲੀ *adj* vacant

ਖਾਲੀ ਥਾਂ *n* space
ਖਿਆਲ *n* thought
ਖਿਆਲੀ ਉਡਾਰੀ *n* daydream
ਖਿਸਕ *v* slip
ਖਿਸਕ ਜਾਣਾ *v* elude
ਖ਼ਿਸਕ ਜਾਣਾ *v* glance
ਖਿਸਿਆਉਣਾ *v* grin
ਖਿਸਿਆਣੀ ਹਾਸੀ *n* grin
ਖਿੰਘਰ *n* slacks
ਖਿੱਚ *v* haul
ਖਿਚਣਾ *n* wrench
ਖਿਚਾ *n* stretch
ਖਿਚਾਉ *v* pull
ਖਿਚਾਈ *n* traction
ਖਿਚਾਈ ਟਰੱਕ *n* tow truck
ਖਿੱਚਿਆ *adj* uptight
ਖਿਝਣਾ *v* grouch
ਖਿਝਾਉਣਾ *v* bug
ਖਿਝਾਊ *adj* nagging
ਖਿਡਾਰੂ *adj* playful
ਖਿਡੌਣਾ *n* toy
ਖਿਤਾਰੀ *n* sportsman
ਖਿਦਮਤਗਾਰ *n* page
ਖਿਦੋ ਛਿਕਾ *n* basketball
ਖਿਮਾ (ਪਾਪਾਂ ਦੀ) *n* remission
ਖਿਮਾ ਜਾਚਨਾ *n* apology
ਖਿਮਾਜਾਚਨਾ *n* excuse
ਖਿਲ *v* blossom
ਖਿਲਰਨਾ *iv* spread
ਖਿਲਾਰ *n* extent
ਖਿੱਲੀ *n* ridicule
ਖਿੱਲੀ ਉਡਾਉਣਾ *v* mock

ਖਿੜਕੀ *n* window
ਖੀਣਤਾ *v* atrophy
ਖੀਣਤਾ *n* decay
ਖੀਰਾ *n* cucumber
ਖੁਸ਼ ਕਰਨਾ *v* delight
ਖੁਸ਼ ਕਰਨਾ ਜਾਂ ਹੋਣਾ *v* rejoice
ਖੁਸ਼ਹਾਲ *adj* prosperous
ਖੁਸ਼ਹਾਲ ਹੋਣਾ *v* prosper
ਖ਼ੁਸ਼ਕੀ *n* drought
ਖੁਸ਼ਗਵਾਰ *adj* gracious
ਖ਼ੁਸ਼ਨਸੀਬੀ *n* luck
ਖੁਸ਼ਬੂਦਾਰ *adj* fragrant
ਖੁਸ਼ਾਮਦ *n* flattery
ਖ਼ੁਸ਼ਾਮਦ *n* adulation
ਖੁਸ਼ਾਮਦ ਕਰਨਾ *v* court
ਖ਼ੁਸ਼ੀ ਖ਼ੁਸ਼ੀ *adv* joyfully
ਖੁਚਾਂ *n* armpit
ਖੁੰਝਣਾ *v* miss
ਖੁੱਡ *n* burrow
ਖੁੱਡੀ *n* gorge
ਖੁੰਢਾਪਣ *n* bluntness
ਖੁੱਥੜ *adj* shabby
ਖੁਦ *pro* myself
ਖ਼ੁਦ *pro* herself
ਖੁਦਰਗਜ਼ *adj* selfish
ਖੁਦਾਉ *v* excavate
ਖੁਦਾਈ *n* engraving
ਖੁਨਾਕ *n* angina
ਖੁੰਭ *n* mushroom
ਖੁਮ *n* fungus
ਖੁਰ *n* hoof
ਖੁਰ ਜਾਣਾ *v* corrode

ਖ

ਖੁਰਕ *v* itch
ਖ਼ੁਰਦਬੀਨ *n* microscope
ਖ਼ੁਰਮਾਨੀ *n* apricot
ਖੁਰਲੀ *n* crib
ਖੁਰਾਕ *v* diet
ਖ਼ੁਰਾਟਾ *v* snore
ਖੁਲ੍ਹ *n* Catholicism
ਖੁਲ੍ਹ ਕੇ *adv* frankly
ਖੁਲ੍ਹ-ਦਿਲਾ *adj* broadminded
ਖੁੱਲ੍ਹਦਿਲਾ *adj* charitable
ਖੁਲ੍ਹਮ ਖੁਲ੍ਹਾ *adv* publicly
ਖੁਲ੍ਹਾ ਹੋਣਾ *v* broaden
ਖੁਲ੍ਹਾ ਛੱਡਣਾ *v* expose
ਖੁੱਲ੍ਹਾਪਣ *n* openness
ਖੁੱਲ੍ਹੀ ਹਵਾ ਵਿੱਚ *adv* outdoors
ਖੁਲ੍ਹੀ ਰਾਤ *n* thaw
ਖੁੱਲ੍ਹੇ ਮੂੰਹਪੈਰ *adj* barefoot
ਖੁਲਾਸਾ *n* compendium
ਖੂਹ *n* well
ਖੂਹਣੀ *n* legion
ਖ਼ੂਖ਼ਾਰ *adj* ferocious
ਖ਼ੂੰਖ਼ਾਰ *adj* bloodthirsty
ਖੂੰਟੇ ਨਾਲ ਬੰਨ੍ਹਣਾ *v* stake
ਖੂੰਡਾ *n* crook
ਖ਼ੂਨ *n* blood
ਖ਼ੂਨ ਦਾ ਕੈਂਸਰ *n* leukemia
ਖ਼ੂਨ ਦੀ ਬਦਲੀ *n* transfusion
ਖੇਡ ਦਾ ਮੈਦਾਨ *n* playground
ਖੇਡ ਪ੍ਰਤਿਯੋਗਤਾ *n* tournament
ਖੇਡਣਾ *v* play
ਖੇਤਰ ਫਲ *n* area
ਖੇਤਰ ਫਲ *adj* regional
ਖੇਤਰਫਲ ਕੋਡ *n* zip code
ਖੇਤੀ *n* farming
ਖੇਤੀਬਾੜੀ *n* agriculture
ਖੇਦ ਪੂਰਬਕ *adv* regrettable
ਖੇਪ *n* bulk
ਖੇਪੜ *n* powder
ਖੇਰੂੰ ਖੇਰੂੰ ਹੋਣਾ *v* crash
ਖੈ *n* decay
ਖ਼ੈਰ *adv* even if
ਖੈਰ ਮੰਗਣਾ *v* beg
ਖ਼ੈਰ! *n* well
ਖੋਜ ਕੱਢਣਾ *v* detect
ਖੋਟ *n* irony
ਖੋਟਾ *adj* faulty
ਖੋਪਰੀ *n* skull
ਖੋਪੜੀ *n* scalp
ਖੋਭ *v* concern
ਖੋਭਾ *n* bog
ਖੋਰ *n* leakage
ਖੋਲ੍ਹਣਾ *v* open, unpack, untie; express
ਖੋਲ੍ਹਦਾ *v* unfasten
ਖੋਲੀ *n* hut
ਖੋੜ *n* cavity
ਖੌਫ਼ *n* fright
ਖੌਲਣਾ *v* boil over

ਗ

ਗਹਿਰਾ *adj* profound, deep
ਗਠੀਆ *n* gout, rheumatism
ਗਣਨਾ *n* countdown, account, count
ਗੱਦਾ *n* cushion, mattress, bed, bedding
ਗੰਦਾ *adj* grayish, obscene, putrid, nasty, squalid, foul, filthy, dirty
ਗੰਦਾ ਕਰਨਾ *v* defile, infect
ਗੱਦੀਓਂ ਲਾਹੁਣਾ *v* bring down, depose
ਗਰਜ *n* roar, belch
ਗਰਭਪਾਤ *n* abortion, miscarriage
ਗਰਮੀ *n* heat, warmth
ਗਲਣ *n* rot, decay
ਗ਼ਲਤ *adj* incorrect, mistaken, wrong
ਗਲਤ ਸਮਝਣਾ *v* misconstrue, misunderstand
ਗਲਤੀ *n* error, miss, lapse
ਗਲਪ *n* fiction, tale
ਗਾਹਕ *n* clientele, customer, client
ਗਾਹੁਣਾ *v* walk, thresh
ਗਾਲਣਾ *v* rot, decay, eat away
ਗਿਆਨ *n* learning, encyclopedia, knowledge
ਗਿਰਾਵਟ *n* degeneration, decline
ਗਿੱਲਾ *adj* wet, humid, damp
ਗੀਤ *n* chant, lyrics, lay
ਗੁੱਸਾ *n* anger, wrath
ਗੁਜ਼ਰਨਾ *v* come about, happen
ਗੁੱਝਾ *adj* mystic, covert
ਗੁੰਡਾ *n* hoodlum, mobster, hooligan, villain
ਗੁਣ *n* quality, trait, alloy, attribute
ਗੁਪਤ *adj* clandestine, confidential, occult, stealthy, undercover, hidden
ਗੁਪਤ ਰੱਖਣਾ *v* conceal, hideaway, hide
ਗੁਮਨਾਮੀ *n* anonymity, obscurity
ਗੁਰੂ *n* teacher, pastor
ਗੁਲਾਬੀ *adj* pink, rose, rosy
ਗੂੰਜ *n* echo, boom
ਗੇੜਾ *n* circulation, turn
ਗੈਸ *n* gas, fumes
ਗ਼ੈਰਹਾਜ਼ਰ *adj* absent, away
ਗੋਲਾ *n* ball, balloon
ਗਸ਼ਤ *n* patrol
ਗਸ਼ਤੀ *n* frigate
ਗਹਾਉ *v* collect
ਗਹਾਈ *n* collection
ਗਹਿਣਾ *n* jewel
ਗਹਿਣਿਆਂ ਦੀ ਦੁਕਾਨ *n* jewelry store
ਗਹਿਰਾਈ *n* depth
ਗਜ *n* yard
ਗੱਜਣਾ *v* boom
ਗਜ਼-ਭਰ *n* farmyard
ਗੰਜਾ *adj* bald
ਗੱਟਾ *n* plug
ਗਠਨ ਕਰਨਾ *v* frame
ਗੱਠਾ ਕਰਨਾ *v* pack
ਗੰਠੀਆ *n* arthritis

ਗ

ਗੱਡ *n* wagon
ਗੱਡਣਾ *v* implant
ਗਡਮਡ *adj* chaotic
ਗਡਰੀਆ *n* shepherd
ਗੱਡਾ *n* cart
ਗੱਡਾ ਹੱਕਣਾ *v* cart
ਗੱਡਿਆ *adj* ingrained
ਗੱਡੀ *n* car
ਗੰਡਾਸਾ *n* chopper; bill
ਗਲੀ *n* lane; leak
ਗੁਜ਼ਾਰਾ *n* livelihood; adjustment
ਗੱਡੀਖ਼ਾਨਾ *n* garage
ਗੰਢ ਤੁਪ *n* alliance
ਗੰਢ *n* package, bundle
ਗੰਢੀ *n* bulb
ਗੰਢ ਦੇਣਾ *v* tie
ਗੰਢ ਬੰਨ੍ਹਣਾ *v* bundle
ਗੰਢਣਾ *v* patch
ਗੰਢਦਾਰ *adj* scrambled
ਗਣਤੰਤਰ *n* republic
ਗਤਲਾ *n* clot
ਗੱਤਾ *n* cardboard
ਗਤੀ *n* motion
ਗਤੀ ਰੇਖਾ *n* trajectory
ਗਤੀਆਤਮਿਕ *adj* dynamic
ਗਤੀਹੀਣ *adj* stagnant
ਗਤੀਹੀਣਤਾ *n* stagnation
ਗਤੀਰੋਧ *n* stalemate
ਗਤੀ-ਵਰਧਕ *n* accelerator
ਗੱਦ *n* prose
ਗੰਦ *n* filth
ਗੰਦਗੀ ਸੁੱਟਣ ਵਾਲਾ ਟੋਆ *n* sink
ਗਦਰ *n* rebellion
ਗ਼ਦਰ *n* mutiny
ਗੰਦਾਪਣ *n* pollution
ਗ਼ਦਾਰ *n* traitor
ਗੱਦਾਰ *adj* disloyal
ਗ਼ੱਦਾਰੀ *n* disloyalty
ਗੰਦੇ ਨਾਲੇ ਦਾ ਪਾਣੀ *n* sewage
ਗੱਦੇਦਾਰ ਬਣਾਉਣਾ *v* cushion
ਗੰਧਕ *n* sulfur
ਗੰਧਲਾ *adj* muddy
ਗਧਾ *n* donkey
ਗੰਨਾ *n* cane
ਗੱਪਾਂ ਮਾਰਨਾ *v* gossip
ਗੱਪੀ *adj* garrulous
ਗਬਨ ਕਰਨਾ *v* embezzle
ਗੱਭਰੂ *n* adolescent
ਗਭਰੇਟ ਅਵਸਥਾ *n* puberty
ਗੰਭੀਰ *adj* serious
ਗੰਭੀਰਤਾ *n* seriousness
ਗੰਭੀਰਤਾਪੂਰਬਕ *adv* gravely
ਗ਼ਮ *n* sorrow
ਗਮਲਾ *n* flowerpot
ਗ਼ਮੀ *n* mourning
ਗ੍ਰਸਤ ਹੋਣਾ *v* incur
ਗ੍ਰਹਿ *n* planet; home
ਗ੍ਰਹਿਸ਼ੀਲ *adj* receptive
ਗਰਕ ਜਹਾਜ਼ *n* shipwreck
ਗਰਜ਼ *n* need
ਗਰਜ ਅਤੇ ਤੂਫ਼ਾਨ *n* thunderstorm
ਗਰਜਣਾ *v* growl
ਗਰਦ *n* dirt
ਗਰਦਨ *n* neck

ਗਰਦਨ ਤੋੜ ਬੁਖਾਰ *n* meningitis
ਗਰਭ *n* gestation
ਗਰਭ ਅਵਸਥਾ *n* fetus
ਗਰਭ ਡਿੱਗਣਾ *v* miscarry
ਗਰਭ-ਧਾਰਣ *n* conception
ਗਰਭਪਾਤ ਹੋਣਾ *v* abort
ਗਰਭਵਤੀ *adj* pregnant
ਗਰਮ *adj* hot
ਗਰਮ ਕਰਨਾ *adj* warm
ਗਰਮਾਉਣਾ *v* toast
ਗਰਮਾਗਰਮ *adj* red-hot
ਗਰਮੀਆਂ *n* summer
ਗਰਾਜ *n* garage
ਗ੍ਰਾਮ *n* gram
ਗਰਾਰਾ *n* gargle
ਗਰਾਰੀ *n* pulley
ਗ੍ਰਿਹਸਤ *n* housekeeper
ਗ੍ਰਿਹਸਤਨ *n* housewife
ਗ੍ਰਿਫ਼ਤਾਰੀ *n* arrest
ਗ੍ਰੀਕ *adj* Greek
ਗ੍ਰੀਨਲੈਂਡ *n* Greenland
ਗਰੀਬ *adj* poor
ਗ਼ਰੀਬ *adv* poorly
ਗ਼ਰੀਬੀ *n* poverty
ਗਰੇਜੂਏਟ *n* graduation
ਗ੍ਰੋਹ *n* gang
ਗਲ *n* tonsil
ਗਲ *v* talk
ਗਲ ਘੁੱਟ ਕੇ ਮਾਰਨਾ *v* smother
ਗਲ ਦੇ ਕੰਡੇ *n* tonsil
ਗਲ੍ਹ *n* cheek
ਗਲ੍ਹ ਦੀ ਹੱਡੀ *n* cheekbone
ਗੱਲ੍ਹਗੁੱਛ *n* whisker
ਗਲਹਰੀ *n* squirrel
ਗਲਤ *adj* erroneous
ਗ਼ਲਤ ਸਮਝਣਾ *iv* mistake
ਗ਼ਲਤ ਸਮਾਚਾਰ *n* propaganda
ਗਲਤ ਸਾਬਤ ਕਰਨਾ *v* disprove
ਗਲਤ ਸਾਬਿਤ ਕਰਨਾ *v* fall down
ਗਲਤ ਹਿਸਾਬ ਲਾਉਣਾ *v* miscalculate
ਗ਼ਲਤ ਥਾਂ ਤੇ ਰੱਖਣਾ *v* misplace
ਗ਼ਲਤ ਨਿਰਨਾ ਦੇਣਾ *v* misjudge
ਗ਼ਲਤੀ *n* mistake
ਗਲਤੀ ਕਰਨੀ *v* err
ਗੱਲਬਾਤ *n* negotiation
ਗੱਲਬਾਤ ਕਰਨਾ *v* converse
ਗਲਮੁੱਛਾ *n* sideburns
ਗਲਵੱਕੜੀ *n* hug
ਗਲਵੱਕੜੀ ਵਿੱਚ ਲੈਣਾ *v* hug
ਗਲਾ *n* throat
ਗੱਲਾ *n* safe
ਗਲਾ ਘੁਟਣਾ *v* stifle
ਗਲਾਸ *n* glass
ਗਲਿਆਰੀ *n* gallery
ਗਵਾਲਾ *n* cowboy
ਗਵਾਹ *n* witness
ਗੰਵਾਰਪੁਣਾ *n* vulgarity
ਗੰਵਾਰੂਪਣ *n* indecency
ਗੜ੍ਹ *n* castle
ਗੜ੍ਹ *n* fort
ਗੜ੍ਹੀ *n* fortress
ਗੜਗੜਾਹਟ *n* rumble
ਗੜਬੜ *n* turmoil
ਗੜੇ *n* hail

ਗ

ਗੜੇ ਪੈਣੇ *v* hail
ਗਾਂ *n* cow
ਗਾਂ ਦੀ ਪੁੱਠ ਦਾ ਮਾਸ। *n* sirloin
ਗਾਊਨ *n* gown
ਗਾਇਕ *n* singer
ਗਾਇਬ *adj* missing
ਗਾਇਬ ਕਰ ਦੇਣਾ *v* vanish
ਗਾਈਡ *n* guide
ਗਾਹਕ ਬਣਨਾ *v* subscribe
ਗਾਹੇਬਗਾਹੇ *adv* occasionally
ਗਾਚੀ *n* bite
ਗਾਜ *n* lightning
ਗਾਜਰ *n* carrot
ਗਾਂਜਾ *n* hashish
ਗਾਣ ਬਜਾਣ ਵਾਲੇ *n* orchestra
ਗਾਣਾ *iv* sing
ਗਾਣਾ *n* song
ਗ਼ਾਫ਼ਲ *adj* unaware
ਗਾਰ *n* bluff
ਗਾਰੰਟੀ *n* warranty
ਗਾਲ ਕੱਢਣਾ *v* abuse
ਗਿਆਨ-ਇੰਦਰੀ *n* sense
ਗਿਆਰਵਾਂ *adj* eleventh
ਗਿਆਰਾਂ *adj* eleven
ਗਿਜ਼ਾ *n* nourishment
ਗਿੱਝਿਆ *adj* used to
ਗਿੱਟਾ *n* ankle
ਗਿਟਾਰ *n* guitar
ਗਿੱਠੌਂ *adj* petite
ਗਿਣਤੀ *n* count
ਗਿਣਤੀ ਵਿੱਚ ਜ਼ਿਆਦਾ ਹੋਣਾ *v* outnumber
ਗਿਨਤੀ *n* calculation
ਗਿਰਹ *n* knot
ਗਿਰ੍ਹਾ *n* pocket
ਗਿਰਜਾ *n* church
ਗਿਰਜਾ ਘਰ ਵਿੱਚ ਭਾਸ਼ਨ ਦੇਣ ਦਾ ਸਟੈਂਡ *n* lectern
ਗਿਰਵੀ *n* pledge
ਗਿਰਾਉ *n* fall
ਗਿਰੀ ਦਾ ਛਿਲਕਾ *n* nut-shell
ਗਿਰੀਆਂ-ਭਰਪੂਰ *adj* nutty
ਗਿਰੀਦਾਰ ਫਲ *n* nut
ਗਿੱਲ *n* humidity
ਗਿੱਲਟ *n* nickel
ਗਿਲਟੀ *n* gland
ਗਿਲਾਨੀ *n* disgust
ਗਿਲਾਨੀ *v* scorn
ਗਿਲਾਫ *n* cap
ਗਿੜਨਾ *v* turn
ਗੀਜ਼ਰ *n* geyser
ਗੀਟੇ *n* beach
ਗੁਆ ਬੈਠਣਾ *v* forfeit
ਗੁਆਉਣਾ *v* liter
ਗੁਆਂਢੀ *n* neighbor
ਗੁਸਤਾਖ *adj* cheeky
ਗੁਸਤਾਖ਼ *adj* disrespectful
ਗੁਸਤਾਖੀ *n* presumption
ਗ਼ੁਸਲ ਖਾਨਾ *n* bathroom
ਗੁੱਸਾ *adj* angry
ਗੁੱਸਾ ਚੜ੍ਹਾਉਣਾ *n* incense
ਗੁੱਸਾ ਦੁਆਉਣਾ *v* enrage
ਗੁੱਸੇ ਨਾਲ *adv* furiously
ਗੁੱਗਾ *n* snake
ਗੂੰਗਾ *adj* dumb

ਗ

ਗੁੱਛਾ *n* bunch
ਗੂੰਜਾਊ *adj* resounding
ਗੁੰਜਾਇਸ਼ *n* capacity
ਗੁੰਜਾਇਸ਼ ਵਾਲਾ *adj* susceptible
ਗੁੰਜਾਰ *v* hum
ਗੁੰਝਲ *n* complication
ਗੁੰਝਲਦਾਰ *adj* ticklish
ਗੁੱਝਾ ਇਸ਼ਾਰ *n* innuendo
ਗੁੱਝਾਪਣ *n* secrecy
ਗੁਟਕਣਾ *v* chuckle
ਗੁੱਠ *n* corner
ਗੁਡ ਬਾਈ *n* farewell
ਗੁੱਡੀ *n* doll
ਗੁਣਕਾਰੀ *adj* beneficial
ਗੁਣਨਖੰਡ *n* factor
ਗੁਣਨਫਲ *n* product
ਗੁਣਾ *n* multiplication
ਗੁਣਾ ਕਰਨਾ *v* multiply
ਗੁਣੀ *adj* gifted
ਗੁੱਤ *n* braid
ਗੁੱਤ *adj* pleated
ਗੁੱਥੀ *n* tangle
ਗੁਦ੍ਦਾ *n* pulp
ਗੁਦਾ *n* rectum
ਗੁਦਾਮ *n* depot
ਗੁੰਦੇ ਹੋਏ ਵਾਲ *adj* pleated
ਗੁੰਨ੍ਹਿਆ ਆਟਾ *n* dough
ਗੁਨਾਹ *n* sin
ਗੁਨਾਹਗਾਰ *n* sinner
ਗੁਪਤ ਸੰਕੇਤ *n* password
ਗੁਪਤ ਰਕ੍ਖ *v* cover up
ਗੁਪਤਲੇਖ ਵਾਚਣਾ *v* decipher
ਗੁਫਾ *n* chasm
ਗੁਫ਼ਾ *n* cave
ਗੁੰਮ *adj* missing
ਗੁੰਮਰਾਹ *v* astray
ਗੁਮਾਉ *iv* lose
ਗੁਰ *n* formula
ਗੁਰਦਾ *n* kidney
ਗੁਰੀਲਾ *n* guerrilla
ਗੁਰੂਤਾ *n* heaviness
ਗੁੱਲਕ *n* piggy bank
ਗੁਲਜ਼ਾਰ *adj* pretty
ਗੁਲਬਹਾ *n* daisy
ਗੁਲਬੰਦ *n* muffler
ਗੁਲਲਾਲਾ *n* tulip
ਗੁਲਾਬੀ ਰੰਗ *n* carnation
ਗੁਲਾਮ *n* slave
ਗੁਲਾਮੀ *n* bondage
ਗੁਲੂਬੰਦ *n* scarf
ਗੁਲੂਬੰਦ ਲਪੇਟਣਾ *v* muffle
ਗੂਣ *n* backpack
ਗੂੰਦ *n* glue
ਗੂੜ *adj* scrambled
ਗੂੜ੍ਹ *adj* mystic
ਗੂੜ੍ਹ ਕਰ ਦੇਣਾ *v* mystify
ਗੇਂਦ ਸੁੱਟਣਾ *v* bowl
ਗੇਂਦ ਦਾ ਚਿੰਬ *n* bias
ਗੇਲਨ ਇੱਕ ਮਾਪ *n* gallon
ਗੈਸ *adj* gastric
ਗੈਟਿਸ *n* garter
ਗੈਂਡਾ *n* rhinoceros
ਗ਼ੈਰ *adj* alien
ਗ਼ੈਰ ਰਸਮੀ *adj* informal

ਗ

ਗੈਰਸਰਕਾਰੀ *adv* unofficially
ਗੈਰਕਨੂੰਨੀ *adj* illegal
ਗੈਰਕਨੂੰਨੀ ਧੰਦਾ *n* racket
ਗ਼ੈਰਕਾਨੂੰਨੀ *adj* unlawful
ਗੈਲਰੀ *n* gallery
ਗੋਸ਼ਤ *n* meat
ਗੋਸ਼ਤ ਪਿੰਨੀ *n* meatball
ਗੋਹਾ *n* litter
ਗੋਟ *n* hem
ਗੋਟੀਆਂ *n* dice
ਗੋਟੀਆਂ ਖੇਡਣਾ *v* dice
ਗੋਡਾ *n* knee
ਗੋਡੀ ਕਰਨਾ *v* weed
ਗੋਡੇ ਦੀ ਚੱਪਣੀ *n* kneecap
ਗੋਤਾ ਲਾਉਣਾ *v* dive
ਗੋਤਾਖੋਰ *n* diver
ਗੋਤਾਖੋਰੀ *n* diving
ਗੋਦ *n* lap
ਗੋਦ ਲੈਣ ਦੀ ਰਸਮ *n* adoption
ਗੋਦੀ *n* dock
ਗੋਭਲਾ *adj* chubby
ਗੋਰਾ *n* outskirts
ਗੋਰਾ *adj* blond
ਗੋਲ *adj* round
ਗੋਲ *n* goal
ਗੋਲ ਚੱਕਰ *n* circle
ਗੋਲ ਪੱਥਰ *n* boulder
ਗੋਲਾਕਾਰ *adj* circular
ਗੋਲਾਬਾਰੀ *n* crossfire
ਗੋਲਾਬਾਰੀ ਕਰਨਾ *v* shell
ਗੋਲਾਰਧ *n* hemisphere
ਗੋਲੀ *n* bullet, globule, gunshot, pellet, tablet; goalkeeper
ਗੋਲੀ (ਦਵਾਈ ਦੀ) *n* pill
ਗੋਲੀ ਦਾਗਣਾ *v* discharge
ਗੋਲੀ-ਸਿੱਕਾ *n* ammunition
ਗੋਡਿਆਂ ਦੇ ਭਾਰ ਬੈਠਣਾ *iv* kneel
ਗੌਣ *adj* collateral
ਗਿਣਨਾ *v* calculate, catalog, count, enumerate; cast
ਗੌਣ-ਉਪਜ *n* by-product
ਗੌਲਣਾ *n* regards
ਗੰਢ *v* knot

ਘ

ਘਟਣਾ *v* diminish, lessen
ਘਟਨਾ *n* event, incident, occurrence, accident, phenomenon, fact, happening, case
ਘਟਾਉਣਾ *v* decrease, deduct, deflate, minimize, reduce
ਘਟੀਆ *adj* mean, shoddy, cheap, coarse, paltry
ਘਬਰਾਹਟ *n* confusion, consternation
ਘਮੰਡ *n* arrogance, pride
ਘਮੰਡੀ *adj* arrogant, cocky, swollen, haughty
ਘਰ *n* home, quarters
ਘਰ ਦਾ ਸਮਾਨ *n* furnishings, furniture
ਘਰੇਲੂ *adj* homemade, homely, domestic

ਗ

ਘੜਨਾ *v* carve, forge
ਘਾਟ *n* berth, dock
ਘਾਟਾ *n* shortage, loss, disadvantage
ਘਾਟਾ *v* wane; mark down
ਘੁਰਕਣਾ *v* rebuff; bark
ਘਾਤਕ *adj* deadly, fatal, malignant, pernicious
ਘਿਣਾਉਣਾ *adj* detestable, odious, nasty, squalid, hideous
ਘਿਰਣਤ *adj* heinous, despicable
ਘਿਰਣਾ *n* aversion, loathing, hatred, contempt, antipathy
ਘਿਰਣਾ ਕਰਨਾ *v* abhor, detest, loathe
ਘਿਰਿਆ *adj* stranded, pent-up
ਘੁੰਗਰਾਲੇ *adj* crispy, crunchy
ਘੁੰਮਣਾ *v* cycle, roam, turn, face
ਘੇਰ ਲੈਣਾ *v* beset, encompass
ਘੇਰਨਾ *v* enclose, surround, circle
ਘੇਰਾ *n* siege, perimeter, circuit, zone, compass, enclosure
ਘੋਸ਼ਣਾ ਕਰਨਾ *v* announce, open up
ਘੋਪ *n* breakthrough, stab
ਘੋਰ *adj* severe, intense, gruesome
ਘੋਲ *n* struggle, solution
ਘੋੜੇ ਤੋਂ ਉਤਾਰਨਾ *v* get off, dismount
ਘਸ ਜਾਣਾ *iv* wear
ਘਸਣਾ *iv* wear
ਘਸਾ ਕੇ ਸਾਫ ਕਰਨਾ *v* raze
ਘਸਾ ਕੇ ਤੁਰਨ ਵਾਲਾ *adj* creepy
ਘਸੀਟ *v* drag
ਘਸੁੰਨ *n* blow
ਘੱਟ *adj* insufficient
ਘੱਟ ਹੋਣ *v* dwindle
ਘੱਟ ਹੋਣਾ *v* drop off
ਘੱਟ ਤੋਂ ਘੱਟ *adj* least
ਘਟਕ *n* unit
ਘਟਦੇ ਵਧਦੇ ਰਹਿਣਾ *v* fluctuate
ਘਟਨਾ ਸਥਾਨ *n* scene
ਘੱਟਾ *n* dusk
ਘੰਟਾ ਘਰ *n* belfry
ਘਟਾਉ *n* subtraction
ਘਟਾਉਣਯੋਗ *adj* deductible
ਘਟਾਉਣਾ (ਕਨੂੰ) *v* recoup
ਘਟਾਣਾ *v* subtract
ਘੰਟੀ *n* bell
ਘਟੀਆ *n* minor
ਘਣ *n* cube
ਘਣਘੋਰ ਬਰਖਾ *n* downfall
ਘਣਤਾ *n* density
ਘਣਾਕਾਰ *adj* cubic
ਘਬਰਾ ਦੇਣ ਵਾਲਾ *adj* puzzling
ਘਬਰਾਣਾ *n* quail
ਘਬਰਾਣਾ *v* tremble
ਘਮਸਾਨ *adj* fierce
ਘਮੰਡ ਨਾਲ *adv* proudly
ਘਮੁਕਾੜ *n* drifter
ਘਰ ਕਰ ਲੈਣਾ *v* insinuate
ਘਰ ਛੱਡਣਾ *v* move out
ਘਰ ਦਾ ਮਿਣੋ-ਸਮਾਨ *n* upholstery
ਘਰ ਦਾ ਕੰਮ *n* homework
ਘਰ ਪੜ੍ਹਾਉਣਾ *v* coach
ਘਰ ਬਾਰ *n* household
ਘਰ ਵਾਲਾ *n* husband
ਘਰਵਾਲੀ *n* wife

ਘਿ੍ਣਾ *v* scorn
ਘਰੇਗੀ *adj* domestic
ਘੱਲਣਾ *v* transmit
ਘੜਮੱਸ ਪਾਉਣਾ *v* confound
ਘੜਾ *n* pitcher
ਘੜਿਆਲ *n* alligator
ਘੜੀ ਦੀ ਟਨ-ਟਨ *n* alarm
ਘੜੀ ਮੁੜੀ ਆਉਣਾ *v* haunt
ਘੜੀਸਣਾ *v* trail
ਘ
ਘਾਹ *n* grass
ਘਾਹ ਦਾ ਖੁਲ੍ਹਾ ਮੈਦਾਨ *n* prairie
ਘਾਹੀ ਮੈਦਾਨ *n* turf
ਘਾਗਾ *adj* husky
ਘਾਘ *adj* cunning
ਘਾਟੀ *n* valley
ਘਾਤ *v* ambush
ਘਾਲਨਾ *n* dues
ਘਿਸਣਾ *v* rub
ਘਿਸਰਨਾ *v* creep
ਘਿਰਣਾ ਪੈਦਾ *v* revolt
ਘਿਰਣਾਯੋਗ *adj* heinous
ਘਿਰਨਾਯੋਗ *adj* hateful
ਘਿਰਿਆ ਖੇਤਰ *n* enclave
ਘੁਸਣਾ *v* penetrate
ਘੁਸਪੈਠ *n* infiltration
ਘੁਸਪੈਠ ਕਰਨਾ *v* infiltrate
ਘੁਸਪੈਠੀਆ *n* intruder
ਘੁਸਰ-ਮੁਸਰ *n* whisper
ਘੁਸੜਨਾ *v* intrude
ਘੁੰਗਰੂਦਾਰ *adj* curly
ਘੁੱਗੀ *n* dove
ਘੁੱਟ *n* sip
ਘੁੱਟ ਘੁੱਟ ਭਰ ਕੇ ਪੀਣਾ *v* sip
ਘੁੰਡ *n* veil
ਘੰਟਾ *n* hour; bell
ਘੁੰਡ ਚੁੱਕਣਾ *v* unveil
ਘੁਮੱਕੜ *n* wanderer
ਘੁੰਮਣ *iv* spin
ਘੁੰਮਣਘੇਰੀ *n* whirlpool
ਘੁੰਮਦਾ *adv* about
ਘੁਰਨਾ *n* den
ਘੁਰਾੜੇ *n* snore
ਘੁਲ ਜਾਣ ਵਾਲਾ *adj* soluble
ਘੁਲ ਮਿਲ ਜਾਣਾ *v* mingle
ਘੁਲਣਾ *v* dilute
ਘੁਲਾਟੀਆ *n* wrestler
ਘੇਪਾ *n* clot
ਘੇਰ *n* circumstance
ਘੇਰਣਾ *v* corner
ਘੇਰਾ ਪਾਉਣਾ *iv* besiege
ਘੇਰਾ ਪਾਉਣਾ I *v* siege
ਘੇਰਾਬੰਦੀ *n* blockade
ਘੋਸ਼ਕ *n* announcer
ਘੋਸ਼ਣਾ *n* announcement
ਘੋਸ਼ਣਾ ਪੱਤਰ *n* declaration
ਘੋਸ਼ਣਾਕਾਰ *n* announcer
ਘੋਖਣਾ *v* look through
ਘੋਗਾ *n* snail
ਘੋਟ *v* choke
ਘੋਟਾਲਾ *n* scam
ਘੋਪ *v* pierce
ਘੋਰ ਨਿਰਾਸ਼ਾ *n* chagrin
ਘੋਲਕ *adj* solvent
ਘੋਲਨਾ *v* dissolve

ਘੋੜਸਵਾਰ *n* cavalry
ਘੋੜਾ *n* horse
ਘੋੜਾ ਦਬਾਉਣਾ *v* trigger
ਘੋੜੇ ਦਾ ਸੀਨਾ *n* counter
ਘੌਂਸਲਾ *n* nest
ਘੌਲ *n* holdup
ਘੌਲ *adj* protracted

ਚ

ਚਹਿਲਕਦਮੀ *n* living room, lounge
ਚੱਕ *n* bite, slice
ਚਕਨਾਚੂਰ *adj* tired, worn-out
ਚੱਕਰ *n* dizziness, cycle, ring, trip
ਚੱਕਾ *n* sphere, rim
ਚਟਨੀ *n* sauce, gravy
ਚਪੇੜ ਮਾਰਨਾ *v* smack, box
ਚਸ਼ਮਾ *n* glasses, sunglasses; spring
ਚਮਕ *n* brightness, gleam, glance, orient
ਚਮਕਣਾ *iv* shine, gleam
ਚਮਕੀਲਾ *adj* shiny, vivid
ਚਰਚਾ *n* discussion, contest
ਚਰਾਗਾਹ *n* pasture, meadow
ਚੱਲਣਾ *v* move, tread
ਚੜ੍ਹਨਾ *v* climb, mount
ਚੜ੍ਹਾਈ *n* climbing, attack, mugging, expedition
ਚਲਾਉਣਾ *v* work; fly
ਚਲਾਕ *adj* cute; wily
ਚਾਹ *n* predilection; tea
ਚਾਹਵਾਨ *adj* ambitious; fond
ਚਾਹੀਦਾ ਹੋਣਾ *v* have to, ought to
ਚਾਹੁਣਾ *v* intend, wish, hope
ਚਾਨਣ *n* lighting, light
ਚਾਨਣ ਕਰਨਾ *v* illuminate, revealing
ਚਾਲਕ *n* conductor, driver
ਚਾਲਬਾਜ਼ *adj* shrewd, wily
ਚਿਕਣਾ *adj* slippery, greasy
ਚਿਕਿਤਸਾ *n* cure, therapy
ਚਿੱਟਾ ਕਰਨਾ *v* bleach, whiten
ਚਿਣਾਈਗਰ *n* bricklayer, mason
ਚਿੰਤਾ *n* worry, anxiety, agony
ਚਿਤਾਵਨੀ *n* admonition, alarm, note
ਚਿੜ੍ਹਾਉਣਾ *v* anger, nag
ਚੀਕ *n* cry, shriek, shout, scream
ਚੀਕਣਾ *v* cry, exclaim, screech, shout
ਚੀਤਾ *n* leopard, panther
ਚੀਨੀ ਮਿੱਟੀ *n* clay, porcelain
ਚੁਸਤ *adj* smart, agile
ਚੁਗਿਰਦਾ *n* environment, vicinity
ਚੁੰਝ *n* beak, bill
ਚੁਣਨਾ *iv* choose, select
ਚੁੱਪ ਕਰਾ ਦੇਣਾ *v* shut up, silence
ਚੁੜਾਈ *n* breadth, width
ਚੂਸਣਾ *v* suck, absorb
ਚੂਹਾ *n* rat, mouse
ਚੂੰਢੀ *n* nip, clip
ਚੋਗ਼ਾ *n* gown
ਚੋਗਾ *n* robe, tunic; bait
ਚੋਗ਼ਾ *v* to throw bait

ਚ

ਚੋਟੀ *n* climax, summit, top, peak, hilltop
ਚੋਣ *n* election, selection, option
ਚੋਰੀ *n* larceny, theft
ਚੌਕਸ *adj* watchful, attentive, mindful
ਚੌਕੀ *n* seat, chair
ਚੌਖਟਾ *n* framework, makeup
ਚੱਕ ਮਾਰਨਾ *iv* bite
ਚਕਨਾਚੂਰ *v* smash
ਚੱਕਬੰਦੀ ਕਰਨਾ *v* consolidate
ਚਕਮਾ *n* hoax
ਚੱਕਰ ਖਾਣਾ *v* revolve
ਚੱਕਰ ਦੀ ਕਾਤਰ *n* sector
ਚੱਕਰਦਾਰ *adj* devious
ਚੱਕਰਦਾਰ ਰਸਤਾ *n* maze
ਚਕਰਾ ਦੇਣਾ *v* baffle
ਚਕਰਾਉਣਾ *v* amaze
ਚਕਰਾਉਂਦਾ *adj* dizzy
ਚਕਲਾ *n* brothel
ਚੱਕੀ *n* mill
ਚਕੋਰ *n* pheasant
ਚਖ *v* relish
ਚੱਖਣਾ *v* taste
ਚੰਗਾ *adj* good
ਚੰਗਿਆਂ ਭਾਗਾਂ ਵਾਲਾ *adj* lucky
ਚੰਗੀ ਤਰ੍ਹਾਂ ਜਾਣ ਲੈਣਾ *v* rumble
ਚੰਗੀ ਤਰ੍ਹਾਂ ਟਟੋਲਨਾ *v* ransack
ਚੰਗੇਰਾ *adj* better
ਚੰਘਾੜ ਮਾਰਨੀ *v* yell
ਚੰਚਲ *adj* fickle
ਚੰਟ *adj* cute
ਚਟਕੀਲਾ *n* flavor
ਚਟਕੀਲਾ *adj* fancy
ਚੱਟਣਾ *v* lick
ਚਟਪਟਾ *adj* spicy
ਚਟਪਟੀ *adj* poignant
ਚਟਾਈ *n* mat
ਚਟਾਕ *n* soil
ਚਟਾਨ *n* rock; cliff
ਚੰਦਾ *n* subscription; donation
ਚਾਲ *n* walk; trick; spur; speed; nap; artwork
ਚਿੰਤਾਤੁਰ *adj* mixed-up; startled
ਚੋਟ *n* beat, hurt, frostbite
ਚਟਾਨੀ *adj* rocky
ਚੱਡੇ *n* groin
ਚਤੁਰਾਈ *v* address
ਚੱਦਰ *n* linen
ਚੰਦਰਮਾ *n* moon
ਚੰਦਾ ਦੇਣਾ *v* contribute
ਚੰਦਾਵਲ *n* rear
ਚਪਟਾ *adj* flat
ਚੱਪਲ *n* slipper
ਚੱਪੂ *n* oar
ਚੱਬਣ ਵਾਲਾ *n* molar
ਚੱਬਣਾ *v* chew
ਚੱਬਣਾ (ਦਾਣੇ) *v* munch
ਚਬੜ ਚਬੜ *n* champ
ਚਬਾਉਣਾ *v* chew
ਚਬੂਤਰਾ *n* terrace
ਚਭੋਣਾ *iv* stick
ਚਮਕਦਾਰ *adj* bright, glossy
ਚਮਕਦਾਰ ਬਿੰਦੀ *n* diamond

ਚਮਕਾਨਾ *n* wax
ਚਮਗਿੱਦੜ *n* bat
ਚਮਚਾ *n* spoon
ਚਮਚਾ-ਭਰ *n* spoonful
ਚਮੜਾ *v* cover up
ਚਮਤਕਾਰ *n* wonder
ਚਮੜਾ *n* leather
ਚਮੜੀ *v* skin
ਚਮੜੀ *n* skin
ਚਮੇਲੀ *n* jasmine
ਚਰ ਚਰ *n* creak
ਚਰ ਚਰ ਕਰਨਾ *v* creak
ਚਰਗਾਹ *n* lawn
ਚਰਬੀ ਵਾਲਾ ਮਾਸ *n* speck
ਚਰਮ *adj* extreme
ਚਰਮਰਾਤਾ *adj* squeaky
ਚਰਵਾਹਾ *n* pastor
ਚਰਾਂਦ *n* meadow
ਚਰਿੱਤਰ *n* character
ਚਰਿੱਤਰ ਭ੍ਰਿਸ਼ਟ ਕਰਨਾ *v* demoralize
ਚਲਚਿੱਤਰ *n* movie
ਚੱਲਣ ਵਾਲੀ ਮਸ਼ੀਨ *n* motion
ਚਲਨ (ਮੁਦਰਾ ਦਾ) *n* currency
ਚਲਿਤ੍ਰ *n* pretense
ਚਲੀਹਾ *n* Lent
ਚੜ੍ਹਤ *n* ascendancy
ਚੜ੍ਹਦਾ ਸੂਰਜ *n* orient
ਚੜ੍ਹਦੇ ਬੰਨੇ *adv* eastward
ਚੜ੍ਹਾਵਾ ਚੜ੍ਹਾਉਣ *v* offer
ਚੜ੍ਹਤ *n* get up
ਚਾਉ *n* favor
ਚਾਅ *v* relish
ਚਾਅ *n* fondness
ਚਾਂਸਲਰ *n* chancellor
ਚਾਹਦਾਨੀ *n* teapot
ਚਾਹੇ *adv* though
ਚਾਹੇ ਪਾਸੇ *pre* around
ਚਾਕ *n* cowboy
ਚਾਕਲੇਟ *n* chocolate
ਚਾਕੂ *n* knife
ਚਾਚੀ *n* aunt
ਚਾਂਟਾ *n* slap
ਚਾਂਟੇ ਮਾਰਨਾ *iv* hide
ਚਾਦਰ *n* sheet
ਚਾਂਦੀ *n* silver
ਚਾਂਦੀ ਦੇ ਬਰਤਨ *n* silverware
ਚਾਂਦੀ ਵਰਗਾ *adj* silver-plated
ਚਾਨਣ ਮੁਨਾਰਾ *n* lighthouse
ਚਾਨਣ-ਸੰਕੇਤ *n* beacon
ਚਾਪ *n* arc
ਚਾਂਪ *n* steak
ਚਾਪਲੂਸ *adj* supple
ਚਾਪਲੂਸੀ *n* court
ਚਾਬਕ *n* scourge
ਚਾਬਕ ਮਾਰਨਾ *v* flog
ਚਾਬੀ ਦਾ ਛੱਲਾ *n* key ring
ਚਾਰ *adj* four
ਚਾਲ (ਜੀਵਨ ਰੌ ਦੀ) *n* tenor
ਚਾਲ ਚਲ ਜਾਣਾ *v* trick
ਚਾਲ ਨੂੰ ਰੋਕਣਾ *v* stem
ਚਾਲ ਵਧਾਉਣਾ *v* accelerate
ਚਾਲਬਾਜ਼ੀ *n* trick
ਚਾਲੀ *adj* forty
ਚਾਲੂ *v* set off

ਚ

ਚਾਲੂ ਕਰਨਾ *v* enforce
ਚਾਵਲ *n* rice
ਚਿਹਰਾ *n* face
ਚਿਹਰੇ ਦੇ ਹਾਵ-ਭਾਵ *n* countenance
ਚਿਕਣਾਈ *n* grease
ਚਿਕਨ *n* chicken
ਚਿੱਕੜ *n* mud
ਚਿੱਕੜ ਲਿਬੜਿਆ *adj* moldy
ਚਿੱਕੜ ਵਾਲੀ ਧਰਤੀ *adj* slob
ਚਿਕੜੀ *n* box
ਚਿਕਾਨਾਈ *adj* fat
ਚਿਕਾਰਾ *n* buck
ਚਿੰਗਾਰੀ *n* spark
ਚਿਟਕਣੀ *n* bolt
ਚਿਟਕਣੀ ਮਾਰਨੀ *v* bolt
ਚਿਠੀ *n* letter
ਚਿੱਠੀ ਦੀ (ਭਟਕਣ) *n* miscarriage
ਚਿਤੜ *n* bottom
ਚਿੱਤਰ *n* painting
ਚਿੱਤਰ ਬਣਾਉਣਾ *v* portray
ਚਿੱਤਰਕਾਰ *n* painter
ਚਿਤਰਨਾ *v* depict
ਚਿੱਤਰਮਈ *adj* picturesque
ਚਿੱਤੜ *n* bum
ਚਿੱਤੜਾਂ ਉੱਤੇ ਧੱਫਾ ਮਾਰਨਾ *v* spank
ਚਿੰਤਾ ਕਰਨਾ *v* worry
ਚਿੰਤਾਜਨਕ *adj* worrisome
ਚਿੱਤੀਦਾਰ *adj* freckled
ਚਿੰਨ੍ਹ *n* emblem
ਚਿੰਨ੍ਹ ਅੜਾਉਣੀ *n* charade
ਚਿੰਨ੍ਹ-ਅੰਕਣ *n* notation
ਚਿਨਾਰਾ *n* buck
ਚਿਪਸ *n* fries
ਚਿਪਕੀਲਾ *adj* adhesive
ਚਿਪਚਿਪਾ *adj* sticky
ਚਿੱਪਰ *n* splinter
ਚਿੱਬ *n* dent
ਚਿੱਬ ਪਾਉਣਾ *v* dent
ਚਿਮਟਾ *n* tongs
ਚਿਮਟੀ *n* tweezers
ਚਿਮਨੀ *n* chimney
ਚਿਮਪਾਨਜ਼ੀ *n* chimpanzee
ਚਿਰਕਾਲੀ *adj* long-standing
ਚਿਰਜੀਵੀ *adj* lasting
ਚਿਲਮ *n* pipe
ਚਿਲਾਉਣਾ *v* shout
ਚਿੜ *n* resentment
ਚਿੜ ਚਿੜ ਕਰਨਾ *v* grumble
ਚਿੜੀ *n* sparrow
ਚਿੜੀਆ ਘਰ *n* zoo
ਚੀਸ ਪੈਣੀ *iv* sting
ਚੀਕ ਕੇ ਬੋਲਣਾ *v* squeak
ਚੀਕ ਮਾਰਨਾ *v* shriek
ਚੀਕ-ਚਿਹਾੜਾ *n* outcry
ਚੀਕਣੀ ਮਿੱਟੀ *n* ceramic
ਚੀਖ਼ ਕੇ ਉਚਾਰਨਾ *v* howl
ਚੀਜ਼ *n* thing
ਚੀੜ੍ਹ *n* pine
ਚੀਥੜਾ *n* rag
ਚੀਪ *n* vaccine
ਚੀਰ *iv* slit
ਚੀਰ *n* split
ਚੀਰ ਕੇ ਲੰਘਣਾ *v* shear
ਚੀਰਵੀਂ *adj* stinging

ਚੀਰਾ *n* incision
ਚੁੱਕਣਾ *v* hog
ਚੁਕਤਾ *n* liquidation
ਚੁਕੰਦਰ *n* beet
ਚੁਕੰਨਾ *adj* alert
ਚੁਕਾ ਦੇਣਾ *v* repay
ਚੁਕਾਈ *n* hoist
ਚੁਕੋਤਾ *n* lease
ਚੁੰਗਲ *n* clutch
ਚੁਗਲੀ ਖਾਣਾ *v* snitch
ਚੁੰਗੀ *n* customs
ਚੁੰਗੀ-ਵਾਪਸੀ *n* drawback
ਚੁੰਝਾਂ ਲੜਾਉਣ *v* peck
ਚੁਟਕਲਾ *n* joke
ਚੁਟਕੀ *n* clip
ਚੁਣ *v* opt for
ਚੁਣ ਲੈਣਾ *v* elect
ਚੁਣਾਉ *n* selection
ਚੁਣਾਈ *n* pick
ਚੁਣੌਤੀ *n* dare
ਚੁੰਧਿਆ ਦੇਣ ਵਾਲਾ *adj* dazzling
ਚੁੰਧਿਆਉਣਾ *v* dazzle
ਚੁਨਾਉ *n* choice
ਚੁੱਪ *adj* silent
ਚੁੱਪ *n* silence
ਚੁੱਪ ਕਰਾਉਣਾ *v* hush up
ਚੁਪ ਚਾਪ *adj* quiet
ਚੁੱਪ-ਗੜੁੱਪ *adj* withdrawn
ਚੁੱਪਚਾ *adj* still
ਚੁਫੇਰਾ *n* neighborhood
ਚੁਫ਼ੇਰਾ *n* surroundings
ਚੁੰਬਕ *n* magnet
ਚੁੰਬਕ ਸ਼ਕਤੀ *n* magnetism
ਚੁੰਬਕ ਵਿੱਦਿਆ ਦਾ *adj* charismatic
ਚੁੰਬਕੀ *adj* magnetic
ਚੁਭਣ ਵਾਲੀ ਗੱਲ *n* sarcasm
ਚੁਭਣਾ *v* perforate
ਚੁੱਭਣਾ *v* penetrate
ਚੁੱਭੀ *n* plunge
ਚੁੱਭੀ ਮਾਰਨਾ *v* plunge
ਚੁੰਮਣ *n* kiss
ਚੁੰਮਣਾ *v* kiss
ਚੁੰਮੀ *n* kiss
ਚੁਰਟ *n* cigar
ਚੁਰੜ ਮੁਰੜ *adj* twisted
ਚੁਰਾਹਾ *n* crossroads
ਚੁੱਲ੍ਹਾ *n* hearth
ਚੁਵਰਕੀ *n* brochure
ਚੁੜੱਤਣ *n* breadth
ਚੂਸਕ *adj* sucker
ਚੂਹੇ ਦਾ ਬਹੁ ਵਚਨ *n* mice
ਚੂਚਾ *n* chick
ਚੂਚੀ *n* nipple
ਚੁੰਢੀ *adj* pleated
ਚੂਨਾ *n* lime
ਚੂਨੇ-ਗਚ *n* cobblestone
ਚੂਰ ਚੂਰ ਹੋਣਾ *v* dash
ਚੂਰ ਚੂਰ ਕਰਨਾ *v* break up
ਚੂਰਾ ਚੂਰਾ ਹੋਣਾ *v* crumble
ਚੂੜ ਛੱਲਾ *n* swivel
ਚੂੜੀ *n* bracelet
ਚੇਹਰਾ *n* face
ਚੇਤਨਤਾ *n* consciousness
ਚੇਤਾਵਨੀ *n* warning

ਚ

ਚੇਤਾਵਨੀ ਦੇਣਾ *v* warn
ਚੇਲਾ *n* henchman
ਚੈਨ *n* tranquility
ਚੈਰੀ *n* cherry
ਚੋਅ *n* drip
ਚੋਆ *n* leakage
ਚੋਸਾ *n* file
ਚੋਖਾ *adj* ample
ਚੋਣ-ਉਮੀਦਵਾਰ *n* candidacy
ਚੋਣ-ਹਲਕਾ *n* borough
ਚੋਣਵਾਂ *adj* choosy
ਚੋਣਾ *v* leak
ਚੋਪੜਨਾ *v* anoint
ਚੋਭ *v* prod
ਚੋਭ *n* stab
ਚੋਭਣਾ ਜਾਂ ਚੁਭਣਾ *v* prick
ਚੋਰ *n* thief
ਚੋਰ ਟੋਆ *n* pitfall
ਚੋਰ ਦਰਵਾਜ਼ਾ *n* backdoor
ਚੋਰਾਂ ਦਾ ਅੱਡਾ *n* den
ਚੋਰੀ ਨਿਕਲ ਜਾਣਾ *v* sneak
ਚੋਲੀ *n* bra
ਚੌਕਸੀ *n* caution
ਚੌਕੀ *n* post
ਚੌਕੀਦਾਰ *n* ward
ਚੌਕੋਰ *n* square
ਚੌੜਾ ਕਰਨਾ *v* widen
ਚੌਥਾ *adj* fourth
ਚੌਥਾ ਭਾਗ *n* quarter
ਚੌਦਾਂ *adj* fourteen
ਚੌੜਾ *adj* broad

ਚ

ਛ

ਛੱਡ ਦੇਣਾ *v* discontinue, give up, omit, step down
ਛੱਡਣਾ *v* disown, waive, desert
ਛੱਤਾ *n* beehive, hive
ਛਬੀਲਾ *adj* graceful, elegant
ਛਲ *n* evasion, deception, guile, imposition
ਛਲਣਾ *v* goof, fool
ਛਲੀਆ *v* cheat, rip off, swindle
ਛਾਣਨਾ *v* filter, sift
ਛਾਤੀ *n* chest, bosom, breast
ਛਾਪ *n* ring, seal
ਛਾਲ *n* jump, leap
ਛਿਣ *n* instant, moment
ਛਿੜਕਣਾ *v* spray, sprinkle
ਛੁਟਕਾਰਾ *n* exemption, pardon
ਛੂਤ *n* infection, contamination
ਛੇਦ *n* incision, hole
ਛੋਹ *n* contact, touch, graze
ਛੋਹਣਾ *v* felt, initiate, touch, contact
ਛੋਟ *n* rebate, concession
ਛੋਟਾ *adj* junior, small, tiny, short, little, concise
ਛੋਟਾ ਕਰਨਾ *v* cut down, shorten
ਛੋਟੇ ਦਸਤਖਤ *n* basics; initial, initials
ਛੋਟਾ ਪੱਤਾ *n* hand out, leaflet
ਛਕੜੇ ਵਾਲਾ *n* trucker
ਛਛੂੰਦਰ *n* mole
ਛੱਜਾ *n* balcony

ਛਡ ਕੇ *pre* barring
ਛਡ ਦੇਣਾ *iv* quit
ਛੰਡਾਈ *n* math
ਛਣਕ *n* ring
ਛੱਤ *n* roof
ਛਤਰ *n* cope
ਛਤਰੀ *n* umbrella
ਛੰਨਾ *n* bowl
ਛਨਾਲ *n* tart
ਛੱਪਰ *n* shed
ਛੱਪੜ *n* pool
ਛਪਾਈ *n* printing
ਛਪਾਕੀ *n* itchiness
ਛੱਲ *n* surf
ਛਲ ਕਰਨਾ *v* defraud
ਛਲ ਖੇਡਣਾ *v* manipulate
ਛਾਂਟਣਾ *v* discard, curtail; select
ਛਲਕਣਾ *iv* spill
ਛਲਕਾ *v* overflow
ਛਲਕਾਉਣਾ *n* spill
ਛੱਲਾ *n* ring
ਛਲਾਂਗ *iv* leap
ਛਲਾਂਗ *n* leap
ਛਲੀ *adj* evasive
ਛੱਲੀ *n* cop
ਛੱਲੇਦਾਰ *adj* crunchy
ਛੜੱਪਾ *n* bounce
ਛੜਾ *n* bachelor
ਛਾਂ *n* shade
ਛਾਂ ਕਰਨੀ *v* overshadow
ਛਾ ਜਾਣਾ *v* prevail
ਛਾਇਆ ਚਿੱਤਰ *n* silhouette

ਛਾਈ *n* freckle
ਛਾਂਟ ਛੂੰਟ *n* trimmings
ਛਾਂਟਾ *n* lash
ਛਾਂਟੀ ਕਰਨਾ *v* lay off
ਛਾਣ ਬੀਨ ਕਰਨਾ *v* sound out
ਛਾਣਨੀ *n* strainer
ਛਾਣਬੀਣ *n* scrutiny
ਛਾਣਬੀਨ *n* inspection
ਛਾਣਬੀਨ ਕਰਨਾ *v* look over
ਛਾਤਾਧਾਰੀ ਸੈਨਿਕ *n* paratrooper
ਛਾਤੀ ਦੀ ਜਲਨ *n* heartburn
ਛਾਂਦਾਰ *adj* shady
ਛਾਂਦਾ *n* deal
ਛਾਂਦਾਰ ਸੜਕ *n* boulevard
ਛਾਪਾ *n* punch
ਛਾਪਾਖ਼ਾਨਾ *n* press
ਛਾਪੇ ਦੀ ਗ਼ਲਤੀ *n* misprint
ਛਾਪੇ ਮਾਰ *n* raider
ਛਾਲਾ *n* blister
ਛਿੱਕ *n* sneeze
ਛਿੱਕਣਾ *v* sneeze
ਛਿੱਕਾ *v* muzzle
ਛਿੰਗ *n* toothpick
ਛਿਛੋਰਾ *adj* puerile
ਛਿੱਟ *n* drop
ਛਿਤਰੌਲ *n* spanking
ਛਿੱਦਰ *n* pore
ਛਿੰਨ ਭਿੰਨ ਕਰਨਾ *v* shatter
ਛਿੰਨ-ਭਿੰਨ *adv* asunder
ਛਿਪਕਲੀ *n* lizard
ਛਿਪਣਾ *v* lurk
ਛਿਲਕਾ *n* hull

ਛਿੜਨ *n* outbreak
ਛੁੱਟ *adv* aside from
ਛੁੱਟੜ *adj* deserted
ਛੁਟਿਆਉਣਾ *v* belittle
ਛੁਟੀ *n* vacation
ਛੁੱਟੀ ਦਾ ਦਿਨ *n* holiday
ਛੁਡਵਾਉਣਾ *v* redeem
ਛੁੜਾਉ *v* let go
ਛੁਡਾਉਣਾ *v* emancipate
ਛੁੜਾਉਣਾ *v* release
ਛੁਪਾ ਦੇਣਾ *v* bury
ਛੁਰਾ *n* dagger
ਛੁਰੀ-ਸਾਜ਼ੀ *n* cutlery
ਛੂੰ ਕਰਕੇ ਲੰਘਣਾ *v* skim
ਛੂਤਕਾਰੀ *adj* contagious
ਛੇ *adj* six
ਛੇਕ *n* rent
ਛੇਕਣਾ *v* boycott
ਛੇਕਾਂ ਵਾਲਾ *adj* porous
ਛੇਕਿਆ ਬੰਦਾ *n* castaway
ਛੇਤਾਰਾ *n* guitar
ਛੇਤੀ *adv* soon
ਛੇਤੀ *n* haste
ਛੇਤੀ ਹੀ *adv* shortly
ਛੇਤੀ ਛੇਤੀ *adv* hurriedly
ਛੇਦ ਕਰ *n* hole
ਛੇਦਕ *adj* boring
ਛੇਦਕ ਸੰਦ *n* punch
ਛੇਦਨ *n* sect
ਛੇਵਾਂ *adj* sixth
ਛੇੜਣਾ *v* tease
ਛੈਣੀ *n* chisel
ਛੋਕਰਾ *n* brat
ਛੋਟ ਦੇਣਾ *v* condone
ਛੋਟਾ *v* scandalize
ਛੋਟਾ ਕਮਰਾ *n* cubicle
ਛੋਟਾ ਕਿਲਾ *n* fortress
ਛੋਟਾ ਚਮਚਾ *n* teaspoon
ਛੋਟਾ ਪਹਾੜ *n* hill
ਛੋਟਾ ਪਾਦਰੀ *n* deacon
ਛੋਟਾ ਪਿੰਡ *n* hamlet
ਛੋਟਾ ਪੀਪਾ *n* keg
ਛੋਟਾ ਬੱਚਾ *n* toddler
ਛੋਟਾ ਮਕਾਨ *v* lodge
ਛੋਟਾ ਰਾਹ *n* underpass
ਛੋਟਾ ਵਾਕ *n* clause
ਛੋਟੀ ਸੈਰ *n* outing
ਛੋਟੀ ਪਿੰਨ *n* thumbtack
ਛੋਟੀ ਬਾਲਟੀ *n* bucket
ਛੋਟੀ ਮਾਤਰਾ *n* module
ਛੋਟੀ ਯਾਤਰਾ *n* outing
ਛੋਟੀ ਲਹਿਰ *n* ripple
ਛੋਟੇ ਮੋਟੇ ਕੰਮ *n* chore
ਛੇਤੀ ਨਾਲ *adv* quickly
ਛੋਪਲੇ ਹੀ *adv* lightly
ਛੋੜਣਾ *v* drop out
ਛੌਂਕਰਾ *n* lad

ਛ

ਜ

ਜਹਾਜ਼ *n* ship, bulk
ਜ਼ਹਿਰ *n* poison, poisoning, venom
ਜ਼ਖਮ *n* sore, stab
ਜੰਗ *n* war, fight, quarrel
ਜਗਾਉਣਾ *v* arouse, awake, wake up; light
ਜਗ੍ਹਾ *n* place, spot, space, situation
ਜੰਗਬੰਦੀ *n* armistice, cease-fire
ਜੰਗਲ *n* forest, jungle
ਜੰਗਲਾ *n* rail, handrail, fender, barrier
ਜੰਗਲੀ ਸੂਰ *n* boar, wild boar
ਜਟਿਲ *adj* challenging, complex, convoluted, intricate
ਜਥਾ *n* flock, batch
ਜਨਤਾ *n* multitude, mass, mob
ਜੱਫੀ *n* embrace, hug
ਜੰਬੂਰ *n* pincers, pliers
ਜਮ੍ਹਾ ਕਰਨਾ *v* cluster, fund, hoard
ਜਮਾਤ *n* meeting, class
ਜਲ ਮਾਰਗ *n* canal, aqueduct
ਜਵਾਬ *n* reply, defense, answer
ਜਵਾਬ ਵਿੱਚ ਕਹਿਣਾ *v* answer, come back, reply
ਜਾਅਲੀ *adj* counterfeit, fake
ਜਾਸੂਸ *n* spy, scout
ਜ਼ਾਹਰ *adj* ostentatious, flashy
ਜਾਹਲ *adj* mindless, foolish
ਜਾਗ *n* ferment, awakening
ਜਾਂਗਲੀ *adj* barbarian, savage, barbaric
ਜਾਣ ਕੇ *adv* willfully, knowingly
ਜਾਣਾ *iv* go, convey, go up
ਜਾਤੀ *n* tribe, species, breed, race
ਜਾਦੂ *n* sorcery, charm
ਜਾਦੂ ਕਰਨਾ *v* charm, enchant
ਜਾਨਦਾਰ *adj* bustling, lively
ਜਾਰੀ ਰੱਖਣਾ *v* carry on, continue, go on, keep on
ਜਾਲ *n* net
ਜਿੱਤ *n* conquest, victory
ਜਿੱਤਣਾ *v* vanquish, win, carry
ਜ਼ਿੰਮੇਵਾਰ *adj* accountable, amenable
ਜੁੜਨਾ *iv* bind, muster, connect
ਜੂੰ *n* lice, louse
ਜੇਤੂ *n* winner, conqueror, victor
ਜੈ ਜੈ ਕਾਰ *n* ballroom, town hall, hail
ਜੋਸ਼ *n* eagerness, furor, gusto
ਜੋਬਨ *n* heyday, youth
ਜੋੜ *n* cohesion, addition, hinge, sum
ਜੋੜ ਲਾਉਣਾ *v* amount to, part, recap, sum up
ਜਸ਼ਨ ਮਨਾਉਣਾ *v* celebrate
ਜਸ਼ਨ ਮਨਾਈ *n* celebration
ਜਸੂਸ *n* detective
ਜਹੰਨਮ *n* hell
ਜਹਾਜ਼ ਉੱਤੇ ਚੜ੍ਹਣਾ *v* ship
ਜਹਾਜ਼ ਦਾ ਘਾਟ *n* wharf
ਜਹਾਜ਼ ਦਾ ਮਾਲ *n* cargo
ਜਹਾਜ਼ ਬਣਾਉਣ ਜਾਂ ਮੁਰੰਮਤ ਕਰਨ ਦੀ ਜਗ੍ਹਾ *n* shipyard
ਜਹਾਜ਼ ਮੁਰੰਮਤ ਕਰਨਾ *v* trim

ਜਹਾਜ਼ਰਾਨੀ *n* navigation
ਜਹਾਦ *n* crusade
ਜ਼ਹਿਮਤ *n* pest
ਜ਼ਹਿਰੀ *adj* virulent
ਜ਼ਹਿਰੀਲਾ *adj* poisonous
ਜ਼ਖ਼ਮ *n* wound
ਜ਼ਖਮੀ ਕਰਨਾ *v* stab
ਜ਼ਖ਼ਮੀ ਕਰਨਾ *v* wound
ਜ਼ਖੀਰਾ *n* stockpile
ਜਗ *n* jug
ਜ਼ੰਗ *n* rust
ਜਗਮਗਾਉ *v* glitter
ਜਗਰਾਤਾ *n* vigil
ਜੰਗਰੋਧੀ *adj* rust-proof
ਜੰਗਲੀ *adj* wild
ਜੰਗਲੀ ਸਾਨ੍ਹ *n* bison
ਜੰਗਲੀ ਜਾਨਵਰ *n* wildlife
ਜੰਗਲੀ ਬਿੱਲਾ *n* jaguar
ਜ਼ੰਗਾਲ ਲਾਉਣਾ *v* rust
ਜ਼ੰਗਾਲਿਆ *adj* rusty
ਜਗਿਆਸੂ *adj* curious
ਜਗਿਆਸੂ *n* layman
ਜੰਗੀ ਕੈਦੀ ਬਣਾਉਣਾ *v* award
ਜੰਗੀ ਚਾਲਾਂ *n* tactics
ਜੰਗੀ ਜਹਾਜ਼ *n* warship
ਜਚਣਾ *iv* set
ਜ਼ੰਜੀਰਾਂ *n* bond
ਜਟਲਤਾ *n* complexity
ਜਣਾ *n* sod; cove
ਜਣਨ *adj* genetic
ਜਣਨ *n* delivery
ਜਣਨਾ *v* procreate
ਜਣੇਪਾ *n* delivery
ਜਤਨ *n* exertion
ਜੰਤਰ ਮੰਤਰ *n* observatory
ਜੰਤਰੀ *n* diary
ਜਤਲਾਉਣਾ *v* acquaint
ਜਤਾਉ *v* inform
ਜੱਦ *n* ancestry
ਜਦ ਕਦੀ *adv* whenever
ਜਦ ਕਿ *c* while
ਜਦ ਤਕ ਕਿ *c* until
ਜਦ ਤਾਈਂ *c* unless
ਜਦ ਤੋਂ *c* since
ਜੰਦਰੀ *n* padlock
ਜੱਦੀ ਵੈਰ *n* feud
ਜਦੋਂ ਕਦੇ *c* once
ਜਦੋਂ ਕਿ *c* whereas
ਜਦੋਜਹਿਦ ਕਰਨਾ *v* conflict
ਜਨ *n* folks
ਜਨ *v* reproduce
ਜਨ ਗਣਨਾ *n* census
ਜਨ ਤੰਤਰ *n* democracy
ਜੰਨਤ *n* paradise
ਜਨਤਕ *adj* vulgar
ਜਨਮ *n* birth
ਜਨਮ ਦਿਨ *n* birthday
ਜਨਮਜਾਤ *adj* innate
ਜਨਵਰੀ *n* January
ਜ਼ਨਾਨੜਾ *adj* sissy
ਜ਼ਨਾਨਾ *adj* feminine
ਜ਼ਨਾਨੀ ਰੋਗ *n* gynecology
ਜਨਾਬ *n* mister
ਜਨੂਨ *n* frenzy

ਜਪਾਨ *n* Japan
ਜਪਾਨ ਦੀ ਵਿਧਾਨ ਸਭਾ *n* diet
ਜਪਾਨੀ *adj* Japanese
ਜੱਫਾ *n* grasp
ਜੱਫੀ ਵਿੱਚ ਲੈਣਾ *v* embrace
ਜਬ ਤਕ *c* while
ਜ਼ਬਤੀ *n* confiscation
ਜਬਰਦਸਤ *adj* superpower
ਜਬਰਦਸਤੀ ਵਸੂਲੀ *n* extortion
ਜਬਰੀ ਭਰਤੀ ਕਰਾ *v* impress
ਜਬਰੀ ਰੰਗਰੂਟ *n* conscript
ਜਬੜਾ *n* jaw
ਜਮ ਜਾਣਾ *iv* freeze
ਜਮਾਉਣਾ *v* establish; breed
ਜ਼ਮੀਨ *n* earth; field
ਜਾਣ *iv* know; rent
ਜਮ੍ਹਾਂ ਕਰਨਾ *v* run up
ਜੰਮਣਾ *v* kid
ਜਮਾਤੀ *n* classmate
ਜਮਾਂਦਰੂ *adj* radical
ਜ਼ਮਾਨਤ *n* bail
ਜਮਾਨਤ ਦੇਣਾ *v* indemnify
ਜਮਾਨਤ ਦੇਣਾ *n* indemnity
ਜ਼ਮਾਨਾ *n* times
ਜੰਮਿਆ *adj* born
ਜ਼ਮੀਨ *v* land
ਜ਼ਮੀਨ ਦਾ ਟੁਕੜਾ *n* plot
ਜ਼ਮੀਨ ਦਾ ਭਾਗ *n* terrain
ਜ਼ਮੀਨਦੋਜ਼ *adj* underground
ਜ਼ਮੀਮਾ *n* appendix
ਜ਼ਮੀਰ *n* conscience
ਜਰਸੀ *n* jersey
ਜਰਜਰਾ *adj* decrepit
ਜ਼ਰਦਾਲੂ *n* apricot
ਜਰਮਨੀ *n* Germany
ਜ਼ੱਰਾ *n* particle
ਜਰਾਸੀਮੀ *n* bacteria
ਜੱਰਾਹ *n* surgeon
ਜੱਰਾਹੀ ਸਬੰਧੀ *adj* surgical
ਜਰਾ-ਗ੍ਰਸਤ *adj* senile
ਜਰਾਬ *n* sock
ਜ਼ਰੀ ਦਾ ਕੰਮ *n* apparel
ਜ਼ਰੂਰ *adj* bound
ਜ਼ਰੂਰਤ *n* necessity
ਜ਼ਰੂਰੀ ਬਣਾ ਦੇਣਾ *v* necessitate
ਜਲ ਸੈਨਾ *n* navy
ਜਲ ਨਾਲ਼ ਸਬੰਧਿਤ *adj* hydraulic
ਜਲ ਪ੍ਰਵਾਹ *n* immersion
ਜਲ ਮੁਰਗੀ *n* gull
ਜਲ ਰੋਕ *adj* watertight
ਜਲ ਵਿਭਾਜਕ *n* watershed
ਜਲਜੀਵਸ਼ਾਲਾ *n* aquarium
ਜਲਣਸ਼ੀਲ *n* combustible
ਜਲ-ਥਲੀ *adj* amphibious
ਜਲਦਬਾਜ਼ *adj* hasty
ਜਲਦਾ *adv* alight
ਜਲਦੀ ਵਧਣਾ *v* outgrow
ਜਲਨਾ *iv* burn
ਜਲਪਰੀ *n* mermaid
ਜਲਪਾਨ *n* drink
ਜਲਪਾਨ ਗ੍ਰਿਹ *n* restaurant
ਜਲਵਾਯੂ *n* climate
ਜਲਵਾਯੂ ਸਬੰਧੀ *adj* climatic
ਜਲਾਵਤਨ *v* outlaw

ਜਲੂਸ *n* procession
ਜਲੇਪਾ *n* jealousy
ਜਵਾਈ *n* son-in-law
ਜਵਾਨ *adj* youthful
ਜਵਾਨ *n* youth
ਜਵਾਬ ਦੇਣਾ *v* backfire
ਜਵਾਬ ਵਿੱਚ ਕਹਿਣਾ *n* comeback
ਜਵਾਬਦੇਹ *adj* liable
ਜਵਾਬਦੇਹੀ *n* liability
ਜਵਾਰ-ਭਾਟਾ *n* tide
ਜਵਾਰੀ ਤਰੰਗ *n* tidal wave
ਜਵਾਲਾਮੁੱਖੀ ਦਾ ਮੂੰਹ *n* crater
ਜਵੀ ਦਾ ਦਲੀਆ *n* oatmeal
ਜੜ੍ਹ *n* root
ਜੋੜਨਾ *v* accumulate, add, agglomerate, amass, hoard; combine, pin, unite, connect, attach, affix; mix-up, concoct
ਜੜ੍ਹ ਤੋਂ ਪੁੱਟਣਾ *v* eradicate
ਜੜ੍ਹੋਂ ਉਖੜਨਾ *v* stamp out
ਜੜ੍ਹੋਂ ਪੁੱਟਣਾ *v* exterminate
ਜੜਾਊ *n* earring
ਜੜਾਊ *adj* inlaid
ਜੜੁੱਤ *v* conjugate
ਜਾਂ *c* or
ਜਾਅਲਸਾਜ਼ੀ ਕਰਨਾ *v* fake
ਜਾਇਜ਼ ਠਹਿਰਾਉਣਾ *v* legalize
ਜਾਇਦਾਦ *n* assets
ਜ਼ਾਹਰਾ ਤੌਰ ਉੱਤੇ *adv* apparently
ਜਾਗ ਲਾਉਣਾ *v* ferment
ਜਾਗਦਾ *adj* awake
ਜਾਂਗਲੀਪੁਣਾ *n* barbarism

ਜਾਗਾ *n* vigil
ਜਾਂਘੀਆ *n* shorts
ਜਾਂਚ *n* inspection
ਜਾਂਚ ਪੜਤਾਲ ਕਰਨਾ *v* explore
ਜਾਂਚਣਾ *v* inspect
ਜਾਣ ਪਛਾਣ *n* acquaintance
ਜਾਣਕਾਰੀ *n* leaning
ਜਾਣੂ *adj* familiar
ਜਾਤ *n* caste
ਜਾਦੂ ਟੂਣਾ *n* witchcraft
ਜਾਦੂਗਰ *n* wizard
ਜਾਦੂਗਰਨੀ *n* witch
ਜਾਂਦੇ ਹੋਏ *adj* outgoing
ਜਾਨਦਾਰ *v* animate
ਜਾਨ-ਪਾਊ *adj* refreshing
ਜਾਨਵਰ *n* beast
ਜਾਬਤਾ *n* code
ਜਾਬਰ *n* tyrant
ਜ਼ਾਮਨ *n* guarantee
ਜ਼ਾਮਨ ਹੋਣਾ *v* guarantee
ਜਾਮਾ *n* jeans
ਜ਼ਾਰ *n* czar
ਜਾਰੀ ਰਹਿਣਾ *v* progress
ਜਾਲ ਨਾਲ ਫੜਨਾ *v* snare
ਜਾਲ੍ਹਸਾਜ਼ੀ *n* forgery
ਜਾਲ੍ਹਸਾਜ਼ੀ ਕਰਨਾ *v* forge
ਜ਼ਾਲਮ *adj* atrocious
ਜਾਲਾ *n* film
ਜਾਲੀ ਦਾ ਕੰਮ *n* network
ਜਿਉਂ ਹੀ *c* once
ਜਿਉਂਦੇ ਰਹਿਣਾ *v* survive
ਜਿਊਣਾ *adj* live

ਜ਼ਿਆਦਾ *adj* more
ਜ਼ਿਆਬਤੀਸੀ *adj* diabetic
ਜਿਸ ਤੇ *adj* whereupon
ਜਿਸ ਨੂੰ *pro* whom
ਜਿਸਤ *n* zinc
ਜਿਸਤ ਦਿ ਕਲੀ ਕਰਨਾ *v* galvanize
ਜਿਸਮ *n* body
ਜਿਸਮ ਦਾ ਝੁਕਾਉ *n* duck
ਜਿਸਮਾਨੀ *adj* carnal
ਜਿਹ *pre* like
ਜਿਹੜ਼ਾ *pro* anybody
ਜਿਹੜਾ *adj* which
ਜਿਹੇ *adv* hardly
ਜ਼ਿਕਰ *n* mention
ਜ਼ਿਕਰ ਕਰਨਾ *v* mention
ਜਿਗਰ *n* liver
ਜਿਗਿਆਸੂ *n* probing
ਜਿੱਤ ਲੈਣਾ *v* master
ਜਿਥੇ *c* wherever
ਜ਼ਿਦ *n* insistence
ਜਿੱਦ ਕਰਨਾ *v* annoy
ਜ਼ਿੰਦਗੀ *n* life
ਜਿੰਦਰਾ ਲਾਉਣਾ *v* lock
ਜ਼ਿੰਦਾ *adj* alive
ਜਿੰਦਾ ਖੋਲ੍ਹਣਾ *v* unlock
ਜਿਨਸੀ ਲੱਛਣ *n* sexuality
ਜ਼ਿੱਪ *n* zipper
ਜ਼ਿੱਪਰ *n* zipper
ਜਿਮਨੀ *adj* bye
ਜ਼ਿਮੀਂਦਾਰ *n* landlord
ਜ਼ਿੰਮੇਵਾਰੀ *n* responsibility
ਜਿਰਾਫ *n* giraffe
ਜਿਲ੍ਹਣ *n* bog
ਜ਼ਿਲ੍ਹਾ *n* district
ਜਿਲਦ *n* volume
ਜਿਵਾਉਣਾ *v* revive
ਜਿਵੇਂ *c* as
ਜਿਵੇਂ *adv* as
ਜੀਜਾ *n* brother-in-law
ਜੀਨ *n* gene
ਜੀਭ *n* tongue
ਜੀਰਣ *adj* beaten
ਜੀਵ *n* creature
ਜੀਵ ਵਿਗਿਆਨ *n* biology
ਜੀਵੰਤ *adj* vivacious
ਜੀਵਨ *n* life
ਜੀਵਨ ਰੱਖਿਅਕ *n* lifeguard
ਜੀਵਨਮਈ *adj* vital
ਜੀਵਨਮਈ *n* vitality
ਜੀਵਨੀ *n* biography
ਜੀਵ-ਵਿਗਿਆਨ ਸੰਬੰਧੀ *adj* biological
ਜੀਵਾਣੂ *n* microbe
ਜੁਆਲਾ ਮੁਖੀ ਪਰਬਤ *n* volcano
ਜੁਸ਼ੀਲਾ *adj* zealous
ਜੁਗਤ *n* gadget
ਜੁਗਤੀ *n* gimmick
ਜੁਗਤੀ *adj* tactful
ਜੁਗਤੀਪੂਰਨ *adj* tactical
ਜੁਜ਼ *n* factor
ਜੁਝਾਰ *adj* belligerent
ਜੁਟਾਉ *v* procure
ਜੁਟਾਉਣਾ *v* embark
ਜੁੰਡੀਦਾਰ *n* accomplice
ਜੁੱਤਾ *n* shoe

ਜ

ਜੁੱਤੀ *n* footwear
ਜੁਮੇਰਾਤ *n* Thursday
ਜ਼ੁੰਮੇਵਾਰ *n* guarantor
ਜ਼ੁੰਮੇਵਾਰ *adj* responsible
ਜੁਰਮ *n* crime
ਜੁਰਮਾਨਾ *n* fine
ਜ਼ੁਲਮ *n* tyranny
ਜੁਲਾਈ *n* July
ਜੁਲਾਬ *adj* laxative
ਜੁੜਤ *n* joint
ਜੁੜਵਾਂ *adj* adjacent
ਜੂਆਖਾਨਾ *n* casino
ਜੂਏ ਵਿੱਚ ਉਡਾ ਦੇਣਾ *v* gamble
ਜੂਝਣਾ *v* encounter
ਜੂਨ *n* June
ਜੂਨ ਦੇ ਲਗਭਗ *n* midsummer
ਜੂਲਾ *n* yoke
ਜੇ *c* if
ਜੇਤੂ *adj* triumphant
ਜੇਬ *n* pocket
ਜੇਬ ਕਤਰਾ *n* pickpocket
ਜ਼ੇਬਰਾ *n* zebra
ਜੇਲ *v* confine
ਜੇਲ੍ਹ *n* jail
ਜੇਲਖਾਨਾ *v* confine
ਜੇਵਰ *n* ornament
ਜੈ ਜੈਕਾਰ *n* cheers
ਜੈਕਾਰ *n* applause
ਜੈ-ਜੈਕਾਰ *n* ovation
ਜ਼ੈਤੂਨ *n* olive
ਜੈਮ *n* jam
ਜੋ *adj* whatever
ਜੋ ਕੋਈ ਵੀ *pro* whoever
ਜੋ ਵੀ *pro* whoever
ਜੋਸ਼ ਖਾਣਾ *v* boil
ਜੋਸ਼ ਦਿਵਾਉਣਾ *v* goad
ਜੋਸ਼ ਦੁਆਉਣਾ *v* enthuse
ਜੋਹਰੀ *n* jeweler
ਜੋਕ *n* leech
ਜੋਖ਼ਮ *n* venture
ਜੋਗਣ *n* nun
ਜੋਗੀ *n* monk
ਜੋਟੀ ਦਾ *adj* dual
ਜੋਟੀਦਾਰ *n* mate
ਜੋੜ *n* articulation
ਜੋਤਸ਼ *n* astrology
ਜੋਤਸ਼ੀ *n* astrologer
ਜੋਤੀ *n* flame
ਜੋਰ *n* emphasis
ਜ਼ੋਰ *n* resistance
ਜ਼ੋਰ ਜ਼ੋਰ ਦਾ *adv* bitterly
ਜ਼ੋਰ ਨਾਲ *adv* loudly
ਜ਼ੋਰ ਨਾਲ ਖੜਕਾਉਣਾ *v* bang
ਜੋਰ ਨਾਲ ਬਾਹਰ ਕੱਢਣਾ *v* expel
ਜੋਰਾਵਰ *adj* mighty
ਜੋੜ *v* join
ਜੋੜ ਅਲੱਗ ਕਰਨਾ *v* dislocate
ਜੋੜਣਾ *v* compact
ਜੋੜਦਾਰ *v* articulate
ਜੋੜੀ *n* pair
ਜੋੜੀ (ਪਸ਼ੂਆਂ ਦੀ) *n* team
ਜੌਂ *n* barley
ਜੌਂ ਦਾ ਕਮੀਰ *n* barley
ਜੌਂ ਦੀ ਸ਼ਰਾਬ *n* beer

ਜੌਹਰ *n* asset
ਜੌੜਾ-ਬੱਚਾ *n* twin
ਜ਼ੰਜੀਰ *n* leash; guy
ਜ਼ਰੂਰੀ *adj* mandatory, binding; express; significant; fateful

ਝ

ਝਕਾਨੀ ਮਾਰਨੀ *v* dodge, get out
ਝੱਖੜ *n* tempest, hurricane, gale
ਝੱਗ *n* lather, foam
ਝਗੜਾ *n* controversy, dispute, altercation
ਝਟਕਾ *n* jerk, shock
ਝੰਡਾ *n* flag, banner
ਝਪਟਣਾ *v* whip, dart, snatch
ਝਰਨਾ *n* cataract, chute, waterfall, force
ਝਲਕ *n* glimpse, snapshot
ਝੜਪ *n* leftovers, scrap
ਝਾਂਸਾ *n* seduction, hoax
ਝਾਤ *n* view, glance, blush
ਝਿਜਕਣਾ *v* doubt, hold back, falter
ਝਿੱਲੀ *n* membrane, parchment, film
ਝਿੜਕਣਾ *v* rebuke, scold, snub, soak
ਝੁਕਣਾ *iv* lean, bend, crouch
ਝੁਕਾ *n* rake, bias, penchant
ਝੁਕਾਉਣਾ *v* bend down, duck
ਝੁੱਗੀ *n* shack, cabin, crib
ਝੂਠ *n* lie, falsehood
ਝੂਠਾ *adj* phony; untrue
ਝੂਠ ਬੋਲਣਾ *v* gag, lie
ਝੇਲ *v* endure, get over
ਝੱਸ *n* addiction
ਝੱਸ ਲਾਉਣ ਵਾਲੀ ਵਸਤੂ *adj* addictive
ਝਖ *n* craving
ਝਗੜਾ ਕਰਨਾ *v* jar
ਝਗੜਾਲੂ *n* gladiator
ਝਗੜੇ ਵਾਲਾ *adj* controversial
ਝਗੜੇ-ਰਹਿਤ *adj* undisputed
ਝੰਜੋੜਨਾ *v* convulse
ਝੰਜੋੜਾ *n* convulsion
ਝੱਟ ਘੜੀ ਲਈ *adv* momentarily
ਝੱਟ ਫੋਟੋ ਲੈਣਾ *v* snap
ਝਟਕੇ ਨਾਲ ਸੁੱਟਣਾ *v* flirt
ਝੰਡਾ ਬਰਦਾਰ *n* cornet
ਝਪਕ *v* blink
ਝਪਟ *n* paintbrush
ਝਬ ਨਾਲ ਜਾਣਾ *v* nip
ਝਮਕਣਾ *v* wink
ਝਮਕਾ *n* wink
ਝਮੱਕਾ *n* wink
ਝਮੇਲਾ *n* mesh
ਝਰਨਾਟ *n* sensation
ਝਰਵਾ *n* cascade
ਝਰੀਟ *n* scratch
ਝਰੀਟਣਾ *v* scribble
ਝਲਕਾਰਾ *n* flare
ਝੱਲਣ ਦੀ ਸ਼ਕਤੀ *n* tolerable
ਝੱਲਣਾ *v* undergo
ਝਲਾਈ *v* weld
ਝਲਾਈ ਕਰਨਾ *v* solder

ਝਲਾਈਗਰ *n* welder
ਝਲਾਰ *n* sheet
ਝਾਉਲਾ *n* loom
ਝਾਉਲਾ ਪੈਣਾ *v* loom
ਝਾਂਕ *v* peep
ਝਾਕਾ *n* hesitation
ਝਾਗਣਾ *v* suffer from
ਝਾੜੀ *n* bush
ਝਾਤ ਪਾਉਣਾ *v* view
ਝਾਤ ਪਾਉਣੀ *v* glimpse
ਝਾਤ ਮਾਰਨਾ *v* run over
ਝਾਲਰ *n* hem
ਝਾੜ *n* reproach, yield; polish
ਝਾੜਨਾ *v* mop, service; chide
ਝਾੜ ਫਾਨੂਸ *n* chandelier
ਝਾੜਝੰਬ *v* scold
ਝਾੜ-ਬੂਝਾ *n* brake
ਝਾੜੀ *n* shrub
ਝਾੜੂ *n* broom
ਝਾੜੂ ਦੇਣਾ *iv* sweep
ਝਿਜਕ *n* hitch
ਝਿਜਕਦਾ *adj* hesitant
ਝਿਰੀ *n* groove
ਝਿਲਮਿਲਾਉਣਾ *v* sparkle
ਝਿੜਕ *n* rebuke
ਝਿੜਕ *v* polish
ਝੀਂਗਰ *n* cockroach
ਝੀਂਗਾ *n* prawn
ਝੀਂਗਾ ਮੱਛੀ *n* lobster; shrimp
ਝੀਲ *n* lake
ਝੁਕਾ ਦੇਣਾ *v* duck
ਝੁਕਾਉ *n* tendency
ਝੁਕਿਆ *adj* predisposed
ਝੁਕਿਆ ਹੋਇਆ *adj* hunched
ਝੁੰਜਲਾਉਣਾ *v* irritate
ਝੁੰਜਲਾਹਟ *v* exasperate
ਝੁੰਜਲਾਹਟ *n* tantrum
ਝੁੰਡ *n* swarm
ਝੁਣਝੁਣੀ *n* thrill
ਝੁਰੜੀ *n* wrinkle
ਝੁਰੜੀਆਂ ਪੈਣੀਆਂ *v* wrinkle
ਝੁਲਸਣਾ *v* char
ਝੁਲ਼ਸਣਾ *v* parch
ਝੁਲਾਉ *n* cradle
ਝੂਠ *iv* lie
ਝੂਠਾ *n* liar
ਝੂਠਾ ਅਰਥ ਲਾਉਣਾ *v* misinterpret
ਝੂਠਾ ਸਿੱਧ ਕਰਨਾ *v* falsify
ਝੂਠੀ ਸਹੁੰ *n* perjury
ਝੂਠੀ ਪ੍ਰਸ਼ੰਸਾ ਕਰਨਾ *v* flatter
ਝੂਮ *v* sway
ਝੂਲਣ *n* vibration
ਝੂਲਣ ਵਾਲਾ ਬਿਸਤਰ *n* hammock
ਝੂਲਣਾ *v* rock
ਝੂਲਣਾ ਜਾਂ ਝੁਲਾਉਣਾ *v* swing
ਝੂਲਾ *n* swing
ਝੇਪ *n* shyness
ਝੇਲਣਾ *v* suffer from
ਝੇੜਾ *n* altercation
ਝੋਕਾ *n* blast
ਝੋਲ ਖਾਂਦਾ *adj* baggy
ਝੋਲੀ *n* bag

ਝ

ਟ

ਟੱਕਰ *n* collision, bumper, concussion
ਟੈਕਸ ਲੈਣਾ *v* toll
ਟਪਕਾਉਣਾ *v* come down, drip, drop, instill, trickle
ਟਰਕਾਉ *v* postpone, put off
ਟੱਲੀ *n* doorbell, bell
ਟਾਕਰਾ ਕਰਨਾ *v* compete, contrast
ਟਾਰਚ *n* flashlight, torch
ਟਿੱਪਣੀ *n* comment, remark, note
ਟਿੱਲਾ *n* cliff, crowning
ਟੀਸੀ *n* crest, ridge, hilltop, crowning
ਟੁਕੜਾ *n* patch, piece, part, splinter
ਟੁਕੜੀ *n* division, draft
ਟੁੱਟਣਾ *v* rip apart, crash, break, outperform
ਟੂਟੀ *n* nozzle, tap, faucet
ਟੂਰਿਜ਼ਮ *n* sightseeing, tourism
ਟੈਲੀਫ਼ੋਨ *n* phone, telephone
ਟੋਲੀ *n* group, troop, batch
ਟਹਿਕ ਪੈਣਾ *v* cheer up
ਟਹਿਲ *n* service
ਟਹਿਲਣਾ *v* lounge
ਟਕ *v* stare
ਟੱਕ *n* cut
ਟੱਕ ਦੀ ਅਵਾਜ਼ *v* pop
ਟਕਸਾਲਣਾ *v* standardize
ਟਕਰਾਉ *v* collide
ਟੰਕੀ *n* cistern
ਟਨ *n* ton
ਟੱਪ *n* tub
ਟੱਪਣਾ *v* skip
ਟੱਪਰੀ *n* cabin
ਟੱਪਰੀਵਾਸ *n* gypsy
ਟੱਪਾ ਖਾਣਾ *v* rebound
ਟਪੂਸੀ *n* bounce
ਟਪੂਸੀਆਂ ਮਾਰਨਾ *v* hop
ਟੱਪੇ *n* bereaved
ਟੱਬ *n* tub
ਟਮਾਟਰ *n* tomato
ਟਰੱਕ *n* truck
ਟਰਕੀ *n* Turkey
ਟਰਬਾਈਨ *n* turbine
ਟ੍ਰਾਉਟ *n* trout
ਟਰਾਫ਼ੀ *n* trophy
ਟ੍ਰਾਮ *n* tram
ਟਰੇਨਿੰਗ *n* training
ਟ੍ਰੈਕਟਰ *n* tractor
ਟਲ *v* avert
ਟੱਲਾ *n* hit
ਟਾ *n* demise
ਟਾਇਲ *n* tile
ਟਾਈਮ-ਟੇਬਲ *n* timetable
ਟਾਹਣੀ *n* bough
ਟਾਂਕ *v* stitch
ਟਾਕਰ *n* impact
ਟਾਕਰਾ *n* encounter
ਟਾਕਰੇ ਦਾ *adj* competitive
ਟਾਂਗੂ *n* shouting
ਟਾਟ *n* canvas

ਟਾਪੂ *n* island
ਟਾਪੂ ਦੀਪ *n* isle
ਟਾਲ ਜਾਣਾ *v* evade
ਟਾਲ ਮਟੋਲ *n* postponement
ਟਾਲਣ ਯੋਗ *adj* avoidable
ਟਿਊਟਰ *n* tutor
ਟਿਸ਼ੂ (ਜੀਵ) *n* tissue
ਟਿਕਾਉਣਾ *v* dispose; recline
ਟਿੱਕੀ *n* cake; tablet
ਟੀਕਾ *n* gloss; annotation; key
ਟੀਚਾ *n* manhunt; target, goal
ਟੁੰਢ *n* stroke; stub
ਟੋਪੀ *n* hat, cap; tag
ਟਿਕਵਾਂ *adj* steady
ਟਿਕਾਊ *n* lull
ਟਿਕਾਊ *adj* durable
ਟਿੱਡੀ *n* locust
ਟਿੱਡੀ ਦਲ *n* locust
ਟਿੱਪਣੀ ਕਰਨਾ *v* comment
ਟਿਮਟਿਮਾਉਣਾ *v* twinkle
ਟੀਕਾ ਟਿੱਪਣੀ *n* feedback
ਟੀਕਾ ਲਾਉਣਾ *v* inject
ਟੀਨ ਦਾ ਡੱਬਾ *n* tin
ਟੀਨਬੰਦ *adj* canned
ਟੁੱਕ *n* crumb
ਟੁਕਣਾ *v* gnaw
ਟੁੱਕਣਾ *v* graze
ਟੁੱਕਰ *n* bit
ਟੁਕੜੇ ਕਰਣਾ *v* hack
ਟੁਕੜੇ ਟੁਕੜੇ ਕਰਨਾ *v* disrupt
ਟੁੱਟ ਕੇ ਪੈਣਾ *v* mob
ਟੁੱਟ ਭੱਜ *n* disrepair
ਟੁੱਟਣ *n* break
ਟੁੱਟਣਹਾਰ *adj* breakable
ਟੁੱਟ-ਫੁੱਟ *n* breakdown
ਟੁੱਟ-ਭੱਜ *n* wreckage
ਟੁੱਟਾ-ਫੁੱਟਾ *adj* broken
ਟੁੱਟਿਆ *adj* broken
ਟੁਣਕਾਉਣਾ *v* flip
ਟੁੰਬਣਾ *v* thrill
ਟੁੱਭੀਆਂ ਮਾਰਨਾ *v* nosedive
ਟੁੱਲ *n* hit
ਟੂਕ *n* excerpt
ਟੂਣਾ *n* sorcery
ਟੂਨਾ *n* tuna
ਟੇਕ *n* bracket
ਟੇਢ *n* bow
ਟੇਢਾ *adj* crooked
ਟੇਢੇ ਅੱਖਰ *adj* italics
ਟੈਂਕ *n* tank
ਟੈਂਟ *n* tent
ਟੈਨਿਸ *n* tennis
ਟੈਨਿਸ ਦਾ ਮੈਦਾਨ *n* court
ਟੈਲੀਸਕੋਪ *n* telescope
ਟੈਲੀਫੋਨ ਕਰਨਾ *v* dial
ਟੈਲੀਫ਼ੋਨ ਕਰਨਾ *v* phone
ਟੈਲੀਵੀਜਨ *n* television
ਟੋਸਟ *n* toast
ਟੋਹ ਲੈਂਦੇ ਫਿਰਨਾ *v* prowl
ਟੋਹਣਾ *iv* feel
ਟੋਕ *v* interrupt
ਟੋਕਵੀਂ *adj* ironic
ਟੋਕਾ *n* cutter
ਟੋਟਕੇ *n* bereaved

ਟੋਟਾ *n* part
ਟੋਟੇ ਟੋਟੇ ਕਰਨਾ *v* mangle
ਟੋਣਾ *n* hit
ਟੋਲ *n* quest
ਟੌਂਕਣਾ *v* cut off

ਠ

ਠੰਢਾ *adj* cool, frigid, cooling, chilly
ਠੰਢਾ ਕਰਨਾ *v* cool, refrigerate
ਠੱਲ੍ਹ ਪਾਉਣੀ *v* curb, cut back
ਠਿਲ੍ਹਣਾ *v* launch, lift off
ਠੀਕ *adj* accurate, exact, right, okay, wholesome
ਠੀਕ ਠਾਕ *adv* properly, alright
ਠੋਸ *adj* solid, concrete
ਠਹਿਕ *n* skirmish
ਠਹਿਰਾਉ *adj* standstill
ਠੱਗ *n* cheater, thug; stall
ਠੱਗਣਾ *v* palm
ਠੰਡਕ *n* coldness
ਠੰਡਾ *adj* cold
ਠੰਢ *n* chill
ਠੰਢ ਅਤੇ ਕੰਬਣੀ *n* rigor
ਠੰਢ ਲੱਗ ਜਾਣਾ *v* chill
ਠੰਢਕ *n* coolness
ਠੰਢਾ ਕਰਨਾ (ਗੁੱਸਾ) *v* soothe
ਠੰਢੀ ਸੜਕ *n* mall
ਠੰਢੇ ਸਾਹ ਲੈਣਾ *v* sigh
ਠੱਪਾ *v* stamp
ਠੱਪਾ *n* stamp
ਠਰਨ *n* numbness
ਠਾਕਰ *n* lord
ਠੀਕ ਹੋਣਯੋਗ *adj* curable
ਠੀਕ ਕਰਨ ਯੋਗ *adj* adjustable
ਠੀਕ ਢੰਗ ਵਾਲਾ *adj* methodical
ਠੀਕ ਤਰ੍ਹਾਂ *adv* duly
ਠੁਕਰਾਉ *v* reject
ਠੁੰਗ ਲੈਣਾ *v* pilfer
ਠੁੰਗਣਾ *v* pick
ਠੇਸ *n* bombshell
ਠੇਕਾ *n* agreement
ਠੇਕੇ 'ਤੇ ਦੇਣਾ *v* lease
ਠੇਕੇਨਾਮਾ *v* contract
ਠੇਠ *adj* genuine
ਠੇਲ੍ਹ *n* launch
ਠੇਲ੍ਹਾ *n* trolley
ਠੇਲਾ *n* wheelbarrow
ਠੋਸ *v* cram
ਠੋਸ ਬਣਾਉਣਾ *v* firm
ਠੋਕਣਾ *v* impact
ਠੋਕਨਾ *v* hammer
ਠੋਕਰ ਖਾਣਾ *v* stumble
ਠੋਕਰ ਲਾਉਣੀ *v* trip
ਠੋਡੀ *n* chin
ਠੋਡੀ ਦਾ *adj* genial
ਠੋਡੀ ਦੇ ਵਾਲ *n* beard
ਠੌਂਕਾ *n* nap
ਠੌਂਕਾ ਲਾਉਣਾ *v* nap

ਠ

ਡ

ਡਕਾਰ *n* burp, belch
ਡੱਬਾ *n* container, case
ਡਰ *n* horror, fear, scare
ਡਰਾਉਣਾ *adj* awful, fearful, terrifying, appalling, scary, spooky
ਡਰਾਉਣਾ *v* intimidate, scare, scare away
ਡਾਕਟਰ *n* doctor, physician
ਡਾਕਾ *n* robbery, heist
ਡਾਂਟਣਾ *v* chide, snub, soak, rate
ਡੂੰਘਾ *adj* deep, intense
ਡੋਬਣਾ *v* immerse, submerge, drown
ਡੱਕਣਾ *v* blockade
ਡਕਾਰ ਦਿਵਾਉਣਾ *v* burp
ਡਕਾਰ ਮਾਰਨਾ *v* belch
ਡਗ *n* pace
ਡੰਗ *n* sting
ਡੰਗ ਸਾਰਨਾ *v* improvise
ਡਗ ਮਗ ਡੋਲਨਾ *v* wobble
ਡਗਮਗਾਉਣਾ *v* stagger
ਡਗਮਗਾਣਾ *v* waver
ਡੰਗਰ *n* cattle
ਡੱਗਾ *n* beat
ਡੱਟਾ *n* plug
ਡੱਟਾ ਖੋਲ੍ਹਣਾ *v* unplug
ਡੱਟਾ ਦੇਣਾ *v* plug
ਡਟੇ ਰਹਿਣਾ *v* adhere
ਡੰਡਾ *n* baton
ਡੱਡੂ *n* frog
ਡੱਡੂ ਵਰਗਾ ਜੀਵ *n* toad
ਡੰਡੇ ਮਾਰਨਾ *v* club
ਡਬਲ ਰੋਟੀ *n* bread
ਡੱਬਾਬੰਦ *adj* canned
ਡੱਬੇ ਵਿੱਚ ਰੱਖਣਾ *v* box
ਡੱਬੇਬੰਦ ਕਰਨਾ *v* can
ਡੰਮ੍ਹੀ ਖਿਲਾੜ੍ਹੀ *n* dummy
ਡਰਨਾ *v* dread
ਡਰਪੋਕ *n* coward
ਡਰਾ ਦੇਣਾ *v* horrify
ਡਰਾਉਣਾ ਸੁਪਨਾ *n* nightmare
ਡਰਾਕਲ *adj* timid
ਡਰਾਵਾ *n* menace
ਡਰਿਆ *adj* afraid
ਡਰਿੱਲ *n* drill
ਡਰੇਸਰ *n* dresser
ਡਰੇਨੇਜ *n* drainage
ਡ੍ਰੈਸਿੰਗ ਗਾਊਨ *n* bathrobe
ਡਰੌਣਾ *adj* dreadful
ਡਾਇਨ *n* sorcerer
ਡਾਇਨਾਮਾਈਟ *n* dynamite
ਡਾਇਰੀ *n* diary
ਡਾਇਲ *n* dial
ਡਾਇਲ ਟੋਨ *n* dial tone
ਡਾਈਨੋਸੌਰ *n* dinosaur
ਡਾਹਾ ਬੰਨ੍ਹਣਾ *v* clog
ਡਾਕ *n* post
ਡਾਕ ਦਾ ਮਸੂਲ *n* postage
ਡਾਕ ਬੰਨ੍ਹਣਾ *v* relay
ਡਾਕ ਮੋਹਰ *n* postmark
ਡਾਕ ਰਾਹੀਂ ਭੇਜਣਾ *v* post
ਡਾਕੀਆ *n* postman

ਡ

ਡਾਕੂ *n* bandit
ਡਾਢਾ *adj* devastating
ਡਾਢਾ ਹਮਲਾ *n* onslaught
ਡਾਮਰ *n* asphalt
ਡਾਰਮਿਟਰੀ *n* dormitory
ਡਾਲ *n* branch
ਡਾਲਰ *n* dollar
ਡਾਲੀ *n* bough
ਡਲੀ *n* ingot; lump
ਡਾਵਾਂ ਡੋਲ *adv* adrift
ਡਾਵਾਂਡੋਲ *adj* disoriented
ਡਿਉਢੀ *n* lobby
ਡਿਉਢੀਦਾਰ *n* usher
ਡਿਊਕ ਦੀ ਪਤਨੀ *n* duchess
ਡਿਸ਼ਵਾਸ਼ਰ *n* dishwasher
ਡਿਕਟੇਟਰਾਨਾ *adj* dictatorial
ਡਿਗਣਾ *iv* fall
ਡਿਗਰੀ *n* degree
ਡਿਗਰੀ ਲੈਣਾ *v* graduate
ਡਿੰਬ *n* embryo
ਡਿੰਭ *n* caterpillar
ਡੀਂਗ *n* boast
ਡੀਟੋਰੀਅਮ *n* auditorium
ਡੀਨ *n* dean
ਡੀਪੂ *n* depot
ਡੁਗਰੀਲਾ *adj* hilly
ਡੂੰਘਾਈ *n* depth
ਡੁਬੋਣਾ *v* drown
ਡੁਲ੍ਹਣਾ *iv* spill
ਡੂੰਘਾ ਕਰਨਾ *v* deepen
ਡੂੰਘੀ ਖੱਡ *n* canyon
ਡੇਗਣਾ *iv* shed
ਡੇਰਾ *n* barracks
ਡੇਰੀ ਫਾਰਮ *n* dairy farm
ਡੈਸਕ *n* desk
ਡੈੱਕ *n* deck
ਡੈਮ *n* dam
ਡੈਲੀਗੇਟ *n* delegate
ਡੈਲੀਗੇਟ ਥਾਪਣਾ *v* delegate
ਡੋਂਗਾ *n* boat
ਡੋਡੀ *n* bud
ਡੋਪ *n* dope
ਡੋਰਾ *n* yarn
ਡੋਰਾਪਣ *n* deafness
ਡੋਲ *n* bucket
ਡੋਲ੍ਹਣਾ *n* spill
ਡੋਲਣਾ *v* vacillate
ਡੋਲੀ *n* litter
ਡੌਰ ਭੌਰ *adj* distraught
ਡੌਲ *n* frame
ਡੋਲਫਿਨ *n* dolphin

ਢ

ਢਹਿਣਾ *v* collapse, come apart, go under
ਢੱਕਣ *n* cover, lid, cap
ਢੱਬ *n* demeanor, manner
ਢਿੱਲੜ *adj* faint, sluggish
ਢਿੱਲਾ *adj* indisposed, large, lax
ਢਿੱਲਾ ਕਰਨਾ *v* relax, veer
ਢੀਠ *adj* insolent, stubborn

ਢ

ਢੁਕਵਾਂ *adj* correct, fitting, appropriate
ਢੇਰ *n* raft, heap, stack
ਢੇਰ ਲਾਉਣਾ *v* heap, huddle, pile, pile up, stack
ਢੋਣਾ *v* transport, carry
ਢੋਲ *n* bin, drum
ਢਹਿ *v* tumble
ਢੱਕਣ ਲਾਹੁਣਾ *v* uncover
ਢਕਣਾ *v* cover
ਢੱਕਣਾ *n* lid
ਢਕੌਂਸਲਾ *n* sham
ਢੰਗ *n* mode
ਢੱਠਣ *n* collapse
ਢੰਡੋਰਾ *n* proclamation
ਢਲ ਜਾਣ ਵਾਲਾ *adj* plastic
ਢਲਦਾ ਸੂਰਜ *n* sunset
ਢਲਵਾਨ *n* slope
ਢਲਾਈਖ਼ਾਨਾ *n* foundry
ਢਲਾਣ *n* slope
ਢਾਹ ਢੇਰੀ ਕਰਨਾ *v* ravage
ਢਾਹੁਣਾ *v* demolish
ਢਾਹੁਣਾ (ਦਿਲ) *v* depress
ਢਾਂਚਾ *n* fabric
ਢਾਰਸ *n* consolation
ਢਾਰਸ ਦੇਣਾ *v* cheer
ਢਾਲ *iv* hang
ਢਾਲ *n* ramp; shield
ਢਿੱਲ *n* leniency; setback
ਢਾਲਨਾ *v* mint
ਢਿਗ *n* hillside
ਢਿਚਕੂੰ ਢਿਚਕੂੰ ਚੱਲਣਾ *n* lumber
ਢਿੱਡ *n* belly
ਢਿੱਡ ਭਰ ਲੈਣਾ *v* ingest
ਢਿੱਡਪੀੜ *n* motion
ਢਿੱਡੀ (ਬਾਲ ਬੋਲੀ) *n* tummy
ਢਿਲਕਾਉ *v* loosen
ਢਿਲਾ *adj* cranky
ਢਿਲਾ ਕਰਨਾ *v* slacken
ਢੁਕਦਾ ਹੋਣਾ *v* apply
ਢੁੱਡ *n* butt
ਢੂੰਘਾ ਕਰਨਾ *v* intensify
ਢੇਰੀ *n* heap
ਢੈਹ ਜਾਣਾ *v* cave in
ਢੋਅ *n* coincidence
ਢੋਆਈ *n* shipment
ਢੋਰ *n* livestock
ਢੋਲ ਕੂੜੇ ਦਾ *n* trash can
ਢੋਲ ਵਜਾਉਣਾ *iv* beat
ਢੋਲਕ *n* drum
ਢੌਂਗ ਕਰਨਾ *v* pretend

ਤ

ਤੋਂ *adv* by
ਤੱਕ *adv* by
ਤਸਦੀਕ ਕਰਨਾ *v* attest, ratify
ਤਸੱਲੀ *n* amenities, appeasement
ਤਸਵੀਰ *n* drawing, portrait, picture, figure
ਤਸਵੀਰ ਖਿੱਚਣਾ *v* canvas, picture
ਤਸੀਹਾ *n* torment, torture

ਤਹਿਖਾਨਾ *n* cellar, dungeon
ਤਕਸੀਮ *n* division, dispensation
ਤੱਕਣਾ *v* behold, look
ਤਕਦੀਰ *n* destiny, fate, doom
ਤਕੜਾ *adj* hardy, burly
ਤੱਕੜੀ *n* balance, scale
ਤਕੀਆ *n* pillow, pillowcase
ਤੰਗ *adj* narrow, tight
ਤੰਗ ਨਜ਼ਰ *adj* nearsighted, shortsighted
ਤਜਰਬਾ *n* know-how, experience
ਤਜਵੀਜ਼ *n* scheme, plan
ਤਣਾ *n* stem, strain, trunk
ਤਣੀ *n* bandage, tie
ਤੱਤ *n* element, content, ingredient
ਤਤਕਾਲ *adv* immediately, instantly
ਤੰਦਰੁਸਤ *adj* healthy, fit
ਤਨਖਾਹ *n* pay slip, salary
ਤਬਦੀਲੀ *n* alteration, move, change
ਤਬਾਹ ਕਰ ਦੇਣਾ *v* bog down, overwhelm
ਤਬਾਹੀ *n* annihilation, desolation, ravage, destruction, havoc
ਤਰਸ *n* pity, pine
ਤਰੱਕੀ *n* progress, promotion
ਤਰਕੀਬ *n* device, way
ਤਰੰਗ *n* wave, animation
ਤਰਜੀਹ *n* preference, priority
ਤਰਤੀਬ *n* array, order
ਤਰਤੀਬ ਦੇਣਾ *v* adjust, model
ਤਰੀਕਾ *n* procedure, technique
ਤਲਾਕ ਦੇਣਾ *v* divorce, repudiate
ਤਾਰ *n* cable, wire, tentacle
ਤਾਰੀਖ *n* story, date
ਤਿਆਗਣਾ *v* abandon, refuse, renounce, surrender, turn down
ਤਿਆਗੀ *n* loner, recluse
ਤਿਆਰ *adj* prompt, handy
ਤਿਆਰੀ *n* preparation, warm up
ਤਿੱਖਾ *adj* acute, sharp, ardent, zealous, gusty
ਤੀਬਰਤਾ *n* intensity, severity
ਤੁਕ *n* rhyme, verse
ਤੁੱਛ *adj* trivial, paltry, lightweight, inferior, petty
ਤੁੱਛਤਾ *n* banality, pettiness
ਤੁੱਲ *adj* comparable, worth
ਤੂਫਾਨ *n* storm, gale
ਤੇਜ਼ *adj* fast, hitch up, quick, rapid, rousing, brisk, gusty, piercing, superpower, acute, sharp
ਤੋਂ *pre* per, from
ਤੋਪ *n* artillery, cannon
ਤੋੜ ਫੋੜ *n* espionage, sabotage
ਤੋੜਨਾ *v* disintegrate, sever
ਚੁਰਾਉਣਾ *iv* steal
ਤਸਕਰ *n* smuggler
ਤਸਕਰੀ *n* contraband
ਤਸ਼ਖ਼ੀਸ *v* diagnose
ਤਸਮਾ *n* band
ਤਸਲਾ *n* pan
ਤਸੱਲੀ ਕਰਾਉਣਾ *v* placate
ਤਸਵੀਰ *v* photograph
ਤਸੀਹੇ ਦੇਣੇ *v* torture

ਤ

ਤਸੁਕ *adj* avid
ਤਹਿ *v* fold
ਤਹਿ ਖੋਲ੍ਹਣਾ *v* unfold
ਤਹਿਕੀਕਾਤ *n* investigation
ਤਹਿਕੀਕਾਤ *v* probe
ਤਕਸੀਰ *n* misdemeanor
ਤਕਤੀਹ ਕਰਨਾ *v* scan
ਤਕਨੀਕੀ *adj* technical
ਤਕਰੀਬਨ *adv* almost
ਤਕਲੀਫ਼ *v* torment
ਤਕਲੀਫਦੇਹ *adj* inconvenient
ਤਕੀਆ *v* bolster
ਤੰਗ ਕਰਨਾ *v* harass
ਤੰਗਲ਼ੀ *n* pitchfork
ਤਗੜਾ *adj* robust
ਤਗਾਰ *n* back
ਤੰਗੀ *n* scarcity
ਤਜਵੀਜ਼ ਕਰਨਾ *v* propose
ਤਟ ਦੇ ਨਾਲ ਜਾਣਾ *v* coast
ਤਟਸਥ *adj* indifferent
ਤਟ-ਰੇਖਾ *n* coastline
ਤਟਵਰਤੀ *adj* coastal
ਤਟਵਰਤੀ ਝੀਲ *n* lagoon
ਤਟੀ *adj* coastal
ਤੜਫ਼ਾਉ *v* bother
ਤਣਾਉ ਵਾਲਾ *adj* strained
ਤਣਾਉ-ਭਰਪੂਰ *adj* stressful
ਤਣਿਆ *adj* tense
ਤੱਤ ਕੱਢਣਾ *v* epitomize
ਤਤਕਾਲੀ ਪੇਸ਼ਕਾਰੀ *adv* impromptu
ਤੱਤਾ *adj* torrid
ਤੱਥ *n* phenomenon
ਤਦ *adv* then
ਤੰਦਰੁਸਤੀ *n* health
ਤੰਦੂਰ *n* oven
ਤੰਦੂਰੀ ਮੁਰਗਾ *n* barbecue
ਤੱਥ-ਅਧਾਰ *n* database
ਤਨਖਾਹ ਸੂਚੀ *n* payroll
ਤਨਖਾਹੀਆ *adj* punishable
ਤਨਜ਼ *n* irony
ਤਪ *n* penance
ਤਪਸ਼ *n* heating
ਤਪਤ-ਖੰਡੀ *adj* tropical
ਤਪਤ-ਰੇਖਾ *n* tropic
ਤਪਦਿਕ *n* tuberculosis
ਤਪਾਉਣਾ *v* heat
ਤਪਾਕ *n* heater
ਤਫ਼ਤੀਸ਼ *n* inquest
ਤਬਾਹ ਕਰਨਾ *v* defeat
ਤਬਾਦਲਾ *n* transfer
ਤੰਬੂ *n* tent
ਤੰਬੂ ਲਾਉਣਾ *v* pitch
ਤਬੇਲਾ *n* stall
ਤਮਗਾ *n* medal
ਤਮਗੇ ਦੀ ਪੱਟੀ *v* buckle up
ਤਮਾਸ਼ਬੀਨ *n* bystander
ਤਖ਼ਤਾ *n* buoy; board
ਤਮਾਸ਼ਾ *n* farce; revue
ਤਲ *n* basement, bottom; plane
ਤੀਬਰ *adj* dire; swift
ਤੁਰਨਾ *v* pace; pass; sail
ਤਮਾਸ਼ਾਈ *n* onlooker
ਤਮਾਕੂ *n* tobacco
ਤਮਾਕੂ ਦਾ ਸਤ *n* nicotine

ਤਮਾਕੂ ਪੀਣ ਵਾਲਾ *n* smoker
ਤਮਾਚਾ *n* slap
ਤਮਾਮ *adj* all
ਤਮੀਜ਼ *n* discrimination
ਤਰ *adj* humid
ਤਰਕ *n* reasoning
ਤਰਕ ਸ਼ਾਸਤਰ *n* logic
ਤਰਕਸੰਗਤ *adj* proper
ਤਰਕਹੀਣ *adj* illogical
ਤਰੱਕਣ *n* corruption
ਤਰਕਪੂਰਣ ਬਣਾਉਣਾ *v* rationalize
ਤਰਖਾਣ *n* carpenter
ਤਰਖਾਣ ਦਾ ਪੇਸ਼ਾ *n* carpentry
ਤਰਜ *n* tune
ਤਰਜਨੀ *n* index
ਤਰੁੱਟੀ *n* flaw
ਤਰੰਤ *adj* ready
ਤਰਤੀਬ *v* line up
ਤਰਤੀਬ ਦੇਣਾ *n* adjustment
ਤਰਤੀਬ ਭੰਨਣਾ *v* perturb
ਤਰੱਦਦ *n* care
ਤਰਦਾ *adv* afloat
ਤਰਦਾ ਬੰਨ੍ਹ *n* boom
ਤਰਨਾ *v* paddle
ਤਰਫ਼ ਦਾਰ *adj* slanted
ਤਰਬ *n* rope
ਤਰਬੂਜ *n* watermelon
ਤਰਲ *n* liquid
ਤਰਲ ਪਦਾਰਥ *n* liquor
ਤਰਾਸ *n* phobia
ਤਰਾਸ਼ *n* chisel
ਤਰਾਸ਼ਣਾ *v* carve
ਤ੍ਰਾਹ *n* consternation
ਤ੍ਰਾਹੁਣਾ *v* frighten
ਤਰਾਜੂ *v* balance
ਤਰਾਨਾ *n* anthem
ਤ੍ਰਿਪਤ ਕਰਨਾ ਜਾਂ ਹੋਣਾ *v* indulge
ਤ੍ਰਿਪਤਾਉਣਾ *v* satisfy
ਤ੍ਰਿਪਤੀ *n* satisfaction
ਤ੍ਰਿਵਿਮ ਦਰਸ਼ੀ ਯੰਤਰ *n* tape recorder
ਤਰੀ *n* broth
ਤ੍ਰੇਲ *n* dew
ਤ੍ਰੇੜ *n* crevice
ਤਰੌਂਕਣਾ *v* sprinkle
ਤਲਨਾ *v* fry
ਤਲਬ *n* demand
ਤਲਵਾਰ *n* sword
ਤਲਾਕ *n* divorce
ਤਲਾਕ-ਸ਼ੁਦਾ ਔਰਤ *n* divorcee
ਤਲਾਫ਼ੀ *n* atonement
ਤਲਾਬ *n* pond
ਤਲਾਬ *iv* swim
ਤਲਿਆ ਹੋਇਆ *adj* fried
ਤਲਿੱਸਮੀ *adj* magical
ਤਲੇਵਰ *n* underwear
ਤਲੇਵਰ *v* slip
ਤਵਾ *n* disk
ਤੜਫਾਉਣਾ *v* agonize
ਤਾਇਆ *n* uncle
ਤਾਈ *n* aunt
ਤਾਕਤ ਬਖਸ਼ਣਾ *v* strengthen
ਤਾਂਘ *n* ambition
ਤਾਂਘ ਹੋਣਾ *v* yearn
ਤਾਂਘਣਾ *v* groan

ਤ

ਤਾਜ਼ਗੀ *n* freshness
ਤਾਜ਼ਾ *adj* fresh
ਤਾਜ਼ਾ (ਪਾਣੀ) *n* sweets
ਤਾਜ਼ਾਦਮੀ *n* refreshment
ਤਾਣਾ *v* warp
ਤਾਨਾਸ਼ਾਹ *n* dictator
ਤਾਨਾਸ਼ਾਹੀ *n* dictatorship
ਤਾਪ *n* inflammation
ਤਾਪ ਇੱਕਾਈ *n* calorie
ਤਾਪ ਸਥਾਪਕ ਯੰਤਰ *n* thermostat
ਤਾਪ ਰੋਕਣ *n* insulation
ਤਾਪਮਾਨ *n* temperature
ਤਾਪਮਾਨ ਦੀ ਇਕਾਈ *n* degree
ਤਾਪਮਾਪੀ *n* thermometer
ਤਾਪਲ *adj* feverish
ਤਾਂਬਾ *n* copier
ਤਾਬੂਤ *n* coffin
ਤਾਂਬੇ ਦਾ ਭਾਂਡਾ *n* copper
ਤਾਰਕ *n* savior
ਤਾਰਕਕ *adj* logical
ਤਾਰਕੋਲ *n* tar
ਤਾਰਾ-ਚਿੰਨ੍ਹ *n* asterisk
ਤਾਰਾਰੂਪ *adj* asteroid
ਤਾਰਿਆਂ ਦੀ ਖਿੱਤੀ *n* constellation
ਤਾਲਮੇਲ *n* coordination
ਤਾਲਾ *n* lock
ਤਾਲਾ ਠੀਕ ਕਰਨ ਵਾਲਾ *n* locksmith
ਤਾਲੂ *n* palate
ਤਾਲੋਂ ਘੁੱਥਾ *adj* misguided
ਤਾੜਨਾ ਕਰਨਾ *v* admonish
ਤਾੜੀ ਮਾਰਨੀ *v* clap
ਤਿਊੜੀ *v* frown
ਤਿਆਗ *v* relinquish
ਤਿਆਗ ਦੇਣਾ *iv* forsake
ਤਿਆਗ ਪੱਤਰ ਦੇਣਾ *v* bow out
ਤਿਆਗਣ ਯੋਗ *adj* disposable
ਤਿਆਰ *pre* towards
ਤਿਆਰ ਕਰਨਾ *v* prepare
ਤਿਹਾਏ ਹੋਣਾ *v* thirst
ਤਿਕੋਣ *n* triangle
ਤਿੱਖਾ ਹੋਣਾ *v* sharpen
ਤਿੱਖੀ ਪ੍ਰਤੀਕ੍ਰਿਆ *n* backlash
ਤਿਗਣਾ *adj* triple
ਤਿਗੜਮਬਾਜ਼ੀ *n* racketeering
ਤਿਜਾਰਤ *n* commerce
ਤਿੱਤਰ *n* partridge
ਤਿਤਲੀ *n* butterfly
ਤਿੰਨ *adj* three
ਤਿਨਕਾ *n* straw
ਤਿਪਾਈ *n* tripod
ਤਿਮਾਹੀ *adj* quarterly
ਤਿਮਾਹੀ *n* trimester
ਤਿਰਸਕਾਰਪੂਰਣ *adj* scornful
ਤਿਰਛਾ *adj* oblique
ਤਿਰਪਾਲ *n* canvas
ਤਿਲ *n* wart
ਤੀਹ *n* thirty
ਤੀਖਣ *adj* piercing
ਤੀਖਣਤਾ *n* bitterness
ਤੀਜਾ *adj* third
ਤੀਬਰ ਪ੍ਰਚੰਡ *adj* intensive
ਤੀਬਰ ਵੇਦਨਾ *n* woes
ਤੀਰ *n* dart
ਤੀਰ ਅੰਦਾਜ਼ *adj* archaic

ਤੀਰ ਮਾਰਨਾ *v* dart
ਤੀਰਅੰਦਾਜੀ *n* gunfire
ਤੀਰਥ ਯਾਤਰਾ *n* pilgrimage
ਤੁਸੀਂ *pro* you
ਤੁਸੀਂ ਆਪ *pro* yourself
ਤੁਹਾਡਾ *adj* your
ਤੁਹਾਡਾ *pro* yours
ਤੁੱਛ ਸਮਝਣਾ *v* deride
ਤੁੱਛ ਚੀਜ਼ *n* trash
ਤੁੰਦ *adj* gusty
ਤੁਫਾਨ *n* hurricane
ਤੁੰਬਣਾ *v* heckle
ਤੁਰਕ *n* Turk
ਤੁਲ ਦੀ ਸ਼ਕਤੀ *n* leverage
ਤੁਲਨਾ *v* compare
ਤੁਲਨਾ *n* parity
ਤੁਲਨਾਤਮਕ *adj* comparative
ਤੂੰ *pro* you
ਤੂਫ਼ਾਨੀ *adj* stormy
ਤੂਲ *n* longitude
ਤੇ *adv* aboard
ਤੇ *pre* at
ਤੇਜ਼ ਸ਼ਰਾਬ *n* booze
ਤੇਜ਼ ਕਰਨਾ *v* turn up
ਤੇਜ਼ ਚੱਲਣਾ *iv* speed
ਤੇਜ ਬੁੱਧੀ ਵਾਲਾ *adj* astute
ਤੇਜ਼ ਰੋਸ਼ਨੀ *n* floodlight
ਤੇਜਮਈ *adj* luminous
ਤੇਜਵਾਨ *adj* energetic
ਤੇਜ਼ਾਬੀਅਤ *n* acidity
ਤੇਜ਼ੀ *n* boom
ਤੇਜ਼ੀ ਨਾਲ ਚੱਲਣਾ *iv* shoot
ਤੇਜ਼ੀ ਨਾਲ ਵੱਧਣਾ *v* boom
ਤੇਰਾਂ *n* thirteen
ਤੇਲ *n* oil
ਤੇਲ ਦੇਣਾ *v* lubricate
ਤੇੜ *n* rift
ਤੈਅ ਕਰਨਾ *v* arrange
ਤੈਨਾਤ ਕਰਨਾ *v* deploy
ਤੈਰ *n* swimming
ਤੈਰਾਕ *n* swimmer
ਤੋਂ ਬਿਨਾਂ *pre* besides
ਤੋਂ ਮਿਲਣਾ *v* come from
ਤੋਂ ਵਧ ਜਾਣਾ *v* outweigh
ਤੋਸਾ *n* toast
ਤੋਹ *n* pinch
ਤੋਤਾ *n* parrot
ਤੋਦਾ *n* hillside
ਤੋਪ ਧਾਤ *n* bronze
ਤੋਪਖਾਨਾ *n* cannon
ਤੋਪਾ *n* stitch
ਤੋਬਾ *n* confession
ਤੋਰਨਾ *v* march
ਤੋਲਨਾ *v* weigh
ਤੋਲਿਆ ਜਾਣਾ *v* scale
ਤੋੜ ਫੋੜ ਕਰਨਾ *v* sabotage
ਤੋੜਨਾ (ਫੁਲ ਆਦਿ) *v* pluck
ਤੋੜਨਾ ਮਰੋੜਨਾ *v* extort
ਤੋੜਨੀ *v* disband
ਤੋੜਾ *n* beam
ਤੌਖਲਾ *n* anxiety
ਤੌਲੀਆ *n* towel
ਤੌੜਾ *n* pail

ਤ

ਥ

ਥਕਾਊ *adj* exhausting, tiresome
ਥਥਲਾਉਣਾ *v* stammer, falter
ਥੰਮ੍ਹਣਾ ਜਾਂ ਥੰਮ੍ਹਾਉਣਾ *v* stop, stop over, switch off
ਥਾਂ *n* scenario, sitting, situation, spot, lieu
ਥਾਪਣਾ *v* install, establish
ਥੋਥਾ *adj* hollow, sunken
ਥੋੜ੍ਹਾ *adj* less, insufficient
ਥੋੜਚਿਰਾ *adj* fleeting, short-lived
ਥਕਾ *adj* weary
ਥਕਾ ਦੇ *adj* weary
ਥਕਾ ਦੇਣ ਵਾਲਾ *adj* tedious
ਥਕਾ ਦੇਣਾ *v* haze
ਥਕਾਵਾਂ *n* tiredness
ਥਕੇਵਾਂ *n* fatigue
ਥਣਧਾਰੀ ਪ੍ਰਾਣੀ *n* mammal
ਥਪਕ *n* pat
ਥਪਕੀ *n* pat
ਥਰ *n* coagulation
ਥਰ ਬੱਝਣਾ *v* coagulate
ਥਰਥਰਾਉਣਾ *v* shudder
ਥ੍ਰੋਮਬਸਿਸ (ਖੂਨ ਦਾ ਥੱਕਾ ਜਮਣਾ) *n* thrombosis
ਥਲ *n* land
ਥਲ ਸੈਨਾ *n* army
ਥੱਲਾ *n* basement
ਥੱਲੇ *adv* downstairs
ਥੱਲੇ ਪਏ ਹੋਣਾ *v* underlie
ਥਾਂ ਤੋਂ ਹਟਾਉਣਾ *v* displace
ਥਾਈਰਡ *n* thyroid
ਥਾਹ ਲੈਣੀ *v* sound
ਥਾਣਾ *v* pick
ਥਾਪ *n* tap
ਥਾਲ *n* tray
ਥਿੰਦਾ *adj* greasy
ਥਿੰਦਾ ਕਰਨਾ *v* grease
ਥਿੰਦਿਆਈ *n* lubrication
ਥਿੰਧਾ *adj* fatty
ਥੜ੍ਹਾ *n* bench; stage
ਥਿੜਕਣ *n* deviation
ਥਿੜਕਦਾ *adj* staggering
ਥੁਕ *n* saliva
ਥੁੱਕ *n* foam
ਥੁਕ ਸੁਟਣਾ *iv* spit
ਥੁੜ *n* scarcity
ਥੁੜ੍ਹ *n* brevity
ਥੂਥਨੀ *n* muzzle
ਥੂਥੀ *n* muzzle
ਥੈਲੀ *n* sack
ਥੋਕ *n* wholesale
ਥੋੜ੍ਹਾ *adj* some
ਥੋੜ੍ਹਚਿਰਾ *adj* brief
ਥੋੜ੍ਹਾ ਗਰਮ *adj* tepid
ਥੋੜ੍ਹਾ ਗਰਮ *v* terminate
ਥੋੜ੍ਹਾ ਜਿਹਾ *adv* slightly
ਥੋੜ੍ਹੇ ਸਮੇਂ ਦਾ *n* briefs
ਥੋੜ੍ਹੇ ਸਮੇਂ ਦੀ ਛੁੱਟੀ *n* recess
ਥੋੜਾ *adj* meager
ਥੋੜਾ ਥੋੜ੍ਹਾ ਕਰਕੇ *adv* piecemeal

ਦ

ਦਸਤਖਤ ਕਰਨਾ *v* initial, sign
ਦਸਤਾ *n* draft, hilt, handle
ਦਸਤਾਵੇਜ਼ *n* document, record
ਦਹਾਨਾ *n* curb, estuary
ਦਹਿਸ਼ਤ *n* dismay, panic, fright
ਦਖਲ *n* interference, intervention
ਦਖਲ ਦੇਣਾ *v* interfere, meddle
ਦੰਡ *n* punishment, beating
ਦੰਡ ਦੇਣਾ *v* chastise, inflict, penalize, log
ਦਬਾ *n* oppression, pressure, stress
ਦਬਾਉਣਾ *v* coerce, oppress, quell
ਦਮਕ *n* flash, gleam
ਦਰਸ਼ਕ *n* passer-by, spectator, observation, vision
ਦਰਜਾ *n* division, class, degree
ਦਰਦ *n* earache, pain, ache, anguish, affliction
ਦਰਬਾਨ *n* janitor, porter
ਦਰਾੜ *n* cleft, rent, yawn, chasm
ਦ੍ਰਿਸ਼ *n* outlook, prospect, scenery
ਦ੍ਰਿਸ਼ਟੀਕੋਣ *n* viewpoint, angle
ਦ੍ਰਿੜ *adj* ongoing, constant
ਦਲਦਲ *n* quagmire, swamp
ਦਲਾਨ *n* corridor, lobby
ਦਲੇਰ *adj* brave, courageous, bold
ਦਾਅ *n* stake, bet
ਦਾਅਵਾ *n* case, claim
ਦਾਸਤਾ *n* slavery, bondage
ਦਾਤ *n* bounty, charisma
ਦਾਦਾ *n* granddad, grandfather
ਦਾਨੀ *n* donor, benefactor
ਦਾਬਾ *n* coercion, oppression
ਦਿਆਲੂ *adj* kind, kindly, merciful, pitiful, humbly, benign
ਦਿਸਦਾ *adj* apparent, visible
ਦਿੱਬ *adj* miraculous, divine
ਦਿਲ ਖਿਚਵਾਂ *adj* appealing, enthralling
ਦਿਲ ਢਾਹੁਣਾ *v* discourage, dismay
ਦਿਲ ਪਰਚਾਵਾ *n* recreation, sport
ਦਿਲ ਬਹਿਲਾਵਾ *n* box office, entertainment
ਦਿਲਗੀਰ *adj* fed up, moody, sad
ਦਿਲਚਸਪ *adj* interesting, intriguing
ਦਿਲਚਸਪੀ *n* interest, zest
ਦਿਲ-ਪਰਚਾਵਾ *n* amusement, treat
ਦਿਵਾਲੀਆ *adj* bankrupt, broke
ਦੀਵਾਨਾ *adj* crazy, insane
ਦੁਹਰਾਉਣਾ *v* repeat, replicate, rehearse
ਦੁੱਖ *n* distress, frostbite, affliction, trouble, bale, sorrow
ਦੁਖਦਾਇੱਕ *adj* deplorable, hurtful, troublesome
ਦੁਖਦਾਈ *adj* bothersome, harrowing, painful, traumatic, agonizing
ਦੁਖੀ *adj* miserable, sore, ailing
ਦੁਗਣਾ ਕਰਨਾ *v* double, duplicate, redouble
ਦੁੱਧ *n* milk, custard

ਦੁਪਹਿਰ *n* afternoon, noon
ਦੁਬਾਰਾ *adv* afresh, again
ਦੁਬਾਰਾ ਭਰਨਾ *v* recharge, refill
ਦੁਰਵਰਤੋਂ *n* abuse, mistreatment
ਦੂਰ *adv* off, remote, away, beyond, far
ਦੇ ਹੇਠਾਂ *pre* under, underneath
ਦੇ ਥੱਲੇ *pre* underneath, below
ਦੇਸ਼-ਨਿਕਾਲਾ *n* deportation, exile
ਦੇਖਣਾ *iv* see, behold, look
ਦੇਰ *n* delay, setback
ਦੋਸ਼ *n* accusation, condemnation, misdemeanor, flaw
ਦੋਵੇਂ *adj* either, both
ਦੌਲਤ *n* wealth, plenty, fortune
ਦਇਆ *n* compassion
ਦਇਆਵਾਨ *adj* benevolent
ਦਸ *adj* ten
ਦਸ ਸਾਲ *n* decade
ਦਸ ਲੱਖ *n* million
ਦੱਸਣ ਵਾਲਾ *n* teller
ਦਸਤ *n* diarrhea
ਦਸਤ *v* purge
ਦਸਤਕਾਰ *n* artisan
ਦਸਤਕਾਰੀ *n* handmade
ਦਸਤਾ (ਫ਼ੌਜੀ) *n* battalion
ਦਸਤਾਨਾ *n* glove
ਦਸਤੀ *adj* manual
ਦਸਤੂਰ *n* formality
ਦਸੰਬਰ *n* December
ਦਸ਼ਮਲਵ *adj* decimal
ਦਸਵਾਂ *n* tenth
ਦਸ਼ਾ *n* condition
ਦਸ਼ਾਂਸ ਲੈਣਾ *v* decimate
ਦਹਾੜਨਾ *v* roar
ਦਹਿਸ਼ਤਪਸੰਦ *n* terrorist
ਦਹਿਨ *n* combustion
ਦਹਿਲੀਜ਼ *n* doorway
ਦਹੀਂ ਜੰਮਣਾ *v* curdle
ਦਹੇਜ਼ *n* dowry
ਦਕਿਆਨੂਸੀ *adj* conservative
ਦੱਖਣ *n* south
ਦੱਖਣ ਵੱਲ ਜਾਣ ਵਾਲਾ *adj* southbound
ਦੱਖਣਪੱਛਮ *n* southwest
ਦੱਖਣਪੂਰਬ *n* southeast
ਦੱਖਣੀ *adj* southern
ਦੱਖਣੀ ਅਮਰੀਕਾਵਾਸੀ *n* southerner
ਦੰਗ ਕਰਨਾ *v* astonish
ਦਗਦਾ *adj* fiery
ਦੰਗਲ *n* amphitheater
ਦਗੇਬਾਜ਼ *adj* sly
ਦੰਡ ਜਾਂ ਇਨਾਮ ਦੇਣਾ *v* sanction
ਦੰਦ *n* tooth
ਦੰਦ ਕੱਢਣਾ *v* giggle
ਦੰਦ ਭੀਚਣਾ *v* clench
ਦੰਦ ਮਾਲਾ *n* denture
ਦੰਦ-ਕਥਾ *n* legend
ਦੰਦਣਾ *v* browse
ਦੰਦਾਂ ਸੰਬੰਧੀ *adj* dental
ਦੰਦ-ਪੀੜ *n* toothache
ਦੰਦਰਾ *n* brim
ਦੰਦਾਂ ਦਾ ਡਾਕਟਰ *n* dentist
ਦੰਦਾਂ ਨਾਲ ਝੰਜੋੜਨਾ *v* preoccupy
ਦੰਦੀ *n* bluff

ਦੰਪਤੀ *adj* newlywed
ਦਫਤਰ *n* office
ਦਫ਼ਤਰ *n* bureau
ਦਫ਼ਤਰੀ *adj* official
ਦਫਨ *n* funeral
ਦਫਾ ਕਰਨਾ *v* cast
ਦਬ ਜਾਣਾ *v* back down
ਦੱਬ ਲੈਣਾ *v* encroach
ਦਬਕਣਾ *v* crouch
ਦਬਕਾਉਣਾ *v* bulldoze
ਦੱਬਣਾ *v* bury
ਦੱਬਣਾ ਜਾਂ ਦਬਾਉਣਾ *v* press
ਦਬਦਬਾ *n* awe
ਦਬਾ *v* pressure
ਦਬਾਉ *adj* pressing
ਦਬਾਉ *n* compression
ਦਬਾਊ *adj* burdensome
ਦਬੂ *adj* meek
ਦੰਭ ਕਰਨਾ *n* pose
ਦੰਭੀ *adj* deceitful
ਦਮਕਣਾ *v* gleam
ਦਮਕਦਾ *adj* oriented
ਦਮਨ *n* repression
ਦਮਨ ਕਰਨਾ *v* repress
ਦਮਾ ਕੀ ਬਿਮਾਰੀ *n* asthma
ਦਮੇ ਦਾ ਰੋਗੀ *n* asthmatic
ਦਰ *n* rate
ਦਰਅਸਲ *adv* indeed
ਦਰਸ਼ਨੀਅਤਾ *n* presentation
ਦਰਸਾਉਣਾ *v* express
ਦਰਸ਼ੀ *adj* visual
ਦਰੱਖ਼ਤ *n* tree
ਦਰਖਤ ਦੀ ਅੰਦਰਲੀ ਛਿੱਲ *n* bass
ਦਰਗਾਹ *n* shrine
ਦਰਜ *n* crack
ਦਰਜ ਕਰਨਾ *v* write down
ਦਰਜ਼ ਕਰਨਾ *v* log
ਦਰਜ਼ਣ *n* seamstress
ਦਰਜਨ *n* dozen
ਦਰਜੀ *n* tailor
ਦਰਜ਼ੀ *n* cutter
ਦਰਜ਼ੀ ਸੀਉਣ ਵਾਲਾ *n* sewer
ਦਰਮਿਆਨਾ *adj* medium
ਦ੍ਰਵ *n* fluid
ਦਰਵਾਜ਼ਾ *n* door
ਦ੍ਰਵੀਕਰਨ *n* dissolution
ਦਰਾਜ *n* drawer
ਦਰਿਸ਼ *n* feelings
ਦ੍ਰਿਸ਼ਟਾਂਤ *n* allegory
ਦਰਿੰਦਗੀ *n* ferocity
ਦ੍ਰਿੜ ਇਰਾਦੇ ਵਾਲਾ *adj* single-minded
ਦ੍ਰਿੜ੍ਹ ਵਿਸ਼ਵਾਸੀ *adj* positive
ਦ੍ਰਿੜ੍ਹਤਾ *n* constancy
ਦਰੀਕਰਨ *n* concentration
ਦਰੁਸਤ ਸਾਬਤ ਕਰਨਾ *v* justify
ਦਲ *n* draft
ਦਲ ਵਾਲਾ *adj* thick
ਦਲ-ਬਦਲੀ *n* defection
ਦਲਾਲ *n* middleman
ਦਲੀਲ *n* plea
ਦਲੀਲ ਦੇਣਾ *v* argue
ਦਲੀਲ ਦੇਣਾ *n* fallout
ਦਲੀਲ ਪੇਸ਼ ਕਰਨਾ *v* plead
ਦਲੇਰ *n* boldness

ਦ

ਦਲੇਰੀ *n* audacity
ਦਵੰਦ *n* duel
ਦਵਾ *n* medicine
ਦਵਾ ਸਬੰਧੀ *adj* medicinal
ਦਵਾ ਦੀ ਦੁਕਾਨ *n* pharmacy
ਦਵਾਈ *n* drug
ਦਵਾਈ ਘਰ *n* drugstore
ਦਵਾਈ ਦੀ ਵਰਤੋਂ *n* medication
ਦਵਾਫਰੋਸ਼ *n* chemist
ਦਵਾਫ਼ਰੋਸ਼ *n* pharmacist
ਦਾ *pre* of
ਦਾ ਸਹਾਰਾ ਲੈਣਾ *v* resort
ਦਾ ਭੁਤ ਕਿਰਦੰਤ *adj* frozen
ਦਾ ਵਿਸ਼ੇਸ਼ੱਗ ਹੋਣਾ *v* specialize
ਦਾਅ ਪੇਚ *n* ploy
ਦਾਅਵਤ *n* banquet
ਦਾਅਵਾ ਛੱਡਣਾ *v* disclaim
ਦਾਇਰਾ *n* range
ਦਾਈ *n* midwife
ਦਾਸੀ *n* maid
ਦਾਹ *n* inflammation
ਦਾਖ *n* grapefruit, grape
ਦਾਖਲਾ *n* enrollment; entrée
ਦਾਣਾ *n* bait; grain
ਦਿਖਾਵਾ *n* display; bravery
ਦਾਖਲ ਕਰਨਾ *v* matriculate
ਦਾਖ਼ਲਾ *n* admission
ਦਾਖ਼ਲੇ ਯੋਗ *adj* admissible
ਦਾਗ *n* scar; smear; pit
ਦਾਗ਼ *n* stain, blemish, blur, blot, bruise; brunch
ਦੇਣਾ *v* hand in, give
ਦੁਆਰਾ *pre* through; per
ਦੂਜਾ *adj* latter; second
ਦੇਸ਼ *n* county; country
ਦੋਸਤ *n* friend; gossip
ਦੌਰਾ *n* fit; trip; basin; circulation
ਦਾਗ ਲਾਉਣਾ *v* spot
ਦਾਗ਼ ਲਾਉਣਾ *v* stain
ਦਾਗਣਾ *v* brand
ਦਾਣੇ *n* corn
ਦਾਣੇ ਕੱਢਣਾ *v* thresh
ਦਾਤਾ *n* benefactor
ਦਾਤੀ *n* sickle
ਦਾਤੀਹਾਰ ਅੰਗ *n* chainsaw
ਦਾਦ *n* appreciation
ਦਾਦਕਾ *adj* fatherly
ਦਾਦਾ-ਦਾਦੀ *n* grandparents
ਦਾਦੀ *n* grandmother
ਦਾਨ *n* donation
ਦਾਨ ਦਾ ਪਾਤਰ *adj* beneficiary
ਦਾਮ *n* value
ਦਾਲ *n* lentil
ਦਾਲਚੀਨੀ *n* cinnamon
ਦਾਲਾਨ *n* porch
ਦਾਵਾ *n* pretension
ਦਾਵਾ ਕਰਨਾ *v* profess
ਦਾੜ੍ਹ *n* molar
ਦਾੜ੍ਹੀ *n* beard
ਦਾੜ੍ਹੀ ਵਾਲਾ *adj* bearded
ਦਿਆਲਤਾ *n* benevolence
ਦਿਸਹੱਦੇ ਦਾ *adj* horizontal
ਦਿਸਣਯੋਗਤਾ *n* visibility
ਦਿਸਣਾ *iv* show

ਦਿਸ਼ਾ *n* direction
ਦਿਸ਼ਾਸੂਚਕ *n* compass
ਦਿਹਾਤੀ *n* villager
ਦਿੱਕਤ *n* difficulty
ਦਿਖਾਉਣਾ *v* display
ਦਿਖਾਈ ਦੇਣਾ *iv* show
ਦਿਗਮੰਡਲ *n* horizon
ਦਿਤ *n* contribution
ਦਿੱਤਾ ਜਾਣ ਯੋਗ *adj* payable
ਦਿਮਾਗ *n* brain
ਦਿਮਾਗ਼ *adj* cerebral
ਦਿਮਾਗੀ *adj* mental
ਦਿਲ *n* heart
ਦਿਲ ਢਾਹੁਣ ਵਾਲਾ *adj* discouraging
ਦਿਲ ਦਾ *adj* cardiac
ਦਿਲ ਦਾ ਦੌਰਾ *n* cardiac arrest
ਦਿਲ ਦੀ ਧੜਕਣ *n* heartbeat
ਦਿਲ ਲਾ ਕੇ *adv* earnestly
ਦਿਲਖਿਚਵਾਂ *adj* glamorous
ਦਿਲਖਿੱਚਵਾਂ *adj* catching
ਦਿਲਫਰੇਬ *adj* enticing
ਦਿਲਰੁਬਾ *n* harp
ਦਿਲਲਗੀ *n* game
ਦਿਲਾਸਾ *n* solace
ਦਿਲਾਸਾ ਦੇਣਾ *v* console
ਦਿਲੀ *adj* cordial
ਦਿਲੀ ਖ਼ਾਹਿਸ਼ *adj* hearty
ਦਿਵਾਰ *n* wall
ਦਿਵਾਲਾ ਕੱਢਣਾ *v* bankrupt
ਦਿਵਾਲੀਆ *n* bankruptcy
ਦੀ ਅਵਾਜ਼ *n* call
ਦੀ ਥਾਂ ਤੇ *adv* instead

ਦੀ ਥਾਂ ਲੈਣਾ *iv* spell
ਦੀ ਨਿਗਰਾਨੀ ਰੱਖਣਾ *v* watch
ਦੀ ਮੰਗ ਕਰਨਾ *v* stipulate
ਦੀਨ *adj* indigent
ਦੀਮਕ *n* termite
ਦੀਰਘ *adj* long
ਦੀਰਘ ਦਰਸ਼ਤਾ *n* prudence
ਦੀਰਘ ਦਰਸ਼ੀ *adj* prudent
ਦੀਰਘਕਾ ਚਿਰ *adj* lingering
ਦੀਵਾ *n* lighter
ਦੀਵਾਨਖਾਨਾ *n* hall
ਦੀਵਾਰ ਘੜੀ *n* clock
ਦੀਵਾਰਗੀਰ *n* bracket
ਦੁਅਰਥੀ *adj* ambiguous
ਦੁਆਰ *n* doorway
ਦੁਸ਼ਮਣ *n* foe
ਦੁਹਰਾ *v* reiterate
ਦੁਕਾਨ *n* shop
ਦੁਕਾਨ ਦੀ ਗੋਲਕ *n* till
ਦੁੱਖ ਦੇਣਾ *v* distress
ਦੁਖਦਾ *adj* sore
ਦੁਖਾਂਤ *adj* tragic
ਦੁਖਾਵਾਂ *adj* bitter
ਦੁਖੀ ਹੋਣਾ *v* grieve
ਦੁਚਿੱਤੀ *n* dilemma
ਦੁਚਿੱਤੀ ਵਾਲਆ *adj* indecisive
ਦੁੱਧ ਚੁੰਘਾਉਣਾ *v* nurse
ਦੁਧ ਦੀ ਕ੍ਰੀਮ *n* cream
ਦੁਨੀਆ *n* world
ਦੁਪੱਟਾ *n* scarf
ਦੁਪੱਤਰੀ *n* handout
ਦੁਫੇੜ *n* schism

ਦੁਬਲਾ *adj* lean
ਦੁਬਾਰਾ ਉਭਰਨਾ *v* resurface
ਦੁਬਾਰਾ ਗਿਣਤੀ *n* recount
ਦੁਬਾਰਾ ਪਾ ਲੈਣਾ *v* win back
ਦੁਬਾਰਾ ਪੂੰਜੀ ਲਾਉਣਾ *v* refinance
ਦੁਬਿਧਾ *n* predicament
ਦੁੱਭਰ *adj* cumbersome
ਦੁਭਾਸ਼ੀਆ *adj* bilingual
ਦੁਭਾਸ਼ੀਆ *n* interpreter
ਦੁਮਦਾਰ ਤਾਰਾ *n* comet
ਦੁਮੇਲ *n* junction
ਦੁਰਉਪਯੋਗ *n* exploitation
ਦੁਰਕਾਰਨਾ *v* damn
ਦੁਰਗੰਧ *n* stink
ਦੁਰਗੰਧ ਛੱਡਣੀ *iv* stink
ਦੁਰਗੰਧ-ਨਾਸ਼ਕ *n* deodorant
ਦੁਰਗੰਧਮਈ *adj* stinking
ਦੁਰਘਟਨਾ *n* casualty
ਦੁਰਬਲ *adj* defenseless
ਦੁਰਭਾਵ *n* spite
ਦੁਰਲਭ *adj* rare
ਦੁਰਲੱਭ *adj* uncommon
ਦੁਰਵਿਵਹਾਰ ਕਰਨਾ *v* misbehave
ਦੁਰਾਚਾਰੀ *adj* wicked
ਦੁਰੇਡਾ *adj* distant
ਦੁਰੇਡੇ *adv* beyond
ਦੁਲਾਰਾ *adj* dear
ਦੂਸ਼ਣ *n* condemnation
ਦੂਸ਼ਤ *adj* tainted
ਦੂਜਾ ਅੱਧ *n* counterpart
ਦੂਜਾ ਰੂਪ *n* type
ਦੂਜਾ ਵਿਆਹ *v* remarry
ਦੂਜੀ ਛਾਪ *n* reprint
ਦੂਜੇ ਦਰਜੇ ਦਾ *adj* secondary
ਦੂਣਾ *adj* double
ਦੂਤ ਮੰਡਲ *n* mission
ਦੂਤਘਰ *n* embassy
ਦੂਧੀਆ *adj* milky
ਦੁਪਹਿਰ *n* midday
ਦੂਰ ਸੰਵੇਦਨ *n* telepathy
ਦੂਰ ਤੋਂ *adv* afar
ਦੂਰ ਦੂਰ ਤਕ *v* wield
ਦੂਰ ਰੱਖਣਾ *v* shun
ਦੂਰਸਥਾਪਤ *adj* secluded
ਦੂਰਤਮ *adj* utmost
ਦੂਰਦ੍ਰਿਸ਼ਟੀ *n* foresight
ਦੂਰਬੀਨ *n* binoculars
ਦੂਰਵਰਤੀ *adj* faraway
ਦੂਲ੍ਹਾ *n* bridegroom
ਦੇ ਉਪਰ *pre* over
ਦੇ ਅੰਦਰ *pre* between
ਦੇ ਅਨੁਸਾਰ *pre* according to
ਦੇ ਸਾਮ੍ਹਣੇ *pre* before
ਦੇ ਪਾਰ *pre* across
ਦੇ ਪਿੱਛੇ *pre* behind
ਦੇ ਬਾਰੇ ਵਿੱਚ *pre* regarding
ਦੇ ਮੂਹਰੇ *pre* before
ਦੇ ਵਿੱਚ *pre* between
ਦੇਸ਼ ਨਿਕਾਲ੍ਹਾ *n* banishment
ਦੇਸ਼ ਨਿਕਾਲਾ ਦੇਣਾ *v* relegate
ਦੇਸ਼ ਨਿਕਾਲ੍ਹਾ ਦੇਣਾ *v* deport
ਦੇਸ਼ ਭਗਤ *n* patriot
ਦੇਸ਼ ਭਗਤੀਪੂਰਨ *adj* patriotic
ਦੇਸ-ਅਭਿਅੰਤਰ *adv* inland

ਦ

ਦੇਸ-ਅਭਿਅੰਤਰ *adj* inland
ਦੇਸ਼-ਨਿਕਾਲਾ ਦੇਣਾ *v* exile
ਦੇਸ਼ਵਾਸੀ *n* countryman
ਦੇਸੀ *adj* country
ਦੇਸੀ ਬਣਾਉਣਾ *v* domesticate
ਦੇਸੋਂ ਕੱਢਣਾ *v* banish
ਦੇਹ *n* remains
ਦੇਖ ਭਾਲ *n* supervision
ਦੇਖ ਭਾਲ ਕਰਨਾ *v* look after
ਦੇਖ ਲੈਣਾ *v* spy
ਦੇਖਭਾਲ *n* oversight
ਦੇਖਭਾਲ ਕਰਨੀ *v* oversee
ਦੇਣਾ ਜਾਂ ਖਵਾਉਣਾ (ਦਵਾਈ) *v* administer
ਦੇਰ ਕਰਨਾ *v* procrastinate
ਦੇਰੀ *adv* late
ਦੇਵ ਸ਼ਰੇਣੀ *n* hierarchy
ਦੇਵਤਵ *n* deity
ਦੇਵਤਾਪਣ *n* immortality
ਦੇਵਦਾਰ ਰੁੱਖ *n* elm
ਦੇਵੀ *n* goddess
ਦੈਂਤ *n* giant
ਦੈਵ *n* fortune
ਦੈਵੀ *adj* miraculous
ਦੋ *adj* two
ਦੋ ਸਪਤਾਹ *adj* forthright
ਦੋ ਗੁਣਾ *adv* twice
ਦੋ ਗੈਲਨ ਦਾ ਮਾਪ *n* peck
ਦੋ ਚਿੱਤੀ *n* suspense
ਦੋ ਟੁੱਕ ਜਵਾਬ *n* rebuff
ਦੋ ਤੇ ਵੰਡੀ ਜਾਣ ਵਾਲੀ ਸੰਖਿਆ *adj* even
ਦੋ ਵਾਰੀ *adv* twice
ਦੋਸ਼ ਆਰੋਪਣ *v* indict
ਦੋਸ਼ ਲਾਉਣਾ *v* incriminate
ਦੋਸ਼-ਸਿੱਧੀ *n* conviction
ਦੋਸਤੀ *n* companionship
ਦੋਸ਼ਪੂਰਨਤਾ *n* culpability
ਦੋਸ਼-ਮੁਕਤ ਕਰਨਾ *v* absolve
ਦੋਸ਼ੀ *n* culprit
ਦੋਸ਼ੀ *adj* defendant
ਦੋਸ਼ੀ ਠਹਿਰਾਉਣਾ *v* convict
ਦੋਂਹ ਦਾ *adj* dual
ਦੋਹਤਰਫਾ *adj* reciprocal
ਦੋਹਤਰਤੀ/ਦੋਹਤਰਤੀ *n* grandchild
ਦੋਹਰਾ ਪਟਾ *n* couple
ਦੋਵੇਂ ਹੀ *adj* both
ਦੌਰ *v* stage
ਦੌਰ *n* period
ਦੌਰ-ਦੌਰਾ ਹੋਣਾ *v* rule
ਦੌੜ ਪੈਣਾ *iv* drive
ਦੌੜਨ ਵਾਲਾ *n* runner
ਦੌੜਨਾ *iv* run

ਧ

ਧੱਕਾ *n* shove, hustle, boost, bombshell
ਧੰਦਾ *n* traffic, vocation
ਧੱਬਾ *n* soil, blot, scar, blemish, blur, smear
ਧਮਕੀ *n* threat, menace
ਧਮਾਕਾ *n* eruption, crash
ਧਰਤੀ *n* ground, ground floor

ਧਰਮ *n* religion, creed
ਧਰਮ-ਉਪਦੇਸ਼ *n* homily, sermon
ਧਾਤ *n* metal, mineral
ਧਾਰਨਾ *v* assume; entertain
ਧਾਰਨਾ *n* assumption, embrace, notion
ਧਾਵਾ *v* assault, attack
ਧਾਵਾ ਬੋਲਣਾ *v* assail, raid
ਧਾੜ ਮਾਰਨਾ *v* break in, burglarize
ਧਿਆਨ *n* attention, heed, meditation
ਧੁੰਦ *n* fog, mist
ਧੁੰਦਲਾ *adj* hazy, murky, obscure, blurred
ਧੁਨ *n* ardor, melody, tone
ਧੂਣੀ *n* campfire, bonfire
ਧੋਖਾ *n* disguise, fraud, guile, falsehood, deceit
ਧੋਖਾ ਦੇਣਾ *v* deceive, double-cross, gage, mislead, take in, kid, fool
ਧੋਖੇਬਾਜ਼ *adj* fraudulent, tricky, deceitful
ਧੋਣਾ *v* wash, bathe
ਧੱਕਣਾ *v* shove
ਧੱਕਮ-ਧੱਕਾ *n* hustle
ਧੱਕਾ *v* jolt
ਧਕਾ ਮਾਰਨਾ *v* jolt
ਧੱਕੇਲ *v* push
ਧਕੇਲਣਾ *v* shove
ਧੱਜੀ *n* shred
ਧਨ ਦਾਨ *n* gratuity
ਧੰਨਵਾਦ *n* thanks
ਧੰਨਵਾਦ ਦੇਣਾ *v* thank
ਧੰਨਵਾਦੀ *adj* thankful
ਧੱਫੜ *n* rash
ਧੱਬਾ ਲਾਉਣਾ *v* tarnish
ਧੱਬੇ ਪਾਉਣੇ *v* blot
ਧਮਕਾਉਣਾ *v* threaten
ਧਮੋੜੀ *n* wasp
ਧਰਤੀ ਦਾ *adj* terrestrial
ਧਰਨਾ *iv* lay
ਧਰਮ ਅਰਥ ਦੇਣਾ *v* amortize
ਧਰਮ ਸੰਕਟ *n* quandary
ਧਰਮ ਸਥਾਨ *n* sanctuary
ਧਰਮ ਸ਼ਾਸਤਰ *n* theology
ਧਰਮ ਪੱਤਰ *n* epistle
ਧਰਮ ਪ੍ਰਚਾਰਨ ਦਾ ਕਿੱਤਾ *n* pulpit
ਧਰਮਸ਼ਾਸਤਰੀ *n* theologian
ਧਰਮ-ਸਿਧਾਂਤਕ *adj* dogmatic
ਧਰਮ-ਯੋਧਾ *n* crusader
ਧਰਮਵਾਲਾ *adj* pious
ਧਰਮੀ *adj* devout
ਧਰਾਸ *n* measles
ਧਰਾਤਲ *n* ground floor
ਧਰੁਵ *n* pole
ਧਰੁਵੀ *adj* polar
ਧ੍ਰੋਹ *n* treachery
ਧ੍ਰੋਹੀ *adj* treacherous
ਧੜ *n* torso
ਧੜਕਣ *n* throb
ਧੜਕਣਾ *v* throb
ਧੜੰਮ ਕਰਕੇ ਡਿਗਣਾ *v* plummet
ਧਾਕ *n* stack
ਧਾਗਾ *n* fiber, thread, line, twist

ਧਾਗਾ ਪਾਉਣਾ *v* thread
ਧਾਤ ਦਾ *adj* metallic
ਧਾਤ ਦਾ ਸਮਾਨ *n* hardware
ਧਾਤਵੀ *adj* metallic
ਧਾਰ *n* edge
ਧਾਰ ਬਣਾਉਣਾ *v* edge
ਧਾਰਦਾਰ *adj* edgy
ਧਾਰਨ *n* seizure
ਧਾਰਨ ਕਰਨਾ *v* derive
ਧਾਰਨਾ ਸਬੰਧੀ *adj* comprehensive
ਧਾਰਮਕ *adj* religious
ਧਾਰਮਿਕ ਕੁਰਹਿਤ *n* ban
ਧਾਰਮਿਕ ਮਾਨਤਾ ਦੇਣਾ *v* canonize
ਧਾਰਮਿਕਤਾ *n* divinity
ਧਾਰਾ *adj* current
ਧਾਰਾ *n* current
ਧਾਰੀ *n* stripe
ਧਾਰੀਦਾਰ *adj* striped
ਧਾਵਾ *adj* woven
ਧਾੜ *n* heist
ਧਿਆਉਣਾ *v* contemplate
ਧਿਆਨ ਹਟਾਉਣਾ *v* distract
ਧਿਆਨ ਜਮਾਉਣਾ *iv* dwell
ਧਿਆਨ ਦੇਣ ਯੋਗ *adj* noticeable
ਧਿਆਨ ਦੇਣਾ *v* perceive
ਧਿਆਨ ਨਾਲ ਸੁਣਨਾ *v* listen
ਧਿਆਨ ਰੱਖਣ ਵਾਲਾ *adj* caring
ਧਿਆਨ-ਖਿੱਚ ਸ਼ਬਦ *n* catchword
ਧਿਆਨਯੋਗ *adj* noteworthy
ਧਿਆਨਵਾਨ *adj* watch out
ਧਿਕਾਰ *v* censure
ਧਿਕਾਰ *n* scolding
ਧਿੰਗੋਜ਼ੋਰੀ *adv* forcibly
ਧਿਰ *n* defense
ਧਿਰਕਾਰਨਾ *v* reproach
ਧੀਰ *adj* serious
ਧੀਰਜ *n* moderation
ਧੀਰਵਾਨ *adj* patient
ਧੁਆਂਖਣਾ *v* smoke
ਧੁੱਸ *n* butt
ਧੁੱਸ ਦੇਣਾ *v* rush
ਧੁੱਤ *adj* drunk
ਧੁੰਦਲਾ ਜਿਹਾ *adj* imprecise
ਧੁਨੀ *n* echo
ਧੁੰਨੀ *n* belly button
ਧੁੱਪ ਸੇਕਣਾ *v* bask
ਧੁੱਪ ਦੀ ਐਨਕ *n* goggles
ਧੁੱਪਦਾਰ *adj* sunny
ਧੁੱਪ-ਪ੍ਰਦਾਹ *n* sunburn
ਧੁਰਾ *n* axle
ਧੁਰੀ ਤੇ ਘੁੰਮਣਾ *v* rotate
ਧੁਰੀ-ਫੇਰ *n* crank
ਧੁਰੇ ਦਾ ਕਾਬਲਾ *n* linchpin
ਧੁੜਧੁੜੀ *n* qualm
ਧੂੰ *n* gust
ਧੂੰਆ *n* smoke
ਧੂਣੀ ਦੇਣਾ *v* fumigate
ਧੂਰਤਤਾ *n* deprivation
ਧੂੜ *n* dusk
ਧੋਖਾ *v* swindle
ਧੋਖੇ ਨਾਲ ਫਸਾਉਣਾ *v* trap
ਧੋਖੇਬਾਜ਼ *n* viper
ਧੋਣ ਲਾਇਕ *adj* washable
ਧੋਬੀ ਦੀ ਦੁਕਾਨ *n* laundry

ਧ

ਧੌਂਸਬਾਜ਼ *adj* overbearing

ਨ

ਨਸ਼ਟ ਕਰਨਾ *v* pull down, quash
ਨਸਲ *n* breed, race
ਨਕਸ਼ਾ *n* map, diagram
ਨਕਲ *n* photocopy, imitation
ਨਕਲ ਕਰਨਾ *v* counterfeit, imitate
ਨਕਲੀ *adj* artificial, trumped-up, counterfeit, fake
ਨਕਲੀ ਵਾਲ *n* wig, hairpiece
ਨਕਾਬ *n* mask, veil
ਨਗਰ *n* town, borough
ਨਗਰ ਨਾਇੱਕ *n* senator; mayor
ਨੰਗਾ ਕਰਨਾ *v* strip, undress
ਨਤੀਜਾ *n* effect, outcome, result, product
ਨਮੀ *n* moisture, humidity
ਨਮੂਨਾ *n* pattern, specimen, model
ਨਰਮ *adj* pliable, soft, tender, mellow
ਨਾ ਮੰਨਣਯੋਗ *adj* inadmissible; incredible
ਨਾਭੀ *n* nave; navel; hub
ਨਿੱਕਾ *adj* petty; short
ਨਵਾਂ ਕਰਨਾ *v* overhaul, refurbish, renew, renovate
ਨਵੇਂ ਸਿਰੇ ਤੋਂ *adv* afresh
ਨਾਇੱਕ *n* corporal, hero, knight
ਨਾਸ਼ *n* devastation, demolition, grave, destruction
ਨਾਸਤਕ *adj* godless, skeptic
ਨਾਗਰਿਕ *n* citizen, subject
ਨਾਜ਼ਕ *adj* fragile, ladylike
ਨਾਬਾਲਗ *n* minor, pupil
ਨਾਵਾਜਬ *adj* improper, unjustified
ਨਿਸ਼ਚਾ *n* conviction, settlement, belief
ਨਿਸ਼ਚਿਤ *adj* certain, specific
ਨਿਸਤਾਰਾ ਕਰਨਾ *v* make up for, recompense
ਨਿਸਫਲ ਕਰਨਾ *v* disappoint, frustrate, thwart
ਨਿਸ਼ਾਨ *n* mark, print, vestige, emblem, banner
ਨਿਸ਼ਾਨੀ *n* memento, relic, token; symptom
ਨੰਗਾ *adj* naked, nude; bare
ਨਿਸ਼ਾਨ ਲਾਉਣਾ *v* mark, print
ਨਜ਼ਰ *n* look, looks, sight; blush
ਨਿਕਲਨਾ *v* emanate, issue
ਨਿਕਾਸ *n* emission, issue, vent, outlet
ਨਿਖੇੜਨਾ *v* detach, discriminate, isolate, separate
ਨਿੱਘਰਨਾ *v* deteriorate, lapse
ਨਿਡਰ *adj* intrepid, daring
ਨਿੰਦਾ *n* blame, calumny, slander, scolding
ਨਿਬਾਹ *v* put up with, tolerate
ਨਿਮਰਤਾ *n* gentleness, humility
ਨਿਮਾਣਾ *adj* down-to-earth, humble
ਨਿਯਤ ਕਰਨਾ *v* allocate, assess, designate

ਨਿਯਮ *n* guidelines, rule
ਨਿਯੁਕਤ ਕਰਨਾ *v* ordain, post, place
ਨਿਰਖ *v* look at, observe
ਨਿਰਣਾ ਕਰਨਾ *v* ascertain, decide
ਨਿਰੰਤਰ *adj* continuous, ever, perennial
ਨਿਰਦਈ *adj* grim, merciless, heartless
ਨਿਰਦੇਸ਼ ਕਰਨਾ *v* prescribe, lead, charge
ਨਿਰਦੋਸ਼ *adj* blameless, seamless
ਨਿਰਗਾਰਣ *n* allotment, assignment, deterioration
ਨਿਰਪੱਖ *adj* candid, impartial, open-minded, unbiased
ਨਿਰਮਲ *adj* pure, clear, self-evident
ਨਿਰਮਲਤਾ *n* purity, clearness
ਨਿਰਮਾਣ *adj* down-to-earth, humble
ਨਿਰਮੂਲ *adj* baseless, groundless
ਨਿਰਰਥਕ *adj* pointless, superfluous
ਨਿਰਾਸ਼ਾ *n* disappointment, despair
ਨਿਰਾਸ਼ਾਜਨਕ *adj* depressing, disappointing
ਨਿਰਾਦਰ *n* disrespect, affront
ਨਿਰਾਦਰ ਕਰਨਾ *v* affront, trivialize
ਨਿਰਾਧਾਰ *adj* bottomless, unfounded
ਨਿਰੀਖਣ ਕਰਨਾ *v* look into, monitor
ਨਿਵੇਸ਼ *n* investment, input
ਨੀਂਹ *n* basis, foundation
ਨੀਚ *adj* lousy, despicable
ਨੀਲ *n* bruise, brunch
ਨੀਲਾ *adj* navy blue, blue
ਨੀਲਾਮੀ *n* auction, bid
ਨੁਕਸਾਨ *n* damage, detriment, harm
ਨੁਮਾਇਸ਼ *n* exhibition, fair
ਨੇਮਤ ਕਰਨਾ *v* codify, regulate
ਨੈਤਿਕ *adj* ethical, moral
ਨੌਂਕਰ *n* skip, skylight
ਨ ਪਾਉਣੀ *v* crease
ਨਸ *n* nerve
ਨਸ਼ਈ *adj* alcoholic
ਨਸ਼ਈਪੁਣਾ *n* alcoholism
ਨਸ਼ਟ ਹੋਣਾ *v* go up
ਨਸ਼ਟ ਕਰਨਾ ਜਾਂ ਹੋਣਾ *v* perish
ਨਸ਼ਰ ਕਰਨਾ *v* divulge
ਨਸਲ ਵਾਦ *n* racism
ਨਸਲਕੁਸ਼ੀ *n* genocide
ਨਸਲੀ ਵਾਧਾ *n* reproduction
ਨਸ਼ਾ *n* drunkenness
ਨਸ਼ਾ ਦੇਣਾ *v* dope
ਨਸ਼ਾਨੀ *n* souvenir
ਨਸੀਹਤ *n* precept
ਨਸੀਹਤ ਕਰਨਾ *v* exhort
ਨਸੀਬ *n* fate
ਨਸ਼ੀਲਾ ਦ੍ਰਵ *n* aperitif
ਨਸ਼ੀਲੀ ਚੀਜ਼ *n* narcotic
ਨਸ਼ੇਬੰਦੀ *n* prohibition
ਨ੍ਹਾਉਣ ਯੋਣਕੁੰਡਾ *n* bathtub
ਨਹਿਰ *n* channel
ਨਹੀਂ *adv* not
ਨਹੁੰ *n* fingernail
ਨਹੁੰਦਰ ਮਾਰਨਾ *v* scratch
ਨੱਕ *n* nose
ਨਕਸ਼ਾ ਬਣਾਉਣਾ *v* map

ਨਕਸ਼ਾਨਵੀਸ *n* draftsman
ਨਕਸ਼ੇ ਦਾ *adj* graphic
ਨਕਟਾਈ *n* necktie
ਨਕਦ *n* cash
ਨਕਦ ਅਦਾਇਗੀ *n* down payment
ਨੱਕਲ *adj* nosy
ਨਕਾਬ ਉਤਾਰਨਾ *v* unmask
ਨਕਾਰਾ *n* invalid
ਨਕਾਰਾਤਮਕ *adj* negative
ਨਖਰਾ *v* air
ਨਖਲਿਸਤਾਨ *n* oasis
ਨਗ *n* item
ਨੰਗ-ਹੋਣ *n* strip
ਨਗਨਤਾ *n* nudity
ਨਗਨਵਾਦੀ *n* nudist
ਨਗਮਾ *n* lay
ਨੰਗੇਜ਼ *n* nudity
ਨੰਗੇਜਵਾਦ *n* nudism
ਨਘੋਚੀ *adj* nagging
ਨੱਚਣਾ *v* dance
ਨਚੀਜ਼ *adj* worthless
ਨਜ਼ਦੀਕ *adj* next door
ਨਜ਼ਰ ਅੰਦਾਜ਼ ਕਰਨਾ *v* overlook
ਨਜ਼ਰ ਜਮਾਉਣਾ *v* gaze
ਨਜ਼ਰਬੰਦ ਕਰਨਾ *v* intern
ਨਜ਼ਰਬੰਦੀ *n* detention
ਨਜ਼ਲਾ *n* influenza
ਨਜ਼ਾਕਤ *n* delicacy
ਨਜ਼ਾਕਤ ਨਾਲ *adv* fine
ਨਜਾਰਾ *n* feelings
ਨਜ਼ਾਰਾ *n* spectacle
ਨਜਿੱਠਣਾ *v* negotiate

ਨਟ *n* acrobat
ਨਟ ਖਟ *adj* mischievous
ਨਥਨਾ *n* nostril
ਨੱਥੀ ਕਾਗਜ਼ *n* enclosure
ਨਦੀਣ *n* weed
ਨਨਾਣ *n* sister-in-law
ਨਪੀੜਨਾ *v* squeeze up
ਨਫਰਤ *v* hate
ਨਫਰਤ *n* hatred
ਨਫ਼ਰਤ *n* contempt
ਨਫਾ *n* buildup
ਨਬਜ਼ *n* pulse
ਨਬਜ਼ ਦਾ ਚੱਲਣਾ *v* pulsate
ਨੰਬਰ *n* score
ਨੱਬੇ *adj* ninety
ਨਮਸਕਾਰ *n* hail
ਨਮਕ ਹਲਾਲ *adj* loyal
ਨਮਦਾ *n* felt
ਨਮਾਇਸ਼ *adj* ostentatious
ਨਮੂਨੀਆ *n* pneumonia
ਨਮੂਨੇ ਦਾ *n* sample
ਨਰ *n* male
ਨਰ ਦਾ ਵੀਰਜ *n* sperm
ਨਰਸ *n* nurse
ਨਰਮ *v* soften
ਨਰਮ ਕਰਨਾ *v* mellow
ਨਰਮ ਦਿਆਲੂ *adj* lenient
ਨਰਮ ਮਿੱਟੀ *n* mold
ਨਰਮਾਈ *n* softness
ਨਰਮੀ ਨਾਲ *adv* softly
ਨਰਾਜ਼ ਕਰਨਾ *v* displease
ਨਰਾਜ਼ਗੀ *n* displeasure

ਨ੍ਰਿਤ *n* dance
ਨਰੇਸ਼ *adj* sovereign
ਨਲ ਦਾ ਕੰਮ *n* plumbing
ਨਲਕਾ *n* faucet
ਨਲ਼ਕੀ *n* pipe
ਨਲਕੇ ਲਾਉਣਾ ਵਾਲਾ *n* plumber
ਨਵਜੰਮਿਆ *n* newborn
ਨਵੰਬਰ *n* November
ਨਵਯੁਵਕ *n* juvenile
ਨਵਾਂ *adj* new
ਨਵਾਂ ਆਇਆ *n* newcomer
ਨਵਾਂ ਜਨਮ *n* regeneration
ਨਵਿਆਉਣਾ *n* renovation
ਨਵੀਂ ਕਰਣ *n* renewal
ਨਵੀਂ ਬਸਤੀ ਵਸਾਉਣਾ *v* colonize
ਨਵੀਨਤਾ *n* novelty
ਨਵੇਂ ਸਿਰਿਓਂ *adv* anew
ਨਵੇਕਲਾ *adj* distinctive
ਨੜਾ *n* cane
ਨਾ ਚੜ੍ਹਾਉਣਾ *v* enroll
ਨਾ ਚਾਹੁੰਦਿਆਂ *adv* unwillingly
ਨਾ ਝੁਠਲਾਉਣ ਯੋਗ *adj* undeniable
ਨਾਂ ਦੇਣਾ *v* denote
ਨਾ ਪਛਾੜਨਯੋਗ *adj* unbeatable
ਨਾ ਬਖਸ਼ਣਯੋਗ *adj* inexcusable
ਨਾ ਬਦਲਨ ਵਾਲਾ *adj* immutable
ਨਾ ਮੰਨਣ ਯੋਗ *adj* unbelievable
ਨਾਉ *n* sailboat
ਨਾਉਮੀਦ *adj* desperate
ਨਾ-ਅਨੁਮਾਨਣਯੋਗ *adj* unpredictable
ਨਾਈ *n* barber
ਨਾਈਟ੍ਰੋਜਨ *n* nitrogen
ਨਾਸ *n* nostril
ਨਾਸ਼ਕ *n* destroyer
ਨਾਸ਼ਤਾ *n* breakfast
ਨਾਸ਼ਤਾ ਕਰਨਾ *v* snack
ਨਾਸਤਿਕ *n* atheist
ਨਾਸਤਿਕਤਾ *n* atheism
ਨਾਸ਼ਪਾਤੀ *n* pear
ਨਾਸਮਝ *adj* unwise
ਨਾਸਵਾਨ *adj* perishable
ਨਾਸ਼ਵਾਨਤਾ *n* mortality
ਨਾਸ਼ੁਕਰਾ *adj* ungrateful
ਨਾਂਹ *n* denial
ਨਾਂਹ ਕਰਨਾ *v* deny
ਨਾਹਰਾ *n* slogan
ਨਾਕਾਬੰਦੀ *n* siege
ਨਾਕਾਬੰਦੀ ਕਰਨਾ *v* block
ਨਾਖੁਸ਼ *adj* unhappy
ਨਾਖੁਨ *n* nail
ਨਾਗ *n* serpent
ਨਾਗਰਿਕ *adj* urban
ਨਾਗਰਿਕਤਾ *n* citizenship
ਨਾਗਰਿਕਤਾ ਸਬੰਧੀ *adj* civic
ਨਾਚ *n* dance
ਨਾਚ ਕਰਨਾ *v* dance
ਨਾਚ ਕਲਾ *n* dancing
ਨਾਜ਼ਕ ਕੰਮ *n* spoils
ਨਾਜ਼ਕ ਮਿਜ਼ਾਜ *adj* squeamish
ਨਾਜਾਇਜ਼ ਸਬੰਧ *n* liaison
ਨਾਜ਼ੁਕ *adj* fair
ਨਾਟਕ *n* play
ਨਾਟਕੀ *adj* dramatic
ਨਾਟਕੀਕਰਣ ਕਰਨਾ *v* dramatize

ਨਾਟਾ *n* midget
ਨਾੜਾ *n* string
ਨਾੜੀ *n* vein
ਨਾਥ *n* boss
ਨਾਨਬਾਈ *n* baker
ਨਾਨਾ *n* grandfather
ਨਾਨਾ-ਨਾਨੀ *n* grandparents
ਨਾਨੀ *n* grandmother
ਨਾਪ *v* measure
ਨਾਪਸੰਦ ਕਰਨਾ *v* dislike
ਨਾਪਸੰਦੀ *n* dislike
ਨਾਪਕ *n* meter
ਨਾਪਤੋਲ *n* estimation
ਨਾਪ-ਤੋਲ *n* measurement
ਨਾਬਰਾਬਰੀ *n* inequality
ਨਾਬਾਲਗ਼ *adj* minor
ਨਾਭ *n* hub
ਨਾਮ *n* name
ਨਾਮਕਰਨ *n* christening
ਨਾਮਕਰਨ ਕਰਨਾ *v* christen
ਨਾਮਜ਼ਦ ਕਰਨਾ *v* nominate
ਨਾਮੰਜ਼ੂਰੀ *n* disapproval
ਨਾਮਦਾਤਾ *n* denominator
ਨਾਮਵਰ *adj* memorable
ਨਾਂਮਾਤਰ *adj* scarce
ਨਾਮੀ *adj* renowned
ਨਾਰਵੀ *adj* Norwegian
ਨਾਰਵੇ ਦੇਸ਼ *n* Norway
ਨਾਰੀਅਲ *n* coconut
ਨਾਲ *pre* with
ਨਾਲ *adv* along
ਨਾਲ ਦਾ ਸੰਬੰਧ *adj* allied
ਨਾਲ ਦੌੜ ਲਾਉਣਾ *v* race
ਨਾਲ ਨਾਲ *adv* alongside
ਨਾਲ ਪ੍ਰਬੰਧ *n* pipeline
ਨਾਲ ਲੱਗਾ *adj* attached
ਨਾਲ-ਨਾਲ *adv* abreast
ਨਾਲੀ *v* drain
ਨਾਲੀ *n* duct
ਨਾਲੋਂ ਹੇਠਾਂ *pre* below
ਨਾਲੋਂ ਥੱਲੇ *pre* beneath
ਨਾਂਵ *n* noun
ਨਾਵਲ *n* novel
ਨਾਵਲਕਾਰ *n* novelist
ਨਿਊਣਤਾ *n* minimum
ਨਿਊਨ *adj* deficient
ਨਿਆਂ ਕਰਤਾ *n* arbiter
ਨਿਆਂਇਸੰਗਤ *adj* plausible
ਨਿਆਂਕਾਰੀ *adj* just
ਨਿਆਰਾ *adj* unique
ਨਿਆਰਾਪਣ *n* distinction
ਨਿਸ਼ਕਪਟ *adj* naive
ਨਿਸ਼ਚਤ *adj* entrenched
ਨਿਸ਼ਚਤ ਕਰਨਾ *v* fix
ਨਿਸਚਲਤਾ *n* sleep
ਨਿਸ਼ਚੇ *n* resolution
ਨਿਸ਼ਚੇ ਹੀ *adv* surely
ਨਿਸ਼ਚੇਆਤਮਕ *adj* definite
ਨਿਸ਼ਚੇਕਾਰੀ *adj* deciding
ਨਿਸ਼ਚੇਪੂਰਵਕ ਕਹਿਣਾ *v* assert
ਨਿਸ਼ਠਾ *n* fidelity
ਨਿਸੱਤਾ *adj* pale
ਨਿਸਤਾਰਨਾ *v* extricate
ਨਿਸਤਾਰਾ *n* salvation

ਨਿਸ਼ਪ੍ਰਭਾਵ ਕਰਨਾ *v* neutralize
ਨਿਸ਼ਾਸਤੇ ਵਾਲਾ *adj* starchy
ਨਿਸ਼ਾਨੇਬਾਜ਼ *n* marksman
ਨਿਹਕਲੰਕ *adj* chaste
ਨਿਹੱਥਾ *adj* unarmed
ਨਿਹਫਲ *adj* ineffective
ਨਿਕਚੂ *adj* tiny
ਨਿਕਟਤਾ *n* proximity
ਨਿਕਟਵਰਤੀ *adj* impending
ਨਿਕਲ *n* exit
ਨਿਕਾਸ ਖਪਾਉਣਾ *n* exhaustion
ਨਿਕਾਸੀ *n* clearance
ਨਿੱਖਰਨਾ *v* clear
ਨਿਖਰਿਆ *adj* serene
ਨਿਖੜਵਾਂ *adj* clear-cut
ਨਿਖੇਧੀ ਕਰਨਾ *v* disapprove
ਨਿਖੇੜਾ ਕਰਨਾ *v* decompose
ਨਿਗ੍ਹਾਬਾਨ *n* warden
ਨਿਗਮ *n* corporation
ਨਿਗਮਨ *n* deduction
ਨਿਗਰਾਨ *n* custodian
ਨਿਗਰਾਨੀ *n* surveillance
ਨਿਗਰਾਨੀ ਕਰਨਾ *v* supervise
ਨਿਗਰਾਨੀ ਪਾਲਕ *n* watchmaker
ਨਿਗਲਣ *n* gulp
ਨਿਗਲਣਾ *v* gulp
ਨਿਗਾਹਬਾਨੀ *n* watch
ਨਿਗੂਣਾ *adj* lightweight
ਨਿੱਘ-ਰਹਿਤ *adj* unfriendly
ਨਿਘਾ *adj* lukewarm
ਨਿਚੋੜਨਾ *iv* wring
ਨਿੱਛ *n* sneeze
ਨਿਜਵਾਚਕ *adj* reflexive
ਨਿਜੀ *adj* personal
ਨਿੱਜੀ ਕਮਰਾ *n* closet
ਨਿਢਾਲ ਹੋਣਾ *v* languish
ਨਿਤ *adv* daily
ਨਿੱਤ ਕਰਮ *n* routine
ਨਿਤਾਣਾ *adj* feeble
ਨਿਥਾਵਾਂ *adj* outcast
ਨਿੰਦਣਾ *v* blame
ਨਿੰਦਰਾਇਆ *adj* drowsy
ਨਿਦਾਨ *n* diagnosis
ਨਿੰਦਿਆ *n* damnation
ਨਿਧੜਕ *adj* daring
ਨਿਪੁੱਨ *adj* deft
ਨਿਪੁੰਨਤਾ *n* proficiency
ਨਿੰਬਲ *adj* cloudless
ਨਿੰਬੂ *n* lemon
ਨਿਬੇੜਨਾ *v* end up
ਨਿੰਮ੍ਹਾ *adj* dim
ਨਿੰਮਣ *n* concept
ਨਿਮੰਤਰਨ *n* invitation
ਨਿਮਰ *adj* courteous
ਨਿੰਮੋਝੂਣਾ *adj* dejected
ਨਿਯੰਤ੍ਰਣ ਕਰਨਾ *v* control
ਨਿਯਮਾਵਲੀ *n* directory
ਨਿਯਮਿਕ *adj* lawful
ਨਿਯਮਿਤ ਰੂਪ ਵਿੱਚ *adv* regularly
ਨਿਯੁਕਤੀ *n* appointment
ਨਿਯੋਜਨ *n* employment
ਨਿਰਉਦੇਸ਼ *adj* aimless
ਨਿਰਸ *adj* gray
ਨਿਰਸਤਰੀਕਰ *n* disarmament

ਨਿਰਸੰਤਾਨ *adj* childless
ਨਿਰ-ਹੰਕਾਰ *adj* unassuming
ਨਿਰੰਕੁਸ਼ ਸ਼ਾਸਕ *n* despot
ਨਿਰਗੁਣਿਆਰਾ *adj* respectful
ਨਿਰਛਲਤਾ *n* frankness
ਨਿਰਜੀਵ *adj* lifeless
ਨਿਰਣਾ *n* decision
ਨਿਰਣਾਕਾਰੀ *adj* crucial
ਨਿਰਣਾਤਮਕ *adj* conclusive
ਨਿਰਦਾਇਤਾ *n* brutality
ਨਿਰਦੇਸ਼ਕ *n* director
ਨਿਰਦੇਸ਼ਨ *n* direction
ਨਿਰਦੋਸ਼ਣ *n* purification
ਨਿਰਧਨ *adj* impoverished
ਨਿਰਨਾ *n* settlement
ਨਿਰਪੱਖਤਾ *n* fairness
ਨਿਰਬਲ *adj* powerless
ਨਿਰਬਾਹ *n* maintenance
ਨਿਰਬੀਜ *adj* barren
ਨਿਰਭਰ *v* hold on to
ਨਿਰਭਰ *adj* conditional
ਨਿਰਭਰ ਹੋਣਾ *v* depend
ਨਿਰਭਰਤਾ *n* dependence
ਨਿਰਭਰਾ *adj* unequivocal
ਨਿਰਭੈ *adj* courageous
ਨਿਰਭੈਤਾ *n* courage
ਨਿਰਮਮਤਾ *n* cruelty
ਨਿਰਮਾਣ *n* construction
ਨਿਰਮਾਣ ਕਰਨਾ *v* construct
ਨਿਰਮਾਣਾਤਮਕ *adj* constructive
ਨਿਰਯਾਤ *v* export
ਨਿਰਰਥਕ ਹੋਣਾ *v* fall through
ਨਿਰਲੇਪ *adj* neutral
ਨਿਰਵਾਸਨ *n* expulsion
ਨਿਰਵਾਹ ਕਰਨਾ *v* get along
ਨਿਰਵਿਵਾਦ *adj* indisputable
ਨਿਰਾ *adj* alone
ਨਿਰਾਸ *adj* dreaded
ਨਿਰਾਸ਼ *adj* disenchanted
ਨਿਰਾਸ਼ ਕਰਨਾ *v* dishearten
ਨਿਰਾਸਤਾ *n* despair
ਨਿਰਾਸ਼ਾਵਾਦ *n* pessimism
ਨਿਰਾਸ਼ਾਵਾਦੀ *adj* pessimistic
ਨਿਰਾਕਾਰ *adj* amorphous
ਨਿਰਾਦਰ ਕਰਨ *n* disgrace
ਨਿਰਾਦਰ ਕਰਨ *v* disgrace
ਨਿਰਾਰਥਕ *adj* meaningless
ਨਿਰਾਲਾ ਆਦਮੀ *n* quiz
ਨਿਰੀਖਣ *n* survey
ਨਿਰੀਖਿਅਕ *n* eyewitness
ਨਿਰੋਧਕ *n* fender
ਨਿਵਾਸ *adj* habitual
ਨਿਵਾਸ *n* residence
ਨਿਵਾਸੀ *n* inhabitant
ਨਿਵਾਰਕ *adj* preventive
ਨਿਵਾਰਣ *n* prevention
ਨਿਵਾਲਾ *n* morsel
ਨੀਂਹ ਖੋਖਲੀ ਕਰ ਦੇਣਾ *v* undermine
ਨੀਂਹ ਰੱਖਣਾ *v* base
ਨੀਚ ਸਮਝਣਾ *v* despise
ਨੀਚਾ *adj* low
ਨੀਤੀ *n* policy
ਨੀਤੀ ਕਥਾ *n* parable
ਨੀਤੀ-ਸ਼ਾਸਤਰ *n* ethics

ਨੀਂਦ *n* sleep
ਨੀਦਰਲੈਂਡਸ *n* Netherlands
ਨੀਮ *adj* lukewarm
ਨੀਰਸ *adj* dull
ਨੀਲ ਗਾਂ *n* antelope
ਨੀਲ ਪਾਉਣਾ *v* bruise
ਨੀਲਮ *n* sapphire
ਨੀਲਾਮਕਾਰ *n* auctioneer
ਨੀਵਾਂ *adj* lower
ਨੀਵਾਂ ਕਰਨਾ *v* let down
ਨੀਵਾਂ ਦਿਖਾਉਣਾ *v* show up
ਨੀਵੀਂ *adj* downcast
ਨੀਵੇਂ ਦਰਜੇ ਦਾ *adj* borderline
ਨੁਸਖਾ *n* recipe
ਨੁਸਖ਼ਾ *n* prescription
ਨੁਕਸ *n* deficiency
ਨੁਕਸਦਾਰ *adj* defective
ਨੁਕਸਾਨ ਕਰਨਾ *v* harm
ਨੁਕਸਾਨ ਪਹੁੰਚਾਉਣਾ *v* damage
ਨੁਕਤਾ *n* point
ਨੁਕਤਾ ਲਾਉਣਾ *v* dot
ਨੁੱਕਰ *n* angle
ਨੁਕੀਲਾ ਨੱਕ *n* beak
ਨੁਚੜਨਾ *v* distill
ਨੁਮਾਇਸ਼ *adj* flashy
ਨੂੰ *pre* to
ਨੂੰਹ *n* daughter-in-law
ਨੂਰ *n* glimmer
ਨੂਰਾਨੀ *adj* luminous
ਨੇਕ *adj* virtuous
ਨੇਕਨੀਅਤੀ *n* sincerity
ਨੇਤਰਹੀਣ *adj* blind
ਨੇਤਰਿਕ *adj* optical
ਨੇਤਾ *n* leader
ਨੇਮ *n* principle
ਨੇਮਤ *adj* punctual
ਨੇੜ *n* intimacy
ਨੇੜ-ਤੇੜ *n* vicinity
ਨੇੜਲਾ *adj* nearby
ਨੇੜਿਉਂ *adv* closely
ਨੇੜੇ *pre* beside
ਨੇੜੇ ਢੁਕਣਾ *iv* draw
ਨੇੜੇ-ਤੇੜੇ ਹੋਣਾ *adj* approximate
ਨੈਤਿਕਤਾ *n* morality
ਨੈਪਕਿਨ *n* napkin
ਨੌਂ *adj* nine
ਨੋਕ *n* tip
ਨੋਕ ਵਾਲਾ *adj* bound for
ਨੋਕਦਾਰ *adj* pointed
ਨੋਚਣਾ *iv* tear
ਨੋਟ *v* note
ਨੋਟ *n* note
ਨੋਟਬੁਕ *n* notebook
ਨੋਟਰੀ *n* notary
ਨੌਕਰੀ *n* job
ਨੌਜਵਾਨ *adj* juvenile
ਨੌ-ਮਜ਼ਹਬੀ *n* convert
ਨੌਵਾਂ *adj* ninth

ਪ

ਪਸੀਜਣਾ v relent, sympathize
ਪਸ਼ੂ n animal, beast
ਪਹਿਲਾ adj first, prior, foremost
ਪਹਿਲਾਂ adv initially, before
ਪਹਿਲਾਂ ਕਦੇ adv formerly, originally
ਪਹੁੰਚ n access, approach, range
ਪਕੜ n grip, clip, grasp, capture
ਪੱਕਾ adj staunch, tough, concrete, constant, specific, stable, persistent
ਪੱਕਾ ਕਰਨਾ v affirm, clinch
ਪਕਿਆਈ n firmness, maturity
ਪੰਖੀ n seagull, bird
ਪੰਖੇਰੂ n geese, bird
ਪਗਡੰਡੀ n aisle, alley, sidewalk
ਪਛਤਾਵਾ n remorse, repentance
ਪਛਾੜਨਾ v drive away, fend off, repel
ਪਟੜੀ n pavement, line
ਪਟਾਕਾ n firecracker, crash
ਪੱਟੀ n blindfold, bandage, compress
ਪਤਨ n decadence, declension, decline
ਪੱਤਰ-ਪ੍ਰੇਰਕ n correspondent, sender
ਪਤਲਾ adj shallow, slim, thin, slender, skinny
ਪਤਲੂਨ n pants, trousers
ਪਤਵਾਰ n rudder, helm
ਪਤਿਤ adj degenerate, perverse
ਪਦ n status, state, appointment
ਪਦ ਘਟਾਉਣਾ v degrade, demote
ਪੱਧਰਾ ਕਰਨਾ v flatten, scrape, smooth
ਪ੍ਰਸਤਾਵ n proposal, motion
ਪ੍ਰਸੰਨ adj jolly, glad, happy
ਪ੍ਰਸੰਨਤਾ n happiness, delight
ਪ੍ਰਸਿੱਧ adj famous, illustrious, well-known
ਪਰਹੇਜ਼ n abstinence, avoidance
ਪਰਹੇਜ਼ ਕਰਨਾ v abstain, avoid, shirk
ਪਰਖਣਾ v attempt, try
ਪ੍ਰਗਟ adj outstretched, stand out
ਪ੍ਰਗਟ ਕਰਨਾ v disclose, evolve, manifest, signify, unwrap
ਪ੍ਰਚਲਿਤ adj prevalent, trendy
ਪਰਚਾਉਣਾ v amuse, coax
ਪ੍ਰਚਾਰ ਕਰਨਾ v propagate, post
ਪ੍ਰਤੱਖ adj obvious, stand out
ਪ੍ਰਤਿੱਗਿਆ n covenant, thesis
ਪ੍ਰਤਿਭਾ n talent, power
ਪ੍ਰਤਿਯੋਗੀ n competitor, contestant
ਪ੍ਰਤਿਰੂਪ n prototype, type
ਪ੍ਰਤੀਕਿਰਿਆ ਕਰਨਾ v react, strike back
ਪਰਦਾ n curtain, screen
ਪ੍ਰਦਾਨ ਕਰਨਾ v bestow, give
ਪਰਦੇਸੀ n foreigner, outsider
ਪ੍ਰਧਾਨ adj prime, foremost, leading
ਪ੍ਰਬੰਧ ਕਰਨਾ v give out, minister, provide, administer
ਪ੍ਰਬਲ adj forceful, ardent
ਪ੍ਰਭਾਵਸ਼ਾਲੀ adj compelling, imposing, influential

ਪ੍ਰਭੁਤਾ *n* dominion, sovereignty, ascendancy
ਪਰਮਾਣ *n* proof, instance
ਪ੍ਰਮਾਣਿਤ ਕਰਨਾ *v* authenticate, verify
ਪਰਵਾਸ ਕਰਨਾ *v* emigrate, migrate
ਪ੍ਰਵਾਨਗੀ *n* approbation, approval, grant
ਪ੍ਰਵਿਰਤੀ *n* instinct, propensity, penchant
ਪ੍ਰਵੇਸ਼ ਕਰਨਾ *v* permeate, admit
ਪ੍ਰਵੇਸ਼ ਦਰਵਾਜ਼ਾ *n* entry, hallway
ਪ੍ਰਵੇਸ਼ ਪਾਉਣਾ *v* come in, enter, get in, go in, log in, sink in
ਪ੍ਰਾਪਤ ਕਰਨਾ *v* achieve, attain, obtain, realize, secure
ਪ੍ਰਾਪਤੀ *n* acquisition, achievement, availability, attainment
ਪ੍ਰਾਰਥਨਾ *n* prayer, suit
ਪਰਿਵਰਤਨ *n* transition, shift
ਪਰੇਸ਼ਾਨ ਕਰਨਾ *v* embarrass, trouble
ਪਰੇਸ਼ਾਨੀ *n* disturbance, harassment, stew, trouble
ਪ੍ਰੇਮ *n* fondness, love
ਪ੍ਰੈਸ *n* press, iron
ਪਵਿੱਤਰ *adj* immaculate, celestial, blessed
ਪਵਿੱਤਰਤਾ *n* sanctity, piety
ਪੜਦਾ ਖੋਲ੍ਹਣਾ *v* explode, flare-up, spark off
ਪਾਕ *adj* holy, sacred
ਪਾਗਲ *adj* lunatic, mad, demented, insane, berserk
ਪਾਗਲਪਣ *n* hysteria, madness
ਪਾਦਰੀ *n* chaplain, clergyman, priest, pastor
ਪਾਦਰੀ ਦਾ ਸੂਬਾ *n* parish, parishioner
ਪਾਬੰਦ ਕਰਨਾ *v* obligate, oblige
ਪਾਲਣਾ *v* fulfill, nourish
ਪਾਵਨਤਾ *n* holiness, piety
ਪਾਵਾ *n* feet, foot
ਪਿਆਰਾ *adj* beloved, darling, lovable, dear
ਪਿਘਲ *v* defrost, melt
ਪਿਛਲਾ *adj* rear, back
ਪਿੱਛਾ *n* chase, pursuit
ਪਿੱਛਾ ਕਰਨਾ *v* chase, follow, pursue
ਪਿੱਛੇ ਪਾਉਣਾ *v* hold up, slow down
ਪਿੱਛੇ ਮੁੜਨਾ *v* back, retreat
ਪਿੰਡ *n* hometown, village
ਪਿਤਾ *n* dad, father
ਪਿੱਨ *n* paperclip, pin
ਪੀਪਾ *n* can, barrel
ਪੀੜ *n* injury, ache
ਪੁਸ਼ਟੀ *n* confirmation, ratification
ਪੁਸ਼ਟੀ ਕਰਨਾ *v* confirm, endorse
ਪੁਖਤਾ *adj* compact, solid
ਪੂਰਤੀ *n* compensation, fulfillment, stuffing, accomplishment
ਪੂਰਬ *n* east, orient
ਪੂਰਬੀ *adj* eastern, oriental
ਪੂਰਵ ਧਾਰਨਾ *n* preoccupation, presupposition
ਪੇਸ਼ ਕਰਨਾ *v* introduce, quote
ਪੇਚੀਦਾ *adj* interested, involved
ਪੇਟ *n* stomach, belly

ਪੇਟੀ *n* belt, ark
ਪੇਂਦਾ *n* sole, bottom
ਪੈਦਾ ਕਰਨਾ *v* yield, produce, breed
ਪੈਦਾਵਾਰ *n* product, yield
ਪੈਰ *n* feet, foot
ਪੈੜ *n* scaffolding; track
ਪੋਪ *n* pontiff, Pope
ਪੌੜੀ *n* ladder, stair, stepladder
ਪਸ਼ਚਾਤਾਪ *n* expiation
ਪਸ਼ਚਾਤਾਪੀ *n* penitent
ਪਸਪਾਈ *n* repulse
ਪਸ਼ਮ *n* wool
ਪਸਲੀ *n* rib
ਪਸੀਣਾ *n* perspiration
ਪਸੀਨਾ *n* sweat
ਪਸ਼ੂਤਵ *adj* brutal
ਪਸ਼ੂ ਦਾ ਪੰਜਾ *n* paw
ਪਸ਼ੂ ਬਣਾ ਦੇਣਾ *v* brutalize
ਪਸ਼ੂਪੁਣਾ *n* bestiality
ਪਸ਼ੂ-ਫਾਰਮ *n* ranch
ਪਸ਼ੇਮਾਨ *adj* ashamed
ਪਸ਼ੇਮਾਨੀ *n* contrition
ਪਹਾੜ *n* mount
ਪਹਾੜ ਦੇ ਉਪਰ ਨੂੰ *adv* uphill
ਪਹਾੜੀ *adj* hilly
ਪਹਾੜੀ *n* mount
ਪਹਿਚਾਣ *v* gather
ਪਹਿਰਣ *n* wear
ਪਹਿਰਾ *v* look out
ਪਹਿਰਾਵਾ *n* wear
ਪਹਿਲ *n* initiative
ਪਹਿਲ ਕਰਨਾ *v* anticipate
ਪਹਿਲਾਂ ਹੀ ਸੁਚੇਤ ਕਰਨਾ *v* forewarn
ਪਹਿਲਾਂ ਹੀ ਤਾੜ ਜਾਣਾ *iv* foresee
ਪਹਿਲਾਂ ਹੋਣਾ *v* precede
ਪਹਿਲੀ ਪੇਸ਼ਕਾਰੀ *n* debut
ਪਹਿਲੂ *n* aspect
ਪਹੀਆ *n* wheel
ਪਹੀਏਦਾਰ ਕੁਰਸੀ *n* wheelchair
ਪਹੁੰਚ ਤੋਂ ਪਰੇ *adj* inaccessible
ਪਹੁੰਚ ਰਸੀਦ *n* receipt
ਪਹੁੰਚਣ *n* reach
ਪਹੁੰਚਯੋਗ *adj* approachable
ਪਹੇਲੀ *n* riddle
ਪੱਕਣਾ *v* ripen
ਪਕਵਾਨ *n* pudding
ਪਕੜਨਾ *v* field
ਪਕੜਨ *n* gripe
ਪੱਕਾ ਇਰਾਦਾ *n* determination
ਪੱਕਾ ਹੋਣਾ *v* fasten
ਪਕਾਉਣਾ *v* season
ਪਕਿਆ *adj* ripe
ਪੱਖ ਲੈਣਾ *v* champion
ਪਖੰਡ *n* heresy
ਪਖੰਡੀ *n* petal
ਪੱਖਪਾਤ *n* prejudice
ਪੱਖਪਾਤ ਵਾਲਾ *adj* racist
ਪੱਖਾ *n* fan
ਪਗ *n* pace
ਪੰਗਤ *n* line
ਪੰਗਤਬੱਧ ਕਰਨਾ *v* dress
ਪੰਗਤੀ *n* scale
ਪੰਘਰਨਾ *v* thaw
ਪੰਘਾਰ *n* thaw

ਪੰਚ ਦਾ ਫ਼ੈਸਲਾ *n* arbitration
ਪਚੜਾ *n* muddle
ਪੰਚਭੁਜ *n* pentagon
ਪਚੱਰ *n* wedge
ਪੰਚਾਇਤ *n* jury
ਪੰਚਾਗ *n* almanac
ਪੰਚਾਂਗ *n* calendar
ਪੱਚੀਕਾਰੀ *n* mosaic
ਪਛਤਾਉਣਾ *v* repent
ਪਛਤਾਵੇ ਭਰਿਆ *adj* remorseful
ਪੱਛਮ *n* west
ਪੱਛਮ ਵਲ ਜਾਂਦਾ *adv* westbound
ਪੱਛਮਪਰੇਮੀ *adj* westerner
ਪੱਛਮੀ *adj* western
ਪਛੜਿਆ *adj* belated
ਪਛੜਿਆ ਕੰਮ *n* backlog
ਪਛਾਣ *v* recognize
ਪਛਾਣਨਾ *v* identify
ਪਛਾੜ ਦੇਣਾ *v* repulse
ਪੰਛੀ *n* bird
ਪੰਜ *n* five
ਪੰਜਕੋਣ *n* pentagon
ਪੰਜਵਾਂ *adj* fifth
ਪੰਜਾ *n* claw
ਪੰਜਾ ਮਾਰਨਾ *v* claw
ਪੰਜਾਸ *adj* fifty
ਪੰਜਾਲੀ *n* yoke
ਪੱਟ *n* thigh
ਪਟਰੋਲ (ਅਮਰੀਕੀ) *n* gasoline
ਪਟੜੀਓਂ ਲਹਿਣਾ *n* derailment
ਪਟਾ *n* lease
ਪੱਟਾ *n* badge
ਪਟਾ ਖੋਲ੍ਹ ਦੇਣਾ *v* unleash
ਪੱਟਾ ਦਾਤਾ *n* lessor
ਪਟਾਉ *v* persuade
ਪੱਟੀ ਕਰਨਾ *v* bandage
ਪਟੇਬਾਜ਼ੀ *n* fencing
ਪਠਨ *n* reading
ਪੱਠਾ *n* muscle
ਪਠਾਰ *n* plateau
ਪੰਡ *n* bundle
ਪੜਛਿਆ *adj* backward
ਪੰਡਤਾਊ *adj* pedantic
ਪਣਪ *v* flourish
ਪਨਿਆਲਾ ਹੋਣਾ *v* water down
ਪਨਿਆਲੀ *adj* watery
ਪੱਤ ਰੋਗ *n* brand
ਪਤੰਗ *n* kite
ਪਤਝੜ *n* autumn
ਪਤਨੀਆਂ *n* wives
ਪੱਤਰ *n* blade
ਪਤ੍ਰਿਕਾ *n* magazine
ਪਤਲਾਪਣ *adj* attenuating
ਪਤਲੂਨ ਦੇ ਤਸਮੇ *n* suspenders
ਪਤਵੰਤਾ *n* dignitary
ਪਤਾ *n* address
ਪੱਤਾ *n* leaf
ਪਤਾ ਕੱਢਣਾ *v* locate
ਪਤਾਕਾ *n* standard
ਪੱਤੀ *n* share
ਪਤੀ ਜਾਂ ਪਤਨੀ *n* spouse
ਪਤੀਲੀ *n* boiler
ਪੱਤੇ *n* leaves
ਪਤੇ ਤੇ ਭੇਜਣਾ *v* direct

ਪ

ਪਥ *n* path
ਪੱਥਰ *n* stone
ਪੱਥਰ ਮਾਰਨੇ *v* stone
ਪਥਰਾਟ *n* fossil
ਪਥਾੜਾ *n* feud
ਪਦ ਉੱਚਾ ਚੁੱਕਣਾ *v* upgrade
ਪਦ-ਤਿਆਗ *n* abdication
ਪਦਯਾਤਰਾ *n* hike
ਪੰਦਰਾਂ *adj* fifteen
ਪਦਵੀ *n* state
ਪਦਾਰਥ *n* matter
ਪਦਾਰਥਵਾਦ *n* materialism
ਪੱਧਰਾ *n* level
ਪੱਨਾ *n* emerald
ਪਨਾਹ *n* refuge
ਪਨੀਰ *n* cheese
ਪੰਪ *n* pump
ਪਪੋਟਾ *n* eyelid
ਪਬਲਿਕ *adj* public
ਪੱਬਾਂ ਭਾਰ *n* tiptoe
ਪੱਬੀ *n* plateau
ਪਭਾਵਸ਼ਾਲੀ *adj* impressive
ਪਰ *c* but
ਪ੍ਰਸੰਸਕ *n* admirer
ਪ੍ਰਸੰਸਾ *n* compliment
ਪ੍ਰਸ਼ੰਸਾ *n* acclaim
ਪ੍ਰਸ਼ੰਸਾ ਕਰਨਾ *v* admire
ਪ੍ਰਸੰਸਾਯੋਗ *adj* praiseworthy
ਪ੍ਰਸੰਗਕ *adj* relevant
ਪ੍ਰਸਤਾਵਨਾ *n* preface
ਪਰਸੰਨ *adj* joyful
ਪ੍ਰਸੰਨ ਹੋਣਾ *v* deign
ਪ੍ਰਸੰਨ ਕਰਨਾ ਜਾਂ ਹੋਣਾ *v* recreate
ਪ੍ਰਸੰਨਤਾ *adj* hilarious
ਪ੍ਰਸ਼ਨਮਾਲਾ *n* exercise
ਪ੍ਰਸ਼ਨਾਵਲੀ *n* questionnaire
ਪ੍ਰਸ਼ਨੋਤਰੀ *n* catechism
ਪਰਸਾ *n* ax
ਪ੍ਰਸਾਰਕ *n* broadcaster
ਪ੍ਰਸਾਰਣ *n* broadcast
ਪ੍ਰਸਾਰਿਤ ਕਰਨਾ *v* broadcast
ਪ੍ਰਸਿੱਧ ਕਰਨਾ *v* popularize
ਪ੍ਰਸਿੱਧੀ *n* fame
ਪ੍ਰਸੂਤ *n* maternity
ਪਰਕੰਡ *adj* striking
ਪ੍ਰਕਰਣ *n* context
ਪਰਕਰਮਾ *n* rotation
ਪ੍ਰਕਾਸ਼ *adj* light
ਪ੍ਰਕਾਸ਼ *n* lighting
ਪ੍ਰਕਾਸ਼-ਅਕਸ *n* photo
ਪ੍ਰਕਾਸ਼ਕ *n* publisher
ਪਰਕਾਸ਼ਤ ਪੁਸਤਕ *n* publication
ਪ੍ਰਕਾਸ਼ਮਈ *adj* lucid
ਪ੍ਰਕਾਸ਼ਿਤ ਕਰਨਾ *v* publish
ਪ੍ਰਕਿਰਤੀ *n* genius
ਪ੍ਰਕਿਰਿਆ *n* operation
ਪ੍ਰਖਰ *adj* fierce
ਪਰਖੇਪਕ *n* projectile
ਪ੍ਰਗਟ ਹੋਣਾ *v* step out
ਪ੍ਰਗਟ ਰੂਪ ਵਿੱਚ *adv* notably
ਪ੍ਰਗਤੀ *n* advance
ਪ੍ਰਚੰਡ *adj* fervent
ਪਰਚਾ *n* sheet
ਪਰਚੂਣ *n* groceries

ਪਰਛੰਡਣਾ *v* lash
ਪਰਛਾਵਾਂ *n* reflection
ਪਰਛਾਵਾਂ ਪਾਉਣਾ *v* foreshadow
ਪਰਜਾ *n* subject
ਪਰਜੀਵੀ *n* parasite
ਪ੍ਰਣਾਮ ਕਰਨਾ *iv* bend
ਪ੍ਰਣਾਲੀ *n* method
ਪ੍ਰਤੱਖਵਾਦੀ *adj* sensual
ਪਰਤਣਾ *v* revert
ਪਰਤਾਪ *n* glory
ਪਰਤਾਪੀ *adj* glorious
ਪਰਤਾਵੀਂ *adj* tentative
ਪ੍ਰਤਿਉੱਤਰਦਾਈ *adj* responsive
ਪ੍ਰਤਿਅਰਪਣ *n* extradition
ਪ੍ਰਤਿਕੂਲਤਾ *n* opposition
ਪ੍ਰਤਿੱਗਿਆ ਕਰਨਾ *v* pledge
ਪ੍ਰਤਿਪੂਰਤੀ *n* reimbursement
ਪ੍ਰਤਿਬੰਧ *n* limitation
ਪ੍ਰਤਿਬਿੰਬ *n* shadow
ਪ੍ਰਤਿਭਾਸ਼ਾਲੀ *n* genius
ਪ੍ਰਤਿਮਾ *n* model
ਪ੍ਰਤਿਯੋਗਤਾ *n* competition
ਪ੍ਰਤਿਰੂਪ ਹੋਣਾ *v* type
ਪ੍ਰਤਿਰੂਪੀ *adj* typical
ਪ੍ਰਤਿਵਾਦ *n* contradiction
ਪ੍ਰਤਿਵਾਦੀ *adj* defendant
ਪ੍ਰਤੀਸਪਰਧਾ *n* rivalry
ਪ੍ਰਤੀਕਰਮ *n* reaction
ਪ੍ਰਤੀਕੂਲ *adj* hostile
ਪ੍ਰਤੀਤ *n* credibility
ਪ੍ਰਤੀਤ ਹੋਣਾ *v* seem
ਪ੍ਰਤੀਨਿਧ ਮੰਡਲ *n* delegation
ਪ੍ਰਤੀਨਿਧਤਾ *n* proxy
ਪ੍ਰਤੀਬੰਧ *n* restraint
ਪ੍ਰਤੀਬਿੰਬ *n* stop
ਪ੍ਰਤੀਰੂਪ *n* replica
ਪਰੰਤੂ *adv* nevertheless
ਪਰਦਰਸ਼ਨ *n* performance
ਪ੍ਰਦਰਸ਼ਿਤ ਕਰਨਾ *v* screen
ਪ੍ਰਦਰਸ਼ਿਤ ਵਸਤੂ *n* exhibit
ਪਰਦਾਪੋਸ਼ੀ *n* cover-up
ਪਰਦੇਸ *adv* abroad
ਪਰਦੇਸ਼ੀ *adj* foreign
ਪਰਧਾਨ *n* chief
ਪ੍ਰਧਾਨ *n* arch
ਪ੍ਰਧਾਨਗੀ *n* presidency
ਪ੍ਰਧਾਨਗੀ ਕਰਨਾ *v* chair
ਪਰਧਾਨਤਾ *n* primacy
ਪਰਨਾਲਾ *n* gutter
ਪੱਖ *n* behalf (on), aspect; feather, wing
ਪੱਧਰ *n* flat; standing
ਪਰਖ *n* trial; scrutiny
ਪ੍ਰਬੰਧਕ *n* manager; programmer; manger
ਪ੍ਰਯੋਗ *n* experiment, exercise; application, use
ਪ੍ਰਵਾਨ ਕਰਨਾ *v* acknowledge, approve, grant; fine
ਪ੍ਰਵੇਸ਼ *n* admittance, entrance, threshold, admission; entrée
ਪਾਈ *n* pie; nickel
ਪਾਚਨ *n* digestion; cooking
ਪਾਲਾ *n* frost; hem

ਪੁਸ਼ਾਕ *n* dress; jeans; tire
ਪੁਰਾਣਾ *adj* chronic; antiquated
ਪੂਰਨ ਕਰਨਾ *v* finalize; perform
ਪ੍ਰਨਾਲੀ *n* channel
ਪ੍ਰਪੰਚ *n* expansion
ਪ੍ਰਪੱਤਰ *n* charter
ਪਰੰਪਰਾ *n* tradition
ਪਰਪੀੜਨ ਕਾਮੀ *n* sadist
ਪ੍ਰਫੁੱਲਤ ਹੋਣਾ *v* thrive
ਪ੍ਰਫੁੱਲਿਤ *adj* hilarious
ਪਰਬਤ *n* mountain
ਪਰਬਤੀ *adj* mountainous
ਪ੍ਰਬੰਧ *n* arrangement
ਪ੍ਰਬਲਤਾ *n* domination
ਪ੍ਰਭਾਗ *n* faculty
ਪ੍ਰਭਾਤ *n* day
ਪ੍ਰਭਾਵਹੀਣ *v* tame
ਪ੍ਰਭਾਵਕਤਾ *n* effectiveness
ਪ੍ਰਭਾਵਕਾਰੀ *adj* touching
ਪਰਭਾਵਵਾਦ *n* overview
ਪ੍ਰਭੁਸੱਤਾ *n* sovereignty
ਪਰਭੁਤਵ *n* lordship
ਪ੍ਰਭੁਤਾ ਜਮਾਉਣਾ *v* dominate
ਪ੍ਰਭੂ *n* God
ਪ੍ਰਮਾਣ *n* seal
ਪਰਮਾਣ ਪੱਤਰ *n* certificate
ਪ੍ਰਮਾਣਤ ਕਰਨਾ *v* certify
ਪ੍ਰਮਾਣਨ *n* verification
ਪ੍ਰਮਾਣਿਕ *adj* classic
ਪ੍ਰਮਾਣਿਕਤਾ *n* authenticity
ਪਰਮਾਣੂ *n* atom
ਪਰਮਾਣੂ ਬਾਰੇ *adj* atomic

ਪ੍ਰਮਾਤਮਾ *n* God
ਪਰਮਿਟ *n* license
ਪਰਮਿਟ *v* permit
ਪ੍ਰਮੁੱਖ *adj* premier
ਪ੍ਰਮੁੱਖ ਪਾਦਰੀ *n* archbishop
ਪਰਮੇਸ਼ਰ *adj* almighty
ਪ੍ਰਯਤਨ *n* effort
ਪ੍ਰਯੋਗ ਖੇਤਰ *n* field
ਪ੍ਰਯੋਜਨ *n* purpose
ਪਰਲੋ *n* deluge
ਪਰਲੋਕ *adv* hereafter
ਪਰਵਾਸੀ *n* emigrant
ਪਰਵਾਹ *v* concern
ਪਰਵਾਹ ਨਾ ਕਰਨਾ *v* disregard
ਪ੍ਰਵਾਨਗੀਠੱਪਾ *n* fine print
ਪ੍ਰਵੀਣ *adj* proficient
ਪ੍ਰਵੇਸ਼ਯੋਗ *adj* accessible
ਪਰਵੇਸੀ *n* migrant
ਪ੍ਰਾਇਦੀਪ *n* peninsula
ਪ੍ਰਾਸੰਗਿਕ *adj* collateral
ਪ੍ਰਾਸਚਿਤ *v* expiate
ਪ੍ਰਾਸਚਿਤ *n* expiration
ਪ੍ਰਾਸ਼ਚਿਤ ਕਰਨਾ *v* atone
ਪ੍ਰਾਸਟੇਟ ਗ੍ਰੰਥੀ (ਅੰਗ) *n* prostate
ਪ੍ਰਾਹੁਣਾਚਾਰੀ *n* hospitality
ਪ੍ਰਾਚੀਨ *adj* primitive
ਪ੍ਰਾਚੀਨ ਕਾਲ *n* antiquity
ਪ੍ਰਾਣ *n* ghost
ਪ੍ਰਾਣ-ਆਧਾਰ *adj* built-in
ਪ੍ਰਾਣੀ *n* organism
ਪ੍ਰਾਣੀ ਵਿਗਿਆਨ *n* zoology
ਪ੍ਰਾਂਤ *n* province

ਪਰਾ-ਧੁਨੀ *n* ultrasound
ਪ੍ਰਾਪਤੀਯੋਗ *adj* attainable
ਪ੍ਰਾਰਥਨਾ ਸਥਾਨ *n* liturgy
ਪ੍ਰਾਰਥਨਾ ਘਰ *n* chapel
ਪ੍ਰਾਰਬਧ *adv* lot
ਪ੍ਰਾਰੰਭ *n* beginning
ਪ੍ਰਾਰੰਭਕ *adj* preliminary
ਪ੍ਰਾਰੰਭਿਕ *adj* initial
ਪਰਿਆਇ *n* synonym
ਪਰਿਆਵਰਨ *n* ecology
ਪਰਿਸ਼ਦ *n* council
ਪਰਿਚਯ *n* introduction
ਪਰਿਚੈ *n* orientation
ਪ੍ਰਿਜ਼ਮ *n* prism
ਪਰਿਣਾਮੀ *adj* consequent
ਪ੍ਰਿਨਟਰ *n* printer
ਪਰਿਪੱਕ *adj* mature
ਪਰਿਪੇਖ *n* perspective
ਪਰਿਭਾਸ਼ਕੀ *n* terminology
ਪਰਿਭਾਸ਼ਾ *n* definition
ਪਰਿਭਾਸ਼ਾ ਦੇਣਾ *v* define
ਪਰਿਮਾਪ *n* perimeter
ਪਰਿਵਾਰ *n* family
ਪਰੀ *n* fairy
ਪਰੀਖਿਆ *n* examination
ਪਰੇ *adv* out
ਪਰੇਡ *n* parade
ਪ੍ਰੇਤ *n* phantom
ਪ੍ਰੇਤ-ਬਾਧਾ *n* obsession
ਪ੍ਰੇਮ ਕਰਨਾ *n* courthouse
ਪ੍ਰੇਮ ਵਿੱਚ ਬੱਝਣਾ *v* stick around
ਪ੍ਰੇਮੀ *adj* fond
ਪ੍ਰੇਰਕ *adj* conducive
ਪਰੇਰਣਾ *n* inspiration
ਪ੍ਰੇਰਣਾ *v* induce
ਪ੍ਰੇਰਣਾ *n* spur
ਪਰੇਰਨਾ *n* inspiration
ਪ੍ਰੇਰਨਾ *n* persuasion
ਪ੍ਰੇਰਨਾਮਈ *adj* persuasive
ਪ੍ਰੇਰਿਤ *v* spur
ਪ੍ਰੇਰਿਤ ਕਰਨਾ *v* propel
ਪ੍ਰੋਗਰਾਮ *n* program
ਪ੍ਰੋਗਰਾਮ ਬਣਾਉਣਾ *v* program
ਪ੍ਰੋਟੀਨ *n* protein
ਪ੍ਰੋਤਸਾਹਨ *n* persuasion
ਪ੍ਰੋਫ਼ੈਸਰ *n* professor
ਪ੍ਰੋੜ੍ਹਤਾ ਕਰਨਾ *v* corroborate
ਪ੍ਰੌੜ੍ਹ *n* grown-up
ਪਲੱਸ਼ *n* plush
ਪਲਸਤਰ *n* plaster
ਪੱਲ੍ਹਰਦਾ *adj* convalescent
ਪਲਕ *n* eyelash
ਪਲੰਘ ਪੋਸ਼ *n* bedspread
ਪਲਟਨ *n* platoon
ਪਲਾਇਨ *v* get away
ਪਲਾਇਨ ਕਰਨਾ *v* escape
ਪਲਾਸ *n* pliers
ਪਲੀਜ਼ *v* please
ਪਲੂਟੋਨੀਅਮ *n* plutonium
ਪਲੇਟ *n* saucer
ਪਲੇਟ ਫਾਰਮ *n* landing
ਪਲੋਸਣਾ *v* caress
ਪਲੋਸਣੀ *n* caress
ਪਵਿੱਤਰ ਕਰਨਾ *n* consecration

ਪਵਿੱਤਰ ਬਣਾਵੁਣਾ *v* sanctify
ਪੜ੍ਹਨਾ *iv* read
ਪੜ੍ਹਾਈ *n* tuition
ਪੜਤਾਲ ਕਰਨਾ *v* test
ਪੜਦਾ *n* film
ਪੜਵਾਉਂ *n* pronoun
ਪੜਾ ਕਰਨਾ *v* camp
ਪੜਾਉਣਾ *iv* teach
ਪੜੀਆ ਮਿੱਟੀ *n* chalk
ਪਾਇਆ ਜਾਣਾ *v* occur
ਪਾਇਲਟ *n* pilot
ਪਾਸ *pre* beside
ਪਾਸਪੋਰਟ *n* passport
ਪਾਸਲਾ *v* catch up
ਪਾਸਵਰਡ *n* password
ਪਾਸ਼ਵਿਕ *adj* brute
ਪਾਸ਼ਵਿਕਤਾ *n* bestiality
ਪਾਸੇ ਦਾ *adj* lateral
ਪਾਕ *n* cooking
ਪਾਕਾ *n* felon
ਪਾਗਲ *n* madman
ਪਾਗਲਪਨ *n* insanity
ਪਾਗਲਾਂ ਵਾਂਗੁ *adv* madly
ਪਾਚਕ ਗ੍ਰੰਥੀ *n* pancreas
ਪਾਜ ਉਘਾੜਨਾ *v* debunk
ਪਾਜੀਪਨਾ *n* meanness
ਪਾਟਣਾ *iv* split
ਪਾਟਿਆ *adj* shabby
ਪ
ਪਾਠ *n* lesson
ਪਾਠਸ਼ਾਲਾ *n* seminary
ਪਾਠਕ *n* reader
ਪਾਠਕ੍ਰਮ *n* course
ਪਾਠ-ਪੁਸਤਕ *n* textbook
ਪਾਣੀ *n* water
ਪਾਣੀ ਦਾ *adj* aquatic
ਪਾਣੀ ਦੇਣਾ *v* water
ਪਾਣੀ ਵਿੱਚ *adv* overboard
ਪਾਤ *n* fall
ਪਾਤਰ *n* vessel
ਪਾਤਰ *adj* eligible
ਟੈਕਸ ਲੈਣਾ *v* toll
ਪਾਦਰੀ ਨਾਲ ਸੰਬੰਧਿਤ *adj* pastoral
ਪਾਦਰੀ ਵਰਗ *n* clergy
ਪਾਦਰੀਆਂ ਦਾ *adj* clerical
ਪਾਦਰੀਆਂ ਦੀ ਸਭਾ *n* synod
ਪਾਪ ਕਰਨਾ *v* sin
ਪਾਪ ਦਾ *adj* sinful
ਪਾਪੜੀ *n* crust
ਪਾਪੀ *adj* guilty
ਪਾਪੀ *n* sinner
ਪਾਬੰਦੀ *n* commitment
ਪਾਰ *n* crossing
ਪਾਰ ਹੋਉਣਾ *n* crosswalk
ਪਾਰਸਲ *n* parcel
ਪਾਰਸਲੇ *n* parsley
ਪਾਰਕ *n* park
ਪਾਰਕ ਬਣਾਉਣਾ *v* park
ਪਾਰਕਿੰਗ *n* parking
ਪਾਰਗਮਨ *n* transit
ਪਾਰਗਾਮੀ ਹੋਣਾ *v* transcend
ਪਾਰਟੀ *n* party
ਪਾਰਟੀ ਕਰਨਾ *v* party
ਪਾਰਦਰਸ਼ਕ *adj* transparent
ਪਾਰਦਰਸ਼ੀ *adj* see-through

ਪਾਰਾ *n* mercury
ਪਾਲ *n* rank
ਪਾਲ ਬੰਨ੍ਹਣਾ *v* align
ਪਾਲਣ ਪੋਸਣ ਕਰਨਾ *v* nurture
ਪਾਲਣ ਪੋਸ਼ਣ ਕਰਨਾ *v* cherish
ਪਾਲਣਾ ਪੋਸ *v* bring up
ਪਾਲਣਾ-ਪੋਸਣਾ *v* foster
ਪਾਲਨ ਪੋਸ਼ਣ *n* upkeep
ਪਾਲਬੰਦੀ *n* deployment
ਪਾਲਿਟੀਸ਼ਨ *n* politician
ਪਾਵਨ *adj* blessed
ਪਾਵਨ ਕਰਨਾ *v* consecrate
ਪਾੜ *n* gap
ਪਾੜ ਸੁੱਟਣਾ *v* rip
ਪਿਓਂਦ *n* graft
ਪਿਓਂਦ ਲਾਉਣਾ *v* graft
ਪਿਆਸਾ *adj* thirsty
ਪਿਆਜ਼ *n* onion
ਪਿਆਦਾ *v* pawn
ਪਿਆਦਾ ਫ਼ੌਜ *n* infantry
ਪਿਆਨੋ *n* piano
ਪਿਆਨੋ ਵਾਦਕ *n* pianist
ਪਿਆਰ *v* love
ਪਿਆਰ *n* love
ਪਿਸਤੌਲ *n* pistol
ਪਿਸ਼ਾਬ *n* urine
ਪਿੱਸੂ *n* flea
ਪਿੰਗਲਾ *n* cripple
ਪਿਚਕਾਰ *n* syringe
ਪਿੱਛ ਖੁਰੀ *adv* backwards
ਪਿਛਲੀ ਰਾਤ *adv* last night
ਪਿਛਲੇਰਾ *adj* back
ਪਿਛਵਾੜਾ *n* backyard
ਪਿਛੜਣਾ *v* fall behind
ਪਿਛਾੜੀ *n* stern
ਪਿੱਛੇ ਹਟਣਾ *v* move back
ਪਿੱਛੇ ਜਿਹੇ *adv* lately
ਪਿੱਛੇ ਝੁਕਣਾ *v* lean back
ਪਿੱਛੇ ਪੈ ਜਾਣਾ *v* prosecute
ਪਿੱਛੇ ਮੋੜਨਾ *v* reflect
ਪਿੱਛੇ ਲੱਗਣਾ *v* stick to
ਪਿੱਛੋਂ ਜੀਉਂਦੇ ਰਹਿਣਾ *v* get by
ਪਿਛੋਕਾ *adj* preceding
ਪਿੰਜਣੀ *n* eyelash
ਪਿੰਜਰ *n* skeleton
ਪਿੰਜਰਾ *n* cage
ਪਿਟ੍ਠ ਭੂਮੀ *n* background
ਪਿਟਾਈ *n* spanking
ਪਿਠ ਅੰਕਣ *n* endorsement
ਪਿੱਠ ਵਿਖਾਉਣੀ *iv* flee
ਪਿੰਡ ਦਾ ਇਲਾਕਾ *n* countryside
ਪਿੰਡਲੀ *n* calf
ਪਿੱਤਰ *n* ancestor
ਪਿੱਤਰ *v* ascend
ਪਿਤਰ ਧਰਮ *n* paternity
ਪਿਤਰੀ *adj* fatherly
ਪਿੱਤਾ *n* bile
ਪਿਤਾ-ਭਾਵ *n* fatherhood
ਪਿਤਾਮਾ *n* patriarch
ਪਿੰਨਾ *n* ball
ਪਿਰਾਮਿਡ *n* pyramid
ਪਿਲੱਤਣ *n* paleness
ਪਿੱਲਾ *n* puppy
ਪਿੜ *n* arena

ਪੀਸਣਾ *iv* grind
ਪੀਚੋਂ *adv* later
ਪੀਣ ਵਾਲਾ ਪਦਾਰਥ *n* drink
ਪੀਣ ਵਾਲੀ ਚੀਜ਼ *n* beverage
ਪੀਣਯੋਗ *adj* drinkable
ਪੀਣਾ *iv* drink
ਪੀਰੀਅਡ *n* period
ਪੀਲਾ *adj* yellow
ਪੀੜ੍ਹੀ *n* generation
ਪੀੜਨ *n* compression
ਪੀੜਾਹੀਣ *adj* painless
ਪੀੜਾਦਾਇੱਕ *adj* excruciating
ਪੁਆੜਾ *n* nuisance
ਪੁਸ਼ਟ *adj* sturdy
ਪੁਸ਼ਟਕਾਰੀ *adj* nutritious
ਪੁਸਤਕ ਮਾਲਾ *n* bibliography
ਪੁਸਤਕ ਵਿਕਰੇਤਾ *n* bookseller
ਪੁਸਤਕਾਲੇ *n* library
ਪੁਸਤਕਾਲੇ ਦੈ ਪ੍ਰਬੰਧਕ *n* librarian
ਪੁਸ਼ਤਾ *n* pier
ਪੁਸ਼ਤੈਨੀ *adj* hereditary
ਪੁਕਾਰ *n* calling
ਪੁਕਾਰਨਾ *v* call
ਪੁਚ ਪੁਚ ਕਰਨਾ *v* pamper
ਪੁਚਕਾਰ *v* cuddle
ਪੁਚਕਾਰ *n* pet
ਪੁਚਕਾਰਾ *n* caress
ਪੁੱਛ *n* inquisition
ਪੁੱਛ ਗਿੱਛ *n* inquiry
ਪੁੱਛ-ਸਥਾਨ *n* oracle
ਪੁੱਛਣਾ *v* ask
ਪੁੰਜ *n* cluster
ਪੁਜਦਾ ਕਰਨਾ *v* supply
ਪੁਜਾਰਨ *n* priestess
ਪੁੱਟ ਕੇ ਕੱਢਣਾ *v* unearth
ਪੁੱਠ *n* hip
ਪੁੱਠਾਪਣ *n* hassle
ਪੱ◌ੁਤਰ *n* son
ਪੁਤਰੀ *n* daughter
ਪੁਤਰੇਲਾ *adj* adoptive
ਪੁਤਲਾ *n* effigy
ਪੁਨਰ ਉੱਧਾਰ *n* restoration
ਪੁਨਰ ਏਕੀਕਰਨ *n* reunion
ਪੁਨਰ ਸਥਾਪਨ *n* relocation
ਪੁਨਰ ਗ੍ਰਹਿ *n* resumption
ਪੁਨਰ ਜਥੇਬੰਦੀ ਕਰਨਾ *v* reorganize
ਪੁਨਰ ਜਨਮ *n* rebirth
ਪੁਨਰ ਪਰਵੇਸ਼ ਕਰਨਾ *v* reentry
ਪੁਨਰ ਵਿਚਾਰ ਕਰਨਾ *v* reconsider
ਪੁਰਜਾ *n* spare part
ਪੁਰਜੋਸ਼ *adj* passionate
ਪੁਰਤਗਾਲ *n* Portugal
ਪੁਰਤਗਾਲੀ *adj* Portuguese
ਪੁਰਾਣਾ ਸਿਪਾਹੀ *n* veteran
ਪੁਰਾਣੀ ਕਹਾਣੀ *n* chestnut
ਪੁਰਾਣੇ ਢੰਗ ਦਾ *adj* old-fashioned
ਪੁਰਾਤੱਤਵ ਵਿਗਿਆਨ *n* archaeology
ਪੁਰਾਤਨ *adj* ancient
ਪੁਰਾਤਨ ਇਮਾਰਤ *n* monument
ਪੁਰੁਸ਼ਤਵ *n* manliness
ਪੁਰੋਹਤਪਣ *n* priesthood
ਪੁਲ *n* bridge
ਪੁਲਦਾਰ ਲਾਂਘਾ *n* viaduct
ਪੁਲਾਂਘ ਭਰਨੀ *iv* stride

ਪੁਲਾੜ ਯਾਤਰੀ *n* cosmonaut
ਪੁਲਾੜ-ਯਤਾਰੀ *n* astronaut
ਪੁਲਿਸ *n* police
ਪੁਲਿਸਮੈਨ *n* policeman
ਪੁਲਿੰਗ *adj* masculine
ਪੂਛ *n* tail
ਪੂਛ ਲਾਉਣਾ *v* tail
ਪੂਛਲ *n* trail
ਪੂਜਣਾ *v* adore
ਪੂਜਨੀਕ *adj* adorable
ਪੂਜਾ *n* adoration
ਪੂਜਾ ਸਮਾਰੋਹ *n* mass
ਪੂੰਜੀ *n* capital
ਪੂੰਜੀ *n* fund
ਪੂੰਜੀਕਰਣ *v* capitalize
ਪੂੰਜੀਵਾਦੀ *n* capitalism
ਪੂੰਝਣਾ *v* wipe
ਪੂਰਕ *n* complement
ਪੂਰਕ ਅੰਸ਼ *n* annex
ਪੂਰਤੀਕਰਤਾ *n* supplier
ਪੂਰਨ ਕਾਲ *n* perfect
ਪੂਰਨਤਾ *n* integrity
ਪੂਰਬ *adv* previously
ਪੂਰਬ ਅਨੁਮਾਨ *n* anticipation
ਪੂਰਬ ਗਿਆਨ ਹੋਣਾ *v* anticipate
ਪੂਰਬ ਵਲ *adv* eastward
ਪੂਰਬਲਾ *adj* former
ਪੂਰਬਵਾਸੀ *n* easterner
ਪੂਰਵ *adj* previous
ਪੂਰਵ ਅਨੁਮਾਨ *iv* forecast
ਪੂਰਵ ਅਭਿਆਸ ਕਰਨਾ *v* rehearse
ਪੂਰਵ ਇਤਿਹਾਸਿਕ *adj* prehistoric

ਪੂਰਵ ਸੰਕਲਪ *n* premeditation
ਪੂਰਵ ਸੰਧਿਆ *n* eve
ਪੂਰਵ ਸਰਗ *n* preposition
ਪੂਰਵ ਸੂਚਨਾ *n* premonition
ਪੂਰਵ ਸੂਚਨਾ ਦੇਣਾ *v* herald
ਪੂਰਵ ਚਿੰਤਨ ਕਰਨਾ *v* premeditate
ਪੂਰਵ ਦਰਸ਼ਨ *n* preview
ਪੂਰਵ ਧਾਰਨਾ ਬਣਾਉਣਾ *v* presuppose
ਪੂਰਵ ਨਿਰਮਾਣ ਕਰਨਾ *v* prefabricate
ਪੂਰਵ ਪ੍ਰਤੀਬੰਧ *n* prerequisite
ਪੂਰਵ ਪ੍ਰਬੰਧ *n* providence
ਪੂਰਵ ਪਰਮਾਣ *n* precedent
ਪੂਰਵ-ਪ੍ਰਭਾਵੀ *adj* retroactive
ਪੂਰਾ *adj* absolute, complete, thorough, full, adequate; intact, jointly; radical
ਪੂਰਾ ਕਰਨਾ *v* carry out
ਪੂਰਾ ਕਰਨਾ *n* foolproof
ਪੂਰਾ ਪੂਰਾ ਵਲੇਟ ਦੇਣਾ *v* wind up
ਪੂਰੇ ਦਿਲ ਨਾਲ *adj* wholehearted
ਪੂੜਾ *n* cake
ਪੇਸ਼ ਕਰਨਾ (ਸਵਾਲ) *v* pose
ਪੇਸ਼ਕਸ਼ *n* offer
ਪੇਸ਼ਕਸ਼ ਕਰਨਾ *v* come forward
ਪੇਸ਼ਗੀ *v* move forward
ਪੇਸ਼ਗੀ *n* advance
ਪੇਸ਼ਗੀ ਦੇਣੀ *v* advance
ਪੇਸਟਰੀ *n* pastry
ਪੇਸ਼ਬੰਦ *n* apron
ਪੇਸ਼ਾ *n* profession
ਪੇਸ਼ਾਵਰ *adj* professional
ਪੇਸ਼ੀ *n* hearing

ਪੇਚ *n* screw
ਪੇਚ ਕਸਣਾ *v* screw
ਪੇਚਕਸ *n* screwdriver
ਪੇਛਾ *n* bum
ਪੇਟਬੰਦ *n* apron
ਪੇਟੀ ਆਦਿ *n* buoy
ਪੇਟੂ *n* glutton
ਪੇਟੈਂਟ ਕਰਵਾਉਣਾ *v* patent
ਪੇਂਡੂ *adj* pastoral
ਪੇਂਡੂ ਇਲਾਕਾ *adj* rural
ਪੇਪੜੀ *n* crust
ਪੇਮਸਿਲ *n* pencil
ਪੇਲੀ *n* ant
ਪੈਸਾ *n* money
ਪੈਸਾ ਕ੍ਰਮ *n* money order
ਪੈਹਲਾਂ ਤੋਂ ਹੀ *adv* beforehand
ਪੈਗ਼ੰਬਰ *n* apostle
ਪੈਂਗੁਇਨ *n* penguin
ਪੈਂਟਰੀ *n* pantry
ਪੈਂਟੀਹੋਜ਼ *n* pantyhose
ਪੈਡਲ *n* pedal
ਪੈਡਲ-ਬੇੜੀ *n* canoe
ਪੈਦਲ *n* pedestrian
ਪੈਦਲ ਤੋਰਨਾ *v* hike
ਪੈਦਾ ਹੋਣਾ *iv* grow
ਪੈਦਾਇਸ਼ *n* birth
ਪੈਦਾਇਸ਼ੀ *adj* congenial
ਪੈਨਸ਼ਨ ਲਾਉਣਾ *n* pension
ਪੈਨਸਲੀਨ *n* penicillin
ਪੈਨਸਿਲ-ਤਰਾਸ਼ *n* sharpener
ਪੈਨਲਟੀ *n* penalty
ਪੈਂਫਲਿਟ *n* pamphlet
ਪੈਮਾਨਾ *n* scale
ਪੈਮਾਨਾ *v* gauge
ਪੈਰ ਘੜੀਸਣਾ *v* shuffle
ਪੈਰ ਦਾ ਨਹੁੰ *n* toenail
ਪੈਰ ਦੀ ਉਂਗਲ *n* toe
ਪੈਰਵੀ *n* pursuit
ਪੈਰਵੀਕਰਤਾ *n* prosecutor
ਪੈਰਾਂ ਦਾ ਨਿਸ਼ਾਨ *n* footprint
ਪੈਰਾਮੀਟਰ *n* parameters
ਪੈਲੀਕਨ *n* pelican
ਪੈੜ ਫੜਨਾ *v* track
ਪੋਸਟ ਕਾਰਡ *n* postcard
ਪੋਸ਼ਣ *n* nutrition
ਪੋਸਤ *n* poppy
ਪੋਸਤੀਨ *n* fur
ਪੋਟਲੀ *n* pack
ਪੋਣਾ *n* filter
ਪੋਤ *n* ship
ਪੋਤਰਾ *n* grandson
ਪੋਤਰਾ/ਪੋਤਰੀ *n* grandchild
ਪੋਪ ਪਦ *n* papacy
ਪੋਰ *n* drill
ਪੋਲੈਂਡ *n* Poland
ਪੋਲੈਂਡੀ *adj* polish
ਪੋੜੀਆਂ *n* stairs
ਪੌਸ਼ਟਿਕ ਦਵਾਈ *n* tonic
ਪੌਹ ਫੁਟਾਲਾ *n* sunrise
ਪੌਣ *n* wind
ਪੌਦਾ *n* plant
ਪੌਦਿਆ ਲਈ ਕੱਚ ਦਾ ਘਰ *n* greenhouse
ਪੌੜੀਆਂ *n* staircase

ਪ

ਫ

ਫਸਾਉਣਾ *v* implicate, bag, corner
ਫੱਟ *n* slash, hurt
ਫਟਣਾ *v* detonate, split up
ਫੱਟਾ *n* placard, board, plane
ਫ਼ਰਸ਼ *n* floor, deck
ਫਿੱਕਾ *adj* faded, insipid
ਫੀਤਾ *n* lace, tape, band
ਫੁੱਟ *n* feet, foot
ਫੁਰਤੀਲਾ *adj* active, agile
ਫ਼ੇਲ *v* fail, flunk
ਫ਼ੈਸਲਾ *n* judgment, decision
ਫੈਲਾਉਣਾ *v* extend, reach
ਫ਼ਸਲ *n* crop
ਫਸਲ ਕੱਟਣੀ *v* harvest
ਫਸਾਦ *n* riot
ਫੰਧਾ *n* lasso, snare, noose
ਫ਼ਸੀਲ *n* bulwark
ਫਹਰਿਸਤ *n* inventory
ਫਹਿਆ *n* compress
ਫਹਿਰਾਉਣਾ *v* flaunt
ਫ਼ਜ਼ੂਲ *adj* worthless
ਫਜ਼ੂਲ ਖ਼ਰਚੀ *n* extravagance
ਫਜ਼ੂਲ-ਖ਼ਰਚ *n* extravagant
ਫ਼ਜ਼ੂਲਖਰਚ *adj* wasteful
ਫਟਣ *n* burst
ਫੱਟੜ ਹੋਣ ਯੋਗ *adj* vulnerable
ਫਲ *n* consequence; fruit; blackberry
ਫੜਨਾ *v* apprehend, arrest, capture, catch; clip, grasp, grip; look down
ਫਾਕੜ *n* spell; chip
ਫਿਰਨੀ *n* custard; bypass
ਫੈਸ਼ਨ *n* vogue; ton
ਫੈਲਾਉ *n* radiation; span
ਫਟਾਫਟ *adv* currently
ਫੱਟਿਆਂ ਨਾਲ ਢਕਣਾ *v* board
ਫੜਫੜਾਉਣਾ *v* flutter
ਫ਼ਤਹਿ *n* triumph
ਫਤਿਹ ਕਰਨਾ *v* conquer
ਫਤੂਹੀ *n* cape
ਫ਼ਨ *n* craft
ਫੱਨੇ *adj* bully
ਫਫੂੰਦ *n* mold
ਫਫੂੰਦੀ *n* mildew
ਫਬਵਾਂ *adj* fitting
ਫ਼ਰਕ *n* disparity
ਫਰਕ ਹੋਣਾ *v* differ
ਫਰਜ਼ *n* duty
ਫਰਜ਼ੀ *adj* dummy
ਫਰਦ *n* schedule
ਫ਼ਰਨ ਫ਼ਰਨ *adv* smoothly
ਫਰਮ *n* firm
ਫਰਮਾਨ *n* decree
ਫ਼ਰਮਾਨ ਜਾਰੀ ਕਰਨਾ *v* decree
ਫਰਵਰੀ *n* February
ਫਰਾਂਸ *n* France
ਫਰਾਂਸੀਸੀ *adj* French
ਫਰਾਰ ਹੋਣਾ *v* fleet
ਫ਼ਰਿਆਦ *v* hassle

ਫ

ਫ਼ਰਿਸ਼ਤਾ *n* angel
ਫ਼ਰਿਸ਼ਤੇ-ਸੰਬੰਧੀ *adj* angelic
ਫਰਿੰਜ਼ *n* bangs
ਫਰੇਬੀ *adj* sly
ਫਰੌਤੀ *n* ransom
ਫਰੌਤੀ ਦੇਣਾ *v* ransom
ਫਲ ਸੰਬੰਧੀ *adj* fruity
ਫਲ਼ ਦਾ ਛਿੱਲੜ ਲਾਹੁਣਾ *v* peel
ਫਲਤ ਸਿੱਟਾ *n* corollary
ਫਲਾਂ ਦਾ ਮੁਰੱਬਾ *n* marmalade
ਫਲੂ *n* influenza
ਫਲੂ ਰੋਗ *n* flu
ਫਲੂਹਾ *n* blister
ਫ਼ਵਾਰਾ *n* fountain
ਫੜਫੜਾਉਣਾ *v* flicker
ਫਾਇਰ ਕਰਨਾ *v* gun
ਫ਼ਾਂਸ *n* trap
ਫਾਸਫੋਰਸ *n* phosphorus
ਫਾਂਸੀ ਦੀ ਮਨਸੂਖੀ *n* reprieve
ਫਾਹਾ ਵੱਢਣਾ *v* botch
ਫਾਹੀ *n* noose
ਫਾਂਕ *v* slice
ਫਾਂਕ *n* segment
ਫਾਟਕ *n* gate
ਫਾਲਤੂ *adj* redundant
ਫ਼ਾਲਤੂ *adv* extra
ਫਾਲਾ *n* fin
ਫਾੜੀ *n* segment
ਫਿਊਜ਼ *n* fuse
ਫਿਸਲ *iv* slide
ਫਿਹਣਾ *v* pound
ਫਿਕਰ *n* care
ਫਿਕਰਾ *n* sentence
ਫਿੱਟ ਕਰਨਾ *v* pull out
ਫਿੱਟ ਬੈਠਣਾ *v* fit
ਫਿਣਸੀ *n* pimple
ਫਿਨ *n* fin
ਫਿਨਲੈਂਡ *n* Finland
ਫਿਨਲੈਂਡ ਦਾ *adj* Finnish
ਫਿਰ *v* revolver
ਫਿਰ *adv* again
ਫਿਰ ਤੋਂ ਚਲਾਣਾ *n* replay
ਫਿਰ ਤੋਂ ਚੁਣਨਾ *v* reelect
ਫਿਰ ਤੋਂ ਭਰਨਾ *v* replenish
ਫਿਰ ਪ੍ਰਾਪਤ ਕਰਨਾ *v* regain
ਫਿਰ ਬਣਾਉਣਾ *v* rebuild
ਫਿਰ ਵੀ *adv* still
ਫਿਰਕਣੀ *n* spool
ਫਿਰਕਾ *n* clan
ਫਿਲਟਰ *n* filter
ਫਿਲਮ ਬਣਾਉਣਾ *v* film
ਫਿਲਾਸਫ਼ਰ *n* philosopher
ਫਿਲਾਸਫ਼ੀ *n* philosophy
ਫ਼ੀਸਦੀ *adv* percent
ਫ਼ੀਤਾ *n* shoelace
ਫੀਨ੍ਹਾ ਨੱਕ *n* snub
ਫੁਆਰ *n* shower
ਫੁਸਲਾ ਦੇਣਾ *v* pay off
ਫੁੰਕਾਰਾ ਮਾਰਨਾ *v* hiss
ਫੁੱਟ ਨਿਕਲਨਾ *v* erupt
ਫੁੱਟਣ *n* outburst
ਫੁੱਟਣਾ *v* emerge
ਫੁਟਨੋਟ *n* footnote
ਫੁਟਬਾਲ ਦਾ ਖੇਲ *n* football

ਫ

ਫੁਟਾ *n* ruler
ਫੁੰਡਣਾ *v* zap
ਫੁਰਮਾਨ *n* doom
ਫੁਰਮਾਨ *n* mandate
ਫੁਲ *iv* swell
ਫੁੱਲ *n* flower
ਫੁੱਲ ਗੋਭੀ *n* cauliflower
ਫੁੱਲ ਦਾ ਬੂਰ *n* pollen
ਫੁਲਦਾਨ *n* vase
ਫੁੱਲ-ਮਾਲਾ *n* wreath
ਫੁਲਿਆ *adj* puffy
ਫੂਹੜ *adj* sloppy
ਫੇਟ *n* bump
ਫੇਫੜਾ *n* lung
ਫੇਰਨਾ *v* divert
ਫੇਰਵਾਂ *n* alternative
ਫੇਰਾ *n* visit
ਫੇਰੀ *n* circuit
ਫੇਰੀ ਵਾਲਾ *n* pitcher
ਫੈਸ਼ਨ ਤੋਂ ਬਾਹਰਾ *adj* outmoded
ਫੈਸ਼ਨਪ੍ਰਸਤ *adj* fashionable
ਫੈਸ਼ਨੇਬਲ *adj* trendy
ਫੈਸਲਾ ਕਰਨਾ *v* judge
ਫ਼ੈਸਲਾਕੁਨ *adj* decisive
ਫੈਂਟਣਾ *v* batter
ਫੈਲਣ ਵਾਲਾ *adj* infectious
ਫੈਲਨਾ *iv* spread
ਫੈਲਾਉ *v* expand
ਫੈਲਾਅ *n* circulation
ਬੈਲਜੀਅਮ *n* Belgium
ਫੈਲਿਆ ਹੋਇਆ *adj* widespread
ਫੋਕਸ *n* focus
ਫੋਟ *n* burst
ਫੋਟੋ ਖਿੱਚਣੀ *v* mug
ਫ਼ੋਟੋਗ੍ਰਾਫ਼ਰ *n* photographer
ਫੋਟੋਗਰਾਫੀ *n* photography
ਫੋਲਕ *n* hull
ਫੋੜਾ *n* ulcer
ਫ਼ੌਜ *n* camp
ਫੌਜੀ ਮੁਕਾਮ *n* quarters
ਫੌੜ੍ਹਾ *n* spade

ਬ

ਬੰਸਰੀ *n* flute, pipe
ਬਹਾਦਰ *adj* manly, bold, intrepid
ਬਹਿਸ ਕਰਨਾ *v* contend, debate, dispute
ਬਹੀ *v* check in, register
ਬਹੁਤ *adj* plentiful, affluent, lots, ample, abundant
ਬਹੁਤ ਜ਼ਿਆਦਾ *adv* dearly, highly
ਬਹੁਤ ਠੰਢਾ *adj* ice-cold, freezing
ਬਹੁਤ ਤੇਜ਼ *adj* crushing, shattering
ਬਹੁਤਾਤ *n* abundance, glut
ਬਹੁਮੁੱਲਾ *adj* valuable, costly, pricey, golden
ਬਹੁਲਤਾ *n* abundance, plenty
ਬਕਸਾ *n* trunk, container
ਬਗਾਵਤ *n* insurgency, revolt, insurrection, rebellion
ਬਚਪਨ *n* childhood, infancy
ਬਚਾਉ *n* survival, avoidance

ਬਚਾਉਣਾ v care for, fend, rescue, salvage, shield, spare, save
ਬਜ਼ਾਰ n bazaar, market
ਬਜ਼ੁਰਗ n antecedent, elder
ਬਟੂਆ n purse, wallet
ਬਣਾਉਣਾ v constitute, fabricate, make, manufacture
ਬੰਦ adj close, closed
ਬੰਦ ਕਰਨਾ iv shut, stuff
ਬਦਚਲਨੀ n depravity, immorality
ਬਦਨਾਮ adj disgraceful, infamous
ਬਦਨਾਮ ਕਰਨਾ v defame, malign
ਬਦਬੂਦਾਰ adj fetid, smelly
ਬਦਮਾਸ਼ n rascal, villain, hooligan
ਬੰਦਰਗਾਹ n harbor, haven
ਬਦਲ n substitute, lieu
ਬਦਲ ਦੇਣਾ v alter, gratify
ਬਦਲਨਾ v change, modify
ਬਦਲਾ n reprisal, retaliation, revenge, vengeance
ਬਦਲਾ ਲੈਣਾ v retaliate, revenge
ਬਦਲਾਉਣਾ v replace, vary
ਬਦਲੀ n replacement, change, transfer, shift
ਬਦੀ n evil, wickedness
ਬੰਨ੍ਹ n barrage, dike, pier, bulwark
ਬੰਨ੍ਹਣਾ v chain, iron, tie, attach
ਬਪਤਿਸਮਾ ਦੇਣਾ v baptize, christen
ਬਰਤਨ n dish, utensil, pot
ਬਰਬਾਦੀ n ruin, havoc
ਬਰਾਦਰੀ n brotherhood, community
ਬਰਾਬਰ adj equal, tantamount to, equivalent, like

ਬਰਾਬਰ ਕਰਨਾ v equate, level
ਬਰਾਬਰੀ n equality, parity
ਬਲ n capability, emphasis, power, drive
ਬੱਲੀ n flagpole, pole
ਬਲੈਕ ਬੋਰਡ n blackboard, chalkboard
ਬਾਹਰਲਾ adj outdoor, exterior
ਬਾਹਰੀ adj outer, outward, extraneous, exterior
ਬਾਕੀ adj due, remaining
ਬਾਂਝ adj sterile, barren
ਬਾਲ n baby, infant
ਬਾਲਣ n firewood; fuel
ਬਿਆਨ ਕਰਨਾ v narrate, state
ਬਿਸਕੁਟ n biscuit, cookie
ਬਿਪਤਾ n disaster, misfortune, catastrophe
ਬਿਮਾਰ adj ill, ailing
ਬਿਲਕੁਲ adv either, completely
ਬੀਜ n origin, seed
ਬੀਮਾਰੀ n ailment, chicken pox, disease, illness
ਬੁਝਾਉਣਾ iv blow out, quench
ਬੁਝਾਣਾ v extinguish, put out
ਬੁੱਢਾ adj elderly, old, gray
ਬੁੱਤ n idol, icon
ਬੁਨਿਆਦੀ adj fundamental, underlying, radical
ਬੁਰਾ adj bad, vicious
ਬੂਟ n boot, footwear
ਬੇਸਬਰੀ n impatience, impertinence
ਬੇਹੱਦ adj excessive, unlimited, immense

ਬੇਚੈਨੀ *n* uneasiness, unrest
ਬੇਡੌਲ *adj* clumsy, awkward
ਬੇਤੁਕਾ *adj* impertinent, impractical
ਬੇਦਖ਼ਲ ਕਰਨਾ *v* disinherit, evict, oust
ਬੇਦਾਗ *adj* spotless, fair
ਬੇਨਤੀ *n* request, appeal
ਬੇਨਤੀ ਕਰਨਾ *v* apply for, beseech, implore, pray, request, solicit
ਬੇਪਰਵਾਹ *adj* careless, reckless, regardless
ਬੇਮੁਹਾਰਾ *v* break away, break free
ਬੇਲਚਾ *n* shovel, spade
ਬੋਝ *n* charge, load; pack
ਬੋਲੀ *n* auction, bid
ਬੱਸ *n* bus
ਬਸੰਤ ਰੁੱਤ *n* spring
ਬਸਤਰ *n* clothing
ਬਸਤਾ *n* briefcase
ਬਸਤੀ *n* colony
ਬਸਤੀਕਰਨ *n* colonization
ਬਹਾਨਾ ਕਰਨਾ *v* feign
ਬਹਾਰ *n* May
ਬਹਿਸ *n* debate
ਬਹਿਸ ਦਾ ਅੰਤ *n* guillotine
ਬਹਿਸ ਮੁਬਾਸਾ *n* argument
ਬਹਿਰਨ *n* barmaid
ਬਹਿਰਾ *adj* deaf
ਬਹੁ ਸੰਮਤੀ *n* majority
ਬਹੁਤ *n* plural
ਬਹੁਤ ਉੱਚਾ *adj* towering
ਬਹੁਤ ਅਛਾ *adj* stupendous
ਬਹੁਤ ਸਾਰਾ *adv* enough
ਬਹੁਤ ਖਰਾਬ *adj* worse
ਬਹੁਤ ਜ਼ਰੂਰੀ *adj* urgent
ਬਹੁਤ ਵੱਡਾ *adj* huge
ਬਹੁਤ ਵਦਿਆ *adj* excellent
ਬਹੁਤ ਵਧੀਆ *adj* posh
ਬਹੁਤ ਵਧੇਰੇ *adv* too
ਬਹੁਤਾ *adv* much
ਬਹੁਤੀ ਭਰਨੀ *v* overcharge
ਬਹੁਤੇ ਰੁਹਬ ਵਾਲਾ *adj* domineering
ਬਹੁਤੇਰਾ *adv* very
ਬਹੁਪਾਸੜ *adj* versatile
ਬਹੁਭਾਗੀ *adj* multiple
ਬਹੁ-ਵਿਆਹ *n* polygamy
ਬਹੁਵਿਧ ਕਰਨਾ *v* diversify
ਬਹੁਵਿਵਾਹਿਤ *n* polygamist
ਬਕਸੂਆ *n* buckle
ਬਕਤਰ *n* armor
ਬਕਰੀ *n* goat
ਬੱਕਰੀ *n* nanny
ਬੱਕਰੀ ਦਾ ਬੱਚਾ *n* kid
ਬਕਵਾਸ *n* nonsense
ਬਕਵਾਸ ਕਰ *v* chat
ਬਕਾਇਆ *adj* outstanding
ਬਖ਼ਸ਼ *n* forgiveness
ਬਖਸ਼ਣਯੋਗ *adj* forgivable
ਬਖਸ਼ਣਾ *v* confer
ਬਖਸ਼ਣਾ (ਪਾਪਾਂ ਦਾ) *v* remit
ਬਖ਼ਤਾਵਰੀ *n* opulence
ਬਖੀਆ *n* seam
ਬਗਲ *n* flank
ਬਗਲਾ ਭਗਤ *adj* hypocrite
ਬਗਾਵਤ ਕਰਨਾ *v* rebel

ਬ

ਬਗੀਚਾ *n* orchard
ਬੱਘੀ ਦੁਆਰਾ ਸਫ਼ਰ *n* coaching
ਬਚਕਾਨਾ *adj* childish
ਬੱਚਤ *n* surplus
ਬਚਾ *n* immunity
ਬੱਚਾ *n* child
ਬਚਾ ਕੇ ਰੱਖਣਾ *v* reserve
ਬਚਾ ਲੈਣਾ *v* put aside
ਬਚਾਅ *n* protection
ਬਚਾਅ ਰੱਖਣਾ *v* preserve
ਬਚਿਆ ਖੁਚਿਆ *n* remnant
ਬੱਚਿਆਂ ਦਾ ਪੋਤੜਾ *n* diaper
ਬੱਚੇ *n* children
ਬੱਚੇਦਾਨੀ *n* uterus
ਬਜਟ *n* budget
ਬੰਜਰ *adj* arid
ਬੱਜਰ ਭੁੱਲ *n* blunder
ਬਜਰੀ *n* gravel
ਬਜਾਏ *adv* instead
ਬਟਣ *n* button
ਬਟਨ ਖੋਲ੍ਹਣੇ *v* unbutton
ਬਟਵਾਰਾ *n* partition
ਬੰਡੀ *n* blouse
ਬਣ ਮਾਣਸ *n* gorilla
ਬਣ ਮਾਣਸ I *n* orangutan
ਬਣਤਰ *n* formation
ਬਣਨਾ *v* consist
ਬਣਾਉਟੀ ਖਣਿਜ *n* limestone
ਬਣਾਉਣਾ *n* grade
ਬਤਾਵੇ ਪਾਉਣਾ *v* gesticulate
ਬੱਤੀ *n* lamp
ਬਤੀਸੀ *n* teeth
ਬਦ *adj* evil
ਬੰਦ *n* bun
ਬੰਦ ਖਲਾਸੀ *n* liberty
ਬੰਦ ਗਲੀ *n* dead end
ਬੰਦ ਗੋਭੀ *n* cabbage
ਬਦਇੰਤਜ਼ਾਮੀ ਕਰਨਾ *v* mismanage
ਬਦਸ਼ਗਨਾ *adj* ominous
ਬਦਸਲੂਕੀ *n* misconduct
ਬਦਹਵਾਸ *adj* dazed
ਬਦਹਵਾਸ ਕਰਨਾ *v* daze
ਬਦਕਾਰ *adj* wicked
ਬਦਕਾਰੀ *n* adultery
ਬੰਦਗੀ *n* greetings
ਬਦਚਲਣ *n* malpractice
ਬਦਤਮੀਜ਼ੀ *n* discourtesy
ਬਦਨਸੀਬ *adj* wretched
ਬਦਨਾਮੀ *n* dishonor
ਬਦਬੂ *n* odor
ਬਦਮਾਸ਼ *adj* lewd
ਬਦਮਾਸ਼ ਜੁੰਡਲੀ ਦਾ ਮੈਂਬਰ *n* gangster
ਬੰਦਰ *n* monkey
ਬਦਲ *v* alternate
ਬੱਦਲ *n* cloud
ਬਦਲਣਹਾਰ *adj* variable
ਬਦਲਵਾਂ *n* alternative
ਬਦਲਾ ਦੇਣਾ *v* remunerate
ਬਦਲਾ ਲੈਣਾ *n* avenue
ਬਦਲਾ ਲੈਣਾ ਜਾਂ ਕੱਢਣਾ *v* hit back
ਬੱਦਲਾਂ ਵਾਲੀ *adj* overcast
ਬਦਲੀ *adj* cloudy
ਬਦਲੇਖੋਰ *adj* vindictive
ਬਦਾਮ *n* almond

ਬੰਦੀ *n* prisoner
ਬੰਦੀ ਬਣਾਉਣਾ *v* captivate
ਬੰਦੀਕਰਣ *n* capture
ਬੰਦੀਖਾਨਾ *n* captivity
ਬੰਦੂਕ ਦਾ ਘੋੜਾ *n* trigger
ਬੰਦੋਬਸਤ *n* management
ਬੰਧਨੀ *n* tie
ਬੰਧੀ *n* hostage
ਬੰਧੇਜ *n* abstinence
ਬਨਸਪਤੀ *n* vegetation
ਬਨਸਪਤੀ ਦਾ *n* cantaloupe
ਬਨਸਪਤੀ ਦਾ *adj* vegetable
ਬਨਸਪਤੀ ਵਿਗਿਆਨ *n* botany
ਬੰਨ੍ਹ ਰੱਖਣਾ *v* enthrall
ਬੰਨ੍ਹਵੀ ਵਿਰਾਸਤ ਕਰਨਾ *v* entail
ਬੰਨਣਾ *v* moor
ਬਨਧਨ *v* link
ਬਨਾਣਵਾਲਾ *n* creator
ਬਨਾਮ *pre* versus
ਬਨਾਵਟੀ *adj* unreal
ਬਨਿਆਨ *n* vest
ਬਪਤਿਸਮਾ ਦੇਣਾ *n* baptism
ਬੰਬ *n* bomb
ਬੰਬ ਦੀ ਟੋਪੀ *n* detonator
ਬੰਬ ਦੇ ਛੱਰੇ *n* shrapnel
ਬੰਬ ਮਾਰਨਾ *v* bomb
ਬਬਾਣ *n* hearse
ਬਰਸਾਉਣਾ *v* snow
ਬਰਸਾਤੀ *adj* rainy
ਬ੍ਰਹਮਚਰਜ *n* celibacy
ਬ੍ਰਹਮਚਾਰੀ *adj* celibate
ਬ੍ਰਹਿਮੰਡ *n* universe
ਬਰਕਤ *n* prosperity
ਬਰਗੇਡ *n* brigade
ਬਰਛੀ *n* spear
ਬਰਤਰਫ਼ ਕਰਨਾ *v* eject
ਬਰਤਰਫ਼ੀ *n* dismissal
ਬਰਤਰੀ *adv* plus
ਬਰਤਾਨਵੀ *n* Britain
ਬਰਤਾਨਵੀ *adj* British
ਬਰਫ *n* ice
ਬਰਫ਼ *v* skate
ਬਰਫ਼ *n* snow
ਬਰਫ਼ ਜਮਾਉਣ ਦਾ ਖਾਨਾ *n* freezer
ਬਰਫ਼ ਦਾ ਗੋੜ੍ਹਾ *n* snowflake
ਬਰਫ ਦਾ ਛੋਟਾ ਟੁੱਕੜਾ *n* ice cube
ਬਰਫ ਦਾ ਟੁੱਕੜਾ *n* calf
ਬਰਫ਼ ਦਾ ਪਹਾੜ *n* iceberg
ਬਰਫ ਵਾਂਗ ਜਮਾਉਣਾ *v* ice
ਬਰਫ ਵਾਲਾ *adj* icy
ਬਰਫਸਕੇਟ *n* ice skate
ਬਰਫ਼-ਗੱਡੀ *n* sleigh
ਬਰਫ਼ਬਾਰੀ *n* snowfall
ਬਰਫ਼ੀਲਾ ਤੂਫ਼ਾਨ *n* blizzard
ਬਰਬਰਤਾ *n* savagery
ਬਰਬਾਦ ਕਰਨਾ *v* wreck
ਬਰੜਾਉਣਾ *v* rave
ਬਰਾਊਜ਼ਰ *n* browser
ਬ੍ਰਾਡਕਾਸਟ *n* broadcast
ਬਰਾਂਡੀ *n* brandy
ਬਰਾਬਰ ਕਰਨਾ *n* sandpaper
ਬਰਾਬਰ ਦਾ ਆਦਮੀ *n* peer
ਬ੍ਰੀਊ *v* brew
ਬਰੀਕ *n* gauze

ਬਰੂਹਾਂ *n* threshold
ਬਰੂਦ *n* gunpowder
ਬਰੂਦ ਦਾ ਹੱਥ ਗੋਲਾ *n* grenade
ਬਰੂਰਨਾ *v* dust
ਬ੍ਰੇਕ ਲਾਉਣੀ *v* brake
ਬ੍ਰੈਕਟ *n* bracket
ਬਲਕਾਰ *adj* powerful
ਬਲਗਮ *n* mucus
ਬਲਣਾ *iv* burn
ਬਲਦ *n* oxen
ਬਲਦਾ *adv* alight
ਬਲਬ *n* bulb
ਬਲਵਾ ਕਰਨਾ *v* riot
ਬੱਲਾ *n* bat
ਬਲਾਊਜ਼ *n* blouse
ਬਲਾਤਕਾਰ *n* rape
ਬਲਾਤਕਾਰ ਕਰਨਾ *v* rape
ਬਲਾਤਕਾਰੀ *n* rapist
ਬਲੀ ਦਾ ਪਸ਼ੂ *n* victim
ਬਲੀਦਾਨ *n* sacrifice
ਬਲੂਤ *n* oak
ਬਲੂਤ ਦਾ ਫਲ *n* acorn
ਬਲੈਕਬੇਰੀ *n* blackberry
ਬਲੈਕ-ਮੇਲ *n* blackmail
ਬਲੈਕ-ਮੇਲ ਕਰਨਾ *v* blackmail
ਬਲੈਡਰ *n* bladder
ਬਲੈਂਡਰ *n* blender
ਬਲੌਰ *n* crystal
ਬੜਾ ਬਦਨਾਮ *adj* notorious
ਬਾਅਦ *adj* later
ਬਾਅਦ ਦਾ *pre* after
ਬਾਅਦ ਵਿੱਚ *adv* afterwards
ਬਾਅਦ ਵਿੱਚ ਆਉਣ *v* succeed
ਬਾਈਸਿਕਲ *n* bike
ਬਾਈਬਲ ਸੰਬੰਧੀ *adj* biblical
ਬਾਂਸ *n* bamboo
ਬਾਸ਼ਿੰਦਾ *n* inhabitant
ਬਾਸੀ *adj* stale
ਬਾਹਰ ਰੱਖਣਾ *v* exclude
ਬਾਹਰਲਾ ਤਲ *adv* outside
ਬਾਹਰੀ ਰੂਪ *n* semblance
ਬਾਹਰੀ ਰੋਗੀ *n* outpatient
ਬਾਹੀ ਰੁਖ ਚਿਣੀ ਇੱਟ *n* stretcher
ਬਾਂਕ *n* vice
ਬਾਂਕਾ *adj* gallant
ਬਾਕਾਇਦਗੀ *n* regularity
ਬਾਕੀ ਬਚਣਾ *v* remain
ਬਾਗ਼ *n* garden
ਬਾਂਗ *n* crow
ਬਾਘ *n* panther
ਬਾਜ *n* buzzard
ਬਾਜ਼ *n* hawk
ਬਾਜ਼ਾਬਤਾ *adj* authoritarian
ਬਾਜ਼ਾਰ *n* bazaar
ਬਾਜ਼ੀ ਲਾਉਣਾ *v* wage
ਬਾਜ਼ੀਗਰ *n* magician
ਬਾਜ਼ੂ *n* arm
ਬਾਂਝ ਕਰਨਾ *v* sterilize
ਬਾਣ *n* arrow
ਬਾਤ *n* fable
ਬਾਤਚੀਤ *n* conversation
ਬਾਤੂਨੀ *adj* talkative
ਬਾਦ *adv* later
ਬਾਦਸ਼ਾਹ *n* royalty

ਬਾਂਦਰ *n* ape
ਬਾਰ੍ਹਵਾਂ *adj* twelfth
ਬਾਰੰਬਾਰਤਾ *n* frequency
ਬਾਰਾਂ *adj* twelve
ਬਾਰੀ *n* bar
ਬਾਰੀਕ *adj* thin
ਬਾਰੀਕ ਕਰਨਾ *v* attenuate
ਬਾਰੂਦ *n* ammunition
ਬਾਰੇ *pre* about; concerning
ਬਾਰੇ ਟਿੱਪਣੀ ਦੇਣਾ *v* notice
ਬਾਲ ਕਮਾਈ *n* balance
ਬਾਲ ਪ੍ਰੌੜ੍ਹ *adj* precocious
ਬਾਲਕ *n* infant
ਬਾਲਕੋਨੀ *n* balcony
ਬਾਲਗ਼ *n* adult
ਬਾਲਘਰ *n* nursery
ਬਾਲਡਾਂਸ *n* waltz
ਬਾਲਣ ਪਾਉਣਾ *v* fuel
ਬਾਲਨਾ *v* kindle
ਬਾਲਮ *n* lover
ਬਾਲਵਾੜੀ *n* nursery
ਬਾਲੂ *n* quicksand
ਬਾਵਜੂਦ *c* despite
ਬਿਸਤਰਾ *n* bedding
ਬਿਸ਼ਪ ਅਧੀਨ ਖੇਤਰ *n* diocese
ਬਿਹਤਰ *adj* better
ਬਿਹਤਰੀ *n* welfare
ਬਿਹਤਰੀਨ *adj* best
ਬਿਖਮ *adj* odd
ਬਿਖੇਰਨਾ *v* soak in
ਬਿਗਾੜ *n* discord
ਬਿਚਲ *adj* unsteady
ਬਿੱਛੂ *n* scorpion
ਬਿੱਜ *n* bolt
ਬਿਜਲਈ *adj* electric
ਬਿਜਲਈ *n* electricity
ਬਿਜਲਈ ਪੌੜੀ *n* escalator
ਬਿਜਲੀ ਦਾ ਬਟਨ *n* switch
ਬਿਜਲੀ ਨਾਲ ਮਰਨਾ/ਮਾਰਨਾ *v* electrocute
ਬਿਜਲੀ ਪਹੁੰਚਾਉਣਾ *v* electrify
ਬਿਜਲੀ ਮਕੈਨਿਕ *n* electrician
ਬਿਟ *n* bit
ਬਿਠਾਉਣਾ *n* set
ਬਿਤਾਉਣਾ *v* live
ਬਿੰਦੀ *n* point
ਬਿਨਤੀ *v* please
ਬਿਨਾਂ *pre* without
ਬਿਨਾਂ ਆਗਿਆ ਪ੍ਰਵੇਸ਼ *n* intrusion
ਬਿਨਾਂ ਸੋਚੇ ਸਮਝੇ *adv* blindly
ਬਿਨਾ ਨੁਕਸਾਨ *adj* harmless
ਬਿਨਾਂ ਪਰਵਾਹ ਦੇ *adj* irrespective
ਬਿਨੈਕਾਰ *n* applicant
ਬਿਪਤਾਜਨਕ *adj* disastrous
ਬਿਮਲ *adj* flawless
ਬਿਰਹਾ ਗੀਤ *n* serenade
ਬਿਰਤੀ *n* occupation
ਬਿਰਧ ਸੁਆਣੀ *n* granny
ਬਿਰੋਧ *v* protest
ਬਿਲ *n* bill
ਬਿਲ ਬਣਾਉਣਾ *v* bill
ਬਿਲਕੁਲ ਨਹੀਂ *adv* neither
ਬਿਲਕੁਲ ਨਵਾਂ *adj* latest
ਬਿੱਲਾ *n* badge
ਬਿੱਲੀ *n* cat

ਬਿੱਲੀ ਦਾ ਬੱਚਾ *n* kitten
ਬਿਲੀਅਰਡ *n* billiards
ਬੀ *n* seed
ਬੀਅਰ ਬਣਾਉਣ ਦਾ ਕਾਰਖਾਨਾ *n* brewery
ਬੀਆਬਾਨ *n* wilderness
ਬੀਚਕ *n* invoice
ਬੀਜ-ਗਣਿਤ *n* algebra
ਬੀਜਣਾ *v* sow
ਬੀਜਦਾਨੀ *n* core
ਬੀਤਣਾ *v* elapse
ਬੀਤੇ ਦਿਨ *adv* yesterday
ਬੀਬੀ *n* mistress
ਬੀਮਾ *n* insurance
ਬੀਮਾ ਕਰਾਉਣਾ *v* insure
ਬੀਮਾਰ *adj* sick
ਬੀਮਾਰ ਪੈਣਾ *v* sicken
ਬੀਮਾਰੀ *adj* frostbitten
ਬੀਰ *adj* valiant
ਬੀਰਗਤਿ *n* martyrdom
ਬੁੱਕਕੇਸ *n* bookcase
ਬੁਖ਼ਾਰ *n* fever
ਬੁੱਚੜਖ਼ਾਨਾ *n* butchery
ਬੁੱਜਾ *n* gag
ਬੁੱਜਾ ਦੇਣਾ *n* spark plug
ਬੁਢਾਪਾ *n* old age
ਬੁਣਤੀ *n* spider web
ਬੁਣਨਾ *v* knit
ਬੁੱਤਕਾਰੀ *n* sculpture
ਬੁੱਤ-ਪੂਜਾ *n* idolatry
ਬੁਦ੍ਧੀਮਾਨ *adj* intelligent
ਬੁੱਧਵਾਰ *n* Wednesday
ਬੁਧੂ *adj* stupid
ਬੁਨਣਾ *iv* weave
ਬੁਨਿਆਦ *n* basis
ਬੁਰਸ਼ *n* brush
ਬੁਰਸ਼ ਕਰਨਾ *v* brush
ਬੁਰਕੀ *n* bit
ਬੁਰਛਾਗਰਦੀ ਕਰਨਾ *v* vandalize
ਬੁਰਜ *n* turret
ਬੁਰਾ ਮਨਾਉਣਾ *v* resent
ਬੁਰਾ ਵਰਤਾ ਕਰਨਾ *v* mistreat
ਬੁਰਾਈ ਕਰਨਾ *v* denounce
ਬੁਰੀ ਨਜ਼ਰ *n* mouse
ਬੁੱਲ ਫਾਈਟਰ *n* bull fighter
ਬੁਲਬੁਲ *n* nightingale
ਬੁਲਬੁਲਾ *n* bubble
ਬੁੱਲਾ *n* blast
ਬੁੜਬੁੜ *v* mumble
ਬੁੜਬੁੜਾਉਣਾ *v* babble
ਬੂ *n* stench
ਬੂਟਾ *n* plant
ਬੂਟਾਂ ਦੀ ਦੁਕਾਨ *n* shoe store
ਬੂਟਾਂ ਦੀ ਪਾਲਸ਼ *n* shoe polish
ਬੂਟਾ ਲਾਉਣਾ *v* plant
ਬੂਟੀ *n* herb
ਬੂਰ *v* mold
ਬੇਅੰਤ *adj* boundless
ਬੇਅਦਬੀ *n* sacrilege
ਬੇਅਰਾਮੀ *n* discomfort
ਬੇਆਰਾਮ *adj* uncomfortable
ਬੇਐਸ਼ *adj* impeccable
ਬੇਇਜ਼ਤੀ *v* insult
ਬੇਇੱਜ਼ਤੀ *n* insult
ਬੇਇਤਬਾਰਾ *adj* unreliable

ਬੇਇਤਬਾਰੀ *n* mistrust
ਬੇਇਲਾਜ *adj* incurable
ਬੇਈਮਾਨ *adj* dishonest
ਬੇਈਮਾਨੀ *n* dishonesty
ਬੇਸ਼ਕ *adv* undoubtedly
ਬੇਸ਼ਕ *n* certainty
ਬੇਸਨੀ *iv* sink
ਬੇਸਬਰ *adj* impatient
ਬੇਸਬਾਲ *n* baseball
ਬੇਸਮਝੀ *n* blindness
ਬੇਸ਼ਰਮੀ *adj* shameless
ਬੇਸਿਨ *n* basin
ਬੇਸੁਆਦ *adj* distasteful
ਬੇਸੁਆਦਾ *adj* tasteless
ਬੇਸੁਆਦੀ *n* distaste
ਬੇਸੁਧ *adj* unconscious
ਬੇਸੁਰਤ *adj* senseless
ਬੇਸੁਰਾ *adj* ajar
ਬੇਹੋਸ਼ ਹੋਣਾ *n* faint
ਬੇਹੋਸ਼ ਕਰਨਾ *v* mesmerize
ਬੇਕਦਰੀ *n* depreciation
ਬੇਕਰੀ *n* bakery
ਬੇਕਾਇਦਾ *adj* irregular
ਬੇਕਾਰ *adj* useless
ਬੇਕਾਰ ਦਾ *adj* sleeveless
ਬੇਕਾਰੀ *n* unemployment
ਬੇਗਮ *n* madam
ਬੇਗਰਜ਼ *adj* disinterested
ਬੇਘਰਾ *adj* homeless
ਬੇਚੈਨ *adj* nervous
ਬੇਜ਼ਬਾਨ *adj* dumb
ਬੇਜਾ *adj* exorbitant
ਬੇਜਾ ਦਖਲ ਦੇਣਾ *v* trespass
ਬੇਜਾਨ *adj* lifeless
ਬੇਢੰਗਾ *adj* absurd
ਬੇਤਕੱਲਫੀ *n* informality
ਬੇਤਰਸ *adj* relentless
ਬੇਤਰਤੀਬ *adj* messy
ਬੇਤਰਤੀਬੀ *n* disorder
ਬੇਤਾਰ *adj* wireless
ਬੇਦਾਰੀ *n* awakening
ਬੇਧਕ *adj* boring
ਬੇਪ੍ਰਤੀਤਾ ਵਿਅਕਤੀ *n* twister
ਬੇਫ਼ਾਇਦਾ *adj* unprofitable
ਬੇਫ਼ਿਕਰ *adj* carefree
ਬੇਬਸ *adj* helpless
ਬੇਬਾਕੀ *n* audacity
ਬੇਮੁਖ ਹੋਣਾ *v* defect
ਬੇਮੇਲ *adj* inconsistent, ajar
ਬੇਰਹਿਮ *adj* heartless
ਬੇਰੰਗ *adj* bleak
ਬੇਰੋਜ਼ਗਾਰ *adj* unemployed
ਬੇਲ *n* bail
ਬੇਲਚੇ ਨਾਲ ਚੁੱਕਣਾ *v* shovel
ਬੇਲਦਾਰ *n* laborer
ਬੇਲਿਫ *n* bailiff
ਬੇਲੀ *n* companion
ਬੇਲੋੜਾ *adj* unnecessary
ਬੇਵਕੂਫ਼ ਬਣਾਉਣਾ *v* dupe
ਬੇਵਾ *n* widow
ਬੇੜਾ *n* fleet
ਬੈਂਕ *n* bank
ਬੈਂਤ *n* switch
ਬੈਂਤ ਦਾ ਦਰਖਤ *n* willow

ਬੈਰਾ *n* waiter
ਬੈਰਾਗ *n* indifference
ਬੈਰੂਨੀ *adj* external
ਬੈਰੋਮੀਟਰ *n* barometer
ਬੈਲ *n* ox
ਬੈਲਜੀਅਮਵਾਸੀ *n* Belgian
ਬੋਝਲ *adj* burdensome
ਬੋਟ *n* chick
ਬੋਤਲ *n* bottle
ਬੋਤਲ ਭਰਨੀ *v* bottle
ਬੋਨਸ *n* bonus
ਬੋਲ *iv* speak
ਬੋਲ ਗੰਦਾ ਅਤੇ ਭੇੜਾ *adj* sleazy
ਬੋਲ ਬਾਲਾ *v* sway
ਬੋਲਣ ਦੀ ਸ਼ਕਤੀ *n* speech
ਬੋਲਣ ਵਾਲਾ *n* speaker
ਬੋਲਾ ਕਰ ਦੇਣ ਵਾਲਾ *adj* deafening
ਬੋਲਾ ਕਰਨਾ *v* deafen
ਬੋਲਾਪਣ *n* deafness
ਬੌਸ *n* chief
ਬੌਣਾ *n* dwarf
ਬੌਂਦਲਾਉਣਾ *v* bewilder
ਬੌਲਣਾ *v* talk
ਬਖਸ਼ੀਸ਼ *n* tip; bounty
ਬੱਘੀ *n* coach; cab
ਬਣਾਵਟ *n* fashion; structure, frame, formation
ਬਦਲਣਾ *v* convert, shift, substitute; commute; boil over
ਬੰਦਾ *n* fellow; cove
ਬਲਵਾਨ *adj* potent; sporty
ਬਲਾ *n* calamity; pest
ਬਲੀ *n* champion; victim
ਬਾਲਗ *n* major; grown-up
ਬਿਗਲ *n* trumpet; alarm
ਬਿਜਲੀ *n* power; lightning
ਬਿਮਾਰੀ *n* bone marrow; sickness
ਬੁਲਾਉਣਾ *v* evoke; name; call
ਬੇਕਸੂਰ *adj* innocent, blameless; seamless
ਬੈਠਣਾ *iv* sit; chair

ਭ

ਭਾਸ਼ਾ *n* language; Polish
ਭਾਜੜ *n* stampede; flight
ਭੋਲਾ *adj* gullible; frank
ਭਗੌੜਾ *n* deserter, fugitive
ਭੱਜਣਾ *iv* break, outperform
ਭਜਨ *n* hymn, anthem
ਭਟਕਣਾ *v* digress, bag
ਭੱਠੀ *n* fireplace, furnace, boiler
ਭੰਡ *n* comedian, joker
ਭੰਡਾਰ *n* storage, store
ਭਰਤ *n* contents, filling
ਭਰਪੂਰ *adj* gross, replete, abundant
ਭਰਮ *n* illusion, fallacy
ਭਰਮਾਉਣਾ *v* delude, seduce, tempt
ਭਰਵੱਟਾ *n* brow, eyebrows
ਭਰਿਆ *adj* frequent, full, loaded
ਭਰੋਸਾ *n* confidence, credit, faith
ਭਰੋਸਾ ਕਰਨਾ *v* reckon on, credit

ਭਰੋਸੇਯੋਗ *adj* authentic, reliable, dependable
ਭਲਾ *adj* good, decent
ਭਲਾ ਕਰਨਾ *v* benefit, merit, pay back
ਭਲਾਈ *n* goodness, welfare
ਭਵਨ *n* edifice, mansion
ਭਵਿੱਖ *n* prospect, scenery
ਭਵਿੱਖਬਾਣੀ ਕਰਨਾ *v* foretell, predict
ਭੜਕਾਉਣਾ *v* aggravate, excite, incite
ਭੜਕੀਲਾ *adj* bright
ਭਾਈਚਾਰਾ *n* communion, fellowship, fraternity
ਭਾਨ *n* pleat, crease
ਭਾਫ਼ *n* steam, fumes
ਭਾਰ *n* imposition, stress, load, pressure, charge, burden
ਭਾਗ *n* fraction, division; deal
ਭਾਰੀ *adj* bulky, corpulent
ਭਾਲਣਾ *v* look for, seek
ਭਾਵ *n* emotion, outpouring
ਭਾਵੀ *adj* coming, upcoming
ਭਿਅੰਕਰ *adj* horrible, terrific
ਭਿਆਨਕ *adj* awesome, formidable, ghastly, grisly, terrible, hideous, gruesome, scary, grave
ਭਿੜਨਾ *v* shock, encounter
ਭੀੜ *n* crowd, jam, congestion
ਭੁੱਖ *n* appetite, hunger
ਭੁੰਨਣਾ *v* roast, parch, broil
ਭੁੱਲ *n* discrepancy, omission, lapse, aberration
ਭੁੱਲ ਜਾਣਾ *v* forget, leave out

ਭੂਰਾ *adj* brown, tanned
ਭੇਜਣਾ *v* circulate, pass around, send, transmit
ਭੇਟਾ *n* dedication, donation
ਭੈ *n* fear, phobia
ਭੈਦਾਇੱਕ *adj* frightening, petrified
ਭੈ-ਭੀਤ ਕਰਨਾ *v* appall, terrorize
ਭੈੜਾ *adj* seedy, vicious
ਭੰਗ *n* breach
ਭੰਗ ਕਰਨੀ *v* disband
ਭਗਤੀ *n* Christianity
ਭਗੌੜਾ *v* run away
ਭੱਜ ਜਾਣਾ *v* break out
ਭੱਜਣ *n* break
ਭੰਜਨ *n* fracture
ਭਜਨ ਮੰਡਲੀ *n* choir
ਭੱਜੇ ਫਿਰਨਾ *v* scour
ਭਟਕ ਜਾਣਾ *v* stray
ਭਟਕਣ *n* deviation
ਭੰਡਾਰਾ *n* blowout
ਭੰਡਾਰਾ *n* feast
ਭੰਡਾਰੀ *n* butler
ਭੰਡੀ *n* scandal
ਭੱਤਾ *n* allowance
ਭਤੀਜਾ *n* nephew
ਭਤੀਜੀ *n* niece
ਭੱਦਰ *adj* gentle
ਭੱਦਾ *adj* awkward
ਭੱਦਾਪਣ *n* clumsiness
ਭੱਦੇ ਢੰਗ ਨਾਲ *adv* grossly
ਭੰਨ *n* crease
ਭੰਨ ਪਾਉ *v* throw up

ਭਰ ਦੇਣਾ *v* charge
ਭਰਤੀ *n* recruitment
ਭਰਤੀ ਦਾ ਮਾਲ *n* padding
ਭਰਨਾ *v* fill
ਭਰਪੂਰ ਹੋਣਾ *v* abound
ਭਰਮ ਨਿਵਿਰਤੀ *n* disillusion
ਭ੍ਰਮਣ *n* tourism
ਭਰਮਪੂਰਨ *adj* deceptive
ਭਰਮਾਉਣ *n* enticement
ਭਰਾ *n* brother
ਭੱਰਾ *adj* bloated
ਭ੍ਰਾਂਤੀਜਨਕ *adj* misleading
ਭਰਾਵਾ *n* buddy
ਭਰਾਵਾਂ ਵਰਗਾ *adj* brotherly
ਭ੍ਰਿਸ਼ਟ ਕਰਨਾ *v* contaminate
ਭ੍ਰਿਸ਼ਟਾਉਣਾ *v* degenerate
ਭ੍ਰਿਸ਼ਟਾਚਾਰੀ *adj* immoral
ਭਰਿੰਡ *n* wasp
ਭਰੋਸਾ ਨਾ ਕਰਨਾ *v* distrust
ਭੱਲ *n* credit
ਭਲਾਮਾਣਸ *n* gentleman
ਭਵਨ ਨਿਰਮਾਨ ਸ਼ਾਸਤਰੀ *n* architect
ਭੰਵਰ *v* whirl
ਭਵਿੱਖ ਕਾਲ *n* future
ਭਵਿਖ ਬਾਣੀ *n* prediction
ਭਵਿੱਖਤ *n* future
ਭਵਿੱਖਬਾਣੀ *n* prophecy
ਭੜਕ ਉੱਠਣ ਵਾਲਾ *adj* flammable
ਭੜਕਾਉਣ ਵਾਲਾ *adj* exciting
ਭੜਥਾ *n* puree
ਭੜੂਆ *v* pander
ਭਾਉਣਾ *n* feeling
ਭਾਊ *n* buddy
ਭਾਅ *n* rate
ਭਾਅ ਦੱਸਣਾ *v* quote
ਭਾਈ *n* buddy
ਭਾਈਚਾਰੇ ਦਾ *adj* fraternal
ਭਾਈਬੰਦ *n* brethren
ਭਾਈਵਾਲ *n* investor
ਭਾਸ਼ਣ *n* address
ਭਾਸ਼ਣ ਦੇਣਾ *v* address
ਭਾਖਿਆ *adj* avowed
ਭਾਗ ਫਲ *n* quotient
ਭਾਂਡਾ *n* pot
ਭਾਂਡਾ ਭੰਨਣਾ *iv* blow up
ਭਾਂਡੇ ਦੀ ਟੂਟੀ *v* tap into
ਭਾਣਜੀ *n* niece
ਭਾਨ ਪਾਉਣੀ *v* create
ਭਾਂਪ *adj* divine
ਭਾਂਪਣਾ *v* spy
ਭਾਰ ਮੁਕਤ ਕਰਨਾ *v* exonerate
ਭਾਰ ਲੱਦਣਾ *v* burden
ਭਾਰ ਲਾਉਣਾ *v* discharge
ਭਾਰ ਲਾਹੁਣਾ *v* unload
ਭਾਰਮੁਕਤ ਕਰਨਾ *v* relive
ਭਾਰਾ *adj* loaded
ਭਾਰਾ ਉਨੀ ਕਪੜਾ *n* beaver
ਭਾਰੀ-ਭਰਕਮ *adj* bulky
ਭਾਲ *n* search
ਭਾਲਾ *n* harpoon
ਭਾਲੂ *n* bear
ਭਾਵ ਕੱਢਣਾ *v* interpret
ਭਾਵ ਵਿਗਿਆਨ *n* ideology
ਭਾਵਹੀਨ *adj* stoic

ਭਾਵਕ *adj* sentimental
ਭਾਵਨਾ *n* sentiment
ਭਾਵਪੂਰਨ ਸੰਬੋਧਨ *n* apostrophe
ਭਾਵਵ *v* import
ਭਾਵਾਤਮਕ *adj* emotional
ਭਾਵੇਂ *c* although
ਭਾਵੇਂ *adv* though
ਭਾੜਾ *n* freight
ਭਿਉਂਣਾ *v* moisten
ਭਿਓਂਣਾ *v* bathe
ਭਿਖਾਰੀ *n* beggar
ਭਿੱਜਿਆ ਹੋਇਆ *v* saturate
ਭਿੱਟ *n* contamination
ਭਿਣਕ *n* buzz
ਭਿਣਕਾਰ ਕਰਨਾ *v* buzz
ਭਿੰਨ *adj* dissimilar
ਭਿੰਨ ਭਿੰਨ *adj* diverse
ਭੀਖ *n* alms
ਭੀਤਰ *pre* inside
ਭੀਤਰੀ *adj* landlocked
ਭੀੜ ਕਰਨਾ *v* crowd
ਭੀੜ ਵਾਲਾ *adj* crowded
ਭੀੜ-ਭੜੱਕਾ *n* crowd
ਭੀੜਾ ਰਾਹ *n* bottleneck
ਭੁਸ ਭੁਸ *n* bubble gum
ਭੁਸ ਰੋਗ *n* anemia
ਭੁੱਕਣਾ *v* dust
ਭੁੱਖ ਵਰਧਕ *n* appetizer
ਭੁਖਮਰੀ *n* starvation
ਭੁੱਖਾ *adj* hungry
ਭੁੱਖਾ ਭਾਣਾ *adj* hungry
ਭੁੱਖਿਆਂ ਮਾਰ ਦੇਣਾ *v* starve
ਭੁਗਤ *v* suffer
ਭੁਗਤਾਨ *n* liquidation
ਭੁੱਚਰ *adj* obese
ਭੁਣਨਾ *v* char-broil
ਭੁੰਨਣ ਲਈ ਸੀਖਦਾਰ ਚੁਲ੍ਹਾ *n* grill
ਭੁੰਨਵਾਂ ਮਾਸ *n* roast
ਭੁੰਨਿਆ *adj* charbroiled
ਭੁਰਭੁਰਾ *adj* brittle
ਭੁਲ ਜਾਣਾ *v* go away
ਭੁਲ ਭੁੱਲਈਆਂ *n* labyrinth
ਭੁੱਲ੍ਹੜ *n* gull
ਭੁੱਲਣਹਾਰ *adj* oblivious
ਭੁੱਲਣਾ *v* miss
ਭੁਲਾਂਦਰਾ *n* camouflage
ਭੁਲਾਂਦਰੇ ਰਾਹੀਂ ਲੁਕਾਉਣਾ *v* camouflage
ਭੁਲਾਵਾ *n* fallacy
ਭੁਲਾਵਾਂ *n* oblivion
ਭੁਲੇਖਾ ਜਨਕ *adj* confusing
ਭੂ ਦ੍ਰਿਸ਼ *n* landscape
ਭੂ ਮੰਡਲ *n* globe
ਭੂ ਵਿਗਿਆਨ *n* geology
ਭੂਆ *n* aunt
ਭੂਸਲੇ ਰੰਗ ਦਾ (ਬਨ) *adj* lurid
ਭੂਸਾ *n* hay
ਭੂਸੀ *n* hush
ਭੂਗ *n* longitude
ਭੂਗੋਲ *n* geography
ਭੂਚਾਲ *n* earthquake
ਭੂਤ *n* apparition
ਭੂਤ ਵਰਗਾ *adj* spooky
ਭੂਪ *adj* sovereign
ਭੂਮੱਧ ਰੇਖਾ *n* equator

ਭੂਮੀ ਦੇ ਥੱਲੇ ਦਾ ਮਾਰਗ *n* subway
ਭੇਸ *n* guise
ਭੇਖ ਬਣਾਉਣਾ *v* disguise
ਭੇਖੀ *n* guise
ਭੇਜੀ ਹੋਈ ਰਕਮ *n* remittance
ਭੇਟ *n* meeting
ਭੇਂਟ ਕਰਨਾ *v* donate
ਭੇਟਾ ਕਰਨਾ *v* devote
ਭੇਡ *n* sheep
ਭੇਡੂ *n* ram
ਭੇਦ *n* secret
ਭੇਦ ਖੋਲ ਦੇਣਾ *v* give away
ਭੇਦ ਭਰਿਆ *adj* mysterious
ਭੇੜ *n* scrap
ਭੇੜੀਆ *n* wolf
ਭੈ ਭੀਤ ਕਰਨਾ *v* terrify
ਭੈਜਨਕ *adj* appalling
ਭੈਣ *n* sister
ਭੈਭੀਤ *adj* afraid
ਭੈੜੀ ਤਰ੍ਹਾਂ *adv* badly
ਭੋਂ ਭੋਂ ਕਰਨਾ *v* honk
ਭੋਗ *n* offering
ਭੋਗ ਕਰਨਾ *v* live up
ਭੋਗ ਪਾਉਣਾ *v* conclude
ਭੋਗ ਬਿਲਾਸ *n* luxury
ਭੋਜਨ *n* meal
ਭੋਜਨ ਸੂਚੀ *n* menu
ਭੋਜਨ ਕਰਨਾ *iv* eat
ਭੋਜਨ ਭੰਡਾਰ *n* cafeteria
ਭੋਜਨ-ਕਰਤਾ *n* diner
ਭੇਂਟ *n* gift
ਭੋਂਡਾ *adj* grotesque
ਭੌਂ *v* frown
ਭੌਂ ਦਾ *adj* agricultural
ਭੌਂਕ *n* bark
ਭੌਂਕਣ ਦੀ ਆਵਾਜ਼ *n* bark
ਭੌਂਕਣਾ *v* bark
ਭੌਤਿਕ *adv* physically
ਭੌਤਿਕ *adj* bodily
ਭੌਤਿਕ ਵਿਗਿਆਨ *n* physics
ਭੌਂਪੂ *n* buzzer
ਭੌਂਰਾ *n* cocktail

ਮ

ਮਸਰੂਫ਼ *adj* busy, swamped
ਮਸਾਂ ਹੀ *adv* barely, narrowly
ਮਸ਼ੀਨ *n* machine, refinery, plant
ਮਹੱਤਤਾ *n* greatness, advantage
ਮਹੱਤਵਪੂਰਨ *adj* momentous, substantial
ਮਹਾਂਦੀਪ *n* continent, mainland
ਮਹਾਨ *adj* great, grave, huge
ਮਹਾਂਮਾਰੀ *n* epidemic, plague
ਮਹੀਨ *adj* subtle, tenuous
ਮੰਗੇਤਰ *n* boyfriend, fiancé
ਮਜ਼ਬੂਤ ਕਰਨਾ *v* beef up, toughen
ਮਜਬੂਰ *adj* compulsive, obliged, impotent
ਮਜਬੂਰ ਕਰਨਾ *v* force, pump
ਮਜਬੂਰੀ *n* compulsion, constraint
ਮਜ਼ਾਕ *n* humor, gag

ਮਜ਼ੂਰੀ ਤੇ ਰੱਖਣਾ v hire, recruit
ਮੱਠ n cloister, monastery
ਮੰਡਲ n guild, circumstance
ਮੰਤਰ n sorcery, charm
ਮੰਤਰੀ n adviser, minister
ਮੰਤਵ n intention, scope
ਮੱਥਾ n facet, forehead
ਮੰਦਵਾੜਾ n downturn, slump
ਮੰਦਾ n downturn, slump, recession, recession
ਮੱਧ n middle, waist
ਮੱਧਮ ਕਰਨਾ v dim, faint
ਮਧੋਲਣਾ v maul, trample
ਮਨਸ਼ਾ n motive, wish
ਮਨਸੂਖੀ n cancellation, repeal
ਮਨਜ਼ੂਰੀ n approval, grant
ਮੰਨਣਯੋਗ adj credible, convincing
ਮੰਨਣਾ v comply, concede, agree
ਮਨਾਉਣਾ v conciliate, reason
ਮਨੋਹਰ adj attractive, enchanting
ਮਰਨਾ v die, deaden
ਮਲ੍ਹਮ n balm, ointment
ਮਲਬਾ n debris, landfill, rubbish, wreckage
ਮਲੂਕ adj lovely, elegant
ਮਾਂ n mom, mother
ਮਾਨਸਿਕ adj psychic, mental
ਮਾਰਨਾ v run into, strike, hammer, hit, zap, maul
ਮਾਲ n merchandise, stuff, goods
ਮਾਲਕ n master, owner, employer
ਮਿਕਸਰ n mixer, blender

ਮਿਟਾਉਣਾ v annihilate, chase away, erase, wipe out
ਮਿੱਠਾ adj sweet, melodic
ਮਿਥ ਲੈਣਾ v presume, suppose
ਮਿਲਣਸਾਰ adj folksy, sociable
ਮਿਲਣਾ v call on, get together, meet, mix
ਮਿਲਾਉ n composition, annexation
ਮਿਲਾਉਣਾ v desegregate, merge, present, mix
ਮਿਲਾਵਟ n blend, mixture
ਮੀਟਣਾ v shut off, close, cordon off
ਮੁਕੰਮਲ ਤੌਰ ਤੇ adv in depth, inside out
ਮੁੱਕਾ n fist, punch
ਮੁਕਾਉਣਾ v complete, determine
ਮੁਕਾਬਲਾ ਕਰਨਾ v combat, face
ਮੁੱਠਾ n grip, hilt, knob
ਮੁੰਦਣਾ v close, cordon off
ਮੁਨਾਸਬ adj reasonable, expedient
ਮੁਰੱਬਾ n paralyze, conserve
ਮੁਰੰਮਤ ਕਰਨਾ v mend, repair
ਮੁਲਾਇਮ adj smooth, soft, tender
ਮੁਲਾਂਕਣ ਕਰਨਾ v appraise, evaluate
ਮੁੜ ਜਾਨ ਪਾਉਣਾ v brush up, refresh
ਮੁੜ੍ਹਕਾ ਆਉਣਾ v exude, perspire
ਮੂਕ adj mute, speechless
ਮੂਧਾ adj prone, prostrate
ਮੂਰਖ n idiot, gull
ਮੂਰਖ adj silly, foolish, dense
ਮੂਰਖਤਾ n craziness, folly, stupidity
ਮੂੜ੍ਹ adj ignorant, foolish
ਮੇਖ n tack, nail

ਮੇਲ *n* affiliation, coalition, merger, concert, annexation
ਮੇਲ ਹੋਣਾ *v* bump into, get together, meet
ਮੇਵਾ *n* hazelnut, raisin
ਮੈਲਾ *adj* foul, filthy
ਮੋਇਆ *adj* extinct, dead
ਮੋਹ ਲੈਣਾ *v* fascinate, mash
ਮੋਹਕ *adj* alluring, enchanting
ਮੋਟਾ *adj* plump, thick, corpulent, obese, fatty
ਮੋਟਾ ਕਰਨਾ *v* fatten, thicken
ਮੋਬਾਈਲ ਫ਼ੋਨ *adj* cordless, mobile
ਮੋੜ *n* diversion, turn
ਮੋੜ ਦੇਣਾ *v* restore, touch up
ਮੋੜਨਾ *v* reimburse, divert, curve
ਮੋੜਾ *n* relapse, retreat
ਮੌਸਮ *n* weather, season
ਮੌਕਾ *n* occasion, chance, scenario, sitting, situation
ਮਈ *n* May
ਮਸ਼ਹੂਰ *adj* popular; bright
ਮਸ਼ਹੂਰ ਕਰਨਾ *v* advertise
ਮਸਖਰਾ *n* clown
ਮਸਖਰੀ ਕਰਨਾ *v* stand up
ਮਸਖਰੇਪਣ ਨਾਲ *adv* jokingly
ਮਸਜਿਦ *n* mosque
ਮਸਤਕ *n* forehead
ਮਸਤੀ *n* drunkenness
ਮਸਤੂਲ *n* mast
ਮਸਲ *v* crush
ਮਸਲਤ *n* expediency

ਮਸ਼ਵਰਾ *n* counsel
ਮਸ਼ਵਰਾ ਦੇਣਾ *v* advise
ਮਸ਼ਵਰਾ ਲੈਣਾ *v* refer to
ਮਸਾਂ *adv* scarcely
ਮਸਾਂ ਮਸਾਂ *adv* hardly
ਮਸ਼ਾਲ *n* brand
ਮਸਾਲਾ *n* spice
ਮਸੀਤ *n* healer
ਮਸ਼ੀਨ ਵਾਂਗ ਬਣਾਉਣਾ *v* mechanize
ਮਸ਼ੀਨਗਨ *n* machine gun
ਮਸੂਰ *n* lentil
ਮਸੂਲ *v* levy
ਮਸੂਲ ਲਾਉਣਾ *v* rate
ਮਸੌਦਾ ਤਿਆਰ ਕਰਨਾ *v* draft
ਮਹੱਤਵ ਘਟਾਉਣਾ *v* devalue
ਮਹੱਤਵ ਰੱਖਣਾ *v* matter
ਮਹੰਤੀ *n* hierarchy
ਮਹਲ *n* palace
ਮਹਾਂ *n* arch
ਮਹਾਂ ਨਗਰ *n* metropolis
ਮਹਾਂ ਪਾਪ *n* felony
ਮਹਾਂਸਾਗਰ *n* ocean
ਮਹਾਜਨ *iv* lend
ਮਹਾਤਤਾ *n* importance
ਮਹਾਂਦੀਪੀ *adj* continental
ਮਹਾਰਥੀ *n* warrior
ਮਹਾਰਾਨੀ *n* queen
ਮਹਾਂਵਿਦਿਆਲਾ *n* college
ਮਹਿਸੂਲ *n* tariff
ਮਹਿਕ *n* scent
ਮਹਿਕਦਾਰ *adj* aromatic
ਮਹਿੰਗਾ *adj* expensive

ਮਹਿਲ *n* dome
ਮਹਿਲਾ *n* lady
ਮਹੀਨ ਕਰਨਾ *v* pulverize
ਮਹੀਨਾ *n* month
ਮਕਬਰਾ *n* tomb
ਮੱਕੜੀ *n* spider
ਮੱਕੜੀ ਦਾ ਜਾਲਾ *n* cobweb
ਮਕਾਨ *n* home
ਮਕਾਨ ਦਾ ਮਲਬਾ *n* rubble
ਮੱਕਾਰੀ *n* artwork
ਮੱਕੀ ਦੀਆਂ ਖਿੱਲਾਂ *n* popcorn
ਮਕੈਨਿਕ *n* mechanic
ਮੱਖਣ *n* butter
ਮਖ਼ਮਲ *n* velvet
ਮਖਿਆਲ *n* beehive
ਮਖੀਰ *n* hive
ਮਖੋਲ ਉਡਾਨਾ *n* laughing stock
ਮਖੌਟੀ ਨਾਚ *v* masquerade
ਮਖੌਲ *n* mockery
ਮਖੌਲ ਉਡਾਉਣਾ *v* ridicule
ਮਖੌਲ ਕਰਨਾ *v* joke
ਮਖੌਲੀਆ *adj* witty
ਮੰਗ *n* demand
ਮੰਗ ਕਰਨੀ *v* demand
ਮਗਜ਼ੀ *n* fringe
ਮੰਗਤਾ *n* beggar
ਮਗ਼ਰਬੀ *adj* western
ਮੱਗਰਮੱਛ *n* crocodile
ਮੰਗਲ (ਭਾਗ) *n* Mars
ਮੰਗਲ ਗੀਤ *n* carol
ਮੰਗਲਵਾਰ *n* Tuesday
ਮਘੋਰਾ ਝਰੋਖਾ *n* loophole
ਮੰਚ *v* stage
ਮੱਚਦਾ *adj* ablaze
ਮਚਲ *v* insist
ਮਚਾਉਣ *v* lash out
ਮੱਛਰ *n* mosquito
ਮਛੀ *n* anchovy
ਮੱਛੀ *n* fish
ਮੱਛੀ ਦੀ ਇੱਕ ਜਾਤੀ *n* squid
ਮੱਛੀ ਫੜ੍ਹਨਾ *v* fish
ਮੱਛੀਆਂ ਨਾਲ ਭਰਿਆ *adj* fishy
ਮੱਛੀਆਂ ਫੜਣ ਵਾਲੀ ਕੁੰਡੀ *n* angle
ਮਛੇਰਾ *n* fisherman
ਮਜ਼ਦੂਰ *n* laborer
ਮਜ਼ਦੂਰੀ *n* wage
ਮਜਬੂ *v* compel
ਮਜਬੂਤ *adj* strong
ਮਜ਼ਬੂਤ *adj* stable
ਮਜਬੂਤੀ *n* tenacity
ਮਜਮਾ *n* gathering
ਮਜ਼ਮੂਨ *n* topic
ਮੰਜ਼ਲ *n* destination
ਮਜਲਸ *n* congregation
ਮਜ਼ਾ *n* zest
ਮਜਿਸਟਰੇਟ *n* magistrate
ਮੱਝ *n* buffalo
ਮੰਝਲਾ *n* middle
ਮਟਰ *n* pea
ਮਟਰ ਗਸ਼ਤ ਕਰਨਾ *v* loiter
ਮਟਿਆਲਾ *adj* dusty
ਮਠ *n* abbey
ਮੱਠ ਅਧਿਕਾਰੀ *n* dean
ਮੱਠ ਸਬੰਧੀ *adj* monastic

ਮਠ ਦਾ ਵਡ਼ਾ ਮਹੰਤ *n* abbot
ਮੰਡਪ *n* pavilion
ਮੰਡਲਾਉਣਾ *iv* ring
ਮੰਡੀ *n* market
ਮਤ *n* opinion
ਮੱਤ ਭੇਦ ਰੱਖਣਾ *v* disagree
ਮੱਤ ਮਾਰਣਾ *v* dull
ਮੱਤਹੀਣ *adj* irrational
ਮਤਦਾਨ *n* voting
ਮਤਦਾਨ-ਪਰਚੀ *n* ballot
ਮੰਤਰੀ ਮੰਡਲ *n* cabinet
ਮਤਰੇਆ ਪਿਉ *n* stepfather
ਮਤਰੇਆ ਪੁੱਤਰ *n* stepson
ਮਤਰੇਆ ਭਰਾ *n* stepbrother
ਮਤਰੇਈ ਧੀ *n* stepdaughter
ਮਤਰੇਈ ਭੈਣ *n* stepsister
ਮਤਰੇਈ ਮਾਂ *n* stepmother
ਮਦ *adj* intoxicated
ਮੰਦ ਧੁਨੀ *n* bass
ਮੰਦ ਬੁੱਧੀ *n* moron
ਮੰਦਇੱਛਤ *adj* malevolent
ਮਦਦ *n* aid
ਮਦਦਗਾਹ *n* helper
ਮਦਦਗਾਰ *n* aide
ਮੰਦਬੁੱਧ *adj* dull
ਮੰਦਰ *n* temple
ਮੰਦਾ *adj* slack
ਮੰਦਾ ਪੈਣਾ *v* slump
ਮਦਾਰੀ *n* juggler
ਮੱਧ ਕਾਲੀਨ *adj* medieval
ਮੱਧ ਵਰਤੀ *adj* central
ਮੱਧਵਰਗੀ *adj* bourgeois
ਮੱਧਵਰਤੀ ਭਾਗ *n* downtown
ਮਧਿਅਸਥ *n* mediator
ਮਧਿਅਂਤਰ ਨਾਟ *n* interlude
ਮਧੁਰ *adj* melodic
ਮਨ *n* mind
ਮਨ ਤੇ ਦਬਾ ਪਾਉਣਾ *v* obsess
ਮਨ ਬਚਨੀ *n* monologue
ਮਨ ਮਾਰਨਾ *v* mortify
ਮਨਸੂਖ *adj* null
ਮਨਸੂਖ ਕਰਨਾ *v* supersede
ਮਨਸੂਖ਼ੀ *n* annulment
ਮਨਸੂਫ਼ੀ *v* revoke
ਮਨਸੂਬਾ *n* design
ਮਨਚਲਾ *adj* frivolous
ਮੰਨਣ ਵਾਲਾ *n* believer
ਮਨਨ *n* meditation
ਮਨਬਚਨੀ *adv* aside
ਮਨਮੋਹਕ *adj* charming
ਮਨਮੋਹਣਾ *adj* riveting
ਮਨਮੌਜੀ *adj* fantastic
ਮਨਵਾਉਣਾ *v* convince
ਮਨਾਉ *v* persuade
ਮਨਾਹੀ ਕਰਨਾ *v* ban
ਮਨੁਖ *adj* human
ਮਨੁੱਖ-ਜਾਤੀ *n* humankind
ਮਨੁੱਖੀ-ਸ਼ਕਤੀ *n* manpower
ਮਨੁਰ *n* slacks
ਮਨੋਂ ਘੜਨਾ *v* concoct
ਮਨੋ ਵਿਗਿਆਨ *n* psychology
ਮਨੋਘਾੜਤ *n* concoction
ਮਨੋਤਾਪ *n* hang-up
ਮਨੋਤਾਪੀ *adj* neurotic

ਮਨੋਰੰਜਨ *n* distraction
ਮਨੋਰੰਜਨ *adj* amusing
ਮਨੋਰੰਜਨ ਕਰਨਾ *v* entertain
ਮਨੋਰਥ *n* longing
ਮਨੋਵੇਗ *n* impulse
ਮਨੋਵੇਗੀ *adj* impulsive
ਮੰਮੀ *n* mummy
ਮੰਮੇ ਦੀ ਡੋਡੀ *n* nipple
ਮਰ *n* dying
ਮਰਜ਼ *n* bone marrow
ਮਰਜ਼ੀ *n* option
ਮਰਤਬਾਨ *n* jar
ਮਰਦਾਨਗੀ *n* virility
ਮਰਦਾਨਾ *adj* masculine
ਮਰਯਾਦਾਪੂਰਨ *adj* solemn
ਮਰਿਆਦਾ *n* decorum
ਮ੍ਰਿਤਕਾਂ ਦੀ ਸੰਖਿਆ *n* death toll
ਮਰੀ *n* plague
ਮਰੋੜ *n* cramp
ਮਰੋੜਨਾ *v* writhe
ਮਲਾਈਦਾਰ *adj* creamy
ਮੱਲਾਹ *n* crew
ਮਲੀਆਮੇਟ ਕਰਨਾ *v* obliterate
ਮਲੀਦਾ ਕਰਨਾ *v* squash
ਮਲੀਨ *adj* soiled
ਮਲੇਰੀਆ *n* malaria
ਮੱਲੋਮੱਲੀ *adv* forcibly
ਮਾਂ ਦਾ *adj* maternal
ਮਾਇਆ *n* delusion
ਮਾਈਕ *n* microphone
ਮਾਸ *n* flesh
ਮਾਸ ਭੁੰਨਣਾ *v* grill

ਮਾਸ ਵੇਚਣ ਦੀ ਥਾਂ *n* shambles
ਮਾਸਿਕ *adv* monthly
ਮਾਸੀ *n* aunt
ਮਾਹਵਰੀ *n* period
ਮਾਹਵਾਰੀ *n* menstruation
ਮਾਹਵਾਰੀ ਦਾ ਬੰਦ ਹੋਣਾ *n* menopause
ਮਾਂਗਣੂ *n* bug
ਮਾਂਜਣਾ *v* scrub
ਮਾਟਲ *n* motel
ਮਾਡਲ *n* model
ਮਾਡਲ ਕੁੜੀ *iv* model
ਮਾਣ *n* bug
ਮਾਣ ਤੋੜਨਾ *v* humiliate
ਮਾਣਕ *n* ruby
ਮਾਣਨਾ *v* enjoy
ਮਾਣਯੋਗ *adj* enjoyable
ਮਾਤ *n* loser
ਮਾਤਮ *n* bereavement
ਮਾਤਾ *n* smallpox
ਮਾਤਾ ਪਿਤਾ *n* parents
ਮਾਧੁਰੀ *n* sweetness
ਮਾਨ *v* dignify
ਮਾਨਸਕ ਸੰਤੁਲਨ *n* composure
ਮਾਨਸਕ ਰੋਗੀ *n* psychopath
ਮਾਨਸਿਕ ਤੌਰ ਤੇ *adv* mentally
ਮਾਨਸਿਕ ਰੋਗਾਂ ਦਾ ਮਾਹਰ *n* psychiatrist
ਮਾਨਤਾ *n* recognition
ਮਾਨਵ *adj* human
ਮਾਨਵ ਜਾਤੀ *n* mankind
ਮਾਨਵਤਾ ਵਾਦੀ *n* humanities
ਮਾਨਵੀਕਰਨ ਕਰਨਾ *v* personify
ਮਾਨਾਰਥ *adj* complimentary

ਮਾਪ *v* gauge
ਮਾਪਕ *n* meter
ਮਾਪਦੰਡ *n* norm
ਮਾਪਨ *n* closure
ਮਾਂਪੁਣਾ *n* motherhood
ਮਾਫ਼ ਕਰਣਾ *v* forgive
ਮਾਮੀ *n* aunt
ਮਾਮੂਲੀ *adj* fair
ਮਾਰ *v* manhandle
ਮਾਰ *n* knock
ਮਾਰ ਸੱਟ *n* lash
ਮਾਰ ਕੁੱਟ *n* battery
ਮਾਰਸ਼ਲ *n* marshal
ਮਾਰਗ ਦਰਸ਼ਨ *n* guidance
ਮਾਰਗ ਨਿਰਦੇਸ਼ਨ *n* helm
ਮਾਰਚ ਦਾ ਮਹੀਨਾ *n* March
ਮਾਰੂਥਲ *n* desert
ਮਾਲ ਗੈਰਮਾਕੂਲ *n* realty
ਮਾਲ ਧਨ *n* characteristic
ਮਾਲ ਭਰਨਾ *v* stock
ਮਾਲ ਭਿਜਵਾਈ *n* consignment
ਮਾਲ-ਉਤਰਾਈ *n* discharge
ਮਾਲਸ਼ *n* massage
ਮਾਲਸ਼ ਕਰਨਾ *v* massage
ਮਾਲਕ ਹੋਣਾ *v* possess
ਮਾਲਕਣ *n* landlady
ਮਾਲਕੀ *n* ownership
ਮਾਲਕੀ-ਚਿੰਨ੍ਹ ਲਾਉਣਾ *v* earmark
ਮਾਲਖਾਨਾ *n* warehouse
ਮਾਲਦਾਰ *adj* rich
ਮਾਲਾਹ *n* sailor
ਮਾਲਿਸ਼ ਕਰਨ ਵਾਲੀ *n* masseuse
ਮਾਲੀ *n* gardener
ਮਾਲੀ *adj* financial
ਮਾਲੀ ਸਹਾਇਤਾ ਦੇਣੀ *v* subsidize
ਮਾੜਾ *adj* frail, slender; vicious
ਮੁੰਡਾ *n* teenager, youngster; telegram
ਮੂਰਤੀ *n* statue, figure, icon; statute
ਮਾੜਚੂ *adj* emaciated
ਮਿਆਦ ਪੁਗਿਆ *adj* overdue
ਮਿਆਰ *n* standard
ਮਿਆਰ ਤੋਂ ਡਿਗਿਆ *adj* substandard
ਮਿਸਤਰੀ *n* technician
ਮਿਸ਼ਨਰੀ *adj* apostolic
ਮਿਸ਼ਨਰੀ *n* missionary
ਮਿਸ਼ਰਣ *n* blend
ਮਿਸ਼ਰਨ *n* fusion
ਮਿਸ਼ਰੀ *n* candy
ਮਿਸਲ *n* dossier
ਮਿਸਾਈਲ *adj* missile
ਮਿਸਾਲ *n* instance
ਮਿਸਾਲ ਦੇਣਾ *v* exemplify
ਮਿਹਨਤ ਕਰਨਾ *v* toil
ਮਿਹਨਤਾਨਾ *n* pay
ਮਿਹਨਤੀ *adj* diligent
ਮਿਹਨਤੀ ਆਦਮੀ *n* sap
ਮਿਹਰਬਾਨ *adj* gracious
ਮਿਜ਼ਾਜ *n* mood
ਮਿਟਾ ਦੇਣਾ *v* undo
ਮਿਟਾਉ *v* cross out
ਮਿਟਿਆਲਾ *adj* misty
ਮਿੱਟੀ ਖੋਦਣਾ *iv* dig
ਮਿੱਠਾ ਪਾਉਣਾ *v* sweeten

ਮਿਠਾਈ *n* conserve
ਮਿਠਿਆਈ *n* dessert
ਮਿੱਠੀ *n* port
ਮਿੱਠੀ ਤੇਜ਼ ਸ਼ਰਾਬ *n* liqueur
ਮਿੱਤਰ ਬਣਾ ਲੈਣਾ *v* befriend
ਮਿੱਤਰ ਰਾਸ਼ਟਰ *v* ally
ਮਿਤੀ ਪਾਉਣੀ *v* date
ਮਿਥ *n* myth
ਮਿਥਣਾ *v* appoint
ਮਿਥੀ ਸਥਾਪਨਾ *n* hypothesis
ਮਿਨਟ *n* minute
ਮਿੰਨਤ ਕਰਨਾ *v* entreat
ਮਿਨਾਰ *n* tower
ਮਿਰਗ ਤ੍ਰਿਸ਼ਨਾ *n* mirage
ਮਿਰਗੀ *n* epilepsy
ਮਿਰਚ ਕਾਲੀ *n* pepper
ਮਿਲਗੋਭਾ *n* mess
ਮਿਲਣ *n* union
ਮਿਲਣ ਆਉਣਾ *v* drop in
ਮਿਲ਼ਨ ਜਾਣਾ *v* call on
ਮਿਲਵਰਤਣ *n* solidarity
ਮਿਲਵਰਤਨ *n* cooperation
ਮਿਲਵਾਂ *v* conjugate
ਮਿਲਵਾਂ *n* joint
ਮਿਲਾ ਦੇਣਾ *v* intertwine
ਮਿਲਾਪ *n* integration
ਮਿਲਾਪੜਾ *adj* amiable
ਮਿਲਾਵਟ ਕਰਨਾ *n* deathbed
ਮਿਲਾਵਟ ਕਰਨਾ *v* debase
ਮਿਲਿਆ ਹੋਣਾ *v* adjoin
ਮਿਲੀਗ੍ਰਾਮ *n* milligram
ਮਿਲੀ-ਜੁਲੀ ਖਾਦ *n* compost
ਮਿਲੀਮੀਟਰ *n* millimeter
ਮੀਆਂ ਮਿੱਠੂ *n* poll
ਮੀਂਹ *n* rainfall
ਮੀਟਰ ਸਬੰਧੀ *adj* metric
ਮੀਢੀ *adj* pleated
ਮੀਨਾਕਾਰੀ ਕਰਨਾ *v* engrave
ਮੀਲਾਂ ਦੀ ਸੰਖਿਆ *n* mileage
ਮੁਅੱਤਲ ਕਰਨਾ *v* suspend
ਮੁਆਦ *n* pus
ਮੁਆਫ਼ੀ ਮੰਗਣਾ *v* apologize
ਮੁਆਵਜ਼ਾ ਦੇਣਾ *v* compensate
ਮੁਸਕਣੀ *v* smile
ਮੁਸਕਰਾਹਟ *n* smile
ਮੁਸ਼ਕਲ *adj* cumbersome
ਮੁਸ਼ਕਲ ਨਾਲ *adv* scarcely
ਮੁਸਤੈਦੀ *n* readiness
ਮੁਸੱਮਮ *adj* resolute
ਮੁਸਲਮਾਨ *n* Muslim
ਮੁਸਲਿਮ *n* Muslim
ਮੁਸਾਫਰ *n* traveler
ਮੁਸਾਫ਼ਰ *n* voyager
ਮੁਸਾਫ਼ਰ ਖ਼ਾਨਾ *n* inn
ਮੁਹਰ ਲਾਉਣੀ *v* seal
ਮੁਹਰੀ *n* precursor
ਮੁਹਲਤ *n* grace
ਮੁਹਲੇਧਾਰ ਬਾਰਿਸ਼ *n* downpour
ਮੁਹਾਰਨੀ *n* recurrence
ਮੁਹਾਵਰਾ *n* idiom
ਮੁਹਿੰਮ *v* dispatch
ਮੁਹਿੰਮ *n* expedition
ਮੁੱਕ *n* knock
ਮੁਕਟ *n* crown

ਮੁਕਟ ਪੁਆਉਣਾ *v* crown
ਮੁਕਤ *adj* immune
ਮੁਕਤ ਕਰਨਾ *v* loose
ਮੁਕਤੀ *adj* stray
ਮੁਕਦਮਾ *n* lawsuit
ਮੁਕੱਦਮਾ *n* litigation
ਮੁਕੱਦਮਾ ਕਰਨਾ *v* sue
ਮੁਕੱਦਮਾ ਚਲਾਉਣਾ *v* process
ਮੁਕਦਮੇਬਾਜ਼ *v* litigate
ਮੁਕੱਦਰ *n* sort
ਮੁੱਕਰਨਾ *v* recant
ਮੁਕੱਰਰ ਵਕਤ *adv* hourly
ਮੁਕਾਬਲਾ *n* match
ਮੁਕਾਮ *n* location
ਮੁੱਕੇਬਾਜ਼ *n* boxer
ਮੁੱਕੇਬਾਜ਼ੀ *n* boxing
ਮੁੱਖ *adj* major
ਮੁੱਖ ਅਧਿਆਪਕ *adj* principal
ਮੁੱਖ ਤੌਰ 'ਤੇ *adv* mainly
ਮੁੱਖ ਦਫਤਰ *n* headquarters
ਮੁਖ਼ਤਾਰਨਾਮਾ *n* attorney
ਮੁਖਬੰਧ *n* foreword
ਮੁੱਖਬੰਧ *n* prologue
ਮੁਖਬਰ *n* scout
ਮੁਖਰ *adj* explicit
ਮੁਖਾਲਫ *n* opposite
ਮੁਖੀ *n* foreman
ਮੁੱਖੀ *adj* main
ਮੁੱਛਾਂ *n* mustache
ਮੁਟਾਈ *n* thickness
ਮੁਟਿਆਰਪਣ *n* virginity
ਮੁੱਠ ਭਰ *n* handful
ਮੁਠਭੇੜ *n* combat
ਮੁੱਠ-ਭੇੜ *n* paintbrush
ਮੁੱਢ ਬੰਨ੍ਹਣਾ *v* set off
ਮੁੱਢੋਂ *adv* afresh
ਮੁਤਾਲਬਾ ਕਰਨਾ *v* claim
ਮੁੱਦਈ *n* plaintiff
ਮੁਦਰਾ *n* seal
ਮੁੱਦਰਾ ਸੁਕੇ *v* inflate
ਮੁੱਦਰਾ ਸੁਕੇ *n* inflation
ਮੁਨਸ਼ੀ *n* accountant
ਮੁਨਾਫ਼ਾ *n* net
ਮੁਫ਼ਤ *adj* free
ਮੁਬਾਰਕ *n* congratulations
ਮੁਮਕਿਨ *adj* possible
ਮੁਰਗੀ *n* hen
ਮੁਰਗੀਖਾਨਾ *n* poultry
ਮੁਰਝਾ ਦੇਣਾ *v* wither
ਮੁਰਝਾਉਣਾ *v* fade
ਮੁਰਦਾ *adj* dead
ਮੁਰਦਾ-ਘਰ *n* mortuary
ਮੁਰੱਬਾ *adj* square
ਮੁਰੰਮਤ *n* reparation
ਮੁਰੱਵਤ *n* politeness
ਮੁੱਲ ਪਾਉਣਾ *v* value
ਮੁੱਲ ਮੰਗਣਾ *v* charge
ਮੁੱਲ ਵਧਣਾ *v* appreciate
ਮੁਲਕ *n* country
ਮੁੱਲ-ਨਿਰਧਾਰਣ *n* assessment
ਮੁਲਾਂਕਣ *n* appraisal
ਮੁਲਾਕਾਤੀ *n* visitor
ਮੁਲਾਜ਼ਮ *n* bridesmaid
ਮੁੜ ਸੰਭਾਲਣਾ *v* resume

ਮੁੜ ਸਮਰਣ *n* recollection
ਮੁੜ ਸ਼ਾਮਲ ਹੋਣਾ *v* rejoin
ਮੁੜ ਕਬਜ਼ਾ ਕਰਨਾ *v* recapture
ਮੁੜ ਕਰਨਾ *v* redo
ਮੁੜ ਕੇ ਜਵਾਨ ਹੋਣਾ *v* rejuvenate
ਮੁੜ ਕੇ ਲੱਭਣਾ *v* relocate
ਮੁੜ ਛਾਪਣਾ *v* reprint
ਮੁੜ ਜਿਉਂਦਾ ਹੋਣਾ *v* resuscitate
ਮੁੜ ਤੋਂ ਉਸਾਰਨਾ *v* reconstruct
ਮੁੜ ਪ੍ਰਗਟ ਹੋਣਾ *v* reappear
ਮੁੜ ਪ੍ਰਾਪਤੀ *n* retrieval
ਮੁੜ ਲੈਣਾ ਜਾਂ ਪਾਉਣਾ *v* refuel
ਮੁੜ ਵਸਾਉਣਾ *v* rehabilitate
ਮੁੜ ਵਰਤਣਯੋਗ ਬਣਾਉਣਾ *v* recycle
ਮੁੜ ਵਾਪਸ ਦੇਣਾ *v* extradite
ਮੁੜ ਵਾਪਰਨਾ *v* recur
ਮੁੜ ਵੇਖਣਾ *v* review
ਮੂੰਹ ਫੇਰਨਾ *v* face
ਮੂੰਹ ਬਣਾਉਣਾ *n* grimace
ਮੂੰਹ ਮਾਰਨਾ *v* browse
ਮੂੰਹ ਮੁਲਾਹਜ਼ਾ *n* courtesy
ਮੂੰਹ ਵਿੱਚੋਂ ਕੱਢਣਾ *v* utter
ਮੂੰਹਫਟ *adj* outspoken
ਮੂੰਗਫਲੀ *n* peanut
ਮੂੰਗਲੀ *n* beetle
ਮੂਤਣ *n* urinate
ਮੂਰਖਤਾ ਭਰਿਆ *adj* idiotic
ਮੂਰਤ *n* picture
ਮੂਰਤੀਕਾਰ *n* sculptor
ਮੂਲ *adj* original
ਮੂਲ *n* price
ਮੂਲ ਤੱਤ *n* criterion
ਮੂਲ ਰੂਪ ਵਿੱਚ *adv* primarily
ਮੂਲਪਾਠ *n* text
ਮੂਲਭੂਤ *adj* essential
ਮੂਲੀ *n* radish
ਮੂੜ੍ਹ *n* goof
ਮੇਅਰ *n* mayor
ਮੇਜ਼ *n* table
ਮੇਜ਼ਪੋਸ਼ *n* tablecloth
ਮੇਜ਼ਬਾਨ *n* host
ਮੇਜ਼ਬਾਨ ਔਰਤ *n* hostess
ਮੇਮਣਾ *n* lamb
ਮੇਰਾ *pro* mine
ਮੇਰਾ *adj* my
ਮੋਰੀ *n* outlet
ਮੇਲ਼ ਖਾਣਾ *v* resemble
ਮੇਲਨਾ *v* mix-up
ਮੇਲਾ *n* fair
ਮੈਂ *pro* I
ਮੈਕਸੀਕਨ *adj* Mexican
ਮੈਚ *n* match
ਮੈਦਾ *n* flour
ਮੈਂਬਰ *n* membership
ਮੈਲਾ ਕਰਨਾ *v* soil
ਮੋਹ *n* allure
ਮੋਹ ਲੈਣ ਵਾਲ *n* siren
ਮੋਹਲਤ *n* respite
ਮੋਕਲਾ *adj* wide
ਮੋਘਾ *n* floodgate
ਮੋਚ *n* distortion
ਮੋਜ਼ੇਕ *n* mosaic
ਮੋਟਰ *n* motor
ਮੋਟਰ ਸਾਈਕਲ *n* motorcycle

ਮੋਟਰ ਜਾਂ ਕਾਰ *n* automobile
ਮੋਟਰ ਦਾ ਸਫ਼ਰ *n* drive
ਮੋਟਾ ਕੰਬਲ *n* rug
ਮੋਟਾ ਕਰਨਾ *n* fat
ਮੋਟਾਪਣ *n* thickness
ਮੋਟੀ ਤਾਜ਼ੀ ਗਾਂ *n* beef
ਮੋਟੇ ਹੋਣਾ *v* bag
ਮੋਟੇ ਤੌਰ ਤੇ *adv* broadly
ਮੋਢਾ *n* shoulder
ਮੋਢੀ *n* beginner
ਮੋਢੇ ਚੜ੍ਹਾਉਣਾ *v* shrug
ਮੋਤੀ *n* pearl
ਮੋਥਰਾ *n* splint
ਮੋਨ *n* quietness
ਮੋਮਬੱਤੀ *n* candle
ਮੋਰ *n* peacock
ਮੋਰੀ *n* puncture, leak; gutter
ਮੋਰ੍ਹੀ ਕਰਨਾ *v* drill
ਮੋਰਚਾ *n* front
ਮੋੜਨ ਵਾਲਾ *n* folder
ਮੋੜਨਾ ਲਿਫਾਉਣਾ *v* flex
ਮੌਸਮੀ *adj* seasonal
ਮੌਕੇ ਦਾ *adj* opportune
ਮੌਖਿਕ ਰੂਪ ਵਿੱਚ *adv* orally
ਮੌਜੀ *adj* fancy
ਮੌਤ ਦਾ ਸ਼ਿਕੰਜਾ *n* death trap
ਮੌਲਿਕ *adj* radical
ਮੌਲਿਕ ਸਿਧਾਂਤ *n* ultimatum
ਮਸਾਨਾ *n* cyst; bladder
ਮੰਚ *n* stage; bench
ਮਰ ਜਾਣਾ *v* evaporate; deaden
ਮਾਨ *n* dignity; alloy
ਮਾਰਕਾ *n* trademark, brand; cult; passage
ਮਾਰੂ *adj* lethal; arid
ਮਾਲਾ *n* rosary; range
ਮਿਸ਼ਰਤ *adj* assorted; promiscuous
ਮਿੱਤਰ *n* ally; gossip
ਮੀਲ ਪਾਥਰ *n* mile; milestone
ਮੁੱਢ *n* inception; stock, stroke, stub, block
ਮੁਢਲਾ *adj* early; ultimate; basic
ਮੁਲਤਵੀ ਕਰਨਾ *v* adjourn; look forward
ਮੂੰਹ *n* mouth; front
ਮੈਦਾਨ *n* plain; plane
ਮੈਲ *n* grime; spite

ਯ

ਯਾਤਰਾ *n* tour, voyage
ਯਾਦ ਰੱਖਣਾ *v* mind, remember
ਯਾਦਗਾਰੀ *adj* monumental, memorable
ਯੋਗ *adj* advisable, pertinent, valid, fit
ਯੋਗਤਾ *n* caliber, merit
ਯਹੂਦੀ *n* Jew
ਯਹੂਦੀ ਮੱਤ *n* Judaism
ਯਹੂਦੀ ਮੰਦਰ *n* synagogue
ਯਹੂਦੀਆਂ ਦਾ *adj* Jewish
ਯਕਸਾਂ *adj* alike
ਯੱਕਾ *n* cab

ਯਕੀਨ ਕਰਨਾ *v* trust
ਯਕੀਨੀ *adj* convincing
ਯਕੀਨ *n* con man; trust, confidence
ਯਤਨ *n* mint; attempt, endeavor
ਯਤਨ ਕਰਨਾ *iv* strive
ਯੰਤਰ ਵਿਧੀ *n* mechanism
ਯਤੀਮ *n* orphan
ਯਤੀਮਖਾਨਾ *n* orphanage
ਯਥਾਰਥ *adj* real
ਯਥਾਰਥਵਾਦ *n* realism
ਯਥਾਰਥਵਾਦੀ *adj* pragmatist
ਯੱਭ *n* nuisance
ਯਰਗਮਾਲ *n* hostage
ਯਾਤਰਾ *adj* eastbound
ਯਾਤਰੀ *n* pilgrim
ਯਾਦ *n* remembrance
ਯਾਦ ਕਰ ਲੈਣਾ *v* recollect
ਯਾਦ ਕਰਨਾ *v* memorize
ਯਾਦ ਦਿਵਾਉਣਾ *v* remind
ਯਾਦ ਪੱਤਰ *n* memo
ਯਾਦ ਰੱਖਣ ਯੋਗ *adj* notable
ਯਾਦਗਾਰ *n* souvenir
ਯਾਦ-ਦਾਸ਼ਤ-ਲੋਪ *n* amnesia
ਯਾਦਪੱਤਰ *n* reminder
ਯਾਦਾਸ਼ਤ *n* memory
ਯਾਰੀ *n* friendship
ਯੁਗ *n* age
ਯੁੱਗ *n* epoch
ਯੁੱਧ ਨੀਤੀ *n* strategy
ਯੁਧ ਵਿਰਾਮ *n* truce
ਯੁੱਧਕਾਰ *adj* belligerent
ਯੁਵਕ *adj* young
ਯੂਨਾਨ *n* Greece
ਯੂਨਾਨੀ *adj* Greek
ਯੂਨੀਵਰਸਿਟੀ ਟੀਮ ਦਾ ਖਿਡਾਰੀ *adj* blue
ਯੂਰਪ *n* Europe
ਯੂਰਪ ਦੀ ਇੱਕ ਸਮੁੰਦਰੀ ਮੱਛੀ *n* bass
ਯੂਰਪੀਅਨ *adj* European
ਯੋਗ ਹੋਣਾ *adj* affordable
ਯੋਗ ਹੋਣਾ ਜਾਂ ਕਰਨਾ *v* qualify
ਯੋਗ ਬਣਾਉਂਦਾ *v* enable
ਯੋਜਕ ਤੰਤੂ *n* ligament
ਯੋਜਨਾ *v* project
ਯੋਜਨਾ *n* scheme
ਯੋਜਨਾ ਬਣਾਉਣਾ *v* plot
ਯੋਧਾ *n* fighter

ਰ

ਰਸਤਾ *n* itinerary, route, street
ਰੱਸੀ *n* cord, twist
ਰੱਖਣਾ *iv* keep, retain, lay, place
ਰਖਵਾਲਾ *n* caretaker, guardian
ਰੱਖਿਅਕ *n* curator, defender, escort, guard
ਰੱਖਿਆ ਕਰਨਾ *v* defend, save, guard
ਰੰਗ *n* color, dye, paint
ਰੰਗਣਾ *v* color, dye, paint
ਰਗੜ *n* friction, graze, scratch
ਰਚਨਾ *n* texture, creation
ਰਜ਼ਾਮੰਦ ਹੋਣਾ *v* condescend, consent, go down, agree

ਰਜ਼ਾਮੰਦੀ *n* accord, consent
ਰੱਤ-ਬਹੁਲ *adj* congested, overcrowded
ਰੱਦ ਕਰਨਾ *v* abolish, abrogate, annul, nullify, repeal
ਰੱਦੀ *n* garbage, refuse
ਰਮਣੀਕ *adj* likable, scenic, pleasant
ਰਲਾਉਣਾ *v* blend, compound
ਰਾਹ *n* freeway, way
ਰਾਹਦਾਰੀ *n* toll
ਰਾਜ *n* kingdom, realm, reign, builder, ministry
ਰਾਜ ਕਰਨਾ *v* govern, reign
ਰਾਜਦੂਤ *n* ambassador, diplomat
ਰਾਜ਼ੀ *adj* agreeable, willing
ਰਿਹਾਇਸ਼ *n* dwelling, lodging
ਰਿਣ *n* debt, loan
ਰੁਕ *v* break down, chicken out
ਰੁਕਾਵਟ *n* checkbook; obstacle, retention, hang up, interruption, jam, bottleneck, deterrence
ਰੌਂ *n* inclination, mood; course
ਰੁਕਾਵਟ ਪਾਉਣਾ *v* inhibit, poison
ਰੁੱਖਾ *adj* harsh, sullen
ਰੁਚੀਕਰ *adj* pleasing, rewarding
ਰੂਪ *n* beauty, form
ਰੇਤਾ *n* sand, beach
ਰੋਕ *n* deterrence, brake, gag, bumper, hang up
ਰੋਕਣਾ *v* constrain, counteract, deter, fence, restrain, stay, forbid, cut back, counter
ਰੋਗੀ *adj* sick, infested
ਰਈਸ *n* aristocrat
ਰਈਸੀ *adj* genteel
ਰਸਦ *n* foodstuff; provision; seafood
ਰਸਮ *n* ceremony; paperwork; rite
ਰਸਦਾਰ *adj* juicy
ਰਸਮ ਰਿਵਾਜ *n* customs
ਰਸਮੀ *adj* formal
ਰਸਾ *n* broth
ਰੱਸਾ *n* guy
ਰਸਾਇਣੀ *adj* hermetic
ਰਸਾਇਨਿਕ *adj* chemical
ਰਸਾਈ *n* approach
ਰਸਾਤਲ *n* abyss
ਰਸੀਦ *n* voucher
ਰਸੀਲਾ *adj* mellow
ਰਸੂਲ *n* apostle
ਰਸੋਈ *n* kitchen
ਰਸੋਈ ਦਾ ਕੰਮ *n* cuisine
ਰਸੋਈਆ *n* cook
ਰਸੌਲੀ *n* tumor
ਰਹੱਸ *n* mystery
ਰੱਹਸ *n* secret
ਰਹੱਸਮਈ *adj* hidden
ਰਹਨਾ *v* inhabit
ਰਹਾਸਮਈ *adj* inexplicable
ਰਹਿ *adj* live
ਰਹਿਣ ਯੋਗ *adj* habitable
ਰਹਿਨ *n* mortgage
ਰਹਿਮ *n* mercy
ਰਕਮ *n* sum
ਰਕਾਬੀ *n* plate

ਰੱਖਣ ਵਾਲਾ *n* layer
ਰੱਖਿਅਕ ਸੈਨਾ *n* garrison
ਰੱਖਿਆ *n* ward
ਰਗ *n* vein
ਰੰਗ ਢੰਗ *n* manners
ਰੰਗਸ਼ਾਲਾ *n* theater
ਰੰਗ-ਕਾਟ *n* bleach
ਰੰਗਤ *n* complexion
ਰੰਗਦਾਰ ਚਾਕ *n* crayon
ਰੰਗਰਲੀਆਂ ਮਨਾਉਣਾ *v* revel
ਰੰਗਰੂਟ *n* recruit
ਰਗੜ ਦੇਣਾਂ *v* wear down
ਰਗੜਨਾ *v* file
ਰਚਣਹਾਰ *n* composer
ਰਚਨਾਤਮਕ *adj* creative
ਰਚਾ ਲੈਣ ਵਾਲਾ *adj* absorbent
ਰਚਾਉਣਾ *v* commemorate
ਰੱਜ *n* glut
ਰੱਜਵਾਂ *adj* sufficient
ਰਜਾਈ *n* quilt
ਰਜ਼ਾਈ ਲੈਣਾ *n* comforter
ਰਜ਼ਾਮੰਦ *adj* willing
ਰਜ਼ਾਮੰਦੀ ਨਾਲ *adv* naturally
ਰਜਿਸਟ੍ਰੇਸ਼ਨ *n* registration
ਰੰਡਾ *n* widower
ਰੰਡੀਖਾਨਾ *n* stew
ਰਣ-ਭੂਮੀ *n* field
ਰਤ ਦਾ ਖਾਣਾ *n* dinner
ਰੱਤ-ਸਾਰ *n* hemorrhage
ਰੱਤ-ਬਹੁਲਤਾ *n* congestion
ਰੱਤ-ਵਹਿਣ *n* bleeding
ਰੱਦ *adj* null
ਰੱਦ ਕਰ ਦੇਣਾ *v* overrule
ਰਦ੍ਦ ਕਰਨਾ *v* suppress
ਰੰਦਾ *n* plane
ਰਦਾਈ *adj* amenable
ਰਫ਼ਤਾਰ *n* speed
ਰਫਲ *n* rifle
ਰੱਬ *n* gum
ਰਬੜ *n* eraser
ਰੱਬੀ ਦਾਤ *n* charisma
ਰਲਗੱਡ *v* scramble
ਰਲਨਾ ਮਿਲਣਾ *v* coincide
ਰਲਾਵਟ *n* mixture
ਰਵ ਅਧਿਕਾਰੀ *n* predecessor
ਰਵਈਆ *n* attitude
ਰਵਾ *n* crystal
ਰਵਾਂ ਕਰਨਾ *v* downsize
ਰਵਾਇਤੀ *adj* conventional
ਰਵਾਂਹ *n* bean
ਰਵਾਨਗੀ *n* advance
ਰਵਾਨਾ ਹੋਣਾ *v* lift off
ਰਵਾਨੀ *n* glide
ਰਵਾਨੀ ਨਾਲ *adv* fluently
ਰਾਇ ਦੇਣਾ *v* remark
ਰਾਈ *n* rye
ਰਾਏ ਤਬਦੀਲ ਕਰਨਾ *v* brainwash
ਰਾਸ *adj* applicable
ਰਾਸ਼ਟਰ *n* nation
ਰਾਸ਼ਟਰ *adj* decaf
ਰਾਸ਼ਟਰਪਤੀ *n* president
ਰਾਸ਼ਟਰੀ *adj* national
ਰਾਸ਼ਟਰੀਅਤਾ *n* nationality
ਰਾਸ਼ਟਰੀਕਰਣ ਕਰਨਾ *v* nationalize

ਰ

ਰਾਸ਼ਨ ਬੰਨ੍ਹਣਾ *n* ration
ਰਾਸ਼ੀ *n* amount
ਰਾਹ ਕੱਢਣਾ *v* channel
ਰਾਹ ਦੱਸਣਾ *v* guide
ਰਾਹ ਮਾਰ *v* plunder
ਰਾਹ ਰੋਕਣਾ *v* jam
ਰਾਹਤ *n* relief
ਰਾਹੀ *n* passenger
ਰਾਹੇ ਪਾਉਣਾ *v* cut out
ਰਾਖ *n* ash
ਰਾਖਸ਼ੀ *adj* monstrous
ਰਾਖਦਾਨੀ *n* ashtray
ਰਾਖਵਾਂ *adj* spare
ਰਾਖਵਾਂ *v* store
ਰਾਖਵੀਂ ਰਕਮ *n* savings
ਰਾਗ ਦੀ ਸੂਝ *n* ear
ਰਾਜ ਸੂਚਨਾ *n* notification
ਰਾਜ ਹੰਸ *n* cob
ਰਾਜ ਤਿਲਕ *n* coronation
ਰਾਜ ਪਾਟ *n* regime
ਰਾਜਸੀ *adj* royal
ਰਾਜਸੀ ਉੱਥਲ ਪੁੱਥਲ *n* cataclysm
ਰਾਜ-ਕਾਜ ਤਿਆਗਣਾ *v* abdicate
ਰਾਜਕੀ *adj* regal
ਰਾਜਕੁਮਾਰ *n* prince
ਰਾਜਕੁਮਾਰੀ *n* princess
ਰਾਜਗੀਰ *n* builder
ਰਾਜਗੀਰੀ ਕਰਨਾ *iv* build
ਰਾਜਤੰਤਰ *n* monarchy
ਰਾਜਧਾਨੀ *n* capital
ਰਾਜਨੀਤੀ *n* politics
ਰਾਜ-ਪੱਤਰੀ *adj* diplomatic
ਰਾਜਪਾਲ *n* governor
ਰਾਜਵੰਸ *n* dynasty
ਰਾਜਾ *n* king
ਰਾਡਾਰ *n* radar
ਰਾਤ *n* night
ਰਾਤ ਚੋਗ਼ਾ *n* nightgown
ਰਾਤ ਦਾ ਖਾਣਾ *n* supper
ਰਾਤਲ *adj* nocturnal
ਰਾਤੋ-ਰਾਤ *adv* overnight
ਰਾਪ *v* cuss
ਰਾਪਤਾ *n* rapport
ਰਾਬੀ *n* rabbi
ਰਾੜ੍ਹਨਾ *v* broil
ਰਿਆਇਤ *n* concession
ਰਿਆਸਤ *n* estate
ਰਿਸ਼ਟ-ਪੁਸ਼ਟ *adj* athletic
ਰਿਸਣਾ *v* leak
ਰਿਸ਼ਤਾ ਕਰਾਉਣਾ *v* match
ਰਿਸ਼ਤੇਦਾਰੀ *n* relationship
ਰਿਸ਼ਵਤ *n* graft
ਰਿਸ਼ਵਤਖੋਰੀ *n* bribery
ਰਿਸਾਲਾ *n* journal
ਰਿਸ਼ੀ *adj* ascetic
ਰਿਹਰਸਲ *n* rehearsal
ਰਿਹਾਈ *n* acquittal
ਰਿਕਥ *n* inheritance
ਰਿੱਛ *n* bear
ਰਿੱਛ ਵਰਗਾ ਜਾਨਵਰ *n* raccoon
ਰਿਣਾਤਮਕ *adj* minus
ਰਿਣੀ ਹੋਣਾ *v* owe
ਰਿਬਟ ਲਾਉਣਾ *v* rivet
ਰਿਬਨ *n* ribbon

ਰਿਮ *n* rim
ਰੀਕਾਰਡਰ *n* recorder
ਰੀਕਾਰਡਿੰਗ *n* recording
ਰੀਂਗਣ ਵਾਲਾ ਜੀਵ *n* reptile
ਰੀਜੰਟ *n* regent
ਰੀਝਾਉਣਾ *v* gratify
ਰੀਟਾਇਰਮੈਂਟ *n* retirement
ਰੀੜ੍ਹ *n* spine
ਰੀਤ *n* formality
ਰੀਤ ਅਨੁਸਾਰ ਕਰਨਾ *v* formalize
ਰੀਤ ਨਾਲ *adv* formally
ਰੀਪੋਰਟ ਅਨੁਸਾਰ *adv* reportedly
ਰੀਫ਼ *n* reef
ਰੀਫੰਡ *n* refund
ਰੁੱਕ ਜਾਣਾ *v* desist
ਰੁਕਣਾ *v* hover
ਰੁਕਾਵਟ ਪਾਉਣ *v* obstruct
ਰੁਕਾਵਟ ਪਾਉਣੀ *v* stall
ਰੁਖਾ *adj* grumpy
ਰੁਖਾਪਣ *n* harshness
ਰੁੱਖਾਪਣ *n* apathy
ਰੁਚੀ *n* liking
ਰੁਝਾਨ *n* trend
ਰੁੱਝਿਆ *adj* engaged
ਰੁੱਝਿਆਂ ਹੋਇਆਂ *adv* busily
ਰੁਝੇਵਾਂ *n* activity
ਰੁੱਡ *n* burrow
ਰੁੱਤ *n* season
ਰੁਤਬਾ *n* station
ਰੁਦਨ *n* lament
ਰੁੱਧਾ *adj* engaged
ਰੁਪਈਆ ਲਾਉਣਾ *v* invest
ਰੁਮਾਂਚਕ ਕਹਾਣੀ *n* romance
ਰੁਮਾਲ *n* handkerchief
ਰੂੰ *n* cotton
ਰੂਸ (ਦੇਸ਼) *n* Russia
ਰੂਸੀ *adj* Russian
ਰੂਹ *n* spirit
ਰੂਪ ਧਾਰਣ ਕਰਨਾ *v* shape
ਰੂਪ ਬਦਲ ਦੇਣਾ *v* transform
ਰੂਪ ਵਿਗਾੜਨਾ *v* deface
ਰੂਪਕ *n* metaphor
ਰੂਪਰੇਖਾ *v* outline
ਰੂਪਰੇਖਾ *n* outline
ਰੂਪਾਂਤਰ *n* transformation
ਰੂਪਾਂਤਰਣ *n* conversion
ਰੂਬਰੂ ਹੋਣਾ *v* confront
ਰੂਲ *n* baton
ਰੂੜ੍ਹੀ ਪਾਉਣ *n* dressing
ਰੇ ਮੱਛੀ *n* ray
ਰੇਸ਼ਮ *n* silk
ਰੇਸ਼ਾ *n* tentacle
ਰੇਖਾ ਗਣਿਤ *n* geometry
ਰੇਖਾ ਚਿਤਰ *n* lay-out
ਰੇਡਿਓ *n* radio
ਰੇਂਡਿਅਰ *n* reindeer
ਰੇਡਿਏਟਰ *n* radiator
ਰੇਤੀ *n* file
ਰੇਨ ਕੋਟ *n* raincoat
ਰੇਲ ਦਾ ਡੱਬਾ *n* streetcar
(ਰੇਲ ਦਾ) ਪਲੇਟਫ਼ਾਰਮ *n* platform
ਰੇਲ ਦੀ ਲੀਹ *n* railroad
ਰੇਲ-ਗੱਡੀ *n* train
ਰੇੜ੍ਹਾ *n* cart

ਰੈਕਿਟ *n* racket
ਰੈਜਮੈਂਟ *n* regiment
ਰੈਫ਼ਰੀ *n* referee
ਰੈਲੀ *n* rally
ਰੋਅਬ *n* awe
ਰੋਅਬ ਵਾਲਾ *adj* horrendous
ਰੋਅਬਦਾਰ ਚਾਲ *n* stalk
ਰੋਸ *n* fury
ਰੋਸ਼ਨਾਈ *n* ink
ਰੋਕ *v* detain
ਰੋਕ ਰੱਖਣਾ *iv* withhold
ਰੋਕ ਲਾ ਲੈਣਾ *v* impound
ਰੋਕਣਾ *v* prevent
ਰੋਗ *n* sickness
ਰੋਗ-ਗ੍ਰਸਤ *adj* infested
ਰੋਗਮੁਕਤ ਹੋਣਾ *v* recuperate
ਰੋਗਾਣੂ ਮਾਰਨਾ *v* disinfect
ਰੋਗਾਣੂ-ਨਾਸ਼ਕ *adj* disinfectant
ਰੋਗਾਣੂ-ਨਾਸ਼ਕ ਦਵਾਈ *n* antibiotic
ਰੋਚਕ *adj* entertaining
ਰੋਜ਼ *adv* daily
ਰੋਜ਼ਗਾਰ *n* employment
ਰੋਜ਼ਨਾਮਚਾ *n* log
ਰੋਜ਼ਾ *n* catacomb
ਰੋਜ਼ਾਨਾ *adj* everyday
ਰੋਜ਼ਾਨਾ *adv* daily
ਰੋਜ਼ੀ *n* livelihood
ਰੋਟੀ *n* bread
ਰੋਟੀ ਕਰਨ *v* dine
ਰੋਟੀ ਪਕਾਉਣਾ *v* cook
ਰੋੜਾ *n* pebble
ਰੋਣ *n* crying
ਰੋਮਨ ਕੈਥੋਲਿਕ ਮੱਤ *n* Catholicism
ਰੋਲਰ *n* roll
ਰੌਂ ਹੋਣਾ *v* incline
ਰੌਲਾ *v* clamor
ਰੌਲਾ *n* commotion
ਰੌਲੇਗੌਲੇ ਨਾਲ *adv* noisily
ਰਿਵਾਜ *n* order; vogue
ਰੂੜੀ *n* convention; manure

ਲ

ਲੁੱਟਣਾ *v* loot, rob; mess up, spoil
ਲਹਾਈ *n* descent, discharge
ਲਗਾਤਾਰ *adv* ceaselessly, nonstop, hectic, together
ਲਗਾਤਾਰਤਾ *n* continuation, continuity
ਲਚਕਦਾਰ *adj* adaptable, elastic, resilient, flexible
ਲਟਕਣ *n* pendant, pendulum
ਲਤਾੜਨਾ *v* override, trample
ਲੱਭ ਲੈਣਾ *v* find out, get back
ਲੱਭਣਾ *v* search, look for, seek
ਲਮਕਾਉਣਾ *v* dangle, delay, prolong, protract
ਲੰਮਾਈ *n* length, longitude
ਲਲਕਾਰਨਾ *v* brag, call out
ਲੜਨਾ *iv* fight, row
ਲੜਾਈ *n* battle, strife, warfare, fight, quarrel, combat, jar
ਲੜਾਕਾ *adj* aggressive, militant

ਲੜੀ *n* series, range
ਲਾਸ਼ *n* carcass, corpse
ਲਾਗਲਾ *adj* adjoining, adjacent
ਲਾਜ਼ਮੀ *adj* obligatory, binding
ਲਾਟਰੀ *n* lottery, raffle
ਲਾਟੂ *n* knob, balloon
ਲਾਡ ਕਰਨਾ *v* fondle, pet
ਲਾਪਰਵਾਹੀ *n* carelessness, apathy
ਲਾਭ *n* gain, profit, revenue, advantage, product, booty, benefit
ਲਾਲ *adj* bloody, red
ਲਾਲਸਾ ਕਰਨਾ *v* crave, long for
ਲਾਲਚ *n* greed, temptation, avarice
ਲਾਲਚੀ *adj* greedy, avaricious
ਲਿਫ਼ਟ *v* lift, pickup
ਲਿਬਾਸ *n* cassock, garment
ਲੁਕਣਾ *v* disappear, lurk
ਲੁਕਾਉਣਾ *v* mask, hide
ਲੁੱਟ *n* loot, booty
ਲੁਟੇਰਾ *n* robber, bandit
ਲੁਭਾਉਣਾ *v* entice, lure
ਲੇਕਿਨ *c* however, nonetheless
ਲੇਖ *n* article, essay, script
ਲੇਖਕ *n* author, writer
ਲੇਪ *n* plaster, oil
ਲੇਬਲ *n* label, sticker
ਲੇਰ *n* wail, scream
ਲੈਣ ਦੇਣ *n* dealings, transaction
ਲੈਣਾ *v* receive, acquire, derive, get, assume
ਲੋਹੇ ਦੀ ਟੋਪੀ *n* helmet, help
ਲੋਕ *n* people, mob
ਲੋਥ *n* carcass, corpse
ਲੋੜ *n* requirement, need, necessity; call
ਲੋੜ ਹੋਣਾ *v* need; want
ਲੈਂਣ *n* alignment, queue
ਲਈ *pre* for
ਲਸ਼ਕਰ *n* legion
ਲਸਣ *n* garlic
ਲਹਰ ਵਾਲਾ *adj* wavy
ਲਹਿਕ *v* glitter
ਲਹਿਣਾ *v* disembark
ਲਹਿਰ *n* wave
ਲਹਿਰ ਬਹਿਰ *n* affluence
ਲਹਿਰੀ *adj* fantastic
ਲਹਿਲਹਾਉ *v* flourish
ਲਹੂ ਕੱਢਣਾ *v* deplete
ਲਹੂ ਦਾ ਰਸ *n* serum
ਲਹੂ ਦਾਣਾ *n* corpuscle
ਲਹੂ ਪੀਣ ਵਾਲਾ ਭੂਤ *n* vampire
ਲਹੂ ਲੁਹਾਣ *adj* gory
ਲਹੂ ਵਗਣਾ *iv* bleed
ਲੱਕ *n* waist
ਲਕਸ਼ *n* target
ਲਕਵਾ *n* paralysis
ਲੱਕੜ *n* timber
ਲੱਕੜ ਚੀਰਨ ਵਾਲਾ *n* river
ਲੱਕੜ ਦਾ *adj* wooden
ਲੱਕੜ ਦਾ ਘਰ *n* chalet
ਲੱਕੜ ਦੀ ਕਿਸਮ *n* mahogany
ਲੱਕੜਬਾਗਾ *n* hyena
ਲਕੜੀ *n* wood

ਲ

ਲ

ਲੱਕੜੀ ਦਾ ਕੋਲਾ *n* charcoal
ਲਕੀਰ ਖਿੱਚਣੀ *v* score
ਲਕੀਰ ਲਾਉਣੀ *v* underline
ਲੱਖਪਤੀ *n* millionaire
ਲਗਨ *n* zeal
ਲਗਭਗ *adv* nearly
ਲੰਗਰ *n* anchor
ਲੰਗਰ-ਸਥਾਨ *n* berth
ਲੰਗੜਾ *v* halt
ਲੰਗੜਾ *adj* lame
ਲੰਗੜਾ ਕਰਨਾ *v* cripple
ਲਗਾਉ *n* attachment
ਲਗਾਮ *n* bridle
ਲੰਗੋਟੀਆ ਯਾਰ *n* crony
ਲੰਘਣ *n* transit
ਲਘੂ-ਚਿੱਤਰ *n* miniature
ਲੰਚ *n* lunch
ਲਚਕਹੀਣ *adj* inflexible
ਲਚਕੀਲਾ *adj* lax
ਲੱਜਾਸ਼ੀਲਤਾ *n* modesty
ਲੱਜਾਵਾਨ *adj* ashamed
ਲਜੀਲਾ *adj* shameful
ਲਟਕਾ *n* ruse
ਲਟਕਾਉਣਾ *v* linger
ਲਟਕਾਅ *iv* hang
ਲਟਕਾਣਵਾਲਾ *n* hanger
ਲੜਕਾ *n* boy
ਲੜੀ *n* string
ਲੱਤ *n* leg
ਲੱਤ ਮਾਰਨਾ *v* kick
ਲਤਾੜਿਆ ਵਿਅਕਤੀ *n* underdog
ਲੱਥਣਾ *iv* fall
ਲਦਾਉ *v* load
ਲੱਦਿਆ ਹੋਇਆ *adj* laden
ਲਪੇਟ ਵਿੱਚ ਲੈਣਾ *v* engulf
ਲਪੇਟਣ ਵਾਲੀ ਚੀਜ਼ *n* wrapping
ਲਪੇਟਣਾ *v* wrap
ਲਪੇਟਿਆ ਕਾਗਜ਼ *n* scroll
ਲਫ਼ਜ *n* word
ਲਫਜ਼-ਬ-ਲਫਜ਼ *adv* verbatim
ਲੰਬਤ *adj* pending
ਲੰਬਾ *adj* tall
ਲੰਬਾ ਕੋਟ *n* overcoat
ਲਬਾਦਾ *n* cloak
ਲੰਬੀ ਬੇਹੋਸ਼ੀ *n* coma
ਲੰਬੂਤਰਾ *adj* oblong
ਲਬੇੜਨਾ *v* smear
ਲੱਭ ਪੈਣਾ *v* search
ਲੱਭ ਲੈਣ *v* retrieve
ਲੱਭਣ ਵਾਲਾ *n* explorer
ਲਭਤ *n* attainment
ਲੰਮਾ *adj* lengthy
ਲੰਮਾ ਕਰਨਾ *v* lengthen
ਲੰਮਾ ਛੁਰਾ *v* whittle
ਲੰਮਾ ਦੰਦ *n* tusk
ਲੰਮਾ-ਚੌੜਾ *adj* sizable
ਲੰਮੀ ਪੂਛ ਵਾਲਾ ਤੋਤਾ *n* parakeet
ਲੰਮੀਆਂ ਜੁਰਾਬਾਂ *n* hose
ਲਲਕਾਰ *n* challenge
ਲਲਕਾਰਾ ਮਾਰਨਾ *v* challenge
ਲੱਲੂ *adj* wimp
ਲੜਕਪਨ *n* boyhood
ਲੜਕੀ *n* gal
ਲੜਖੜਾਹਟ *n* reel

ਲੜਾਈ ਕਰਨਾ *v* battle
ਲੜਾਕਾ *n* fighter
ਲਾਉਡ ਸਪੀਕਰ *n* loudspeaker
ਲਾਇੱਕ *adj* eligible
ਲਾਹਾ *n* benefit
ਲਾਹੁਣਾ *v* topple
ਲਾਹੇਵੰਦ *adj* beneficial
ਲਾਹੇਵੰਦਾ *adj* lucrative
ਲਾਕਰ ਕਮਰਾ *n* locker room
ਲਾਖੇ ਰੰਗ ਦਾ *n* bay
ਲਾਗ *n* infection
ਲਾਗਤ *n* cost
ਲਾਗਤਬਾਜੀ ਵਾਲਾ *adj* spiteful
ਲਾਂਗਰੀ *n* cook
ਲਾਗਿਓਂ *adv* closely
ਲਾਗੂ *adj* applicable
ਲਾਗੂ ਕਰਨਾ *v* execute
ਲਾਗੇ *adv* by
ਲਾਂਘ *n* step
ਲਾਂਘਾ *n* passage
ਲਾਚਾਰ *adj* bound
ਲਾਜ *n* timidity
ਲਾਜ਼ਮ *adj* compulsory
ਲਾਜ਼ਮੀ ਹੋਣਾ *iv* must
ਲਾਟ *n* lord
ਲਾਟਾਂ ਨਾਲ ਬਲਣਾ *v* blaze
ਲਾਟੂ *n* bulb
ਲਾਦੂ ਬੇੜੀ *n* barge
ਲਾਪਰਵਾਹ *adj* negligent
ਲਾਬੀ ਕਰਨਾ *v* lobby
ਲਾਭ ਲੈਣਾ *v* profit
ਲਾਭਕਾਰੀ *adj* worthwhile
ਲਾਭਦਾਇੱਕ *adj* profitable
ਲਾਭਦਾਇੱਕਤਾ *n* usefulness
ਲਾਭਾਂਸ਼ *n* dividend
ਲਾਂਭੇ ਹੋਣਾ *v* sidestep
ਲਾਰੀ *n* bus
ਲਾਲ ਹੋਣਾ *v* blush
ਲਾਲ ਕਰਨਾ ਜਾਂ ਹੋਣਾ *v* redden
ਲਾਲ ਫੀਤਾ *n* red tape
ਲਾਲਸਾ *n* urge
ਲਾਲਸੀ *adj* lustful
ਲਾਲਟੈਣ *n* lantern
ਲਾਲੀ *v* redress
ਲਾਵਾਰਿਸ *adj* derelict
ਲਾੜੀ *n* bride
ਲਿਆਉਣਾ *iv* bring
ਲਿਸ਼ਕਾਉਣਾ *v* brighten
ਲਿਸ਼ਕਾਰ *n* glare
ਲਿਸ਼ਕਾਰਾ *n* flare
ਲਿਸਾ *adj* skinny
ਲਿਹਾਜ਼ਦਾਰ *adj* considerate
ਲਿੰਕਸ *n* lynx
ਲਿਖਣ *n* stationery
ਲਿਖਣਾ *iv* write
ਲਿਖਣਾ *n* writing
ਲਿਖਤ *adj* written
ਲਿਖਤ *n* handwriting
ਲਿਖਤ ਸੰਬਧੀ *adj* graphic
ਲਿਖਤ ਸਬੂਤ *n* documontation
ਲਿਖਤੀ *adj* documentary
ਲਿਖਾਉਣਾ *v* dictate
ਲਿਖਾਈ *n* handwriting
ਲਿੰਗ *n* sex

ਲ

ਲਿੰਚ-ਵਿਧੀ *v* lynch
ਲਿਟ *n* lock
ਲਿਟਰ *n* liter
ਲਿਪਟਣਾ *iv* cling
ਲਿਪੀ *n* script
ਲਿਫਵਾਂ *adj* flexible
ਲਿਫਾਫਾ *n* envelope
ਲਿਬੇੜਨਾ *v* splash
ਲਿਵਲੀਨ ਹੋਣਾ *v* meditate
ਲੀਜ਼ *n* lease
ਲੀਨ *adj* engrossed
ਲੀਪ ਦਾ ਸਾਲ *n* leap year
ਲੀਰ *n* shred
ਲੀਰੋ ਲੀਰ ਕਰਨਾ *v* shred
ਲੀਵਰ *n* lever
ਲੀੜੇ *n* clothes
ਲੁਹਾਰ *n* blacksmith
ਲੁਕ ਕੇ ਗੋਲੀ ਮਾਰਣ ਵਾਲਾ *n* sniper
ਲੁੱਕ ਲਾਉਣਾ *v* pitch
ਲੁਕਮਾ *n* morsel
ਲੁਕਵਾਂ *adj* covert
ਲੁਚਾ *n* scoundrel
ਲੁੱਟ ਦਾ ਮਾਲ *n* loot
ਲੁਟ ਮਾਰ *v* pillage
ਲੁੱਟਮਾਰ *v* sack
ਲੁੱਟਮਾਰ *n* sack
ਲੁਤਫ਼ *n* enjoyment
ਲੁਪਤ *adj* implicit
ਲੂ *n* heathen
ਲੂੰ *n* pile
ਲੂ ਲੱਗਣਾ *n* heatstroke
ਲੂੰਈਂ *n* nap
ਲੂੰਈ (ਭੇਡ ਦੀ) *n* pile
ਲੂੰਈਦਾਰ *adj* fuzzy
ਲੂਸ *n* burn
ਲੂਸਿਆ *adj* overdone
ਲੂਣ *n* salt
ਲੂਣ ਲਾਉਣਾ *v* marinate
ਲੂੰਬੜੀ *n* fox
ਲੂੰਬੜੀ ਵਰਗਾ *adj* foxy
ਲੇਖ ਭੇਜਣ ਵਾਲਾ *n* contributor
ਲੇਖਾ *n* bookkeeping
ਲੇਖਾ ਕਰਨਾ *v* compute
ਲੇਖਾ ਪੜਤਾਲ *v* audit
ਲੇਜ਼ਰ *n* laser
ਲੇਟ *v* sprawl
ਲੇਣਾ *iv* take
ਲੇਪ ਕਰਨਾ *v* plaster
ਲੇਪ ਲਾਉਣਾ *v* foil
ਲੇਪੀ *n* paste
ਲੇਬਾਰਟਰੀ *n* lab
ਲੇਵੀ *n* paste
ਲੇਵੀ ਨਾਲ਼ ਚੇਪਣਾ *v* paste
ਲੈ *n* rhythm
ਲੈਸ ਕਰਨਾ *v* equip
ਲੈਟਰ ਬਕਸ *n* post box
ਲੈਟਰ ਬਾਕ੍ਸ *n* mailbox
ਲੈਣ ਵਾਲ਼ਾ *n* payee
ਲੈਣਹਾਰ *n* headphones
ਲੈਨਜ਼ *n* lens
ਲੈਂਪ *n* lamppost
ਲੈਫਟਿਨੈਂਟ *n* lieutenant
ਲੋ *v* glow
ਲੋ *n* light

ਲੋਇਣ *n* eyesight
ਲੋਸ਼ਨ *n* lotion
ਲੋਹੜੀ *n* bonfire
ਲੋਹਾ *n* iron
ਲੋਹਾ ਲਾਖਾ *adj* furious
ਲੋਕ ਪ੍ਰਸਿੱਧੀ *n* publicity
ਲੋਕ-ਅਪ੍ਰਿਯ *adj* unpopular
ਲੋਕਮੱਤ *n* referendum
ਲੋਕ-ਰਾਜੀ *adj* democratic
ਲੋਕੋਕਤੀ (ਪ੍ਰਸਿੱਧ) *n* maxim
ਲੋਗ *n* men
ਲੋਦਾ ਲਾਉਣਾ *v* vaccinate
ਲੋਪ *n* disappearance
ਲੋਬੀਆ *n* kidney bean
ਲੋਭ *n* avarice
ਲੋਭੀ *v* avenge
ਲੋਭੀ *adj* avaricious
ਲੋਭੀ ਹੋਣਾ *v* covet
ਲੋਰ *n* animation
ਲੋੜ ਸਮਝਣਾ *v* require
ਲੋੜ ਤੋਂ ਘੱਟ *adj* inadequate
ਲੋੜਵੰਦ *adj* needy
ਲੋੜਵੰਦੀ *n* urgency
ਲੌਕਕ *adj* worldly
ਲੌਕਿਕ *adj* vulgar

ਵ

ਵੱਸ ਕਰਨਾ *v* subdue, bewitch
ਵੱਸਣਾ *v* populate, reside
ਵਸਤੂ *n* object, theme
ਵਸੀਅਤ ਕਰ ਜਾਣਾ *v* bequeath, hand down
ਵਹਾਉਣਾ *v* drift, flow; lavish
ਵਹਿਸ਼ੀ *adj* barbaric, berserk
ਵੱਖ ਕਰਨਾ *v* break off, cut off
ਵੱਖਰਾ *adj* different, distinct, separate, several, apart, loose
ਵੰਗਾਰ *n* dare, challenge
ਵੰਚਿਤ ਕਰਨਾ *v* deprive, dismantle, take apart
ਵਚਿੱਤਰ *adj* breathtaking, wonderful, fancy
ਵੰਡਣਾ *v* dispense, divide, dole out, deal
ਵਡਮੁੱਲਾ *adj* costly, pricey
ਵੱਡਾ *adj* massive, leading, senior, big
ਵਡਿਆਉਣਾ *v* glorify, magnify
ਵਡਿਆਈ *n* admiration, praise
ਵੱਢ *n* chop, cut
ਵੱਢੀ *n* bribe, kickback
ਵਤੀਰਾ *n* conduct, treatment
ਵਧਣਾ *v* gain, increase, step up
ਵਧਾਉਣਾ *v* amplify, enhance, enlarge, prefer, promote
ਵਧੀਆ *adj* classy, fine

ਵ

ਵ

ਵਪਾਰ ਕਰਨਾ *v* chop, trade
ਵਪਾਰੀ *n* businessman, dealer, merchant, trader
ਵਰਗ *n* category, square, class
ਵਰਗੀਕਰਣ *n* assortment, ordination
ਵਰਗੀਕਰਨ ਕਰਨਾ *v* classify, grade
ਵਰਣਨ ਕਰਨਾ *v* describe, represent
ਵਰਤਣਾ *v* employ, exercise, exert, exploit, handle, manage, use
ਵਰਤਮਾਨ *n* present, current
ਵਰਤੋਂ *n* application, use
ਵਲ੍ਹੇਟਣਾ *v* envelop, roll, wrap
ਵਾਸਤਵਿਕ *adj* actual, factual
ਵਾਸਤਾ *n* connection, concern
ਵਾਹ ਪੈਣਾ *v* pertain, contact
ਵਾਗ *n* rein, bridle
ਵਾਂਝਾ *adj* deprived, devoid
ਵਾਧਾ *n* enlargement, extension, raise, annex, boost
ਵਾਪਸ ਮੁੜਨਾ *v* give back, go back, return
ਵਾਪਸੀ *n* restitution, return, withdrawal, retreat
ਵਾਪਰਨਾ *v* come about, happen
ਵਾਰਸ *n* heir, successor
ਵਾਲ *n* valve, hair
ਵਾੜ *n* fence, barrier, enclosure, handrail
ਵਿਉਂਤ *n* plan, design
ਵਿਅੰਗ *n* satire, irony
ਵਿਅਰਥ *adj* coronary, futile, needless, vain
ਵਿਅਰਥਤਾ *n* futility, paradox
ਵਿਆਹ *n* marriage, matrimony, wedding
ਵਿਆਖਿਆ *n* illustration, interpretation, annotation
ਵਿਆਖਿਆ ਕਰਨਾ *v* annotate, explain
ਵਿਸਤਾਰ *n* increment, extent, detail, span
ਵਿਸਫੋਟ *n* explosion, eruption
ਵਿਸਰਜਨ *n* abandonment, dispersal
ਵਿਸ਼ਵਾਸ *n* belief, faith, trust
ਵਿਸ਼ਵਾਸ ਕਰਨਾ *v* believe, lean on, rely on
ਵਿਸ਼ਵਾਸਘਾਤ *n* betrayal, infidelity, sellout
ਵਿਸ਼ਿਸ਼ਟ *adj* fussy, particular
ਵਿਸ਼ੇਸ਼ *adj* special, significant; express
ਵਿਸ਼ੇਸ਼ਤਾ *n* specialty, attribute, feature
ਵਿਹੜਾ *n* patio, court, yard
ਵਿਹੁਲਾ *adj* toxic, virulent
ਵਿਕਣਾ *v* auction, sell
ਵਿਕਰੀ *n* sale, circulation
ਵਿਕਰੇਤਾ *n* salesman, seller
ਵਿਕਾਸ *n* evolution, growth, development, headway
ਵਿੰਗਾ *adj* crooked, indirect
ਵਿਗਾੜਨਾ *v* corrupt, deprave, distort, impair, pervert, pollute
ਵਿਘਨ *n* disruption, impediment, interruption
ਵਿੱਚ *pre* during; in; amid; among
ਵਿੱਚ ਪੈਣਾ *v* intercede, intervene

ਵਿੱਚਾਰਨਾ *v* discuss, go over
ਵਿੱਚੋਲਾ *n* intermediary, mediator
ਵਿੱਛੜਨਾ *v* go out, depart
ਵਿਜਈ *n* victor, conqueror
ਵਿਦਰੋਹ *n* rebel, treason, insurrection
ਵਿਦਿਆਰਥੀ *n* learner, scholar, student, pupil
ਵਿਦੇਸ਼ੀ *adj* foreign, exotic
ਵਿਧੀ *n* key, law
ਵਿਨਾਸ਼ੀ *adj* mortal, pernicious
ਵਿਪਰੀਤ *adj* conflicting, opposite, averse
ਵਿਫਲਤਾ *n* defeat, frustration
ਵਿਭਿੰਨ *adj* various, varied
ਵਿਰਲਾਪ ਕਰਨਾ *v* lament, weep
ਵਿਰਾਸਤ *n* heritage, patrimony
ਵਿਰੁੱਧ *adj* incompatible, averse
ਵਿਰੋਧ *n* defiance, disagreement
ਵਿਰੋਧ ਕਰਨਾ *v* defy, oppose, resist, counter
ਵਿਰੋਧੀ *n* adversary, attacker, opponent, rival
ਵਿਰੋਧੀ *adj* defiant, discordant, repugnant, hostile
ਵਿਵਾਹਕ *adj* conjugal, marital
ਵੀਰਾਨ *adj* bleak, waste
ਵੇਖਣ ਜਾਣਾ *v* come over, stop by, visit
ਵੇਗਵਾਨ *adj* impetuous, speedy
ਵੇਤਨ *n* earnings, wage
ਵੇਦਨਾ *n* pang, bale
ਵੇਰਵਾ *n* technicality, detail
ਵੈਰ *n* hostility, malice, antipathy
ਵੈਰੀ *n* enemy, foe
ਵਸ *n* control
ਵੰਸ਼ (ਦਰਸ਼) *n* posterity
ਵਸਣ ਯੋਗ *adj* inhabitable
ਵਸਤ *n* thing
ਵਸਤੂ *adj* perishable
ਵਸਨੀਕ *n* inmate
ਵਸਾ ਲੈਣਾ *v* straighten out
ਵਸਾ ਲੈਣਾ ਪਰੇ *v* settle
ਵਸੀਅਤ ਨਾਮਾ *n* testament
ਵਸੀਲਾ *n* key
ਵਸੂਲ ਕਰਨਾ *v* recover
ਵਸੂਲੀ *n* recovery
ਵਸੂਲੀ ਲਿਖਣਾ *v* credit
ਵੱਸੋਂ *n* population
ਵਹਾ *v* pour
ਵਹਾ *n* flow
ਵਹਾ ਲੈ ਜਾਣਾ *v* drift apart
ਵਹਾਉ *n* flow
ਵਹਾਅ *n* glide
ਵਹਿਣ *n* flow
ਵਹਿਮ *n* superstition
ਵਹੀ ਖਾਤਾ *n* ledger
ਵਹੁਟੀ *n* bride
ਵਕਤ *n* time
ਵਕਫਾ *n* interval
ਵਕਰ *n* curve
ਵਕਰ-ਰੇਖਾ *n* curve
ਵਕੀਲ *v* advocate
ਵਕੀਲ *n* lawyer
ਵੱਖ ਕਰ ਦੇਣਾ *v* disconnect

ਵੱਖ ਕਰਨ ਯੋਗ *adj* detachable
ਵੱਖ ਵੱਖ *adj* diverse
ਵੱਖਰਾ ਕਰਨਾ *v* take out
ਵਖਾਣ *n* description
ਵੱਖੀ ਦਾ *adj* lateral
ਵਖੇਵਾਂ *n* rupture
ਵਖੇਵਾਂ ਹੋਣਾ *v* clash
ਵਗਦਾ *adv* afloat
ਵਗਾਉਣਾ *v* flow
ਵਚਨ *n* assurance
ਵਚਨਬੱਧ *adj* committed
ਵੰਚਿਤ *adj* deprived
ਵਚੋਲਾ *n* middleman
ਵੱਛਾ *n* calf
ਵੱਛੇ ਦਾ ਮਾਸ *n* veal
ਵਛੇਰਾ *n* colt
ਵਜਨ *n* weight
ਵਜ਼ਨ *n* burden
ਵਜ਼ੀਰ *n* minister
ਵੰਝ *n* bamboo
ਵਟਕ *n* intake
ਵੱਟਕ *n* proceeds
ਵੱਟਣਾ *v* twist
ਵੱਟਾ *n* deficit
ਵੱਟਾ ਸੱਟਾ *n* barter
ਵਟਾ ਲੈਣਾ *v* commute
ਵਟਾਂਦਰਾ *n* barter
ਵੰਡ *n* distribution
ਵੰਡ *n* division
ਵੱਡ ਅਕਾਰ *adj* colossal
ਵੰਡਣ *n* dispensation
ਵੰਡਣਯੋਗ *adj* divisible
ਵਡੱਪਣ *n* greatness
ਵੱਡਾ *n* grand
ਵੱਡਾ ਅੱਖਰ *n* capital letter
ਵੱਡਾ ਸਾਰਾ *adj* enormous
ਵੱਡਾ ਹੋਣਾ *v* grow up
ਵੱਡਾ ਕਮਰਾ *n* hall
ਵੱਡਾ ਚਮਚਾ *n* tablespoon
ਵੱਡਾ ਜੰਗੀ ਜਹਾਜ਼ *n* battleship
ਵੱਡਾ ਤਮਗਾ *n* medallion
ਵੱਡਾ ਪਾਦਰੀ *n* bishop
ਵੱਡਾ ਪੂੰਜੀਪਤੀ *n* tycoon
ਵਡਿਆਈ ਕਰਨਾ *v* praise
ਵੱਡੀ ਜੁਰਾਬ *n* stocking
ਵੰਡੀ ਪਾਉਣੀ *iv* deal
ਵੱਡੇ ਅੱਖਰ *n* capital
ਵਡੇਰਾ *adj* senior
ਵਡੇਰੇ *n* elder
ਵੱਢ ਸੁੱਟਣਾ *v* slash
ਵੱਢਣਾ *v* cut
ਵੱਢੀ ਦੇਣਾ *v* gratify
ਵੱਢੀ ਦੇਣੀ *v* bribe
ਵੱਢੀਖੋਰ *adj* corrupt
ਵਣ *n* hardwood
ਵਣ ਬਲਾ *n* lynx
ਵਣਜ ਦੂਤ *n* consul
ਵਤਨ *n* homeland
ਵਤਨ ਨੂੰ ਮੁੜਨਾ *v* repatriate
ਵਤਨੀ *n* countryman
ਵਧ ਜਾਣਾ *v* excel
ਵੱਧ ਤੋਂ ਵੱਧ *adj* maximum
ਵੱਧਣਾ *v* go up
ਵੱਧਰੀ *n* strap

ਵਧਾਅ-ਚੜ੍ਹਾਅ ਕੇ ਦੱਸਣਾ *v* overstate
ਵਧਾਈ ਦੇਣਾ *v* congratulate
ਵਧੀਆ ਢੰਗ ਨਾਲ *adv* nicely
ਵਧੀਕ *adj* additional
ਵਧੇਰੇ ਖਰਾਬ ਕਰਨਾ *v* worsen
ਵਧੇਰੇ ਪਰਸਿਧ ਹੋਣਾ *v* outshine
ਵੰਨਗੀ *n* foretaste
ਵਪਾਰਕ *adj* commercial
ਵਫ਼ਾ *n* loyalty
ਵਫਾਦਾਰ *adj* faithful
ਵਫਾਦਾਰੀ *n* fidelity
ਵਫ਼ਾਦਾਰੀ *n* allegiance
ਵਰ੍ਹਾਉਣਾ *v* rain
ਵਰ੍ਹੇ ਗੰਢ *n* anniversary
ਵਰਖਾ *n* rain
ਵਰਗਲਾਊ *adj* tempting
ਵਰਗ-ਵੰਡ ਕਰਨਾ *v* distinguish
ਵਰਗਾ *adj* similar
ਵਰਗਾ *pre* like
ਵਰਗਾਕਾਰ *adj* square
ਵਰਜਨ *v* refrain
ਵਰਜਿਤ *adj* illicit
ਵਰਜਿਤ ਕਰਨਾ *v* prohibit
ਵਰਣ ਮਾਲਾ *n* alphabet
ਵਰਣਨ *n* recital
ਵਰਣਨਾਤਮਿਕ *adj* descriptive
ਵਰਤ ਕੇ ਸੁਟਣਯੋਗ *v* throw away
ਵਰਤ ਰੱਖਣਾ *v* fast
ਵਰਤਾਉ *n* usage
ਵਰਤਾਉ ਕਰਨਾ *v* behave
ਵਰਤਾਉਣਾ *v* distribute
ਵਰਤੋਂ ਬਾਹਰਾ *adj* jobless
ਵਰਦੀ *n* uniform
ਵਰਧਮਾਨ *adj* increasing
ਵ੍ਰਿਧੀ *v* augment
ਵਲ ਚਾੜ੍ਹਨਾ *v* writhe
ਵਲ ਪਾ ਕੇ ਜਾਣਾ *n* detour
ਵਲ ਲੈਣਾ *v* encircle
ਵਲਗਣ *adj* anemic
ਵਲਦਾਰ *adj* winding
ਵਲ਼ਦਾਰ *adj* accordion
ਵਲਨਾ *v* circle
ਵਲ-ਫੇਰ ਖਾਣਾ *v* wind
ਵਲੋਂ *pre* from
ਵਾਊਚਰ *n* voucher
ਵਾਅਦਾ *n* engagement
ਵਾਇਰਸ *n* virus
ਵਾਇਲਨ *n* violin
ਵਾਇਲਨ-ਵਾਦਕ *n* violinist
ਵਾਸ਼ਨਾ *n* smack
ਵਾਸ਼ਪ ਬਣਾਉਣਾ *v* evaporate
ਵਾਸ਼ਪ ਵਿੱਚ ਬਦਲਨਾ *v* vaporize
ਵਾਸ਼ਪਸ਼ੀਲ *adj* volatile
ਵਾਸੀ *n* inmate
ਵਾਹ *n* concern
ਵਾਹ ਵਾਹ ਕਰਨਾ *v* applaud
ਵਾਹਕ *n* bearer
ਵਾਹਣ *n* vehicle
ਵਾਹਨਮਾਰਗ *n* driveway
ਵਾਹਰ *n* reinforcements
ਵਾਹੀ *n* agriculture
ਵਾਹੀ ਦਾ *adj* agricultural
ਵਾਹੁਣਯੋਗ *adj* arable
ਵਾਕ *n* sentence

ਵਾਕਾਂਸ਼ *n* phrase
ਵਾਕਿਆ *n* fact
ਵਾਗ ਫੜਨਾ *v* rein
ਵਾਜਬ *adj* appropriate
ਵਾਜਾ *n* harp
ਵਾਟ *n* watt
ਵਾਟਰ-ਪਰੂਫ *adj* waterproof
ਵਾਢੀ *n* harvest
ਵਾਢੀ ਦੀ ਰੁੱਤ *n* harvest
ਵਾਤਾਵਰਣ *n* atmosphere
ਵਾਤਾਵਰਨ *n* ecology
ਵਾਦਵਿਵਾਦ *n* contest
ਵਾਧਾ *v* affix
ਵਾਧਾ ਕਰਨਾ *v* escalate
ਵਾਧੂ *adj* additional
ਵਾਧੂ ਸਮੇਂ ਵਿੱਚ *adv* overtime
ਵਾਧੂ ਨਫ਼ਾ *n* bonus
ਵਾਪਸ ਸੱਦਣਾ *v* recall
ਵਾਪਸ ਕਰਨਾ *v* bring back
ਵਾਪਸ ਜਾਣਾ *v* turn back
ਵਾਪਸ ਮੋੜਨਾ *v* refund
ਵਾਪਿਸ ਹੋਣਾ *v* recede
ਵਾਮਨ *n* dwarf
ਵਾਮਪੰਥੀ *adj* communist
ਵਾਯੂ *n* air
ਵਾਯੂ-ਸੰਚਾਰਨ *n* ventilation
ਵਾਯੂਜਗ੍ਹਾ *n* airspace
ਵਾਯੂ-ਮੰਡਲੀ *adj* atmospheric
ਵਾਯੂ-ਮਾਰਗ *n* airline
ਵਾਰ ਕਰਨਾ *iv* strike
ਵਾਰੰਟ *n* warrant
ਵਾਰਤਕ *n* prose
ਵਾਰਤਾਲਾਪ *n* dialogue
ਵਾਰਦਾਤ *n* happening
ਵਾਰਨਿਸ਼ *n* varnish
ਵਾਰਨਿਸ਼ ਕਰਨਾ *v* varnish
ਵਾਲ ਕੱਟਣਾ *n* haircut
ਵਾਲੰਟੀਅਰ *n* volunteer
ਵਾਲਦਾਰ *adj* hairy
ਵਾਲਰਸ *n* walrus
ਵਾਲ ਦੀ ਜੜ੍ਹ *n* bulb
ਵਾਲਾਂ ਦਾ ਬੁਰਸ਼ *n* hairbrush
ਵਾਲਾਂ ਦੀ ਕਟਾਈ *n* crop
ਵਾਲੀ-ਵਾਰਸ *n* bookkeeper
ਵਿਉਂਤ ਬਣਾਉਣਾ *v* plan
ਵਿਉਤਪੰਨ *adj* derivative
ਵਿਓਂਤ ਬਣਾਉਣੀ *v* devise
ਵਿਓਂਤਣਾ *v* set up
ਵਿਅਕਤ ਕਰਨਾ *v* reveal
ਵਿਅਕਤਿਤਵ *n* personality
ਵਿਅਕਤੀ *v* insulate
ਵਿਅਕਤੀ *n* person
ਵਿਅਕਤੀ ਦਾ ਧੜ *n* bust
ਵਿਅੰਗ ਚਿੱਤਰ *n* cartoon
ਵਿਅੰਗਪੂਰਨ *adj* sarcastic
ਵਿਅੰਜਨ *n* consonant
ਵਿਆਸ *n* diameter
ਵਿਆਸ ਮਿਣਨਾ *v* calibrate
ਵਿਆਹ ਕਰਨਾ *iv* wed
ਵਿਆਹੁਣਾ *v* marry
ਵਿਆਹੁਤਾ ਸਬੰਧੀ *adj* bridal
ਵਿਆਕਰਣ *n* grammar
ਵਿਆਕੁਲ *adj* uneasy
ਵਿਆਖਿਆਤਮਿਕ *adj* extenuating

ਵਿਆਖਿਆਨ *n* lecture
ਵਿਆਜ਼ *n* interest
ਵਿਆਪਕ *v* generalize
ਵਿਆਪਕ *adj* space out
ਵਿਆਪਕ ਰੂਪ ਵਿੱਚ *adv* widely
ਵਿਆਪਤੀ *n* expansion
ਵਿਸ *n* toxin
ਵਿਸਤਰਤ *adj* space out
ਵਿਸਫੋਟਕ *adj* explosive
ਵਿਸਫੋਟਕ ਸਥਿਤੀ *n* minefield
ਵਿਸਫੋਟਨ *n* detonation
ਵਿਸ਼ਰਾਮ *n* relaxation
ਵਿਸ਼ਲੇਸ਼ਣ *n* analysis
ਵਿਸ਼ਲੇਸ਼ਣ ਕਰਨਾ *v* analyze
ਵਿਸ਼ਵ ਕੋਸ਼ *n* university
ਵਿਸ਼ਵਾਸ ਕਰਨਯੋਗ *adj* believable
ਵਿਸ਼ਵਾਸ ਦਿਵਾਉਣਾ *v* assure
ਵਿਸ਼ਵਾਸਘਾਤ ਕਰਨਾ *v* betray
ਵਿਸ਼ਵਾਸਘਾਤਕ *adj* unfaithful
ਵਿਸ਼ਵਾਸਪਾਤਰ *n* confidant
ਵਿਸ਼ਵਾਸੀ *adj* confident
ਵਿਸ਼ਾ *n* topic
ਵਿਸ਼ਾ-ਸੂਚੀ *n* content
ਵਿਸਾਹ ਖਾਣਾ *v* confide
ਵਿਸ਼ਾਣੂ *adj* poisonous
ਵਿਸ਼ਾਣੂ *n* virus
ਵਿਸ਼ਾਲ *adj* big
ਵਿਸ਼ਾਲ ਦ੍ਰਿਸ਼ *n* panorama
ਵਿਸ਼ਾਲਕਾਇਆ *n* mammoth
ਵਿਸ਼ੇਸ਼ ਕਰਕੇ *adv* especially
ਵਿਸ਼ੇਸ਼ ਰੂਪ ਨਾਲ ਬਣਾਇਆ ਹੋਇਆ *adj* custom-made
ਵਿਸ਼ੇਸ਼ ਰੂਪ ਵਿੱਚ *adv* even more
ਵਿਸ਼ੇਸ਼ਗ *adj* expert
ਵਿਸ਼ੇਸ਼ਣ *n* adjective
ਵਿਹਲ *n* leisure
ਵਿਹਲਾ *adj* unoccupied
ਵਿਹਾਰ *n* pastime
ਵਿਹੁਮਾਰ ਦਵਾਈ *n* antidote
ਵਿਕ੍ਰਤ *adj* warped
ਵਿਕਰੀ ਪਰਚੀ *n* sale slip
ਵਿਕਲਪ *v* alternate
ਵਿਕਾਰ *n* defect
ਵਿਖਾਵਾ ਕਰਨਾ *v* demonstrate
ਵਿਗ *n* hairpiece
ਵਿੰਗ *n* bow
ਵਿਗੜਿਆ ਆਦਮੀ *n* pervert
ਵਿੰਗਾ ਕਰਨਾ *v* curve
ਵਿਗਾੜ *n* aggravation
ਵਿਗਿਆਨਕ *adj* scientific
ਵਿਗੋਚਾ ਕਰਨਾ *v* regret
ਵਿਘਟਨ *n* disintegration
ਵਿਘਨ ਪਾਉਣਾ *v* disturb
ਵਿੱਚਕਾਰ *pre* amid
ਵਿੱਚਕਾਰ ਰੋਕਣਾ *v* intercept
ਵਿਚਰਨਾ *v* wander
ਵਿੱਚਲਾ ਮੇਲ *n* mediocrity
ਵਿਚਾਰ *n* standpoint
ਵਿੱਚਾਰ *n* idea
ਵਿਚਾਰ ਕਰਨਾ *iv* think
ਵਿੱਚਾਰ ਕਰਨਾ *v* deem
ਵਿਚਾਰਸ਼ੀਲ *adj* thoughtful
ਵਿੱਚਾਰਨਯੋਗ *adj* considerable
ਵਿਚਾਰਨਾ *v* reason

ਵ

ਵ

ਵਿੱਚਾਰਯੋਗ *adj* grave
ਵਿੱਚਾਰਵਾਨ *adj* rational
ਵਿੱਚਾਲੇ *pre* among
ਵਿੱਚਿੱਤਰ *adj* exotic
ਵਿੱਚੋਲਗੀ *n* intercession
ਵਿਛੁੰਨਾ *adj* estranged
ਵਿਜਈ *adj* victorious
ਵਿਟਾਮਿਨ *n* vitamin
ਵਿੱਤ *v* finance
ਵਿਤਰੇਕ ਕਰਨਾ *v* seal off
ਵਿੱਥ ਉਤੇ *adv* far
ਵਿਥਕਾਰ *n* latitude
ਵਿਦ੍ਰੋਹ *n* uprising
ਵਿਦ੍ਰੋਹ ਭਰਿਆ *adj* revolting
ਵਿਦਵਤਾ *n* scholarship
ਵਿਦਵਾਨ *adj* learned
ਵਿਦਾ ਹੋਣਾ *v* depart
ਵਿਦਾਇਗੀ *n* parting
ਵਿਦਿਅਕ *adj* academic
ਵਿੱਦਿਆ *n* learning
ਵਿਧਾਇੱਕ *n* lawmaker
ਵਿਧਾਨ *n* legislation
ਵਿਧਾਨ ਮੰਡਲ *n* legislature
ਵਿਨਾਸ਼ *n* demolition
ਵਿਨਾਸ਼ਕਾਰੀ *adj* destructive
ਵਿਨੋਦਮਈ *adj* humorous
ਵਿਪਰੀਤ *pre* against
ਵਿਪੁਲ *adj* heavy
ਵਿਭਚਾਰ *v* license
ਵਿਭਚਾਰੀ *v* adulterate
ਵਿਭਾਗ *n* department
ਵਿਭਾਜਨ *n* section
ਵਿਮਾਨ *n* airplane
ਵਿਮਾਨ ਸੰਚਾਲਨ *n* aviation
ਵਿਮਾਨ ਪੱਟੀ *n* runway
ਵਿਮੁਕਤ *adj* exempt
ਵਿਮੁੱਲਣ *n* devaluation
ਵਿਯੋਗ *n* segregation
ਵਿਰਸਾ *n* legacy
ਵਿਰਸੇ ਵਿੱਚ ਮਿਲਣਾ *v* inherit
ਵਿਰਲ *n* way in
ਵਿਰਲ ਵਿੱਥ *n* gap
ਵਿਰਵਾ *adj* devoid
ਵਿਰਾਟ *adj* colorful
ਵਿਰਾਮ *n* recession
ਵਿਰੁੱਧ *pre* against
ਵਿਰੋਧ ਕਰਨਾ *n* protest
ਵਿਰੋਧੀ ਬਣਾਉਣਾ *v* antagonize
ਵਿਲਕ੍ਸ਼ਣ *adj* peculiar
ਵਿਲਕਣਾ *v* wail
ਵਿਲੱਖਣ *adj* eerie
ਵਿਲਾਸ *n* enjoyment
ਵਿਲਾਸੀ *adj* luxurious
ਵਿਲਾਪ ਕਰ *v* complain
ਵਿਲੀਨਤਾ *n* merger
ਵਿਵਸਥਾ *n* system
ਵਿਵਧਾਨ *n* hurdle
ਵਿਵਰਣ *n* briefing
ਵਿਵਾਦ *v* quarrel
ਵਿਵਾਦਗ੍ਰਸਤ *adj* debatable
ਵਿਵਾਦਪੂਰਨ *adj* contentious
ਵਿਵਾਦਾਤਮਕ *adj* quarrelsome
ਵਿਵਿਧ *adj* varied
ਵਿਵਿਧ ਹੋਣਾ *v* branch out

ਵਿਵੇਕ *n* discrimination
ਵੀ *adv* also
ਵੀਹ *adj* twenty
ਵੀਹਵਾਂ *adj* twentieth
ਵੀਟੋ ਵਰਤਣਾ *v* veto
ਵੀਰਜਵਾਨ *adj* virile
ਵੀਰਤਾਪੂਰਨ (ਕਾਵਿ) *adj* heroic
ਵੀਰਵਾਰ *n* Thursday
ਵੇਸ *n* costume
ਵੇਖ ਲੈਣਾ *v* discern
ਵੇਖਣ ਵਾਲਾ *adj* visual
ਵੇਖਣਾ *v* view
ਵੇਗ *n* velocity
ਵੇਗਮਈ *adj* effusive
ਵੇਤਨ *iv* pay
ਵੇਦੀ *n* altar
ਵੇਧਨ *adj* piercing
ਵੇਫਰ *n* wafer
ਵੇਰਵਾ *v* itemize
ਵੇਰਵਾ ਦੇਣਾ *v* detail
ਵੇਲ ਬੂਟੇ ਕੱਢਣਾ *v* embroider
ਵੇਲ ਮਛੀ *n* whale
ਵੇਲਣਾ *n* cylinder
ਵੇਲਦਾਰ *n* trailer
ਵੇਲੇ ਦਾ *adj* opportune
ਵੈਸ਼ਨੋ *v* vegetarian
ਵੈਸ਼ਨੋ *adj* sober
ਵੈਸਾਖੀ *n* crutch
ਵੈਂਗਣੀ *adj* purple
ਵੈਂਗਨੀ *n* violet
ਵੈਦਕ *adj* medicinal
ਵੈਧ ਬਣਾਉਣਾ *v* validate
ਵੈਰ ਮੁਕਾਉਣਾ *v* bury
ਵੈਰ-ਭਾਵ *n* animosity
ਵੋਗਨ ਛਕੜਾ *n* carriage
ਵੋਟ *n* vote
ਵੋਟ ਅਧਿਕਾਰ *n* franchise
ਵੋਟ-ਪਾਉਣ *n* voting
ਵੋਟਾਂ ਨਾਲ ਚੁਣਨਾ *v* vote
ਵੋਲਟੇਜ *n* voltage
ਵੌਲੀਬੌਲ *n* volleyball
ਵਸੀਅਤ *n* will; demise
ਵਿੱਥ *n* distance; opening

ਵ

Order & Contact Information

Word to Word® Dictionaries

Item	Language	ISBN13
Word to Word®		
500X	Albanian	9780933146495
820X	Amharic	9780933146594
650X	Arabic	9780933146419
700X	Bengali	9780933146303
705X	Burmese	9780933146501
710X	Cambodian	9780933146402
715X	Chinese	9780933146228
520X	Czech	9780933146624
857X	Dari	9781946986603
660X	Farsi	9780933146334
530X	French	9780933146365
535X	German	9780933146938
664X	Georgian	9781946986627
540X	Greek	9780933146600
720X	Gujarati	9780933146983
545X	Haitian Creole	9780933146235
665X	Hebrew	9780933146587
725X	Hindi	9780933146310
728X	Hmong	9780933146532
551X	Hungarian	9780933146679
555X	Italian	9780933146518

Item	Language	ISBN13
730X	Japanese	9780933146426
735X	Korean	9780933146976
740X	Laotian	9780933146549
753X	Malayalam	9781946986610
755X	Nepali	9780933146617
760X	Pashto	9780933146341
575X	Polish	9780933146648
580X	Portuguese	9780933146945
765X	Punjabi	9780933146327
585X	Romanian	9780933146914
590X	Russian	9780933146921
830X	Somali	9780933146525
600X	Spanish	9780933146990
835X	Swahili	9780933146556
770X	Tagalog	9780933146372
780X	Thai	9780933146358
615X	Turkish	9780933146952
620X	Ukrainian	9780933146259
790X	Urdu	9780933146396
848X	Uzbek	9781946986696
795X	Vietnamese	9780933146969
5-895X	Word to Word® Class Set	

State Approved · Testing Dictionaries

All editions are two-way: English>Language / Language>English.
More languages in planning and production.

Word to Word® Dictionaries

Item	Language	ISBN13
Word to Word® with Subject Vocab		
653X	Arabic	9780933146563
703X	Bengali	9781946986061
718X	Chinese	9780933146570
533X	French	9780933146693
548X	Haitian Creole	9780933146709
583X	Portuguese	9781946986092
593X	Russian	9781946986078
603X	Spanish	9780933146723
793X	Urdu	9781946986085
798X	Vietnamese	9780933146686
5-105X	Word to Word® Subject Class Set	

Subject Vocabulary dictionaries include additional math, science and social studies vocabulary. Approximately 2400 math terms, 4400 science terms, and 1700 social studies terms.

Subject vocabulary terms are translated one-way, English>Language.

WordtoWord.com - Discounts + eBooks

Special Online Pricing: Special tiered discount pricing based on quantity for online orders. Simple and fast.

eBooks: eBook versions of the Word to Word® series are available via web app or mobile app on Android and IOS. eBooks can be downloaded for offline use within the App.

Bulk eBook orders for school districts are available. Simple, private student access to eBooks, no student information necessary. Email us to learn more and request sample ebook.

support@wordtoword.com

wordtoword.com

(951) 296-2445

For **eBook** versions add "e" to Item number:
(Print Spanish) 600X → **600Xe** (eBook Spanish)

Order & Contact Us

Bilingual Dictionaries, Inc. is committed to providing quality bilingual materials and great service. Contact us by phone or email for a quote today:

Phone: 951-296-2445

Fax: 951-296-9911

Mail: PO Box 1154, Murrieta, CA 92562

Email: support@bilingualdictionaries.com

Visit our website to download our current catalog-order form, view our products and shop online.

BilingualDictionaries.com

WordtoWord.com

Amazon.com/WordtoWord

Special Dedication & Thanks

Bilingual Dictionaries, Inc. would like to thank all the teachers from various districts across the country for their useful input and great suggestions in creating a Word to Word® standard. We encourage all students and teachers using our bilingual learning materials to give us feedback. Please send your questions or comments via email.
support@bilingualdictionaries.com